ಛಂದ ಪುಸ್ತಕ

ಓದಿ ಓದಿ ಮರುಳಾಗಿ!

ಕಿಲಾಮಿನ

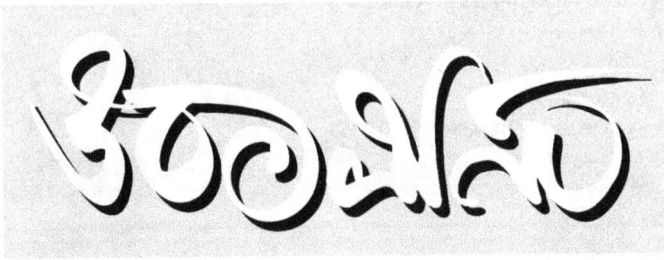

ಕತೆಗಳು

ಶಶಿ ತರೀಕೆರೆ

Tiramisu
-Collection of Short Stories in Kannada
by Shashi Tarikere
Published by Chanda Pustaka,
I-004, Mantri Paradise,
Bannerughatta Road, Bangalore-560 076
ISBN: 978-81-957904-9-4

ಹಕ್ಕುಗಳು: ಲೇಖಕರವು

ಮೊದಲ ಮುದ್ರಣ: 2023

ಮುಖಪುಟ: ಕಿರಣ್ ಮಾಡಾಳು
ಕರಡು ತಿದ್ದುವಿಕೆ: ಪುನರ್ವಸು
ಪುಟಗಳು: 180 ಬೆಲೆ: ₹ 210
ಕಾಗದ: ಎನ್ಎಸ್ ಮ್ಯಾಪ್ಲಿತೊ 70 ಜಿಎಸ್ಎಂ, 1/8 ಡೆಮಿ

ಪ್ರತಿಗಳಿಗಾಗಿ ಸಂಪರ್ಕಿಸಿ:

ಛಂದ ಪುಸ್ತಕ
ಐ–004, ಮಂತ್ರಿ ಪ್ಯಾರಡೈಸ್
ಬನ್ನೇರುಘಟ್ಟ ರಸ್ತೆ
ಬೆಂಗಳೂರು–560 076
ಸೆಲ್: 98444 22782
me@vasudhendra.com

ಮುದ್ರಣ:

ಟ್ರಿನಿಟಿ ಅಕಾಡೆಮಿ, ಕುಡ್ಲು ಗೇಟ್, ಹೊಸೂರು ರಸ್ತೆ, ಬೆಂಗಳೂರು

ಶಶಿ ತರೀಕೆರೆ

ಮೂಲತಃ ಚಿಕ್ಕಮಗಳೂರು ಜಿಲ್ಲೆಯ ತರೀಕೆರೆಯವರಾದ ಶಶಿ, ಜನಿಸಿದ್ದು ಜನವರಿ 07 1990 ರಲ್ಲಿ. ಸದ್ಯಕ್ಕೆ ಬೆಂಗಳೂರಿನ ಇಸ್ರೋದಲ್ಲಿ ಟೆಕ್ನಿಷಿಯನ್ ಆಗಿ ಉದ್ಯೋಗ ಮಾಡುತ್ತಿದ್ದಾರೆ. ಕವಿತೆ, ಕತೆ, ಕಿರುಚಿತ್ರ ನಿರ್ಮಾಣ ಮತ್ತು ನಿರ್ದೇಶನ ಇವರ ಹವ್ಯಾಸಗಳಾಗಿವೆ. ಸಂಯುಕ್ತ ಕರ್ನಾಟಕ, ಕನ್ನಡಪ್ರಭ, ಪ್ರಜಾವಾಣಿ ಮತ್ತು ಹಲವು ದಿನಪತ್ರಿಕೆಗಳಲ್ಲಿ, ಮಯೂರ, ಮಂಗಳ, ತರಂಗ, ಇನ್ನಿತರೆ ನಿಯತಕಾಲಿಕೆಗಳಲ್ಲಿ ಇವರ ಪ್ರಬಂಧ, ಕವಿತೆಗಳು ಪ್ರಕಟವಾಗಿವೆ. "ಡುಮಿಂಗ" ಇವರ ಮೊದಲ ಕಥಾಸಂಕಲನ. ಇದಕ್ಕೆ 2019 ನೇ ಸಾಲಿನ ಛಂದ ಪುಸ್ತಕ ಬಹುಮಾನ, ಬಸವರಾಜ ಕಟ್ಟೀಮನಿ ಯುವ ಪುರಸ್ಕಾರ, ಶಾ ಬಾಲುರಾವ್ ಯುವ ಪುರಸ್ಕಾರ, ಟೋಟೋ ಸೃಜನಶೀಲ ಬರಹಗಾರ ಪ್ರಶಸ್ತಿ, ಕನ್ನಡ ಸಾಹಿತ್ಯ ಪರಿಷತ್ತು ನೀಡುವ ದತ್ತಿ ಪುರಸ್ಕಾರ ಇನ್ನೂ ಹಲವು ಪ್ರಶಸ್ತಿಗಳು ಸಂದಿವೆ.

shashitarikere1990@gmail.com | 97319 93303

ರಕ್ತಸ್ರಾವದಿಂದ ಅಸುನೀಗಿದ ಎಲ್ಲಾ ಹಸಿ ಬಾಣಂತಿಯರಿಗೆ

ಲೆಡ್ಜರಿನಲ್ಲಿ ಹೊಸದಾಗಿ ಸೇರ್ಪಡೆಗೊಂಡ ಬಾಲ ಖೈದಿಗಳಿಗೆ

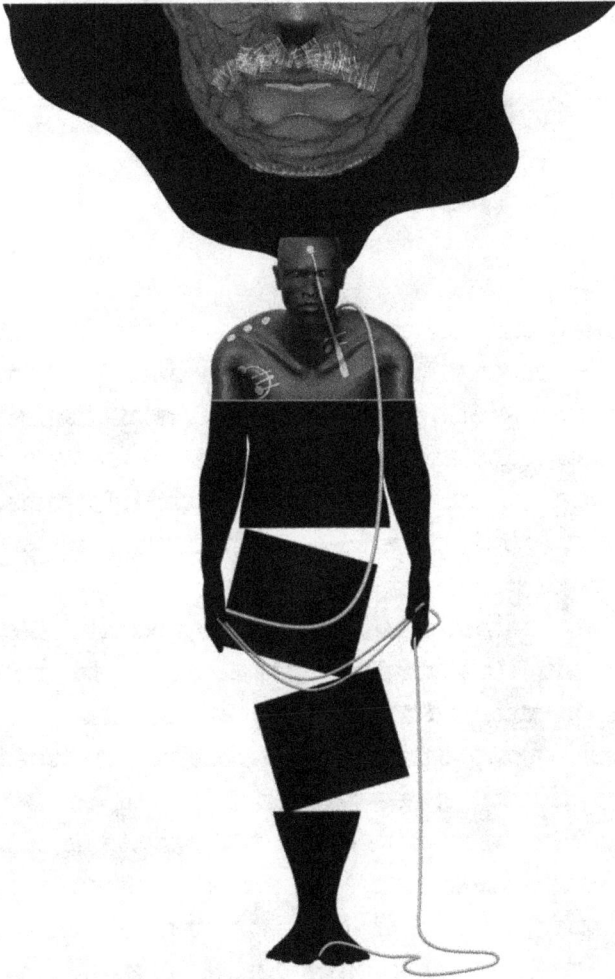

ಕಥೆ ಎಂಬ ಸೈಕಲ್ಲಿನ ಸ್ಟಾಂಡು

'ಬದುಕಿನಲ್ಲಿ ಏನಾದರೂ ಮಾಡಿ ಹಾಳಾಗಿ ಹೋಗು' ಎನ್ನುವ ಪಾಪ್ ಅಪ್ ಮೆಸೇಜ್ ಕಳಿಸುವ ಗಡ್ಡ ಬಿಟ್ಟ ಬುದ್ಧಿವಂತನೊಬ್ಬ ರಸ್ತೆಯಲ್ಲಿ ಸಿಕ್ಕಿದರೆ ಹೇಗೆ ಖುಷಿಯಾಗುವುದೋ ಅದೇ ಅಸಲಿ ಆರ್ಗ್ಯಾನಿಕ್ ಫೀಲಿಂಗ್ ಪ್ರತಿ ದವಾಖಾನೆಯಲ್ಲಿ ಸಿಕ್ಕರೆ ಹೇಗೆಂಬ ಕ್ವಾಯಿಶ್ ಮುಂಜಾನೆ ಹಲ್ಲುಜ್ಜುವಾಗ ಬಂದು ಹೋಯಿತು. ಫಜೀತಿ ಎಂದರೆ ಅದನ್ನು ಬರೆಯುವ ತನಕ ನೆನಪಿನಲ್ಲಿಡುವುದು. ಎಷ್ಟೇ ಗುರುತರವಾದ ನೆನಪಿನ ಸಾಮು ಹೊಡೆದರೂ ಅಷ್ಟೇ, ಏನೂ ನೆನಪಿರುವುದಿಲ್ಲ. ಅಲ್ಲಿ ಸುತ್ತಿ, ಇಲ್ಲಿ ಎಳೆದು, ಇನ್ನೆಲ್ಲೋ ಗಂಟು ಹಾಕಿ, ಕೊನೆಗೆ ಕಟುಕನಾಗಿ ಅವುಗಳ ಆಯಕಟ್ಟಿನ ಜಾಗದಲ್ಲಿ ಕತ್ತರಿ ಪ್ರಯೋಗ ಮಾಡಿ, ಕಾಸ್ಟಿಂಗ್ ಕೌಚ್ ಮಾಡಿಕೊಳ್ಳದೆ ಮೀಡಿಯಂ ಸೈಜಿನ ಪಾತ್ರಗಳ ಜೊತೆ ಸುಭಗನಂತೆ ವರ್ತಿಸಿ, ಇನ್ನೇನು ಕಥೆ ಮುಗಿಯಿತು ಎನ್ನುವಷ್ಟರಲ್ಲಿ 'ಯುದ್ಧ ನಡೆದ ಆಸುಪಾಸಿನಲ್ಲಿ ಮಗುವಿನ ಚಪ್ಪಲಿ ಸಿಕ್ಕಿತೆಂದು' ಬರೆಯುವಾಗ ಕಥೆಯಲ್ಲಿ ಕಥೆಗಾರ ಒಂದು ಅಲ್ಪವಿರಾಮದ ಚಿಹ್ನೆಯಂತೆ ಅಷ್ಟೇ. ಇದೇ ಕಥೆ ಬೇರೊಬ್ಬ ಕಥೆಗಾರ 'ಮಗುವಿನ ಚಪ್ಪಲಿ ಸಿಕ್ಕ ಜಾಗದಿಂದಲೋ ಮತ್ತಿನ್ನೆಲ್ಲಿಂದಲೋ' ಮುಂದುವರೆಸಬಹುದು. ಅವನಿಗೆ ಏನು ಸಿಕ್ಕಿತು ಎನ್ನುವುದಕ್ಕಿಂತ ಕಥೆಯಲ್ಲಿ ಅವನೇನು ಕಿಸಿದು ದಬ್ಬಾಕಿದ ಎನ್ನುವುದೇ ಅವನು ಗರಿ ಕಟ್ಟಿಕೊಳ್ಳುವ ಕಾಯಕ. ಇದೆಲ್ಲಾ ಯಾವಾಗನ್ನಿಸಿತೋ ಅದು ಇನ್ಯಾವಾಗ ಬರೆದಿಟ್ಟುಕೊಂಡೆನೋ ಗೊತ್ತಿಲ್ಲ. ಅದೇ ರೀತಿ ಇಲ್ಲಿ ಏನೇನೋ ಸಿಕ್ಕಾಪಟ್ಟೆ ಹೇಳುತ್ತಿಲ್ಲ. ಸೀದಾಸಾದಾ ಹೇಳುವುದಾದರೆ ಯಾರ ತಂಟೆಗೆ ಹೋದರೂ ಪರವಾಗಿಲ್ಲ ಕಥೆಯ ಅಕ್ಕಪಕ್ಕವೂ ಹೋದರೆ ಮುಗಿಯಿತು. ನಿಮಗೆ ಕಥೆಯಲ್ಲಿ ಪಾಲಿದೆ. ಮುಂದಾಗುವ ಆಂತರಿಕ ಅನಾಹುತಗಳಿಗೂ ನಿಮಗೂ ಕಾರಣವಿದೆ. ಕಥೆಯ ಸಹವಾಸ ಹೀಗೆಯೇ, ಮೆಟ್ರೋ

ನಗರದ ಮಂದಿಗಳಿಗೆ ನೆನಪುಗಳ ಮುಕ್ತಿಶಾಲೆಯ ಚಾವಿ ಕಳೆದುಹೋಗಿ, ಇಡೀ ಜೀವನ ಸ್ಥೂಲಕಾಯದ ಹಗಲು ಕನಸೊಂದಕ್ಕೆ ಅಮರಿಕೊಂಡು ಚಾವಿಯ ವಿಷಯ ಮರೆಯಾಗುವಂತೆ ನನಗೆ ಏನೇನೋ ಮರೆತು ಹೋಗುತ್ತಿದೆ.

ತಿಂಗಳುಗಳು ದಿನಗಳು ಅದದೇ ಆದರೂ ಹೊಸ ಕ್ಯಾಲೆಂಡರಿನಂತೆ ಏನೋ ಒಂದಷ್ಟು ತಾಜಾ ಹೊಳಹುಗಳು ಹೊಳೆದು ಮತ್ತೊಮ್ಮೆ ನಿಮ್ಮ ಮುಂದೆ ಬೀಗ ಮುರಿದುಹೋದ ಮಾಯಾಪೆಟ್ಟಿಗೆಯನ್ನು ತಂದಿದ್ದೇನೆ. ಕಥೆಯ ಶುರುವಿನಿಂದ ಅಂತ್ಯದವರೆಗೂ(ಇದು ಅಸಲಿ ಅಂತ್ಯವಲ್ಲ) ಬೋನಿನಲ್ಲಿ ಹಸಿದ ಚಿರತೆಯೊಂದರ ಓಟ, ಹೋರಾಟ ನೋಡಬಹುದು. ಅನುಭವಿಸಲೂಬಹುದು. ಕೆಲವೊಮ್ಮೆ ದುಃಖದ ಚಿಮ್ಮಟಿಗೆ ಎದೆಯಲ್ಲಿ ಇಳಿದು ಹರಿಗೋಲಾಗಬಹುದು. 'ಧೂಳು ಹಿಡಿದ ಹಳೆಯ ಪಂಚಾಂಗ, ಭವಿಷ್ಯದ ನಸುಗುನ್ನಿ ಜಾತಕ, ರಣರಣ ವಾಸ್ತವದ ನ್ಯೂಸ್ ಪೇಪರು ಇಷ್ಟಿಷ್ಟೇ ತಿಂದು ತಿಂದು ಜೀರ್ಣಿಸಿಕೊಂಡ ಜಿರಲೆ ಮುಂದೆ ಕಥೆಗಾರನಾದ' ಎಂದರೆ ನನ್ನ ಗೆಳೆಯ ಕಿಲಕಿಲ ನಗುತ್ತಾನೆ.

ನನ್ನ ಕಥೆ ಕವಿತೆಗಳ ಆಗುಹೋಗುವಿನಿಂದ ಹಿಡಿದು ಬೆಳಿಗ್ಗೆ 'ಆಫೀಸಿಗೆ ಹೋದೆಯಾ ಇಲ್ಲವಾ' ಎಂದು ವಿಚಾರಿಸುವವರೆಗೂ ಸದಾ ಎಚ್ಚರದ ಕಣ್ಣು ವಹಿಸುವ ಎಲ್ಲಾ ನನ್ನ ಅನೇಕ ಗೆಳೆಯ ಗೆಳತಿಯರಿಗೆ ನಾನು ಜೀವನಪರ್ಯಂತ ಋಣಿ. ಪುಸ್ತಕ ಪ್ರಕಟಿಸುತ್ತಿರುವ ವಸುಧೇಂದ್ರ ಸರ್‌ಗೂ ನನ್ನ ಪ್ರೀತಿಯ ಸಲಾಮ್.

ಅಕ್ಕರೆಯಿಂದ...

ಶಶಿ ತರೀಕೆರೆ

ಪರಿವಿಡಿ

ಕಂಟ್ರಿ ಪಿಸ್ತೂಲ್

ಗೋವಾ ಒಂದು ರೀತಿ ವಿಸ್ಕಿ ಗ್ಲಾಸಿಗೆ ಮಂಜಿನ ತುಣುಕು ಹಾಕಿದಂತೆ ಕಾಣುತ್ತಿತ್ತು. ಎಲ್ಲರೂ ಬದುಕನ್ನು ಕಟ್ಟಿಕೊಳ್ಳಲು ಬಂದು ಬದುಕನ್ನು ಮಾರಲು ಬೀದಿಯಲ್ಲಿ ನಿಂತವರಂತೆ ಕಾಯುತ್ತಿದ್ದರು. ಎಲ್ಲಿ ಬಗ್ಗಿ ನೋಡಿದರೂ ವಿದೇಶಿ ಪ್ರವಾಸಿಗರು. ಅಸಲಿಗೆ ಅಲ್ಲಿಯೇ ಹುಟ್ಟಿ ಅಲ್ಲೆ ಬೆಳೆದು ನೆಲೆ ಕಂಡುಕೊಂಡವರನ್ನು ಗಣತಿ ಮಾಡಿ ಪತ್ತೆ ಹಚ್ಚಿದರೂ ಸಿಗುವುದು ಕಡಿಮೆ ಮಂದಿ. ಅಖಂಡ ಪ್ರವಾಸಿಗರೇ ಗೋವೆಯ ಸಕಲ ಖರ್ಚು ವೆಚ್ಚ ಭರಿಸುತ್ತಿದ್ದರೇನೋ ಎಂದು ಅನ್ನಿಸದಿರಲಾರದು.

ಗಟ್ಟಿ ಮೊಸರಿನಂತೆ ಹರವಿದ್ದ ಕೂದಲನ್ನು ತುರುಬು ಕಟ್ಟಿಕೊಂಡು ರಾತ್ರೋರಾತ್ರಿ ಸಿಕ್ಕ ಬಸ್ಸಿಗೆ ಹತ್ತಿ ನಾಲ್ಕರ ಜಾವಕ್ಕೆ ಗೋವೆಯ ಬಸ್ಟಾಂಡಿನಲ್ಲಿ ಇಳಿದು ಎತ್ತ ಹೋಗುವುದು ಎಂದು ಗೊತ್ತಾಗದೆ ಕಣ್ಣನ್ನು ಮಿಟುಕಿಸುತ್ತಾ ಬಾವ್ಲಾ ಕಾಯುತ್ತಿದ್ದಳು. ಖಾದೀಮ ಲಗೇಜಿನ ಪಹರೆಯಲ್ಲಿದ್ದ. ಯಾರಾದರೂ ಆಟೋದವರು ಬಂದರೆ "ಗಾಂಧಿ ಚೌಕ್ ಆವೋಗೆ ಕ್ಯಾ" ಎಂದು ಕೇಳಿ ಮತ್ತೆ ಕಾತರದಿಂದ ಬೇರೊಂದು ಆಟೋ ಬರುವವರೆಗೂ ದೂರದ ದಾರಿಯ ಬೆಳಕಿನ ಬಿಂದು ಕಾಣುವವರೆಗೆ ಕಣ್ಣು ಇಣುಕಿಸಿ ಸುಮ್ಮನಾಗುತ್ತಿದ್ದಳು. ಬಾವ್ಲಾಳ ಮುಂದೆ ಆಟೋ ನಿಲ್ಲಿಸಿದ ಪ್ರತಿ ವ್ಯಕ್ತಿಯು ಎರಡೆರಡು ಸ್ವೆಟರ್ ಹಾಕಿ, ತಲೆಯ ಮೇಲೆ ರುಮಾಲು ಸುತ್ತಿಕೊಂಡಿದ್ದವರೇ ಹೆಚ್ಚಿದ್ದರು. ಅವರೆಲ್ಲರೂ 'ಗಾಂಧಿ ಚೌಕ್' ಎಂಬ ಹೆಸರು ಕೇಳಿದೊಡನೆ ಸರ‍್ರನೆ ಗಾಡಿ ಕೈವಾರದಂತೆ ತಿರುಗಿಸಿ ಬೇರೊಬ್ಬ ಪ್ರಯಾಣಿಕನ ಬಳಿ ಹೊರಟುಬಿಡುತ್ತಿದ್ದರು.

ಮಹಾನಗರಗಳು ಎಂದಿಗೂ ಮಲಗುವುದೇ ಇಲ್ಲ. ಆಗಷ್ಟೇ ಹೆರಿಗೆ ಕೋಣೆಗೆ ದಾದಿಯರು ಲವಲವಿಕೆಯಿಂದ ಚಕಚಕನೆ ನಡೆಯುವಂತೆ ಲಕ್ಷುರಿ ವಾಹನಗಳು ಚಲಿಸುತ್ತಿದ್ದವು. ಹದಿಹರೆಯದ ಪ್ರೇಮಿಗಳು ಒಬ್ಬರನೊಬ್ಬರು ಮುಟ್ಟುವ ಸ್ಪರ್ಧೆಯಲ್ಲಿ ಘುಟುಪಾತಿನಲ್ಲಿ ಹಲ್‌ಚಲ್ ಎಬ್ಬಿಸಿ ಕಿಲಕಿಲ ನಗುತ್ತಾ ಓಡುತ್ತಿದ್ದರು. ಅಂಥಾ ಪ್ರಚಂಡ ಚಳಿಯಲ್ಲಿ "ಥಂಡಾ ಪಾನಿ ಥಂಡಾ ಪಾನಿ" ಎಂದು ಪ್ರತಿ ನಿಂತ ಬಸ್ಸಿನೊಳಗೆ ನೀರಿನ ಬಾಟಲಿ ಹಿಡಿದು ಚೀರುವ ಹುಡುಗರು. ಓಹ್ ಇದೊಂದು 'ಸ್ಫೋಟಕ ನಗರಿ' ಎಂದು ಬಾವ್ಲಾ ಕುತೂಹಲವಾಗಿ ನೋಡುತ್ತಿದ್ದಳು. ನೆನ್ನೆ ರಾತ್ರಿ ನಡೆದ ಗಲಭೆಯಿಂದ

ಅವಳ ಮುಖ ಉರಿವ ದೀಪ ಆರಿಸಿದ ಲಾಟೀನಿನ ಗಾಜಿನಂತಾಗಿತ್ತು. ಸ್ವಲ್ಪ ಸ್ವಲ್ಪವೇ ರಸ್ತೆಯಲ್ಲಿನ ವಿಸ್ಮಯ ಕಂಡು ಅಚ್ಚರಿಗೊಳ್ಳುತ್ತಿದ್ದ ಆಕೆಯ ಕಣ್ಣು ಕೆನ್ನೆಗಳ ಮೇಲೆ ಜುಮುಗುಡುವ ಮಂಜು ಕುಣಿಯುತ್ತಿತ್ತು. ಹಾಗೆ ಕುಣಿಯುತ್ತಿದ್ದ ಮಂಜಿನೊಳಗಿಂದ ಬೆಳಕು ನುಗ್ಗಿ ಲಾಟೀನಿನ ಮಸಿಯಾದ ಗಾಜು ತನ್ನ ಮುಖ ಒರೆಸಿಕೊಳ್ಳುತ್ತಿತ್ತು.

"ವಂದಕ್ಕೆ ಹೋಗಿ ಬರ್ತೀನಿ" ಎಂದು ಬಾವ್ಲಾಗೆ ಹೇಳಿ ಹೋದ ಖಾದೀಮ ತೆವಳುತ್ತಾ ಹೋಗಿ ಅನುಕೂಲವಾದ ಕಡು ಕತ್ತಲೆಯ ಮೂಲೆಯಲ್ಲಿ ಮರೆಯಾದ. ರಸ್ತೆಯಲ್ಲಿ ಇನ್ನೊಂದು ವಾಹನದ ಗಟ್ಟಿ ಹಾರ್ನು ಕೇಳಿಸುವಷ್ಟರಲ್ಲಿ ಐದು ರೂಪಾಯಿ ನಾಣ್ಯವೊಂದು ರಸ್ತೆಯಲ್ಲಿ ಚಲಿಸಿದಂತೆ ಖಾದೀಮ ವಾಪಾಸು ಬಂದ. ಎರಡು ಸೂಟಕೇಸಿನ ಜೊತೆ ಒಂದು ನೀಳವಾದ ಬ್ಯಾಗು ಕಾಯುತ್ತಿದ್ದ ಖಾದೀಮ ನೋಡ ನೋಡುತ್ತಿದ್ದಂತೆ ಅದರ ಮೇಲೆ ಉದ್ದಗೆ ಮಲಗಿದ. ಆಕಡೆ ಈಕಡೆ ನೋಡಿ ಬಾವ್ಲಾಳು ಸಹ ಕಡು ಕತ್ತಲೆಯಾದ ಮೂಲೆಗೆ ಹೋದಳು.

ಖಾದೀಮನಿಗೆ ಬಸ್ಸಿನೊಳಗೆ ಸೀಟು ಸಿಕ್ಕಿರಲಿಲ್ಲ. ಬಾವ್ಲಾ ಒತ್ತಾಯ ಮಾಡಿ "ಆರು ತಾಸಿನ ಜರ್ನಿ, ಯಾರಾದರೂ ತೊಡೆ ಮೇಲಾದ್ರೂ ಕೂರಿಸ್ಕೊಳ್ಳಿ" ಎಂದು ಕೇಳಿದ ಮೇಲೆ ಅಗಾಧ ನಿದ್ದೆಯಲ್ಲಿದ್ದ ಡೊಳ್ಳು ಹೊಟ್ಟೆಯವನೊಬ್ಬ ಖಾದೀಮನನ್ನು ಹತ್ತಿರಕ್ಕೆ ಬರಸೆಳೆದು ತನ್ನ ಕಿರು ತೊಡೆಯ ಮೇಲೆ ಕೂರಿಸಿಕೊಂಡಿದ್ದ. 'ಹೊಟ್ಟೆ ದಪ್ಪವಿದ್ದವರ ತೊಡೆಗಳು ಯಾಕೆ ಅಷ್ಟು ಚಿಕ್ಕವಿರುತ್ತವೆಯೆಂದು' ಖಾದೀಮನಿಗೆ ಆಗ ಅನಿಸಿತ್ತು. ಎಷ್ಟೇ ಪಟ್ಟು ಹಿಡಿದು ಕೂತರೂ ಜಾರುಬಂಡಿಯಿಂದ ಕೆಳಗೆ ಬೀಳುತ್ತಿದ್ದವನನ್ನು ಮತ್ತೆ ಮತ್ತೆ ನಿದ್ದೆ ಮಂಪರಿನಲ್ಲಿ ಎಳೆದು ಆತ ಕೂರಿಸಿಕೊಳ್ಳುತ್ತಿದ್ದ. ಬಸ್ಸಿನಲ್ಲಿದ್ದ ಎಲ್ಲಾ ಬಲ್ಬುಗಳು ವಿಶ್ರಾಂತಿಯಲ್ಲಿದ್ದ ಕಾರಣ ನಿಗೂಢ ಕತ್ತಲು ತುಂಬಿತ್ತು. ಬಸ್ಸಿನೊಳಗೆ ಬೇರೊಂದು ಬಸ್ಸು ಎದುರು ಸಿಕ್ಕು ಅದು ಬಿಟ್ಟು ಹೋದ ಅಚಾನಕ್ ಬೆಳಕಿನಲ್ಲಿ ಖಾದೀಮನ ಮುಖ ನೋಡಿದ ಡೊಳ್ಳು ಹೊಟ್ಟೆಯವನು "ನಿನ್ನ ಎಂಟು ವರ್ಷದ ಮಗು ಅನ್ಕಂಡ್ನಲ್ಲಪ್ಪ ಮಾರಾಯ" ಎಂದಿದ್ದು ಖಾದೀಮನಿಗೆ ಕೇಳಿಸದಿದ್ದರೂ ಬಾವ್ಲಾಳ ಕಿವಿಗೆ ಕೇಳಿತ್ತು.

■

ನೆನ್ನೆಯ ರಾತ್ರಿ ಎಂದಿನಂತೆ ರಂಗೇರದೆ ಅವಸರವಾಗಿ ಮುಗಿದಿತ್ತು. ಬಾವ್ಲಾ ಅದೇ ಗಮ್ಮತ್ತಿನಿಂದ ಕುರ್ಚಿಯಲ್ಲಿ ಕೂತು ಎಲ್ಲರನ್ನೂ ತನ್ನ ಕಣ್ಣಿನಲ್ಲಿ ಹಿಡಿದಿಟ್ಟಿದ್ದಳು. ಶರಾಬಿನಲ್ಲಿ ಅದ್ದಿದ ಚಾಕುವಿನಂತಿದ್ದ ಅದೆಷ್ಟು ಎಳೆಯ ಹುಡುಗಿಯರು ಎದೆಯುಬ್ಬಿಸಿಕೊಂಡು ನಾಚಿಕೊಳ್ಳದೆ ರೊಕ್ಕ ಎಸೆಯುತ್ತಾ ಕುಣಿಯುತ್ತಿದ್ದ ಗಂಡಸರನ್ನು ನೀವಾಳಿಸಿ ಪ್ರಪಾತದತ್ತ ಎಸೆಯುತ್ತಿದ್ದರು. ಪ್ರತಿ ಕೋಣೆಯೊಳಗೆ ಉನ್ಮಾದದ ಅಬ್ಬರ ಕೇಳುತ್ತಲಿತ್ತು. ಯಾವ ದಿಕ್ಕಿನಿಂದಲೋ ಬಂದ ಖಾಕಿ ಪಡೆ ಹೇಗೆ ಎಲ್ಲರ ಆರ್ಭಟ ಸೀಳಿ ಹಾಕಿತ್ತು. ಮುಚ್ಚಿದ್ದ ಬಾಗಿಲನ್ನು ಒದ್ದು ಒಳಗೆ ಬಂದ ಸಶಸ್ತ್ರ ನಲವತ್ತು ಜನ ಗಂಡು

ಪೇದೆಗಳು, ಆರು ಹೆಣ್ಣು ಪೇದೆಗಳು ಅಮಲೇರಿಸಿಕೊಂಡು ಗಗನಯಾನದಲ್ಲಿದ್ದ ಭೂ ಚೋರರನ್ನು ಒಂದು ಕ್ಷಣದಲ್ಲಿ ನೆಲಕಚ್ಚುವಂತೆ ಮಾಡಿದ್ದರು. ಕೈಗೆ ಸಿಕ್ಕವರನ್ನು ಗಂಡು ಹೆಣ್ಣೆಂದು ನೋಡದೆ ಲಾಠಿ ಪ್ರಹಾರ ನಡೆಸಿ ಹದ್ದುಬಸ್ತಿಗೆ ತಂದಿದ್ದು ಗೋವಾದ ಪೋಲಿಸರು ಎಂದು ಅವರ ಹಾಕಿದ್ದ ಬೂಟು, ಬೇರೆ ಬಣ್ಣದ ಯುನಿಫಾರಂ ಸುಳಿವು ನೀಡಿತ್ತು. ಬಣ್ಣದ ಚಿಟ್ಟೆಗಳ ಗುಂಪಿಗೆ ನುಗ್ಗಿದ ಕಾಳ ಸರ್ಪ ತನ್ನ ನಾಲಿಗೆ ತೋರಿಸಿ ಚಿಟ್ಟೆಗಳನ್ನೆಲ್ಲಾ ಕಬಳಿಸಿದಂತೆ ಎಲ್ಲ ಹುಡುಗಿಯರು ಶರಣಾಗಿದ್ದರು. ಇಸ್ಪೀಟಿನ ಎಲೆಗಳ ಕಟ್ಟು ಬಿಚ್ಚಿದ್ದ ಬೆರಳುಗಳು ಜೋಕರ್ ನ ಹುಕುಂ ನೋಡಿ ಆಟ ಮುಗಿಸಿದಂತೆ ಇಡೀ ಬೆಳದಿಂಗಳು ಬೆಚ್ಚಗಾಗಿತ್ತು.

ಬಾವ್ಲಾಳ ಕಣ್ಣು ಮುಚ್ಚಿ ಯಾರೋ ಎಳೆದು ಕರೆದುಕೊಂಡು ಹೋಗಿದ್ದು ಬಿಟ್ಟರೆ ಅಲ್ಲಿ ನಡೆದಿದ್ದು ಎಲ್ಲವೂ ರಹಸ್ಯ ಕಾರ್ಯಾಚರಣೆಯಂತೆ ಮುಗಿದು ಹೋಗಿತ್ತು. ಬೆಳಗಾವಿ ಜಿಲ್ಲೆಯ ರಾಯಭಾಗದ ಪೋಲಿಸು ಚೌಕಿಯಲ್ಲಿ ಗಹನವಾದ ಚರ್ಚೆ. ಸೆರೆ ಸಿಕ್ಕ ಅರೆಬೆತ್ತಲೆ ಗಂಡಸರನ್ನು ಒಂದು ಕಡೆ ನಿಲ್ಲಿಸಿದ್ದರು. ಮಧ್ಯ ವಯಸ್ಕ ಹೆಂಗಸರು ಆತಂಕದಿಂದ ಅಳುತ್ತಾ, ರವಿಕೆಯಿಂದ ಮುಖ ಮುಚ್ಚಿಕೊಂಡು ಇನ್ನೊಂದು ಕಡೆ ನಿಂತಿದ್ದರು. ಗೋವಾದ ಪೋಲಿಸರು ಹಿಂದಿ ಭಾಷೆಯಲ್ಲಿ "ಸಬ್ ಕಾ ಫೋಟೋ, ಅಸಲಿ ನಾಮ್, ಪತಾ ಲಿಜಿಯೇ" ಎಂದು ಹೇಳುತ್ತಿದ್ದರು. ತುಟಿ ಪಕ್ಕ ಮಚ್ಚೆಯಿದ್ದ ಯುವತಿ "ಬಾವ್ಲಾ, ಉಮ್ರ್ ಚಾಲೀಸ್, ರಾಯ್ಬಾಗ್" ಎಂದು ಹೇಳಿದಾಗ "ಯಹಿ ಹೇ ಕ್ಯಾ ಲೇಡಿಸ್ ಸ್ಪೆಷಲಿಸ್ಟ್" ಎಂದು ಗೋವಾದಿಂದ ಬಂದ ಫರ್ನಾಂಡಿಸ್ ಕುತೂಹಲದಿಂದ ನೋಡಿದ. ರಾಯಭಾಗದ ಠಾಣೆ ಸಿಬ್ಬಂದಿಗಳು ಹೌದೌದೆಂದು ತಲೆಯಲ್ಲಾಡಿಸಿದ್ದರು.

■

ಗುಂಗೇರ ಯಾವಾಗ ಹುಬ್ಬಳ್ಳಿಯಲ್ಲಿ ಸಜೀವವಾಗಿ ಸಿಕ್ಕನೋ ಅಂದೇ ಮಟ್ಕಾ ದಂಧೆ ನಿಂತು ಹೋಗಿ ಭುಜಕೀರ್ತಿಯ ಅಟಾಟೋಪಗಳು ಮುಗಿದಿದ್ದವು. ಗುಂಗೇರನ ಸಹಾಯವಿಲ್ಲದೆ ಬಾವ್ಲಾ ರಾಯಭಾಗದಲ್ಲಿ ಹೆಚ್ಚು ದಿನ ಉಳಿಯಲು ಆಗುತ್ತಿರಲಿಲ್ಲ. ಶಹರಕ್ಕೆ ಹೊಸ ಜಿಲ್ಲಾಧಿಕಾರಿ ಬಂದಾಗಲೆಲ್ಲ ಈ ರೀತಿಯ ಮಿಂಚಿನ ದಾಳಿಗಳನ್ನು ನೋಡಿ ಅನುಭವವಿದ್ದ ಬಾವ್ಲಾಳಿಗೆ ಗುಂಗೇರನ ಹುಡುಗರು ಸುಳಿವು ಕೊಟ್ಟಿದ್ದು ಅಷ್ಟೇನು ಸಿಹಿಯಾಗಿರಲಿಲ್ಲ. ಪ್ರತಿ ಸಲ ಆಗುವಂತೆ ಚೌಕಿಗೆ ಕರೆದು ಎಲ್ಲರ ಮುಂದೆ ಎಚ್ಚರಿಕೆ ಕೊಟ್ಟು ಮುಚ್ಚು ಮರೆಯಲ್ಲಿ ಕಾಂಚಾಣ ಪಡೆಯುವ ನಕಲಿ ದಾಳಿಯಂತೆ ಇದೂ ಎಂದು ಭಾವಿಸಿ ಸುಮ್ಮನಾಗಿದ್ದಳು.

ಹುಬ್ಬಳ್ಳಿಯ ಜೈಲಿನಲ್ಲಿ ಗುಂಗೇರನನ್ನು ಭೇಟಿಯಾಗಿದ್ದ ಭುಜಕೀರ್ತಿಗೆ ಅಸಲಿ ವಿಷಯ ತಿಳಿದಿತ್ತು. ಪೂನಾದಿಂದ ಸೀದಾ ರಾಯಭಾಗಕ್ಕೆ ಕಾರಿನಿಂದ ಇಳಿಯುತ್ತಿದ್ದ ಹದಿನೇಳು ಹದಿನೆಂಟರ ವಯಸ್ಸಿನ ಹುಡುಗಿಯರಲ್ಲಿ ಒಂದು ಗೋವಾದ ಪಣಜಿಯ

ಹುಡುಗಿ ಕಳೆದ ತಿಂಗಳು ಮೆದುಳಿನ ರಕ್ತಸ್ರಾವದಿಂದ ತೀರಿಹೋಗಿದ್ದಳು. ಆ ಹುಡುಗಿಯ ಸಂಬಂಧಿಕನೊಬ್ಬ ಗೋವಾದಲ್ಲಿ ಕೊಲೆ ಪ್ರಕರಣ ದಾಖಲಿಸಿ ಬಾವ್ಲಾಳನ್ನೆ ಪ್ರಮುಖ ಆರೋಪಿಯನ್ನಾಗಿಸಿ, ಗುಂಗೇರಾನನ್ನು ಎರಡನೆ ಆರೋಪಿಯನ್ನಾಗಿಸಿದ್ದ. ಇದರ ನಡುವೆಯೇ ಮಲೇಶಿಯಾಕ್ಕೆ ಹೋಗಲು ಗುಂಗೇರಾ ತಯಾರಿ ನಡೆಸಿದ್ದ. ಭುಜಕೀರ್ತಿಗೆ 'ಈ ರಾತ್ರಿ ಬರುತ್ತಿರುವುದು ಗೋವಾದ ಪೋಲಿಸರು ಎಂದೂ, ಬಾವ್ಲಾ ಆಳ್ವಿಕೆ ನಡೆಸುತ್ತಿದ್ದ ಕಪ್ಪು ಪ್ರಪಂಚ ಮತ್ತೆಂದೂ ಕಾಣುವುದಿಲ್ಲವೆಂದು' ಗೊತ್ತಿತ್ತು. ಮನೆ ಮೇಲೆ ದಾಳಿ ನಡೆಯುವುದರ ಮುನ್ಸೂಚನೆ ಸಿಕ್ಕಿದ ಕೂಡಲೇ ಆದಷ್ಟು ಬೇಗ ಅವಳನ್ನು ಬಚಾಯಿಸಲು ಭುಜಕೀರ್ತಿ ಹೋಗಿದ್ದ.

"ಇಬ್ಬರೂ ಎಲ್ಲಾದರೂ ಹೋಗೋಣ, ಖಾದೀಮ ನಮ್ಮೊಟ್ಟಿಗಿರಲಿ" ಎಂದು ಪತನಗೊಂಡ ಬಾವ್ಲಾಳ ಹವೇಲಿಯಲ್ಲಿ ಭರವಸೆಯಿಂದ ಹೇಳಿದ್ದ ಭುಜಕೀರ್ತಿ. ಅಳುತ್ತಿರುವ ಧಾವಂತನನ್ನು ಅವನ ಕೈಗೆ ಕೊಟ್ಟು "ಮಗು ನಿನ್ನ ಬಳಿ ಇರಲಿ ಗೋವಾಕ್ಕೆ ಹೋಗಿ ನನ್ನ ಹುಡುಗಿಯರನ್ನು ವಾಪಸ್ಸು ತರ್ತೀನಿ" ಎಂದು ಅಂತಿಮವಾಗಿ ಭುಜಕೀರ್ತಿಯನ್ನು ತಬ್ಬಿಕೊಂಡಿದ್ದ ಬಾವ್ಲಾ ಅರೆ ನಿಮಿಷವೂ ಜರುಗಲಿಲ್ಲ. ಹಾಗೆ ಒಂದಷ್ಟು ನಿಮಿಷ ಅವನ ಬಾಹುಬಂಧನದಲ್ಲಿ ಕಳೆದುಹೋಗಿದ್ದಳು.

■

ಮೊದಲ ಸಲ ಕಾರವಾರದಿಂದ ಹೀಗೆ ಯಾರದೋ ವಿಳಾಸ ಕೇಳಿಕೊಂಡು ಎಕ್ಸ್‌ಪ್ರೆಸ್ ರೈಲು ಹತ್ತಿ ಬೆಳಗಾವಿಯಲ್ಲಿ ಇಳಿದಿದ್ದ ಬಾವ್ಲಾಳಿಗೆ ಆಗ ಗಲ್ಲದ ಮೇಲೆ ಕಿರು ಮೊಡವೆಯೊಂದು ಒಣಗಿ ಅಳಿಸಲಾಗದ ತಾರುಣ್ಯದ ಚುಂಬನದಂತೆ ಹೊಳೆದಿತ್ತು. ಹಾಕಿಕೊಂಡಿದ್ದ ಮಿಡಿ ಲಂಗದ ಒಳಗೆ ಅಕಾಲಿಕ ಬೆವರು ಹರಿಯುತ್ತಿತ್ತು.

ಎಂಟನೆ ತರಗತಿ ನಪಾಸಾಗಿ ಮನೆಯ ಹಿಂದಿದ್ದ ಹೊಂಡದಲ್ಲಿ ಬಿದ್ದು ಸಾಯಲು ಬಾವ್ಲಾ ಪ್ರಯತ್ನಿಸಿದ್ದಳು. ಹೊಂಡವೆಂದರೆ ಖಾಲಿ ಇದ್ದ ಭೂಮಿಯಲ್ಲಿ ಬುಲ್ಡೋಜರ್‌ಗಳಿಂದ ನೆಲ ಅಗೆದು ಇಡೀ ಕೆಂಪು ಮಣ್ಣನ್ನು ಲೂಟಿ ಮಾಡಿದ್ದರು. ಆ ಮಣ್ಣು ಟ್ರಾಕ್ಟರ್‌ಗಟ್ಟಲೆ ನೇರವಾಗಿ ಇಟ್ಟಿಗೆ ಸುಡುವ ಗೂಡಿಗೆ ಹೋಗುತ್ತಿತ್ತು. ಎಲ್ಲೆಂದರಲ್ಲಿ ಮಣ್ಣು ಅಗೆದ ನೆಲಕ್ಕೆ ಮಳೆಗಾಲದಲ್ಲಿ ತುಂಬಿದ್ದ ನೀರು ಮಣ್ಣಿನ ಜೊತೆ ಬೆರೆತು ಚಹಾ ಬಣ್ಣದ ಕೆರೆಯಂತೆ ಕಾಣುತ್ತಿತ್ತು. ಚೌತಿಯ ಗಣೇಶ ಅದೇ ಹೊಂಡದಲ್ಲಿ ಭರ್ಜರಿ ಮೆರವಣಿಗೆಯ ಮೂಲಕ ಬಂದು ಮುಳುಗುತ್ತಿದ್ದ. ತುಸು ಹೆಚ್ಚೆ ಆಳವಿದ್ದ ಕೊಳ್ಳದಲ್ಲಿ ಆಗಾಗ ಊರಿನ ಹೆಂಗಸರು ಮಕ್ಕಳು ಈಜುತ್ತಿದ್ದರು. ಬಾವ್ಲಾ ಕೊಳ್ಳದಲ್ಲಿ ಬಿದ್ದಿದ್ದನ್ನು ಮೀನು ತರಲು ಬುಟ್ಟಿ ತಲೆ ಮೇಲೆ ಹೊತ್ತು ಮಾರ್ಕೆಟ್ಟಿನ ದಾರಿಯಲ್ಲಿ ಸಾಗುತ್ತಿದ್ದ ಹೆಂಗಸರು ನೋಡಿ ಒಂದಿಬ್ಬರು ಸುಯ್ಯನೆ ಬಿದ್ದರು.

ದಡಕ್ಕೆ ಎಳೆ ತಂದಿದ್ದ ಹೆಂಗಸರು ಎದೆ ಕೈಗಳನ್ನು ಅಮುಕಿ ಬಾವ್ಲಾಳನ್ನು ಎಚ್ಚರಗೊಳಿಸಲು ನೋಡಿದರು. ಬಾಯಿಯಿಂದ ನೀರು ಬರದೆ ಬರೀ ಮಣ್ಣು

ಬರುತ್ತಿದ್ದದನ್ನು ನೋಡಿ "ಎಂಥಾ ಸಾವಾಯ್ತು ಮಾರಾಯ್ತಿ, ನೀರು ಕಕ್ತಾಳೆ ಪೋರಿ ಅಂದ್ರೆ ಕಿಲೋ ಗಟ್ಟಲೆ ಮಣ್ಣು ತಿಂದಿದಾಳೆ ನೋಡಿಲ್ಲಿ" ಎಂದು ಹೊಂಡಕ್ಕಿಳಿದವಳು ನಕ್ಕಳು. ಮೆಲ್ಲಗೆ ಕಣ್ಣು ಬಿಟ್ಟ ಬಾವ್ಲಾಳನ್ನು ಹುರಿದುಂಬಿಸಿ "ಹೊಂಡಕ್ಕೆ ಯಾಕ್ ಬಿದ್ದಿದ್ದು ಪೋರಿ" ಎಂದು ಕೇಳಿದ ಹೆಂಗಸಿಗೆ "ನಾನು ಎಂಥ ಸಾಯ್ಲಿಕ್ಕೆ ಬಿದ್ದದ್ದಲ್ಲ, ಈಜು ಕಲೀಲಿಕ್ಕೆ ಬಿದ್ದದ್ದು" ಎಂದು ಹೆಂಗಸರನ್ನು ಇನ್ನಷ್ಟು ನಗಿಸಿದ್ದಳು. "ಮತ್ತೀಗ ಈಜು ಪೀಜು ಎಂಥಾ ಬೇಡ, ಕೇಳ್ತಾ" ಎಂದು ಮನೆಯ ಬಾಗಿಲವರೆಗೂ ಹೆಂಗಸರು ಕರೆದೊಯ್ದು ಬಿಟ್ಟಿದ್ದರು. ಮರುವಾರ ಸಂಜೆಗೆ ಟಿಂಗಣಿಗೆ ಬಾವ್ಲಾ ಹಾಳು ಹೊಂಡಕ್ಕೆ ಬಿದ್ದ ವಿಷಯ ಗೊತ್ತಾಯಿತು.

ಟಿಂಗಣಿ ಪ್ರತಿ ಮಂಗಳವಾರ ಮುಂಜಾನೆಯೇ ಐದು ಗಂಟೆಗೆ ಮನೆಗೆ ಬರುತ್ತಿದ್ದ. ಟಿಂಗಣಿ ಬಾವ್ಲಾಳ ತಂದೆ. ಆತ ಹದಿನೈದು ನೂರಿನ ಪಗಾರಿಗೆ ಸೋನಾವಾಡೆಯಿಂದ ಹದಿನಾಲ್ಕು ಕಿಲೋಮೀಟರು ದೂರವಿದ್ದ ಮ್ಯೂಸಿಯಂನಲ್ಲಿ ಸೆಕ್ಯುರಿಟಿ ಕೆಲಸ ಮಾಡುತ್ತಿದ್ದ. ಟಿಂಗಣಿ ಒಂದು ಬಗೆಯ ವಿಲಾಸಿ ಮನುಷ್ಯ. ಬಾವ್ಲಾಳಿಗೆ ತಾನು ಪ್ರತಿ ವಾರಾಂತ್ಯದ ಸಂಜೆ ಕರೆ ತರುತ್ತಿದ್ದ ಹೆಣ್ಣುಗಳ ತೋರಿಸುತ್ತಾ "ಇವಳೆ ನಿಮ್ಮ ಮಮ್ಮಿ, ಜಗಡಾ ಮಾಡ್ಕೊಂಡು ಊರಿಗೋಗಿದ್ದಳು" ಎಂದು ಕೊಂಕಣಿಯಲ್ಲಿ ಹೇಳುತ್ತಿದ್ದ. ಹೊಸ ಮಮ್ಮಿಯರ ಎದುರು "ಇವಳು ಜೀವಂತ ಬಂಬಾಯಿ ಮಿಠಾಯಿ" ಎಂದು ಟಿಂಗಣಿ ಪರಿಚಯ ಮಾಡಿಕೊಡುತ್ತಿದ್ದ. ಆತನಿಗೆ ಕನ್ನಡ ಬರುತ್ತಿರಲಿಲ್ಲ. ಅಲ್ಪ ಮಟ್ಟಿಗೆ ಅರ್ಥವಾಗುತ್ತಿತ್ತು. ಹೀಗೆ ಪ್ರತಿ ವಾರ ಬರುತ್ತಿದ್ದ ಮಮ್ಮಿಯರ ಜೊತೆ ವಾರದ ಒಂದೊಂದು ರಾತ್ರಿ ಬದುಕುತ್ತಿದ್ದ ಬಾವ್ಲಾಳಿಗೆ ಅಸಲಿ ಮಮ್ಮಿಯ ಹೆಸರು ಸಹ ಮರೆತು ಹೋಗಿತ್ತು. ಬಾವ್ಲಾ ಎಂದೂ "ನನಗೆ ಮಮ್ಮಿ ಬೇಕು" ಎಂದು ಅತ್ತಿದ್ದು ಟಿಂಗಣಿಗೆ ನೆನಪಿಲ್ಲ. ಹೊಸ ಮಮ್ಮಿಯರ ಹೆಸರು, ಅವರ ಊಟ, ಅವರ ನೌಟಂಕಿಗಳು, ಅವರ ದೌಲತ್ತು, ಅವರು ಸೊಂಟದ ಕೆಳಗೆ ಸೀರೆ ಉಡುವ ರೀತಿಗಳನ್ನು ಬಾವ್ಲಾ ಅನುಕರಿಸುತ್ತಿದ್ದಳು. ಒಂದು ವಾರ ಹೊಸ ಮಮ್ಮಿ ಬರದೆ ಇದ್ದರೆ ಮನೆಯಲ್ಲಿ ಮಮ್ಮಿಯರು ಬಿಟ್ಟು ಹೋದ ಹಳೆ ಸೀರೆಗಳನ್ನು ಉಟ್ಟು ವಾಡೆಯ ತುಂಬಾ ಬಾವ್ಲಾ ತಿರುಗುತ್ತಿದ್ದಳು.

ಟಿಂಗಣಿಯ ಮನೆಯಲ್ಲಿ ಒಂದು ಸಾಗವಾನಿಯ ಮಂಚ, ಆರೇಳು ಗುಲಾಲು ರಂಗಿನ ರಗ್ಗುಗಳು, ಹೆಚ್ಚು ಸಿಲ್ವರ್ ಪಾತ್ರೆಯ ಸಾಮಾನುಗಳು, ಅಪ್ಪ ಮಗಳ ಬಟ್ಟೆಗಳನ್ನು ತುಂಬಿದ್ದ ದೊಡ್ಡ ಟ್ರಂಕು, ಮಾಸಿದ ಒಂದು ಸಂತೋಷಿ ಮಾತಾ ಫೋಟೋವಿತ್ತು. ಟ್ರಂಕಿನಲ್ಲಿ ಪ್ರತಿ ಮಡಚಿದ ಬಟ್ಟೆಯೊಳಗೆ ನ್ಯಾಫ್ತಲೀನ್ ಗುಳಿಗೆಗಳು ಮರಿ ಹಾಕಿದ್ದವು. ಇದರೆಲ್ಲದರ ನಡುವೆ ಒಂದು ಬಿಳಿ ಬಣ್ಣದ ಬೆಕ್ಕು ಮನೆಯ ಇಕ್ಕೆಲಗಳಲ್ಲಿ ಓಡಾಡುವ ಪರವಾನಗಿ ಪಡೆದಿತ್ತು. ದಿನದ ಮೂರು ಹೊತ್ತು ಮೀನು ಬೇಯುತ್ತಿದ್ದ ಮನೆಯಲ್ಲಿ ಬೆಕ್ಕಿಗೆ ಮೀನಿನ ಎರಡು ಹೋಳು ನೈವೇದ್ಯವಾಗುತ್ತಿದ್ದವು. ಮಾರ್ಕೆಟ್ಟಿನಲ್ಲಿ ಹತ್ತಾರು ಮೀನಿನ ತಲೆಗಳನ್ನು ಬೆಕ್ಕಿಗಾಗಿಯೇ ಕೇಳಿ ತರುತ್ತಿದ್ದಳು.

"ನಪಾಸೆಂದು ಕೊಳ್ಳಕ್ಕೆ ಹಾರೋದಾ ಹುಡುಗಿ, ನೋಡು ನಾನು ಎಷ್ಟು ಸೋತ್ರು ಹೆಂಗಿದೀನಿ ಅಂತ, ನಾನು ಒಮ್ಮೆ ಆರ್ಮಿ ಫಿಜಿಕಲ್ ಪರೀಕ್ಷೆಗೆ ಪೂನಾಕ್ಕೆ ಹೋಗಿದ್ದೆ, ನನ್ನ ಗೆಳೆಯನೂ ಇದ್ದ. ಗೆಳೆಯ ಗುರುತಿನ ಚೀಟಿ ತೋರಿಸಿದ ಕೂಡಲೇ ಒಳಗೆ ಬಿಟ್ರು, ನಾನು 'ಹ್ಹಿ' ಮಾಡುತ್ತಾ ಟಿಕೇಟು ಕಾಣಿಸ್ದೆ, ನನ್ನ ಒಂಥರಾ ದುರುಗುಟ್ಟಿ ನೋಡಿದ, ನಾ ಕೂಡ ದುರುಗುಟ್ಟಿ ನೋಡಿದೆ. ಗುಮಾಸ್ತ ನನ್ನ ಮಾತ್ರ ಬಿಡದೆ ಬೈಯುತ್ತಲೆ ಹೋದ, "ಮಾತು ಮಾತಿಗೆ 'ಯಾಕೆ ತಡವಾಗಿ ಬಂದೆ, ನಡೀ ಮ್ಯಾನೆಜರ್ ಹತ್ರ' ಎಂದು ಅವರತ್ರ ಕರೆದುಕೊಂಡು ಹೋಗೇಬಿಟ್ಟ". ಬಾವ್ಲಾ ಕಣ್ಣು ಮುಚ್ಚದೆ ಕೇಳುತ್ತಿದ್ದಳು. "ಕೊನೆಗೆ ನಾನು ಪರೀಕ್ಷೆ ಬರೀಲೆ ಇಲ್ಲ" ಎಂದ. "ಯಾಕೆ" ಎಂದು ಬಾವ್ಲಾ ಕೇಳಿದಳು. ಟಿಂಗಣಿ ಮೀನಿನ ಬಾಲ ಹಿಡಿದು ಮುಳ್ಳು ಬೇರೆ ಮಾಡಿ "ಗುಮಾಸ್ತ ಆಮೇಲೆ ಹೇಳಿದ ನನ್ನ ಹಾಗೆ ಅವನ ದೋಸ್ತನೊಬ್ಬ ಗುಮಾಸ್ತನಾಗಿ ಆರ್ಮಿಯಲ್ಲಿ ಕೆಲಸಕ್ಕಿದ್ದನಂತೆ, ಅವನೇ ನಾನು ಅಂದುಕೊಂಡು ಪರೀಕ್ಷೆಗೆ ಕೂರಲು ಬಿಡ್ಲಿಲ್ಲಂತೆ" ಎಂದು ಗೊಳ್ಳೆಂದು ನಕ್ಕ. ಬಾವ್ಲಾ ಮುಸಿ ಮುಸಿ ನಕ್ಕಳು.

ಪ್ರತಿ ಮಂಗಳವಾರ ಲಾಗಾಯ್ತಿಂದ ಬದುಕುತ್ತಿದ್ದ ಟಿಂಗಣಿ ಬಾವ್ಲಾಳ ಜೊತೆ ಇಡೀ ಕಾರವಾರ ತಿರುಗಿ ಬಗೆಬಗೆಯ ಮೀನು ತಂದು ಅಡುಗೆ ಮಾಡಿ ಬಡಿಸುತ್ತಿದ್ದ. ಯಾರದೋ ಹಳೆಯ ಮನೆಗಳನ್ನು ತೋರಿಸುತ್ತಾ ನನ್ನ ಅಜ್ಜನ ಮನೆಯೆಂದು ಹೇಳಿಕೊಳ್ಳುತ್ತಿದ್ದ. ಮೀನಿನ ಮಾರ್ಕೆಟ್ಟು ನಾವು ಕೊಟ್ಟ ದೇಣಿಗೆ ಅಂತಲೂ ಹೇಳುತ್ತಿದ್ದ. ಬಾವ್ಲಾಳ ಕಣ್ಣಿನಲ್ಲಿ ಪ್ರತಿ ಮನೆಯೂ ಒಂದೊಂದು ತೈಲ ಚಿತ್ರದ ಫ್ರೇಮಿನಂತೆ ಉಳಿಯುತ್ತಿತ್ತು.

ಟಿಂಗಣಿ ಹಿಂದೆಂದೋ ಒಂದು ಕನ್ನಡ ಸಿನಿಮಾ ಅಕಸ್ಮಾತ್ ನೋಡಿದ್ದ. ಆತ ಆ ಸಿನಿಮಾದ ಹೆಸರನ್ನು ಅಪಭ್ರಂಶವಾಗಿ ಹೇಳುವುದನ್ನು ಬೇಕಂತಲೆ ಕೇಳಲು ಮ್ಯೂಸಿಯಂನಲ್ಲಿ ಬಹಳ ಜನವಿದ್ದರು. ಯಾರಾದರೂ ಜುಲುಮೆ ಮಾಡಿದರೆ 'ಎರಡು ಕಾಲಿನ ಗುಡ್ಡದ ಮೇಲೆ' ಎಂದು ಹೇಳುತ್ತಿದ್ದ. ಕೇಳಿಸಿಕೊಂಡವರು ಹೊಟ್ಟೆ ಹಿಡಿದು ನಗುತ್ತಿದ್ದರು. 'ಎಡಕಲ್ಲು ಗುಡ್ಡದ ಮೇಲೆ' ಎಂದು ಎಷ್ಟೇ ಹೇಳಿಕೊಟ್ಟರು ಟಿಂಗಣಿ ಮಾತ್ರ 'ಎರಡು ಕಾಲಿನ ಗುಡ್ಡದ ಮೇಲೆ' ಎಂದು ತಪ್ಪಾಗಿ ಹೇಳುತ್ತಿದ್ದ. ಶಿವಮೊಗ್ಗ ಹೇಳು ಎಂದರೆ "ಚಿಂಗಾಮ" ಎಂದು ಹೇಳಿ ಅಕ್ಕಪಕ್ಕ ಇದ್ದವರನ್ನು ನಗಿಸುತ್ತಿದ್ದ. "ಇಲ್ಲಿರೋ ಹಾವು, ಹುಲಿ, ಜಿರಾಫೆಗಳಿಗಿಂತ ನಿನ್ನ ಎರಡು ಕಾಲಿನ ಗುಡ್ಡದ ಮೇಲೆ ಡೈಲಾಗನ್ನ ಮ್ಯೂಸಿಯಂನಲ್ಲಿ ಇಡ್ಬೇಕು ನೋಡು" ಎಂದು ಚಟಾಕಿ ಹಾರಿಸುತ್ತಿದ್ದರು. ಟಿಂಗಣಿ ಬೆಪ್ಪನಂತೆ ಮತ್ತೆ ನಗುತ್ತಿದ್ದ.

ಮುನ್ನೂರು ಗ್ರಾಂ ತೂಗುತ್ತಿದ್ದ ಒಂದು ಬಂಗುಡೆ ಮೀನನ್ನು ಹದವಾಗಿ ಹುರಿದು ತಾಟಿನಲ್ಲಿ ಹಾಕಿ ಬಾವ್ಲಾಳಿಗೆ ಕೊಟ್ಟು ತಕ್ಷಣ ಕೋಣೆ ಸೇರಿಕೊಳ್ಳುತ್ತಿದ್ದ ಟಿಂಗಣಿ ಅವಸರವಾಗಿ ಉಟ್ಟ ಲುಂಗಿ ಬಿಚ್ಚಿ ಕೆರಳುತ್ತಿದ್ದುದನ್ನು ಬಾವ್ಲಾ ಕದ್ದು ನೋಡುತ್ತಿದ್ದಳು. ಹೊಸ ಮಮ್ಮಿಯರು ಕುದುರೆಯ ಥರ ಹೇಷಾರವ ಮಾಡಿ

ರೊಚ್ಚಿಗೆದ್ದು ಮಂಚದಲ್ಲಿ ಪಲ್ಲವಿಸುತ್ತಿದ್ದುದನ್ನು ಪ್ರತಿ ವಾರ ಎದುರು ನೋಡುತ್ತಿದ್ದ ಬಾವ್ಲಾಳ ಕಣ್ಣು ಪ್ರತಿಯೊಂದನ್ನು ದಾಖಲಿಸುತ್ತಿತ್ತು.

ಹೀಗೊಂದು ದಿನ ಮಿಲನದ ಉತ್ತುಂಗದಲ್ಲಿ ಮೈಮರೆತಿದ್ದ ಟಿಂಗಣಿಯನ್ನು ದೂರ ಸರಿಸಿ ಬಂದಿದ್ದ ಲಂಬಾ ಚಟಕ್ಕನೆ ಎದ್ದು ಬಂದು ಬಾವ್ಲಾಳ ಕಿವಿ ಹಿಡಿದು, ಕೆನ್ನೆ ಮೇಲೆ ಏಟು ಕೊಟ್ಟು "ಹರಾಮಿ, ಕದ್ದು ನೋಡ್ತೀಯ? ನಿಮ್ಮ ಅಪ್ಪನಿಗೆ ಹೇಳ್ತೀನಿ ಇರು" ಎಂದು ಹೆದರಿಸಿದಳು. ಕೋಣೆಯೊಳಗೆ ಉದ್ರೇಕಗೊಂಡಿದ್ದ ಟಿಂಗಣಿ ಹೇಳಬಾರದ ಸ್ಥಿತಿಯಲ್ಲಿ ಮೊಳಗುತ್ತಿದ್ದ. "ಬಗ್ಗಿಯೋ, ಬಗ್ಗಿಯೋ" (ಬೇಗ ಬಾ, ಬೇಗ) ಎಂದು ಕಿರುಚುತ್ತಿದ್ದ. ಬಾವ್ಲಾ ದಿಟ್ಟ ಕಣ್ಣು ಬಿಟ್ಟು "ಕದ್ದು ನೋಡುವಂತದ್ದು ನೀವೇನು ಮಾಡ್ತಿಲ್ಲ, ನಾನು ಇನ್ನೆಂಗೆ ಕದ್ದು ನೋಡ್ಲಿ" ಎಂದು ಉತ್ತರಿಸಿದ್ದಳು. "ವಾರೆ ವ್ವಾ, ಮೇರಿ ಮೋತಿ ಚೂರ್, ಎಷ್ಟು ಸಲ ಹಿಂಗೆ ಬಾಜು ಮನೆಯನ್ನು ಕದ್ದು ನೋಡಿದೀಯ ಹೇಳು" ಎಂದು ಕಿವಿ ಹಿಂಡಿದಳು. ಹಿಂಡುತ್ತಿದ್ದ ಕಿವಿಯನ್ನು ಬಿಡಿಸಿಕೊಳ್ಳುತ್ತಾ "ನಾ ಬೇಗ ಮಲಗ್ತಿದ್ದೆ, ಏನೋ ಸಪ್ಪಳ ಆಯ್ತೆಂದು ಬಂದು ನೋಡಿದ್ದು ಅಷ್ಟೇ, ನಿದ್ದೆ ಬರ್ತಾ ಉಂಟು ನಾ ಮಲಗ್ತೇನೆ" ಎಂದು ಬಾವ್ಲಾ ತಿರುಗಿ ನೋಡದೆ ಹೊರಟಿದ್ದಳು. ಬರೀ ಎದೆಯ ಮೇಲೊಂದು ಹುಕ್ಕು ಬಿಚ್ಚಿದ ಜಾಕೀಟು ಬಿಟ್ಟರೆ ಬೇರೆಲ್ಲವೂ ಕುಲ್ಲಾ ಕಾಣಿಸುತ್ತಿದ್ದ ಲಂಬಾ ಕೋಪಗೊಂಡಿದ್ದಳು. ಲಂಬಾಳ ತುಂಬು ಕೆನ್ನೆಯ ಮೇಲೆ ಟಿಂಗಣಿ ಬಲವಾಗಿ ಕಚ್ಚಿದ ಹೆಗ್ಗುರುತು ಎರಡನೆಯ ಸೀಟಿ ಹೊಡೆದ ಕುಕ್ಕರಿನಂತೆ ಕಾಣಿಸುತ್ತಿತ್ತು. ಅಸ್ತವ್ಯಸ್ತವಾಗಿದ್ದ ಅವಳ ಕೂದಲು ಸಮರದಲ್ಲಿ ಕಿರೀಟ ಕಳೆದುಕೊಂಡ ರಾಜನಂತೆ ಧುಮ್ಮಿಕ್ಕುತ್ತಿತ್ತು.

"ಯಾವ ದಿವ್ಯ ಶಕ್ತಿ ಬಳಸಿ ಮಜಬೂತಾದ ಹೆಂಗಸರನ್ನು ಮನೆಗೆ ಕರೆದುಕೊಂಡು ಬರುತ್ತಾನೆ ಈ ಬುಡ್ಡಾ ಟಿಂಗಣಿ" ಎಂದು ಸೋನಾ ವಾಡೆಯ ಜನ ಗುಸುಗುಸು ಮಾತಾಡುತ್ತಿದ್ದರು. ಟಿಂಗಣಿಯಾಗಲಿ, ಬಾವ್ಲಾ ಆಗಲಿ ವಾಡೆಯ ಜನರೊಂದಿಗೆ ಹೆಚ್ಚು ಸಂಪರ್ಕ ಇಟ್ಟುಕೊಂಡಿರಲಿಲ್ಲ.

ಮರುದಿನ ಟಿಂಗಣಿ ಮುಂಜಾನೆಯೆ ಎದ್ದು ಕಾರವಾರಕ್ಕೆ ಹೋದ. ಪ್ರತಿ ಸಲವೂ ಕರೆದುಕೊಂಡು ಬಂದಿದ್ದವರ ಜೊತೆ ನಸುಕಿನಲ್ಲಿ ಸೆಕ್ಯುರಿಟಿ ಗಾರ್ಡಿನ ವೇಷದಲ್ಲೆ ಹೊರ ಬೀಳುತ್ತಿದ್ದ ಟಿಂಗಣಿಗೆ ಲಂಬಾ 'ತಾನು ಮಧ್ಯಾಹ್ನ ಗೋವೆಯ ಟ್ರೈನಿಗೆ ಹೋಗುತ್ತೇನೆಂದು' ಹೇಳಿದ್ದರಿಂದ ಈ ಬಾರಿ ಒಬ್ಬನೆ ಹೊರಟಿದ್ದ. ಮಂಚಿಕೇರಿಯಿಂದ ಒಂದು ಸಿದ್ಧಿ ಜನಾಂಗದ ಹೆಂಗಸು ಪ್ರತಿ ದಿನ ಬಂದು ಅಡುಗೆ ಮಾಡಿ, ಬಟ್ಟೆ ತೊಳೆದು ಹೋಗುತ್ತಿದ್ದಳು. ಆಕೆಯ ಬಟವಾಡೆ ಪ್ರತಿ ಬುಧವಾರ ಆಗಿಬಿಡಬೇಕಿತ್ತು. ಹಾಗೆ ಆಗದಿದ್ದರೆ ಕೆಲಸದವಳು ಮರುವಾರದಿಂದ ಮನೆಗೆ ಬರುತ್ತಿರಲಿಲ್ಲ. ಹೊರಡುವ ಗಡಿಬಿಡಿಯಲ್ಲಿ ತನಗೆ ಹಣ ಕೊಡಲು ಮರೆತ ಟಿಂಗಣಿಯನ್ನು ನೆನೆದು ಬಾವ್ಲಾ ಕೂತಿದ್ದಳು. ಬಾವ್ಲಾಳ ಸಂಕಟ ನೋಡಿ ಲಂಬಾ 'ಆಕೆಯ ಮನೆಗೆ ಹೋಗೋಣ ನಡೀ' ಎಂದು ಪುಸಲಾಯಿಸಿ ಬಸ್ಸು ಹತ್ತಿದ್ದಳು.

ಟಿಂಗಣಿ ಸಹ ಸಿದ್ಧಿ ಜನಾಂಗಕ್ಕೆ ಸೇರಿದವನು ಎಂದು ಅಳಲೇಸರದ ಮಂದಿ

ನಂಬಿದ್ದರು. ಅಳಲೇಸರ ಯಲ್ಲಾಪುರದ ಒಳಗೆ ಕಂಡೂ ಕಾಣದಂತೆ ಹಬ್ಬಿದ್ದ ಒಂದು ದೇಶ. ಐದು ನೂರು ಮೀಟರಿಗೊಂದೊಂದು ಮನೆ. ಆ ಕಿರಿದಾದ ಮನೆಯಲ್ಲಿ ಹದಿನೇಳು ಹದಿನೆಂಟು ಜನರು. ಕಿರು ಝರಿಗಳು. ಕಡಿದಾದ ರಸ್ತೆ, ಉದ್ದನೆಯ ಮರಗಳು. ಪರ್ವತವೊಂದು ಮಗುಚಿ ಬಿದ್ದಂತೆ ಕಾಣುವ ತೆಂಗಿನ ಗರಿಯ ಜೋಪಡಿಗಳು. ಟಿಂಗಣಿಯಂತೆ ಹುರಿಗಟ್ಟಿದ ದೇಹ, ದಪ್ಪನೆಯ ತುಟಿ, ಇಡೀ ಬಾಚಣಿಕೆ ಬೆಂಡಾಗುವಂತೆ ಗುಂಗುರು ಗುಂಗುರಾದ ಕೇಶರಾಶಿಗಳು ಎಲ್ಲರಲ್ಲೂ ಸಾಮಾನ್ಯವಾಗಿದ್ದವು.

ಲಂಬಾ ಮತ್ತು ಬಾವ್ಲಾ ಮಂಚಿಕೇರಿಯ ಕಾಡನ್ನು ಸುತ್ತುವುದರೊಳಗೆ ಲಂಬಾ ಹತ್ತಬೇಕಿದ್ದ ಟ್ರೈನು ಎಷ್ಟೋ ದೂರ ಹೋಗಿತ್ತು. ಬಾವ್ಲಾಳ ಕೈಯೊಳಗೆ ಕೂತಿದ್ದ ಬೆಕ್ಕು ಕಾಡಿನ ರಹಸ್ಯವನ್ನು ಕೆದಕುವಂತೆ ತನ್ನ ಕಣ್ಣನ್ನು ನೆಟ್ಟ ದೃಷ್ಟಿಯಿಂದ ನೋಡುತ್ತಲೆ ಬರುತ್ತಿತ್ತು. ಮನೆ ಕೆಲಸಕ್ಕೆ ಬರುತ್ತಿದ್ದ ಜಂಬೆಯ ಮನೆಯನ್ನು ತಲುಪಿದಾಗ ಲಂಬಾ ಬಹಳ ದಣಿದು ನೀರಿಗಾಗಿ ಹಪಹಪಿಸಿದಳು. ಜಂಬೆ ಮೊದಲು ನೀರು ಕೊಡದೆ ಪುಟ್ಟ ಬಾಳೆ ಎಲೆಯ ಮೇಲೆ ಒಂದೆರಡು ಚಮಚ ಜೇನು ಅಂಟಿಸಿ ಕೊಟ್ಟಳು. ಜೇನಿನ ಜೊತೆ ಅದರ ತೇಜ ಪುಂಜದಂತಹ ಗೂಡು ಸಹ ಬಾಳೆ ಎಲೆಯ ಮೇಲೆ ಬಿದ್ದಿತ್ತು. "ಮುಂಜಾನೆಯಷ್ಟೆ ಜೇನು ಬಿಡಿಸಿದ್ದು, ಸವಿಯಲಿಕ್ಕೆ ಸೊಗಸಾಗ್ತದೆ" ಎಂದು ಇನ್ನೊಂದೆರಡು ಚಮಚೆ ಹಾಕಿದಳು. ಜಂಬೆ ಒತ್ತಾಯ ಮಾಡಿ ಬಾವ್ಲಾಳನ್ನು ವಸತಿ ಉಳಿಯಲು ಹೇಳಿದಳು. ಲಂಬಾ 'ಗೋವೆಗೆ ನಾಳೆ ಹೋದರಾಯಿತು' ಎಂದು ಉಳಿಯುವ ಮನಸು ಮಾಡಿದಳು.

ಜಂಬೆ ನಲವತ್ತರ ಪ್ರಾಯದ ಹೆಂಗಸು. ಕಂಬಳಿ ಹುಳದಂತೆ ಕಪ್ಪಗೆ ಇಳಿ ಬಿದ್ದಿದ್ದ ಅವಳ ತಲೆಗೂದಲನ್ನು ಮುಟ್ಟಿ ಲಂಬಾ ನಕ್ಕಳು. ಜಂಬೆ ಕವಣೆ ಹಿಡಿದು ನಡೆಯುತ್ತಾ ಮರದ ಮೇಲೆ ಕೂತಿದ್ದ ಹಕ್ಕಿಯ ಮೇಲೆ ಬೀಸುತ್ತಿದ್ದಳು. ಕವಣೆಯಲ್ಲಿದ್ದ ಕಲ್ಲು ವೇಗವಾಗಿ ಹಕ್ಕಿ ಕೂತಿದ್ದ ರೆಂಬೆಯ ಮೇಲೆ ಸುಯ್ಯನೆ ಸದ್ದು ಮಾಡುತ್ತಾ ಹೋಗುವುದನ್ನು, ಹಕ್ಕಿ ಫಡಫಡಿಸಿ ಹಾರಿ ಹೋಗುವುದನ್ನು ಬಾವ್ಲಾ ಏಕಾಗ್ರತೆಯಿಂದ ನೋಡುತ್ತಿದ್ದಳು. ಗುರಿ ತಪ್ಪಿದ ಕಲ್ಲನ್ನು ಲಂಬಾ "ಶಿಟ್ ಶಿಟ್" ಎಂದು ಹಳಹಳಿಸುತ್ತಿದ್ದಳು. ಶಿವನಿ ಮರವೊಂದನ್ನು ಸರಸರನೆ ಏರಿ ಕೆಂಪಿರುವೆಯ ಗೂಡನ್ನು ಜಂಬೆ ಕೆಡವಿದಳು. ಮರ ಹತ್ತಿ ಇಳಿಯುವುದನ್ನೆ ಇವರಿಬ್ಬರು ಜಾದೂಗಾರನ ಮಂತ್ರ ದಂಡದಿಂದ ಪಾರಿವಾಳ ಹಾರಿಬಂದಂತೆ ಪಿಳಿಪಿಳಿ ನೋಡಿದರು. ಲಂಬಾ ಉಟ್ಟುಕೊಂಡಿದ್ದ ಸೀರೆಯನ್ನು ಕಚ್ಚೆಯ ಹಾಗೆ ಮೇಲೆತ್ತಿ ಕಟ್ಟಿ ಒಂದೆರಡು ಘೂಟು ಮರ ಹತ್ತಿದಳು. ನಂತರ ಎಳನೀರಿನ ಗೊಂಚಲು ಬಿದ್ದಂತೆ ದೊಪ್ಪನೆ ಕೆಳಗೆ ಬಿದ್ದಳು. ಬಾವ್ಲಾ ನಗುತ್ತಲೆ ಮಣ್ಣಾಗಿದ್ದ ಅವಳ ಹಿಂಭಾಗ ಒರೆಸಿದಳು.

ಕೆಂಪಿರುವೆ ಗೂಡನ್ನು ಜಲಜಲ ಜಾಡಿಸಿ ಇರುವೆಗಳನ್ನು ಜೀವಂತವಾಗಿ ಬುಟ್ಟಿಗೆ ಹಾಕಿಕೊಳ್ಳುತ್ತಿದ್ದ ಜಂಬೆ ಒಂದೆರಡು ಇರುವೆ ಆರಿಸಿ ಕೊಟ್ಟು ತಿನ್ನಲು ಹೇಳಿದಳು. ಲಂಬಾ ಅನುಮಾನದಿಂದ ಬಾಯಿಗಿಟ್ಟುಕೊಂಡರೆ ಬಾವ್ಲಾ ಹೆದರದೆ ಇರುವೆ ತಿಂದು

ಆಸ್ವಾದಿಸಿದಳು. ಗೂಡಿನಿಂದ ಒಂದು ಇರುವೆ ಹಿಡಿದು ಬೆಕ್ಕಿನ ಬಾಯಿಗೂ ಬಾವ್ಲಾ ಕೊಟ್ಟಳು. ಲಂಬಾ ತುಟಿ ಅಲುಗಿಸುತ್ತಾ "ಹುಳಿ ಹುಳಿಯಾಗಿದೆ ಅಲ್ವಾ" ಎಂದಳು. ಬೇಲಿಯಂಚಿಗೆ ಹೋಗಿ "ಇದು ಮುರ್ಡಿ ಬಾಜಿ" ಎಂದು ತೋರಿಸಿ ಸೊಂಪಾಗಿ ಬೆಳೆದಿದ್ದ ಚಿಗುರು ಎಲೆಗಳನ್ನು ಜಂಬೆ ಕಿತ್ತಳು. ಮರದ ಸೌದೆಯಿಂದ ಉದ್ಭವವಾಗಿದ್ದ ಕಾಡಿನ ದೇವತೆಗೆ ಮೂವರೂ ಬೆನ್ನು ಬಾಗಿಸಿ ಕೈ ಮುಗಿದರು.

ಶಾಲೆಯ ಮಕ್ಕಳು ಉಣ್ಣಲು ಕೂತಿರುವಂತೆ ಹತ್ತಾರು ಮಣ್ಣಿನ ಒಲೆಗಳು ಒಂದೇ ಕಡೆ ಜಂಬೆಯ ಮನೆಯಲ್ಲಿದ್ದವು. ಒಳಕಲ್ಲಿಗೆ ತೆಂಗಿನಕಾಯಿ, ಎರಡು ಗೆರೆ ಕರಿಬೇವು, ಹಸಿ ಮೆಣಸು, ಲಸೂನು, ಶುಂಠಿ, ಉಪ್ಪು, ಜಾಡಿಸಿದ ಕೆಂಪಿರುವೆಗಳನ್ನು ಹಾಕಿ ಜಂಬೆ ರುಬ್ಬುವುದನ್ನು ಬಾವ್ಲಾ ನೋಡಿದಳು. ಎಳೆ ಮಕ್ಕಳು ಸ್ನಾನ ಮಾಡಿಸುವಾಗ ರಚ್ಚೆ ಹಿಡಿದು ಅಳುವಂತೆ ವೃತ್ತಾಕಾರದಲ್ಲಿ 'ರಿವ್ವ ರಿವ್ವ' ತಿರುಗುತ್ತಿದ್ದ ರುಬ್ಬು ಗುಂಡು ತೋರಿತು. ನುಣ್ಣಗೆ ರುಬ್ಬಿದ ಮೇಲೆ ಕೆಂಪಿರುವೆಯ ಚಟ್ನಿಯನ್ನು ಜಂಬೆ ತನ್ನ ತೋರು ಬೆರಳಿನಲ್ಲಿ ಸುದರ್ಶನ ಚಕ್ರ ತೋರಿಸಿದಂತೆ ಹೀಗೆ ಎತ್ತಿಕೊಟ್ಟಳು. ಇಬ್ಬರು 'ರುಚಿ ಹೇಗಿದೆ' ಎಂದು ಹೇಳುವವರೆಗೆ ಜಂಬೆ ತುದಿಗಾಲಲ್ಲಿ ಕಾದಳು. ಮುರ್ಡಿ ಬಾಜಿಯ ಗಶಿ, ಮಚಲಿ ತಂಬುಳಿ ಹೆಚ್ಚು ಹಾಕಿಸಿಕೊಂಡು ಸವಿದ ಲಂಬಾ ಎಂದಿಗಿಂತ ಹೆಚ್ಚು ಪ್ರಸನ್ನಳಾಗಿದ್ದಳು.

ಬೆತ್ತದ ಕುಸುರಿ, ಬುಟ್ಟಿ ಹೆಣೆಯುವ ಕಸುಬನ್ನು ಸಿದ್ಧಿ ಜನಾಂಗದ ಅನೇಕರು ಅವಲಂಬಿಸಿದ್ದರು. ಆ ರಾತ್ರಿ ಕಾಡಿನ ಬೆಳದಿಂಗಳಲ್ಲಿ ತನ್ನ ಸಂಗಡಿಗರೊಡನೆ ಸೇರಿ ಪುಂಗುಡಿ, ಡಮಾಮಿ ಕುಣಿತಗಳ ಮೂಲಕ ಜಂಬೆ ಜಾನಪದ ನೃತ್ಯ ಪ್ರದರ್ಶಿಸಿದಳು. ನಡುನಡುವೆ ಬಾವ್ಲಾ ಮತ್ತು ಲಂಬಾ ಎದ್ದು ಹೋಗಿ ಅವರು ಕೈ ಸೊಂಟವನ್ನು ಕುಣಿಸುವ ರೀತಿ ಗಮನಿಸುತ್ತಾ ತಾವೂ ಕುಣಿದರು. ಮರುದಿನ ಬೆಳಿಗ್ಗೆ ಜಂಬೆಯ ಕೈಗೆ ಲಂಬಾ ತನ್ನ ವ್ಯಾನಿಟಿ ಬ್ಯಾಗಿನಿಂದ ಹಣ ತೆಗೆದು ಕೊಟ್ಟು "ಇನ್ನೊಂದು ವಾರ ನಿನಗೆ ವಿಶ್ರಾಂತಿ ಸಿಗಲಿ" ಎಂದು ಹೇಳಿ ಹೊರಟರು.

ಅಘನಾಶಿನಿ ನದಿಯ ತೀರದಲ್ಲಿ ನಿಂತು ಒಬ್ಬರ ಮುಖ ಇನ್ನೊಬ್ಬರು ನೋಡಿಕೊಂಡರು. "ನಿನ್ ಅಬ್ಬಾ ಭಾಳ ಒಳ್ಳೆಯವನು, ನಂಗೆ ಅವನ ಜೊತೆಲೇ ಇರ್ಬೇಕು ಅನ್ಸಿತ್ತದೆ" ಎಂದು ಲಂಬಾ ಮಾತು ಶುರು ಮಾಡಿದಳು. ಬೆಕ್ಕಿನ ತಲೆ ಮುದ್ದಿಸುತ್ತಾ ನದಿಯ ಸೆಳವು ನೋಡುತ್ತಿದ್ದ ಬಾವ್ಲಾ ಏನೂ ಪ್ರತಿಕ್ರಿಯಿಸದೆ ಹಾಗೆ ನಿಂತಿದ್ದಳು. ತೇವ ಮಿಶ್ರಿತ ಗಾಳಿ ತೀರದಲ್ಲಿ ಸುಳಿಯಿತು. ತನ್ನಿಂದತಾನೆ ಬಿಡುಗಡೆ ಪಡೆದ ಬೆಕ್ಕು ನದಿಯ ತೀರಕ್ಕೆ ಹಾರಿ ಎದೆ ಸೆಟೆದು ನಿಂತು ಕಣ್ಣು ಅಲುಗಿಸದೆ ಚಿಕ್ಕ ಚಿಕ್ಕ ಮೀನಿನ ಮರಿಗಳು ಬುಳುಕ್ಕನೆ ಅಲೆದಾಡುವುದನ್ನು ನೋಡುತ್ತಿತ್ತು. ಹೇಗಾದರೂ ಮಾಡಿ ಮಾತಿಗೆ ಕರೆಯಬೇಕೆಂದು ಪಣ ತೊಟ್ಟಿದ್ದ ಲಂಬಾ "ನಾವು ಮೊನ್ನೆ ರಾತ್ರಿ ಏನ್ ಮಾಡ್ತಿದ್ವಿ ಅಂತ ಹಾಗೆ ಕದ್ದು ನೋಡ್ತಿದ್ದೆ ನೀನು" ಎಂದಳು. ನದಿಗೆ ಎಲ್ಲಿ ಹಾರಿಬಿಡುವುದೋ ಬೆಕ್ಕು ಎಂದು ಬಾವ್ಲಾ ಅದನ್ನು ಹಿಡಿಯಲು ಹೋಗುವಾಗ "ನಾ ಎಂಥದೂ ನೋಡಿಲ್ವೆ" ಎಂದಳು. "ನಿಂದು ಇನ್ನಾ ಬಚ್‌ಪನ್,

ಹಾಗೆಲ್ಲಾ ಕದ್ದು ನೋಡಬಾರ್ದು ಮೇರಿ ಮೋತಿ ಚೂರ್" ಎಂದು ಬೆಕ್ಕಿನ ಬಳಿ ಹೋಗಿ ಅದರ ಹೊಟ್ಟೆ ಹಿಡಿದು ಕೈಗೆತ್ತಿಕೊಂಡಳು. ಬೆಕ್ಕು ತನ್ನ ಕಣ್ಣನ್ನು ಮೀನುಗಳ ಬಳಿಯೇ ಬಿಟ್ಟಿತು. "ಇನ್ನೊಂದು ಎರಡು ನಿಮಿಷ ಕೆಳಗೆ ಆಡಲು ಬಿಡಬೇಕಿತ್ತು ಅದನ್ನ" ಎಂದು ಬಾವ್ಲಾ ಹೇಳಿ ಮುಂದೆ ಮುಂದೆ ನಡೆಯುತ್ತಾ ಹೊರಟಳು. ಲಂಬಾ ಎತ್ತಿಕೊಂಡಿದ್ದ ಬೆಕ್ಕಿನ ಬೆತ್ತಲೆ ಕಾಲುಗಳು ಆಗಲೇ ಒದ್ದೆಯಾಗಿದ್ದವು. ಅದರ ಬಾಯಿಯೊಳಗೆ ಅಘನಾಶಿನಿ ನದಿಯ ಹಸಿ ಮೀನಿನ ಮರಿ ಸಿಕ್ಕಿ ಹಾಕಿಕೊಂಡಿತ್ತು.

ಶುಕ್ರವಾರದೊಳಗೆ ಲಂಬಾ ಮತ್ತು ಬಾವ್ಲಾ ಒಂದೇ ಬೇರಿನಂತೆಯೇ ಚಿಗುರಿದ್ದರು. ಇವಳ ಬೆನ್ನನ್ನು ಅವಳು ತೊಳೆದು ಅವಳ ಕಾಲ ಬೆರಳಿನ ಉಗುರನ್ನು ಇವಳು ಕತ್ತರಿಸಿದ್ದಳು. ಇಬ್ಬರು ಕಾರವಾರದ ಸಮುದ್ರದ ದಂಡೆಗಳನ್ನು ಆಸ್ವಾದಿಸಿದರು. ತೀರದ ರೇತಿಯಲ್ಲಿ ಗುಬ್ಬಿ ಗೂಡನ್ನು ಕಟ್ಟಿ ಅಂದಾಜಿಸಿದರು. ಮೀನು ಮಾರುವ ಹೆಂಗಸರೊಡನೆ ಕೂತು ಹರಟಿದರು. ಮೀನಿನ ಮಾರ್ಕೆಟ್ಟಲ್ಲಿ ಬರೀ ದಡೂತಿ ಹೆಂಗಸರೆ ತುಂಬಿದ್ದರು. ಜೀವಂತ ಏಡಿಗಳನ್ನು ಯಾವುದೇ ಭಯವಿಲ್ಲದೆ ತಕ್ಕಡಿಗೆ ಹಾಕಿ ತೂಗುತ್ತಿದ್ದರು. ಆ ಹೆಂಗಸರ ಮಕ್ಕಳಂತೆ ಕಾಣುತ್ತಿದ್ದ ಪೌಷ್ಟಿಕವಾಗಿ ದಪ್ಪವಿದ್ದ ಕಪ್ಪು ಅಗರಬತ್ತಿ, ಧೂಪ ಉರಿಯುತ್ತಿದ್ದವು.

ಇಶ್ವಾನ್, ದೋಡಿ, ಶೆಟ್ಲಿ, ಬೆಳ್ಳಂಜಿ, ಕೊಕ್ರಾ, ತಂಸೆ, ಪೇಡಿ, ಕುರುಡಿ, ಲೋಗ್ಲಾ, ಬಿಳಚು, ಬಂಗುಡೆ ಮೀನುಗಳು ಸಿಲ್ವರಿನ ಬುಟ್ಟಿಯಲ್ಲಿ ಹೊಳೆಯುತ್ತಿದ್ದವು. ದೈತ್ಯ ಟುನಾ ಮೀನುಗಳು ಕರಾವಳಿ ಕಾಯುವ ದಂಡನಾಯಕರಂತೆ ಎಲ್ಲರ ಗಮನ ಸೆಳೆಯುತ್ತಿದ್ದವು. ಚೂಪಾದ ಕತ್ತಿಯನ್ನೊಮ್ಮೆ ಮರದ ದಿಮ್ಮಿಗೆ ಬಡಿದು, ಅದರ ಮೇಲೆ ಚಂಚಲವಾಗಿ ಉದ್ದಕ್ಕೆ ಮಲಗಿದ್ದ ಮೀನಿನ ರೆಕ್ಕೆ ಮೊದಲು ಕತ್ತರಿಸಿ, ಮೀನಿನ ಹೊಟ್ಟೆಯೊಳಗೆ ಕೈಗಳ ಎರಡು ಬೆರಳು ಹಾಕಿ, ಬೆರೆತಿದ್ದ ಸಕಲ ಅಂಗಾಂಗ ಬೇರೆ ಮಾಡುತ್ತಿದ್ದ ಹೆಂಗಸರು ಎದುರಿದ್ದ ಗಿರಾಕಿಗಳಿಗೆ "ಫ್ರೈಗಾ, ಸಾಂಬಾರಿಗಾ" ಎಂದು ಕೇಳಿ ಆಣತಿಯಂತೆ ಮೀನನ್ನು ಕತ್ತಿಯಿಂದ ಗೆರೆ ಹೊಡೆದಂತೆ ಛೇದಿಸುತ್ತಿದ್ದರು. ಸಣಕಲು ಗಂಡಸರು ಬ್ಯಾಗು ಹಿಡಿದು ಬಂದರೆ "ಏಡಿಕಾಯಿ ಪೌರುಷಕ್ಕೆ ಲಾಗಾಯ್ತು, ಇಪ್ಪತ್ತಕ್ಕೆ ಒಂದು, ಇಪ್ಪತ್ತಕ್ಕೆ ಒಂದು" ಎಂದು ಕೂಗುತ್ತಿದ್ದರು. ಮರದ ದಿಮ್ಮಿಯ ಮೇಲೆ ಸೋರುತ್ತಿದ್ದ ರಕ್ತದ ಕಲೆಗಳನ್ನು ಪುನಃ ನೀರು ಚೆಲ್ಲಿ ಸಾಫು ಮಾಡುತ್ತಿದ್ದರು. ಎಷ್ಟೇ ನೀರು ಹಾಕಿದರೂ ಗಾಳಿಗೆದ್ದು ಹಾರದ ಮೀನಿನ ರೆಕ್ಕೆಗಳು ಬಿಸಿಲಿಗೆ ಹೊಳೆಯುತ್ತಾ ಅಲ್ಲಿಯೇ ಕೂತಿದ್ದವು. ಲಂಬಾ "ಅಲ್ಲಿ ನೋಡು ನೋಡೆಂದು" ಬಾವ್ಲಾಳಿಗೆ ಹೇಳುತ್ತಾ ಹೂವಿನ ಗಲ್ಲಿಗೆ ಕರೆದೊಯ್ದಳು. ನಂತರ ಜವಳಿ ಗಲ್ಲಿ. ಅಲ್ಲಿ ಹುಡುಕಾಡಿ ಇಬ್ಬರು ಒಂದೊಂದು ಜೊತೆ ಬಟ್ಟೆ, ಟಿಕಳಿ ಪ್ಯಾಕೆಟ್ಟು ಖರೀದಿಸಿದರು.

"ನನ್ ಅಬ್ಬಾ ಯಾಕೆ ನಿಂಗೆ ಒಳ್ಳೆಯವನಂತೆ ಅನ್ನಿಸಿದ" ಎಂದು ಬಾವ್ಲಾ ಕೇಳಿದಳು. "ಹೇ, ಮೇರಿ ಮೋತಿ ಚೂರ್, ಅದೆಲ್ಲ ನಿಂಗೆ ಹೇಳಬಾರದು, ಆದ್ರೆ ನಿನ್ ಅಬ್ಬಾ ಎಷ್ಟೇ ಒಳ್ಳೆಯವನಾದ್ರು ಅವನ ಚಡ್ಡಿ ಮಾತ್ರ ಕೆಟ್ಟ ವಾಸನೆ, ಆರು ತಿಂಗಳಾದ್ರೂ ಬದಲಾಯಿಸಲ್ಲ ಅಂತ ಕಾಣತ್ತೆ" ಎಂದು ಲಂಬಾ ನಕ್ಕಳು. "ಹಾಗೇನಿಲ್ಲ" ಎಂದು

ಬಾವ್ಲಾ ಹೇಳಿ "ಅಬ್ಬಾಗೆ ಎಲ್ಲಿ ಸಿಕ್ದೆ ನೀನು" ಎಂದಳು. "ಮ್ಯೂಸಿಯಂನಲ್ಲಿ ಹೆಬ್ಬಾವು ನೋಡ್ತಾ ನಿಂತಾಗ, ಯಾರೋ ಸೊಂಟದ ಮೇಲೆ ಕೈ ಹಾಕ್ದಂಗೆ ಮೆಹಸೂಸ್ ಆಯ್ತು, ತಿರುಗಿ ನೋಡ್ತೀನಿ, ನಿನ್ ಅಬ್ಬಾ ನಾಲಿಗೆಲಿ ನನ್ನ ಸೊಂಟ ನೆಕ್ತಿದ್ದ" ಎಂದು ಗಹಗಹಿಸಿ ನಕ್ಕಳು. "ಆಮೇಲೆ" ಎಂದು ಕುತೂಹಲದಿಂದ ಬಾವ್ಲಾ ಕೇಳಿದಳು. "ಆಮೇಲೆ, ಆ ಹೆಬ್ಬಾವು ನಾನೇ ತಂದು ಬಿಟ್ಟಿದ್ದು, ಹಾಗೆಲ್ಲ ನೋಡ್ಬೇಡ ಎಂದು ಭಯ ಹುಟ್ಟಿಸಿದ" ಉಗುರು ಕಚ್ಚುತ್ತಿದ್ದ ಬಾವ್ಲಾ "ಆಮೇಲೆ" ಎಂದಳು. "ಆಮೇಲೆ, ಅಂಥಾ ಇನ್ನೊಂದು ಹೆಬ್ಬಾವು ಮನೇಲಿದೆ ಬಾ ಎಂದ, ನಾನು ಬಂದೆ" ಎಂದು ಮತ್ತೆ ಮಲಗಿದಲ್ಲೆ ಲಂಬಾ ನಗುತ್ತಲೆ ಇದ್ದಳು. ಬಾವ್ಲಾ ಅವಳ ಮುಖ ನೋಡುತ್ತಾ ಹಾಗೆ ಸೊಂಟದ ಮೇಲಿದ್ದ ಬೆಳ್ಳಿ ಚೈನನ್ನು ಸವರಿದಳು. ಆ ಬೆಳ್ಳಿಯ ಚೈನು ಲಂಬಾಳ ಹೊಕ್ಕುಳಿಗೊಂದು ದೃಷ್ಟಿ ಬೊಟ್ಟಿನಂತೆ ಸೆಳೆಯುತ್ತಿತ್ತು.

"ನಿಜ ಹೇಳು, ಆ ದಿನ ಯಾಕೆ ಕದ್ದು ನೋಡ್ತಿದ್ದೆ ನೀನು" ಎಂದು ಬಾವ್ಲಾಳನ್ನು ಕೇಳಿದಳು. "ನಾನು ಹೊಸತೇನು ನೋಡಿಲ್ಲ, ನಿಂಗೆ ನಾಳೆ ಅರ್ಥ ಆಗುತ್ತೆ ಬಿಡು" ಎಂದಳು. "ವಯಸ್ಸಿಗೆ ಮೀರಿದ ಜವಾನಿ ನಿಂದು" ಎಂದು ಲಂಬಾ ಕುಟುಕಿದಳು. ಮತ್ತೆ ಎರಡು ನಿಮಿಷದ ಮೌನ ಕೋಣೆಯ ತುಂಬಾ ಆವರಿಸಿತು. ಆ ಮೌನ ಸೀಳುವಂತೆ ಬಾವ್ಲಾ "ಅಷ್ಟು ಅವಸರದಲ್ಲಿ ನನ್ ಅಬ್ಬಾ ಏನು ಹುಡುಕುತ್ತಿದ್ದ ನಿನ್ನಲ್ಲಿ, ನೀನ್ಯಾಕೆ ಕ್ಯಾಟ್‌ಫಿಶ್ಶಿನಂತೆ ಒದ್ದಾಡುತ್ತಿದ್ದೆ" ಎಂದು ಕೇಳಿದಳು. ಸಿಡಿಲು ನೋಡಿದಂತೆ ಬೆಚ್ಚಿ ಬಿದ್ದು ಎದ್ದು ಕೂತ ಲಂಬಾ "ಹರಾಮಿ ಕಣೆ ನೀನು, ಗುಮ್ಮನಗುಸ್ಕಿ" ಎಂದು ಬಾವ್ಲಾಳ ಕಿವಿ ಹಿಂಡಿದಳು.

"ಫಾಲ್ತು ಮಸ್ಕಿರಿ ಮಾಡ್ಬೇಡ" ಎಂದು ಹಿಂಡುತ್ತಿದ್ದ ತನ್ನ ಕಿವಿಯನ್ನು ಬಿಡಿಸಿಕೊಂಡ ಬಾವ್ಲಾ ಒಮ್ಮೆ ಸಿಡುಕಿ ನೋಡಿದಳು. "ಹಾಗೆ ನೋಡ್ಬೇಡ್ವೆ ಮಾರಾಯ್ತಿ" ಎಂದು ಕೈಯನ್ನು ವಾಪಾಸು ಎಳೆದುಕೊಂಡಿದ್ದ ಲಂಬಾ "ನಿನ್ ಅಬ್ಬಾ ಗುಂಡು ಸೂಜಿ ಕಳ್ಕಂಡಿದ್ದ, ಅವನಿಗೆ ಮದತ್ ಮಾಡ್ತಿದ್ದೆ" ಎಂದು ಗಹಗಹಿಸಿ ನಕ್ಕಳು. ಅರ್ಥ ಆಗದೆ ನೋಡುತ್ತಿದ್ದ ಬಾವ್ಲಾಳ ಚೆಂಡು ಹೂವಿನ ಆಕಾರದಲಿದ್ದ ಎದೆಯನ್ನೊಮ್ಮೆ ಹಿಸುಕಿ "ತುಜೆ ದೋನ್‌ಗೋಂಡೆ ಪೂಲ್ ಹೊಡ್ಡಾಂಕ್, ಮಗೇರ್ ಕಲ್ತಾಲ ತುಕಾ" (ನಿನ್ನೆರಡು ಚೆಂಡು ಹೂ ದೊಡ್ಡಾಗ್ಲಿ, ಆಮೇಲೆ ನಿಂಗೆ ಗೊತ್ತಾಗುತ್ತೆ) ಎಂದು ಅಸಹ್ಯವಾಗಿ ನಕ್ಕಳು.

ತಣ್ಣಗೆ ಗಾಳಿ ಬೀಸುತ್ತಿದ್ದ ರಾತ್ರಿ ಕೊಂಚ ನೀಳವಾಗಿತ್ತು. ಎಷ್ಟು ಮಾತುಕತೆ ನಡೆದರೂ ಇನ್ನೇನೋ ಉಳಿಯುವಂತೆ ಲಂಬಾ "ನಿನ್‌ಅಬ್ಬಾ ನನ್ನ ಮುರಿದ ಹಲ್ಲಿಗೆ ಬೆಳ್ಳಿ ತುಂಬಿಸ್ತಾನಂತೆ, ನನ್ನ ಸೊಂಟದ ಚೇನಿಗೆ ಬದಲಾಯಿಸಿ ಸೋನಾ ಚೇನು ಕೊಡಿಸ್ತಾನಂತೆ" ಎಂದು ಹೇಳುತ್ತಿದ್ದಳು. ಬಾವ್ಲಾ ಕಣ್ಣು ಮುಚ್ಚಿ ನಿದ್ರಿಸುತ್ತಿದ್ದಳು. ಹೊರಗೆ ಮಳೆ ಶುರುವಾಗಿತ್ತು.

ಲಂಬಾ ಪೂನಾದವಳು. ಉಬ್ಬಿದ ಎದೆಯ, ಬಾದಾಮಿ ಕಣ್ಣಿನ, ಮೂವತ್ತರ ಪ್ರಾಯದ ಹೆಂಗಸು. ಆಕೆ ಹೊಕ್ಕುಳದ ಕೆಳಗೆ ಸೀರೆ ಉಡುತ್ತಿದ್ದಳು. ಅವಳ ಸೊಂಟದ

ಮೇಲೆ ಯಾವಾಗಲೂ ಬೆಳ್ಳಿ ಚೈನು ಲೋಲಕದಂತೆ ಅಲ್ಲಾಡುತ್ತಿತ್ತು. “ನಾನು ನಿನ್ನ ಹಾಗೆ ಸೀರೆ ಉಡ್ಬೇಕು, ಇದೇ ತರ ಬೆಳ್ಳಿ ಚೇನು ಹಾಕ್ಕೋಬೇಕು” ಎಂದು ಬಾವ್ಲಾ ದಿನದಲ್ಲಿ ಎರಡು ಬಾರಿಯಾದರೂ ಹೇಳುತ್ತಿದ್ದಳು. ಪಕ್ಕದಲ್ಲಿ ಮಲಗಿದ್ದ ಬಾವ್ಲಾಳ ತಲೆಯನ್ನೊಮ್ಮೆ ನೇವರಿಸಿದ ಲಂಬಾ 'ನಾಳೆ ಮಂಗಳವಾರ ಮುಂಜಾನೆಯೇ ಟಿಂಗಣಿ ಬರುತ್ತಾನೆ, ಬೇಗ ಎದ್ದು ಚಂದಗೆ ಮೇಕಪ್ಪು ಮಾಡಿಕೊಳ್ಳಬೇಕು' ಎಂದು ಕಣ್ಣು ಮುಚ್ಚಿದಳು. ಕಣ್ಣಿನ ಮೇಲೆ ರೆಪ್ಪೆಯ ಭಾರ, ರೆಪ್ಪೆಯ ಮೇಲೆ ಕನಸಿನ ಭಾರ, ಕನಸಿನ ಮೇಲೆ ನಾಳೆಯ ಭಾರಗಳು ಹೆಚ್ಚಾಗಿ ಅವಳಿಗೆ ನಿದ್ರೆ ಬರಲಿಲ್ಲ. ಬಾಗಿಲ ಹೊರಗೆ ಬಂದು ಮಳೆ ನೋಡುತ್ತಾ ನಿಂತಳು. ಹೆಂಚಿನ ಮನೆಗಳು ಜಿಗಿಜಿಗಿ ಸುರಿಯವ ಮಳೆಯಿಂದಾಗಿ ತಾಳ ಮದ್ದಲೆಯ ನಿನಾದ ಕೇಳುತ್ತಿತ್ತು. ಯಾರೋ ಹುಗಿದಿಟ್ಟ ಚಂದನದ ಮರದ ತುಂಡು ಎಲ್ಲೆಡೆ ಕಂಪು ಸೂಸುವಂತೆ ಆ ರಾತ್ರಿ ಅವಳ ಹೊಕ್ಕುಳಲ್ಲಿ ಚಿಟ್ಟೆ ಹಾರಿದಂತೆ ಭಾಸವಾಗಿತ್ತು.

ಹೊಸ ಸೀರೆ ಉಟ್ಟು ಚಕಮಕಿಯಾದ ಗಲ್ಲಿಯಂತೆ ಕಾಣುತ್ತಿದ್ದ ಲಂಬಾ ಟಿಂಗಣಿಯ ದಾರಿಯನ್ನೆ ಕಾದಿದ್ದಳು. ಬಾವ್ಲಾ ಬೆಕ್ಕಿನೊಂದಿಗೆ ಆಡುತ್ತಿದ್ದಳು. ತರಕಾರಿ, ಮೀನು ತುಂಬಿದ ಥೈಲಿಯೊಂದಿಗೆ ಬಾಗಿಲು ಬಡಿದ ಟಿಂಗಣಿಯನ್ನು ನೋಡಿದ ಲಂಬಾಳ ಮೊಗ್ಗಿನ ಕಣ್ಣುಗಳು ಅರಳಿದವು. ಟಿಂಗಣಿ ಆಶ್ಚರ್ಯವಾಗಿ ಲಂಬಾಳನ್ನೆ ನೋಡಿ ಅವಳ ಕೈಗೆ ಚೀಲ ಕೊಟ್ಟ. ಅವನ ಜೊತೆಯಲ್ಲಿ ತಮಿಳು ಹೆಂಗಸಿದ್ದಳು. ಲಂಬಾಳ ಕಣ್ಣು ಚಿಕ್ಕದಾಗುತ್ತಾ ಅನೂಹ್ಯವಾಗಿ ಮುಚ್ಚಿಕೊಂಡಿತು. ಬಾವ್ಲಾ ತನಗೇನು ಎಚ್ಚರವಿಲ್ಲದಂತೆ ನಡೆದುಕೊಂಡಳು. ತಮಿಳು ಹೆಂಗಸು ಟಿಂಗಣಿಯ ಜೊತೆ ಹಲ್ಲು ಕಿರಿಯುತ್ತಾ ಕೋಣೆಯ ಒಳಗೆ ಹೋಗಿದ್ದನ್ನು ಸಹಿಸಲಾಗದೆ ಲಂಬಾಳ ತುಟಿ ಅದುರಿದವು. ಕೆನ್ನೆ ಕೆಂಪಾಯಿತು. ಬಾವ್ಲಾ “ನೀನು ಎಷ್ಟೇ ಹೋರಾಟ ಮಾಡಿದರೂ ಅಷ್ಟೇ” ಎಂಬ ಅಪ್ಪುಗೆ ಕೊಟ್ಟಳು. “ಕದ್ದು ನೋಡುವುದು ನನಗೆ ಹೊಸತಲ್ಲ” ಎಂಬಂತೆ ಅವಳ ನಿಲುವು ಏರ್ಪಟ್ಟಿತ್ತು. ಹತಾಶೆಯ ದೋಣಿಗಳನ್ನು ನಿಲ್ಲಿಸಿದ ಸಮುದ್ರದ ದಂಡೆಯಂತೆ ನಿಂತಿದ್ದ ಲಂಬಾ ಮರು ಮಾತಾಡದೆ ತನ್ನ ಸೊಂಟದಲ್ಲಿದ್ದ ಬೆಳ್ಳಿ ಚೈನನ್ನು ಬಿಚ್ಚಿ ಬಾವ್ಲಾಳ ಕೈಗಿಟ್ಟು ಅವಳ ಹಣೆಯನ್ನೊಮ್ಮೆ ಚುಂಬಿಸಿ “ಎಂದಾದರೊಮ್ಮೆ ನಿನಗೆ ನಾನು ಸಿಗ್ತೀನಿ, ಮೇರಿ ಮೋತಿ ಚೂರ್, ಗೋವೆಗೆ ಬಾ, ಗಾಂಧಿ ಚೌಕಿಗೆ ಬಂದು ನನ್ನ ಹೆಸರು ಹೇಳು, ಅಲ್ಲೆ ನನ್ನ ಮುಂದಿನ ಬದುಕು, ಅಲ್ವಿದಾ” ಎಂದು ಹೊರಟಳು. 'ನಾನೀಗ ಒಂದು ಹನಿ ಕಂಬನಿ ಸುರಿಸಿದರೂ ಮತ್ತೆ ಆಕಾಶದಲ್ಲಿ ಮಳೆಯಾದೀತು' ಎಂಬ ಭಯದಲ್ಲಿ ಬಾವ್ಲಾ ನಿಂತಿದ್ದಳು.

■

ಬಾವ್ಲಾ ಎರಡರಷ್ಟು ಹಣ ಕೊಟ್ಟು ಗಾಂಧಿ ಚೌಕಿಗೆ ಬಂದು ಇಳಿದಿದ್ದಳು. ಗಾಂಧಿ ಚೌಕ್ ಗೋವೆಯ ಪ್ರಮುಖ ಹೊರ ವರ್ತುಲದ ರಸ್ತೆಯಾಗಿತ್ತು. “ಇದರ್

ಲಂಬಾ ನಾಮ್ ಕ ಔರತ್ ರಹ್ತಿಯೇ ಕ್ಯಾ" ಎಂದು ಖಾದೀಮ ರಸ್ತೆಯಲ್ಲಿ ನಡೆಯುತ್ತಿದ್ದವನನ್ನು ನಿಲ್ಲಿಸಿ ಕೇಳಿದ. ಅವನು 'ಅಗೋ ಅಲ್ಲಿ' ಎಂದು ಬೆರಳು ತೋರಿಸಿ ಹೊರಟ. ಬಾವ್ಲಾಳಿಗೆ ಸೋತ ಕೈ ಮತ್ತೆ ನಿಂತಂತಾಗಿತ್ತು. ಅವಸರದಿಂದಲೇ ತೋರು ಬೆರಳು ತೋರಿದ ನಿಶಾನೆಯತ್ತ ನಡೆದಳು. ಖಾದೀಮ ಅವಳನ್ನೇ ತೆವಳುತ್ತಾ ಹಿಂಬಾಲಿಸಿದ. ರಸ್ತೆಯ ಎರಡು ಬದಿಗಳಲ್ಲಿ ಮಹಿಳಾ ಹೋರಾಟಗಾರ್ತಿಯೊಬ್ಬಳ ಭಿನ್ನ ಭಿನ್ನ ಸೈಜಿನ ಪೋಸ್ಟರುಗಳು ರಾರಾಜಿಸುತ್ತಿದ್ದವು. ಬ್ಯಾನರುಗಳಲ್ಲಿ "ಆಜಾದಿ ಚೀನ್‌ಕೆ ಲೇಲೇಂಗೆ ಹಮ್" ಎಂಬ ಕ್ರಾಂತಿಕಾರಿ ಸ್ಲೋಗನುಗಳು ಅಚ್ಚಾಗಿದ್ದವು.

ನಾಲ್ಕು ಅಂತಸ್ತಿನ ಕಟ್ಟಡವದು. ಒಂದು ಇಂಚು ಜಾಗ ಬಿಡದೆ ಒತ್ತೊತ್ತಾಗಿ ಎಲ್ಲಾ ಮಹಡಿಗಳಲ್ಲಿ ಮಳಿಗೆಗಳು ಠಿಕಾಣಿ ಹಾಕಿದ್ದವು. ಕೆಳಗೆ ನಿಂತು ಬಾವ್ಲಾ ಎಲ್ಲಾ ಮಳಿಗೆಗಳ ಹೆಸರುಗಳನ್ನು ಓದುತ್ತಾ ಮೂರನೆ ಮಹಡಿಯಲ್ಲಿ 'ಲಂಬಾ ಪಡ್ನೆಕರ್, ಮಹಿಳಾ ಸಂಘದ ಕಾರ್ಯಕರ್ತರು' ಎಂಬ ತಗಡಿನ ನಾಮಫಲಕ ನೋಡಿದಳು. ಖಾದೀಮನೂ ನೋಡಿದ. ಇಬ್ಬರೂ ಒಬ್ಬರ ಮುಖ ಇನ್ನೊಬ್ಬರು ನೋಡಿಕೊಂಡರು.

ತನ್ನ ಹವೇಲಿಯಲಿದ್ದ ಹುಡುಗಿಯರನ್ನು ಗೋವಾದ ಪೋಲಿಸರು ಕಬ್ಜಾ ಮಾಡಿ ಹಾರಿಸಿಕೊಂಡು ಹೋಗಿರುವುದನ್ನು ರಾಯಭಾಗದಿಂದಲೇ ಖಂಡಿಸಿ ಅವರನ್ನು ಮತ್ತೆ ಮರಳಿ ತರಬಹುದಾದ ಎಲ್ಲಾ ವಿದ್ಯೆಗಳು ಬಾವ್ಲಾಳಿಗೆ ತಿಳಿದಿತ್ತು. ಆದರೆ ದೊಡ್ಡ ತಿಮಿಂಗಿಲನಾಗಿದ್ದ ಗುಂಗೇರಾ ಹುಬ್ಬಳ್ಳಿಯ ಬಂದೀಖಾನೆಯಲ್ಲಿ ಜಾಮೀನು ರಹಿತವಾಗಿ ಸೇರಿಕೊಂಡನೋ ಆಗಲೇ ಬಾವ್ಲಾಳ ಅರ್ಧ ಶಕ್ತಿ ಇಂಗಿ ಹೋಗಿತ್ತು. ಬೆಳಗಾವಿಯ ಶಾಸಕನಿಂದಲೂ ಒಂದು ಮಾತು ಹೇಳಿಸಿದ್ದರೂ ಕೆಲಸ ಮುಗಿದು ಹೋಗುತ್ತಿತ್ತು. ಶಾಸಕನ ಬೆಂಬಲಿಗರು ಆಗಾಗ ಬಂದು ಹವೇಲಿಯಲ್ಲಿ ಹಂಗಾಮ ಮಾಡಿದ್ದನ್ನು ನೋಡಿ ಅವರನ್ನೆಲ್ಲಾ ತನ್ನ ಪಡೆಯಿಂದ ಹೊಡೆಸಿ, ಬಹಿಷ್ಕರಿಸಿ ದೂರವಿಟ್ಟಿದ್ದ ಬಾವ್ಲಾಗೆ ಈಗ ಪುನಃ ಶಾಸಕನ ಮುಂದೆ ಕೈಕಟ್ಟಿ ನಿಲ್ಲುವುದು ಸುತರಾಂ ಒಪ್ಪಿತವಾಗಿರಲಿಲ್ಲ.

ಬಾವ್ಲಾ ಮತ್ತು ಖಾದೀಮ ಆಫೀಸಿನ ಹೊರಗೆ ನಿಂತು ಕಾಯುತ್ತಿದ್ದರು. ಅವರ ಜೊತೆ ಅನೇಕ ಸಂತ್ರಸ್ತೆಯರ ಗುಂಪು ತಮ್ಮ ದುಃಖಿತ ಫೈಲುಗಳ ದೊಡ್ಡ ಕಟ್ಟು, ಹೂಗುಚ್ಛಗಳನ್ನು ಹಿಡಿದು ನಿಂತಿತ್ತು. ಆಗಿನಿಂದಲೂ ಒಳಗೆ ಹೋಗಲು ತವಕಿಸುತ್ತಿದ್ದ ಖಾದೀಮನಿಗೆ "ಎಲ್ಲರೂ ಹೋದ ಮೇಲೆ ಹೋಗೋಣ" ಎಂದು ಬಾವ್ಲಾ ತಾಕೀತು ಮಾಡಿದಳು. ಸರ್ಕಾರಿ ಆಸ್ಪತ್ರೆಯಲ್ಲಿನ ಓಪಿಡಿಯಂತೆ ಲಂಬಾಳ ಆಫೀಸಿನಲ್ಲೂ 'ಪ್ರಿಯ ಜನರೆ ಸಂಯಮದಿಂದ ವರ್ತಿಸಿರಿ' ಎಂದು ಸಲಹೆ ಕೊಡುವ ಬೋರ್ಡುಗಳು, ಫೈಲುಗಳನ್ನು ಸಂಭಾಳಿಸುವ ಹೆಣ್ಣುಗಳಿದ್ದರು.

ಬಾವ್ಲಾ ಬಾಗಿಲನ್ನು ನೂಕುತ್ತಾ ಖಾದೀಮನೊಟ್ಟಿಗೆ ಒಳಗೆ ಹೋದಳು. ಒಂದು ಕ್ಷಣ ಬೆಚ್ಚಗಾದಳು. 'ದಾರಿ ಬದಿಯ ಪೋಸ್ಟರಿನಲ್ಲಿ ಕಂಡ ಮುಖ ಲಂಬಾಳದೇ ಅಲ್ಲವಾ, ನಂಗೆ ನಂಬಲಿಕ್ಕೆ ಆಗ್ತಿಲ್ಲವಲ್ಲ, ಎಷ್ಟು ಬದಲಾಗಿದ್ದಾಳೆ ಇವಳು, ಕಣ್ಣಿಗೆ ಚಾಳೀಸು ಬಂದಿದೆ, ನಾಜೂಕಿನ ಸೊಂಟ ದಪ್ಪಗಾಗಿದೆ, ರಟ್ಟೆಗಳು ಊದಿಕೊಂಡಿವೆ'

ಎಂದು ಊಹಿಸುತ್ತಾ ನಿಂತಳು. "ಕಾಯ್ ಜಾಯ್ ತುಮಕಾ" (ನಿಮಗೇನು ಆಗಬೇಕು ಹೇಳಿ) ಎಂದು ಬಾವ್ಲಾಳನ್ನು ಪತ್ತೆ ಹಚ್ಚದ ಲಂಬಾ ಎರಡು ಮೂರು ಬಾರಿ ಹೇಳಿದ್ದಳು. ಒಂದೇ ಸಮನೆ ಓಡಿಹೋದ ಬಾವ್ಲಾ ಲಂಬಾಳನ್ನು ಗಟ್ಟಿಯಾಗಿ ತಬ್ಬಿಕೊಂಡಳು. ಕಾಲ ಮತ್ತೊಮ್ಮೆ ಹಗುರಾಗಿ ಆಕಳಿಸಿತ್ತು.

ಲಂಬಾ ಪ್ರಸ್ತುತ ಸಮಾಜದ ನಾಲ್ಕನೆಯ ಅಥವಾ ಐದನೆಯ ಕಂಬವಾಗಿದ್ದಳು. ಗೋವೆಯಲ್ಲಿ ತನ್ನ ಪ್ರಭಾವಳಿಗಳಿಂದ ಎಂತೆಂಥ ಬಿಕ್ಕಟ್ಟುಗಳನ್ನು ನಿವಾರಿಸಬಲ್ಲ ಹೈ ಪ್ರೊಫೈಲ್ ಜಾತಕದ ಹೆಣ್ಣು ಎಂದು ಗುರುತಿಸಿಕೊಂಡಿದ್ದಳು. ಮುಂದಿನ ಸಲ ಚುನಾವಣೆಗಾಗಿ ತೃಣಮೂಲದ ಪಕ್ಷವೊಂದು ಟಿಕೇಟು ನೀಡುವುದಾಗಿಯೂ ಹೇಳಿಕೊಂಡಿತ್ತು. ಯಾವುದೇ ರೈತಪರ, ಮಹಿಳಾಪರ, ಜನಾಂಗೀಯ ದೌರ್ಜನ್ಯಗಳ ಹೋರಾಟಗಳಲ್ಲಿ ಲಂಬಾಳ ಹೆಸರು ಕೇಳಿಬರುತ್ತಿತ್ತು.

ಹೀಗೆ ತಬ್ಬಿಕೊಂಡಿರುವಾಗ ಲಂಬಾಳಿಗೆ ಬಾವ್ಲಾಳ ತಣ್ಣನೆಯ ಅಪ್ಪುಗೆ ನೆನಪಾಗಿ "ಹೇ ಮೇರಿ ಮೋತಿ ಚೂರ್" ಎಂದು ಹಣೆಯನ್ನೊಮ್ಮೆ ಚುಂಬಿಸಿ ಇನ್ನಷ್ಟು ಗಟ್ಟಿಯಾಗಿ ತಬ್ಬಿಕೊಂಡಳು. ಹತ್ತಿರದಲ್ಲಿ ಮಿಕಮಿಕ ನೋಡುತ್ತಿದ್ದ ಖಾದೀಮ ರಾಜ್‌ಕಪೂರನಂತೆ ದೈನೇಸಿ ನೋಟದಲ್ಲಿ ಹಾಗೇ ನಿಂತಿದ್ದ. ಮತ್ತೇನೋ ನೆನಪಾಗಿ 'ಅಕ್ಕಾ' ಎಂದು ತಾನೂ ಓಡಿ ಹೋಗಿ ಇಬ್ಬರ ನಡುವಿನ ಜಾಗದಲ್ಲಿ ತೂರಿಕೊಂಡ.

'ಏಕವಚನದಲ್ಲಿ ಮಾತಾಡುವುದೋ, ಬಹುವಚನ ಕೊಟ್ಟು ಕರೆಯುವುದೋ' ಎಂದು ಬಾವ್ಲಾ ಬಗೆಹರಿಯದ ಗೊಂದಲದಲ್ಲಿದ್ದಳು. "ಎಷ್ಟು ಬದಲಾಗಿದ್ದೀಯ ನೀನು, ನಿಜಕ್ಕೂ ನಂಬೋಕೆ ಆಗ್ತಿಲ್ಲ" ಎಂದು ಬಾವ್ಲಾ ಏದುಸಿರಿನಲ್ಲಿ ಹೇಳಿದಳು. "ನನ್ನದು ಬಿಡು, ನೀ ಏನು ಹೀಗೆ ಆಗಿದ್ದೀಯಾ ಮೋತಿ ಚೂರ್"ಎಂದಳು ಲಂಬಾ. ತನ್ನನ್ನು ಪರಿಚಯಿಸಿ ಕೊಡುವಳು ಎಂದು ಖಾದೀಮ ಕಾಯುತ್ತಿದ್ದ. "ವಿಸಾರ್ಲೆ ಹೌ" (ಮರೆತು ಹೋದೆ) ಎಂದು ಲಂಬಾ ಲಗುಬಗನೆ ಇಬ್ಬರನ್ನೂ ಕುರ್ಚಿಯ ಮೇಲೆ ಕೂರಿಸಿ ವಡಾ ಪಾವು, ಸಮೋಸ ತರಿಸಿ ತಿನ್ನಿಸಿದಳು. ರಾತ್ರಿಯ ಹಸಿವು ಇನ್ನೂ ಹೊಟ್ಟೆಯಲ್ಲಿದ್ದರಿಂದ ಎಲ್ಲವೂ ತಂದ ಕ್ಷಣದಲ್ಲಿ ಇಲ್ಲದಂತಾಯಿತು. ಬಾವ್ಲಾಳ ಕಣ್ಣು ಪದೇ ಪದೇ ಲಂಬಾಳ ಸೊಂಟದ ಮೇಲೆ, ಆಕೆಯ ಹುಳುಕಾಗಿದ್ದ ಹಲ್ಲಿನ ಮೇಲೆಯೇ ಚಲಿಸುತ್ತಿತ್ತು. ಬೇಯಿಸಿದ ಮೊಟ್ಟೆಯಂತಾಗಿದ್ದ ಲಂಬಾಳ ದೇಹ ನೋಡಿಯೂ ಬಾಯಿ ಬಿಟ್ಟು "ಎಲ್ಲಿ ನಿನ್ನ ಸೊಂಟದ ಸೋನಾ ಚೈನು ತೋರಿಸು" ಎಂದು ಕೇಳುವ ತವಕವನ್ನು ಹೇಗೋ ಬಾವ್ಲಾ ತಡೆದಿಟ್ಟುಕೊಂಡಿದ್ದಳು.

ಬಾವ್ಲಾ ತಾನು ಗೋವೆಗೆ ಬಂದಿದ್ದರ ಕಾರಣ ತಿಳಿಸಿದಳು. ಆಕೆಯ ಕಣ್ಣಿನ ಮೇಲೆ ಹುಬ್ಬು ನೋಡುತ್ತಾ ಎಲ್ಲವನ್ನು ಸುಮ್ಮನೆ ಕೇಳಿಸಿಕೊಂಡ ಲಂಬಾ 'ಬಾವ್ಲಾಳ ಎದೆಯಲ್ಲಿ ಯಾವುದೇ ಮರುಕ, ಪಶ್ಚಾತ್ತಾಪ, ವಿಷಾದಗಳು ಕಾಣಿಸದೆ ಹತಾಶೆಗೊಂಡಳು'. ಯಾರೋ ಅಪರಿಚಿತ ಕಡು ಸಂತ್ರಸ್ತೆಯೊಬ್ಬಳಿಂದ ಕೌಟುಂಬಿಕ ದೂರನ್ನು ತೆಗೆದುಕೊಂಡಂತೆ ಲಂಬಾ ಕೂತಿದ್ದ ಭಂಗಿ, ಆಗಾಗ "ಅಡ್ಡಾ, ಅಡ್ಡಾ" (ಅಚ್ಚಾ, ಅಚ್ಚಾ) ಎಂದು ಸರಳೀಕರಿಸಿ ಹೇಳುತ್ತಿದ್ದ ತಣ್ಣನೆಯ ಕೆಂಡದ ಎಂಜಲು

ನುಡಿಗಳು ಅವರ್ಗೀಯ ವ್ಯಂಜನದಂತೆ ತೋರುತ್ತಿದ್ದವು.

"ನನ್ನ ಹುಡುಗಿಯರನ್ನು ಈ ಕೂಡ್ಲೇ ನೋಡ್ಬೇಕು ನಾನು" ಎಂದು ಮಾತು ಮುಗಿಸಿದ ಬಾವ್ಲಾಳ ಹಾವ ಭಾವ ನೋಡುತ್ತಿದ್ದ ಲಂಬಾ ಮೇಜಿನ ಮೇಲಿದ್ದ ನೀರನ್ನು ಕುಡಿದು, ಬರೀ ಒಂದು ಫೋನು ತಿರುಗಿಸಿ ಸದ್ಯದ ಸ್ಥಿತಿ ಅರಿತು ಕೊಂಡಳು. ಲಂಬಾ ನಾಜೂಕಿನಿಂದ ಫೋನಿನಲ್ಲಿ ಮಾತಾಡುವಾಗ ಅವಳ ತುಟಿಯ ಪ್ರತಿ ಚಲನೆಯನ್ನು ಬರೆದು ಕೊಳ್ಳುವಂತೆ ಬಾವ್ಲಾ, ಖಾದೀಮ ಇಬ್ಬರೂ ಒಟ್ಟೊಟ್ಟಿಗೆ ಗಮನಿಸುತ್ತಿದ್ದರು.

"ನಿನ್ನ ಹವೇಲಿ ರೇಡ್ ಮಾಡಿದ ಫರ್ನಾಂಡಿಸನ್ನು ಇವತ್ತ್ ರಾತ್ರಿನೇ ಕರೆಸ್ತೀನಿ, ಅವನ ಕಪಾಳಕ್ಕೆ ಹೊಡಿ ಮೇರಿ ಮೋತಿ ಚೂರ್, ಆರಾಮ್ ಮಾಡು ನೀನು, ಬೇಜಾ ಫ್ರೈ ಮಾಡ್ಕೋಬೇಡ" ಎಂದಳು. ಬಾವ್ಲಾಳ ಚಹರೆ 'ಯಾವುದೇ ತರಂಗಗಳು ಮೂಡದೆ ತಟಸ್ಥವಾಗಿ ಹೊರಬರುವ ಹೃದಯ ರೋಗಿಯ ರಿಪೋರ್ಟಿನಂತೆ' ಕಾಣುತ್ತಿತ್ತು. ಕುರ್ಚಿಯಿಂದ ಎದ್ದು ಬಂದು ಆಕೆಯ ಸ್ಲೀವ್‌ಲೆಸ್ ಭುಜವನ್ನು ಮುಟ್ಟಿ "ಅರೆ ಯಾರ್, ಮೈ ಹೂಂ ಬಾಬಾ, ಬರಾಬರ್" ಎಂದು ಸಮಾಧಾನ ಮಾಡಿದಳು. "ನನಗೆ ನನ್ನ ಹುಡುಗಿಯರು ಬೇಕು" ಎಂದು ಬಾವ್ಲಾ ಚಾಟಿ ಬೀಸಿದಂತೆ ನುಡಿದಳು. "ಈಗ ನೀವು ನನ್ನ ವಿಲ್ಲಾಗೆ ಹೋಗಿ, ನಾನು ನಿಮ್ಮ ಹಿಂದೇನೆ ಬರ್ತೀನಿ" ಎಂದು ಲಂಬಾ ಮಾರುತಿ ಜೆನ್ ಕಾರಿನಲ್ಲಿ ಕಳಿಸಿಕೊಟ್ಟಳು.

ಲಂಬಾ ವಾಸವಿದ್ದ ವಿಲ್ಲಾ ಅಗುವಾಡ ಕೋಟೆಯ ರಸ್ತೆಯಲ್ಲಿತ್ತು. ಕಾರಂಜಿ ಸುರಿಸುವ ಅಂಗಳ, ಕೆಲಸದಾಳುಗಳು, ವಿನೂತನವಾದ ಕಾಲಿಂಗ್‌ಬೆಲ್, ಟುಲಿಪ್ ಹೂವುಗಳ ಮಹಾ ಸಂತೆ, ಮನೆಯ ಗೇಟನ್ನು ಕಾಯಲೆಂದು ಎರಡು ಶಿಫ್ಟಿನಲ್ಲಿ ಕೆಲಸ ಮಾಡುವ ಗಂಡಸರು, ತೋತಾಪುರಿ ಮಾವಿನ ರೀತಿ ಮೂತಿ ಬಾಗಿಕೊಂಡಿದ್ದ ಕಮಾನುಗಳ ನೋಡಿ ಬಾವ್ಲಾಳ ತಲೆಯಲ್ಲಿ ಸುನಾಮಿ ಎದ್ದಿತ್ತು.

ಲಂಬಾ ಕಾರಿನಲ್ಲಿ ಬರುವಾಗ ಸಲಾಂ ಮಾಡುತ್ತಾ ಗೇಟು ತೆಗೆದ ಸೆಕ್ಯುರಿಟಿ ಗಾರ್ಡಿನವನು ಕಾರಿನ ಹಿಂದೆ ಇದ್ದ ಟ್ರಾಕ್ಟರ್ ನೋಡಿ "ಇದು ಏಕೆ ಬರುತ್ತಿದೆ ಒಳಗೆ" ಎಂದು ಅನುಮಾನಿಸುತ್ತಲೆ ಗೇಟನ್ನು ತೆರೆದಿದ್ದ. ಟ್ರಾಕ್ಟರ್ ಒಳ ಬಂದ ಕೂಡಲೇ ಕೆಲಸದಾಳುಗಳು ಬಿಟ್ಟ ಕಣ್ಣು ಬೆರಗಿನಿಂದ ನೋಡುತ್ತ ನಿಂತರು. "ಹೋಯ್ ಮೋತಿ ಚೂರ್, ಜಲ್ದಿ ಆನಾ, ಚೋಟಾ ಸಾಬ್‌ನೂ ಕರ್ಕೊಂಡು ಬಾ" ಎಂದು ಜಯಭೇರಿ ಬಾರಿಸುವಂತೆ ಲಂಬಾ ಕೂಗಿದಳು. "ಚೋಟೆ ಸಾಬ್" ಎಂದು ಕೇಳಿದ ಕೂಡಲೇ ಖಾದೀಮನ ಮೈಯಲ್ಲಿ ರೋಮಾಂಚನದ ಹರಿವು. ಪುಟುಪುಟು ತೆವಳುತ್ತಾ ಬಾವ್ಲಾಳ ಜೊತೆಯಲ್ಲಿ ಬಂದ. ಬಾವ್ಲಾ ಹೊಸ ಶಿಫಾನ್‌ಸೀರೆ ಉಟ್ಟು ಕಂಗೊಳಿಸುತ್ತಿದ್ದಳು.

"ಅರೆ ಚೋಟಾ ಸಾಬ್, ನೋಡಿಲ್ಲಿ ನಿಂಗೆ ಏನ್ ತಂದಿದೀನಿ ಅಂತ" ಟ್ರಾಕ್ಟರ್‌ನಿಂದ ಕೆಳಗಿಳಿಯುತ್ತಿದ್ದ ವಸ್ತುವನ್ನು ಲಂಬಾ ತೋರಿಸಿದಳು. "ನನ್ನನ್ನ ಆಡೋ ಹುಡುಗ ಅನ್ಕೊಂಡು, ಜಾತ್ರೆಯಲ್ಲಿರೋ ಕಾರು, ಲಾರಿ ಆಟದ ಸಾಮಾನು ತಂದಳೇನಪ್ಪ ಇವ್ಳು"

ಎಂದು ಪೆಕರನಂತೆ ಖಾದೀಮ ಒತ್ತಾಯದಿಂದ ಹಲ್ಲು ಕಿರಿದ. ನಿಧಾನಕ್ಕೆ ನೆಲಕ್ಕಿಳಿದ ವಸ್ತುವನ್ನು ಎಲ್ಲರೂ ಕುತೂಹಲದಿಂದ ನೋಡುತ್ತಿದ್ದರು. ಅದರ ಮೇಲೆ ಹೊದಿಸಿದ ಟಾರ್ಪಾಲು ಕೆಳಗಿಳಿಸಿ "ಪಾಲೆ" (ನೋಡು) ಎಂದು ಲಂಬಾ ಖಾದೀಮನನ್ನು ಎಚ್ಚರಿಸಿದಳು. ಪಳಪಳನೆ ಹೊಳೆಯುತ್ತಿದ್ದ ಸೈಡ್‌ಕಾರಿನ ಸ್ಕೂಟರೊಂದು ಕೆಂಪು ಬಣ್ಣದ ಮೈಯೊಂದಿಗೆ ಎರಡು ಕಿರು ಕನ್ನಡಿಯ ದಿವ್ಯ ಭೂಮಿಕೆಯಲ್ಲಿ ನಿಂತಿತ್ತು. ಬಾವ್ಲಾಳ ಕಣ್ಣಲ್ಲಿ ಆಗಷ್ಟೆ ಆಕಾಶ ಹಡೆದಿದ್ದ ಮೋಡ ನೀರಾಗಿ ಹರಿಯಿತು. ಖಾದೀಮ ಆ ಸ್ಕೂಟರಿನ ಪ್ರತಿ ಪಾರ್ಶ್ವದ ಮೆರುಗನ್ನು ಮುಟ್ಟಿ ಮುಟ್ಟಿ ನೋಡಿದ.

■

ದುಬಾರಿ ವೈನು, ವಿಸ್ಕೀ, ವೋಡ್ಕಾಗಳ ದೊಡ್ಡ ದೊಡ್ಡ ಬಾಟಲಿಗಳನ್ನು ಜೋಡಿಸಿಟ್ಟ ಟೇಬಲ್ಲು ಕಾರಂಜಿ ಸುರಿಯುತ್ತಿದ್ದ ಹಳ್ಳದಿಂದ ಸ್ವಲ್ಪ ದೂರದಲ್ಲಿ ಏರ್ಪಾಡಾಗಿತ್ತು. ಚಿಕ್ಕ ಸೈಜಿನ ಕುರ್ಚಿಗಳು ನಾಲ್ಕೈದು ಟೇಬಲ್ಲಿನ ಹಿಂದು ಮುಂದು ಜೋಡಿಸಲಾಗಿತ್ತು. ಉದ್ದದ ಒಂಟಿ ಕಾಲಿನಲ್ಲಿ ನಿಂತ ಶರಾಬಿನ ಗ್ಲಾಸುಗಳು ಗೋವೆಯ ಭೌಗೋಳಿಕ ನಕ್ಷೆಗಿಂತ ಚಂದ ಕಾಣುತ್ತಿತ್ತು. ಲಂಬಾ ಮಿನುಗುತ್ತಿದ್ದ ಬಿಳಿ ಗೌನು ತೊಟ್ಟು ಬಾವ್ಲಾಳೊಂದಿಗೆ ಕುರ್ಚಿಯ ಮೇಲೆ ಕೂತಳು. ಖಾದೀಮ ಒಂದು ಟೀ ಶರ್ಟು ಹಾಕಿಕೊಂಡಿದ್ದ. ಟೀ ಶರ್ಟು ಆತನ ಕೊರಳಿನಿಂದ ತೊಡೆಯ ತನಕ ಮುಚ್ಚಿ ಹೋಗಿ ಬಣ್ಣದ ಸೌತೆಕಾಯಿಯಂತೆ ಖಾದೀಮ ಮಿಂಚುತ್ತಿದ್ದ.

ಬಿರಡೆ ಬಿಚ್ಚಲು ಹೋಗಿ ಖಾದೀಮನ ಕೈಯಿಂದ ಕೆಳಗೆ ಬಿದ್ದು ಒಡೆದ ನಾಜೂಕಿನ ಶರಾಬಿನ ಬಾಟಲಿಯನ್ನು ನೋಡಿ ಲಂಬಾ "ಗೋವಾದಲ್ಲಿ ಶರಾಬಿಗೆ ಚಿಂತೆ ಮಾಡಬಾರದು, ಸಮುದ್ರದ ಊರಿನಲ್ಲಿ ಮೀನುಗಳ ಹೆಸರು ಕೇಳಬಾರದು" ಎಂಬ ಪ್ರಚಲಿತ ನಾಣ್ಣುಡಿಯೊಂದನ್ನು ಹೇಳಿ ಬಾವ್ಲಾಳನ್ನು ನಗಿಸಿದಳು. ಒಡೆದ ಗಾಜಿನ ಚೂರನ್ನು ಆರಿಸುತ್ತಿದ್ದ ಖಾದೀಮನನ್ನು ನೋಡಿ "ನಿಂಗಿಂತ ನಿನ್ನ ಟೀ ಶರ್ಟು ಉದ್ದ ಇದೆಯಲ್ಲಾ, ಒಳಗೆ ಏನಾದರೂ ಹಾಕ್ಕೊಂಡಿದಿಯ ತಾನೆ" ಎಂದು ತುಟಿ ಕಚ್ಚಿ ನಕ್ಕ ಲಂಬಾ "ಮಜಾಕ್ ಕಿಯಾರೆ" ಎಂದು ಖಾದೀಮನನ್ನು ನಗಿಸಲು ನೋಡಿದಳು. ಖಾದೀಮ ಶರಾಬಿನ ಹತ್ಯೆಗೆ ಕಾರಣನಾದವನಂತೆ ಮುಖ ಕಿವುಚಿದ. "ಚೋಟೆ ಸಾಬ್, ಇಲ್ಲಿ ಮನೆಗಳಿಗಿಂತ ಮಧುಶಾಲೆಗಳು ಜಾಸ್ತಿ ಇದ್ದಾವೆ, ಯೋಚ್ನೆ ಮಾಡ್ಬೇಡ" ಎಂದು ಲಂಬಾ ನಕ್ಕಳು.

"ಇನ್ನೆಷ್ಟು ದಿನ ಈ ದಂಧೆ ನಡೆಸ್ತೀಯ ಮೋತಿ ಚೂರ್, ನಂಜೊತೆ ಇರು, ನಿನ್ನ ಬದುಕು ಕುದುರೆ ಥರ ಓಡುತ್ತೆ, ನನಗೆ ಅನ್ಸುತ್ತೆ ಈ ರೇಡು ಹೊಸದಲ್ಲ ನಿಂಗೆ, ಇದೇ ರೀತಿ ರೇಡುಗಳು ಇನ್ಮುಂದೆಯು ನಡೀತಾ ಇರುತ್ತೆ, ನೀನು ನನ್ನ ನರಕದಿಂದ ಬಂದವಳೇ" ಎಂದು ವ್ಯಗ್ರವಾಗಿದ್ದ ಬಾವ್ಲಾಳನ್ನು ಸಮಾಧಾನದಿಂದ ಒಪ್ಪಿಸಲು ಪ್ರಯತ್ನಿಸಿದಳು.

ಖಾದೀಮ ತನ್ನ ಹೊಸ ಸ್ಕೂಟರನ್ನು ಆ ಕಡೆಯಿಂದ, ಈ ಕಡೆಗೆ ಸುತ್ತುತ್ತಾ, ಅದರ ಮೂರು ಚಕ್ರದ ಕೆಳಗೆ ಬಗ್ಗಿ ನೋಡುತ್ತಾ, ಒಮ್ಮೊಮ್ಮೆ ಅದರ ಹಾರ್ನು ಬಾರಿಸಿ ಗಾಬರಿಗೊಳ್ಳುತ್ತಾ ಪುಳಕಗೊಳ್ಳುತ್ತಿದ್ದ. "ಮೇರಿ ಮೋತಿ ಚೂರ್, ನಿನ್ನ ಹಳೆಯ ಬಣ್ಣ ಬದಲಾಯಿಸು, ನಿನ್ನ ಮುಖ ಸಹ ಬದಲಾಗುತ್ತೆ, ನಿನ್ನ ಜಿಂದಗಿ ಬದಲಾಗುತ್ತೆ, ತೇರಾ ಕಾಲಾ ಚಷ್ಮಾ ಹಠಾದೇ, ರಂಗೀನ್ ಕಾ ದುನಿಯಾ ಹೈ ಸಭೀ, ಅನುಭವದ ಮಾತಿದು ಮೋತಿ ಚೂರ್, ಬೆಳಿಗ್ಗೆಯೇ ಸುದ್ಧಿ ಸಿಕ್ತು, ಹುಡುಗಿಯರನ್ನೆಲ್ಲ ಪುನರ್ವಸತಿ ಕೇಂದ್ರಕ್ಕೆ ಕಳಿಸಿದ್ದಾರಂತೆ, ಅವರೆಂದು ನಿನ್ನ ಹವೇಲಿಗೆ ಬರಲಾರರು ಮೇರಿ ಮೋತಿ ಚೂರ್" ಎಂದು ಲಂಬಾ ಕಿಚ್ಚು ಹೊತ್ತಿಸಿದಂತೆ ಹೇಳಿದಳು. ಬಾವ್ಲಾ ಪಾನಕದಂತೆ ಕುದಿಯುತ್ತಿದ್ದಳು. "ಯಾಕೆ ವಾಪಾಸ್ ಬರೋದಿಲ್ಲ, ಸಾವಿರಾರು ರೂಪಾಯಿ ಅವ್ರ ಮೈಮೇಲೆ ಸುರಿದಿದ್ದೀನಿ, ನಾನು ಕರ್ಕೊಂಡು ಬರ್ತಿನಿ, ಯಾವ ಲವ್ಡೆ ಕೇ ಬಾಲ್ ತಡಯಂಗಿಲ್ಲ" ಎಂದು ಆವೇಶದಿಂದ ಹಾರಾಡಲು ಬಿಟ್ಟಿದ್ದ ಕೂದಲಿನ ತುರುಬು ಕಟ್ಟಿಕೊಂಡಳು ಬಾವ್ಲಾ. "ನಿನ್ನ ಹೆಸರಲ್ಲಿ ಒಬ್ಬಳು ಜೇಲಲ್ಲಿ ಇನ್ನೂ ಇದ್ದಾಳೇ, ಮಾನವ ಕಳ್ಳ ಸಾಗಾಣೆ, ಲೈಂಗಿಕ ದೌರ್ಜನ್ಯ ಅದು ಇದು ಅಂತ ಹದಿನಾರು ಕೇಸು ಹಾಕಿದ್ದಾರೆ ನಿನ್ನ ಮೇಲೆ. ಖಬರ್ ಹೈ ಕ್ಯಾ ತುಜೆ? ಗೋವಾ ಹೈ ಗೋವಾ, ತೇರಾ ಚೋಟಾ ಶಹರ್ ಸಮ್ಜಿ ಕ್ಯಾ ಪಾಗಲ್" ಎಂದು ಲಂಬಾ ಹೂಂಕರಿಸಿದಳು. ಮತ್ತೆ ಆಕೆಯನ್ನು ಸಂತೈಸುವಂತೆ "ತು ಮೇರಾ ಸಹೇಲಿ ಬಾವ್ಲಾ, ಅದಕ್ಕಾಗಿ ಹೇಳ್ತಿದೀನಿ, ಆ ಹುಡುಗಿಯರ ನಶೀಬು ಬರೆಯಕ್ಕೆ ಹೋಗ್ಬೇಡ" ಎಂದಳು.

ಫರ್ನಾಂಡೀಸ್ ಯುನಿಫಾರಂ ಕಳೆದು ಲಂಬಾಳ ಮನೆಗೆ ಆಗಷ್ಟೆ ಬಂದ. ತುರುಬು ಕಟ್ಟಿಕೊಂಡಿದ್ದ ಬಾವ್ಲಾ ಆತನನ್ನು ಕೆಕ್ಕರಿಸಿ ನೋಡುತ್ತಿದ್ದಳು. ಖಾದೀಮ ಆತನ ಹೊಟ್ಟೆಗೆ ಚುಚ್ಚಲೆಂದೆ ಚಾಕುವನ್ನು ಬೆನ್ನ ಹಿಂದೆ ಅವಿತಿಟ್ಟಂತೆ ನಟಿಸುತ್ತಿದ್ದ. ಆದರೆ ಚಾಕು ಶರಾಬು ಬಾಟಲಿಗಳ ಮಧ್ಯೆ ಇದ್ದ ಸೇಬಿಗೆ ಚುಚ್ಚಿಕೊಂಡಿತ್ತು. ಒಂದು ಅಪ್ಪುಗೆ ನೀಡಿ ತನ್ನೆದುರಿದ್ದ ಚೇರಿನಲ್ಲಿ ಕೂರಲು ಹೇಳಿದ ಲಂಬಾ ಕಣ್ಸನ್ನೆಯಲ್ಲಿ ಬಾವ್ಲಾ, ಖಾದೀಮನನ್ನು 'ಹಾಗೆ ನೋಡದಿರಿ' ಎಂದು ಸೂಚಿಸಿದಳು. ಫರ್ನಾಂಡೀಸ್ ತನ್ನನ್ನು ಇವರಿಬ್ಬರೂ ತಿನ್ನುವ ಹಾಗೆ ನೋಡುತ್ತಿದ್ದುದನ್ನು ಗಮನಿಸಿಯೇ "ನಮಸ್ತೆ ಬಾವ್ಲಾಜೀ" ಎಂದು ವ್ಯಂಗ್ಯವಾಗಿ ಹೇಳಿ ನಮಸ್ಕರಿಸಿ ಕಾಲ ಮೇಲೆ ಕಾಲು ಹಾಕಿ ಕೂತ.

ಸಂಪ್ರದಾಯದಂತೆ ಏನೇನೋ ಮಾತಾಡಿ ಲಂಬಾ ಖಾರವಾಗಿದ್ದ ಪ್ರಸಂಗವನ್ನು ಸಿಹಿಯತ್ತ ಎಳೆಯುತ್ತಿದ್ದಳು. ಖಾದೀಮ ಫರ್ನಾಂಡೀಸಿನ ಗ್ಲಾಸಿಗೆ ಬೇಕಂತಲೇ ಹೆಚ್ಚೆಚ್ಚು ಮದ್ಯವನ್ನು ಸುರಿಯತ್ತಿದ್ದ. ಆತ ಹುಬ್ಬು ಏರಿಸಿ ಲೆಕ್ಕ ತಪ್ಪಿದಂತೆ ಕುಡಿದ. ಎದೆಯಲ್ಲಿ ಕೊಳ್ಳಿಯನ್ನು ತೋರಿಸುತ್ತಾ ಕೂತಿದ್ದ ಬಾವ್ಲಾ ಫರ್ನಾಂಡೀಸಿನ ಯಾವ ಹಾಸ್ಯಕ್ಕೂ ನಗದೆ ಆತನನ್ನೆ ಗಮನಿಸುತ್ತಿದ್ದಳು. "ಕುಚ್ ಕರೋ ಸಾಬ್" ಎಂದು ಲಂಬಾ ಹೇಳಿದಳು. "ಮೇಡಂ ಜೀ, ಆಪ್ ಸಮ್ಜೋನಾ. ಸಭಿ ಮೇರಿ ಊಪರ್

ವಾಲೆಂ ಶಿಂಧೆ ಸಾಬ್ ಕೆ ಹಾಥ್ ಮೇ ಹೈ" ಎಂದು ಬಾವ್ಲಾಳ ಎದೆಯನ್ನೊಮ್ಮೆ ನೋಡಿದ.

'ಮಾದರ್‌ಚೋದ್' ಎಂದು ಸಿಡಿದೆದ್ದು ಬಂದು ಫರ್ನಾಂಡೀಸಿನ ಕೆನ್ನೆಗೆ ಬೀಸಿದಳು ಬಾವ್ಲಾ. ಹಠಾತ್ತನೆ ಕೂತಲ್ಲಿಂದ ಎದ್ದವನು ಬಾವ್ಲಾಳನ್ನು ದೂಡಿ ತಾನು ಕೆಳಗೆ ಬಿದ್ದ. ಅವಕಾಶಕ್ಕಾಗಿ ಕಾದವನಂತೆ ಪಕ್ಕದಲ್ಲೇ ನಿಂತಿದ್ದ ಖಾದೀಮ ಅವನ ಮರ್ಮಾಂಗ ಹಿಡಿದು ಜೋರಾಗಿ ಹಿಸುಕಿದ. ಬಾವ್ಲಾ ಅವನ ತಲೆಯನ್ನು ಜಗ್ಗಿ ನೆಲಕ್ಕೆ ಕುಕ್ಕಿದಳು. "ಚಾಕು ಕೊಡು ಖಾದೀಮ, ಸೂಳೆಮಗನ ಗೋಮಾಳೆ ಕೊಯ್ತೀನಿ" ಎಂದು ಬಾವ್ಲಾ ಹಪಹಪಿದಳು. ಲಂಬಾ ಕಾರ್ಟೂನಿನ ಸಿನಿಮಾದಂತೆ ನೋಡುತ್ತಿದ್ದಳು.

ಖಾದೀಮ ಹಿಡಿದ ಪಟ್ಟು ಸಡಿಲಿಸದಿದ್ದಾಗ ಫರ್ನಾಂಡೀಸ್ ಸಂಕಟ ತಡೆದುಕೊಳ್ಳಲಾರದೆ ತನ್ನ ಕಾಲನ್ನು ಝಾಡಿಸುತ್ತಲಿದ್ದ. ನಂತರ ಕುರ್ಚಿಯಿಂದ ಎದ್ದು ಬಂದ ಲಂಬಾ ಖಾದೀಮನನ್ನು ದೂರ ತಳ್ಳಿ, ಬಾವ್ಲಾಳನ್ನು ಒಂದು ಬದಿಗೆ ಎಳೆದಳು. "ರಂಡಿ ಸಾಲ್ ಕೀ ಎನ್‌ಕೌಂಟರ್ ಕರೂಂಗ ಮೈ" ಎಂದು ಫರ್ನಾಂಡಿಸ್ ಕಿರುಚಿದ. ಖಾದೀಮ ಸೇಬಿಗೆ ಚುಚ್ಚಿದ್ದ ಚಾಕು ತೋರಿಸಿ "ಲೇ ಲೌಡೆ ಚಪಾತಿಕೆ, ನಿನ್ನ ಸಾಯಿಸಿ ಜೈಲಿಗೆ ಹೋಗ್ತೀನಿ ಹಲ್ಕಾ ಸೂಳೆ ಮಗನೆ" ಎಂದು ಆರ್ಭಟಿಸಿದ. ಮನೆಯ ಕೆಲಸದಾಳುಗಳು ಲಂಬಾಳ ಹುಕುಂ ಕಾಯುತ್ತಿದ್ದವರಂತೆ ಒಂದೇ ಸಮನೆ ಎಗರಿ ಬಂದು ಫರ್ನಾಂಡೀಸನನ್ನು ಒಂದು ಕಡೆ ಎಳೆದೊಯ್ದರು. "ಟ್ರಾನ್ಸಫರ್ ಮಾಡಿಸಿಬಿಡ್ತೀನಿ ರಂಡೆ ಮಗನೆ, ಚುಪ್" ಎಂದು ಲಂಬಾ ಕೆಂಗಣ್ಣು ಬೀರಿದಳು. ಕೊನೆಯ ಬಾರಿ ಎಂಬಂತೆ ಬಾವ್ಲಾ ಆತನ ಕೆನ್ನೆಗೆ ಜೋರಾಗಿ ಬಾರಿಸಿದಳು. ಹೊಡೆದ ಏಟಿಗೆ ಆತನ ಕಿವಿಯಲ್ಲಿ 'ಗುಯ್' ಎಂಬ ಸದ್ದು ಮೊಳಗುತ್ತಿತ್ತು. ಕೈಯಲ್ಲಿದ್ದ ಚಾಕು ಹಿಡಿದು ದೇಹ ಸೆಟೆದು ಖಾದೀಮ ನಿಂತಿದ್ದ. "ಚಲ್ ನಿಕಲ್" ಎಂದು ಲಂಬಾ ಫರ್ನಾಂಡೀಸನನ್ನು ಉಚ್ಚಾಟಿಸಿದಳು. ತೆರೆ ಬಂದು ತ್ಯಾಜ್ಯವನ್ನು ಮತ್ತೆ ಸ್ವಚ್ಛಗೊಳಿಸಿದಂತೆ ಮೌನ ಆವರಿಸಿತು.

■

ಲಂಬಾ ಫರ್ನಾಂಡೀಸನ ಎದುರು ಲಲ್ಲೆ ಹೊಡೆಯುತ್ತಾ ಮಾತಾಡುತ್ತಿದ್ದಳು. ಬಾವ್ಲಾ ಕಣ್ಣು ಮುಚ್ಚಿ ತೆಗೆಯುವಷ್ಟರಲ್ಲಿ ಕ್ಷುದ್ರ ಗ್ರಹವೊಂದು ಆಕಾಶ ದೀಪದಂತೆ ಕಣ್ಮರೆಯಾಗಿತ್ತು. "ಸಬ್ ಕಾ ಇಂಜಿನ್ ಕುಲ್ ಚುಕಾ ಹೈ ಲಂಬಾ ಜೀ" ಎಂದು ಫರ್ನಾಂಡೀಸ್ ಹಳೆಯ ದಿನ ಪತ್ರಿಕೆ ಓದುತ್ತಿದ್ದವನು ಹಾಗೇ ಮೆಲ್ಲಗೆ ಬಾವ್ಲಾಳ ಎದೆಯನ್ನೊಮ್ಮೆ ನೋಡುತ್ತಿದ್ದ. ಲಂಬಾ ಶರಾಬಿನ ಗ್ಲಾಸನ್ನು ತುಟಿಗಿಡದೆ ಬಾವ್ಲಾಳ ಉಕ್ಕುತ್ತಿದ್ದ ರೋಷವನ್ನೊಮ್ಮೆ ನೋಡಿ ಕಣ್ಣಿನಲ್ಲಿ ಇಶಾರೆ ಮಾಡಿ 'ಕೆನ್ನೆಗೆ ಹೊಡಿ' ಎಂಬಂತೆ ಹೇಳುತ್ತಿದ್ದಳು.

"ಇರು ಇರು" ಎಂದು ಕಣ್ಣಿನಲ್ಲಿ ತಾನು ಸಹ ಇಶಾರೆ ಮಾಡುತ್ತಿದ್ದ ಬಾವ್ಲಾ "ಸಾಬ್, ಏಕ್ ಬಾರ್ ದೇಕುಂಗಿ, ಮಿಲಾದೋ" ಎಂದು ಬಿನ್ನವಿಹಿಸಿಕೊಂಡಳು. "ಅರೆ ಬಾವ್ಲಾಜೀ, ಸಬ್ ಕಾ ಘರ್‌ವಾಪಸಿ ಕರ್ ಚುಕಾ ಹೈ, ಆಪ್ ಕಾ ನಾಮ್ ಬಾವ್ಲಾ ಹೈ ನಾ, ಬಹುತ್ ಸುನಾ ಹು ಮೈ" ಎಂದು ಹೇಳಿದ. ಬಾವ್ಲಾಳದೆ ಹೆಸರಿಟ್ಟುಕೊಂಡ ಹೆಂಗಸನ್ನು ದಸ್ತಗಿರಿ ಮಾಡಿದ್ದ ಫರ್ನಾಂಡೀಸಿಗೆ ಸೆರೆ ಸಿಕ್ಕವಳು ಅಸಲಿ ಬಾವ್ಲಾ ಅಲ್ಲವೆಂದು ಆ ದಿನವೇ ಅನಿಸಿತ್ತು. ಬಾವ್ಲಾ ಖಾದೀಮನಿಗೆ ಏನೋ ಇಶಾರೆ ಮಾಡಿದಳು. ಖಾದೀಮ ತನ್ನ ಉದ್ದದ ಟೀ ಶರ್ಟು ಎತ್ತಿ ಚಡ್ಡಿ ಜೇಬಿನಿಂದ ಏನನ್ನೋ ತೆಗೆದು ಅವಳ ಕೈಗೆ ಮರೆ ಮಾಡುತ್ತಾ ಕೊಟ್ಟ. ಬಾವ್ಲಾ ಲಂಗ ಸ್ವಲ್ಪ ಸಡಿಲು ಮಾಡಿ ಅದನ್ನು ಸೊಂಟಕ್ಕೆ ಸಿಗಿಸಿಕೊಂಡು ಸೀರೆಯನ್ನು ಚಕ್ಕೆಂದು ಎಳೆದುಕೊಂಡಳು.

ಪೇಪರಿನಲ್ಲಿ ಸುತ್ತಿದ್ದ ಹಣದ ಪೊಟ್ಟಣವನ್ನು ಫರ್ನಾಂಡೀಸಿನ ಕೈಗೆ ಕೊಟ್ಟು 'ಫೈಲ್ ಕ್ಲೋಜ್ ಕರ್ ದೋ ಸಾಬ್' ಎಂದು ನಾಚುತ್ತಾ ಲಂಬಾ ಉಲಿದಳು. ಅದು ನಕಲಿ ಬಾವ್ಲಾಳನ್ನು ಸೆರೆಮನೆಯಿಂದ ಬಿಡಿಸಲು ಕೊಟ್ಟ ಹಣವೆಂದು ಬಾವ್ಲಾ ಅರಿತಳು. ಅವನು ಯಾವುದೇ ಮುಜುಗರವಿಲ್ಲದೆ ಪೊಟ್ಟಣದ ವಜನು ಒಂದೆರಡು ಬಾರಿ ನೋಡಿ ಟೇಬಲ್ಲಿನ ಮೇಲೆ ಇರಿಸಿದ. ಆಗಲೇ ನಶೆಯಲ್ಲಿ ಫರ್ನಾಂಡೀಸಿನ ಕಣ್ಣುಗಳು ರೆಪ್ಪೆಯನ್ನು ಕೆಳಗೆ ಅದುಮುತ್ತಿದ್ದವು.

'ಈತನ ಕೆನ್ನೆಗೆ ಬಾರಿಸು' ಎಂದು ಹುಬ್ಬಿನಲ್ಲಿ ಲಂಬಾ ಒತ್ತಾಯ ಮಾಡಿದ ಕೂಡಲೇ ನಿಜಕ್ಕೂ ಫರ್ನಾಂಡೀಸ್ ಕೆಳಗೆ ಬಿದ್ದ. ಬಾವ್ಲಾ ಸಿಡಿಲಿನಂತೆ ಆತನ ಕೆನ್ನೆಗೆ ಬೀಸಲು ಮುಂದಾದಳು. ಆದರೆ ವಿಪರೀತ ಅಮಲಿನಲ್ಲಿದ್ದ ಫರ್ನಾಂಡೀಸ್ ದೊಪ್ಪನೆ ತನ್ನಿಂತಾನೆ ಕೆಳಗೆ ಬಿದ್ದ. "ನಿನ್ನ ಹಣೆ ಬರಹಕ್ಕೆ ಲಕ್ಷ ಹೊಡೆದಿದೆ" ಲಂಬಾ ಜೋರಾಗಿ ನಕ್ಕಳು. "ನಿನ್ನ ಕೋಪ ತಣ್ಣಗಾಗಬೇಕು ಅಂದ್ರೆ ಈ ನಾಲಾಯಕ್ ನನ್ನ ಮಗನ್ನ ಹೊಡಿಬೇಕು ನೀನು" ಎಂದು ಲಂಬಾ ಮತ್ತು ಖಾದೀಮ ಫರ್ನಾಂಡೀಸನನ್ನು ಮತ್ತೆ ಎಬ್ಬಿಸಿ ನಿಲ್ಲಿಸಿದರು. "ಹೇ ಲಂಗ್ಡಾ, ತು ಮೇರೆ ಬಚ್ಚಾ ಹೈ ತು" ಎಂದು ಮೇಲೆತ್ತಿ ಕೂರಿಸಿದ್ದ ಖಾದೀಮನ ಕೈಗೆ ಶರಾಬಿನ ಗ್ಲಾಸು ಕೊಟ್ಟು "ಬಚ್ಚಾ ಹೈ ಮೇರಾಅಅಅಅ" ಎಂದು ಫರ್ನಾಂಡೀಸ್ ತೊದಲುತ್ತಲಿದ್ದ. ಫರ್ನಾಂಡೀಸು ಜಾಕಿ ಶ್ರಾಫಿನ ಅಭಿಮಾನಿಯಾಗಿದ್ದ. ಅವನ ಹಾಗೆ ನಡೆಯುವುದು, ಅವನ ಹಾಗೆ ಭಿನ್ನ ಭಂಗಿಯಲ್ಲಿ ಕುರ್ಚಿಯ ಮೇಲೆ ಕೂರುವುದು ಅಭ್ಯಾಸವಾಗಿತ್ತು. ಬಾವ್ಲಾ ಅತೀವ ಕೋಪದಲ್ಲಿ ಫರ್ನಾಂಡೀಸನನ್ನೇ ನೋಡಿದಳು. ಆತ ಗಾಳಿಗೆ ತೂರಿಕೊಳ್ಳುವವನಂತೆ ಓಲಾಡುತ್ತಿದ್ದ. "ಮೇರೆ ಕೋ, ಘರ್ ವಾಪ್ಸಿ ಕರ್ ದೋ ಮೇಡಂ ಜೀ, ಘರ್ ವಾಪ್ಸಿ" ಎನ್ನುತ್ತಲೇ ಅಮಲಿನಲ್ಲಿ ಮತ್ತೆ ಕೆಳಕ್ಕೆ ಬಿದ್ದ.

ಬಾವ್ಲಾ ತನ್ನ ಸೊಂಟದಲ್ಲಿ ಅವಿತಿದ್ದ ಕಂಟ್ರಿ ಪಿಸ್ತೂಲ್ ತೆಗೆದು ಸೀದಾ ಫರ್ನಾಂಡೀಸಿನ ಎದೆ ಮೇಲೆ ಗುರಿಯಿಟ್ಟಳು. ಲಂಬಾ ಗಾಬರಿಯಿಂದ ಕುರ್ಚಿಯಿಂದ ಧಡಕ್ಕನೆ ಎದ್ದು "ಏನ್ ಮಾಡ್ತಿದೀಯ ಪಾಗಲ್" ಎಂದು ಬಾವ್ಲಾಳನ್ನು ಒಮ್ಮೆಲೆ

ಎಳೆದಳು. ಲಂಬಾಳನ್ನು ಲೆಕ್ಕಿಸದೆ "ನನಗೆ ನನ್ನ ಹುಡುಗಿಯರು ಬೇಕು ಕಣೋ, ಮಾಧರ್‌ಚೋದ್" ಎಂದು ಅಬ್ಬರಿಸಿದಳು. "ಉಡಾಯಿಸಿಬಿಡು ಸುವ್ವರ್‌ನ" ಎಂದು ನಾಲಿಗೆ ಕಚ್ಚಿ ಖಾದೀಮ ಬೊಬ್ಬಿರಿದ. "ನನ್ನ ಹುಡುಗಿಯರು ಕಣೋ ಅವ್ರು, ನಿನ್ನಂಥ ಸಾವ್ರ ಜನ ಪೋಲಿಸರನ್ನೆಲ್ಲಾ ನನ್ನ ಸೊಂಟದ ಕೆಳಗೆ ಪಳಗಿಸಿಬಿಟ್ಟಿದೀನಿ, ನೀನ್ಯಾವ ಸೀಮೆ ಹಲಗೆನೋ ಘರ್ ವಾಪ್ಸಿ ಮಾಡೋಕೆ, ನಂಗೆ ನನ್ನ ಹವೇಲಿ ಬೇಕು, ನನ್ನ ಹುಡುಗಿಯರು ಬೇಕು, ನಾನು ರಾಣಿ ಕಣೋ, ರಾಣಿ" ಎಂದು ಪಿಸ್ತೂಲಿನಿಂದ ಹಣೆ ಚಚ್ಚಿಕೊಂಡು ಬಾವ್ಲಾ ಅಳುತ್ತಿದ್ದಳು. ಅವಳ ಕೈಲಿದ್ದ ಕಂಟ್ರಿ ಪಿಸ್ತೂಲ್ ಗಬಕ್ಕನೆ ಕಸಿದುಕೊಂಡ ಲಂಬಾ ದೂರಕ್ಕೆ ಎಸೆದಳು. ಪಿಸ್ತೂಲ್ ಹುಡುಕಲು ಖಾದೀಮ ದುಡುದುಡು ಓಡಿದ. ಆ ಪಿಸ್ತೂಲ್ ಕಾರಂಜಿಯ ಹಳ್ಳದಲ್ಲಿ ತಪಕ್ಕನೆ ಬಿದ್ದು ಮುಳುಗಿತ್ತು.

■

ಗೋವಾದ ಪೋಲಿಸರು ಮುಟ್ಟುಗೋಲು ಹಾಕಿದ್ದ ಹವೇಲಿ ಗುಂಗೇರಾನದು. ಆ ಹವೇಲಿಯಲ್ಲಿ ಮಕ್ಕಳಿದ್ದರು, ಮುದುಕಿಯರಿದ್ದರು, ಬಾಣಂತಿಯರಿಗಾಗಿ ದೊಡ್ಡ ಹಂಡೆಯಲ್ಲಿ ಬಿಸಿ ನೀರು ಪ್ರತಿ ಮುಂಜಾನೆ ಸಂಜೆ ಎನ್ನದೆ ಸಿದ್ಧಗೊಳ್ಳುತ್ತಿತ್ತು. ಮೈಸೂರಿನಿಂದ ಒಬ್ಬ ಮೇಕಪ್ಪಿನವನು ಖಾಯಂ ಆ ಹವೇಲಿಯಲ್ಲಿ ಹುಡುಗಿಯರಿಗೆ ಕ್ರೀಮು, ಲಿಪ್‌ಸ್ಟಿಕ್ಕು, ಸೆಂಟು ಹೊಡೆಯುತ್ತಾ ಉಳಿದುಬಿಟ್ಟಿದ್ದ. ಮಕ್ಕಳು ರಾಯಭಾಗದ ಸರ್ಕಾರಿ ಶಾಲೆಗೆ ಹೋಗುತ್ತಿದ್ದರು. ಹೇಗೆ ಎಣಿಸಿದರೂ ನೂರಕ್ಕಿಂತ ಹೆಚ್ಚು ಹೆಂಗಸರೆ ಇದ್ದ ಹವೇಲಿಯಲ್ಲಿ ಪ್ರತಿ ಸಂಜೆ ರುಚಿಯಾದ ಮಾಂಸಾಹಾರ ಸಿಗುತ್ತಿತ್ತು.

ಫರ್ನಾಂಡೀಸನನ್ನು ಮನೆಯ ಕೆಲಸದಾಳುಗಳು ವಿಲ್ಲಾದ ಹಜಾರದಲ್ಲಿದ್ದ ಸೋಫಾದ ಮೇಲೆ ಮಲಗಿಸಿದ್ದರು. ಬಾವ್ಲಾಳ ಕೈಲಿದ್ದ ಶರಾಬಿನ ಗ್ಲಾಸಿನೊಳಗೆ ಅವಳ ಬೆಚ್ಚಗಿನ ಎರಡು ಹನಿ ಕಣ್ಣೀರು ಸೇರಿ ಇನ್ನೂ ಮನೋಹರವಾಗಿ ಶರಾಬಿನ ಗ್ಲಾಸು ಹೊಳೆಯುತ್ತಿತ್ತು. ಬಾವ್ಲಾಳನ್ನು ಸಾಕಷ್ಟು ಹುರಿದುಂಬಿಸಿದ ಲಂಬಾ "ನೀನು ಅಳಬೇಡ ಮೋತಿ ಚೂರ್, ನಾನು ನಿಂಗೊಂದು ಬಾರಿನ ಲೈಸೆನ್ಸ್ ತೆಗೆಸ್ತೀನಿ, ಅದನ್ನು ನೋಡ್ಕೊಂಡು ನಂಜೊತೆ ಇದ್ದುಬಿಡು" ಎಂಬೆಲ್ಲಾ ಮಾತುಗಳನ್ನು ಹೇಳಿದಳು. ಬಾವ್ಲಾಳೊಳಗಿದ್ದ ವಿಷಮ ಕೋಟೆ ಹೊತ್ತಿ ಉರಿಯುತ್ತಿತ್ತು. ಖಾದೀಮ ಲಂಬಾಳ ಕಾಲ ಕೆಳಗೆ ಕೂತು ಬಾವ್ಲಾಳನ್ನೆ ನೋಡುತ್ತಿದ್ದ. ನಿಮೀಲಿತವಾದ ಮೌನ ವರಾಂಡದಲ್ಲಿ ಹಬ್ಬಿತ್ತು.

ಲಂಬಾ ತನ್ನ ಬಾಯಿ ಕಳೆದು ಬೆಳ್ಳಿ ಪುಡಿ ತುಂಬಿಸದೇ ಹಾಗೇ ಬಿಟ್ಟ ಹುಳುಕು ಹಲ್ಲುಗಳನ್ನು ಖಾದೀಮನಿಗೆ ತೋರಿಸಿದಳು. ಬಾವ್ಲಾಳನ್ನು ಪಕ್ಕದಲ್ಲಿ ಕೂರಿಸಿಕೊಂಡು "ನಾ ಕೊಟ್ಟ ಸೊಂಟದ ಚೇನು ಎಲ್ಲಿ" ಎಂದು ಕೇಳಿದಳು. ಲಂಬಾ "ನಿನ್ನ ಸೊಂಟಕ್ಕೆ ಸೋನಾ ಚೇನು ಯಾಕೆ ಮಾಡಿಸ್ಕೊಳ್ಳಲಿಲ್ಲ" ಎಂದು ಪ್ರಶ್ನಿಸಿದಳು. "ಜಂಬೆಯ ಊರಿಗೆ

ಹೋಗೋಣ ಮತ್ತೆ, ಕುಲ್ಲಾ ಮಸ್ತಿ ಮಾಡೋಣ, ಕೆಂಪಿರುವೆ ಚಟ್ನಿ ಬೇಕು ನಂಗೆ, ಈ ಸಲ ನೀಲಗಿರಿ ಮರ ಹತ್ತಬೇಕು" ಎಂದೆಲ್ಲಾ ನಗುತ್ತಾ ಪರಸ್ಪರ ಒಪ್ಪಂದದಂತೆ ಮಾತಾಡಿಕೊಂಡರು.

ಟಿಂಗಣಿಯ ಬಗ್ಗೆ ಕೇಳಿದಳು ಲಂಬಾ. "ನನಗೆ ಗೊತ್ತಿಲ್ಲ, ಬಹುಶಃ ಸತ್ತು ಹೋಗಿರಬೇಕು" ಎಂದು ಬಾವ್ಲಾ ಹೇಳಿದಳು. "ಹೇ ಮೇರಿ ಮೋತಿ ಚೂರ್, ಇಲ್ಲಾ ಟಿಂಗಣಿ ಸತ್ತಿರಲ್ಲ, ಆತ್ಮಹತ್ಯೆ ಮಾಡ್ಕೊಂಡಿರಬೇಕು" ಎಂದು ಅಸಹ್ಯ ತಿಂದು ಉಗುಳಿದಂತೆ ಹೇಳಿದಳು ಲಂಬಾ. ಗ್ಲಾಸಿನಲ್ಲಿ ಶರಾಬು ಖಾಲಿಯಾದೊಡನೆ ಚೂರು ಶರಾಬು ಸುರಿದು ಮತ್ತೆ ಗ್ಲಾಸನ್ನು ತಯಾರು ಮಾಡುತ್ತಿದ್ದ ಖಾದೀಮನನ್ನು ಮೆಚ್ಚಿಕೊಂಡ ಲಂಬಾ ಅವನ ಟೀ ಶರ್ಟಿನ ಸಮೇತ ಎಳೆದು ಕೆನ್ನೆಗೆ ಬಲವಾಗಿ ಮುತ್ತು ಕೊಟ್ಟಳು. "ಲೇಯ್ ಲಂಗ್ಡಾ ಬಾರೋ ಇಲ್ಲಿ, ಸೂಳೆ ಮಗನೇ" ಎಂಬಂತಹ ಮಾತುಗಳನ್ನೆ ಕೇಳುತ್ತಿದ್ದ ಖಾದೀಮನಿಗೆ ಈ ಪ್ರಥಮ ಚುಂಬನದಿಂದ ದಸರಾ ಅಂಬಾರಿ ಸೇವೆಯಲ್ಲಿ ಪಾಕೀಟು ಕಳೆದುಕೊಂಡವ ಸೋತು ಹೋದಂತೆ ಒಮ್ಮೆಲೆ ನಾಚಿಕೊಂಡ. ಮೊದಲ ಮುತ್ತಿನ ಸುಖದಲ್ಲಿದ್ದ ಖಾದೀಮನ ಎದೆಯೊಳಗೆ ನೀಳ ಆಲಾಪದಲ್ಲಿ ಆಸ್ಥಾನ ಕವಿಯಾಗಿದ್ದ ಪಂಚಮ್ ಗಟ್ಟಿಯಾದ ಸಾಹಿತ್ಯ ಬರೆದು ಕಿಶೋರ್ ಹಾಡುತ್ತಿದ್ದ.

ಲಂಬಾ ನಶೆಯಲ್ಲಿದ್ದಳು. ಟಿಂಗಣಿ ಹೇಗೆ ಸತ್ತಿರಬಹುದು ಅಂತ ಹೇಳ್ತೀನಿ ಕೇಳು "ಮ್ಯೂಸಿಯಂನಲ್ಲಿ ಅಮವಾಸೆ ರಾತ್ರಿ, ಎಲ್ಲರೂ ರಜೆ ಹಾಕಿರ್ತಾರೆ, ಟಿಂಗಣಿ ನಿಂತಲ್ಲೆ ತೂಕಡಿಸ್ತಾ, ಕೆನ್ನೆ ಕೆರೆದುಕೊಳ್ತಾ ಇರ್ತಾನೆ" ಎಂದು ಉತ್ಸುಕಳಾಗಿ ಊಹೆ ಮಾಡಿ ಹೇಳುತ್ತಿದ್ದಳು. ಬಾವ್ಲಾಗೂ ಲಂಬಾ ಪೊಗದಸ್ತಾದ ರೆಕ್ಕೆ ಬಿಚ್ಚಿಕೊಂಡ ಬಿಳಿ ಬಾತುಕೋಳಿಯಂತೆ ಕಾಣುತ್ತಿದ್ದಳು. ಖಾದೀಮ ಲಂಬಾಳ ತೊಡೆ ಮೇಲೆ ಕೂತು ಕುತೂಹಲವಾಗಿ ಕೇಳುತ್ತಿದ್ದ. "ಹೀಗೆ ಕೆನ್ನೆ ಆಗಾಗ ಕೆರೆದುಕೊಳ್ಳುವಾಗ, ಹುಲಿಯ ಬೋನಿನಲ್ಲಿ ದೊಡ್ಡ ಸದ್ದು, ಇಡೀ ರಾತ್ರಿ ಬೆಚ್ಚಗಾಗುವಂತೆ ಕೇಳಿದ್ದ ಸದ್ದಿಗೆ ಟಿಂಗಣಿಯ ನಿದ್ದೆ ಕಾರವಾರದ ಬೀಚಿಗೆ ನೆಗೆದು ಬಿತ್ತು, ಸೀದಾ ಹುಲಿಯ ಬೋನಿನತ್ತ ದಾಪುಗಾಲು ಹಾಕ್ಕೊಂಡು ಬರ್ತಿದ್ದಾನೆ, ಬೋನಿನ ಎದುರು ನಿಂತು ಕೊರಳಲ್ಲಿದ್ದ ಶಿಳ್ಳೆ ತೆಗೆದು ಬಾಯಿಗಿಟ್ಟು ಕೂಗುತ್ತಾನೆ, ಬೇರೆಲ್ಲಾ ಪ್ರಾಣಿಗಳು ಎದ್ದು ಒಂದೇ ಸಮನೆ ಆರ್ಭಟಿಸುತ್ತವೆ, ಟಿಂಗಣಿಗೆ ತಲೆ ಕೆಡುತ್ತೆ, ಹುಲಿಯ ಬೋನಿನಲ್ಲಿ ಹುಲಿ ಕಾಣಿಸ್ತಿಲ್ಲ" ಎಂದು ಹೇಳುವಾಗ ಲಂಬಾಳ ಕಣ್ಣಿನೊಳಗೆ ಕಪ್ಪು ವರ್ತುಲವೊಂದು ಸುತ್ತಿಕೊಳ್ಳುತ್ತಿತ್ತು.

"ಆಮೇಲೆ" ಎಂದು ಬಾವ್ಲಾ ತನ್ನ ಆತಂಕ ಜರುಗಿಸಿದಳು. ಕೈ ಸನ್ನೆ ಮಾಡುತ್ತಾ "ಬೋನಿನಲ್ಲಿ ಹುಲಿ ಕಾಣುಸ್ತಿಲ್ಲ, ಆಮೇಲೆ, ಟಿಂಗಣಿ ಬೋನಿನೊಳಗೆ ಟಾರ್ಚು ಹಾಕಿ ನೋಡುತ್ತಾನೆ" ಎಂದು ಲಂಬಾ ಸುಮ್ಮನಾದಳು. ಖಾದೀಮ ಅವಳ ತೊಡೆಯಿಂದ ಕೆಳಗಿಳಿದು ಬಾವ್ಲಾಳ ಪಕ್ಕ ಕೂತ. ಲಂಬಾಳ ಕಣ್ಣಿನಲ್ಲಿ ಹನಿ ತುಂಬಿದೆ. ಆ ಹನಿಯೊಳಗೆ ಸಂಕಟದ ಚೂರು, ಹತಾಶ ಬದುಕಿನ ಲಾವಾರಸ ಎರಡೂ ಒಂದಕ್ಕೊಂದು ಬೆರೆತು ನೋವು ಕಿಕ್ಕಿರಿದು ನಿಂತಿತ್ತು.

ಮತ್ತೆ ಲಯಕ್ಕೆ ಮರಳಿದ ಲಂಬಾ "ಆ ಬೋನಿನೊಳಗೆ ನಾನಿದ್ದೆ ಮೇರಿ ಮೋತಿ ಚೂರ್, ನಾನಿದ್ದೆ, ನಾನು ಸೀರೆ ಉಟ್ಟು ನಿಂತಿದ್ದೆ" ಎಂದು ಗಳಗಳನೆ ಅಳಲು ಶುರು ಮಾಡಿದಳು. ನೌಕೆ ಕಳೆದುಕೊಂಡ ನಾವಿಕನಂತೆ ಬಾವ್ಲಾ ಬೇನಾಮಿಯಾಗಿ ಕೂತಿದ್ದಳು. ಲಂಬಾಳಿಗೆ ಬರುತ್ತಿದ್ದ ಅಳು ಸಾಮಾನ್ಯದ್ದಲ್ಲ, ಎರಡು ದಶಕಗಳ ಹಿಂದಿನದು. ತನುವಿನ ತಂತುವಿಗೆ ಗಾಯಗೊಂಡ ಬೆರಳಿನಿಂದ ಮೆಲ್ಲಗೆ ನುಡಿಸಿದಾಗ ಎದ್ದ ರಾಗವದು.

ಅಳುತ್ತಲೆ ಮಾತು ಶುರು ಮಾಡಿದ ಲಂಬಾ "ನಾನು ಸೀರೆ ಉಟ್ಟು ನಿಂತಿದ್ದೆ, ಟಿಂಗಣಿ ಬೋನಿನ ಚಿಲಕ ತೆಗೆದು ಬಂದ, ನಾನು ಕಾಲಿನ ತುದಿಯಲ್ಲಿ ನಾಚಿಕೆ ತೋರಿಸುತ್ತಾ ನಿಂತೆ, ಇನ್ನೂ ಇನ್ನೂ ಹತ್ತಿರಕ್ಕೆ ಬಂದ, ನನ್ನ ಸೆರಗು ಜಾರಿ ಬಿತ್ತು, ಟಿಂಗಣಿಯ ಕಣ್ಣು ನನ್ನ ಮೊಳೆತ ಮೊಲೆಯ ಮೇಲೆ ಬಿತ್ತು, ನುಗ್ಗಿ ಬಂದ, ನಾನು ಕಾಯುತ್ತಿದ್ದೆ, ನಿಗುರಿದ ನನ್ನ ಸೊಂಟಕ್ಕೆ ಕೈ ಹಾಕಿದ, ನನ್ನ ಮುಖ ಜಾರಿಕೊಂಡಿತು, ಕಿವಿಯ ಬಳಿ ಮೆಲ್ಲಗೆ ಬಿಸಿಯುಸಿರು ಬಿಟ್ಟು, ಇಂಥದ್ದೆ ಹುಲಿ ನಮ್ಮನೆಲಿ ಇದೆ ಬಾ ಎಂದ, ಭೋರ್ಗರೆದು ಅವನ ಕತ್ತಿಗೆ ಬಾಯಿ ಹಾಕಿ ಬಿಟ್ಟೆ ನಾನು, ಟಿಂಗಣಿ ಕಿಟಾರನೆ ಕಿರುಚಿಕೊಂಡ, ಪಟ್ಟು ಬಿಡದೆ ಇನ್ನಷ್ಟು ಜೋರಾಗಿ ಅವನ ಹೊಟ್ಟೆ ಬಗೆದೆ, ನನ್ನ ಬಾಯಲ್ಲಿ ರಕ್ತದ ಕೋಡಿ ಹರಿಯುತ್ತಿತ್ತು, ಚೋದಿ ಮಗ ಸತ್ತು ಹೋದ" ಎಂದು ಅತಿ ಭಾರವಾದ ನಿಟ್ಟುಸಿರು ಬಿಟ್ಟಳು. 'ಮೌನದಷ್ಟು ಚೂಪಾಗಿರುವ ಅಸ್ತ್ರ ಇನ್ನೊಂದಿಲ್ಲ' ಎಂದು ಬಾವ್ಲಾಳಿಗೆ ಮೊದಲ ಸಲ ಅನ್ನಿಸಿತು. 'ಮನುಷ್ಯನ ಸುಖಕ್ಕೆ ಕಾರಣಗಳಿರುವುದಿಲ್ಲ ಆದರೆ ದುಃಖಕ್ಕೆ, ಹತಾಶೆಗೆ, ಒಂಟಿತನದ ನಿಟ್ಟುಸಿರಿಗೆ ಬಲವಾದ ಕಾರಣಗಳಿರುತ್ತವೆ' ಎಂದು ಖಾದೀಮನಿಗೆ ಎನ್ನಿಸಿತು.

■

ಬಾವ್ಲಾ ಮತ್ತು ಖಾದೀಮ ಲಂಬಾಳನ್ನು ಅವಳ ಕೋಣೆಯೊಳಗೆ ಮಲಗಿಸಿ ಬಂದಿದ್ದರು. "ನೀನು ಮಲಗಿಕೋ ಬೆಳಿಗ್ಗೆ ಎದ್ದು ಯೋಚನೆ ಮಾಡೋಣ" ಎಂದು ಬಾವ್ಲಾ ಖಾದೀಮನನ್ನು ಎರಡನೆ ಮಹಡಿಯ ಖಾಲಿ ಕೋಣೆ ತೋರಿಸಿ ವರಾಂಡದಲ್ಲಿ ಒಂಟಿಯಾಗಿ ಕೂತಿದ್ದಳು. ಖಾದೀಮ ಅವಳನ್ನೆ ಹಿಂಬಾಲಿಸಿ ಅವಳೆದುರು ನಿಂತ. ಅವಳಿಗೀಗ ಸಮುದ್ರದ ಅಂಚಿಗೆ ಹೋಗಬೇಕು ಎಂದನ್ನಿಸಿತು. 'ಗಾಡಿ ತೆಗಿ' ಎಂದಳು ಬಾವ್ಲಾ. ಮೂರು ಚಕ್ರದ ಸ್ಕೂಟರಿನ ಮೇಲೆ ಹತ್ತಿ ಕೂತ ಖಾದೀಮ. ಬಾವ್ಲಾ ಕಿಕ್ಕರನ್ನು ಜೋರಾಗಿ ಒತ್ತಿ ಬಲ ಭಾಗದಲ್ಲಿದ್ದ ಜೋಳಿಗೆಯಂತಹ ಸೈಡ್‌ಕಾರಿನ ಜಾಗದಲ್ಲಿ ಕೂತಳು. 'ತನಗೆಲ್ಲಾ ಗೊತ್ತು' ಎಂಬಂತೆ ಖಾದೀಮ ಮಂಜು ಬಿದ್ದು ಮಸುಕಾಗಿದ್ದ ಕನ್ನಡಿಯನ್ನು ಒರೆಸಿ, ಮೆಲ್ಲಗೆ ಸ್ವಪ್ನಕ್ಕೆ ಜಾರಿದಂತೆ ಇಷ್ಟಿಷ್ಟೇ ವೇಗ ಹೆಚ್ಚಿಸುತ್ತ ಸ್ಕೂಟರಿನಲ್ಲಿ ಗೇಟಿನ ಬಳಿ ಬಂದ. ಸೆಕ್ಯುರಿಟಿ ಗಾರ್ಡು ನಿದ್ದೆಯಲ್ಲಿದ್ದ. ತ್ರಿವಿಕ್ರಮನಂತೆ ಕೂತಿದ್ದ ಖಾದೀಮನನ್ನು ನೋಡಿ 'ಎಲಾ ಇವನ' ಎಂದು ಹುಬ್ಬು ಹಾರಿಸುತ್ತಾ ಕಣ್ಣು

ಒರೆಸಿಕೊಂಡು ಗೇಟು ತೆಗೆದ. ಸ್ಕೂಟರಿನ ಜೋಳಿಗೆಯಲ್ಲಿ ಅನ್ಯಮನಸ್ಕಳಂತೆ ಕೂತಿದ್ದ ಬಾವ್ಲಾಳಿಗೆ 'ಸ್ಕೂಟರಿನಲ್ಲಿ ಕೂತಿಲ್ಲ, ನಾನಿನ್ನೂ ತಾಯಿಯ ಗರ್ಭಗುಡಿಯಲ್ಲಿದ್ದೇನೆ' ಎಂಬ ಸ್ಥೂಲ ಭಾವ ಬಂದು ರಾತ್ರಿ ಜಾವದ ಗಾಳಿಗೆ ಕೆನ್ನೆ ಅದುರಿತು.

ಖಾದೀಮ ಲಾರಿಯೊಂದರ ಕ್ಲೀನರ್ ಆಗಿದ್ದ ದಿನಗಳಲ್ಲಿ ಡ್ರೈವರುಗಳ ಬಳಿ ಹಲ್ಲು ಗಿಂಜುತ್ತಾ 'ನಾನು ಓಡಿಸುತ್ತೇನೆ ಸ್ವಲ್ಪ ದೂರ' ಎಂದು ಲಾರಿಯನ್ನು ತಕ್ಕಮಟ್ಟಿಗೆ ರಸ್ತೆಯಲ್ಲಿ ಬಿಡುತ್ತಿದ್ದ. ಡ್ರೈವರುಗಳಿಂದ ಎಗ್ಗಾಮಗ್ಗಾ ಬೈಸಿಕೊಳ್ಳುತ್ತಾ ಲಾರಿ ಸಂಭಾಳಿಸುವುದನ್ನು ಕಲಿತಿದ್ದ. ಗುಟ್ಕಾ ಜಗಿಯುತ್ತಾ "ಹಾಗೆ ತಿರುಗಿಸು, ಹೀಗೆ ಗಿಯರು ಬದಲಿಸು" ಎನ್ನುತ್ತಾ ಡ್ರೈವರು ನಿರ್ಜನ ಪ್ರದೇಶದಲ್ಲಿ ಮಾತ್ರ, ಇಲ್ಲವೇ ಘಾಟಿ ರಸ್ತೆಯ ಇಳಿಜಾರುಗಳಲ್ಲಿ ತಮ್ಮ ಸೀಟು ಬಿಟ್ಟುಕೊಡುತ್ತಿದ್ದರು. ಲಾರಿಯ ಬ್ರೇಕು ಮಾತ್ರ ತನ್ನ ಕಾಲಿಗೆ ಸಿಗುತ್ತಿರಲಿಲ್ಲ ಎನ್ನುವುದೊಂದು ಬಿಟ್ಟರೆ ಖಾದೀಮನಿಗೆ ಇನ್ಯಾವ ಕುಂದು ಕೊರತೆಗಳಿರಲಿಲ್ಲ. ಇಂತಹುದೇ ತನ್ನ ಬೆನ್ನಿಗಿದ್ದ ಅನುಭವಗಳ ಗಂಟುಮೂಟೆಗಳ ಮೂಲಕವೇ ಬಾವ್ಲಾಳನ್ನು ಕೂರಿಸಿಕೊಂಡು ಖಾದೀಮ ಹೈವೆ ರಸ್ತೆಗೆ ಸ್ಕೂಟರನ್ನು ತಂದಿದ್ದ.

ಅಗುವಾಡ ಕೋಟೆಯ ಲೈಟ್‌ಹೌಸು ತನ್ನ ಶಿಖರದಲ್ಲಿ ದೀಪ ಹಚ್ಚಿಕೊಂಡು ಸುತ್ತಲಿದ್ದ ತೆಂಗಿನ ಮರ, ಹಚ್ಚ ಹಸುರಿನ ಪ್ರಪಾತ, ಜೊತೆಗೆ ವಿಸ್ಮಯದ ಆರೋಮಾವನ್ನು ತನ್ನ ಸುಪರ್ದಿಗೆ ತಂದುಕೊಂಡಿತ್ತು. ಕೋಟೆಯ ಹಿಂದೆ ಮಾಂಡೋವಿ ನದಿ ಕತ್ತಲಿನ ಸೆರಗಿನಲ್ಲಿ ಮಂದ ಗಮನೆಯಂತೆ ಹರಿಯುತ್ತಿತ್ತು. 'ಪೋರ್ಚುಗೀಸರ ಹೈವೆ ಇದು' ಎಂದು ತನಗೆ ಮೊದಲೇ ಗೊತ್ತಿರುವಂತೆ ಖಾದೀಮ ಬಾವ್ಲಾಳಿಗೆ ಕೈ ಸನ್ನೆ ಮಾಡಿ ತೋರಿಸಿದ. ತುರುಬು ಬಿಚ್ಚಿಕೊಂಡು ಮಂಜಿನ ಸೋಪಿನಲ್ಲಿ ತನ್ನ ಬೆರಳುಗಳನ್ನು ಆಡಿಸುತ್ತಾ ಒದ್ದೆ ಗಾಳಿಯಿಂದ ತನ್ನ ಕೂದಲು ತೊಳೆದುಕೊಳ್ಳುತ್ತಿದ್ದ ಬಾವ್ಲಾ ಮತ್ತೊಂದು ಸಲ ಅಘೋಷಿತ ದೊರೆಸಾನಿಯಂತೆ ಕಂಡಳು. "ಭುಜಕೀರ್ತಿಯನ್ನು ಈ ಸ್ಕೂಟರಿನಲ್ಲಿ ಕೂರಿಸ್ಕೊಂಡು ಎಲ್ಲಾದರೂ ದೂರ ಹೋಗಿ ಬಿಡೋಣ" ಎಂದು ಖಾದೀಮ ಹೇಳಿದ. ಸ್ಕೂಟರಿನ ವೇಗಕ್ಕೆ ಕೆಟ್ಟು ಹೋದ ರೇಡಿಯೋದಿಂದ ಕ್ರಿಕೆಟ್ಟಿನ ಕಾಮೆಂಟರಿ ಕೇಳುವಂತೆ ಖಾದೀಮನ ಮಾತುಗಳು ಕೇಳಿದವು. "ಮೊದಲು ಸಮುದ್ರಕ್ಕೆ ಹೋಗೋಣ" ಎಂದಷ್ಟೇ ಬಾವ್ಲಾ ಹೇಳಿದಳು.

ಕೋಕೋ ಸಮುದ್ರ ಅಗುವಾಡ ಕೋಟೆಯಿಂದ ಎಂಟು ಕಿಲೋ ಮೀಟರು ದೂರದಲ್ಲಿತ್ತು. ರಸ್ತೆಯ ತುಂಬಾ ಉಡುಪಿ ರೆಸ್ಟುರೆಂಟುಗಳ, ಐಶಾರಾಮಿ ರೆಸಾರ್ಟ್ಗಳ ಬೆಳಕು ಸೂಸುವ ಬೋರ್ಡುಗಳು ಗಿಜಿಗುಡುತ್ತಿದ್ದವು. ಹಾಲಿನ ವ್ಯಾನುಗಳು ವೇಗವಾಗಿ ರಸ್ತೆಯಿಂದ ಓಡುತ್ತಿದ್ದವು. ಹತ್ತಿರಕ್ಕೆ ಹೋದಂತೆಲ್ಲಾ ಸಮುದ್ರದ ವಾಸನೆಯನ್ನು ಗಾಳಿ ತನ್ನ ಹೆಗಲಿಗೆ ಹೊತ್ತು ತರುತ್ತಿತ್ತು.

ತೀರದಲ್ಲಿ ವಿಶ್ರಾಂತ ಸ್ಥಿತಿಯಲ್ಲಿದ್ದ ಬಾವ್ಲಾಳ ಮೈ ಸಮುದ್ರದ ಅಗೋಚರ ದಿಕ್ಕಿನತ್ತ ಹೋಗಲು ಹಾತೊರೆಯುತ್ತಿತ್ತು. ತನ್ನ ಕೂದಲನ್ನು ಹೀಗೆ ನೀಳವಾಗಿ ನೇವರಿಸುತ್ತಲೆ ಖಾದೀಮನ ಜೇಬಲ್ಲಿದ್ದ ಸಿಗರೇಟಿನ ಪ್ಯಾಕಿಂದ ಒಂದು ಬಿಳುಪಾದ ಸಿಗರೇಟು ಕೇಳಿ

ಪಡೆದಳು. ತುಟಿಗಿಟ್ಟ ಸಿಗರೇಟಿಗೆ ಬೆಂಕಿಪೊಟ್ಟಣದ ಆಸರೆ ಬೇಕಿತ್ತು. ಒಂದೊಂದು ಕಡ್ಡಿ ಗೀರುತ್ತಾ ಸಿಗರೇಟು ಅಂಟಿಸಲು ಬಾವ್ಲಾ ಪ್ರಯತ್ನಿಸಿದಳು. ಕಿನಾರೆಯಲ್ಲಿ ಗಾಳಿ ಹೆಚ್ಚಿದ್ದರಿಂದ ಚುಯ್ಯನೆ ಕಿಡಿ ಹೊತ್ತಿಕೊಂಡು ಮತ್ತೆ ಆರಿ ಹೋಗುತ್ತಿತ್ತು. ಖಾದೀಮ ತನ್ನ ಎರಡು ಕೈಗಳನ್ನು ಗುಬ್ಬಿ ಗೂಡಿನಂತೆ ಮಾಡಿ ಅದರೊಳಗೆ ಕಿಡಿ ಆರದಂತೆ ಬೆಂಕಿ ಕಡ್ಡಿ ಗೀಚಿದ. ತೆಳು ಗಾಳಿಗೆ ಮೆಲ್ಲಗೆ ಬಳುಕುತ್ತಿದ್ದ ಕಡ್ಡಿಯ ತುದಿಯಿಂದ ಬಾವ್ಲಾ ಬಗ್ಗಿ ಸಿಗರೇಟು ಅಂಟಿಸಿಕೊಂಡು ದಟ್ಟ ಹೊಗೆಯೊಂದನ್ನು ಬಾಯಿಯಿಂದ ಕಳಿಸಿದಳು. ಆ ಹೊಗೆ ನಿರಾಕಾರದಿಂದ ಆಕಾರ ಪಡೆದು ಗಾಳಿಯೊಡನೆ ಗುದ್ದಾಡಿ ಅನಂತದತ್ತ ಸುಳಿಯಿತು.

ಏನನ್ನೋ ಪಡೆಯಲು ವೇಗವಾಗಿ ಬರುತ್ತಿದ್ದ ಅಲೆಗಳು ಬಾವ್ಲಾಳ ಕಾಲುಗಳನ್ನು ದಾಟಿ ಮತ್ತೆ ಅವಳ ಹಿಮ್ಮಡದ ಅಂಚಿನಿಂದ ಮತ್ತೆ ವಾಪಾಸು ಹೋಗುತ್ತಿದ್ದವು. ಏಕಾಂತ ಅನುಭವಿಸುತ್ತಿದ್ದ ತೆಂಗಿನ ಮರಗಳು, ಒಣಗಿದ ಉಸುಕಿದ್ದ ಜಾಗದಲ್ಲಿ ಸೈಡ್‌ಕಾರಿನ ಕೆಂಪು ಸ್ಕೂಟರು ನಿಂತಿತ್ತು. ಖಾದೀಮ ಕಾಲು ಚಾಚಿಕೊಂಡು ಅನತಿ ದೂರದಲ್ಲಿ ಕೂತಿದ್ದ. ಮೀನುಗಾರರ ದೋಣಿಗಳು ದಡದಲ್ಲಿ ಒದ್ದೆ ಉಸುಕಿನ ಜೊತೆ ಕೊಂಚ ಆಳಕ್ಕೆ ದೂಡಲ್ಪಟ್ಟಿದ್ದವು.

ಕೆಳಗೆ ಬಿದ್ದ ಕೂಡಲೇ 'ಚುಸ್' ಎಂಬ ಸದ್ದು ಮಾಡಿದ ಕೈಲಿದ್ದ ಸಿಗರೇಟಿನ ಹತ್ತಿಯಂತಹ ಬುಡವನ್ನು ಯಾವುದೋ ಅಲೆ ಕೊಚ್ಚಿಕೊಂಡು ಹೋಗಿತ್ತು. ಬಾವ್ಲಾ ನಿರ್ಮೋಹಿಯಾಗಿ ತನ್ನ ಆಳದಲ್ಲಿ ಹುಗಿದ ಬಂಡೆಯನ್ನು ಕಲ್ಪನೆಯ ಚಾಣದಿಂದ ನಿಧಾನಕ್ಕೆ ಕೆತ್ತುತ್ತಿದ್ದಳು. ಆ ಬಂಡೆ ಮೆಲ್ಲಗೆ ಭುಜಕೀರ್ತಿಯ ರೂಪ ಪಡೆದು ಅವಳಿಗಿಂತ ಒಂದು ಫೂಟು ಎತ್ತರವಾಗಿ ಹೊರಬಂತು. ಖಾದೀಮ ಕಾಲು ಚಾಚಿ ಕೂತಿದ್ದವನು ಸ್ಕೂಟರಿನ ಬಳಿ ಓಡಿ ಹೋಗಿ ಅದರ ಜೋಳಿಗೆಯಲ್ಲಿ ಮಗುವಿನಂತೆ ಕುಂಡಿ ಮೇಲೆ ಮಾಡಿಕೊಂಡು ನಿದ್ರಿಸುತ್ತಿದ್ದ.

ಭುಜಕೀರ್ತಿಯ ರೂಪ ಒಪ್ಪವಾಗಿ, ಗೆರೆ ಹೊಡೆದಂತೆ ಬಂಡೆಯಿಂದ ಬಂದಿತಾದರೂ ಜೀವವಿರಲಿಲ್ಲ. ಬಾವ್ಲಾ ಭುಜಕೀರ್ತಿಯ ಎದೆಯ ಮೇಲೆ ಕೈಯಿಟ್ಟು ಜೀವ ತುಂಬಿಸಲು ನೋಡಿದಳು. ಅಲೆಯೊಳಗೆ ಬೊಗಸೆ ಮಾಡಿ ನೀರು ತಂದು ಭುಜಕೀರ್ತಿಯ ಎದೆಗೆ ಸುರಿದಳು. ಬಂಡೆಗೆ ಜೀವ ಬಂದು ಕಣ್ಣು ಮಿಟುಕಿಸಿ ಸುಮ್ಮನಾಯಿತು. ಬಾವ್ಲಾ ಮತ್ತೆ ನೀರು ತಂದು ಎದೆಗೆ ಸುರಿಯುತ್ತಾ ಹೋದಳು. ಅವಳು ಆತಂಕದಿಂದ ಓಡಿ ಬರುವಷ್ಟರಲ್ಲಿ ಬೊಗಸೆಯೊಳಗೆ ಸ್ವಲ್ಪವೇ ಉಳಿದಿದ್ದ ನೀರಿನಿಂದ ಬಂಡೆಯಿಂದ ಜೀವ ತಳೆದ ಮೂರ್ತಿ ಸ್ವಲ್ಪ ಕಣ್ಣು ತೆರೆದು ಮತ್ತೆ ಮುಚ್ಚಿಕೊಳ್ಳುತ್ತಿತ್ತು. "ಖಾದೀಮ, ಖಾದೀಮ" ಎಂದು ಜೋರು ಜೋರಾಗಿ ಬಾವ್ಲಾ ಕಿರುಚಿದಳು. ಆದರೆ ಕಿರುಚಿದ ಬಾಯಿಯಿಂದ ಧ್ವನಿ ಹೊರಡಿಸಲಿಲ್ಲ. ಯಾರೋ ಬಾಯಿ ಕಟ್ಟಿ ಹಾಕಿದಂತಾಯಿತು.

ಎಷ್ಟೇ ಕಷ್ಟಪಟ್ಟು ತಿಣುಕಿದರೂ ಭುಜಕೀರ್ತಿಯನ್ನು ಅಲೆಗಳ ಬಳಿಗೆ ಕರೆದೊಯ್ಯಲಾಗಲಿಲ್ಲ. ಸಮಯ ಕಳೆದಂತೆಲ್ಲಾ ಭುಜಕೀರ್ತಿಯಂತೆ ರೂಪುಗೊಂಡಿದ್ದ

ಮೂರ್ತಿ ಮತ್ತೆ ಯಥಾ ಸ್ಥಿತಿಗೆ ಬಂಡೆಯಾಗುತ್ತಾ ಹೋಗುತ್ತಿತ್ತು. ಅವಸರವಾಗಿ ಭುಜಕೀರ್ತಿಯನ್ನು ಎಳೆಯುತ್ತಾ ಅಳುತ್ತಿದ್ದ ಬಾವ್ಲಾ ಅಲೆಗಳ ಬಳಿ ಬಂದಳು. ಆದರೆ ಅಲೆಗಳು ಹಿಂದ ಹಿಂದಕ್ಕೆ ಹೋಗುತ್ತಿದ್ದವು. ಅಲೆಗಳು ತಾಕಿದೊಡನೆ ಜೀವ ಬಂದಂತೆ ಎಚ್ಚರವಾಗುತ್ತಿದ್ದ ಭುಜಕೀರ್ತಿ ಪುನಃ ಆಗರ್ಭ ಬಂಡೆಯಾಗಿ ಬಿಡುತ್ತಿದ್ದ. ಹೀಗೆ ಇಷ್ಟಿಷ್ಟೇ ದೂರ ಎಳೆಯುತ್ತಾ ಎಳೆಯುತ್ತಾ ಸಮುದ್ರದ ಮಧ್ಯಕ್ಕೆ ಬಂದಿದ್ದಳು ಬಾವ್ಲಾ. ಆದರೆ ಸಮುದ್ರ ಮಾತ್ರ ಅವಳು ಬಂದಷ್ಟೆ ದೂರಕ್ಕೆ ಹಿಂದೆ ಹೋಗಿತ್ತು.

ಮುಖ ಮಾತ್ರ ಭುಜಕೀರ್ತಿಯಂತೆ ಕಾಣುತ್ತಿದ್ದುದು ಬಿಟ್ಟರೆ ಉಳಿದೆಲ್ಲ ಭಾಗಗಳು ಪುನಃ ಬಂಡೆಯಾಗಿ ಬಿಟ್ಟಿದ್ದವು. ಬಾವ್ಲಾ ಅತಿ ದುಬಾರಿಯಾದ ನಿಟ್ಟುಸಿರು ಬಿಟ್ಟು ಆಕ್ರಂದಿಸಿದಳು. ಸೋತ ರಟ್ಟೆಯಿಂದ ಸಮುದ್ರಕ್ಕೆ ಕೈ ಮುಗಿದು ರೋದಿಸಿದಳು. ಕುಸಿದು ಕೂತಳು. ಮಾಯಾಕದಂತೆ ಮತ್ತೆ ಸಮುದ್ರ ಸುನಾಮಿಯಂತೆ ತನ್ನತ್ತ ಬರುತ್ತಿರುವುದನ್ನು ನೋಡಿ ಬಾವ್ಲಾ ಎದೆಯುಬ್ಬಿಸಿ ಖುಷಿಯಿಂದ ನಡೆದಳು. ರಭಸವಾಗಿ ಬಂದ ಸುನಾಮಿ ಅಲೆಗೆ ಭುಜಕೀರ್ತಿಗೆ ಪೂರ್ತಿ ಜೀವ ಬಂದಿತ್ತು. ಬಾವ್ಲಾ ಬೇನಾಮಿ ಅಲೆಯೊಳಗೆ ಮರೆಯಾಗಿದ್ದಳು. ಸಮುದ್ರದ ಕಿನಾರೆಯ ಉಸುಕಿನಲ್ಲಿ ಬುಳಕ್ಕೆಂದು ಎದ್ದ ಏಡಿ ತನ್ನ ಮೇಲಿದ್ದ ರಾಡಿ ಜಾಡಿಸುತ್ತಾ ರಿಮೋಟು ಕಾರಿನಂತೆ ಅತ್ತ ಇತ್ತ ಚಲಿಸುತ್ತ ಖಾದೀಮನ ದಿಕ್ಕಿನತ್ತ ವಾಲಿತು.

ಪಕಡು

ಆ ಬೆಚ್ಚಗಿನ ನಿರಂಕುಶ ಏಟಿಗೆ ಮೊಳೆ ಡೊಂಕಾಗಿ ಕೆಳಗೆ ಬಿದ್ದಿತ್ತು. ಸುತ್ತಿಗೆ ಎತ್ತಲೋ ಬಿಸಾಕಿ, ಎಡಗೈಯನ್ನು ಬಲಗೈಯಲ್ಲಿ ಅದುಮಿಕೊಂಡು "ಅವ್ವಾ ಅವ್ವಾ" ಎಂದು ಓಡಿ ಹೋಗಿ, ದೇಹದಲ್ಲಿದ್ದ ಕಸುವು ಕಿತ್ತು ಬರುವಷ್ಟು ಕೂಗಿಕೊಂಡು, ಅರ್ಧದಷ್ಟು ನೀರಿದ್ದ ಹಿತ್ತಾಳೆ ಕೊಡಪಾನಕ್ಕೆ ಎಡಗೈಯನ್ನು ಅದ್ದಿದವನು ಇಂಗ್ಲಿ. ಹೆಬ್ಬೆರಳು ತುಸು ಛಿದ್ರಗೊಂಡಿದ್ದರಿಂದ ನರಮ್ಮಾದ ರಕ್ತ ನೀಲಿ ಶಾಯಿಯ ಪೆನ್ನಿನಂತೆ ಬುಳುಬುಳು ಸೋರಿ ಇಂಗ್ಲಿ ಓಡಿ ಬಂದ ಹಾದಿಯನ್ನು ತೋರಿಸಿತ್ತು. ಕೊಡಪಾನದಲ್ಲಿದ್ದ ನೀರು ಇವತ್ತಿನದಲ್ಲ, ನೆನ್ನೆಯದಲ್ಲ. ಬರೊಬ್ಬರಿ ನಾಲ್ಕು ತಿಂಗಳಿನದು. ಯಾವುದೋ ಬಾವಿಯ ನೀರಲ್ಲವದು. ರಾಮೇಶ್ವರದಿಂದ ಕಾಂತಾಬಾಯಿ ತಂದಿದ್ದು. ಇಂಗ್ಲಿ ನೀರಿನೊಳಗೆ ಕೈ ಅದ್ದಿದ ಪರಿಣಾಮವೇನೋ ಪದರ ಪದರಗಳು ರಕ್ತದ ಜೊತೆ ಮಿಳಿತಗೊಂಡು ಕೆಂಪು ಸಮುದ್ರ ಹೊತ್ತು ತಂದ ತ್ಯಾಜ್ಯದಂತೆ ನೀರು ಕಾಣುತ್ತಿತ್ತು.

ಸ್ವಲ್ಪ ಹೊತ್ತು ಹಾಗೇ ಕುಕ್ಕರಗಾಲಿನಲ್ಲಿ ಕೂತು ನೀರಿಗೆ ಅದ್ದಿದ ಕೈಯನ್ನು ಅಲುಗಾಡಿಸದಿದ್ದ ಇಂಗ್ಲಿ ಕುತೂಹಲದಿಂದ ಕೊಡಪಾನದೊಳಗೆ ಬೆರಗಾಗಿ ನೋಡಿದ. ಅವನ ಇಡೀ ಎಡಗೈ ಕೊಡಪಾನದ ಆಳಕ್ಕೆ ಹೋಗಿತ್ತು. ಹೆಬ್ಬೆರಳು ಮೆಲ್ಲಗೆ ಕಂಪಿಸುತ್ತಾ ಬಣ್ಣದಲಿ ಮಿಂದ ಕುಂಚ ನೀರಿನಲ್ಲಿ ತನ್ನ ಬಣ್ಣ ನಿಧಾನವಾಗಿ ಕಳಚುವಂತೆ ರಕ್ತ ಪಸರಿಸುತ್ತಿತ್ತು. ರಕ್ತ ಚಿಮ್ಮುವಾಗಿನ ನೋವು ಈಗಿಲ್ಲ ಎನಿಸಿತು. ತನಗೂ ಗೊತ್ತಾಗದಂತೆ ಇಂಗ್ಲಿ ಕೈಯನ್ನು ಹಿಂದಕ್ಕೆ ಎಳೆದುಕೊಂಡ. ಕೂಡಿಟ್ಟುಕೊಂಡ ಅಸ್ಖಲಿತ ನೋವು ಮತ್ತೆ ಹೆಚ್ಚಾಯಿತು. ಇಂಗ್ಲಿ ಮತ್ತೆ ನೀರಿನೊಳಗೆ ಕೈ ಅದ್ದಿದ. ಈ ಬಾರಿ ಹೆಬ್ಬೆರಳು ಕೊಂಚ ಡೊಂಕಾದಂತೆ, ತುಸು ದಪ್ಪಗೆ, ಅಸ್ಪಷ್ಟವಾಗಿ ಕಂಡಿತು.

ಇಂಗ್ಲಿ ಒಂದು ಫೋಟೋ ನೇತು ಹಾಕಲು ಜಾಗ ಹುಡುಕುತ್ತಿದ್ದ. ಎಲ್ಲಿಯೂ ಆ ಫೋಟೋಗೆ ಅರ್ಧ ಘೂಟು ಜಾಗ ಸಿಗದೆ ಹುಡುಕುತ್ತಿದ್ದಾಗ "ನನ್ನ ಬಳಿ ಬಾ"

ಎಂದು ಶೌಚಾಲಯದ ಅಂಗಳ ಕೈ ಬೀಸಿ ಇಂಗ್ಲಿಯನ್ನು ಕರೆದಿತ್ತು. ಹನ್ನೆರಡು ವರ್ಷದ ಇಂಗ್ಲಿ ರಮಾಕಾಂತನ ಹಾಗೆ ತುಸು ಎತ್ತರವಿದ್ದರೂ ಕೆಳಗೆ ಒಂದು ಕುರ್ಚಿ ಹಾಕಿ ತನ್ನ ಕೈಗೆ ಸಿಕ್ಕ ಎತ್ತರದಲ್ಲೆ ಫೋಟೋದ ಸಮೇತ ಮೊಳೆ ಹೊಡೆಯಲು ಹೋಗಿ ಕೈ ಜಜ್ಜಿಕೊಂಡಿದ್ದ. ಯಾವಾಗಲೋ ರಮಾಕಾಂತ ದಟ್ಟ ಮೀಸೆಯಲ್ಲಿ ಮೌನವಾಗಿ ಕಪ್ಪು ಕೋಟಿನಲ್ಲಿ ತೆಗೆಸಿಕೊಂಡಿದ್ದ ಭಾವಚಿತ್ರಕ್ಕೆ ಫ್ರೇಮು ಹಾಕಿಸಿ ಪಕಡು ನೆನ್ನೆ ರಾತ್ರಿ ತೆಗೆದುಕೊಂಡು ಬಂದಿದ್ದ. ಮನೆಯಲ್ಲಿ ರಮಾಕಾಂತನ ಹನ್ನೊಂದನೆಯ ತಿಥಿ ಯಶಸ್ವಿಯಾಗಿ ನಡೆಯುತ್ತಿತ್ತು. ಆದರೆ ರಮಾಕಾಂತನ ಫೋಟೋ ನೇತು ಹಾಕಲು ಯಾರಿಗೂ ಪರಿವೆಯೇ ಇರಲಿಲ್ಲ. ಎಲ್ಲಿ ನೋಡಿದರೂ ಕಾಂತಾಬಾಯಿಯ ಫೋಟೋಗಳು. ಆ ಫೋಟೋಗಳಲ್ಲಿ ಕಾಂತಾಬಾಯಿ ನಿಂಬೆಹಣ್ಣು, ತುಳಸಿ ಮಾಲೆ, ಕೋಡುಬಳೆ, ಚಕ್ಕುಲಿ, ಸೇಬಿನ ಹಾರಗಳನ್ನೆ ಹಾಕಿಸಿಕೊಂಡು ಜನ ಜಾತ್ರೆಯೊಳಗೆ ತೆಗಿಸಿದ್ದ ಫೋಟೋಗಳೇ ಮನೆಯ ತುಂಬ ಕಾಣುತ್ತಿದ್ದವು. ಎಲ್ಲಾ ಫೋಟೋಗಳಲ್ಲಿ ಕಾಂತಾಬಾಯಿಯ ಬಲಗಡೆ ಊದುಕಡ್ಡಿ ಹಿಡಿದು ಪಕಡು ನಿಲ್ಲುವ ಭಂಗಿ, ಹೂವಿನ ಕರಗ ತಲೆ ಮೇಲೆ ಹೊತ್ತು ಆವೇಶದಿಂದ ಕುಣಿಯುತ್ತಿರುವ ಕಾಂತಾಬಾಯಿ, ಸುತ್ತಲೂ ಜನಸ್ತೋಮ ಸಾಮಾನ್ಯವಾಗಿತ್ತು.

■

ಕಾಂತಾಬಾಯಿಯನ್ನು ನೋಡಲು ದೂರದ ಊರಿಂದ, ಸಕಲ ಇಕ್ಕೆಲಗಳಿಂದ ಜನರು ಹರಿದು ಬರುತ್ತಿದ್ದರು. ಯಾವಾಗಲೂ ಮನೆಯಲ್ಲಿ ಜನ. ಈ ಗದ್ದಲದಲ್ಲಿ "ಅವ್ವಾ ಅವ್ವಾ" ಎಂದು ಇಂಗ್ಲಿ ಕೂಗಿದ್ದು ಕಾಂತಾಬಾಯಿಗೇನು ಮನೆಯ ಕಿಟಕಿ ಬಾಗಿಲುಗಳಿಗೂ ಕೇಳಿರಕ್ಕಿಲ್ಲ. ಕಾಂತಾಬಾಯಿಯ ಮೈಮೇಲೆ ಗ್ರಾಮದೇವತೆ 'ಬುಗುಡಿಯಮ್ಮ' ಮೈದುಂಬುತ್ತಿದ್ದಳು. ವಾರಕ್ಕೊಮ್ಮೆಯೋ ತಿಂಗಳಿಗೊಮ್ಮೆಯೋ ಅಲ್ಲ. ಪ್ರತಿದಿನ. ಹಣ್ಣು ಕಾಯಿ, ಕೋಳಿ ಕುರಿ, ಪೂಜಾ ಸಾಮಾನು ಅಂತೆಲ್ಲಾ ಮನೆಯಲ್ಲಿ ಓಡಾಟ. ಬೆಳಗ್ಗೆ ನಾಷ್ಟಕ್ಕೆಂದೇ ಒಂದು ದೊಡ್ಡ ಹರಿವಾಣದಲ್ಲಿ ಅಕ್ಕಿ ಬೇಯಿಸಬೇಕಿತ್ತು. ಸಂತೆಗೆ ಹೋಗಿ ದಿನಸಿ, ಕಾಯಿಪಲ್ಲೆ, ಶುಕ್ರವಾರ, ಮಂಗಳವಾರ, ಕಾಳ ಅಮವಾಸ್ಯೆಗಳ ದಿನದಂದು ದೂರದಿಂದ ಬರುವ ಜನರಿಗೆಂದೆ ಮೀಸಲು ಬಸ್ಸುಗಳ ಸೇವೆಯನ್ನು ಪಕಡು ಮಾಡುತ್ತಿದ್ದ. ಪಕಡು ಕಾಂತಾಬಾಯಿಯ ಗಂಡ. ಆದರೆ ಇಂಗ್ಲಿಯ ತಂದೆಯಲ್ಲ. ಇಂಗ್ಲಿಯ ತಂದೆ ಕಾಂತಾಬಾಯಿಯ ಜ್ವರಕ್ಕೆ ವೈದ್ಯರನ್ನು ಕರೆದುಕೊಂಡು ಬರಲು ಹೊರಟವನು ಮನೆಗೆ ಮತ್ತೆ ಮರಳಿರಲಿಲ್ಲ.

ಪಕಡು ಕಾಂತಾಬಾಯಿಯೊಡನೆ ಆಗಿದ್ದು ಮೂರನೇ ಮದುವೆ. ಕಾಂತಾಬಾಯಿಗೆ ಹೇಳಿದ್ದು ಮಾತ್ರ ಒಂದನೇ ಮದುವೆಯೆಂದು. ದುರದೃಷ್ಟಕ್ಕೆ ಪಕಡುವಿಗೆ ನಿಜವೇ ಹೇಳಲು ಬರುತ್ತಿರಲಿಲ್ಲ. ಸುಮ್ಮನೆಯಾದರೂ ಸುಳ್ಳು ಹೇಳಬೇಕು ಅವನು. ಜೇಬಲ್ಲಿದ್ದುದು ಹತ್ತು ರೂಪಾಯಿಯಾದರೆ ಅವನ ಬಾಯಲ್ಲಿ ಅದು ಸಾವಿರ ರೂಪಾಯಿ. ಬಾಲ್ಯದಿಂದಲೂ

ನಿಮಿಷ ನಿಮಿಷಕ್ಕೊಂದು ಸುಳ್ಳು ಹೇಳಿ ಅನ್ನ, ಆಶ್ರಯ ಖಾತ್ರಿ ಮಾಡಿಕೊಂಡೇ ತಿರುಗಿದ ಪಕಡುವಿಗೆ ಸ್ವಂತ ಊರೆಂಬುದೇ ಇರಲಿಲ್ಲ. ಎಲ್ಲಾದರೂ ಪಕಡು ಎರಡು ದಿನ ತನ್ನ ಬಿಡಾರ ಬಿಟ್ಟರೆ ಅದೇ ತನ್ನ ಊರೆಂದು ಹೇಳಿಕೊಳ್ಳುತ್ತಿದ್ದ. ಬದುಕುತ್ತಿದ್ದ. ಮೊದಮೊದಲು ತನ್ನ ತಾಂಡಾದ ಜನರೊಡನೆ ನದಿ ಪಕ್ಕವೋ, ಬಂಡೆ ಪಕ್ಕವೋ ತಮ್ಮ ಮೆಟಡೋರ್ ನಿಲ್ಲಿಸಿಕೊಂಡು ಕಾಯಿಲೆ, ಕಸಾಲೆ, ಪೌರುಷಕ್ಕೆ, ಮಂಡಿನೋವು, ತಲೆ ಬೋಳಾದ ಮಂದಿಗೆ ಔಷಧ, ತೈಲ ಮಾರಿಕೊಂಡು ದಿನ ಕಳೆಯುತ್ತಿದ್ದ. ತಾಂಡಾದ ಜನರೂ ಸಹ ಅವನ ಪರಿಚಯದವರಲ್ಲ. ಒಂದು ವಾರದ ಹಿಂದೆ ಬರೀ ಅವನ ಮಾತಿನ ಮೋಡಿಗೆ, ಅಥವಾ ಸುಳ್ಳಿನ ಕಂತೆಗೆ ಬೆರಗಾದವರು ಅಷ್ಟೇ. ಹೀಗೆ ಒಂದೊಂದೇ ಮೋಹಕ ಸುಳ್ಳು ಹೇಳಿ ಹೇಳಿ ಕಾಂತಾಬಾಯಿಯನ್ನು ಒಲಿಸಿ ಮದುವೆಯಾಗಿದ್ದ. 'ರಮಾಕಾಂತ ವೈದ್ಯರನ್ನು ಕರೆದುಕೊಂಡು ಬರಲು ಹೋಗಿರಲಿಲ್ಲ, ತನ್ನೊಡನೆ ಬಾಳಲು ಆಗದೆ ಕೋಳಿ ಮಾರುವವಳ ಹಿಂದೆ ಎದ್ದು ಹೋದ' ಎಂದು ಕಾಂತಾಬಾಯಿಯೇನು ಇಡೀ ಚಾಳಿನ ಮಂದಿ ಗುನುಗುತ್ತಿದ್ದರು.

ಕಾಂತಾಬಾಯಿಗೆ ತನ್ನ ಗಂಡನನ್ನು ಹದ್ದುಬಸ್ತಿನಲ್ಲಿಡಲು ಬಹಳ ಖುಷಿ. ಏನಾದರೂ ಅವಳದೇ ನಡೆಯಬೇಕಿತ್ತು. ರಮಾಕಾಂತನದು ಪೂರಾ ಉಲ್ಟಾ. ಸ್ವತಂತ್ರ ಮನೋಭಾವದವನು. ಯಾರಿಂದಲೂ ಸಾಲ ಕೇಳುತ್ತಿರಲಿಲ್ಲ. ಅವನು ಯಾರಿಗೂ ಸಾಲ ಕೊಡುತ್ತಿರಲಿಲ್ಲ. ಚಾಳಿನಲ್ಲಿ ಯಾರಾದರೂ ಸಿಕ್ಕಿ ಮಾತಾಡಿಸಿದರೆ ತಲೆ ಎತ್ತದೆ ಮಾತಾಡಿ ಹೊರಟುಬಿಡುತ್ತಿದ್ದ. ಅಲ್ಲಿನ ಮಕ್ಕಳು ಅವನನ್ನು 'ಬೋಲ್ ಬಚ್ಚನ್' ಎಂದು ರೇಗಿಸುತ್ತಿದ್ದರು. ಗಂಡಸೆಂದರೆ ಒಂದು ಔರಾ ಇರಬೇಕು, ಎದೆ ಸೆಟೆದು ನಿಲ್ಲಬೇಕು, ನಾಲಕ್ಕು ಮಂದಿ ಠಕ್ಕರನ್ನು ಸದೆ ಬಡಿಯಬೇಕು, ಮೀಸೆ ತಿರುವಿ ನಡೆಯಬೇಕು ಆದರೆ ಹೆಂಡತಿ ಮಾತು ಕೇಳಬೇಕು ಎಂಬೆಲ್ಲಾ ಜನ್ಮಾಂತರದ ಆಸೆ ಇಟ್ಟುಕೊಂಡಿದ್ದ ಕಾಂತಾಳಿಗೆ ದುರಂತ ಕಂಡಂತಾಗಿತ್ತು.

ರಮಾಕಾಂತ ಏನಾದರೂ ಮಾತು ಕೇಳದಿದ್ದರೆ ಮೊದಲೆಲ್ಲಾ ಅಕ್ಕ ಪಕ್ಕದ ಜನರನ್ನು ಒಟ್ಟುಗೂಡಿಸಿ ಇಡೀ ಭೂತ ವರ್ತಮಾನದ ಶಿಕಾಯತ್ತುಗಳನ್ನು ಎತ್ತಿ ಹಿಡಿದು ಗೆಲ್ಲುತ್ತಿದ್ದ ಕಾಂತಾ ಹೊಸದೊಂದು ಬಣ್ಣ ಹಚ್ಚಿಕೊಂಡಿದ್ದಳು. "ಸುಸ್ತು ಸುಸ್ತು, ಯಾರೋ ಮೈಮೇಲೆ ಬಿದ್ದಾಂಗಾಗಿದೆ, ಕಣ್ಣೆಲ್ಲಾ ಮಬ್ಬು, ಗೆಜ್ಜೆ ಕಟ್ಕಂಡು ಕುಣಿಬೇಕು, ತಕತಕ ಅಂತ ಜಿಗಿಬೇಕು, ರಕ್ತ ಕುಡಿಬೇಕು ಅಂತ ಅನ್ನಿಸ್ತಿದೆ" ಎಂದು ರಾತ್ರೋ ರಾತ್ರಿ ಎದ್ದು ವಿಚಿತ್ರವಾಗಿ ವರ್ತಿಸುತ್ತಿದ್ದಳು. ರಮಾಕಾಂತನಿಗೆ ಹುಚ್ಚು ಹಿಡಿದಂತಾಗುತ್ತಿತ್ತು. ಮೊದಲು ಬಾಜು ಮಂದಿಗಳನ್ನೆಲ್ಲಾ ಕರೆಸಿ ಹಕೀಕತ್ತು ನಡಸುತ್ತಿದ್ದವಳು ಇದೇನು ಹೊಸ ವರಸೆ ಎಂದು ಚಪ್ಪಲಿ ಹಾಕಿಕೊಂಡು ಹೊರಟುಬಿಡುತ್ತಿದ್ದ. ಕಾದ ಹೆಂಚು ಸ್ವಲ್ಪ ತಣ್ಣಗಾದ ಮೇಲೆ ಕಾಂತಾಳಿಂದ ದೂರ ಮಲಗಿದ್ದು, ಮೆಲ್ಲಗೆ ಕಣ್ಣು ಬಿಟ್ಟು ಆಕೆಯನ್ನೊಮ್ಮೆ ನೋಡುತ್ತಿದ್ದ. ಕಾಂತಾ ಉದ್ದಕ್ಕೆ ನಾಲಿಗೆ ಚಾಚಿಕೊಂಡೇ ಗಂಡನತ್ತ ನೋಡಿ ಹೆದರಿಸುತ್ತಿದ್ದಳು. ರಮಾಕಾಂತ 'ಅಯ್ಯಯಮ್ಮ' ಎಂದು ಹೆದರಿ ಮತ್ತೆ ಚಪ್ಪಲಿ ಹಾಕಿಕೊಳ್ಳದೇ ಓಡಿ ಹೋಗುತ್ತಿದ್ದ.

ಕಾಂತಾಬಾಯಿಯ ದಿನಕ್ಕೊಂದು ಅವತಾರ ನೋಡಿ ರಮಾಕಾಂತನ ನಂತರ ಚಾಳಿನ ಜನ ಹೆದರತೊಡಗಿದರು. ಆಕೆಯನ್ನು ಸಂತೈಸಲು ನಾಲ್ಕೈದು ಮಂದಿ ಜಿಗಿದಾಡಿ ಹಿಡಿಯಬೇಕಿತ್ತು. ಕ್ಯಾತೆ ತೆಗೆದು ಜಗಳ ಮಾಡಿಕೊಳ್ಳಲು ಉತ್ಸುಕಳಾಗಿದ್ದ ಕಾಂತಾಳಿಗೆ ಗಂಡ ಹೆದರಿ ಓಡಿ ಹೋಗುತ್ತಿದ್ದಾನೆ ಎಂಬ ಅಂಶವೇ ಇನ್ನಷ್ಟು ಅವಳಲ್ಲಿ ಉತ್ಸಾಹ ತುಂಬಿತ್ತು. ಮೊದಲಾದರೆ ಅಕ್ಕಪಕ್ಕದ ಜನ ಬಂದು 'ಹೊಂದಿಕೊಂಡು ಹೋಗಪ್ಪಾ' ಎಂದಾಗಲೆಲ್ಲಾ ಕ್ಯಾರೆ ಎನ್ನದೇ ಸುಮ್ಮನಾಗುತ್ತಿದ್ದ ರಮಾಕಾಂತನಿಗೆ ಇದೀಗ ಹೊಸ ಫಜೀತಿ ತಲೆಗೆ ಗುಂಡು ಹೊಡೆದಿತ್ತು. ಸರಿ ಎಂದು ಒಂದಷ್ಟು ದಿನ ಮನೆಗೆ ಹೋಗುವುದನ್ನು ಬಿಟ್ಟ ರಮಾಕಾಂತ ತನ್ನ ಅಂಗಡಿಯಲ್ಲಿ ಹೊಸದೊಂದು ಲೋಕ ಸೃಷ್ಟಿಸಿಕೊಂಡು ಹಾಯಾಗಿದ್ದ. ತಮಾಷೆಯೆಂದರೆ ರೇಷನ್ನು ಕಾರ್ಡಿನಲ್ಲಿ ಮಾತ್ರ ಗಂಡ ಹೆಂಡತಿಯರ ಫೋಟೋ ನೋಡಲು ಸಿಗುತ್ತಿತ್ತೇ ಹೊರತು ಇನ್ನುಳಿದ ಯಾವುದರಲ್ಲೂ ಇವರಿಬ್ಬರು ಗಂಡ ಹೆಂಡತಿ ಎಂದು ಹೇಳುವುದಿರಲಿ ಊಹಿಸಿಕೊಳ್ಳುವುದೂ ಆಶ್ಚರ್ಯಕರ. ಮದುವೆಯಾದ ಹೊಸತರಲ್ಲಿ ಮಾತ್ರ ಕಾಂತಾಬಾಯಿಯ ತಂದೆ ತಾಯಿ ಒಂದೆರಡು ಬಾರಿ ಬಂದು ಹೋದವರಷ್ಟೇ ಮತ್ತವರ ಸುದ್ದಿ ಇಲ್ಲ. ಸ್ವಂತದ್ದೊಂದು ಚಪ್ಪಲಿ ದುಖಾನೊಂದನ್ನು ಇಟ್ಟುಕೊಂಡಿದ್ದಾನೆ ಅಳಿಯ, ಯಾವುದೇ ಚಟಗಳಿಲ್ಲ ಎಂಬುದರ ಹೊರತಾಗಿ ಕಾಂತಾಳ ಪ್ರೇಮ ಪ್ರಕರಣಗಳೆಲ್ಲಾ ಬೆಳಕಿಗೆ ಬಂದು ಇನ್ನು ಮಗಳು ಕೈತಪ್ಪಿ ಹೋಗುತ್ತಾಳೆಂದು ಮುಲಾಜಿಲ್ಲದೆ ತಮ್ಮ ಜಾತಿಯವನೆಂದು, ಅನಾಥನಾದರೂ ಪರವಾಗಿಲ್ಲ ಎಂದು ಮದುವೆ ಮಾಡಿಕೊಟ್ಟಿದ್ದರು.

ಕಾಂತಾ ಕಾಲೇಜು ಮೆಟ್ಟಿಲು ಹತ್ತುವ ಮುಂಚೆಯೇ ಹತ್ತಾರು ಹುಡುಗರನ್ನು ಮೋಹಿಸಿ ಯಾರೊಬ್ಬರೂ ಇವಳಿಗೆ ಸರಿಹೊಂದದೆ ಎಲ್ಲರೊಟ್ಟಿಗೆ ಏನಾದರೂ ನೆಪ ತೆಗೆದು ವಂಚಿಸುತ್ತಿದ್ದಳು. ಬಹುತೇಕ ಹುಡುಗರ ಎದುರು ತನ್ನದು 'ಮೂಲಾ ನಕ್ಷತ್ರ' ಎಂದೇ ನಂಬಿಸಿದ್ದಳು. ಕಾಲೇಜು ಮುಗಿಯುವಷ್ಟರಲ್ಲಿ ಕಾಂತಾಳಿಗೆ ಸೆಕ್ಸ್‌ಬಾಂಬ್, ಕಾಯಿನ್‌ಬೂತ್, ಮೆಹರುನ್ನಿಸಾ, ಏಟು ಗಿರಾಕಿ – ಎಂಬೆಲ್ಲಾ ಕೀರ್ತಿ ಬಿರುದುಗಳು ಸಿಕ್ಕಿದ್ದವು. ಭೂಗೋಳ ಶಾಸ್ತ್ರ ಕಲಿಸುತ್ತಿದ್ದ ಅತಿಥಿ ಉಪನ್ಯಾಸಕನೊಡನೆ ಕಾಂತಾ ಮನೆಯಲ್ಲಿದ್ದ ಬಟ್ಟೆ ಬರೆ ನಗದು ತುಂಬಿಕೊಂಡು ಪೂನಾಕ್ಕೆ ಓಡಿ ಹೋಗಿದ್ದಳು. ಅಲ್ಲೊಂದು ವಾರ ಸುತ್ತಾಡಿ ಕಾಸೆಲ್ಲಾ ಖರ್ಚಾದ ಮೇಲೆ ಉಪನ್ಯಾಸಕ ಅತಿಥಿಯಂತೆ ಆಕೆಯ ಮನೆಯ ಬೀದಿಯಲ್ಲಿ ಬಿಟ್ಟು ಹೋಗಿದ್ದ. ಕಾಂತಾ ಕೊಂಚವೂ ವಿಷಾದ, ಸಂಕಟ, ದುಃಖ ಅನುಭವಿಸದೆ ಮನೆಯ ಬಾಗಿಲು ಬಡಿದಿದ್ದಳು. ಮನೆಯಲ್ಲೊಂದಿಷ್ಟು ಲಫಡಾ, ಮನಸ್ತಾಪ ಬಿಟ್ಟರೆ ಉಳಿದೆಲ್ಲವೂ ಸುಖಾಂತ್ಯದಿಂದ ಮುಗಿದಿತ್ತು. ಈ ಪ್ರಹಸನದ ಒಂದು ತಿಂಗಳ ಬಳಿಕ ಕಾಂತಾಳ ಮದುವೆ ನಡೆದಿತ್ತು. ಕಾಂತಾ ಯಾವ ಬೇಸರದ ಪಳೆಯುಳಿಕೆ ಕಾಣಿಸದೇ ನಗುತ್ತಲೇ ಮದುವೆಗೆ ಸಮ್ಮತಿಸಿದ್ದಳು.

■

ಪ್ರಸ್ತದ ರಾತ್ರಿಯೇ ಕಾಂತಾಬಾಯಿ ರಮಾಕಾಂತನ ಪೌರುಷ ಅಣಕಿಸಿದ್ದಳು. ಮದುವೆ ಊಟದಲ್ಲಿ ಪಾಯಸ ಕೊಂಚ ಹೆಚ್ಚು ತಿಂದಿದ್ದರಿಂದ ರಮಾಕಾಂತನಿಗೆ ಹೊಟ್ಟೆ ನೋವು. ಎಂತದೋ ಅಸಮಾಧಾನ. ಗಂಡನೊಂದಿಗೆ ಮೊದಲ ರಾತ್ರಿಯ ಸಲುಗೆ, ರಹಸ್ಯ, ಅವಶ್ಯ ಮಾರ್ಗಗಳನ್ನು ಕಿವಿಯಲ್ಲಿ ಉಸುರಲು ಬಂದ ತಾಯಿಗೆ 'ನಂಗೆಲ್ಲಾ ಗೊತ್ತಿದೆ' ಅಂತ ಹಾಲಿನ ಚೊಂಬು ಹಿಡಿದು ಒಳಗೆ ಬಂದಿದ್ದ ಕಾಂತಾಳಿಗೆ ಸಿಡಿಲಿನ ಕಿಡಿ ಕಣ್ಣಿಗೆ ಚುಚ್ಚಿತ್ತು. ರಮಾಕಾಂತ ಬೆವೆತು ಹೋಗಿ, ಮಕಾಡೆ ಮಲಗಿ, ಉಸಿರನ್ನು ಮೇಲೆ ಕೆಳಗೆ ಮಾಡುತ್ತಿದ್ದ. ಅದೆಷ್ಟೋ ಬಾರಿ ಪಾಯಿಖಾನೆಯಲ್ಲಿ ಕೂತು ಎದ್ದದ್ದರಿಂದ ಅಸಹಜ ಮುಖ ಕಳೆ, ನಿಸ್ತೇಜ ಕಣ್ಣುಗಳಿಂದ ಅಸ್ವಸ್ಥನಾಗಿದ್ದ. ಹಾಲಿನ ಚೊಂಬು ಮೂಲೆಗೆ ಜೋರಾಗಿ ಸದ್ದು ಮಾಡುವಂತೆ ಎಸೆದು, ಬೇರೊಂದು ಕೋಣೆಗೆ ಹೋಗಿ ಪೂನಾದಿಂದ ತಂದಿದ್ದ ಬ್ಯಾಗನ್ನು ಕಾಂತಾ ಬಿಚ್ಚಿದ್ದಳು.

ಅದೊಂದು ಚಂದದ ಬ್ಯಾಗು. ಹತ್ತಿ ಬಟ್ಟೆಯಲ್ಲಿ ಹೆಣೆದ ನಾಜೂಕು ನೇಯ್ಗೆಗಳು. ಕೆಂಪು ಬಿಳಿ ಸಾಲುಗಳು, ದೀಪ ಹಿಡಿದು ನಿಂತ ಕನ್ನಿಕೆಯರನ್ನು ಹೋಲುತ್ತಿದ್ದ ಚಿತ್ರಗಳು, ಪೂನಾದಲ್ಲಿ ಹನ್ನೆರಡು ನೂರು ಕೊಟ್ಟು ಖರೀದಿಸಿದ್ದು. ಸುಮಾರು ಎರಡು ಫೂಟು ಉದ್ದ. "ಇಲ್ಲಿ ನೋಡು ಕಾಂತಾ ಬ್ಯಾಗನ್ನು ಸ್ಪರ್ಶಿಸಿದರೆ ಮಗುವಿನ ಕುಂಡಿಯನ್ನು ಮುಟ್ಟಿದಂತೆ ಅನ್ನಿಸ್ತಿದೆ" ಎಂದು ಉಪನ್ಯಾಸಕ ಹೇಳಿದರೆ "ಯಾಕೆ ನನ್ನ ಕುಂಡಿ ಮುಟ್ಟಿದಾಗ ಹಾಗೆ ಅನ್ನಿಸೋದಿಲ್ವ ನಿನಗೆ" ಎಂದು ಕಾಂತಾ ನಕ್ಕಿದ್ದಳು. ನಂತರ ಊರಿನಿಂದ ತಂದ ಬಟ್ಟೆಗಳನ್ನೆಲ್ಲಾ ಕೊಡವುತ್ತಾ ಸಮುದ್ರ ತೀರದ ಎದುರು ನಾಲ್ಕಾರು ಬಾರಿ ಮಡಚಿ ಒಳಗಿಟ್ಟಿದ್ದು, ಪ್ರತಿ ಬಾರಿ ಮಡಚುವಾಗ ಉಪನ್ಯಾಸಕ ಕೆನ್ನೆಗೆ ಮುತ್ತಿಟ್ಟಿದ್ದು, ತನ್ನ ಉಬ್ಬಿದ ಎದೆಯೊಳಗೆ ಕೈ ಹಾಕಿ, ಮೈ ಕಾವು ಹೆಚ್ಚಿಸಿದ್ದೆಲ್ಲಾ ಈಗ ಕಾಂತಾಳಿಗೆ ನೆನಪಾಯಿತು. ಬ್ಯಾಗಿನೊಳಗೆ ಉಪನ್ಯಾಸಕ ಉಳಿಸಿದ ಅನೇಕ ನೆನಪುಗಳು ಬೆಚ್ಚಗೆ ಅವಿತು ಕೆಣಕುತ್ತಿದ್ದವು. ಬ್ಯಾಗನ್ನು ಅದರ ಪಾಡಿಗೆ ಬಿಟ್ಟು ದಿಂಬಿಗೆ ತಲೆಕೊಟ್ಟು ಹಾಗೇ ಕಾಂತಾ ಕಣ್ಮುಚ್ಚಿದಳು. ಕಣ್ಣ ಮುಂದೆ ಪೂನಾ ಗೋಚರಿಸಿತು.

ಅಲ್ಲಿನ ಹವಾಮಾನ, ಜನರು, ತಳ್ಳುಗಾಡಿಯ ಮೇಲೆ ಶರಬತ್ತು, ಸೇಂದಿ ಬಾಟಲಿ ಮಾರುವ ವ್ಯಾಪಾರಿಗಳು, ಇನ್ನೊಂದು ಗುಪ್ತ ದ್ವಾರದಲ್ಲಿ ಚಿಕ್ಕ ಚಿಕ್ಕ ಕೋಣೆಯನ್ನು ಗಂಟೆಗಳ ಲೆಕ್ಕದಲ್ಲಿ ಬಾಡಿಗೆಗೆ ಕೊಡುವ ವಿಚಿತ್ರ ನೋಟದ ಹೆಂಗಸರು. ಆ ಚಿಕ್ಕ ಕೋಣೆಯಲ್ಲಿ ಗಂಡು ಹೆಣ್ಣು ಬತ್ತಲೆಯಾಗಿ ವಿವಿಧ ಭಂಗಿಯಲ್ಲಿ ತೆಗೆಸಿ ಅಂಟಿಸಿದ ಪೋಸ್ಟರುಗಳ ಗಹನ ಗೋಡೆ. ಆಹ್, ಕಾಂತಾಳಿಗೆ ನಿದ್ರೆ ಹತ್ತಲಿಲ್ಲ. ಎದ್ದು ಕೂತು ಬ್ಯಾಗಿನೊಳಗಿದ್ದ ಸ್ವತ್ತುಗಳನ್ನು ರಪರಪನೆ ಎಸೆದು ತಳದಲ್ಲಿ ಕೂತ ಪುಸ್ತಕ ಕೈಗೆತ್ತಿಕೊಂಡಳು.

'ಸೆಕ್ಸ್ ಅಟ್ ಫಾರೆಸ್ಟ್' ಪುಸ್ತಕ ಕೊಳ್ಳುವಾಗ ಉಪನ್ಯಾಸಕ ನಾಚಿದನೇ ಹೊರತು ಕಾಂತಾ ಉಹುಂ ಮಿಸುಕಾಡಲಿಲ್ಲ. ಅಂಗ್ರೇಜಿ ಭಾಷೆಯಲ್ಲಿದ್ದ ಪುಸ್ತಕ ಕಂಡು "ನಮ್ಮ ಭಾಷೆದು ಸಿಗುತ್ತಾ ಕೇಳು" ಎಂದು ಉಪನ್ಯಾಸಕ ಹೇಳಿದ. "ಇದಕ್ಕೆ ಭಾಷೆ ಬೇರೆ ಕೇಡು, ಭಾವ ಸಾಕಾಗಲ್ವ" ಎಂದು ಕಿಚಾಯಿಸಿದರೆ "ನಿನಗೇನಮ್ಮ ಎಲ್ಲ ಅರ್ಥ

ಆಗುತ್ತೆ, ನನ್ನ ಪಾಡೇನು" ಎಂದ. "ನಾನು ಮೊದಲು ಓದಿ ಆಮೇಲೆ ನಿನಗೆ ಹೇಳಿ ಕೊಡ್ತೀನಿ" ಎಂದು ಕಾಂತಾ ಹುಬ್ಬೇರಿಸಿ ಪುಸ್ತಕಕ್ಕೆ ನಲವತ್ತು ರೂಪಾಯಿ ಕೊಟ್ಟಳು. ಇಬ್ಬರಿಗೂ ಮದುವೆಯಾಗಬೇಕು ಎಂಬ ಯಾವ ಉತ್ಕಟ ವೇದನೆ ಇರಲಿಲ್ಲ. ಪೂನಾದಲ್ಲಿ ಇದ್ದಷ್ಟು ದಿನ ಖರ್ಚು ವೆಚ್ಚವನ್ನೆಲ್ಲಾ ಕಾಂತಾಳೇ ಭರಿಸಿದಳು. ಹಗಲು ರಾತ್ರಿ ಪುಸ್ತಕ ಓದುವುದು, ಹಾಸಿಗೆಯಲ್ಲಿ ಒದ್ದಾಡಿ, ಆಕ್ರಂದನ ಅನುಭವಿಸಿ, ಮೈ ಚರ್ಮ ಸುಲಿದು ಬರುವಂತೆ ಮುದ್ದಾಡಿ, ಉನ್ಮತ್ತದ ಶಿಖರ ತಲುಪಿ ಸಮುದ್ರದ ಕಿನಾರೆಯಲ್ಲಿ ದೂರ ದೂರಕ್ಕೆ ಕೂತು ಮೌನವಾಗಿ ಆನಂದಕ್ಕೆ ಜಪಿಸುವುದು. ಇಳಿ ಸಂಜೆ ಪಾನಮತ್ತರಾಗಿ ಕೈಕೈ ಹಿಡಿದು ಗಲ್ಲಿ ಗಲ್ಲಿಗಳ ಅಂಗಡಿ ಹೆಸರುಗಳನ್ನು ಓದುತ್ತಾ ಸಾಗುವುದು ಅಭ್ಯಾಸವಾಗಿತ್ತು. ಹೀಗೆ ಒಂದೊಂದಾಗಿ ನೆನಪಿನ ಸುಳಿಯಿಂದ ಎಲ್ಲವೂ ಬಿಚ್ಚಿಕೊಳ್ಳುತ್ತಾ ಕಾಂತಾ ಉಸಿರು ಕಟ್ಟಿದ್ದಳು. ಪುಸ್ತಕ ಓದುತ್ತಾ ಅವಳ ಮೈ ಉಗಿಬಂಡಿಯಂತೆ ಕಂಪಿಸುತ್ತಾ ಬೆವೆತಳು. ಆಕೆಯ ಬೆರಳುಗಳು ಪ್ರತಿ ಅಂಗ್ರೇಜಿ ಅಕ್ಷರಗಳ ಮುದ್ದಿಸುತ್ತಾ ಉದ್ರೇಕಿಸಿ ರೋಮ ರೋಮಗಳಿಗೆಲ್ಲ ಕಿಚ್ಚು ಹತ್ತಿಸಿಕೊಂಡು ಅನಾಹುತ ಆಗುವ ಮೊದಲೇ ಪುಸ್ತಕ ಮುಚ್ಚಿಟ್ಟು ಧೀಡೀರನೇ ಸ್ನಾನದ ಕೋಣೆಗೆ ಹೋಗಿ ನಾಲ್ಕು ಬಿಂದಿಗೆ ತಣ್ಣೀರು ಸುರಿದುಕೊಂಡಳು. ನಡುರಾತ್ರಿ ನೀರಿನ ಸಪ್ಪಳ ಕೇಳಿಸಿಕೊಂಡು ಕಾಂತಾಳ ತಾಯಿ "ಏನಾಯ್ತು" ಎಂದು ಕೇಳಿದರೆ "ಏನಿಲ್ಲ ಮಾಮೂಲಿ" ಎಂದಿದ್ದಳು ಕಾಂತಾ.

■

ಲಕ್ಷ್ಮೀ ಟಾಕೀಸಿನ ಎದುರು ಒಂದು ಪುಟ್ಟ ಮರದ ಬಾಕ್ಸಿನಂತಿರುವ ಜಾಗದೊಳಗೆ ರಮಾಕಾಂತ ಚಪ್ಪಲಿ ಹೊಲಿಯುತ್ತಿದ್ದ. ಉಳಿತಾಯ ಆಗದಿದ್ದರೂ ಹೊಟ್ಟೆಗೆ, ಗಡ್ಡದ ಚೌರಕ್ಕೆ ಮೋಸ ಆಗಲಾರದಷ್ಟು ಕಸುಬು ನಡೆಯುತ್ತಿತ್ತು. ಸ್ಥಳೀಯ ಜಾತಿ ಮುಖಂಡನಿಂದ ಬಹಳ ಮುಲಾಜು ಬಳಸಿ ಪೆಟ್ಟಿಗೆ ಅಂಗಡಿ ಮಾಡಿಕೊಂಡಿದ್ದ ರಮಾಕಾಂತ. ಈ ಮುಂಚೆ ಅದೇ ಜಾಗದಲ್ಲಿ ಪ್ಲಾಸ್ಟಿಕ್ ಚೀಲ ಹಾಸಿ ಕಬ್ಬಿಣದ ಟೂಲ್ಸ್ ಬಾಕ್ಸು, ಒಂದೆರಡು ಹಳೆಯ ಬೂಟುಗಳಿಗೆ ಪಾಲಿಶ್ ಹಾಕಿದ ಜೋಡಿಗಳನ್ನು ಇಟ್ಟು ಜೀವನ ನಡೆಸುತ್ತಿದ್ದವನಿಗೆ ಕಳೆದ ಎರಡು ವರ್ಷದ ಹಿಂದೆ "ಬಾಬು ಜಗಜೀವನರಾಮ್ ಯೋಜನೆಯಡಿ ಪೆಟ್ಟಿಗೆ ಅಂಗಡಿ ಕೊಡ್ತಾರೆ, ಅರ್ಜಿ ಬರೆದ್ಹಾಕಿ ಒಂದು ನೆರಳು ಮಾಡಿಕೋ" ಎಂದಾಗ ರಮಾಕಾಂತನ ಎದೆಯಲ್ಲಿ ಹಸಿರು ಚಿಗುರಿ ಕುಣಿದಂತಾಗಿತ್ತು. "ಬೇವರ್ಸಿಯ ಹಾಗೆ ಅಪ್ಪ ಕೂತ ಜಾಗದಲ್ಲಿ ನಾನೊಂದು ಪೆಟ್ಟಿಗೆ ಇಟ್ಟು ಜೀವನ ನಡೆಸುವವನಿದ್ದೇನೆ" ಎಂಬ ನಿಶ್ಯಬ್ದ ಲಹರಿಯೇ ಅವನ ಬದುಕು ಸಾರ್ಥಕ ಮಾಡಿತ್ತು.

ರಮಾಕಾಂತನ ತಂದೆ ಸೆರೆ ಕುಡಿಯಲು ದುಡ್ಡಿಲ್ಲದೆ ಹೋದರೆ 'ಸಂತಾನ' ಗುಜರಿಗೆ ಹಾಕಿ ತನ್ನ ಬೇನೆ ತೀರಿಸಿಕೊಳ್ಳುತ್ತಿದ್ದವನು. ಸಂತಾನ ಎಂದರೆ ಎರಕ

ಹೊಯ್ದು ಕಬ್ಬಿಣದ ಲಾಸ್ಟ್. ಕಬ್ಬಿಣದ ಲಾಸ್ಟ್ ಎಂದರೆ ಶೂ ಆಕಾರದ ಮೂರು ಕಾಲಿನ ಮುಖ. ಗಮ್ಮು ಬಿಚ್ಚಿಕೊಂಡ ಬೂಟನ್ನು ಉಲ್ಟಾ ತಿರುಗಿಸಿ ಈ ಕಬ್ಬಿಣದ ಲಾಸ್ಟಿಗೆ ಸಿಗಿಸಿ ಬೂಟಿನ ತಳಕ್ಕೆ ಕೊಡ್ತಿಯಿಂದ ಬಡಿದು ನೆಟ್ಟಗೆ ಮಾಡುತ್ತಿದ್ದ ಮೂರು ಕಿಲೋ ತೂಕದ ಖರೆ ಕಬ್ಬಿಣ. ಮೋಚಿದಾರದ ಉಂಡೆ ಬಿಚ್ಚಿ ಕಾಲಿಗೆ ಒಂದು ತುದಿ ಕಟ್ಟಿ ಇನ್ನೊಂದು ದಾರದ ತುದಿಗೆ ಮೇಣ ಹಚ್ಚಿ ಹಚ್ಚಿ ದಾರವನ್ನು ಕಂದು ಬಣ್ಣ ಬರುವವರೆಗೆ ನೀವುತ್ತಾ ಗಿರಾಕಿಗಳ ಚಪ್ಪಲಿಗೆ ಟೈಟಾದ ಹೊಲಿಗೆ ಹಾಕುತ್ತಿದ್ದವನು. ಆದರೆ ರಮಾಕಾಂತನ ಕಾಲಕ್ಕೆ ಸಿದ್ಧ ನೈಲಾನು ದಾರಗಳು ದೊರಕಿದವು. ಜೀವನ ಸುಧಾರಿಸಿದ ತಕ್ಷಣ ರಮಾಕಾಂತ ಒಂದು ಹೊಲಿಗೆ ಹಾಕಿದ ಜಾಗಕ್ಕೆ ಒಂದೆರಡು ರೂಪಾಯಿ ಹೆಚ್ಚಿಸಿದ. ಕಪ್ಪು ಪಾಲಿಶು ಹದಿನೈದು, ಬ್ರೌನು ಪಾಲಿಶು ಇಪ್ಪತ್ತು ರೂಪಾಯಿ. ಮತ್ತೆ ಅವನ ಕೌಶಲಕ್ಕೆ ಹೆಸರುವಾಸಿಯಾದ ಜುರುಕಿ ಕಾಲ್ಮರಿಗೆ ಏಳು ನೂರು ರೂಪಾಯಿ ನಿಗದಿಪಡಿಸಿದ. ಕುರಿ ಕಾಯುವ ಮಂದಿ, ರಸ್ತೆ ರಿಪೇರಿ ಮಾಡುವವರು, ಸಂತೆಗೆ ಜಾನುವಾರು ಹೊಡೆಯುವವರು ಹೀಗೆ ಸಾಕಷ್ಟು ಮಂದಿ ರಮಾಕಾಂತನ ಬಳಿ ಮೊದಲಿನಿಂದಲೂ ಪಾಳಿ ಹಚ್ಚುತ್ತಿದ್ದರು. ಒಂದೇ ಏಟಿಗೆ ರೇಟು ಹೆಚ್ಚಿಸಿದ್ದರ ಕಾರಣ ಯಾರೂ ಕೇಳಲಿಲ್ಲ. ಗಟ್ಟಿ ನೂಲಿನ ಉಂಡೆ, ಜೇನುತುಪ್ಪದಂತ ಗಮ್ಮು, ಚರ್ಮದ ಪಟ್ಟಿ, ಹಳೆಯ ಲಾರಿ ಬಸ್ಸಿನ ಟೈರು, ಫಸ್ಟ್‌ಕ್ವಾಲಿಟಿ ಪಾಲಿಶಿನ ಡಬ್ಬಿಗಳು ಹೀಗೆ ಎಲ್ಲದರ ಮೂಲ ಬೆಲೆ ಏರುತ್ತಿತ್ತು. ಎಲ್ಲಕ್ಕಿಂತ ಹೆಚ್ಚಾಗಿ ಈಗ ರಮಾಕಾಂತ ಮಳೆಯಲ್ಲಿ ನೆನೆಯುತ್ತಿರಲಿಲ್ಲ, ಬಿಸಿಲಲ್ಲಿ ಒಣಗುತ್ತಿರಲಿಲ್ಲ. ಎಷ್ಟೋ ಹಳೆಯ ಸಂಜೆಗಳು ಅವನನ್ನು ಮಳೆಯಲ್ಲಿ ಹೈರಾಣಾಗಿಸಿದ್ದವು. ಕಬ್ಬಿಣದ ಟೂಲ್ಸ್ ಬಾಕ್ಸು ಹಿಡಿದುಕೊಂಡು ಯಾವುದಾದರೂ ಮಳಿಗೆ ಮುಂದೆ ನಿಂತಾಗ ರಮಾಕಾಂತನಿಗೆ “ಅತ್ತತ್ತ ಹೋಗಿ ನಿಂತ್ಕ”, “ಮುನ್ಸಿಪಾಲಿಟಿ” ಎಂಬಂತಹ ಮಾತುಗಳು ಕೇಳುತ್ತಿದ್ದವು. ಒಮ್ಮೆಯಂತೂ ರಮಾಕಾಂತ ನಿಂತ ಜಾಗಕ್ಕೆ ಒಂದು ಬಿಂದಿಗೆ ನೀರು ಸುರಿದಿದ್ದು ಕಂಡು ಕೋಪದಿಂದ ತನ್ನದೇ ಶರ್ಟು ಹರಿದುಕೊಂಡು ‘ಚೋದಿ ಮಗ್ನೆ’ ಎಂದು ಹೊಡೆಯಲು ಮುಂದಾಗಿದ್ದ. ಅಂದಿನಿಂದ ಆಕ್ರೋಶದ ಹಣತೆ ಅವನಲ್ಲಿ ಭಗ್ಗನೆ ಹೊತ್ತಿಕೊಂಡಿತ್ತು.

ಗ್ರಾಹಕರು ಇದ್ದಾಗ “ಒಂದು ಮಿನೀಟ್ ಚಾ ಕುಡ್ಕಂಡು ಬತ್ತೀನಿ” ಎಂದು ಕೆಲಸ ಬಿಟ್ಟು ಎದ್ದು ಹೋಗುತ್ತಿದ್ದವನ ಬಳಿಗೆ ಚಹಾ ಕಪ್ಪುಗಳ ಕುತುಬ್ ಮಿನಾರು ಮಾಡಿಕೊಂಡು, ಸಿಲ್ವರಿನ ಆಕರ್ಷಕ ಚಹಾ ಪೀಪಾಯಿ ಹಿಡಿದುಕೊಂಡು ಚೋಟು ಬರತೊಡಗಿದ. ಎದುರು ನಿಂತ ಗ್ರಾಹಕರಿಗೆಲ್ಲ ಜುಲುಮೆಯಿಂದ “ಕುಡೀರಿ ಕಾಕು, ಕುಡೀರಿ ಅಕ್ಕೋರೆ” ಎಂದು ರಮಾಕಾಂತ ಪುಗಸಟ್ಟೆ ಚಹಾ ಕುಡಿಸುತ್ತಿದ್ದ. ನಾಲ್ಕೈದು ಪಾಲೀಶು ಬ್ರಶ್ಶುಗಳಿದ್ದ ಪೆಟ್ಟಿಗೆ ಅಂಗಡಿಯೊಳಗೆ ಶೈನಿಂಗ್ ಬ್ರಶ್ಶಿಗೆ ಅತಿ ಮುತುವರ್ಜಿ. ಅದನ್ನು ಸ್ವಲ್ಪವೂ ಧೂಳಾಗದಂತೆ ನೋಡಿಕೊಳ್ಳುತ್ತಿದ್ದ ರಮಾಕಾಂತ ಪುರುಸೊತ್ತಿದ್ದಾಗ ತೊಗಲಿನ ಶೀಟುಗಳನ್ನು ಮಾರ್ಕು ಮಾಡಿಕೊಂಡು ಉಳಿಯಿಂದ ಕತ್ತರಿಸುತ್ತಿದ್ದ. ‘ಮಟ್ಕಾದ ಓಪನ್ ನಂಬರ್ ಏನು, ಕ್ಲೋಸ್ ನಂಬರ್ ಏನು’

ಎಂದು ವಿಚಾರಿಸಲು ಅಂಗಡಿಗೆ ಟೈಲರಿನವನು, ಗರಾಜಿನವನು ಹೀಗೆ ಹತ್ತಾರು ಮಂದಿ ಬಂದು ರಮಾಕಾಂತನ ಸಂಸಾರ, ಹೆಂಡತಿಯ ಬಗ್ಗೆ ಕೇಳುತ್ತಾ, "ಯಾಕೆ ಮಗು ಮಾಡ್ಕೊಳಲ್ವೆ, ಯಾಕೋ ಡಲ್ಲಾಗಿದ್ದೀಯಲ್ಲಪ್ಪ" ಎಂಬಂತಹ ವಿಷಯಗಳೇ ಹೆಚ್ಚು ಚರ್ಚೆಗೆ ಬರುತ್ತಿದ್ದವು. ರಮಾಕಾಂತನಿಗೂ ಇಂತಹ ಎಲ್ಲಾ ಚರ್ಚೆಗಳು ಒಪ್ಪಿತವಾಗಿದ್ದವು. ತಾನು ಮನಬಿಚ್ಚಿ ಮನೆಯಲ್ಲಿ ನಡೆದಿದ್ದನ್ನು, ತಿಂಡಿ ಬಾಕ್ಸು ಕೊಡುವಾಗ ಕಾಂತಾಬಾಯಿ ಮುಖ ತಿವಿದು ಕಳಿಸಿದ್ದನ್ನು, ಅನ್ನಕ್ಕೆ ಬೇಕಂತಲೇ ಉಪ್ಪು ಜಾಸ್ತಿ ಹಾಕುವುದನ್ನು, ಇನ್ನೂ ಮುಂದುವರೆದು ಕೋಳಿ ಸಾರು ಮಾಡಿದಾಗ ಬರೀ ಶೇರ್ವಾ ಉಳಿಸಿ, ತನಗೆ ಒಂದು ಪೀಸು ಬಿಡದೆ ಖಾಲಿಮಾಡುತ್ತಾಳೆ ಎಂಬಂತಹ ಜುಜುಬಿ ವರದಿಗಳನ್ನು ಹೇಳತೊಡಗಿದ.

ಸಂತೆಗೆ ಗಿರಿರಾಜ ಕೋಳಿ ಮಾರಲು ಬರುತ್ತಿದ್ದ ಗಿರಿಜಾ ವ್ಯಾಪಾರ ಆಗದೆ ಉಳಿದ ಕೋಳಿಯನ್ನು ಕೊಟ್ಟು "ಬೆಳ್ಳುಳ್ಳಿ, ಶುಂಠಿ ಒಂದು ಮುಟಿಗೆ ಜ್ಯಾಸ್ತಿ ಹಾಕ್ಸಿ, ಮಟನ್‌ಮಸಾಲೆ ಇಟ್ಟು ಸಾರ್ ಮಾಡ್ಸು, ಗಂ ಅಂತದೆ" ಎಂದು ಹೇಳಿದಳು. "ಸುಮ್ಕಿರು ಗಿರ್ಜಾ, ಅವನೌನ್, ಒಂದು ಮೂಳೆ ಬಿಡ್ದಂಗೆ ತಿಂದಾಕ್ತಾಳೆ, ಯಾವ ಕೋಳಿನು ಬೇಡ" ಎಂದು ರಮಾಕಾಂತ ಮಾತಾಡಿಬಿಟ್ಟ. "ಮದುವೆಯಾಗಿ ಒಂದ್ ವರ್ಸ ಆದ್ರೂ ಹೆಂಡ್ತಿನ ಬಗ್ಗಿಸಲಿಲ್ವಲ್ಲ ನೀನು, ಬಾ ನಮ್ ಹಟ್ಟಿಗೆ, ಬ್ಯಾಡ ನನ್‌ಗಂಡ ಏನ್‌ಕಮ್ಮಿ ಇದ್ನ, ರಾತ್ರಿಕೆ ಕುಡ್ಕಂಡು ಬಂದು ಸೊಂಟ ಮುರಿಯವ್ನು" ಎಂದಳು ಗಿರಿಜಾ. ಮೀಸೆಯಡಿ ನಗುತ್ತಾ "ನಾನು ಸೊಂಟ ಮುರಿಬೇಕು ಅನ್ಕೊತೀನಿ, ಹತ್ರಕ್ಕೆ ಬಿಡಿಸ್ಕಳಲ್ಲ ಗಿರ್ಜಾ ಅವ್ಳು, ಏನ್ಮಾಡೋದು" ಎಂದ. "ಏನ್ಮಾಡೋದು ಅಂದ್ರೆ, ಗಂಡಸಲ್ವ ನೀನು, ಮಂಚದಾಗೆ ಮನಿಕ್ಕಂಡಿದ್ದಾಗ ಎದೆ ಅಮುಕ್ಕೊಂಡು ಕೆಡವಿಕೊಳೋದಪ್ಪ" ಎಂದು ಗಿರಿಜಾ ಹೇಳಿದಾಗ ರಮಾಕಾಂತ ಕಣ್ಣರಳಿಸಿ ಅವಳನ್ನೆ ನೋಡಿದ. ಗಿರಿಜಾಳ ಕಣ್ಣಿನಲ್ಲಿ ಸಂಜೆ ಹಕ್ಕಿಯೊಂದು ಪಟಪಟನೆ ರೆಕ್ಕೆ ಬಿಚ್ಚಿ ಹಾರಿತ್ತು.

ಹಾಗೂ ಹೀಗೂ ದಾಂಪತ್ಯದ ಎರಡನೇ ವರ್ಷದಲ್ಲಿ ಕಾಂತಾಬಾಯಿ ಪುಷ್ಪವತಿಯಾದಳು. ಆಕೆಗೆ ಮಗು ಬೇಕಿರಲಿಲ್ಲ ಎಂಬುವುದು ಮಗುವಿಗೆ ಹಾಲೂಡಿಸುವುದರಲ್ಲೆ ಗೊತ್ತಾಗುತ್ತಿತ್ತು. "ಶನಿ, ಕುಡಿ ಕುಡಿ" ಎಂದು ಚೆಂಡಿನಂತಹ ಮೊಲೆಯನ್ನು ಮಗುವಿನ ಮೂತಿಗೆ ರಭಸವಾಗಿ ತಿಕ್ಕುತ್ತಿದ್ದಳು. ಮಂದ ಹಾಲು ಮಗುವಿನ ಮೂಗಿಗೆ ಸೇರಿ ಉಸಿರಾಟ ಕಷ್ಟವಾಗಿ ಮಗು ಜೋರಾಗಿ ಸೀನುತ್ತಾ ಅಳುತ್ತಿತ್ತು. ಕಾಂತಾಬಾಯಿಯ ವರ್ತನೆಗೆ ಜನ ಬಾಣಂತಿ ಸನ್ನಿ ಎಂದರು. ಬಾಣಂತಿ ಆರೈಕೆಗೆ ಗಿರಿಜಾಳನ್ನು ರಮಾಕಾಂತ ಕರೆಸಿಕೊಂಡಿದ್ದ. ಕಾಂತಾಬಾಯಿಯ ಆಪರೇಷನ್ ಗಾಯ ಮಾಸುವುದರಲ್ಲಿ ಮನೆಗೆ ಉಷಾ ಸೀಲಿಂಗ್ ಫ್ಯಾನು, ಹೊಟ್ಟೆ ದಪ್ಪದ ಟಿವಿ ಬಂದಿತ್ತು. ಗಿರಿಜಾಳ ಜೊತೆ ಪಕಡು ಮೊಟ್ಟ ಮೊದಲ ಬಾರಿಗೆ ಕಾಂತಾಳ ಮನೆಗೆ ಬಂದಿದ್ದ. ಕಾಂತಾಳ ಮುಖ, ಮೊಣಕಾಲು, ಹಿಂಭಾಗ ಊದಿಕೊಳ್ಳುತ್ತಿದ್ದರಿಂದ ಗಿರಿಜಾ ದಿನಕ್ಕೆರಡು ಬಾರಿ ಮಸಾಜು ಮಾಡುವವರನ್ನು ಹುಡುಕುತ್ತಿದ್ದಾಗ ಪಕಡು "ತಾನು ಹಲ್ಲಿನ ಹುಳುಕಿನಿಂದ ಹಿಡಿದು ಮೈ ಕೊಳಕು ತೆಗೆಯುವ ಪ್ರವೀಣನೆಂದು,

ಬಾಣಂತಿಯರಿಗೆಂದೇ ಮಜಬೂತಾದ ತೈಲವಿದೆ, ಆಪರೇಷನ್ ಗೆರೆಗಳು, ಚರ್ಮದ ಸುಕ್ಕು ಸೈತ ಹೋಗಿಬಿಡುತ್ತೆ" ಎಂದೆಲ್ಲಾ ಸುಳ್ಳು ಹೇಳಿ ಗಿರಿಜಾಳನ್ನು ನಂಬಿಸಿದ್ದ.

ಪಕಡುವಿಗೆ ಯಾವ ಮಸಾಜು, ಬೆರಳುಗಳ ಫ್ರಿಕ್ವೆನ್ಸಿ, ನೆಟಿಕೆ ತೆಗೆಯುವುದು, ನರ ಉಬ್ಬಿಸಿ ಎಳೆಯುವುದು, ಯಾವುದೂ ಗೊತ್ತಿರಲಿಲ್ಲ. ತಾಂಡಾದ ಜನರ ಜೊತೆಗಿದ್ದಿದ್ದರಿಂದ ಆ ಬೇರು, ಈ ಖನಿಜ ಎಂದೆಲ್ಲಾ ಸಿರಪ್ ಬಾಟಲಿಯೊಳಗೆ ಹಾಳು ಮೂಳು ಮಿಶ್ರಣ ಮಾಡಿ ಜೊತೆಗೊಂದಿಷ್ಟು ಕಲ್ಲುಪ್ಪು ಸೇರಿಸಿ ಗಂಟು ಕಟ್ಟಿದ್ದ ಬಟ್ಟೆ ಹಿಡಿದುಕೊಂಡು ಕಾಂತಾಳಿದ್ದ ಕೋಣೆಗೆ ಬಂದನಷ್ಟೆ. ಹಾಗೇ ನಿಂತುಕೊಂಡ. ಕಾಂತಾ ಬಲದ ಮಗ್ಗಲಿನಲ್ಲಿ ಹಾಲೂಡಿಸುತ್ತಾ ಮಲಗಿಕೊಂಡಿದ್ದಳು. ಎರಡು ತಿಂಗಳಿಗೂ ಕಮ್ಮಿಯಿದ್ದ ಕೂಸಿನ ತುಟಿ ಕೆಂಪಗೆ, ತೆಳ್ಳಗೆ, ತಲೆಗೂದಲು ಮುಸುಕಿನ ಜೋಳದ ಎಸಳಿನಂತೆ ನುಣುಪಾಗಿದ್ದವು. ಗಿರಿಜಾ ಬಂದು ಪಕಡುವನ್ನು ಪರಿಚಯಿಸಿ ಮಗುವನ್ನು ಎತ್ತಿಕೊಂಡು ಆಚೆ ಬಂದಳು. ಮೊದಲ ದಿನ ಮೊಣಕಾಲಿಗೆ ಎಣ್ಣೆ ಹಚ್ಚಿ ಥೇಟು ನೆಲ ಒರೆಸುವಂತೆ ಮೇಲೆ ಮೇಲೆ ಮುಟ್ಟಿ ಮಸಾಜು ಮುಗಿಯಿತೆಂದು ಕೋಣೆಯಿಂದ ಪಕಡು ಬಂದಿದ್ದ. "ಇದನ್ನು ನಾನೇ ಮಾಡಿಕೊಳ್ಳುತ್ತಿದ್ದೆ" ಎಂದು ಕಾಂತಾಬಾಯಿ ಗೊಣಗಿದಳು.

ಲಂಗ ಸ್ವಲ್ಪ ಸಡಿಲುಗೊಳಿಸಿ ಗಿರಿಜಾ ಆಗಲೇ ಕಾದಿದ್ದಳು. "ಆಪರೇಷನ್ ಕಲೆ ಮಾಯಾ ಆಗ್ಬೇಕು, ಮುಂದಿನ ತಿಂಗ್ಳು ನನ್ ಲಗ್ನ ಐತೆ, ಗೊತ್ತಾತ, ಬಾ ಸರಸರನ" ಎಂದು ಹೇಳಿದಾಗ ತನಗೆ ಮುಕ್ತಿ ಇಲ್ಲ ಎಂದು ಪಕಡುವಿಗೆ ಎನಿಸಿತು. ಹೇಗೆ ತೂಕ ಹಾಕಿದರೂ

ನಲವತ್ತು ಮುಕ್ಕಾಲು ಕೇಜಿಗಿಂತ ಹೆಚ್ಚು ಮಾಂಸವಿರದ ಗಿರಿಜಾ ಅಂಗಾತ ಮಲಗಿದ್ದಳು. ಸಿಜರಿನ್‌ನಿಂದಾದ ಕಲೆಗಳು ಅವಳ ಕಿಬ್ಬೊಟ್ಟೆಯ ವೃತ್ತದ ಸಮೀಪ ಏಕಪಾತ್ರಾಭಿನಯದಲ್ಲಿ ಸಂಭಾಷಣೆ ಮರೆತ ನಟನ ಮಾತುಗಳಂತೆ ಸ್ಪಷ್ಟವಾಗಿ ಒಂದು ಕಡೆ ಇರದೆ ಸೊಂಟದ ಸುತ್ತಲೂ ಹಬ್ಬಿಕೊಂಡಿತ್ತು. ಕಾಂತಾಬಾಯಿಗೆ ಸವರಿದ ತೈಲವನ್ನೆ ತನಗೂ ಹಚ್ಚಲು ಬಂದ ಪಕಡುವಿಗೆ "ಗ್ಯಾನ ನೆಟ್ಟಗಿತ್ತ ನಿಂಗೆ, ನನ್ನ ಮೈ ಬಾವಾಗೈತ, ಆಪರೇಷನ್ ಕಲೆ ಒಂದೀಟೂ ಕಾಣಬಾರ್ದು ಅಂದ್ರೆ, ಅದೇ ಎಣ್ಣೆ ತಿಕ್ತೀಯಲ್ಲ ಬಿಕನಾಸಿ" ಎಂದು ಗಿರಿಜಾ ಬೈದಳು.

"ಶುರುವಾತಿನಲ್ಲಿ ಇದೇ ಹಾಕಿ ಹದ ಮಾಡ್ಬೇಕು, ಆಮೇಲೆ ಕ್ರೀಮು ತಂದು ಹಚ್ತೀನಿ" ಎಂದು ಮಸ್ಕಾ ಹೊಡೆದು ಒಂದು ಚಮಚೆಯಷ್ಟು ಅವಳ ಕಿಬ್ಬೊಟ್ಟೆ ತನಕ ಬಿಟ್ಟು ಹಾಲಿನ ಪಾತ್ರೆ ಉಜ್ಜುವಂತೆ ಪಕಡು ಗಸಗಸ ಒಂದೇ ಸಮನೆ ಉಜ್ಜಿದ. "ಹೊಕ್ಕುಳಿಗೆ ಒಂದು ಹನಿ ಬಿಡು" ಎಂದು ಕೇಳಿ ಎಣ್ಣೆ ಹಾಕಿಸಿಕೊಂಡ ಗಿರಿಜಾ ನಾಚಿದಳು. ಬಿಸಿಲಿಗೆ ಬರಡಾಗಿದ್ದ ಭೂಮಿಗೆ ಒಂದು ಹನಿಯ ಮಳೆ ಬಂದರೂ ಕಾಣಲಿಲ್ಲ.

■

ಪಕಡು ಕಿಸೆಯಲ್ಲೊಂದು ಸಿರಪ್ಪಿನ ಶೀಷೆಯ ಜೊತೆ ಒಂದು ಬಿಡಿ ಮಲ್ಲಿಗೆ ಹೂವು ಹಿಡಿದುಕೊಂಡು ಮಧ್ಯಾಹ್ನದ ಹೊತ್ತಿಗೆ ಬರುತ್ತಿದ್ದ. ಮೊದಲು ಕಾಂತಾಬಾಯಿಗೆ ಮಸಾಜು ಮಾಡಿ ಗಿರಿಜಾಳನ್ನು ನೋಡಲೇಬೇಕಿತ್ತು. ಕಾಂತಾಬಾಯಿ ಪಕಡು ಬಂದ ಕೂಡಲೇ ನಿದ್ದೆ ಹೋದಂತೆ ನಟಿಸಿ ಯಾವುದಕ್ಕೂ ಪ್ರಯೋಜನವಿಲ್ಲದ ಮಸಾಜಿನಿಂದ ತಪ್ಪಿಸಿಕೊಳ್ಳುತ್ತಿದ್ದಳು. ಪಕಡು ಮಾತ್ರ ಅವಳು ಕಣ್ಣು ಬಿಟ್ಟು ನೋಡುವ ತನಕ ಅಲ್ಲೆ ಬೆರಳಿನಲ್ಲಿ ಮಲ್ಲಿಗೆ ಹೂವಿನ ಘಮ ಮೂಗಿನತ್ತ ಹಿಡಿದು ಧ್ಯಾನಸ್ಥನಂತೆ ನಿಂತಿರುತ್ತಿದ್ದ. ಪಕಡು ಕದಲದೆ ನಿಂತಿದ್ದನ್ನು ಕಳ್ಳಗಣ್ಣಿನಿಂದ ನೋಡುತ್ತಿದ್ದವಳು "ಇವನು ಯಾಕಾದರೂ ಬರುತ್ತಾನೋ" ಎಂದು ಗೊಣಗುತ್ತಾ ಮೈ ಬಿಗಿದು ಮಲಗುತ್ತಿದ್ದಳು. ಅತ್ತ ಲಂಗ ಸಡಿಲುಗೊಳಿಸಿ ಕಾಯುತ್ತಿದ್ದ ಗಿರಿಜಾ ಕಾದು ಕಾದು ಕಾಂತಾಬಾಯಿಯನ್ನು ಎಬ್ಬಿಸಿದ ಮೇಲೆ "ಹಾಳಾದ ಮಂಪರು" ಎಂದು ಹೇಳಿ ಕಾಂತಾಬಾಯಿ ಕಾಲು ನಿಡಿದಾಗಿ ಚಾಚುತ್ತಿದ್ದಳು. "ನೋಡಿದ್ಯಾ ಎಷ್ಟು ನಖರಾ ಮಾಡ್ತಾಳೆ" ಎಂದು ಸನ್ನೆಯಲ್ಲಿ ಗಿರಿಜಾ ಪಕಡುವಿಗೆ ತನ್ನ ಕಣ್ಣಿನಲ್ಲಿ ಹೇಳುತ್ತಿದ್ದಳು. ಕಾಂತಾಬಾಯಿಯ ದಿಂಬಿನ ಪಕ್ಕ ಒಂಟಿ ಮಲ್ಲಿಗೆ ಹೂವಿಟ್ಟು ಪಕಡು ಸುಮ್ಮನೆ ಬರುತ್ತಿದ್ದ.

"ಎಷ್ಟು ಪಸಂದಾಗಿ ಮಾಲೀಷು ಮಾಡ್ತೀಯ ನೀನು, ನಿನ್ನ ಮಾಲೀಷು ಕೆಲ್ಸ ಮಾಡ್ತಿಲ್ಲವಂತೆ ಆ ಗೂಬೆಗೆ" ಎಂದು ಪಕಡುವಿಗೆ ಹೇಳುತ್ತಾ ತನಗೆ ಇನ್ನಷ್ಟು ಹೊತ್ತು ಚಂದ ಉಜ್ಜಲು ಪ್ರೇರೇಪಿಸುತ್ತಿದ್ದ ಗಿರಿಜಾ ಒಂದು ಹೆಜ್ಜೆ ಮುಂದೆ ಹೋಗಿ "ನನ್ ಮೈ ಏಟೋಂದು ಹಗುರಾಗ್ತದೆ ಕಾಣ್ತದ ಪಕಡು, ನೀನು ಮೈ ಮುಟ್ಟಿದ್ರೆ, ಹೊಟ್ಟೆ ಮ್ಯಾಗಿನ ಮಾರ್ಕುಗಳೆಲ್ಲಾ ತನ್ನಿಂದಾತಾನೆ ಹೋಗಕ್ಕೆ ಬರ್ತಿದಾವೆ, ಆ ಲೌಡಿದು ಇನ್ನೂ ಬಾವು ಇಳಿಯಂಗೆ ಕಾಣ್ತಿಲ್ಲ" ಎಂದು ಹೇಳುತ್ತಿದ್ದಳು. ಚಪಾತಿ ಹಿಟ್ಟು ನಾದಿದಂತೆ ಕೈಯನ್ನು ಹೇಗೆ ಬೇಕೆಂದರೆ ಹಾಗೆ ಗಿರಿಜಾಳ ಕಿಬ್ಬೊಟ್ಟೆಯ ಬಳಿ ಕೈ ಜಾರಿಸುತ್ತಿದ್ದ ಪಕಡುವಿಗೆ ಅವಳ ಮಾತಿಗೆ ಒಳಗೊಳಗೆ ನಗು ಬರುತ್ತಿತ್ತು. ದೋಸೆ ಹೆಂಚಿನಂತೆ ಕಾದಿದ್ದ ಗಿರಿಜಾಳ ಕಿಬ್ಬೊಟ್ಟೆಯ ಆಸುಪಾಸಿನ ಯಾವ ಕಲೆಗಳು ಹಾಗೆಯೇ ಇದ್ದಂತೆ, ಮತ್ತವು ಇನ್ನಷ್ಟೂ ಹೊಳೆಯುತ್ತಾ ಆಕೆಯ ಬದುಕಿನ ತೊಡರು ಲಿಪಿಯಂತೆ ಕಾಣುತ್ತಿದ್ದವು. ಹೊಟ್ಟೆಯ ಭಾಗವನ್ನೆ ತಿಕ್ಕಿ ತಿಕ್ಕಿ ಸುಸ್ತಾಗುತ್ತಿದ್ದ ಪಕಡುವನ್ನು ಬೆಚ್ಚಿ ಬೀಳಿಸುವಂತೆ ಗಿರಿಜಾ ಕುಪ್ಪಸದ ಹುಕ್ಕು ಬಿಚ್ಚಿ "ಇಲ್ಲೊಂದೀಟು ಹಂಗೆ ಕೈಯಾಡಿಸು" ಎಂದು ಹೇಳಿದಳು.

ಗಿರಿಜಾ ಕಾಣದಂತೆ ರಮಾಕಾಂತನ ಹಳೆಯ ಪ್ಯಾಂಟು, ಶರ್ಟು, ಹಳೆಯ ಲುಂಗಿ, ಊಟಕ್ಕೆ ಒಂದು ಹೋಳು ಹೆಚ್ಚಿಗೆ ಉಪ್ಪಿನ ಕಾಯಿ ಹಾಕಿ, "ಅಂಗಡಿ ಹತ್ರ ಹೋಗಿ ದುಡ್ಡು ಇಸ್ಕೊ" ಎಂದು ಹೇಳುತ್ತಿದ್ದ ಕಾರಣಕ್ಕೆ ಅವಳು 'ಸಾಕು' ಎನ್ನುವಷ್ಟು ಹೊತ್ತು ಮಸಾಜು ಮಾಡುತ್ತಿದ್ದ ಪಕಡು ಈಗ ಸುಮ್ಮನೆ ಗರ ಬಡಿದವನಂತೆ ಕೂತಿದ್ದ. "ನೀನು ಅಣ್ಣ ಇದ್ದಂಗೆ, ಪಾಪದವನು, ಬಾ ನಾಚ್ಗೆ ಮಾಡ್ಬೇಡ" ಎಂದು ಕರೆದಳು ಗಿರಿಜಾ.

ಮಸಾಜಿನ ಕಾರ್ಯಕ್ರಮ ಮುಗಿದ ಮೇಲೆ ಹಂಡೆ ನೀರಿನ ಸ್ನಾನ ಮುಗಿಸಿ ಮಧ್ಯಾಹ್ನ ಊಟದ ಡಬ್ಬಿ ಕಟ್ಟಿಕೊಂಡು ಹೋಗುತ್ತಿದ್ದ ಗಿರಿಜಾ ರಮಾಕಾಂತನೊಂದಿಗೆ ಸಮಯ ಸಿಕ್ಕಾಗಲೆಲ್ಲಾ 'ಒಂದು ಮಾತು ಹೇಳ್ಬೇಕು' ಎಂದು ಹೇಳುತ್ತಲೆ ಇದ್ದಳು. ಆಕೆಯ ಕೈಗೆ ಹತ್ತು ರೂಪಾಯಿ ಕೊಟ್ಟು "ಚಾಕ್ನಾ ತಗೊಂಡು ಬಾ" ಎಂದು ಬೇಕರಿಗೆ ಕಳಿಸುತ್ತಿದ್ದ ರಮಾಕಾಂತ ಬುತ್ತಿಯ ಗಂಟನ್ನು ಬಿಚ್ಚಿ ಅದರಲ್ಲಿ ಒಂದು ತುತ್ತು ತೆಗೆದು ನೀವಾಳಿಸಿ ಉಣ್ಣುತ್ತಿದ್ದ. ಬೇಕರಿಯಲ್ಲಿ ತಂದಿದ್ದ ಮೇಲೋಗರ ಸ್ವಲ್ಪ ಉಳಿಸಿಯೇ ಎಂಜಲಿನ ಕೈ ತೊಳೆದುಕೊಳ್ಳುತ್ತಿದ್ದ ರಮಾಕಾಂತನನ್ನು ಗಿರಿಜಾ ಮೆಚ್ಚುತ್ತಿದ್ದಳು. ಪೇಪರಿನಲ್ಲಿ ಉಳಿದ ಮೇಲೋಗರ ಬಾಯಾಡಿಸುತ್ತಾ "ಯಾವ ಸೀಮೆ ಬಸುರಾದ್ಲು ಅಂತೀನಿ, ಸ್ವಲ್ಪವೂ ಖಬರ್ ಬೇಡ್ವಾ, ಕೂಸು ಅಳ್ತಾನಿದ್ರೂವೇ ದಬ್ಬಾಕ್ಕೊಂಡು ಮಕ್ಕಂಡಿರ್ತಾಳೆ, ನಾನು ಎಬ್ಬಿಸಿದ ಮೇಲೆ ಮೊಲೆ ಕೊಡ್ತಾಳೆ ಥೂ" ಎಂದೆಲ್ಲಾ ದೂರು ಹೇಳಿದ ಮೇಲೂ ರಮಾಕಾಂತನ ಕಣ್ಣನ್ನೆ ನೋಡಿಕೊಂಡು ಗಿರಿಜಾ ನಿಲ್ಲುತ್ತಿದ್ದಳು. "ಬೋಸುಡಿಯ ವಿಷ್ಯಾ ಹೇಳ್ಬೇಡ ನನ್ನತ್ರ" ಎಂದು ಅಂಗಿ ಜೇಬನ್ನು ತಡಕಾಡಿ ಇಪ್ಪತ್ತರ ನೋಟೊಂದನ್ನು ಕೊಟ್ಟು, ಆತ ಹಲ್ಲು ಕಿಸಿದ ಮೇಲೆಯೇ ಅವಳ ಸವಾರಿ ಸರಾಗವಾಗಿ ಹೊರಡುತ್ತಿತ್ತು.

ಹೇಳಬೇಕೆಂದ ಮಾತನ್ನು ಹೇಳದೇ ದಾರಿಯಲ್ಲಿ ನೆನಪಿಸಿಕೊಳ್ಳುತ್ತಾ ತನ್ನನ್ನು ತಾನೇ ಬೈದುಕೊಂಡು ಮನೆಗೆ ಬರುತ್ತಿದ್ದ ಗಿರಿಜಾ ಕಾಂತಾಬಾಯಿ ಮಲಗಿದ್ದನ್ನು ಗಮನಿಸಿ ಮನಸಲ್ಲೆ ಬೈದು ಬೆರಳು ಮುರಿದು ಶಾಪ ಹಾಕುತ್ತಿದ್ದಳು. ಪ್ರತಿ ದಿನ ರಮಾಕಾಂತ ಕೊಡುತ್ತಿದ್ದ ಹಣವನ್ನು ಭದ್ರವಾಗಿ ತನ್ನ ಕುಪ್ಪಸದ ಒಳಗೆ ತೂರಿಸಿಕೊಳ್ಳುತ್ತಾ ಎಣಿಸಿಕೊಳ್ಳುತ್ತಿದ್ದಳು. ಪಕಡು ಹೇಳಿದ್ದ "ನನಗೊಬ್ಬ ಪೇಟೆಯ ಡಾಕಟರು ಪರಿಚಯ ಇದ್ದಾನೆ, ನಾನು ನೋಡಿದ್ದೀನಿ, ಅಮ್ಮಿ ದಪ್ಪ ಮಾಡ್ತಾನೆ ಅವನು, ಡಾಕ್ಟರು ಫೀಜು, ತ್ಯಾಬೆದಾರಿ ತುಟ್ಟಿಯಾಗ್ತದೆ, ಚಿಂತಿ ಮಾಡು ಒಮ್ಮೆ" "ಏಸಾದರೂ ದುಡ್ಡು ಕೈ ಬಿಟ್ಹೋದ್ರು, ನಾನು ಮಾಡಿಸ್ಕೊಂತೀನಿ, ನಡೀ ಒಮ್ಮೆ ಕಂಡು ಬರೋಣ" ಎಂದು ಗಿರಿಜಾ ತಯಾರಾಗಿದ್ದಳು. "ಹಂಗೆಲ್ಲಾ ನೋಡೋಕಾಯ್ತದ, ಹತ್ತು ಸಾವಿರ ಕೂಡ್ಸು ನೋಡಣ" ಪಕಡು ತನ್ನ ಸುಳ್ಳನ್ನು ಹಾಗೂ ಹೀಗೂ ಉಳಿಸಿಕೊಂಡ.

"ನನ್ನತ್ರ ಮೂವತ್ತು ಜೊತೆ ಗಿರಿರಾಜ ಕೋಳಿ ಐತೆ, ತಿಂಗಳಿಗೆ ಐನೂರು ಬಡ್ಡಿ ಬರ್ತದೆ, ಇಗ ಕಾಲು ಚೈನು, ಎಲ್ಲವನ್ನೂ ನಾಳಿಕ್ಕೆ ಮಾರಿ ದುಡ್ಡು ಹೊಂದಿಸ್ತಿನಿ, ನಡೀ ನಾಳಿಕ್ಕೆ" ಎಂದು ಗಿರಿಜಾ ಹಠ ಮಾಡಿದಳು. ಪಕಡು ತನಗೆ ಗೊತ್ತಿದ್ದ ಹೆಂಗಸೊಬ್ಬಳ ಬಳಿ ಗಿರಿಜಾಳನ್ನು ಕರೆದುಕೊಂಡು ಹೋದ. ಆ ಹೆಂಗಸಿಗೆ ಪಕಡು ಮೊದಲೇ ಹೇಗೆ ಮಾತನಾಡಬೇಕೆಂದು ಹೇಳಿಕೊಟ್ಟಿದ್ದನೆಂದು ಅವಳ ಚಹರೆಯಿಂದಲೂ ಬಚ್ಚಿಟ್ಟ ಗುಟ್ಟು ಕಾಣುತ್ತಿರಲಿಲ್ಲ. ಗಿರಿಜಾಳ ಕಣ್ಣು ಮಿಸುಕಿಸಿ ಪಟಾಯಿಸಿಕೊಂಡ ಪಕಡು ನಿನಗೇನು ಪ್ರಶ್ನೆಗಳಿವೆಯೋ ಬಗೆಹರಿಸಿಕೋ ಎಂದು ಮಾತಾಡಲು ಬಿಟ್ಟಿದ್ದ. "ಒರಿಜಿನಲ್ ತಾನೇ" ಎಂದು ಹೆಂಗಸಿನ ಮೊಲೆಯನ್ನು ಒಮ್ಮೆ ಗಿರಿಜಾ ಹಿಸುಕಿ ನೋಡೇ ಬಿಟ್ಟಳು. ಹೆಂಗಸಿಗೆ ಏನನ್ನಿಸಿತೋ ಸ್ವಲ್ಪ ದೂರ ಸರಿದು ಪಕಡುವನ್ನೇ ನೋಡಿ ಹುಬ್ಬು

ಹಾರಿಸಿದಳು. "ನೀ ಹಿಂಗ್ ಮಾಡಿದ್ರೆ ಹೆಂಗೇಳು, ನಾ ಹೇಳಿದ್ನಲ್ಲ ನಿನ್ನಂಗೆ ಈಕೆಗೂ ಅಮ್ಮಿ ಚಿಕ್ಕದಿತ್ತು, ನಾನೇ ಡಾಕಟರ ಹತ್ರ ಕರ್ಕೊಂಡು ಹೋಗಿ ಡಬಲ್ ಮಾಡಿಸಿದ್ದು, ನೀ ಹಂಗೆ ಬಯಲ್ನಾಗೆ ಮುಟ್ಟಿ ನೋಡ್ತಿಯ, ಜನ ಏನಂದುಕೊಂಡಾರು" ಎಂದು ಸಿಡುಕಿ ಹೇಳಿದ. ಹೆಂಗಸು ಕ್ರಾಂತಿ ಬಂದವಳಂತೆ ಇನ್ನಷ್ಟು ಕೃತಕವಾಗಿ ಎದೆಯುಬ್ಬಿಸಿ ನಿಂತಳು. "ಚೇ ಬಿಡ್ತು ಅನ್ನು ಪಕಡು, ಡೌಟ್ಗಳೇನು ಇಲ್ಲ ನಂಗೆ, ಸುಮ್ನೆ ಮುಟ್ದೆ ಅಷ್ಟೆಯಾ" ಎಂದ ಗಿರಿಜಾ ಹೆಂಗಸಿನ ಎದೆಗಳನ್ನೆ ದಿಟ್ಟಿಸಿ ನೋಡಿದಳು.

"ನೀನು ಹತ್ತು ಸಾವಿರ ಇಸ್ಕೊಂಡಿದ್ದು ಅವಳ ಮಲೆ ತೋರ್ಸಕ್ಕ, ಡಾಕಟರ ಬಳಿ ಕರ್ಕೊಂಡು ಹೋಯ್ತಿನಿ ಅಂತ ಹೇಳಿದ್ಯಲ್ಲ ಪಕಡು" ಎಂದು ಗಿರಿಜಾ ಮನೆಗೆ ಬರುವಾಗ ಹೇಳಿದಳು. "ನಿಂಗೆ ನನ್ನ ಪವರ್ ಏನೂಂತ ತೋರಿಸ್ದೆ ಅಷ್ಟೆ, ನೀ ಕೊಟ್ಟ ದುಡ್ಡು ಜೇಬಲ್ಲೆ ಐತೆ, ಡಾಕಟರು ಫಾರಿನ್ ಹೋಗವ್ರಂತೆ, ಅದುಕ್ಕೆ ಸೇಫ್ಟಿಗೆ ಅವಳನ್ನು ತೋರಿಸ್ದೆ" ಎಂದು ಗಿರಿಜಾ ಕೊಟ್ಟ ದುಡ್ಡನ್ನು ವಾಪಾಸು ಕೊಡುವಂತೆ ಪಕಡು ನಟಿಸಿದ. ಗಿರಿಜಾ "ಬೇಡ ಬೇಡ" ಎಂದು ಕೈ ಸನ್ನೆ ಮಾಡಿದಳು.

■

ದಿಂಬಿನ ಪಕ್ಕ ದಿನವೂ ಪಕಡು ಇಟ್ಟು ಬರುತ್ತಿದ್ದ ಒಂದೊಂದು ಬಿಡಿ ಮಲ್ಲಿಗೆಯ ಹೂವುಗಳು ಅಲ್ಲಿಯೇ ಒಣಗಿ ಕೆಂಪಾಗುತ್ತಿದ್ದವು. ನಂತರ ಫ್ಯಾನಿನ ಗಾಳಿಗೆ ಜರುಗಿ ನೆಲಕ್ಕೆ ತತ್ತರಿಸಿ ಬೀಳುತ್ತಿದ್ದವು. ಹದಿನೈದು ನಿಮಿಷ ಶಲಭಾಸನ ಹಾಕುವುದನ್ನೆ ಕಾಂತಾಬಾಯಿಗೆ ಹೇಳಿಕೊಟ್ಟಿದ್ದ ಪಕಡುವಿನ ಬೆರಳುಗಳು ಮಸಾಜು ಮಾಡುವಾಗ ಮೊದಲಿನಂತೆ ಅದುರುತ್ತಿರಲಿಲ್ಲ. ಪರಿಣಿತನಂತೆ ಲಟಿಕೆ ತೆಗೆಯುವುದನ್ನೆಲ್ಲಾ ರೂಢಿ ಮಾಡಿಕೊಂಡಿದ್ದ. "ಡಾಕಟರು ಫಾರಿನ್ನಿಂದ ಬಂದ್ರಾ ಬಂದ್ರಾ" ಎಂದು ಗಿರಿಜಾ ಪಕಡುವನ್ನು ಕೇಳುತ್ತಲೆ ಇದ್ದಳು. ಒಂದು ಮನೋಹರವಾದ ಬೆಳಿಗ್ಗೆ ಪಕಡು ಗಿರಿಜಾಳನ್ನು ಡಾಕ್ಟರ ಬಳಿ ಕರೆದುಕೊಂಡ ಹೋದ. ದೊಡ್ಡ ವಸ್ತು ಸಂಗ್ರಹಾಲಯದಂತೆ ಕಾಪಾಡಿಕೊಂಡಿದ್ದ ಆಸ್ಪತ್ರೆಯದು. ತಂದೆ ಸ್ತನ ನೋಡಿದರೆ, ಮಗ ಲಿಂಗ ಚಿಕ್ಕದಿದ್ದನ್ನು ದೊಡ್ಡದು ಮಾಡುವುದು, ಸೊಸೆ ಬೊಜ್ಜು ಕರಗಿಸುವುದು, ಎರಡನೆಯ ಮಗ ಮೂಲವ್ಯಾಧಿಗೆ ಮದ್ದು ಕೊಡುತ್ತಿದ್ದ. ಹೀಗೆ ತನ್ನ ಮನೆಯವರನ್ನೆಲ್ಲಾ ಒಂದೊಂದು ಅಂಗ ನೋಡುವ ಡಾಕ್ಟರು ಮಾಡಿದ ತಂದೆಯ ಬಳಿ ಮೊದಲು ಪಕಡು "ನಾ ಹೋಗಿ ಮಾತಾಡಿಕೊಂಡು ಬರ್ತೀನಿ" ಎಂದು ಒಳ ಹೋದ.

ಇದೇ ಮೊದಲ ಬಾರಿಗೆ ತಾನು ಸಹ ಇಂತಹ ಮಹಾ ಆಸ್ಪತ್ರೆಯನ್ನು ನೋಡುತ್ತಿರುವುದನ್ನು ಹೊರಗೆ ತೋರಿಸದ ಪಕಡು ಧೈರ್ಯ ಮಾಡಿ ಡಾಕ್ಟರ ಬಳಿ ಹೋದ. ದೇವಸ್ಥಾನದ ಎದುರು ಜನರು ಸಾಲುಗಟ್ಟಿ ನಿಂತಿರುವಂತೆ ನೆರೆದಿದ್ದವರನ್ನು ಕಣ್ಣು ಅಗಲಿಸಿ ಗಿರಿಜಾ ನೋಡುತ್ತಿದ್ದಳು. ವೈದ್ಯರನ್ನು ದೇವರಂತೆ ಭಾವಿಸುತ್ತಿದ್ದ ಗಿರಿಜಾಳಿಗೆ ಇಲ್ಲಿ ಬಿಳಿ ಕೋಟು ಹಾಕಿಕೊಂಡು ಕೂತವರೆಲ್ಲಾ ಜೀವ

ವಿಮೆ ಪಾಲಿಸಿ ಮಾರುವ ಏಜೆಂಟುಗಳಂತೆ ಕಾಣುತ್ತಿದ್ದರು. ಡಾಕ್ಟರ ಬಳಿ ಏನು ಮಾತಾಡಿದೆ ಎಂದು ಕೇಳದೆ ಗಿರಿಜಾ ಈಗ ಪಕಡುವಿನ ಜೊತೆ ಒಳ ಹೋದಳು. ವ್ಯವಹಾರಿಕವಾಗಿ ನೋಡಿದ ಡಾಕ್ಟರು "ಈತ ನಿಮಗೆ ಏನಾಗಬೇಕು" ಮಾಮೂಲಿ ಸವಾಲೊಂದನ್ನು ಕೇಳಿದ. ಗಿರಿಜಾ ತನ್ನ ತಲೆಗೆ ಮೊಳೆ ಹೊಡೆದವಳಂತೆ "ಅಣ್ಣ" ಎಂದಳು. ಡಾಕ್ಟರು ಗಾಬರಿಯಿಂದ "ಈತ ನೋಡಿದ್ರೆ ನಿನ್ನ ಗಂಡ ಎಂದು ಹೇಳಿದ್ನಲ್ಲಮ್ಮ" ಎಂದು ಹೇಳಿ ಗಿರಿಜಾಳನ್ನೆ ನೋಡಿದ. ಗಿರಿಜಾ ಸುಸ್ತು ಬರಿಸುವಂತೆ ಪಕಡುವನ್ನೆ ತಿನ್ನುವಂತೆ ನೋಡಿದಳು. ಪಕಡು ತಲೆ ಅಲ್ಲಾಡಿಸುತ್ತಾ ಗೊಂದಲದಲ್ಲಿ ಮೇಲೆ ನೋಡಿದ. "ಹ್ಞೂಂ ಸಾರ್, ನಮ್ ಕಡೆ ಗಂಡಂಗೆ ಅಣ್ಣ ಅಂತೀವಿ" ಎಂದಳು. ಡಾಕ್ಟರ್ ಅನುಮಾನಿಸಿ ನೋಡಿ "ನೀ ಆಚೆ ಇರಪ್ಪ" ಎಂದು ತೆರೆ ಸರಿಸಿದ.

ಕುಪ್ಪಸ ತೆಗೆದು ಮಲಗಿದ್ದ ಗಿರಿಜಾಳಿಗೆ ಡಾಕ್ಟರಿನ ಕೈಗಳು ಕಂಬಳಿ ಹುಳು ಹರಿದಂತೆ ತನ್ನ ಎದೆಯನ್ನು ಮುಟ್ಟುವಾಗ ವಿಚಿತ್ರ ಹಿಂಸೆಯಲ್ಲಿ ಒದ್ದಾಡಿದಳು. "ಆಪರೇಷನ್ ಏನಾರ ಮಾಡ್ತೀರ ಸಾರು" ಎಂದು ಕುಪ್ಪಸವನ್ನು ಸರಸರ ಹಾಕಿಕೊಂಡ ಗಿರಿಜಾ ಕೇಳಿದಳು. "ಈಗ್ಲೇ ಬೇಡ, ಪ್ರತಿ ದಿನ ಎರಡು ಸಲ ಕ್ರೀಮು ಹಚ್ಚಿ, ಮಾತ್ರೆ ಬರೆದು ಕೊಡ್ತೀನಿ, ರಾತ್ರಿ ಊಟ ಆದ್ಮೇಲೆ ತಗೋಳಿ, ಒಂದು ತಿಂಗಳ ನಂತರ ಬನ್ನಿ" ಎಂದು ಹೇಳಿದ. ಪಕಡು ಡಾಕ್ಟರಿನ ಬಂಗಾರದ ಬಳೆಯಿದ್ದ ಕೈಯನ್ನೆ ನೋಡುತ್ತಿದ್ದ.

"ಖುಸ್ ಆತೇನವ್ವ ಗಿರಿಜಾ" ಎಂದು ವಾಪಾಸು ಬರುವಾಗ ವ್ಯಂಗ್ಯ ಮಾಡಿದ ಪಕಡುವಿಗೆ ಗಿರಿಜಾ "ಡಾಕಟರ ತಾವ ನನ್ನ ಹೆಂಡ್ತಿಯಂತ ಹೇಳ್ತಿಯೇನ್ಲಾ" ಎಂದು ತೋಳು ಚಿವುಟಿದಳು. ದೂರ ಸರಿಯುತ್ತಾ "ಇನ್ನು ನಿನ್ನ ಹಿಡಿಯಂಗಿಲ್ಲ ಬಿಡು ಗಿರಿಜವ್ವಾ" ಎಂದು ತಮಾಷೆ ಮಾಡಿದ. ನಂಗೊಂದು ಅನುಮಾನ ಪಕಡು "ಹೆಂಗಸರಿನ ಮಲೆ ಹಿಚುಕಿ ನೋಡೋ ಡಾಕಟರು, ಮೂಲವ್ಯಾಧಿ ಆಗಿರೋರನ್ನ ಹಿಂಗೆ ಬಗ್ಗಿಸಿಕೊಂಡು ನೋಡ್ತಾರ" ಎಂದು ಕೇಳಿದಳು. ಪಕಡು ಜೋರಾಗಿ ನಕ್ಕ.

ಪ್ರತಿ ದಿನ ಎರಡು ಬಾರಿಗಿಂತ ಹೆಚ್ಚು ಡಾಕ್ಟರು ಬರೆದು ಕೊಟ್ಟಿದ್ದ ಕ್ರೀಮು ಹಚ್ಚಿಕೊಳ್ಳಲು ಶುರು ಮಾಡಿದ ಗಿರಿಜಾ ದುಬಾರಿ ಬೆಲೆಯ ಕ್ರೀಮಿನ ಮುಚ್ಚಳ ತೆಗೆದು ಚಟ್ನಿಯಂತೆ ಅಂಗೈ ತುಂಬಾ ಮೆತ್ತಿಕೊಂಡು ಎದೆಯ ಸುತ್ತ ಬಳಿದುಕೊಂಡು ಕನ್ನಡಿಯ ಎದುರು ನಿಲ್ಲುತ್ತಿದ್ದಳು. ಕುಪ್ಪಸ ತೆಗೆದು, ಎರಡೂ ಮೊಲೆಗಳನ್ನು ಎತ್ತಿ ಹಿಡಿದು "ಏನಾದರೂ ದೊಡ್ಡದಾದವೆ" ಎಂದು ಗಂಟೆಗೊಮ್ಮೆ ನೋಡಿಕೊಳ್ಳುತ್ತಿದ್ದಳು. ಗಿರಿಜಾಳಿಗೆ ಈಗೀಗ ಕಿಬ್ಬೊಟ್ಟೆಯ ಮೇಲಿನ ಕಲೆಗಳಿಂತ ತನ್ನ ಎದೆಯ ಮೇಲೆ ಏಕಾಗ್ರತೆ ಸೆಟೆದು ಬಂದಂತಿತ್ತು. ಡಾಕ್ಟರು ಬರೆದು ಕೊಟ್ಟಿದ್ದ ಕ್ರೀಮಿನ ಜಾಹೀರಾತಿನಲ್ಲಿ ಎದೆಯ ಸೀಳು ತೋರಿಸುತ್ತಾ ರೂಪದರ್ಶಿ ನಗುತ್ತಿದ್ದಳು. ಕ್ರೀಮು ಟೂತ್‌ಪೇಸ್ಟಿನ ಬಣ್ಣದಿಂದ ಕೂಡಿದ್ದರೂ ಗಿರಿಜಾಳ ದೃಷ್ಟಿಯಿಂದ ಅದು ಕಾಮನಬಿಲ್ಲು ಮೊಳಕೆ ಒಡೆಯುವ ಆಕಾಶದಂತೆ ಕಾಣುತ್ತಿತ್ತು. ಪಾಯಖಾನೆಯಲ್ಲಿ ಕ್ರೀಮು ಹಚ್ಚಿಕೊಂಡು ಅದು ಒಣಗುವವರೆಗೆ ಕಾಯುತ್ತಿದ್ದ ಗಿರಿಜಾ ಅಗ್ನಿ ಪ್ರವೇಶಕ್ಕೆ ತುತ್ತಾದಂತೆ ಹೊರಗೆ

ಬಂದು ಗಬಕ್ಕನೆ ದುಂಡಗಿದ್ದ ಗುಳಿಗೆ ನುಂಗುತ್ತಿದ್ದಳು. ಗುಳಿಗೆಗಳು ಡಾಕ್ಟರಿನ ಶರ್ಟಿನ ಬಟನುಗಳಂತೆ ನುಣುಪಾಗಿದ್ದವು.

ಗಿರಿಜಾ ಬಟ್ಟೆ ಒಗೆದು ಕೊಟ್ಟರೆ ಪಕಡು ನೀರು ಹಿಂಡಿ, ಇನ್ನೊಂದು ಬಕೆಟಿನಲ್ಲಿ ಸುಯ್ಯನೆ ಅದ್ದಿ, ರಪರಪನೆ ಜಾಡಿಸಿ ಒಣ ಹಾಕುತ್ತಿದ್ದ. ಸೀಮೆ ಎಣ್ಣೆ ಸ್ಟೌವಿಗೆ ಎರಡು ನಂಬರಿನ ಪಿನ್ ಹಾಕಿ ಭಗ್ಗನೆ ಹೊತ್ತಿಸಿ ಕೂಸಿಗೆಂದು ಬಿಸಿ ನೀರು ಕಾಯಿಸುತ್ತಿದ್ದ. ಸಂಜೆ ಏಳಕ್ಕೆ ಬರುತ್ತಿದ್ದ ರಮಾಕಾಂತನ ಸ್ನಾನಕ್ಕೆ ಅದೇ ತರಹ ಸುಡು ಸುಡುವ ನೀರು ಗಿರಿಜಾ ಸಿದ್ಧ ಮಾಡುತ್ತಿದ್ದಳು. ಗಿರಿಜಾ ಮತ್ತು ರಮಾಕಾಂತನ ನಡುವೆಯಿದ್ದ ಬೆಸುಗೆ ಪಕಡು ಗಮನಿಸಿದ್ದ. ರಮಾಕಾಂತನೇ ಖುದ್ದು "ನಿನ್ನ ಮಲೆ ಚಿಕ್ಕವು, ನಿನ್ನ ಸೊಂಟದ ಮೇಲೆ ಆಪರೇಶನ್ನಿನ ಕಲೆಗಳು ಎದ್ದು ಹೊಡೀತಿವೆ, ಎಲ್ಲ ಸರಿ ಮಾಡ್ಕೊಂಡ್ರೆ ನಿನ್ನ ಮದ್ವಿ ಆಗ್ತೀನಿ ಎಂದು ಹೇಳಿರಬೇಕು" ಎಂದೆಲ್ಲಾ ಪಕಡು ಯೋಚಿಸುತ್ತಿದ್ದ.

ಯಾವಾಗಾದರೊಮ್ಮೆ ಕುಡಿದು ಬರುತ್ತಿದ್ದ ರಮಾಕಾಂತನನ್ನು ದಬಾಯಿಸಿ ಮಾತಾಡುತ್ತಿದ್ದದ್ದು, ಆತನ ಬೆನ್ನಿನ ಕೊಳೆ ತಿಕ್ಕಿ ತಿಕ್ಕಿ ತೊಳೆಯುತ್ತಾ "ಗೆಜ್ಜೆ ಜಾಗ ತೊಳ್ಕೋ" ಎಂದು ನಾಚಿ ಓಡುತ್ತಿದ್ದುದು ಗಿರಿಜಾ. ಕಾಂತಾಬಾಯಿ ಸದಾ ಏನೋ ನೋವೆಂದು ಮಲಗಿರುತ್ತಿದ್ದಳು. ಪಕಡುವಿಗೆ ಮನಸಾದರೆ ಮಾತ್ರ ಕಾಂತಾಬಾಯಿಯ ಮನೆಯಲ್ಲಿ ರಾತ್ರಿ ಉಳಿಯುತ್ತಿದ್ದ. ಅತ ಉಳಿದ ರಾತ್ರಿಗಳಲ್ಲಿ ಪಕಡುವಿನ ಕಿವಿಗಳು ನೆಟ್ಟಗಾಗುತ್ತಿದ್ದವು. ಅಂಗಡಿಯಿಂದ ಬಂದ ಕೂಡಲೇ ಮಗುವನ್ನು ಮುದ್ದಾಡಿದರೆ "ಕೈ ಬಾಯಿ ತೊಳ್ಕಂಡು, ಕೂಸು ಮುಟ್ಬೇಕು ಅಂತ ಗೊತ್ತಿಲ್ವ ಲೋಫರ್" ಎಂದು ಕಾಂತಾಬಾಯಿ ಕ್ಯಾತೆ ತೆಗೆಯುತ್ತಿದ್ದಳು. "ಚಿನಾಲಿ ಮಗಳೆ ನಿನ್ನ ಸವ್ವಾಸ ಬೇಡ" ಎಂದು ಬೈದು ಸೀದಾ ಗಿರಿಜಾಳ ಜೊತೆ ಹರಟೆ ಹೊಡೆಯುತ್ತಾ ರಮಾಕಾಂತ ಕೂರುತ್ತಿದ್ದ.

ಸರಿ ರಾತ್ರಿ ಭುಗಿಲೇಳುತ್ತಿದ್ದ ಅಸಮಾಧಾನದಿಂದ ಎಷ್ಟೋ ಸಲ ಗಿರಿಜಾ ಮಧ್ಯ ಪ್ರವೇಶಿಸಿ ದಂಪತಿಗಳ ನಡುವೆ ಅಳುತ್ತಿದ್ದ ಕೂಸಿಗೆ ಲಾಲಿ ಹಾಡಿ ಮಲಗಿಸುತ್ತಿದ್ದಳು. "ನನ್ನ ಮಗು ಮುಟ್ಬೇಡ" ಎಂದು ಮಲಗಿದಲ್ಲೆ ಕಾಲು ಜಾಡಿಸಿ ರಚ್ಚೆ ಹಿಡಿದು ಅಳುತ್ತಿದ್ದ ಕಾಂತಾಬಾಯಿ ಸೀಲಿಂಗು ಫ್ಯಾನಿಗೆ ಸೀರೆ ಪೋಣಿಸಿ ನೇಣು ಹಾಕಿಕೊಳ್ಳಲು ಪ್ರಯತ್ನಿಸಿ ಕುಸಿದು ಬೀಳುತ್ತಿದ್ದಳು. ರಮಾಕಾಂತನು ಸಹ ಕಾಂತಾಬಾಯಿಯ ಬೇರೊಂದು ಸೀರೆಯನ್ನು ಫ್ಯಾನಿಗೆ ಪೋಣಿಸಿಕೊಂಡು "ನಾನೂ ನಿನ್ನ ಹಾಗೆ ಹೆದರಿಸಬಲ್ಲೆ" ಎಂದು ನಟಿಸಿ ತೋರಿಸುತ್ತಿದ್ದ. ಪಕಡು ಮತ್ತು ಗಿರಿಜಾ ಈ ವಿಹಂಗಮ ನೋಟವನ್ನು ನಿಂತು ನೋಡುತ್ತಿದ್ದರು. ಹೀಗೆ ಯಾರಾದರೂ ನಿಂತು ನೋಡುತ್ತಿದ್ದರೆ ರಮಾಕಾಂತನ ಹಾರಾಟ ಇನ್ನೂ ಹೆಚ್ಚಾಗಿ ಅಡಿಗೆ ಮನೆಯಿಂದ ಚಾಕು ತೆಗೆದುಕೊಂಡು ಕತ್ತನ್ನು ಸೀಳಿಕೊಳ್ಳುವಂತೆಯೂ ಅಣಕು ಮಾಡಿ ಭಯಂಕರ ಹೆದರಿಸುತ್ತಿದ್ದವನನ್ನು ಗಿರಿಜಾ ಅವನ ಕೆನ್ನೆಗೆ ಛಟೀರ್ ಎಂದು ಬಿಗಿದು "ಮುಚ್ಕೊಂಡು ಮಕ್ಕೊ ಬಾ, ಅಮ್ಮಾವ್ರಿಗೆ ಮೈ ಚನಾಕಿಲ್ಲ" ಎಂದು ಎಳೆದು ತರುತ್ತಿದ್ದಳು. ಮಲಗಿದ ಜಾಗದಲ್ಲೆ ದಿಟ್ಟ ಕಣ್ಣುಗಳಿಂದ ಹೆದರಿಸಿ, ಮುಖ ಕೆಂಪಗೆ

ಮಾಡಿ ಕೈ ಹಿಸುಕುತ್ತಿದ್ದ ಕಾಂತಾಬಾಯಿ ಪಕಡುವಿಗೆ "ಹೋಗೋ ನಾಯಿ" ಎಂದು ಬೈದರೂ ಅಲ್ಲೆ ಕೆಳಗೆ ಮಂಡಿಗಾಲು ಊರಿ ಅವಳನ್ನೆ ಗುರಿಯಿಟ್ಟು ನೋಡುತ್ತಲೇ ಕಾಂತಾಬಾಯಿಯ ಕಾಲು ಒತ್ತಿ ಆಕೆ ಪ್ರಸನ್ನಳಾಗುವ ತನಕ ಇದ್ದು, ಮೂಲೆಗೆ ಬಿದ್ದ ಚಾಕು ತೆಗೆದುಕೊಂಡು ಆಚೆ ಬರುತ್ತಿದ್ದ.

ಅಡಿಗೆ ಮನೆಯಲ್ಲಿ ರಮಾಕಾಂತ ಗಿರಿಜಾ ಇಬ್ಬರೂ ಬೆತ್ತಲೆಯಾಗಿ ಒಬ್ಬರಲ್ಲಿ ಇನ್ನೊಬ್ಬರು ಏನೋ ಹುಡುಕುವುದನ್ನು ಪಕಡು ಚಕ್ಕನೆ ನೋಡಿ ಏನೂ ನೋಡಿಯೇ ಇಲ್ಲವೆಂಬಂತೆ ಬಂದು ನಡು ಮನೆಯಲ್ಲಿ ಕ್ಯಾಲೆಂಡರಿನ ಪಕ್ಕ ನೇತು ಹಾಕಿದ್ದ ಊಟದ ಬ್ಯಾಗಿನಲಿ ಚಾಕುವನ್ನು ಹಾಕಿ ನಡು ರಾತ್ರಿ ಟಿವಿ ಹಚ್ಚಿಕೊಂಡು ನೋಡುತ್ತಿದ್ದ. ಟಿವಿಯ ಸದ್ದಿನಿಂದ ಗಾಬರಿಯಾದ ರಮಾಕಾಂತ ತುರ್ತು ಜೂಟಾಟದಿಂದ ಎದ್ದು ಹೋಗಲು ಹೆಜ್ಜೆ ಇಟ್ಟರೆ ಗಿರಿಜಾ ಅವನ ಜುಟ್ಟು ಹಿಡಿದು ಬಗ್ಗಿಸಿಕೊಳ್ಳುತ್ತಿದ್ದಳು. ಅಡಿಗೆ ಮನೆಯ ಚಾಕುವನ್ನು ಗಿರಿಜಾ ರಮಾಕಾಂತನ ಅಂಗಡಿಗೆ ಕೋಳಿಸಾರು, ಹುರಿದ ಮೀನು ಮಾಡಿದಾಗಲೆಲ್ಲಾ ಬ್ಯಾಗಿನಲ್ಲಿ ಇಟ್ಟುಕೊಂಡು ಹೋಗುತ್ತಿದ್ದಳು. ರಮಾಕಾಂತ ಉಣ್ಣುವ ಮುಂಚೆ ಚಾಕುವಿಗೆ ಮೂರು ಸಾರಿ ಕ್ಯಾಕರಿಸಿ ಉಗಿದು, ತನ್ನ ಪಕ್ಕದಲ್ಲಿದ್ದ ಬೆಳ್ಳಗಿನ ಚಿಕ್ಕ ಡಬ್ಬಿಯಲ್ಲಿದ್ದ ನೀರಿಗೆ ಅದ್ದುತ್ತಿದ್ದ. ಶೂ ಪಾಲೀಶು ಮಾಡುವ ಮುಂಚೆ ಅದೇ ಡಬ್ಬಿಯಿಂದ ನೀರು ಚಿಮುಕಿಸಿ, ಒದ್ದೆ ಬಟ್ಟೆಯಿಂದ ಒರೆಸಿ, ನಂತರ ಪಾಲೀಶು ಹಾಕುತ್ತಿದ್ದ.

■

ಹೀಗೆ ಮಧ್ಯಾಹ್ನ ಕಾಂತಾಬಾಯಿಯ ಮನೆಯಿಂದ ಸೀದಾ ರಮಾಕಾಂತನ ಅಂಗಡಿಗೆ ಹೋಗುತ್ತಿದ್ದ ಪಕಡು ಐವತ್ತು ರೂಪಾಯಿ ತೆಗೆದುಕೊಂಡು ಸೀದಾ ಸಂತೆಯಲ್ಲಿ ಪರಿಚಿತರ ಜೊತೆ ಮಾತಾಡುತ್ತಾ ನಿಲ್ಲುತ್ತಿದ್ದ. ಯಾರಾದರೂ ಚಹಾ ಕುಡಿಸಿ ತರಕಾರಿ ಚೀಲಗಳನ್ನು ಅಲ್ಲಿಂದ ಇಲ್ಲಿಗೆ ಹೊತ್ತುಕೊಂಡು ಬಾ ಎಂದರೆ ಸಿದ್ಧನಾಗುತ್ತಿದ್ದ. ನೂರು ರೂಪಾಯಿ ನೋಟು ಕೊಟ್ಟು ಚಿಲ್ಲರೆ ತಗೊಂಡು ಬಾ ಎಂದು ಕಳಿಸಿದರೆ ಬೇರೆಯವರ ಬಳಿ ಹೋಗಿ ಚಿಲ್ಲರೆ ತಂದು ತನ್ನ ನಿಷ್ಠೆ ತೋರಿಸುತ್ತಿದ್ದ. ಆಟೋ ಸ್ಟಾಂಡು, ಸುಲಭ ಶೌಚಾಲಯ, ರಿಜಿಸ್ಟ್ರಾರು ಆಫೀಸು, ಸಾಮಿಲ್ಲು ಅನೇಕ ಕಡೆ ತಿರುಗಿ ರಾತ್ರಿ ಹೊತ್ತು ಪೆಟ್ರೋಲು ಬಂಕಿನಲ್ಲಿ ಒಮ್ಮೊಮ್ಮೆ ಹೈವೆ ರಸ್ತೆಯಲ್ಲಿ ಪ್ರಖರ ದೀಪದ ಬೆಳಕು ಹೊಮ್ಮಿಸಿ ಓಟ ಕಿತ್ತಿದ್ದ ವಾಹನಗಳ ನಡುವೆ ಮೈ ಚಾಚಿ ನಿದ್ದೆ ಮಾಡುತ್ತಿದ್ದ ಪಕಡುವಿನ ಕನಸಿನೊಳಗೆ ತಾರೆಗಳು ಕುಂಟುತ್ತಿದ್ದವು. ಪಕಡು ಓಡುತ್ತಿದ್ದ.

ಬಸ್ಸಿನ ಡ್ರೈವರುಗಳು ಪಕಡುವಿನ ಬಳಿ ಬೆಳಿಗ್ಗೆ ತಮ್ಮ ಬಸ್ಸನ್ನು ಕ್ಲಿನಿಕ್ ಪ್ಲಸ್ ಶಾಂಪೂ ಹಾಕಿಸಿ ತೊಳೆಸುತ್ತಿದ್ದರು. ಲೋಕಲ್ ಬಸ್ಸಿನಲ್ಲಿ ಹೇಳದೇ ಕೇಳದೆ ಒಂದು ರೂಟಿನ ಕಂಡಕ್ಟರ್ ಆಗಿಬಿಡುತ್ತಿದ್ದ ಪಕಡುವಿಗೆ ಭಾಗ್ಯ ಲಕ್ಷ್ಮಿ ಲಾಟರಿ ಹೊಡೆದಂತಾಗಿತ್ತು.

ಶುಕ್ರವಾರ ರೈಸು ಬಾತಿಗೆ ಸಾಂಬಾರ್ ಹಾಕಿಸಿಕೊಂಡು ತಿಂದು ಗಡದ್ದಾದ ತೇಗು ತೆಗೆದಿದ್ದ ಪಕಡುವಿಗೆ ಬಸ್ಸಿನ ಡ್ರೈವರ್ ಆಗುವ ಅವಕಾಶ ಬಂದುಬಿಟ್ಟಿತ್ತು. "ಮಂಗಳೂರು ಟು ಗೋವಾ ಬಸ್ಸಿನ ಡ್ರೈವರ್ ಒಬ್ಬ ಕೈಕೊಟ್ಟಿದ್ದಾನೆ, ನಿಂಗೆ ಬಸ್ಸು ಓಡಿಸಕ್ಕೆ ಬರುತ್ತೆ ತಾನೇ ಬಾ" ಎಂದು ಕರೆದ ಕೂಡಲೇ ಯೋಚಿಸದೇ ಒಪ್ಪಿಕೊಂಡಿದ್ದ ಪಕಡು ಪರಿಚಿತ ಕೊಡಿಸಿದ್ದ ಚಹಾ ಕುಡಿಯುತ್ತಿದ್ದ ಪೇಪರು ಕಪ್ಪಿನ ಕೊನೆಯ ಗುಟುಕಿನಲ್ಲಿದ್ದ. ಒಪ್ಪಂದ ಮಾಡಿಕೊಂಡಿದ್ದವನು ಹತ್ತರ ಇಪ್ಪತ್ತು ನೋಟುಗಳನ್ನು ಕೊಟ್ಟು "ಮಿಸ್ ಮಾಡ್ಬೇಡ ಮಾರಾಯ, ಓನರ್ ನನ್ನ ಮಿಸ್ ಮಾಡಿಬಿಡ್ತಾನೆ" ಎಂದು ಹೇಳಿ ಹೊರಟ. ಪೇಪರು ಕಪ್ಪು ಎಸೆದು, ಬಣ್ಣದ ಎಂಜಲನ್ನು ಉಗುಳಿ, ಹಣ ಎಣಿಕೆ ಮಾಡಿದ ಪಕಡುವಿನ ತಲೆ ಹೆಜ್ಜೇನು ಗೂಡು ಕದಡಿದಂತೆ ಹಾರಿತ್ತು. ಗಾಳಿಯ ಜೊತೆ ದೂರಕ್ಕೆ ಬಿದ್ದ ಪೇಪರು ಕಪ್ಪಿನಲ್ಲಿ ಪಕಡುವಿನ ತಾಜಾ ಉಸಿರಿಗೆ ರೆಕ್ಕೆ ಮೂಡಿತ್ತು. ಪಕಡು ಕುಂದಾಪುರಕ್ಕೆ ಹೊರಟ.

ಹಲವರ ಬಳಿ ಜಪ ಮಣಿ ಬಿಟ್ಟರೆ ಯಾವುದೇ ಗಂಟುಮೂಟೆಗಳಿರಲಿಲ್ಲ. ಕೆಲವು ಯಾತ್ರಿಕರು ತಮ್ಮ ಲಗೇಜು ಕೈಲಿ ಹಿಡಿದು ಬಸ್ಸಿಗಾಗಿ ಕಾಯುತ್ತಿದ್ದರು. ರೊಯ್ಯನೆ ರೈಟು ಎಳೆದ ಡ್ರೈವರ್ ಬ್ರೇಕ್ ಹಾಕಿ ಮೊಬೈಲ್ ನೋಡಿಕೊಂಡ. 'ಒಪ್ಪಂದದ ಮೇರೆಗಾಗಿ' ಎಂದು ಬಸ್ಸಿನ ಮೇಲೆ ಬೋರ್ಡು ಹಾಕದಿದ್ದರೂ ಇದು ನಮಗಾಗಿ ಮೀಸಲಿರುವ ಬಸ್ಸೆಂದು ಎಲ್ಲರೂ ಮಗುವಿನ ಹಾಗೆ ಕಿಟಕಿ ಪಕ್ಕದ ಸೀಟಿಗಾಗಿ ದುಡುದುಡು ಹತ್ತಿದರು. ಕೆಲವೇ ಸೆಕೆಂಡಿನಲ್ಲೆ ಅನುಭವಿ ಡ್ರೈವರ್ ಬ್ರೇಕ್ ಮುರಿದು ಬಸ್ಸನ್ನು ಚಲಾಯಿಸಿದ. ತಂಪು ಗಾಳಿಯ ಮಂಗಳೂರಿನಿಂದ ಬಸ್ಸು ಹೊರಟು ಕುಂದಾಪುರ ತಲುಪುವಷ್ಟರಲ್ಲಿ ಒಂದು ಡಿಲಕ್ಸ್ ಹೋಟೆಲ್ಲಿನಲ್ಲಿ ಚಹಾ, ನೀರು ಕುಡಿಸಿಕೊಂಡು ಮಧ್ಯಾಹ್ನದ ಊಟಕ್ಕೆ ಡ್ರೈವರ್ ನಿಲ್ಲಿಸಿದ. ಎಂದಿನಂತೆ ಕುಂದಾಪುರದಿಂದ ಕೊಲ್ಲೂರಿಗೆ ಬೇರೊಬ್ಬ ಡ್ರೈವರ್ ಬದಲಾಗಬೇಕಿತ್ತು. ಅರ್ಧಕ್ಕಿಂತ ಹೆಚ್ಚು ಯಾತ್ರಿಕರು ಕೇರಳದ ಎರ್ನಾಕುಲಂನಿಂದ ಹೊರಟಿದ್ದರಿಂದ ಬಸ್ಸು ಅಲ್ಲಿಂದಲೇ ನಿಗದಿಯಾಗಿದ್ದ ಕಾರಣ ಮತ್ತೊಬ್ಬ ಡ್ರೈವರ್ ಬದಲಾಯಿಸದೇ ಬೇರೊಂದು ಉಪಾಯವಿರಲಿಲ್ಲ.

ಪಕಡು ಕಾಯುತ್ತಿದ್ದ. ಅನುಭವ ಇಲ್ಲದಿದ್ದರೂ ತಕ್ಕಮಟ್ಟಿಗೆ ಬಸ್ಸು ಚಲಾಯಿಸಬಲ್ಲೆ ಎಂಬ ಹುಂಬ ಧೈರ್ಯ ಅವನಲ್ಲಿತ್ತು. ಆದರೆ ಅವನ ಧೈರ್ಯದಲ್ಲಿ ದಾರಿಯ ಬಗ್ಗೆ ಕೊಂಚ ಅನುಮಾನವಿತ್ತು. ಹೇಗಾದರೂ ಸಂಭಾಳಿಸಬಲ್ಲೆ ಎಂದು ತನ್ನಲ್ಲೆ ನೂರು ಬಾರಿ ಹೇಳಿಕೊಂಡ. 'ಡೀಸೆಲ್ ಎಷ್ಟು ಇದ್ದೀತು' ಎಂಬುವುದನ್ನು ಪರೀಕ್ಷಿಸದೇ ಚಾವಿ ಕೊಟ್ಟು ಬಸ್ಸನ್ನು ಕೆಣಕಿದ, ಬಸ್ಸು ಒಮ್ಮೆಲೆ ಹೌಹಾರಿತು. ಜೋರಾಗಿ ಒಮ್ಮೆ ಹಾರ್ನು ಬಾರಿಸಿ ಎಲ್ಲಾ ಯಾತ್ರಿಕರನ್ನು ಬೇಗ ಬೇಗ ಹತ್ತಿಕೊಳ್ಳಲು ಎಚ್ಚರಿಕೆ ಕೊಟ್ಟ. ಊಟಕ್ಕೆ ಕೂತಿದ್ದ ಕೆಲವರು ದಡಬಡಾಯಿಸಿ ಬಸ್ಸು ಹತ್ತಿದರು. ಮೊದಲನೇ ಗಿಯರು ಹಾಕಿ ಬಸ್ಸು ಹೊರಟಿತು. ಚಕಚಕನೆ ಗಿಯರು ಬದಲಾಯಿಸಿ ಪಕಡು ಬಸ್ಸನ್ನು ನಿಯಂತ್ರಣಕ್ಕೆ ತಂದು ಉಮೇದು ಬಂದವನಂತೆ ತಲೆ ಕೆದರಿಕೊಂಡ. ಬಸ್ಸು ಎಗ್ಗಿಲ್ಲದೆ ನುಗ್ಗಿತು.

ಯಾವುದೋ ಭಕ್ತಿ ಗೀತೆ ಆವೇಶದಿಂದ ಬಸ್ಸಿನಲ್ಲಿ ಮೊಳಗುತ್ತಿತ್ತು. ಎಲ್ಲರೂ ಭಾವ ಪರವಶರಾಗಿದ್ದರು. ರಸ್ತೆಯಲ್ಲಿ ಎರಡು ತಿರುವುಗಳು ಎದುರಾದವು. ಒಂದು ನೇರ. ಇನ್ನೊಂದು ಬಲಗಡೆ. ಹದಿನಾಲ್ಕು ಕಿಲೋ ಮೀಟರಿನ ನಂತರದ ಈ ಮಾರಣಾಂತಿಕ ತಿರುವುಗಳು ಪಕಡುವಿನ ಮೆದುಳನ್ನು ಅಲುಗಾಡಿಸಿದವು. ಎತ್ತ ಹೋಗುವುದು ಎಂದು ತೋಚದೆ ತಲೆಕೆಟ್ಟು ಒಂದು ಬಲ ತಿರುವು ತೆಗೆದುಕೊಂಡ. ಬಸ್ಸು ಕೊಂಚ ಅಲುಗಾಡಿ ಮತ್ತೆ ಅದೇ ವೇಗದಲ್ಲಿ ಓಡಿತು. ಪಕಡು ನಿರುಮ್ಮಳನಾದ. ರಾಷ್ಟ್ರೀಯ ಹೆದ್ದಾರಿಯ ರಸ್ತೆ ಗೀಚಿಕೊಂಡು ಬಸ್ಸು ಬಿಲ್ಲಿನಿಂದ ಬಾಣ ಬಿಡಿಸಿಕೊಂಡಂತೆ ಹೊರಟಿತು. ಪಕಡುವಿನ ಎದುರಲ್ಲಿ ಕೆಂಪಾಗುತ್ತಿದ್ದ ಸೂರ್ಯ ಮೋಡದ ಅಂಚಿನಲ್ಲಿ ಸಿಲುಕಿಕೊಂಡು ಒದ್ದಾಡಿದ.

ಬಸ್ಸಿನಲ್ಲಿದ್ದ ಬಹುತೇಕ ಯಾತ್ರಿಕರು ಐವತ್ತರ ಪ್ರಾಯದವರು. ಅದರಲ್ಲಿ ಸಿಂಹಪಾಲು ಮಹಿಳೆಯರೆ ತುಂಬಿದ್ದರು. ಚಳಿಯ ರಾತ್ರಿಯೆಲ್ಲಾ ಭಜನೆ ಮಾಡಿ ನಿದ್ದೆಯಲ್ಲಿ ಎಲ್ಲರೂ ನಿರುಪಾಯರಾಗಿದ್ದರು. ಮುಂಜಾನೆ ಬಸ್ಸು ಗೋವಾದ ಸಮುದ್ರದ ಎದುರು ನಿಂತಿತ್ತು. ಪಕಡು ಆಗಷ್ಟೇ ಆಕಳಿಸಿ ಕಾಲು ಚಾಚಿ ಡ್ರೈವರ್ ಸೀಟಿನಲ್ಲಿಯೇ ನಿದ್ದೆ ಹೋಗಿದ್ದ. ಬಸ್ಸಿನಲ್ಲಿದ್ದ ಯಾತ್ರಿಕರು "ಜೈ ಭವಾನಿ ಜೈ ಭವಾನಿ" ಎಂದು ಉದ್ಗಾರ ತೆಗೆದು ಎಚ್ಚೆತ್ತು ನೋಡಿದರು. "ಬಸ್ಸು ಸಮುದ್ರದ ಕಿನಾರೆಯ ಬದಿಗೆ ಏಕೆ ಬಂತು" ಎಂದು ಹೌಹಾರಿದರು. ತಾಜಾ ಹವೆ ಅಬ್ಬರಿಸಿ ಮೈಮೇಲಿದ್ದ ರೋಮಗಳನ್ನು ಅದುರಿಸುತ್ತಿತ್ತು. ಅರೆ ನಗ್ನ ವಿದೇಶೀಯರು ಉಸುಕಿನ ಹಾದಿಯಲ್ಲಿ ಓಡಾಡುತ್ತಿದ್ದರು. ಕೊಲ್ಲೂರಿನ ಮೂಕಾಂಬಿಕೆಯ ದರ್ಶನ ಮಾಡಲು ಬಂದರೆ ಮೂಕ ವಿಸ್ಮಿತರಾಗಿ ಸಮುದ್ರದ ಕಲರವವನ್ನೆ ನೋಡುವಂತೆ ಮಾಡಿದ ಪಕಡುವನ್ನು ಹೊಡೆದು ಎಬ್ಬಿಸಿದರು. ಕೆಲವರು ಮಲೆಯಾಳಿ ಭಾಷೆಯಲ್ಲಿ, ಕೆಲವರು ಹಿಂದಿಯಲ್ಲಿ, ಕೆಲವರು ಕನ್ನಡ ಮಿಶ್ರಿತ ತಮಿಳಿನಲ್ಲಿ ಪಕಡುವಿನ ಜೊತೆ ವಾಗ್ವಾದ ನಡೆಸಿದರು. ಪಕಡುವಿಗೆ ಏನೊಂದೂ ಗೊತ್ತಾಗದೆ ಅತಂತ್ರ ಸ್ಥಿತಿಯಲ್ಲಿ ಒದ್ದಾಡಿದ. ಕುಪಿತಗೊಂಡ ಮಹಿಳೆಯರು ಗರಂ ಆಗಿ ಬಸ್ಸಿನ ಮೊದಲ ಡ್ರೈವರಿಗೆ ಕರೆ ಮಾಡಿ ಬೈದು ರಂಪ ಮಾಡಿದರು. ಯಾತ್ರಿಕರಲ್ಲಿ ಗಂಡಸರು ಮಾತ್ರ ಬಿಕಿನಿ ತೊಟ್ಟ ವಿದೇಶೀಯರ ಬಳುಕಾಟ ಕೆಕ್ಕರಿಸಿ ನೋಡುತ್ತಾ ಕೂತರು.

ಬಸ್ಸನ್ನು ಸಮುದ್ರದ ಕಿನಾರೆಯಲ್ಲಿ ಬಿಟ್ಟು ಹೋಗಲು ಪಕಡು ನಿರ್ಧರಿಸಿದ. ಹಿಡಿ ಶಾಪ ಹಾಕಿದ ಯಾತ್ರಿಕರು ಬೇರೊಂದು ಬಸ್ಸು ಹಿಡಿದು ಕೊಲ್ಲೂರಿಗೆ ಹೊರಟರು. ಸಮುದ್ರದ ಎದುರು ಮಗುವೊಂದು ಮರೆತ ಆಟದ ಸಾಮಾನಿನಂತೆ ಕಾಣುತ್ತಿದ್ದ ಬಸ್ಸನ್ನು ಬಿಟ್ಟು ಹೋಗಲು ಪಕಡುವಿಗೆ ಮನಸಾಗಲಿಲ್ಲ. ಡಿಸೇಲ್ ಟ್ಯಾಂಕು ಪರೀಕ್ಷಿಸಿದ. ಟ್ಯಾಂಕಿನ ತಳ ತೋರಿಸುತ್ತಿದ್ದ ಡಿಸೇಲು ಪಕಡುವನ್ನು ಎಚ್ಚರಿಸಿತು. ಚಾವಿ ಹಾಕಿ ತಿರುಗಿಸಿದ ತಕ್ಷಣ "ಬುರ್ ಬುರ್" ಎಂದು ಬಸ್ಸು ವೀರನಂತೆ ನೆಗೆತ ಹಾಕಿತು. ಗಿರಿಜಾ ಕೊಟ್ಟಿದ್ದ ಹತ್ತು ಸಾವಿರ ರೂಪಾಯಿ ಖರ್ಚಾಗದೇ ಜೇಬಿನಲ್ಲಿ ಹೊಳೆಯುತ್ತಿತ್ತು. "ಶೇರ್ ಆಯಾ ಶೇರ್" ಎಂದು ಮನಸಲ್ಲಿ ನಗುತ್ತಾ ಬಸ್ಸಿನ

ಸ್ಟಿಯರಿಂಗಿಗೆ ಮುತ್ತು ಕೊಟ್ಟು ಬಸ್ಸು ಚಲಾಯಿಸಿದ. ಸ್ವಲ್ಪ ದೂರದಲ್ಲಿ ಟ್ಯಾಂಕು ತುಂಬಾ ಡಿಸೇಲು ಹಾಕಿಸಿಕೊಂಡ ಪಕಡು ಗಿರಿಜಾಳಿಗೆ ಬಸ್ಸಿನಲ್ಲಿ ಒಂದೆರಡು ರೌಂಡು ಹಾಕಿಸೋಣ ಎಂದು ಸೀದಾ ಅವಳ ಮನೆಯ ದಾರಿಗೆ ಬಸ್ಸನ್ನು ತಿರುಗಿಸಿದ.

■

ಬಸ್ಸನ್ನು ಚಾಳಿನ ಮುಂದೆ ನಿಲ್ಲಿಸಿ "ಗಿರಿಜವ್ವಾ ಗಿರಿಜವ್ವಾ" ಎಂದು ಓಡಿ ಬಂದಿದ್ದ ಪಕಡುವಿಗೆ ಮನೆಯಲ್ಲಿ ಗಿರಿಜಾ ಇಲ್ಲದ ಸುಳಿವು ಸಿಕ್ಕಿತು. ವಿಷಮ ಶೀತ ಜ್ವರದಲ್ಲಿ ಕಾಂತಾಬಾಯಿ ಒದ್ದಾಡುತ್ತಿದ್ದುದನ್ನು ಪಕಡು ನೋಡಿದ ಮೇಲೆ ಅವನ ಮನಸು ಮಮ್ಮಲ ಮರುಗಿತು. ಅಳುತ್ತಿದ್ದ ಮಗುವನ್ನು ಹೆಗಲ ಮೇಲೆ ಹಾಕಿಕೊಂಡು ಸಮಾಧಾನ ಮಾಡಲು ಪ್ರಯತ್ನಿಸಿದ. ಮಗುವಿನ ಮೈ ಸುಡುತ್ತಿತ್ತು. ಕಾಂತಾಬಾಯಿ ತನ್ನ ಎದೆ ಕಾವಿನಿಂದ ಎದೆ ಹಾಲು ಕುಡಿಸದೇ ಎರಡು ದಿನವಾಗಿತ್ತು. ಮನೆಯಲ್ಲಿ ಎಲ್ಲವೂ ಅಸ್ತವ್ಯಸ್ತವಾಗಿ ಬಿದ್ದಿತ್ತು. ಅಕ್ಕಪಕ್ಕದವರ ಮನೆಯ ಬಾಗಿಲು ತಟ್ಟಿ ಬಾಗಿಲು ಮೊದಲು ತೆರೆದವರ ಕೈಗೆ ಮಗುವನ್ನು ಕೊಟ್ಟು ಪಕಡು ಕಾಂತಾಬಾಯಿಯನ್ನು ಹೆಗಲಿನಲ್ಲಿ ಹೊತ್ತುಕೊಂಡು ಬಸ್ಸಿನೊಳಗೆ ಕೂರಿಸಿ ದವಾಖಾನೆ ಹುಡುಕುತ್ತಾ ಬಸ್ಸು ಓಡಿಸಿದ.

ಸರ್ಕ್ಯುಟ್ ಹೌಸು ದಾಟಿ ಬಸ್ಸು ವಿಪರೀತ ಹಾರ್ನು ಮಾಡಿಕೊಂಡು ಆಸ್ಪತ್ರೆಯ ಗೇಟು ದಾಟಿ ಒಳಗೆ ಬಂದಿದ್ದನ್ನು ರೋಗಿಗಳು, ನರ್ಸುಗಳು ಅಚ್ಚರಿಯಿಂದ ಇಣುಕಿ ನೋಡಿದರು. ಆಸ್ಪತ್ರೆಯಲ್ಲಿ ಕಾಂತಾಬಾಯಿ ಮೂರು ದಿನ ಉಳಿದಳು. ಬಸ್ಸಿನ ಮಾಲೀಕನಿಗೆ ಬಸ್ಸು ತಲುಪಿಸಿ ಪಕಡು ಅಟ್ಟಪಟ್ಟೆ ಹೊಡೆಸಿಕೊಂಡ. ಗಿರಿಜಾ ಮತ್ತು ರಮಾಕಾಂತ ರಾತ್ರೋರಾತ್ರಿ ಓಡಿ ಹೋಗಿದ್ದು ಕಾಂತಾಬಾಯಿ ಮನೆಗೆ ಬರುವವರೆಗೂ ಗೊತ್ತೇ ಇರಲಿಲ್ಲ. ಬಚ್ಚಲು ಮನೆಯಲ್ಲಿ ಮುಚ್ಚಳ ತೆಗೆದು ಬಿಟ್ಟಿದ್ದ ಕ್ರೀಮು ಹಾಗೇ ಬಿದ್ದಿತ್ತು. ಗಂಡ ಬಿಟ್ಟು ಹೋದ ಸುದ್ದಿಯಿಂದ ಕಾಂತಾಬಾಯಿ ಚೇತರಿಸಿಕೊಳ್ಳಲು ಬಹಳ ದಿನಗಳು ಬೇಕಿರಲಿಲ್ಲ. 'ಪೀಡೆ ತೊಲಗಿತು' ಎಂಬ ಭಾವದಲ್ಲಿ ಇರತೊಡಗಿದಳು. ಬೆಳ್ಳಗೆ ಚಿಗುರುತ್ತಿದ್ದ ಮಗುವಿಗೆ ಆರು ತಿಂಗಳು ತುಂಬಿದರೂ ನಾಮಕರಣ ಮಾಡಿರಲಿಲ್ಲ. ಅಷ್ಟೊತ್ತಿಗಾಗಲೇ ಕಾಂತಾಬಾಯಿ ಎದೆ ಹಾಲು ಬಿಡಿಸಿದ್ದಳು. ಅವಳ ಊತವಾಗಿದ್ದ ದೇಹದ ಭಾಗಗಳು ಸಹಜ ಸ್ಥಿತಿಯತ್ತ ಹೊರಳುತ್ತಿದ್ದವು. ಪಕಡು ಕಾಂತಾಬಾಯಿಯ ಜೊತೆಗೆ ಇದ್ದು ಮನೆಗೆಲಸ ಮಾಡಿಟ್ಟು ಸೀದಾ ಸಂತೆಗೆ ಹೋಗಿ ನಿಲ್ಲುತ್ತಿದ್ದ. ಏನಾದರೂ ಚಾಕರಿ ಮಾಡಿಕೊಂಡು ನೂರು, ನೂರೈವತ್ತು ರೂಪಾಯಿ ಜೇಬಿನಲ್ಲಿ ಇಟ್ಟುಕೊಂಡು ಮನೆಗೆ ಬೇಕಾದ ತರಕಾರಿ ಪಲ್ಲೆ, ಸೀಮೆ ಎಣ್ಣೆ ತಂದು ಹಾಕುತ್ತಿದ್ದ.

ಪಕಡುವಿನ ಜೊತೆ ಅಗತ್ಯಕ್ಕಿಂತ ಹೆಚ್ಚು ಮಾತಾಡದ ಕಾಂತಾಬಾಯಿ ಅವನೊಟ್ಟಿಗೆ ಸಿನಿಮಾಗೆ ಹೋಗುತ್ತಿದ್ದಳು. ಬಟ್ಟೆ ಅಂಗಡಿಯಲ್ಲಿ ತಾಸುಗಟ್ಟಲೆ ನಿಂತು ತನ್ನಿಷ್ಟದ

ಬ್ಲೌಸು ಪೀಸು ಹುಡುಕುವಾಗ ಮಗುವನ್ನು ಸಿಡುಕದ ಪಕಡುವಿನ ಕೈಗಿಟ್ಟು ತೋರು ಬೆರಳು ಬೀಸಿ “ಬೇರೆ ಕಲರ್ ತೋರಿಸಿ” ಎಂದು ಕೇಳುತ್ತಿದ್ದಳು. ಪಕಡು ತನ್ನ ತಂದೆಯ ಹೆಸರನ್ನೆ ಮಗುವಿಗೆ ಕರೆಯಲು ಶುರುಮಾಡಿದ. ಕಾಂತಾಬಾಯಿ “ಅದ್ಯಾಕೆ ಮಗುವಿಗೆ ಇಂಗ್ಲಿ, ಇಂಗ್ಲಿ ಎಂದು ಕರೀತಿಯಾ” ಎಂದು ಕೇಳುತ್ತಿದ್ದಳು. “ಇಂಗ್ಲಿ ಅಂದ್ರೆ ನಮ್ಮಪ್ಪನ ಹೆಸರು, ಊರ ಹೆಂಗಸ್ರಿಗೆ ಪ್ಯಾಟೆಯಲ್ಲಿನ ಇಂಗ್ಲಿಷ್ ಕಂಪೆನಿದು ಸೆಂಟು, ಪೌಡರು, ಬಳೆ, ನಿಕ್ಕರ್, ಬ್ರಾ ತಂದುಕೊಡುತ್ತಿದ್ದನಂತೆ ಅದ್ಕೆ ನಮ್ಮಪ್ಪನ ಇಂಗ್ಲಿ ಇಂಗ್ಲಿ ಎಂದು ಕರೀತಿದ್ರು” ಹೇಳಿದ. “ಈ ಶನಿ ಸಹ ಊರ ಹೆಂಗಸ್ರಿಗೆ ಬ್ರಾ ನಿಕ್ಕರ್ ತಂದುಕೊಡ್ಬೇಕು ಅಂತ ಇಂಗ್ಲಿ ಅಂತ ಕರೀತಿಯೇನೋ ಲೋಫರ್” ಎಂದು ಕಾಂತಾಬಾಯಿ ಕೋಪಿಸಿಕೊಳ್ಳುತ್ತಿದ್ದಳು. ಮರು ಕೋಪಿಸಿಕೊಳ್ಳದ ಪಕಡು “ಮಕ್ಕಳನ್ನ ಶನಿ ಅಂತ ಕರೀತೀಯಾ, ಬಿಡ್ತು ಅನ್ನು, ನಾವು ಗ್ಯಾರೆಂಟಿ ಶನಿವಾರಗಳು” ಎಂದು ನಗುತ್ತಿದ್ದ.

“ನೀನಂತೂ ಒಂದು ಕಿತನೂ ಮಗಿಗೆ ಹೆಸರಿಟ್ಟು ಕರೀಲಿಲ್ವಲ್ಲ, ನಾಮಕರಣ ಮಾಡಿ ಪಾಯಸ ಇಕ್ಕಲಿಲ್ವಲ್ಲ, ಅದುಕ್ಕೆ ನಾನೆ ಹೆಸರಿಟ್ಟೆ” ಎಂದು ಪಕಡು ಹೇಳಿದ. ಅವನ ಬಾಯಿಯಲ್ಲಿ ಸರಾಗವಾಗಿ ಏಕವಚನ ಬರುತ್ತಿದ್ದದನ್ನು ಗಮನಿಸುತ್ತಿದ್ದ ಕಾಂತಾಬಾಯಿ “ಹೋಗೋದು ಹೋದ, ಈ ಮಗುನ ಕರ್ಕೊಂಡು ಹೋಗಕ್ಕೆ ಏನು ಬಂದಿತ್ತು ಆ ಲೋಪರ್ ನನ್ಮಗ್ನಿಗೆ” ಎಂದು ಕಾಂತಾಬಾಯಿ ರೋದಿಸಿದಳು. “ನಿನಗೆ ಮದ್ವೆ ಆಗಿದೆಯಾ” ಎಂದು ಕೇಳಿದಳು. “ಒಂದೇ ಒಂದು ಕಿತ ಆಗಿದ್ದು, ಅವಳನ್ನು ನಮ್ಮಪ್ಪ ಮದುವೆಯಾದ” ಎಂದು ಪಕಡು ಹೇಳಿದ. ಕಾಂತಾಬಾಯಿ “ಥತ್ತೇರಿ” ಎಂದು ನಕ್ಕಳು. ಪಕಡು ನಗಲಿಲ್ಲ.

ಮಂಚದ ಮೇಲೆ ಕೂತು ತನ್ನ ಹೆರಳನ್ನು ಬಿಚ್ಚಿಕೊಳ್ಳುತ್ತಾ ಕಾಂತಾಬಾಯಿ “ನೀನ್ಯಾಕೆ ಪಕಡು ಅಂತ ಹೆಸರಿಟ್ಟುಕೊಂಡಿದಿಯಾ” ಎಂದು ಕೇಳಿದಳು. ಪಕಡು ಮಾತಾಡದೆ ಅವಳ ಸೀರೆ ಜರುಗಿಸಿ ಮೊಣಕಾಲಿನ ಮೇಲೆ ಕೈಯಿಟ್ಟ. ಕಾಂತಾಬಾಯಿ ಚಟ್ಟೆಂದು ಬಾಚಣಿಗೆ ಬೀಸಿದಳು. ಇಂಗ್ಲಿ ಹಾಯಾಗಿ ಮಲಗಿದ್ದ. ಪಕಡು ತನ್ನ ಕೈಯನ್ನು ಮತ್ತೆ ಮೇಲಕ್ಕೆ ಏರಿಸಿದ. ಅವನ ಕೆನ್ನೆಗೆ ಜೋರಾಗಿ ಏಟು ಬಿತ್ತು. ಕತ್ತು ಬಗ್ಗಿಸಿಕೊಂಡಿದ್ದ ಪಕಡು ಕಾಂತಾಬಾಯಿಯ ಎದೆಗೆ ಒಮ್ಮೆಲೆ ಕೈ ಹಾಕುವಂತೆ ಕೈ ಮುಂದಕ್ಕೆ ಹಾಕಿ ಹಿಂತೆಗೆದುಕೊಂಡ. ಕಾಂತಾಬಾಯಿಯ ಮೋಟು ಕಣ್ಣು ಆಗಲೇ ದೊಡ್ಡದಾಗಿ ಪಕಡುವಿನ ಚಲನೆಯನ್ನೇ ದುರುಗುಡುತ್ತಿದ್ದವು. “ಹೋಗು ಹೊರಗೆ” ಎಂದು ದೊಡ್ಡ ಸದ್ದಿನಲ್ಲಿ ಕೂಗಿ ಕಾಂತಾಬಾಯಿ ಪಕಡುವನ್ನು ಹೊರಗೆ ದಬ್ಬಲು ಪ್ರಯತ್ನಿಸಿದಳು. ಪಕಡು ಅವಳ ಸೊಂಟ ಹಿಡಿದು ಮಂಚದಲ್ಲಿ ಕೆಡವಿಕೊಂಡ.

ಕಾಂತಾಬಾಯಿ ಸಂತುಷ್ಟಿಯಾಗುವವರೆಗೆ ಪಕಡುವಿನ ಕೈ ಕಚ್ಚುವಾಗ ಅವಳ ಕೂದಲನ್ನು ಪಕಡು ನೇವರಿಸುತ್ತಿದ್ದ. ಇಬ್ಬರೂ ರಭಸದ ರಸತುಂದಿಲರಾಗಿ ಮಂಚದಲ್ಲಿ ಭತ್ತ ಬೆಳೆಯುವುದನ್ನು ಒಂದು ವರ್ಷದ ಇಂಗ್ಲಿ ಕಣ್ಣು ಬಿಟ್ಟು ನೋಡುತ್ತಿದ್ದ. ಕಾಂತಾಬಾಯಿಯ ಒಳಗೆ ಅವಿತಿದ್ದ ಶಹನಾಯಿಯ ಉದ್ವೇಗ ಗಂಟಲಿನಿಂದ

ರಭಸವಾಗಿ ಕಿತ್ತು ಬರುತ್ತಿತ್ತು. ಅಂಬೆಗಾಲು ಹಾಕಿ ಬಂದು ನದಿಯಂತೆ ಹರಡಿದ್ದ ಕೂದಲನ್ನು ಹಿಡಿದು ಎಳೆಯುತ್ತಿದ್ದುದು ಇಂಗ್ಲಿ ಎಂದು ಆಕೆಗೆ ಗೊತ್ತಿರಲಿಲ್ಲ. ಇಬ್ಬರೂ ಬೆವೆತರು. ಒಬ್ಬರ ಎಂಜಲನ್ನು ಮತ್ತೊಬ್ಬರು ಖಾಲಿ ಮಾಡುವಂತೆ ಮುತ್ತಿಟ್ಟರು. ಕಾಂತಾಬಾಯಿಯ ಬೆನ್ನಲ್ಲಿ ಅಡಗಿ ಕೂತಿದ್ದ ಛಳಿ ಆ ದಿನ ಊರು ಬಿಟ್ಟಿತ್ತು.

■

ನೆನ್ನೆಯ ಅನಾಹುತದಿಂದ ಮಂಚದ ಒಂದು ಕಾಲು ಮುರಿದು ಹೋಗಿದ್ದರಿಂದ ಬೆಳಗ್ಗೆ ಎದ್ದು ಪಕಡು ಮಂಚದ ಕಾಲಿಗೆ ತತ್ಕಾಲಕ್ಕೆ ಉದ್ದನೆಯ ಕಲ್ಲು ಇರಿಸಿ ಬಡಗಿಯಂತೆ ಕೂತು ಹೊಸದೊಂದು ಮಂಚದ ಕಾಲನ್ನು ಮಾಡುತ್ತಿದ್ದ. ಕಾಂತಾಬಾಯಿ ಎಂದಿಗಿಂತ ಕೊಂಚ ಹರುಷದಿಂದ ಮನೆ ತುಂಬಾ ಓಡಾಡುತ್ತಿದ್ದಳು. "ಏಯ್, ಪಕಡು, ನಂಗೆ ಯಾರೋ ಎದೆ ಮೇಲೆ ಕುತ್ಕಂಡಂಗೆ ಆಗ್ತದೆ, ಗೆಜ್ಜೆ ಕಟ್ಕಂಡು ಕುಣಿಬೇಕು ಅಂತ ಅನ್ನಿಸ್ತಿದೆ" ಎಂದು ಹೇಳಿದಳು. ರಮಾಕಾಂತನ ಹಾಗೆ ಬೆಚ್ಚಿ ಬಿದ್ದು ಓಡದ ಪಕಡು "ಇದು ದೇವರ ಆಟ, ನಿನ್ ಮೈಮ್ಯಾಗೆ ದೇವಿ ತುಂಬ್ತಿದಾಳೆ, ಅದುಕ್ಕೆ ಹಿಂಗೆಲ್ಲಾ ಅನ್ಸುದು" ಎಂದು ಹೇಳಿದ. ಕಾಂತಾಬಾಯಿಗೆ ಇಷ್ಟು ಸಾಕಿತ್ತು. ಕಿಡಿಯಾಗಿದ್ದವಳು ದಿನದಿಂದ ದಿನಕ್ಕೆ ಚಿಂಗಾರಿಯಾಗುತ್ತಾ ಹೊರಟಳು. ಚಿಂಗಾರಿ ಜ್ವಾಲಾಮುಖಿ ಆಗಿತ್ತು.

ಕಾಂತಾಬಾಯಿಗೆ ಹುಚ್ಚು ಹಿಡಿದಿದೆ ಎಂದು ಚಾಳಿನ ಜನ ಮೊದಲೇ ಹೆದರುತ್ತಿದ್ದವರು ಮೈಮೇಲೆ ದೇವರು ಬರುತ್ತೆ ಎಂದು ವದಂತಿ ಸುಳಿದ ಕೂಡಲೇ ಕೆಲಸ ಕಾರ್ಯ ಬಿಟ್ಟು ಕಾಂತಾಬಾಯಿಯ ಮನೆಗೆ ಬಂದು ಅವಳನ್ನು ಶಾಂತಿ ಮಾಡುವವರೆಗೆ ಹೋಗುತ್ತಿರಲಿಲ್ಲ. ಪಕಡು ಹೋಗಿ ಜನರನ್ನು ಸೇರಿಸುತ್ತಿದ್ದ. ಎಲ್ಲರಗಿಂತ ಮೊದಲೇ "ಯಾಕವ್ವ ಈ ಹೆಣ್ಣಿನ ಮೇಲೆ ಇಷ್ಟೊಂದು ಕ್ವಾಪ ನಿಂಕ" ಎಂದು ನೆರೆದಿದ್ದವರನ್ನು ಪ್ರಶ್ನೆ ಮಾಡದಂತೆ ಕೇಳಿಬಿಡುತ್ತಿದ್ದ. ಕಾಂತಾಬಾಯಿ ಮೆಲ್ಲಗೆ ತನ್ನ ಅಂಡು ಸರಿಸುತ್ತಾ ಪಟ್ಟಕ್ಕೆ ಕೂತಳು.

ಅಂದು ಕಳೆದು ಹೋಗಿದ್ದ ಉಪನ್ಯಾಸಕ ಸಂಜೆ ಕಾಂತಾಬಾಯಿಯ ಮನೆಗೆ ಬಂದ. ಮೈ ತುಂಬಾ ಅರಿಶಿನ ಕೊಂಬು ತೇಯ್ದು ಹಳದಿ ಸಿಲಿಂಡರಿನಂತೆ ಘಮ ಸೂಸುತ್ತಿದ್ದ ಕಾಂತಾಬಾಯಿ ಹಸಿರು ಸೀರೆ ಉಟ್ಟು, ಕನ್ನಡಿಯ ಮುಂದೆ ನಿಂತು ಕಾಸಗಲ ಗಾತ್ರದ ಕುಂಕುಮವನ್ನು ಹಣೆಗೆ ತಿಕ್ಕಿಕೊಳ್ಳುತ್ತಿದ್ದಳು. ಅವಳ ಕೊರಳಲ್ಲಿ ಕವಡೆ ಸರ, ದೇವಿಯ ಮುಖವಿದ್ದ ಚಿನ್ನದ ಉಂಗುರಗಳು. ಹೆಂಡತಿ ಮಗುವಿನ ಜೊತೆ ಬಂದಿದ್ದ ಉಪನ್ಯಾಸಕ ಹಣ್ಣುಕಾಯಿಯ ಜೊತೆ ಒಂದು ಎಳೆಯ ಕೋಳಿಯ ಕಾಲಿಗೆ ಗಂಟು ಹಾಕಿ ಹೆಗಲ ಮೇಲೆ ಹೊತ್ತುಕೊಂಡು ತಂದಿದ್ದ. ಭಕ್ತಾದಿಗಳು ಇನ್ನೇನು ಬರುವ ಸಮಯವೆಂದು ಹತ್ತು ವರ್ಷದ ಇಂಗ್ಲಿ ಚಾಪೆ ಹಾಸಿದ್ದ. "ಯಾರೋ ಮಾಟ ಮಾಡಿಸಿದ್ದಾರೆ, ಮನೆಯಲ್ಲಿ ಬರೀ ಅಶಾಂತಿ, ಜಗಳ" ಎಂದು ಪರಿಹಾರಕ್ಕೆ

ಬಂದಿದ್ದ ಉಪನ್ಯಾಸಕ ಚಾಪೆ ಮೇಲೆ ಕೂತ. ಅವನ ಹೆಂಡತಿ ಮಗುವನ್ನು ತೊಡೆ ಮೇಲೆ ಹಾಕಿಕೊಂಡು ಕೈ ಮುಗಿಯುತ್ತಾ ಕೂತಳು. ಕಾಲಿಗೆ ಗೆಜ್ಜೆ ಕಟ್ಟಿಕೊಂಡು ಹಸಿ ಕೂದಲನ್ನು ಹಾಗೆ ಬಿಟ್ಟು ಕಾಂತಾಬಾಯಿ ಮಂದಗಮನೆಯಂತೆ ಬಂದಳು.

ಪಲ್ಲಕ್ಕಿಯಲ್ಲಿ ಬೆಳ್ಳಿ ಮುಖದ ಹೆಣ್ಣು ದೇವರಿತ್ತು. ಮುಖದ ಕೆಳಗೆ ಹೆಣ್ಣು ದೇವರ ನಾಲಿಗೆ, ಚಾಮರ, ಕಣ್ಣು, ಪಾದುಕೆಗಳು ಜೋಡಿಸಲ್ಪಟ್ಟಿದ್ದವು. ಬೇವಿನ ಎಲೆಗಳು, ಹೂಗಳು, ಮಂತ್ರಾಕ್ಷತೆ ಅಗಲವಾದ ಡಬರಿಯೊಳಗಿದ್ದರೆ ನಿಂಬೆ ಹಣ್ಣು, ತಾಯತ, ತಡೆಯೊಡೆಯುವ ತಾಮ್ರದ ಶೀಟುಗಳು ಒಂದು ಕಡೆ. ಪಕ್ಕದ ಕೋಣೆ ಬಲಿ ಪೀಠವಾಗಿತ್ತು. ಆ ಕೋಣೆಯಲ್ಲಿ ತ್ರಿಕೋನಾಕಾರದ ಕಲ್ಲಿಗೆ ಅರಿಶಿನ ಕುಂಕುಮಗಳ ಮಳೆ ಸುರಿದಂತಿತ್ತು. ಅದರ ಎಡದಲ್ಲಿ ಚಿಕ್ಕ ಬಾಕು. ಅದು ಕೋಳಿ ಕೊಯ್ಯಲು. ಇನ್ನೊಂದು ದೊಡ್ಡ ಬಾಕು. ಕುರಿ ಕೊಯ್ಯಲು. ಪಕಡು ಮನೆಯಲ್ಲಿ ತಾಂಡಾದ ಜನರನ್ನು ತನ್ನ ಜತೆಗೆ ಸೇರಿಸಿಕೊಂಡು ಬಲಿ ಕಾರ್ಯಗಳನ್ನು ಅವರಿಗೆ ವಹಿಸಿದ್ದ.

ದೀಪ ಹಚ್ಚಿ ಧೂಪ ಬೆಳಗಿ ಉದ್ದಕ್ಕೆ ಬಿದ್ದ ಕಾಂತಾಬಾಯಿ ಒಂದು ಕೈಯಲ್ಲಿ ಗಂಟೆ ಬಾರಿಸಿ ಇನ್ನೊಂದು ಕೈಯಲ್ಲಿ ಅಗರಬತ್ತಿ ಹಿಡಿದು ದೇವರಿಗೆ ತೋರಿಸುತ್ತಿದ್ದಂತೆ 'ಉಲುಲುಲುಲು' ಎಂದು ಉದ್ಗಾರ ತೆಗೆದಳು. ಪಕಡು ಓಡಿ ಬಂದು ಓಲಾಡುತ್ತಿದ್ದ ಕಾಂತಾಬಾಯಿಯನ್ನು ಹಿಡಿದುಕೊಂಡು ಅವಳ ಕೈಗೆ ಎರಡು ಸಿವುಡು ಬೇವಿನ ಸೊಪ್ಪು ಕೊಟ್ಟು ಕುಣಿಯಲು ಬಿಟ್ಟ. ಇಂಗ್ಲಿ ಹಾಸಿದ್ದ ಆರೇಳು ಚಾಪೆಯಲ್ಲಿ ಜನರೋ ಜನ. ಪಕಡು ಬಿಟ್ಟರೆ ದೇವಿಯನ್ನು ನಿಯಂತ್ರಿಸುವರಿಲ್ಲ ಎನ್ನುವ ಮಟ್ಟಿಗೆ ಪರಿಸ್ಥಿತಿ ಸಾರುತ್ತಿತ್ತು. ದೇವರನ್ನು ಮನೆಗೆ ಕರೆಸಬೇಕಾದರೆ ಮೊದಲು ಪಕಡುವನ್ನು ಸಂಪರ್ಕಿಸಿ ದಿನಾಂಕ ಹೊಂದಿಸಿಕೊಂಡು ಹೋಗಬೇಕಿತ್ತು.

ಮುಖ ಹಪ್ಪಳದಂತಾಗಿ, ಕಾಲುಗಳು ತೇಗದ ತೊಲೆಗಳಂತೆ ಊದಿಕೊಂಡಿದ್ದ ಕಾಂತಾಬಾಯಿಯನ್ನು ಉಪನ್ಯಾಸಕ ಗುರುತಿಸದಾದ. ಕಂಬಳಿ ಹುಳುವಿನಂತಿದ್ದ ಕಾಂತಾಬಾಯಿ ಚಿಟ್ಟೆಯಾದರೂ ಆತ್ಮ ಬೇರೆಯಾಗಿರಲಿಲ್ಲ. ಮಸಾಲೆ ಡಬ್ಬಿಯಲ್ಲಿ ಎಂದೋ ಕಳೆದು ಹೋಗಿದ್ದ ಒಂದು ರೂಪಾಯಿಯ ನಾಣ್ಯ ಮತ್ತೆ ಸಿಕ್ಕಂತೆ ಕಾಂತಾಬಾಯಿ ಉಪನ್ಯಾಸಕನನ್ನು ನೋಡಿ ಒಂದು ಕ್ಷಣ ಅವಾಕ್ಕಾದಳು. ಯಂತ್ರದಂತೆ ಕಾಂತಾಬಾಯಿಯ ಎರಡೂ ಕೈಗಳು ಬೇವಿನ ಸೊಪ್ಪನ್ನು ಅಲುಗಿಸುತ್ತಿದ್ದವು. ಪಕಡು ಕೆಳಗೆ ಬೀಳುತ್ತಿದ್ದ ಕಾಂತಾಬಾಯಿಯನ್ನು ಬಕ್ಕನೆ ಹಿಡಿದುಕೊಂಡ.

ಕಾಂತಾಬಾಯಿ ತಲೆ ತಿರುಗಿ ಬಿದ್ದಿದ್ದಳು. ಜನರು ಏನಾಯಿತೆಂದು ಕೃತಕ ಉಪಚಾರ ಮಾಡಿದರು. ಕಾಂತಾಬಾಯಿಯ ಕಣ್ಣಲ್ಲಿ ಎರಡು ಹನಿ ಕಂಬನಿ ಕಾಣುತ್ತಿತ್ತು. "ದೇವಿ ಒಮ್ಮೆ ಮೈ ಬಿಟ್ಲು ಅಂದ್ರೆ ಮತ್ತೆ ತುಂಬೋದು ಕಷ್ಟ" ಎಂದು ನಾಟಕೀಯವಾಗಿ ಬೇಜಾರು ಮಾಡಿಕೊಂಡು ಪಕಡು ಹೇಳಿದ. ಸಂತ್ರಸ್ತರೆಲ್ಲರೂ ಒಕ್ಕೊರಲಿನಿಂದ "ತಾಯಿನ ನೋಡ್ಬೇಕು ಅಂತ ದೂರದಿಂದ ಬಂದಿದೀವಿ, ನಮ್ ಕಷ್ಟ ನಮ್ಮವ್ವ ಕೇಳ್ದಿದ್ರೆ, ಬಾರವ್ವ ತಾಯಿ, ಬಾ" ಎಂದು ಹುಸಿ ಕಂಬನಿ ತೋರಿಸಿದರು. ಲೋಬಾನ ಹಾಕಿ, ಗಂಟೆ ಜಾಗಟೆ ಬಾರಿಸಿ, ಒಂದು ಸಿವುಡು ಊದುಬತ್ತಿ ಅ

ಆಕಾರದಲ್ಲಿ ಬೆಳಗಿದಾಗ ಸಮಯ ಮಾಡಿಕೊಂಡು ದೇವಿಯನ್ನು ಆವಾಹನೆ ಮಾಡಿಕೊಂಡ ಕಾಂತಾಬಾಯಿ ಕಿರುಗಣ್ಣಲ್ಲಿಯೇ ಉಪನ್ಯಾಸಕನನ್ನು ನೋಡುತ್ತಿದ್ದಳು. ಪಕಡು "ತಮ್ಮ ಇಷ್ಟಾರ್ಥ ಕೇಳಿಕೊಳ್ಳಿರಿ" ಎಂದು ಹುಕುಂ ಮಾಡಿದ. ಉಪನ್ಯಾಸಕ ಕೈ ಮುಗಿದು "ತಾಯಿ, ಮನೆಯಲ್ಲಿ ಬರ್ಕತ್ತಿಲ್ಲ, ಬರೀ ತಾಪತ್ರಯ" ಎಂದು ಅಹವಾಲು ಹೇಳಿಕೊಳ್ಳುವಾಗ ಕಾಂತಾಬಾಯಿಯ ಕೆನ್ನೆಯ ಮೇಲಿದ್ದ ಮಚ್ಚೆ ಸೂಕ್ಷ್ಮವಾಗಿ ಗಮನಿಸಿ "ಕಾಂತಾ" ಎಂದು ಎದೆ ಒಡೆದುಕೊಂಡ. ಮರುಕ್ಷಣ ಅವನಿಂದ ಮಾತು ಬರಲೇ ಇಲ್ಲ.

"ಇಷ್ಟು ದಿನ ಆದ್ಮೇಲೆ ನನ್ನ ನೆನಪಾಯ್ತು ಮಗನೇ" ಎಂದು ದೇವಿ ಕೇಳಿದಳು. ಚಾಪೆ ಮೇಲೆ ಕೂತಿದ್ದ ಜನರು ಉಪನ್ಯಾಸಕನ ಮಾತಿಗಾಗಿ ಕಾದರು. ಉಪನ್ಯಾಸಕನ ಎದೆ ಸ್ತಂಭನಗೊಂಡಿತ್ತು. "ತಾಯಿಗೆ ಉತ್ರ ಕೊಡಿ, ಉತ್ರ ಕೊಡಿ" ಎಂದು ಪಕಡು ಅವನ ಹೆಂಡತಿಯನ್ನು ಪೀಡಿಸಿದ. ಉಪನ್ಯಾಸಕನ ಹೆಂಡತಿ ಮುಂಗುರುಳು ಸರಿಸಿಕೊಂಡು "ಇವತ್ತೆ ನೀವು ಇಲ್ಲಿ ಇರೋದು ಅಂತ ಗೊತ್ತಾಯಿತು" ಎಂದು ಹೇಳಿದಳು. ಅವಳ ಮಾತಿನಿಂದ ಕೂತಿದ್ದ ಜನರಿಗೆ ನಗು ಬಂದರೂ ಒತ್ತಾಯದಿಂದ ತಡೆದುಕೊಂಡರು. ಬಿಟ್ಟ ಬಾಯಿಯನ್ನು ಹಾಗೆ ಬಿಟ್ಟುಕೊಂಡು ಉಪನ್ಯಾಸಕ ನೋಡುತ್ತಲಿದ್ದ. "ಹೌದಾ ಮಗಳೇ, ಭೇಷ್ ಆತು ಬಿಡು" ಎಂದು ಕೋಪದಿಂದ ಹೇಳಿದಳು. ತುಂಬಾ ಜನ ಇದಾರೆ ಬೇಗ ಬೇಗ ಕಷ್ಟ ಪರಿಹರಿಸಿಕೊಳ್ಳಿ ಎಂದು ಪಕಡು ಕೈ ಸನ್ನೆ ಮಾಡುತ್ತಿದ್ದ. ಉಪನ್ಯಾಸಕನ ಹೆಂಡತಿಗೆ ಏನೂ ಕೇಳಲು ತೋಚದೇ ತೊಡೆಯಲ್ಲಿದ್ದ ಮಗುವನ್ನು ದೇವಿಯ ಮಡಿಲಿಗೆ ಹಾಕಿ "ಮನೆಯಲ್ಲಿ ಒಂದು ಹನಿ ಶಾಂತಿ ಇಲ್ಲ, ಗಂಡ ಹೆಂಡತಿ ಜಗ್ಳ, ನೀವೇ ಪರಿಹಾರ ಮಾಡ್ಬೇಕು" ಎಂದು ಕೇಳಿದಳು. "ಮಗ್ಳೆ ಹಿಂಗ್ ಮಾಡುದ್ರೆ ಹೆಂಗೆ, ಅಕ್ಕಿ ಬೆಳೆದ ಮನೆ ಹಕ್ಕಿ ಆಗ್ತೈತೆ, ರಾಗಿ ಉಂಡ ಮನೆ ಬೆಳೀತೈತೆ" ಎಂದು ದೇವಿ ಘೋಷ ವಾಕ್ಯ ನುಡಿದಳು. ಪಕಡು "ಡೋಲು ಬಾರಿಸಿ" ಎಂದು ಕಣ್ಸನ್ನೆ ಮಾಡಿದ. ಡಮಡಮನೆ ಸದ್ದು ಮನೆಯ ತುಂಬಾ ಕಿಕ್ಕಿರಿಯಿತು.

"ನನ್ನ ಮನೆಯ ಅಡ್ರೆಸ್ ಯಾರು ಕೊಟ್ರು ಮಗ್ಳೆ ಎಂದು ದೇವಿ ಕೇಳಿದಳು. "ಯಾರೋ ಸಿರ್‌ಪಕಡು ಅಂತೆ, ಅವ್ರು ಕೊಟ್ರು ತಾಯಿ" ಎಂದು ಹೇಳಿದಳು. ಪಕಡು ತಲೆ ನೇರವಾಗಿ ಅಲ್ಲಾಡಿಸುತ್ತಾ "ಏನಾರ ಪರಿಹಾರ ಮಾಡವ್ವ, ಎಲ್ರೂ ನಿನ್ನ ಮಕ್ಕಳೇ" ಎಂದು ಹೇಳಿದ. "ಮಗ್ನೆ, ಕುದುರೆ ಮಾತಾಡ್ಲಿ ಬಿಡು" ಎಂದು 'ಉಸ್ ಉಸ್' ಎಂದು ಉಸಿರನ್ನು ಮೇಲೆ ಕೆಳಗೆ ಮಾಡುತ್ತಾ ದೇವಿ ಹೇಳಿದಳು. ಹೆಂಡತಿ ಉಪನ್ಯಾಸಕನನ್ನು ಚಿವುಟಿ ಎಬ್ಬಿಸಿದಳು. ಗರ ಬಡಿದವನಂತೆ ಕೂತವನು ಏನು ಮಾತಾಡಿಯಾನು, "ತಾಯಿ ತಾಯಿ" ಎಂದು ಹೇಳಿದ ಅಷ್ಟೇ. "ಮನೆಯ ಕುದುರೆ ಲಗಾಮು ತಪ್ಪೈತೆ, ತಡೆ ಹೊಡಿಬೇಕು ಅರ್ಥ ಆಯ್ತಾ ಮಗಳೇ, ಬರೋ ಹುಣ್ವಿ ದಿಸ, ಕುದುರೆ ಒಂದೇ ಬರಲಿ, ನೀ ಬೇಡ" ಎಂದು ದೇವಿ ಹೇಳಿದಳು. ದೇವಿಗೆ ಕೈಯಲ್ಲಿದ್ದ ಕೋಳಿಯನ್ನು ಕೊಡಲು ಹೇಳಿದ ಪಕಡು. ಉಪನ್ಯಾಸಕನ ನೋಡುತ್ತಲೆ ದೇವಿ ಹರಕೆ ಕೋಳಿಯ ರೆಕ್ಕೆಯನ್ನು ನೆಲಕ್ಕೆ ಬಡಿಯುತ್ತಾ, ಬಾಯಿಯಿಂದ ಕಚ್ಚಿ

ರಕ್ತ ಹೀರಿದಳು. 'ಹ್ಹೋಹ್ಹೋ' ಎಂದು ಜನರು ಕೂಗಿದರು. ಉಪನ್ಯಾಸಕ ನೆಲದಲ್ಲೆ ಅವಡುಗಚ್ಚಿದ.

ಪೂನಾ ಪುಣೆಯಾದಂತೆ ಕಾಂತಾಬಾಯಿ ಒಡೆದ ಹಲಸಿನಂತಾಗಿದ್ದಳು. ಪಕಡುವಿನ ಮೀಸೆ ಬಣ್ಣ ಬಿಡುತ್ತಿತ್ತು. ಇಂಗ್ಲಿ ಮಾತ್ರ ಬೆಳೆಯುತ್ತಿದ್ದ. ಪಕಡುವನ್ನು 'ಅಪ್ಪ' ಎಂದು ಕರೆದರೆ 'ಚಿಕ್ಕಪ್ಪ' ಎಂದು ಕರೆಯಲು ಸ್ವತಃ ಪಕಡು ಹೇಳುತ್ತಿದ್ದ. ರಮಾಕಾಂತ ನಿನ್ನ ತಂದೆಯೆಂದು ಇಂಗ್ಲಿಗೆ ಹೇಳಲು ಬಹಳ ಒದ್ದಾಡಲು ಪ್ರಯತ್ನಿಸುತ್ತಿರುವಂತೆ ಅವನೊಳಗೆ ಸತ್ತು ಹೋದ ಮನುಷ್ಯ ಒಮ್ಮೊಮ್ಮೆ ಎದ್ದು ಬರುತ್ತಿದ್ದ. ಇಂಗ್ಲಿಯನ್ನು ಶಾಲೆಗೆ ಕಳಿಸಿರಲಿಲ್ಲ. ಇಂಗ್ಲಿ ಹುಟ್ಟಿರುವ ಯಾವ ದಾಖಲೆಗಳನ್ನೂ ಕಾಂತಾಬಾಯಿ ಮಾಡಿಸಿರಲಿಲ್ಲ. ಪಕಡುವಿನ ಜೊತೆ ಸೇರಿ ಮಾರ್ಕೆಟ್ಟಿಗೆ ಹೋಗಿ ಚೀಲಗಟ್ಟಲೆ ದಿನಸಿ, ತರಕಾರಿ ತರುವುದು, ಸಂತ್ರಸ್ತರಿಗೆ ಕೂರಲು ಚಾಪೆ ಹಾಸುವುದು, ನೂಕುನುಗ್ಗಲಾಗದಂತೆ ಒಬ್ಬರಾದ ಮೇಲೆ ಒಬ್ಬರು ತಮ್ಮ ಸಮಸ್ಯೆ ಹೇಳಿಕೊಳ್ಳಲು ಇಂಗ್ಲಿ ವ್ಯವಸ್ಥೆ ಮಾಡುತ್ತಿದ್ದ. ಅದರ ಹೊರತಾಗಿ ಇಂಗ್ಲಿ ಪಾಯಖಾನೆಯನ್ನು ಕೈ ಹಚ್ಚಿ ತೊಳೆಯಬೇಕಿತ್ತು. ಅಮವಾಸ್ಯೆ ಪೌರ್ಣಿಮೆ ದಿನಗಳಂದು ಮನೆಯಲ್ಲಿ ಜರುಗುತ್ತಿದ್ದ ಮೇಳಗಳನ್ನು ನೋಡಿ ನೋಡಿ ರೋಸಿ ಹೋಗುತ್ತಿದ್ದ ಇಂಗ್ಲಿ ಕಾಂತಾಬಾಯಿ ಸಹಜವಾಗಿದ್ದಾಗ "ಹತ್ತಿರ ಬಾ" ಎಂದು ಕರೆದರೆ ಹೆದರಿ ಓಡುತ್ತಿದ್ದ.

■

ಪಕಡು ಬೆರಳು ತೋರಿಸಿ "ಇದು ನಮ್ದೆ ದುಖಾನು" ಎಂದು ಶಿಥಿಲಗೊಂಡಿದ್ದ ರಮಾಕಾಂತನ ಪೆಟ್ಟಿಗೆ ಅಂಗಡಿ ತೋರಿಸಿ, ಚಹಾ ಕುಡಿಸಿ ಕರೆದುಕೊಂಡು ಬರುತ್ತಿದ್ದ. ಪೆಟ್ಟಿಗೆ ಅಂಗಡಿ ನೋಡುವಾಗಲೆಲ್ಲಾ ಅದರ ಮೇಲೆ ಇಂಗ್ಲಿಗೆ ಅತೀವ ವ್ಯಾಮೋಹ ಉಕ್ಕಿ ಬರುತ್ತಿತ್ತು. ತನಗೆ ಬೇಕೆಂದಾಗಲೆಲ್ಲಾ ಇಂಗ್ಲಿ ಅಂಗಡಿಯ ಬಾಗಿಲು ತೆಗೆದು, ಮಂದ ಧೂಳು ಹೊಡೆದು, ಪುಟ್ಟ ಡಬ್ಬಿಯಲ್ಲಿ ತುಂಬಿಸಿಟ್ಟ ಬಣ್ಣ ಕಳೆದುಕೊಂಡ ಎರಡು ಕಾಲಿನ ರಿವೀಟು, ಕಪ್ಪು ಬಕ್ಕಲು, ಜಾಮ್ ಬಟನುಗಳನ್ನು ಅಲುಗಾಡಿಸಿ ಕುತೂಹಲವಾಗಿ ನೋಡಿ ಮತ್ತೆ ಯಥಾ ಸ್ಥಾನದಲ್ಲಿಡುತ್ತಿದ್ದ. ನಾಲಿಗೆ ಕಚ್ಚಿಕೊಂಡು ಹೊರಬಂದು ಅವಸಾನಗೊಂಡ ಗಮ್ಮಿನ ಟ್ಯೂಬು ಪರೀಕ್ಷಿಸಿ ತನ್ನ ಪದರ ಕಳಚಿದ ಚಪ್ಪಲಿಗೆ ಹಿಸುಕಿ ಹಿಸುಕಿ ತೆಗೆದ ಒರಟು ಗಮ್ಮು ಅಂಟಿಸಿ ಕಬ್ಬಿಣದ ಲಾಸ್ಟಿಗೆ ಸಿಕ್ಕಿಸಿ ಕೊಡ್ತಿಯಿಂದ ಪೆಟ್ಟು ಕೊಟ್ಟು ಗಮನಿಸುತ್ತಿದ್ದ ಇಂಗ್ಲಿಯ ಕಣ್ಣು ಬೆಕ್ಕಿನಂತೆ ನಿಶ್ಚಲವಾಗಿ ತೋರುತ್ತಿದ್ದವು.

ತುಕ್ಕು ಹಿಡಿದ ರಮಿಕೆ, ಪಿಂಚಸ್, ಚೂಪಾದ ಗಿಡ್ಡ ಉಳಿಗಳು, ಚಿಲಕು, ವಕ್ರವಾಗಿದ್ದ ಸೀಜರು, ಮೊಳೆ ತೆಗೆಯುವ ಮಂಡುಳಿ, ಹೋಲು ಹಾಕುವ ಪಂಚು, ಗೀರುಗಳು ಮೊಬ್ಬಾಗಿದ್ದ ಅರ ಉಜ್ಜಿ ಒರೆಸಿ ಮತ್ತೆ ಎಲ್ಲವನ್ನೂ ಟೂಲ್ಸ್ ಬಾಕ್ಸಿನ

ಒಳಗೆ ಸಾವಕಾಶದಲ್ಲಿ ಇಂಗ್ಲಿ ಇಡುತ್ತಿದ್ದ. ಒಡವೆ ಅಡಗಿಸಿಡುವ ರಹಸ್ಯ ಮುಚ್ಚಳದಂತೆ ಒಂದರ ಮೇಲೆ ಒಂದು ಜೋಡಿಸಿದ್ದ ಪಾಲೀಶಿನ ಡಬ್ಬಿಯೊಳಗೆ ಯಾರಿಗೂ ಸಿಗದ ಸುವಾಸನೆ ಬೆಚ್ಚಗೆ ಅವಿತು ಕ್ಷುದ್ರ ಮಾಂತ್ರಿಕತೆಯನ್ನು ಸುತ್ತಿಕೊಂಡಿತ್ತು. ಬ್ಲಾಕು ಬ್ರೌನಿನ ಬ್ರಶ್ಶಿನ ತುದಿಗಳಲ್ಲಿ ಗ್ರಹಚಾರ ಸುಳಿದಾಡಿದ ಸೊಬಗಿನೊಳಗೆ ಜೇಡ ತನ್ನ ಜಿಗುಟು ಉಗುಳನ್ನು ಅಂಟಿಸಿತ್ತು. ಯಾರದೋ ಹಳೆಯ ಬರೀ ಒಂಟಿ ಕಾಲಿನ ಶೂಗಳನ್ನು ತುಂಬಿದ್ದ ಚೀಲದ ಹಿಂದೆ ಇಡೀ ಅಂಗಡಿಯೊಳಗೆ ಕಂಡೂ ಕಾಣದಂತೆ ಮಸುಕಾಗಿ ಸುರುಳಿ ಸುತ್ತಿಕೊಂಡಿದ್ದ ಅಂಬೇಡ್ಕರರ ನೀಲಿ ಕೋಟಿನ ಫೋಟೋವಿತ್ತು. ಆ ಫೋಟೋವನ್ನು ಮತ್ತೆ ಸುಳಿ ಬಿಚ್ಚಿ ನೇರ ಮಾಡಿ ಅಂಗಡಿಯ ಗೋಡೆಗೆ ಅಂಟಿಸಿ, ಇದು ಸಹ ಲೋಕ ಪೂಜಿತ ದೇವರ ಛದ್ಮವೇಷವಿರಬೇಕೆಂದು ಅದಕ್ಕೊಂದು ನೇರ ಊದು ಬತ್ತಿ ಬೆಳಗಿ ಕೈ ಮುಗಿದು ಬರುತ್ತಿದ್ದ ಇಂಗ್ಲಿಗೆ "ನನ್ನ ತಾಯಿ ಯಾಕೆ ಈ ದೇವರ ಹಾಗೆ ಮೌನವಾಗಿಲ್ಲ" ಎಂದುಕೊಂಡು ಮತ್ತೆ ಬಾಗಿಲು ಭದ್ರವಾಗಿ ಹಾಕಿ ಬರುತ್ತಿದ್ದ. ಪೆಟ್ಟಿಗೆ ಅಂಗಡಿ ಸುತ್ತಲೂ ಅನೇಕ ಮಳಿಗೆಗಳು ನೂರು ವ್ಯಾಟಿನ ಬಲ್ಬುಗಳು ತೊಟ್ಟುಕೊಂಡು ಮಿನುಗುತ್ತಿದ್ದವು. ಪಕಡು ಆಗಾಗ್ಗೆ ಹೋಗಿ ನಿಗರಾನಿ ಮಾಡಿ ಬರುತ್ತಿದ್ದ ಕಾರಣಕ್ಕಾಗಿ ಅಂತಃಸತ್ವ ಉಳಿಸಿಕೊಂಡು 'ಚರ್ಮ ಕುಟೀರ' ಎಂದು ಬೋರ್ಡು ಹಾಕಿಕೊಂಡಿದ್ದ ಪೆಟ್ಟಿಗೆ ಉಳಿದುಕೊಂಡಿತ್ತು.

ಮೈಮೇಲೆ ಉನ್ಮಾದ ಬಂದು ಥಕಥಕ ಕುಣಿಯುತ್ತಾ, ತಲೆಯನ್ನು ಬುಗುರಿಯಂತೆ ಆಡಿಸುತ್ತಿದ್ದ ಕಾಂತಾಬಾಯಿಯ ಹತ್ತಿರ ಹೋಗಿ ನಿಲ್ಲುತ್ತಿದ್ದ ಇಂಗ್ಲಿಗೆ ಅವಳ ಸಹಜ ರೂಪದಲ್ಲಿನ ಕ್ರೌರ್ಯ ಭಯ ಹುಟ್ಟು ಹಾಕಿತ್ತು. 'ಕ್ಕೊಕ್ಕೊಕ್ಕೊ' ಎನ್ನುತ್ತಿದ್ದ ಕೋಳಿಯ ಕತ್ತನ್ನು ಬರೀ ಬಾಯಿಯಿಂದಲೇ ಕಿತ್ತು ಬಿಸಾಕಿ ಜಿಬಿರು ಸಿಬಿರು ರಕ್ತ ಹೀರುತ್ತಿದ್ದ ಕಾಂತಾಬಾಯಿಯನ್ನು ಅಚ್ಚರಿಯಿಂದ ನೋಡುತ್ತಿದ್ದವನು ಜನರೆಲ್ಲಾ ಹೋದ ಮೇಲೆ ಅವಳು ಆರಾಮಾಗಿ ಆಕಳಿಸುವುದನ್ನು, ಬೆಳಗೆದ್ದು ಹಲ್ಲುಜ್ಜುವುದನ್ನು, ಅವಳ ಸಂಡಾಸಿನಲ್ಲಿ ಬರೀ ರಕ್ತ ಬರುತ್ತಿರುವುದನ್ನು ನೋಡಿ ಆತಂಕ ವ್ಯಕ್ತ ಪಡಿಸುತ್ತಿದ್ದ. "ಕಾಂತಾಬಾಯಿಯದು ನಾಟಕ, ದುಡ್ಡು, ದುಡ್ಡಿಗೋಸ್ಕರ ನಖರಾ ಮಾಡ್ತಿದ್ದಾಳೆ" ಎಂದೆಲ್ಲಾ ಪುಕಾರುಗಳು ಹಬ್ಬಿದ್ದರೂ ಕಾಂತಾಬಾಯಿಯನ್ನು ನಂಬಿದ್ದ ಮಂದಿ ಅನೇಕರಿದ್ದರು.

"ಇವತ್ತು ಇಸ್ಪೀಟು ರಾಜಿ ಪಂಚಾಯಿತಿ ಆಗುತ್ತೋ ಇಲ್ವೋ" ಎಂದು ಕೇಳುವ ಮಂದಿಯಿಂದ ಹಿಡಿದು ಗೃಹಪ್ರವೇಶದ ಕಾರ್ಡು ಕೊಟ್ಟು ಆಶೀರ್ವಾದ ತೆಗೆದುಕೊಳ್ಳುತ್ತಿದ್ದ ಮಂದಿಯೂ ಇದ್ದರು. ಕಟ್ಲೆಕಾಯಿ, ಮುಖ ನೀವಾಳಿಸಿಕೊಳ್ಳಲು, ಗಾಳಿ ಸೋಕು ಎಂದು ಬರುತ್ತಿದ್ದವರು ಹೆಚ್ಚಿದ್ದರು. ಊರಿನಲ್ಲಿ ಕಾಂತಾಬಾಯಿ ಕಂಡರಾಗದ ಜನರೂ ಇದ್ದರು. "ಅವಳದು ಹೀನ ಜಾತಿ, ಅವಳ ಮೈಮೇಲೆ ದೇವರು ಬರ್ತದ, ನೀವು ಅವ್ರ ಮನೆಗೆ ಹೋಗಿ ಬರ್ತಿರಲ್ಲ" ಎಂದು ಮಾತಾಡುತ್ತಿದ್ದರು. "ಬರೀ ನಿಮ್ಮ ಜಾತಿ ಜನರಿಗಾ ದೇವರು ಮೈಮೇಲೆ ಬರೋದು, ಅವಳ ಮೈಯಲ್ಲಿ ಬರ್ಲಿ ಬಿಡ್ರಿ" ಎಂದವರು ಇದ್ದರು. "ದೇವರಲ್ಲೂ ಕುಲ ನೋಡ್ತೀರಲ್ಲ, ನಿಮ್ಮಿಂದಾಗಿ

ದೇವರು ಕಲ್ಲಾದ" ಎಂದು ಕಾಂತಾಬಾಯಿಯಿಂದ ಒಳಿತು ಕಂಡ ಜನರು ಎದುರುತ್ತರ ಕೊಟ್ಟು ನಡೆಯುತ್ತಿದ್ದರು. ಚಾಳಿನ ಜನ "ನೀನು ಬೆರಕೆ ನನ್ಮಗ" ಎಂದು ಇಂಗ್ಲಿಯನ್ನು ಆಡಿಕೊಳ್ಳುತ್ತಿದ್ದರು. "ನಿಮ್ಮಪ್ಪ ರಮಾಕಾಂತ ಕಣೋ, ರಮಾಕಾಂತ, ಆ ಅಲೆಮಾರಿ ಪಕಡುವಿನ ಅಣ್ಣ ರಮಾಕಾಂತ ಎಂದು ನಿಂಗೆ ಮಕ್ಕರ್ ಮಾಡ್ತಿದ್ದಾರೆ" ಎಂದು ಇಂಗ್ಲಿಯನ್ನು ಕಾಂತಾಬಾಯಿಯ ವಿರುದ್ಧ ಎತ್ತಿಕಟ್ಟುವವರ ನಡುವೆ ರಮಾಕಾಂತ ಅಮಾನ್ಯಗೊಂಡ ನೋಟಿನಂತೆ ಇಂಗ್ಲಿಯ ಕೈಗೆ ಸಿಗುತ್ತಿದ್ದ.

ಕಾಂತಾಬಾಯಿಯ ಕೆನೆಗೊಂಡ ಎರಡನೆಯ ಅವತಾರದಲ್ಲಿ ಪಕಡು ಸುಖವಾಗಿ ಜೀವಿಸುತ್ತಿದ್ದ. ಕಾಂತಾಬಾಯಿ ಬುಗುಡಿಯಮ್ಮನ ಅವಗಾಹನೆಯಲ್ಲಿ ಜಾತ್ರೆಗಳ ಕೇಂದ್ರಬಿಂದುವಾಗಿ, ಸಂತ್ರಸ್ತರ ಪಾಲಿಗೆ ಪರಿಹಾರದ ಸಿಂಧುವಾಗಿ, ಬಿಡಿ ಬಿಡಿ ಮೋಗ್ರಾ ಕೊಟ್ಟು ಒಲಿಸಿಕೊಂಡಿದ್ದ ಪಕಡುವಿನ ಬಾಳಲ್ಲಿ ವಯಾಗ್ರಾವಾಗುತ್ತಾ ಕಾಲವನ್ನು ಮಥಿಸುತ್ತಿದ್ದಳು. ಇಂಗ್ಲಿ ತನ್ನ ಜಜ್ಜಿಕೊಂಡ ಬೆರಳಿನಲ್ಲಿ ರಮಾಕಾಂತನ ಫೋಟೋ ಫ್ರೇಮು ಹಿಡಿದುಕೊಂಡು ಭಗ್ನಗೊಂಡ ಇತಿಹಾಸದ ಕುರುಹನ್ನು ನಿಲ್ಲಿಸಲು ಪಣ ತೊಟ್ಟಿದ್ದ.

ತಿರಾಮಿಸು

"ಇಲ್ಲೇ ಇತ್ತು, ಪುಸುಕ್ಕಂತ ಅದೆಲ್ಲಿಗೆ ಹೋಯ್ತಂತ ಕಾಣ್ತಿಲ್ಲ" ಎಂದು ಸುತ್ತ ಗೂಡು ಕಟ್ಟಿದ್ದ ಜನರಲ್ಲಿ ಒಬ್ಬ ಹೇಳಿ ತಲೆ ಕೆದರಿಕೊಂಡಿದ್ದ. "ಇಲ್ಲಣ, ನಾನೇ ನನ್ನ ಕಣ್ಣಾರೆ ನೋಡ್ದೆ, ಹದಿನೈದು ಮಾರಿತ್ತು, ಕೆಂಚಗೆ, ಹದಿನೆಂಟರಿಂದ ಇಪ್ಪತ್ತು ವಜನ್ ಬರ್ತಿತ್ತು ನೋಡು" ಎಂದು ಕರಾರುವಾಕ್ಕಾಗಿ ಗಾತ್ರ ಗೋತ್ರ ಪಾತ್ರಗಳನ್ನೆಲ್ಲಾ ಬಿಡಿಸಿ ಬಿಡಿಸಿ ಇನ್ನೊಬ್ಬ ಆತುರದಿಂದ ಹೇಳುತ್ತಿದ್ದ. "ಹದಿನೈದು ಮಾರಲ್ಲ, ಹದಿನೈದು ಅಡಿ ಇರಬೇಕು" ಎಂದು ಜನರು ಚಿಕ್ಕದಾಗಿ ನಕ್ಕು ಮತ್ತೆ ಕುತೂಹಲ ತುಂಬಿಕೊಂಡು ಪಕ್ಕದ ನಗರದಿಂದ ಕನ್ನಡಕ, ಬ್ಯಾಗು ತಗುಲಿಸಿಕೊಂಡು ಬಂದಿದ್ದ ವ್ಯಕ್ತಿಯನ್ನೆ ದುರುದುರು ನೋಡುತ್ತಿದ್ದರು.

ದಾಸವಾಳ ಬಣ್ಣದ ನೈಟಿ, ಕೈಯಲ್ಲಿ ಸಾಂಬಾರ್ ಡಬರಿಯೊಳಗಿಂದ ಮಿಂದು ಬಂದಿದ್ದ ಚಮಚೆಯನ್ನು ಹಿಡಿದಿದ್ದ ಅರವತ್ತು ಕೆಜಿ ತೂಕದ ಮಹಿಳೆ ಸ್ವಲ್ಪ ಆತಂಕದಿಂದ ಬೆವೆತಿದ್ದಳು. ನಾಲ್ಕು ಕೊಠಡಿ, ಏಳು ಸುತ್ತಿನ ಮಲ್ಲಿಗೆ ಗಿಡ, ಅದರ ಮುಂದೆ ಒಂದು ಪಾರ್ಶ್ವದಲ್ಲಿ ಮಾತ್ರ ಜಗುಲಿಯಿದ್ದ ಮನೆಯದು. ನಾಲ್ಕು ಕೊಠಡಿಯ ಒಂದರಲ್ಲಿ ಒಂದನೆಯ ಕಾಲು ಭಾಗದ ಮೂಲೆಗೆ ಅಜ್ಜಿ ಮಲಗಿದ್ದಳು. ಕೆಳಗೆ ಮರದ ದಿಮ್ಮಿಗಳನಿಟ್ಟು ಅದರ ಮೇಲೆ ಟಾರ್ಪಾಲು ಹಾಸಿ, ಅದರ ಮೇಲೊಂದು ಜಮಖಾನದ ಥರ ಬಟ್ಟೆಯೊಂದನ್ನು ಮುಚ್ಚಿ ಕಲ್ಪಿತ ದಿವಾನು ಕಾಟನ್ನು ಮಾಡಿದ್ದರು. ದಿಮ್ಮಿಗಳ ನಡುವೆ ಗಾಳಿ ಬೆಳಕು ಯಥೇಚ್ಛವಾಗಿ ನುಸುಳಿ

ಇಲಿ, ಜಿರಲೆಗಳಿಗೆ ದಾರಿದೀಪವಾಗಿದ್ದವು. ಅಜ್ಜಿಯ ಕ್ಷೇತ್ರಕಾರ್ಯ, ಸಂಪತ್ತು, ರಹಸ್ಯ ಇತ್ಯಾದಿಗಳು ಮರದ ದಿಮ್ಮಿಗಳ ಮೇಲೆ ಸ್ಥಾಪಿತವಾಗಿದ್ದವು. ಆಗೊಮ್ಮೆ ಹೀಗೊಮ್ಮೆ ಇಲಿ ಓಡಾಡುವ ಶಬ್ದ ಕೇಳಿ ಅಜ್ಜಿ "ಏಯ್, ಹತ್ರ ಬಂದ್ರೆ ನೋಡು, ತಿಂದಾಕ್ ಬಿಡ್ತೀನಿ ನಿನ್ನ" ಎಂದೆಲ್ಲಾ ಜೋರಾಗಿ ಗದರುತ್ತಿದ್ದಳು. ಇಲಿಗಳು ಬಹಳ ಚಾಲಾಕಿ. 'ಅಜ್ಜಿಯ ಕಾಲು ಕಚ್ಚಿ ಬಂದರೂ ಅವಳು ನಮಗೆ ಏನೂ ಮಾಡಲಾರಳು' ಎಂಬ ಹುಮ್ಮಸ್ಸಿನಲ್ಲಿ ಆಕೆಯ ಹಳೆಯ ಕಂಬಳಿ ಆಚ್ಛಾದಿತ ಮೈಮೇಲೆ ಹರಿದಾಡಿ ಗೋಳು ಕೊಡುತ್ತಿದ್ದವು. ಆಗೆಲ್ಲ "ಏಯ್ ರಂಡೆವಾ, ಬನ್ರಿ ಇಲ್ಲಿ ಇನ್ನೊಂದ್ ಕಿತಾ, ಏಸ್ ಧಿಮಾಕ್ ಇರ್ಬೇಕು ನಿಮಗೆ, ಚಮಡಾ ಸುಲಿತಿನಿ ಕೈಗೆ ಸಿಗಾಕಳ್ರಿ" ಎಂದೆಲ್ಲಾ ಮಧ್ಯರಾತ್ರಿ ಒಬ್ಬಳೇ ಕೂಗುತ್ತಿದ್ದಳು. ಆಕೆಯ ಎರಡು ಹುಬ್ಬುಗಳ ನಡುವೆ ಒಂಟಿ ನಕ್ಷತ್ರದ ನೀಲಿ ಹಚ್ಚೆಯಿತ್ತು. ಅದು ಒಮ್ಮೊಮ್ಮೆ ಹೊಳೆಯುತ್ತಿತ್ತು. ಕಣ್ಣುಗಳ ತನಕ ಕಂಬಳಿ ಹೊದ್ದುಕೊಂಡು ರಾತ್ರಿಯಿಡೀ ಪಹರೆ ಇರುವ ಅಜ್ಜಿಯ ಕಣ್ಣು ನೀಲಿಯಾಗಿದ್ದವು. ಪಳಪಳ ಕಣ್ಣು ಅತ್ತಿಂದಿತ್ತ ಹಾಯಿಸುತ್ತಾ, ಇಲಿಯದೇನು ಜಿರಲೆ ಸಮುದಾಯದ ಹೆಜ್ಜೆಗಳನ್ನು ಸಹ ಅಜ್ಜಿ ಗಮನವಿಟ್ಟು ಆಲಿಸುತ್ತಿದ್ದಳು. ಆಶ್ಚರ್ಯಕ್ಕೆ ಒಂದೆರಡು ಇಲಿ ಜಿರಲೆಗಳು ಅವಳ ಮುಂದೆಯೇ ಲಗಾಟಿ ಹೊಡೆದು ಸದ್ದು ಮಾಡುತ್ತಿದ್ದವು.

ಅಜ್ಜಿಯ ಆರ್ತನಾದ ಮಗ ಸೊಸೆಗೆ ಕೇಳುತ್ತಿರಲಿಲ್ಲ. ಅಥವಾ ಕೇಳಿದರೂ 'ಇದು ಹಳೆ ಕಥೆ' ಎಂದು ತಮ್ಮ ಮಗ್ಗಲು ಬದಲಿಸುತ್ತಿದ್ದರು. ಅಜ್ಜಿಯ ನಿದ್ದೆಯ ಸಮಯ ಮುಂಜಾವು ನಾಲ್ಕರಿಂದ ಮಧ್ಯಾಹ್ನ ಒಂದು ಗಂಟೆಯ ತನಕ. ಏನಾದರೂ ಆಕೆಯ ನಿದ್ದೆಗೆ ಭಂಗ ಬಂದರೆ ಮುಗಿಯಿತು. ಇಡೀ ದಿನ "ಆಸ್ಪತ್ರೆಗೆ ಕರ್ಕೊಂಡು ಹೋಗಿ, ಆಸ್ಪತ್ರೆಗೆ ಕರ್ಕೊಂಡು ಹೋಗಿ, ಆಸ್ಪತ್ರೆ, ಆಸ್ಪತ್ರೆ" ಎಂದು ಪಟ್ಟು ಬಿಡದೇ ಒಂದೇ ಸಮನೆ ಕೂಗುತ್ತಿದ್ದಳು. ಈ ಕೂಗಾಟ ಆಜು ಬಾಜು ಮಂದಿ ಕೇಳಿ ಮಗ ಸೊಸೆಗೆ ಬೈದು ಹೋಗುತ್ತಿದ್ದುದು ಪ್ರಚಲಿತ ವಿದ್ಯಮಾನವಾಗಿತ್ತು. ಆಸ್ಪತ್ರೆಯಲ್ಲಿ ಒಂದು ಸೂಜಿ ಸೊಂಟಕ್ಕೆ ಬಿದ್ದ ತಕ್ಷಣ ಅಜ್ಜಿಯ ಸಕಲ ಚಿಂತೆ ಹರಣವಾಗಿ ಮತ್ತೆ ಮರದ ದಿಮ್ಮಿ ಮೇಲೆ ಪವಡಿಸುತ್ತಿದ್ದಳು. ನಗರದ ಕೇಂದ್ರ ಸ್ಥಾನದಲ್ಲಿದ್ದ 'ಮಲ್ಲಿಗೆ' ಆಸ್ಪತ್ರೆ ಅಜ್ಜಿಯ ಫೇವರೀಟ್. ಬೇರೆ ಆಸ್ಪತ್ರೆಗೆ ಕರೆದೊಯ್ದರೆ ಯಾವುದಕ್ಕೂ ಸ್ಪಂದಿಸದೆ ನಾಲಿಗೆ ಕಚ್ಚಿಕೊಂಡು, ಬಿಪಿ ಚೆಕ್ ಮಾಡಲು ಹೋದರೆ ಸುಖಾಸುಮ್ಮನೆ ಒತ್ತಡ ಬರಿಸಿಕೊಂಡು ಹಂಗಾಮ ಮಾಡಿ ದೊಡ್ಡ ದಾಂಧಲೆ ಮಾಡುತ್ತಿದ್ದಳು. ಮಲ್ಲಿಗೆ ಆಸ್ಪತ್ರೆಯಲ್ಲಿ ಅಜ್ಜಿ ಬಂದ ತಕ್ಷಣ "ಹೇಗಿದ್ದೀರ ಅಜ್ಜಿ, ಯಾಕೆ, ಏನಾಯ್ತು," ಎಂದು ಕೇಳುವ ಮಂದಿ ಸುಮಾರಿದ್ದರು. ಆಗಷ್ಟೆ ಓಟಿಯಿಂದ ಬರುವ ಹಸಿರು ಏಪ್ರಾನಿನ ನರ್ಸುಗಳು, ಹೃದಯ ಬಡಿತ ಲೆಕ್ಕವಿಡುವ ಜನರಲ್ ಸರ್ಜನ್, ಸೆಕ್ಯುರಿಟಿ ಗಾರ್ಡು ಸಹ ಬಂದು ಮಾತಾಡಿಸಿಕೊಂಡು ಹೋದರಷ್ಟೆ ಅಜ್ಜಿಗೆ ಒಂದು ನೂತನವಾದ ಒಡಂಬಡಿಕೆ ಮತ್ತೆ ಈ ಜಗತ್ತಿನೊಂದಿಗೆ ಶುರುವಾಗುತ್ತಿತ್ತು.

ಯಾಕೆ ನಾನು ಈ ಆಸ್ಪತ್ರೆಯಲ್ಲಿಯೇ ನನ್ನ ಕೊನೆಯ ಕ್ಷಣದವರೆಗೂ ಯಾವುದೋ ವಾರ್ಡಿನ ಕಬ್ಬಿಣದ ಮಂಚದ ಮೇಲೆ ಉಳಿಯಬಾರದು ಎಂದೆಲ್ಲಾ ಅನಿಸುತ್ತಿತ್ತು.

ಬೇರೆ ಆಸ್ಪತ್ರೆಯಲ್ಲಿ ಹೀಗೆ ಪ್ರೀತಿಯಿಂದ ಮಾತಾಡಿಸುವ, ನೋವಾಗದಂತೆ ಸೂಜಿ ಚುಚ್ಚುವ, ನನ್ನ ಹಳೆಯ ಖಾಯಿಲೆಗಳನ್ನು ಮತ್ತೆ ಮತ್ತೆ ಪುನರುಚ್ಚರಿಸಿ ಬೇಗುದಿ ಹೆಚ್ಚಿಸುವ, ಮತ್ತೆ ಅವರೊಂದಿಗೆ ಹೊಸ ಪರಿಚಯ, ಮಾತುಕತೆ ಬೇಡ ಎನ್ನುವ ಕಾರಣಕ್ಕೆ ಅಜ್ಜಿ ಚಂಡಿಯ ಹಾಗೆ ಹಠ ಮಾಡುತ್ತಿದ್ದಳು. ಈ ಥರದ ಸಂಗತಿಗಳು ಮಗ ಸೊಸೆಗೆ ಹೇಳುವಷ್ಟರಲ್ಲಿ ಎಲ್ಲಿ ತನ್ನ ನಾಲಿಗೆ ಸೋಲುವುದೋ ಎಂಬ ಭಯವು ಅವಳನ್ನು ಕಾಡಿತ್ತು. ಯಾವಾಗ ಅಜ್ಜಿ ಗೊಟಕ್ ಎನ್ನುವಳೋ ಎಂಬ ನಿಶ್ಶಕ್ತ ಭಾವನೆಯಿಂದ ಮಗ ಕಾಯುತ್ತಿದ್ದ. ಅಜ್ಜಿ ದಿನದಿಂದ ದಿನಕ್ಕೆ ಗೆಲ್ಲುತ್ತಿದ್ದಳು. ಅಜ್ಜಿಯ ಹೆಸರು ಜೋಗುಳ ಕಡಮೆ. ಒಂಬತ್ತು ವರ್ಷದ ಮೊಮ್ಮಗನ ಬಾಯಿಯಲ್ಲಿ ಅದು ಕಡ್ಮೆಜ್ಜಿ, ಕಡ್ಮೆಜ್ಜಿ ಎಂದು ಕೇಳಿಸುತ್ತಿತ್ತು. ಮಲ್ಲಿಗೆ ಆಸ್ಪತ್ರೆಯಲ್ಲಿನ ಸರ್ಜನ್ ಮಾತ್ರ "ಹೇಗಿದ್ದೀರ, ಜೋಗುಳ ಕಡಮೆ ಅವ್ರೆ" ಎಂದಾಗ ಆಕೆ ತನ್ನ ಹೆಸರನ್ನು ತನಗೆ ನೆನಪಿಸಿದ ಗಳಿಗೆ ನೆನೆದು ಕಣ್ಣು ಜಿನುಗಿಸಿ ಧನ್ಯವಾದ ಹೇಳುತ್ತಿದ್ದಳು. ಸರ್ಜನ್ ಪ್ರತಿ ಬಾರಿ ಅವಳ ಬೆಳಕಿನಂತಿದ್ದ ಕಾಲು ಮುಟ್ಟಿ ನಮಸ್ಕರಿಸಿ ಬೀಳ್ಕೊಡುತ್ತಿದ್ದರು.

ಈಗ ಅಂತಹದೇ ಕಡ್ಮೆಜ್ಜಿಯ ನಿದ್ದೆಗೆ ಭಂಗ ತರುವ ಪ್ರಸಂಗ ಪ್ರಾಯೋಗಿಕವಾಗಿ ನಡೆಯುವುದರಲ್ಲಿತ್ತು. ನಗರದಿಂದ ಗಡಿಬಿಡಿಯಲ್ಲಿ ಬಂದ ವ್ಯಕ್ತಿಗೆ ಎಲ್ಲಾ ಗೊಂದಲವಾಗಿ ಕಾಣುತ್ತಿತ್ತು. ತಲೆಗೆ ಒಬ್ಬೊಬ್ಬರು ಏನೇನೋ ಹೇಳಿ ಅವನನ್ನು ದಾರಿ ತಪ್ಪಿಸಿದರು. "ಪುಂಗಿ ತಂದು ಪೂಂ ಎಂದು ಊದಬೇಕ್ರಿ ನೀವು, ಆಕಡೆ ಈಕಡೆ ಬರೀ ಕಡ್ಡಿ ಅಲ್ಲಾಡಿಸಿದ್ರೆ ಬರ್ತದ", "ಥತ್, ಎಲ್ಲಿಂದ ಹಿಡಕಂಡ್ ಬಂದ್ರಿ ಇವ್ನ, ಇವ್ನೆ ಈ ಪಾಟಿ ಹೆದರ್ತಾನಲ್ಲ" ಎಂದೆಲ್ಲಾ ಕಂಡಾಪಟ್ಟೆ ರೇಗಿಸಿದ್ದರು ಜನ. ತಲೆಕೆಟ್ಟು ಆಸಾಮಿ ಚಪ್ಪಡಿ ಕಲ್ಲುಗಳ ಬಳಿ ಸದ್ದು ಮಾಡಿ, ಪೊದೆ ಸಂದಿ ತಡಕಾಡಿ ಸುಸ್ತಾಗಿ ಹೋದ. ಎಲ್ಲಿ ಸಹ ಸುಳಿವು ಸಿಗಲಿಲ್ಲ. ಕಡ್ಮೆಜ್ಜಿಯ ಮೊಮ್ಮಗ ಬೆಳಿಗ್ಗೆ ಹತ್ತು ಗಂಟೆಯ ಸಮೀಪದಲ್ಲಿ ಆಡುವಾಗ "ಹಾವು ಹಾವು" ಎಂದು ಓಡಿ ತಾಯಿಗೆ ಹೇಳಿದಾಗ ಒಲೆಯ ಮೇಲಿಟ್ಟ ನೆನ್ನೆಯ ಸಾಂಬಾರಿಗೆ ಸ್ವಲ್ಪ ಕೊತ್ತಂಬರಿ ಕುಯ್ದು ಗಲಗಲ ಚಮಚದಲ್ಲಿ ಕಲಕಿಸುವದರಲ್ಲಿ ಮಗ್ನಳಾಗಿದ್ದವಳು ಸಾಕ್ಷಾತ್ ಬೆಚ್ಚಿದ್ದಳು. "ಎಲ್ಲಿ ಹಾವು, ಎಲ್ಲಿ, ಕಡಿತಾ ನಿಂಗೆ" ಎಂದು ಗಾಬರಿಯಿಂದ ಕೇಳಿದಳು. ಹುಡುಗ "ಅಮ್ಮ ಸಿಕ್ಕಾಪಟ್ಟೆ ಉದ್ದಿತ್ತು, ಹೀಗೆ ಡಾನ್ಸ್ ಮಾಡ್ಕಂಡು ಆ ಮೂಲೆಗೆ ಹೋತಮ್ಮ" ಎಂದು ನಟಿಸಿ ತನಗನ್ನಿಸಿದ್ದನ್ನು ವಿವರವಾಗಿ ಹೇಳಿದ್ದ.

■

ವಿಷಯ 'ಘಂ' ಎಂದು ಸುತ್ತಲೂ ಹರಡುವ ಮೊದಲೇ ಕೆಲವರು ಅವನಿಗಾಗಿ ಬಹಳ ಹುಡುಕಾಡಿದರು. ಫೋನು, ಮೆಸೇಜು, ವಿಡಿಯೋ ಕಾಲು ಎಂಬಂತಹ ಹರಕತ್ತುಗಳ ಮಹಾಪೂರ ಹರಿಸಿದರು. ಅವನು ಮಾತ್ರ ಯಾರ ಫೋನಿಗೂ ಸಿಗಲಿಲ್ಲ. ಕಡ್ಮೆಜ್ಜಿಯ ಸೊಸೆ ಅಳಲು ಶುರು ಮಾಡಿದಳು. ಅಡಿಗೆ ಮನೆಯಿಂದ

ಅನಾಮತ್ತಾಗಿ ತಂದ ಸಾಂಬಾರಿನ ಚಮಚೆ ಮಸುಕಾಗಿ ಅವಳ ಕೈಯಿಂದ ಪಾರಾಗಲು ಪ್ರಯತ್ನಿಸುತ್ತಿತ್ತು. ಸುಪ್ತ ಹಿಡಿತ ಜೋರಾಗಿದ್ದರ ಪರಿಣಾಮ ಗೋಲ ಚಮಚೆ ಅವಳ ಕೈಯಲ್ಲಿಯೇ ಉಳಿಯಿತು. ರೊಚ್ಚಿಗೆದ್ದ ಇಬ್ಬರು ಬೈಕು ಹತ್ತಿಕೊಂಡು ಸೀದಾ ಅವನ ಮನೆಯ ದಾರಿಯಲ್ಲಿ ಹೊರಟರು. "ಕಡ್ಮೆಜ್ಜಿ ಒಳಗೆ ಮಕ್ಕಂಡ್ಯೈತೆ, ಒಲೆ ಬೇರೆ ಆರಿಸಿಲ್ಲ, ಯಜಮಾನ ಕೆಲಸಕ್ಕೆ ಹೋಗವ್ನೆ, ಮಗ ಬದ್ಕಿದ್ದೆ ಹೆಚ್ಚು" ಎಂದು ನಾಟಕೀಯವಾಗಿ ಸೊಸೆ ರೋದಿಸಲು ಶುರುಮಾಡಿದಳು. ನಾಲ್ಕು ಮೀಟರು ದೂರವಿದ್ದ ಹುಡುಗ ಅಯಸ್ಕಾಂತದ ಸೆಳೆತದಂತೆ ಅಮ್ಮನ ತೆಕ್ಕೆಗೆ ಓಡಿ ಬಂದ. ಒಂದಷ್ಟು ಜನ ಹೆಂಗಸರು "ಹಾವಿಗೆಲ್ಲಾ ಹೆದರುದ್ರೆ ಸಂಸಾರ ಹೆಂಗ್ ಮಾಡಿಯೇ ಹೆಂಗಸೆ" ಎಂದು ಅವಳ ಬೆನ್ನು ಒರೆಸಿದರು.

ಜನರ ನಿರೀಕ್ಷೆಗೆ ತಾರುಮಾರು ಕಾಯಿಸಿದವನ ಹೆಸರು ಜೀವದಾನಿ. ಊರಿನಲ್ಲಿ ಇಷ್ಟು ಉದ್ದದ ಮನುಷ್ಯ ಇದೇ ಮೊದಲು ಹುಟ್ಟಿದ್ದು ಎಂದು ಕೆಲವರು ನಂಬಿದ್ದರೆ ಇನ್ನೂ ಕೆಲವರು "ಇಲ್ಲ, ಇಲ್ಲ, ಜೀವದಾನಿಗಿಂತ ಮುಂಚೆ ಒಂದಿಬ್ಬರು ಇದೇ ಎತ್ತರ, ಆಳ್ತನ ಇದ್ದೋರು ಇದ್ರು, ಈಗಿಲ್ಲ" ಎಂದು ವಾದಿಸುತ್ತಿದ್ದರು. ಜೀವದಾನಿ ಸರಾಸರಿ ಏಳು ಅಡಿ ಎರಡು ಅಂಗುಲದ ಮನುಷ್ಯ. ಖಜಾನೆಯಂತಹ ಹೊಟ್ಟೆ. ಟೀ ಶರ್ಟು ಹಾಕಿದರೆ ಅವನ ಹೊಟ್ಟೆ ಇನ್ನೂ ವೃತ್ತಾಕಾರವಾಗಿ, ಯಾವ ಬಳುಕುವಿಕೆ ಇಲ್ಲದೇ ಮನೋಹರವಾಗಿ ಕಾಣುತ್ತಿತ್ತು. ತಲೆ ತುಂಬ ಗುಂಗುರು ಕೂದಲು. ಅದರ ಮಧ್ಯೆ ಕಂಡೂ ಕಾಣದ ಸುಳಿ. ಎರಡು ತಿಂಗಳು ಸಲೂನಿಗೆ ಅವನು ಹಾಜರಾಗದಿದ್ದರೆ ಪುಟ್ಟಪರ್ತಿ ಸಾಯಿಬಾಬಾನಂತೆ ಕಾಣುತ್ತಿದ್ದ. ಅವನ ಗೆಳೆಯರು ಜೀವದಾನಿ ಎನ್ನುವುದಕ್ಕಿಂತಲೂ ಗುಂಗ್ರು ತಲೆ ಸಾಯಿಬಾಬಾ ಎಂದೇ ಕರೆಯುತ್ತಿದ್ದರು. ಎಲ್ಲರೂ ಮೊಬೈಲುಗಳಲ್ಲಿ 'ಗುಂಗ್ರು ತಲೆ ಸಾಯಿಬಾಬಾ' ಎಂದು ಬರೆದುಕೊಂಡು ಪಕ್ಕದಲ್ಲಿ ಹಾವಿನ ಚಿತ್ರ ಹಾಕಿ ನಂಬರನ್ನು ನಮೂದಿಸಿಕೊಳ್ಳುತ್ತಿದ್ದರು. "ಅವನ ಕೈಯಲ್ಲಿ ಗರುಡ ಮಚ್ಚೆ ಐತೆ, ಅದಕ್ಕೆ ಅವ್ನು ಹಾವು ಹಿಡಿಯೋದು", "ಅವನ ಎಡಗೈಯಲ್ಲಿ ಗರುಡ ರೇಖೆಯಿದೆ, ಅದನ್ನು ಹಾವಿಗೆ ತೋರಿಸಿದರೆ ಎಂಥಾ ಹಾವಾದ್ರೂ ಅವನೆದುರು ಮಕ್ಕಂಡ್ ಬಿಡ್ತಾವೆ" ಎಂಬೆಲ್ಲಾ ವದಂತಿಗಳು ಜೀವದಾನಿಯ ಸುತ್ತ ದಿನವೂ ಹಬ್ಬುತ್ತಿದ್ದವು.

ಹುಡುಗ ಮಾತ್ರ ನೋಡಿದ್ದ ಹಾವು ಈಗ "ನಾನು ನೋಡ್ದೆ, ಇಷ್ಟುದ್ದ, ಹೆಡೆ ಬಿಚ್ಕಂಡಿತ್ತು, ಪಟ್ಟೆ ಹಾವು ಇರ್ಬೇಕು, ಕೊಳಕು ಮಂಡಲ ಇರ್ಬೇಕು" ಎಂದೆಲ್ಲಾ ಮಂದಿ ಬಣ್ಣಿಸುತ್ತಿದ್ದರು. ಕಡ್ಮೆಜ್ಜಿಯ ಮಗ ಅನ್ನದಾನಿ ಸುದ್ದಿ ಕೇಳಿ ತುರ್ತಾಗಿ ಬಂದು ಹೆಂಡತಿಯೊಡನೆ ಮಾತಾಡುತ್ತಿದ್ದವನು "ಇದು ಅವನದೇ ಪ್ಲಾನು, ನಮಕ್‌ಹರಾಮ್ ನನ್ಮಗಂದು" ಎಂದು ಒಮ್ಮೆಲೆ ಆವೇಶ ಬಂದವನಂತೆ ಎಗರಾಡತೊಡಗಿದ. ಅಕ್ಕಪಕ್ಕದವರೆಲ್ಲರಿಗೂ ಅನ್ನದಾನಿ ಯಾರ ಬಗ್ಗೆ ಮಾತಾಡುತ್ತಿದ್ದಾನೆಂದು ಗೊತ್ತಿತ್ತು. ಆದರೂ ಅವನನ್ನು ಕೆಣಕಲೆಂದೇ "ಯಾರು ಅಂತ ಬಾಯಿ ಬಿಟ್ಟು ಹೇಳಪ್ಪ" ಎಂದು ಎಲ್ಲರೂ ತಲೆಗೂಡಿಸಿದರು. "ನೀನು ಇಂತಹ ಪರಿಸ್ಥಿತಿಲಿ ಯಾರ್

ಮೇಲೂ ಗೂಬೆ ಕೂರ್ಸಕೆ ಹೋಗ್ಬೇಡ ಕಣೋ, ಅಕ್ಕ ಪಕ್ಕ ಮರ್ಯಾದಸ್ತರು ಇದೀವಿ, ನಿನ್ನ ನಾಲಿಗ್ಯಾಗೆ ಮುಳ್ಳು ಹೊಕ್ಕಂಡ್ಯೆತೇನು" ಎಂದು ಒಬ್ಬ ಜಬರಿಸಿದ. "ಭಾಳ ಮರ್ಯಾದೆ, ಕಂಡಿದೀನಿ ಕುಂತ್ಕಳಯ್ಯ" ಎಂದು ಮಾತು ಮಾತಿಗೆ ಸೇರಿ ಅನ್ನದಾನಿ ಕೈಕೈ ಮಿಲಾಯಿಸಲು ಮುಂದಾದ. ಇಷ್ಟೆಲ್ಲಾ ಆದರೂ ಕಡ್ಮೆಜ್ಜಿ ಸೊಗಸಾದ ನಿದ್ದೆಯಲ್ಲಿದ್ದಳು. ಅನ್ನದಾನಿಯ ಮಗ ಅಪ್ಪನ ಆವೇಶದ ಕಣ್ಣುಗಳನ್ನು ತದೇಕ ದೃಷ್ಟಿಯಿಂದ ನೋಡುತ್ತಿದ್ದ.

ನಡು ಕಣಿವೆ ಕಡಿದು ಮಾಡಿದಂತಹ ಊರಾಗಿತ್ತು ಅದು. ಅಂಟಿಕೊಂಡೆ ನಿರ್ಮಿಸಿದ ಮನೆಗಳು. ಪ್ರತಿ ಮನೆಗೂ ಮುಳ್ಳುಬೇಲಿ, ಹೂವಿನ ವನ. ತೂಗುಯ್ಯಾಲೆ, ಒಂದೇ ಪಾರ್ಶ್ವದ ಜಗುಲಿಗಳು, ಹಿತ್ತಲಿನ ಸೇದು ಬಾವಿಗಳು. ಯಾರಾದರೂ ಊರಿಗೆ ಹೊಸಬರು ಬಂದರೆ ಎತ್ತ ಹೋಗುವುದು ಗೊತ್ತಾಗದೆ ನಿಂತ ಜಾಗದಲ್ಲಿ 'ನಾವು ಬಂದ ದಾರಿ ಸರಿ ಇದೆಯೇ' ಎಂದು ಪರೀಕ್ಷಿಸಿಕೊಳ್ಳುತ್ತಿದ್ದರು. ಗಾಯಕ್ಕೆ ಮೆದು ಗಾಳಿ ಬಡಿಯುವಂತೆ "ಕೊಳಕು ಮಂಡಲ ಹಾವೇ ಇರ್ಬೇಕು, ಆ ಹಾವಿನ ಉಸುರು ತಾಕಿದ್ರೇ ಮನುಷ್ಯ ಕೊಳೆತು ಕೊಳೆತು ಸತ್ತೋಗ್ತಾನಂತೆ, ವಯಸ್ಸಾದ ಅಜ್ಜಿ ಮನೆಯಲ್ಲಿದೆ, ಬೇರೆ ಯಾರನ್ನಾದ್ರೂ ಕರೆಸಿ ಹಾವನ್ನ ತೆಗೆಸಪ್ಪ" ಎಂದು ಹಿರಿಯರು ಹೇಳಿದರು. ಕ್ಷುಲ್ಲಕ ಕಾರಣಕ್ಕೆ ನಡೆದ ಜಗಳ ಶಾಂತವಾಗಿತ್ತು. ಅನ್ನದಾನಿ ಕೋಪದಿಂದ ಏನನ್ನೋ ದಿಟ್ಟಿಸುತ್ತಿದ್ದ.

"ಲೇ, ನೀನು ಹಾವು ಹಿಡಿಯವ್ನ, ಇಲಿ ಹಿಡಿಯವ್ನ, ಹೇಳಲೆ ಎಷ್ಟು ಹಾವ್ ತಕ ಕಚ್ಚಿಸಿಕೊಂಡಿದೀಯ, ಥುತ್ ನನ್ಮಗ್ನೆ ಪುಂಗಿ ಇದ್ದಂಗೆ ಇದೀಯಲ್ಲೋ, ನಡೀ ಮಕ ತೋರಿಸಬ್ಯಾಡ" ಎಂದು ಪಕ್ಕದ ನಗರದಿಂದ ಹಾವು ಹಿಡಿಯಲು ಬಂದಿದ್ದವನಿಗೆ ಓಣಿ ಹುಡುಗರೆಲ್ಲಾ ಕೊಂಕು ಮಾತಾಡಿದರು. "ರೀ, ನಾವು ಉರಗ ರಕ್ಷಕರು, ಹೆಂಗಂದ್ರೆ ಹಂಗೆ ಹಾವು ಹಿಡಿಯಲ್ಲ, ಸೇಫ್ಟಿಯಿಂದ ಪತ್ತೆ ಹಚ್ತೀವಿ, ನಾವು ಕಾರ್ಯಾಚರಣೆ ಮಾಡ್ಬೇಕಾದ್ರೆ ಸರಿಯಾದ ಮಾಹಿತಿ ಕೊಡಬೇಕು, ಬಣ್ಣ, ಗಾತ್ರ ಇತ್ಯಾದಿ, ಆಗ ನಮಗೂ ಸೇಫ್ಟಿ, ಹಾವಿಗೂ ಸೇಫ್ಟಿ" ಎಂದು ಉರಗ ರಕ್ಷಕ ಸಿಡಿದೆದ್ದ. "ಸಿಡಿದೆದ್ದ ಸಹೋದರನೇ, ಅಮ್ಮಿಕಂಡಿರಪ್ಪ, ನಮ್ ಗುಂಗ್ರು ಸಾಯಿಬಾಬನ ತಾವ ಟ್ರೈನಿಂಗ್ ಬಾರಲೇ ನೀನು, ಬರೀ ಉಟ್ಟಿದ್ ಪಂಚೆ ಬಿಚ್ಗಂಡು ಹಾವು ಹಿಡ್ದು ಹೋತಾ ಇರ್ತಾನೆ, ನೀನು ಇದೀಯ ಬಂದು ಮೂರ್ ತಾಸಾದ್ರು ಹಾವ್ ಹೆಂಗೈತೆ ಅಂತ ತೋರಿಸಲಿಲ್ವಲ್ಲೋ ಬೀಡಿ ನನ್ಮಗ್ನೇ" ಎಂದೆಲ್ಲಾ ಖೇದ ಉಂಟಾಗುವಂತೆ ಮಾತಾಡತೊಡಗಿದರು. ಎಳೆಯ ಉರಗ ರಕ್ಷಕ ತಾನು ತಂದಿದ್ದ ಮೂತಿ ಬಾಗಿದಂತಹ ಸಿಲ್ವರಿನ ಉಪಕರಣ, ಪಾರದರ್ಶಕ ಗ್ಲಾಸಿನ ಡಬ್ಬಿ ತುಂಬಿಕೊಂಡು "ನಾವು ಹಾವು ಹಿಡುದ್ರೆ ಕಾಡಿಗೆ ಬಿಡ್ತಿವಿ, ಹೊಡ್ದು ಸಾಯ್ಸಲ್ಲ, ಹಾವು ಹಿಡಿಯೋದು ಅಂದ್ರೆ ಗಿರಿಗಿಟ್ಲೆ ಆಡ್ಸೋದು ಅಂದ್ಕೊಂಡಿದಿರಾ" ಎಂದು ಬೈಕನ್ನು ಶುರು ಮಾಡಿದ. "ಇಲ್ಲ ಕಣಪ್ಪ ನಾವು ಹಾವು ಹಿಡ್ದು ಚಡ್ಡಿಯೊಳಗೆ ಬಿಟ್ಕಂತಿವಿ, ತಗಿಯಲೇ ಗಾಡಿ ಭಾಡ್ಕೋ" ಎಂದು ಅವನು ಕಾಣಿಸುವವರೆಗೂ ಬೈಯ್ಯುತ್ತಲೆ ಇದ್ದರು.

■

ಅನ್ನದಾನಿಯ ಕೋಪ ಏರುತ್ತಲೆ ಇತ್ತು. ಉರಗ ರಕ್ಷಕ ವಾಪಾಸ್ಸಾದ ನಂತರ ಮಿಕ್ಕ ಕೋಪ ಭುಗಿಲೆದ್ದು "ಆ ಮಿಂಡ್ರಿ ನನ್ಮಗನ್ನ ಕರೆಸ್ರಿ, ಇಲ್ಲಾಂದ್ರೆ ಟೇಷನಿಗೆ ಹೋಗಿ ಕಂಪ್ಲೇಂಟ್ ಕೊಡ್ತೀನಿ ಈಗ" ಎಂದು ಮುಷ್ಟಿ ಮಾಡಿ ಜಗುಲಿಗೆ ಗುದ್ದಿದ. ಜನ ಬೇಕಂತಲೇ "ಯಾರು ಅಂತ ಹೇಳಪ್ಪ, ಯಾರು ಆ ಮಿಂಡ್ರಿ ಹೇಳು, ಕರ್ಸೋಣಂತೆ" ಎಂದು ಇನ್ನಷ್ಟು ಪುಷ್ಟಿ ಕೊಟ್ಟರು. "ಯಾಕೆ ನಿಮಗೆ ಗೊತ್ತಿಲ್ವ, ಎಲ್ರೂ ಶಾಮೀಲಾಗಿ ಆಟ ಹಚ್ಚಿದ್ದೀರ" ಎಂದು ಆರ್ಭಟಿಸಿದ. "ಏಯ್ ಬಾಯಿಗ್ ಬಂದಂತೆ ಮಾತಾಡಬೇಡ, ಮರ್ಯಾದಸ್ತರು" ಎಂದು ಒಕ್ಕೊರಲಿನಿಂದ ಮಾತು ಮುಂದುವರೆಸಲು ನೋಡಿದರು. ಕೆಂಗಣ್ಣು ಬೀರಿ "ಮರ್ಯಾದಸ್ತರು, ಮರ್ಯಾದಸ್ತರು, ಥೂ, ಕರೆಸ್ರಿ ಗುಂಗ್ರು ತಲೆ ಹಡಬೆ ನನ್ಮಗನ್ನ, ಇಂಥ ಪ್ಲಾನು ಊರಲ್ಲಿ ಅವನ್ನ ಬಿಟ್ರೆ ಯಾರು ಮಾಡ್ತಾರೆ, ನೆಮ್ಮದಿಯಾಗಿ ಬಾಳೋಕೆ ಬಿಡ್ತಿಲ್ಲ ಸುವ್ವರ್ ನನ್ಮಗ" ಎಂದು ಕೆಟ್ಟಾ ಕೊಳಕ ಬೈದಾಡಿದ. ಜನ ಮೆಲು ನಗೆಯ ನದಿಯಲ್ಲಿ ಅನ್ನದಾನಿಗೆ ಗೊತ್ತಾಗದಂತೆ ತೇಲಾಡಿದರು.

ಜೀವದಾನಿ ಹೀಗೆ ಸುಮಾರು ಸಲ ಹಾವನ್ನು ಮನೆಯೊಳಗೆ ಬಿಟ್ಟು ತನಗಾಗದ ಜನರನ್ನು ಭೀತಿಗೊಳಿಸುತ್ತಿದ್ದ. ಜನ ಎಲ್ಲಿ ತನ್ನ ಮರೆಯುತ್ತಿದ್ದಾರೆ ಎಂಬುವಷ್ಟರಲ್ಲಿ ಮತ್ತೆ ಊರಿನ ಪ್ರಚಲಿತ ಖಬರುಗಳಲ್ಲಿ ಕಾಣಿಸಿಕೊಳ್ಳುವಂತೆ ಯಾವುದಾದರೊಂದು ಹಿಡಿದ ಹಾವನ್ನು ಕಾಡಿಗೆ ಬಿಡದೇ ಸೀದಾ ಅವರ ಮನೆಗೋ, ಮಳಿಗೆಗೋ ಹರಿಯಲು ಬಿಟ್ಟು ಎಲ್ಲರೂ ದುಂಬಾಲು ಬಿದ್ದ ನಂತರ ಯಥಾವತ್ ಹಾವನ್ನು ಚೀಲದೊಳಗೆ ಹಾಕಿಕೊಂಡು ತನ್ನ ಪ್ರಸಿದ್ಧಿ ಹೆಚ್ಚಿಸಿಕೊಳ್ಳುತ್ತಿದ್ದ. ಜೀವದಾನಿಗೆ ಮಾಡಲು ಕಸುಬು ಅಂತ ಯಾವುದು ಇರಲಿಲ್ಲ. ಕಾಫಿ ಎಸ್ಟೇಟಿನಲ್ಲಿ ರೈಟರ್ ಕೆಲಸ, ಕಾಫಿ ಮಂಡಳಿಯಲ್ಲಿ ಸೆಕ್ಯುರಿಟಿ ಗಾರ್ಡ್, ಬಾಳೆಮಂಡಿಯಲ್ಲಿ ಕಾಯಿ ಬಾಳೆಗೊನೆಯನ್ನು ಔಷಧಿ ಹಾಕಿ ಹಣ್ಣು ಮಾಡಿಸುವುದು ಹೀಗೆ ಏನೂ ಮಾಡಿದರೂ ಒಂದು ವಾರಕ್ಕಿಂತ ಕಡಿಮೆ. ಅನಿರೀಕ್ಷಿತವಾಗಿ ಅವನ ಮೊಬೈಲಿಗೆ ಫೋನು ಬಂದೇ ಬಿಡುತ್ತಿತ್ತು. ಅಲ್ಲಿ ಕಾಳಿಂಗ ಸರ್ಪ ನುಗ್ಗಿದೆಯಂತೆ, ಎಸ್ಟೇಟಿನ ಜೀಪಿನಲ್ಲಿ ಹಾವು ಸೇರಿಕೊಂಡಿದೆಯಂತೆ, ತೋಟದಲ್ಲಿ ಹೆಬ್ಬಾವು ಮರಿ ಹಾಕಿದೆಯಂತೆ, ಪೋಲಿಸ್ ಸ್ಟೇಷನ್ನಿನಲ್ಲಿ ಹಾವು ಬಂಧಿತ ಕಳ್ಳನೊಬ್ಬನಿಗೆ ಕಚ್ಚಿದೆಯಂತೆ- ಇಂತಹ ಹತ್ತು ಹಲವಾರು ಫೋನು ಕರೆಗಳು ಜೀವದಾನಿಯ ಹೆಸರನ್ನು ಮೆರುಗುಗೊಳಿಸಿದ್ದವು.

ಯಾರು ಫೋನು ಮಾಡಿದರೂ ಮರುಕ್ಷಣವೇ ಜೀವದಾನಿ ಅಲ್ಲಿ ಹಾಜರ್. ಮೊದಲೆಲ್ಲಾ ಹಾವು ಹಿಡಿದು ಕಾಡಿಗೆ ಬಿಟ್ಟರೆ ಸಂತ್ರಸ್ತ ಮನೆಯವರು ಮರು ದಿನ ಹೋಳಿಗೆ ಊಟಕ್ಕೆ ಕರೆಯುತ್ತಿದ್ದರು. ಕೆಲ ಮನೆಯವರು ತಮ್ಮ ಜೇಬಲ್ಲಿದ್ದ ಹಣವನ್ನು ಎಣಿಸದೆ ಜೀವದಾನಿಯ ಕೈಗಿಟ್ಟು "ದೇವರ ಹಾಗೆ ಬಂದ್ಯಪ್ಪ, ಸ್ನಾನದ ಮನೆಯಲ್ಲಿ ಸೇರ್ಕೊಂಡು ಬಿಟ್ಟಿತ್ತು ನೋಡು, ನನ್ನ ಹೆಂಡ್ತಿ ಬರೀ ಮೈಯಲ್ಲಿ ಓಡೋಡಿ ಬಂದ್ಬುಟ್ಳು, ಇಲ್ಲ ಅಂದಿದ್ರೆ" ಎಂದಾಗ ಜೀವದಾನಿ ನಕ್ಕು "ಬರೀ ಮೈಯಲ್ಲಿ ನಿಮ್ ವೈಫು ಓಡಿ

ಬಂದಿದ್ದು ಯಾರ ಹತ್ರನೂ ಹೇಳ್ಬೇಡಿ ಧಣಿಗಳೇ" ಎಂದು ಕಿಚಾಯಿಸುತ್ತಿದ್ದ. ನಂತರ ಚಾಕಲೇಟು ಬಾಕ್ಸಿನಲ್ಲಿ ಹಿಡಿದ ಹಾವು ಸೀದಾ ಒಮ್ಮೊಮ್ಮೆ ಕಾಡಿಗೆ ಹೋಗುತ್ತಿತ್ತು. ತಪ್ಪಿದರೆ ಆ ಹಾವು ಸೀದಾ "ಮಲ್ಲಿಕಾರ್ಜುನ ಬಾರ್ ಅಂಡ್ ರೆಸ್ಟುರೆಂಟ್"ಗೆ ಹೋಗುತ್ತಿತ್ತು. ಎಂದಿನಂತೆ ಒಂದು ಒಗ್ಗರಣೆ ಬಣ್ಣದ ವಿಸ್ಕಿ ಪ್ಯಾಕೆಟ್ಟಿನ ಅಂಚನ್ನು ಬಾಯಲ್ಲಿ ಚಕ್ ಎಂದು ಕಿತ್ತು ಗಾಜಿನ ಗ್ಲಾಸಿನೊಳಗೆ ಅರ್ಧದಷ್ಟು ತುಂಬಿಸಿ, ಗ್ಲಾಸು ತುಂಬುವಷ್ಟು ನೀರು ಬೆರೆಸಿ ಒಂದೇ ಸಮನೆ ಗಟಗಟನೆ ಕೊರಳಲ್ಲಿ ತುಂಬಿಕೊಳ್ಳುತ್ತಿದ್ದ ಜೀವದಾನಿಯ ಗಂಟಲು ಹುತ್ತದಂತೆ ಕಾಣುತ್ತಿತ್ತು.

ನವೆಂಬರ್ ತಿಂಗಳಿರಬೇಕು. ಜೀವದಾನಿ ಸುಣ್ಣದ ಕೇರಿಯಲ್ಲಿ ತಾರುಣ್ಯದ ಕೇರೆ ಹಾವನ್ನು ಹಿಡಿದು ಬಾರಿನಲ್ಲಿ ಕೂತು ಕುಡಿಯುತ್ತಿದ್ದ. ಬಾರಿನ ಕ್ಯಾಶಿಯರ್ ಎಷ್ಟೋ ಸಲ ಕೇಳಿಕೊಂಡಿದ್ದ, "ನೀ ಇನ್ನೊಮ್ಮೆ ಹಾವನ್ನು ತರಬೇಡ ಮಾರಾಯ, ನೋಡು ಗಿರಾಕಿಗಳು ಎಷ್ಟು ಅಂಜಿಕೆ ಮಾಡ್ತಾರೆ ಅಂತ, ಕೈ ಮುಗಿತೀನಿ ಮಾರಾಯ" ಎಂದರೂ ಜೀವದಾನಿ "ಬಿಡ್ರಿ, ಹಾವು ಹೆಗಲಲ್ಲಿ ಸುತ್ತಿಕೊಂಡು ಬಂದಿದೀನ, ಹೆದರಬೇಡ್ರಿ ನೀವು, ಕೇರೆ ಹಾವುರೀ ಇದು, ಚಾಕ್ನಾ ಮಾಡ್ಕೊಂಡು ತಿಂತಾರೆ ದುಬೈಯಲ್ಲಿ ಗೊತ್ತಾ" ಎಂದು ನಕ್ಕು ಯಾಮಾರಿಸುತ್ತಿದ್ದ. ಒಂದೊಂದು ಸಲ ಸ್ವಲ್ಪ ಧೈರ್ಯವಂತರಷ್ಟೆ ಇವನೆದುರು ಕುಡಿಯಲು ಕೂರುತ್ತಿದ್ದರು. ಕುದುರೆ ಮುಖದ ವ್ಯಾಪಾರಿ "ನೀವು ದಿನಕ್ಕೆ ಎಷ್ಟು ಹಾವು ಹಿಡಿತೀರ, ಭಯ ಆಗಲ್ವ" ಎಂದು ಕೇಳಿದ. "ಮಲೆನಾಡಲ್ಲವ, ಕಾಳಿಂಗ ಹೆಚ್ಚು, ಒಟ್ನಲ್ಲಿ ಐದು ಹಾವು ಖಾತ್ರಿ" ಎಂದು ಉತ್ತರಿಸಿದ. "ನೀವು ಹಾವು ಹಿಡಿಯೋದೆ ಬದುಕು ಮಾಡಿಕೊಂಡ್ರಿ" "ಇಲ್ಲರಿ, ಹಾಗೇನಿಲ್ಲ" ಎಂದು ಸ್ವಲ್ಪ ಗೌರವ ಕೊಟ್ಟು ಮಾತಾಡಿಸಿದ. ಎದುರಿದ್ದವನು ಕೊಂಚ ಶರ್ಟು ಐರನ್ ಮಾಡಿಕೊಂಡು, ನರಮ್ಮಾಗಿ ತಲೆ ಕ್ರಾಪು ಬಾಚಿಕೊಂಡು ಕೂತಿದ್ದರಿಂದ ಬಚಾವು, ಬೇರೆ ಯಾರಾದರೂ ಹೀಗೆ ತಲೆ ಹರಟೆಗೆ ಕೇಳಿದ್ದರೆ ನಶೆಯಲ್ಲಿ ಮುಚ್ಚಳ ತೆಗೆದು ಹಾವನ್ನು ಅವರ ಮೈಮೇಲೆ ಎಸೆಯುತ್ತಿದ್ದ. ಇಬ್ಬರೂ ಒಂದೊಂದು ಸಿಪ್ ಮದ್ಯ ಏರಿಸಿ ಒಬ್ಬರನೊಬ್ಬರು ನೋಡಿಕೊಂಡರು. ಮತ್ತೆ ಆ ವ್ಯಾಪಾರಿ "ಹಣವಂತರು ಅಂತ ಕಾಣಿಸುತ್ತೆ" ಎಂದ. "ಹೌದು, ರೂಮಿನ ತುಂಬಾ ಏಸಿ, ಇಪ್ಪತ್ನಾಕ್ ಗಂಟೆ ಬಿಜ್ಲಿ, ಮನೆ ತುಂಬಾ ದುಡ್ಡು" ಎಂದು ಜೀವದಾನಿ ಹೇಳಿದ ಕೂಡಲೇ "ಓಹ್, ಏನ್ ಅಂತ ಬಿಜಿನಿಸ್ ಹೇಳ್ರಿ ನಮ್ಗೂ" ಎಂದು ಅತ್ಯುತ್ಸಾಹದಿಂದಲೇ ಕೇಳಿದ. ಜೀವದಾನಿ ಗೊಳ್ಳೆಂದು ನಕ್ಕು "ಏಟಿಎಮ್ ಮಷೀನ್ ಸೆಕ್ಯುರಿಟಿ ಗಾರ್ಡು" ಎಂದ. ವ್ಯಾಪಾರಿಯ ಮುಖ ತಣ್ಣಗಾಗಿ ತುಟಿಯ ಮೇಲೆ ನಕಲಿ ನಗುವಿಗಾಗಿ ಪ್ರಯತ್ನಿಸಿದ. ಜೀವದಾನಿ ನಗುತ್ತಲೆ ಇದ್ದ. ವ್ಯಾಪಾರಿಯ ಮುಖ ಕಳೆಗುಂದುತ್ತಾ ಸೊನ್ನೆ ಡಿಗ್ರಿಯಲ್ಲಿ ಕಪ್ಪಾಗಿತು. "ಮಜಾಕ್ ಮಾಡ್ದೆ ಕಂಡ್ರಿ, ನಗ್ರಿ ನಗ್ರಿ" ಎಂದು ಜೀವದಾನಿ ದುಂಬಾಲು ಬೀಳುತ್ತಿದ್ದ. ವ್ಯಾಪಾರಿ ಮುಖಭಂಗವಾದಂತೆ ಎದ್ದು ಹೋಗಿದ್ದ.

ಹೊಸಬರೊಡನೆ ಮಾತಾಡುತ್ತ ನಗುತ್ತಾ ಗಂಟೆ ಹನ್ನೆರಡಾದರೂ ಜೀವದಾನಿ ಮನೆಗೆ ಹೋಗುತ್ತಿರಲಿಲ್ಲ. ಕ್ಯಾಶಿಯರ್ ಬಂದು ಒತ್ತಾಯ ಮಾಡಿ ರಸ್ತೆ ತನಕ ಬಿಟ್ಟು

ಬಂದರೆ ಮಾತ್ರ ಬಾರಿನ ಬಾಗಿಲು ಮುಚ್ಚುವ ಪರಿಸ್ಥಿತಿ ಬರುತ್ತಿತ್ತೆ ವಿನಾ ಜೀವದಾನಿ ಅಲ್ಲಿಂದ ಕದಲುತ್ತಿರಲಿಲ್ಲ. "ಒಂದು ಚಾಪೆ ದಿಂಬು ಇದ್ರೆ ಕೊಟ್ಬಿಡು ಬಾಸು, ನಿದ್ದೆ ಬರ್ತಾ ಉಂಟು, ಡಿಸ್ಟರ್ಬ್ ಮಾಡ್ಕೋಬೇಡ ಇಲ್ಲೆ ಮಕ್ಕಂತೀನಿ" ಎಂದು ತೊದಲು ತೊದಲಾಗಿ ಹೇಳಿ ಕ್ಯಾಶಿಯರ್‌ನ ಸಂಯಮ ಕೆಣಕುತ್ತಿದ್ದ. "ಬಡವರ ಹೊಟ್ಟೆ ಉರಿಸ್ತೀಯಲ್ಲ, ನಿಂಗೆ ಸಾವು ಅಂತ ಬಂದ್ರೆ, ಹಾವಿಂದಾನೆ ಬರ್ಬೇಕು, ಬರೆದು ಕೊಡ್ತೀನಿ ಹಾವಿಂದಾನೆ ಕ್ಲೈಮ್ಯಾಕ್ಸ್ ನಿಂದು" ಎಂದು ಕ್ಯಾಶಿಯರ್ ಜವಾಬು ಕೊಡುತ್ತಿದ್ದ. ಆ ಮಾತಿಂದ ಅಲ್ಲೊಂದು ಮಿನಿ ಜಗಳ ಶುರುವಾಗಿ ಎಷ್ಟು ತೊಳೆದರೂ ಹೋಗದ ಆತಂಕ ಬಾರಿನ ತುಂಬಾ ಆವರಿಸುತ್ತಿತ್ತು.

ಜೀವದಾನಿ ಎಲ್ಲರೊಡನೆ ರಾತ್ರಿ ಕುಡಿಯುವಾಗ ಸಹಜವಾಗಿ ಕೇಳುತ್ತಿದ್ದ ಮಾತೆಂದರೆ "ಕಸ್ತೂರಿ ನಿವಾಸ ಪಿಚ್ಚರ್‌ನ ನೂರೈವತ್ ಸಲ ನೋಡಿದೀನಿ, ರಾಜಣ್ಣ ಮಾತ್ರ ಅದೇ ದಿಗಂತದ ಕಡಿಕೆ ನಡ್ಕೊಂಡು ಯಾಕೆ ಹೋಗ್ತಾರೆ, ಒಂದು ಸಲನೂ ಹ್ಯಾಪಿ ಎಂಡಿಂಗ್ ಯಾಕೆ ಇಟ್ಟಿಲ್ಲ ಪಿಚ್ಚರ್‌ನಲ್ಲಿ" ಎಂದೆಲ್ಲಾ ಓತಪ್ರೋತ್ರವಾಗಿ ಕೇಳುವಾಗ ಎದುರಿಗಿದ್ದವರು ತಲೆ ಕೆರೆದುಕೊಂಡು, ಉತ್ತರಕ್ಕಾಗಿ ಯೋಚಿಸಿ, ಅವಸರದಿಂದ ಇನ್ನೊಂದು ಎರಡು ಪೆಗ್ಗು ಹಾಕಿ "ನಿನ್ನ ಪ್ರಶ್ನೆ ಇನ್ನೊಂದು ಸಲ ಕೇಳು" ಎನ್ನುತ್ತಿದ್ದರು. ಮತ್ತೆ ತನ್ನ ಪ್ರಶ್ನೆಯನ್ನು ಕೇಳಿದರೂ ಅವರು ಸರಿಯಾಗಿ ಉತ್ತರ ಕೊಟ್ಟರೂ ಮತ್ತೆ ಕಸ್ತೂರಿ ನಿವಾಸದ ಸವಾಲು ಮರುದಿನ ಜೀವಂತವಾಗಿ ಹೊಮ್ಮುತ್ತಿತ್ತು.

"ಗುಂಗ್ರು ತಲೆ ಸಾಯಿಬಾಬಾ ಉರುಫ್ ಜೀವದಾನಿ, ಎಲ್ಲರ ಮನೆಗೂ ಸುಖಾಸುಮ್ಮನೆ ಹಾವು ಬಿಟ್ಟು ಹಣ ಪೀಕಿಸುತ್ತಾನೆ, ಜನರ ಜೀವನ ಸಂಕಷ್ಟದಲ್ಲಿದೆ, ಕಾಪಾಡಿ" ಎಂದು ಯಾರೋ ಅನಾಮಿಕರು ಮೂಗರ್ಜಿ ಬರೆದು ಜೀವದಾನಿಯನ್ನು ಪೋಲಿಸ್ ಠಾಣೆಯ ಮೆಟ್ಟಿಲು ಹತ್ತಿಸಲು ಯಶಸ್ವಿಯಾಗಿದ್ದರು. ಗ್ರಹಚಾರಕ್ಕೆ ಹಳೆಯ ಎರಡು ನಕ್ಷತ್ರದ ಅಧಿಕಾರಿ ಹಾವೇರಿಗೆ ವರ್ಗಾಗೊಂಡಿದ್ದ. ಮೈಸೂರಿನಿಂದ ಬಂದ ಹೊಸ ಅಧಿಕಾರಿ ಮೂಗರ್ಜಿಯನ್ನು ಬಲು ಖಾರವಾಗಿ ಸ್ವೀಕರಿಸಿದ್ದ. ಜೀವದಾನಿಗೆ ಯಾರೋ ತನ್ನ ಬಗ್ಗೆ ದೂರು ಕೊಟ್ಟಿದ್ದಾರೆಂದು ತಿಳಿದಿತ್ತು ಆದರೆ ವರ್ಗಾವಣೆಯ ಸುದ್ದಿ ತಲುಪಿರಲಿಲ್ಲ. ಪೋಲಿಸ್ ಪೇದೆ ಬಂದು "ಸಾಹೇಬ್ರು ನಿನ್ನ ನೋಡ್ಬೇಕಂತೆ ಬಾ" ಎಂದು ಕರೆದರೂ ಜೀವದಾನಿ ಅಸಡ್ಡೆಯಿಂದ "ನಾಳೆ ಸಂಜೆ ಬರ್ತೀನಿ, ಈಗ ಸ್ವಲ್ಪ ಬಿಜಿ" ಎಂದು ಹೋಗಿರಲಿಲ್ಲ. ನಯಾ ಅಧಿಕಾರಿಗೆ ಉರಿದು ಹೋಗಿ "ಮುಕಳಿ ಮೇಲೆ ನಾಕು ಒದ್ದು ಕರ್ಕೊಂಡು ಬನ್ನಿ, ಬೋಳಿಮಗನ್ನ" ಎಂದು ಖಡಕ್ ಆದೇಶ ಬೇರೆ ಕೊಟ್ಟು ಕಳಿಸಿದ್ದ. ಪರ್ಯಾಯ ಮಾರ್ಗ ತಿಳಿಯದೇ ಪೇದೆ ಹಾಗೆಯೇ ಮಾಡಿ ಠಾಣೆಗೆ ಜೀವದಾನಿಯನ್ನು ದಸ್ತಗಿರಿ ಮಾಡಿ ಬೈಕಿನಲ್ಲಿ ಕರೆತಂದಿದ್ದ. ಹೇಳದೆ ಕೇಳದೆ ಬಿದ್ದ ಪೆಟ್ಟಿನಿಂದ ಮೂಕನಾಗಿದ್ದ ಜೀವದಾನಿ ತುಸು ಭಯಗೊಂಡಿದ್ದ. ಊರಿನ ಜನ ಜೀವದಾನಿಗೆ ಸಂತೆಯಲ್ಲಿ ಮಾರಾಮಾರಿ ಪೆಟ್ಟು ಬೀಳುವುದನ್ನು ಮಳೆಗೆ ಕಾದವರಂತೆ ನೋಡಿದರು.

ಠಾಣೆಗೆ ಬಂದ ಮೇಲೂ ಜೀವದಾನಿಗೆ ಲಾಠಿಯ ಏಟು ಬೆನ್ನು, ಮೊಣಕಾಲಿಗೆ ಸರಿಯಾಗಿ ತಾಗಿದ್ದವು. ಗರಂ ಆಗಿದ್ದ ಅಧಿಕಾರಿ ಚಳಿ ಬಿಡಿಸಲು ಹೇಳಿ ಮನೆಯಲ್ಲಿ ಬೆಚ್ಚಗೆ ಮಲಗಿದ್ದ. ಮರುದಿನ ಬೆಳಿಗ್ಗೆ ಕೆಂಪು ಚಟ್ನಿಯೊಂದಿಗೆ ಇಡ್ಲಿ ತಿಂದಿದ್ದ ಜೀವದಾನಿ ಅಧಿಕಾರಿ ಬರುವುದನ್ನೆ ಕಾಯುತ್ತಿದ್ದ. ಕಳ್ಳತನದ ಕೇಸೊಂದು ಇತ್ಯರ್ಥ ಮಾಡಿ ಬಂದ ಅಧಿಕಾರಿ ಚೇರಿನಲ್ಲಿ ಕೂತು ಫೈಲು ಓದುತ್ತಿದ್ದ. ಕುಂಟುತ್ತಲೆ ಬಂದು ಕೈಕಟ್ಟಿ ನಿಂತ. "ಕೂತ್ಕೋ, ಏನ್ ನಿಂದು ಬಹಳ ಒಣ ಧಿಮಾಕಂತೆ" ಎಂದು ಎಲ್ಲರಿಗೂ ಮಾತಾಡಿಸುವ ಹಾಗೆ ಅಧಿಕಾರಿ ಫೈಲು ಓದುತ್ತಲೇ ಹೇಳಿದ. ನೆನ್ನೆಯಿಂದ ಕೆಳಗೆ ಕೂರಲು ಆಗದೆ ಒದ್ದಾಡುತ್ತಿದ್ದ ಜೀವದಾನಿ ಥಟ್ಟನೆ ಚೇರನ್ನು ಎಳೆದು ಕೂತ. ಮಹಾ ನೋವೊಂದು ಬುಡದಿಂದ ಮೇಲೆದ್ದಿತ್ತು. ಆದರೂ ಜೀವದಾನಿ ಸಹಿಸಿಕೊಂಡ. ಪೇದೆಯು ಕೊಠಡಿಯೊಳಗೆ ಬಂದು ಸಾಹೇಬನಿಗೆ ನಮಸ್ಕಾರ ಮಾಡಿ ಕೋಲಿನಂತೆ ನಿಂತಿದ್ದ. ಫೈಲು ಬದಿಗಿಟ್ಟು "ಕುತ್ಕೋ ಅಂದ್ರ ನಿಂತೇ ಇದೀಯಲ್ಲೋ, ಎಷ್ಟು ಚರ್ಬಿ ಇರ್ಬೇಕು ನಿಂಗೆ" ಎಂದು ಅಧಿಕಾರಿ ಗುಡುಗಿದ. ಪೇದೆಗೆ ಬಾಯಿ ತುಂಬ ನಗು ಬಂದರೂ ತಡೆದುಕೊಂಡ. ಜೀವದಾನಿ ಕಕ್ಕಾಬಿಕ್ಕಿಯಾದವನಂತೆ ಅಧಿಕಾರಿಯನ್ನು ನೋಡಿದ. "ಕುತ್ಕೋಳೋ ಲೌಡಿ ಮಗ್ನೆ" ಎಂದು ಮತ್ತೊಮ್ಮೆ ಅಧಿಕಾರಿ ಗದರಿಸಿದ. ಪೇದೆಗೆ ನಗು ತಡೆದುಕೊಳ್ಳಲಾಗದೆ ಬಾಯಿ ಮುಚ್ಚಿಕೊಂಡ. ಜೀವದಾನಿ ಅಳುವುದೊಂದು ಬಾಕಿ. "ಕರ್ಕೊಂಡು ಹೋಗಿ ನಾಕು ಬಿಗೀರಿ ಲೋಫರ್‌ನ" ಎಂದು ಅಧಿಕಾರಿ ಎಷ್ಟು ಸಾಧ್ಯವೋ ಅಷ್ಟು ಗಡದ್ದಾಗಿ ಚೀರಿದ. ಪೇದೆ "ಸಾರ್ ಅವನು ನೀವು ಹೇಳಿದಾಗ್ಲೆ ಕುತ್ಕೊಂಡ" ಎಂದು ನಗುತ್ತಾ ಗಂಭೀರವಾಗಿ ಮಾರ್ದನಿಸಿದ. ಜೀವದಾನಿ ಎರಡೂ ಕಾಲನ್ನು ಹತ್ತಿರಕ್ಕೆ ತಂದು ನಡುಗುತ್ತಾ ಕೂತಿರುವುದನ್ನು ಗಮನಿಸಿ ಕೃತಕವಾಗಿ ನಗುತ್ತಾ "ನೀನು ಕೂತ್ಕೊಂಡ್ರು, ನನ್ನ ಹೈಟಿಗೆ ಬರ್ತಿಯಲ್ಲೋ, ವಾಚ್ ಟವರ್" ಎಂದು ಅಧಿಕಾರಿ ಹೇಳಿದಾಗಲೂ ಜೀವದಾನಿ ನಗಲಾರದೆ ನಕ್ಕು ಹಲ್ಲು ಕಾಣಿಸಿದ.

ಪೋಲಿಸ್ ಪೇದೆ ನಗುತ್ತಲೆ ಇದ್ದ. ಅವನ ಎರಡು ಗಲ್ಲದಲ್ಲಿ ಕುಳಿಗಳು ಮೂಡಿ ಮೂಡಿ ಮತ್ತೆಲ್ಲೋ ಮಾಯವಾಗುತ್ತಿದ್ದವು. ನಿರುಪಾಯದ ಸ್ಥಿತಿಯಲ್ಲಿದ್ದ ಜೀವದಾನಿಯ ನಗು ಇತ್ತ ನಾಚಿಕೊಳ್ಳದೆ, ಅತ್ತ ಭಯಪಡದೆ ಮತ್ತೊಬ್ಬರ ಎದುರಿಗೆ ಹೆಂಡತಿಗೆ ಮುತ್ತು ಕೊಟ್ಟಂತಿತ್ತು. ಠಾಣೆಯ ಪ್ರತಿ ವಸ್ತುಗಳಿಂದ ಮನುಷ್ಯರೆಲ್ಲರೂ ಪರಿಚಿತರಾದರೂ ಹೊಸ ಅಧಿಕಾರಿಯ ಎದುರು ಜೀವದಾನಿಯ ಅಸ್ತಿತ್ವ ಮಕಾಡೆ ಮಲಗಿತ್ತು.

ನಗು ಸಾವರಿಸಿಕೊಂಡ ಅಧಿಕಾರಿ "ನೀನು ಹಾವು ಕಳಕೊಂಡ್ರೆ ನಾವು ಹುಡುಕಿಕೊಡಬೇಕಾ? ಮನುಷ್ಯರೇ ಅಬೇಸ್ ಆದ್ರೆ ನಾವು ಬಟ್ಟೆ ಹರಕೊಂಡು ತಡಕಾಡ್ತೀವಿ, ಮಧ್ಯದಲ್ಲಿ ನಿಮ್ದು ಬೇರೆ, ಮೂಕ ಪ್ರಾಣಿಗಳನ್ನೆಲ್ಲಾ ಹಿಡಿದು ಮ್ಯಾಜಿಕ್

ಶೋ ನಡಿಸ್ತೀರ ನಾಲಾಯಕ್ ನನ್ಮಕ್ಳ" ಎಂದು ಬೈಯುತ್ತಲೆ "ರಿಜಿಸ್ಟರಲ್ಲಿ ಸೈನ್ ಮಾಡಿಸ್ಕಂಡು ಬಿಡ್ರಿ ಇವನ್ನ" ಎಂದ ಅಧಿಕಾರಿ ಮೇಜಿನ ಮೇಲಿದ್ದ ನೀರಿನ ಬಾಟಲಿಯ ಮುಚ್ಚಳ ತೆಗೆದು ಒಂದೆರಡು ಗುಟುಕು ನೀರು ಕುಡಿದ. ಜೀವದಾನಿ ಮರು ಉತ್ತರಕ್ಕೆ ಪ್ರಯತ್ನಿಸಿ ಸೋತ. "ಸಾರ್ ಇವನು ಹಾವಾಡಿಗ ಅಲ್ಲ ಸಾರ್, ಅವನು ಬೇರೆ, ನೆನ್ನೆ ರಾತ್ರಿ ವರ್ಕ್ ಮಾಡಿದ್ವಲ್ಲ ಸರ್" ಎಂದು ಪೇದೆ ನೆನಪಿಸಿ ಸಮಜಾಯಿಶಿ ಕೊಟ್ಟ. ಒಂದೇ ದಿನ ಕೊಪ್ಪದ ಪೋಲಿಸ್ ಠಾಣೆಯಲ್ಲಿ ಎರಡು ಅಪರೂಪದ ಪ್ರಕರಣಗಳು ದಾಖಲಾಗಿದ್ದವು. ಒಂದು ಜೀವದಾನಿಯ ಕುರಿತಾದ ಮೂಗರ್ಜಿಯಾದರೆ ಇನ್ನೊಂದು ಬುಡಕಟ್ಟು ಜನಾಂಗದ "ತಿರಾಮಿಸು" ಎಂಬ ವ್ಯಕ್ತಿಯೊಬ್ಬ ಸಂತೆಯಲ್ಲಿ ಬುಟ್ಟಿಯಲ್ಲಿದ್ದ ಹಾವು ಕಳೆದುಕೊಂಡ ಕುರಿತದ್ದಾಗಿತ್ತು. ಸ್ವತಃ ಹಾವಾಡಿಗನೆ ಅಮಲೇರಿದ ಪರಿಸ್ಥಿತಿಯಲ್ಲಿ ಬಂದು ದೂರು ಕೊಟ್ಟಿದ್ದರಿಂದ ಠಾಣೆಯಲ್ಲಿದ್ದವರು ಕಳೆದುಹೋದ ಹಾವಿಗಾಗಿ ತಲೆಕೆಡಿಸಿಕೊಂಡಿದ್ದರು.

ಮರುಕ್ಷಣ ಬೆಚ್ಚಿ ಬಿದ್ದವನಂತೆ "ಥತ್" ಎಂದು ಉಗಿದು "ನೀನೇನು ಪಾಳೆಗಾರ ಅನ್ಕೊಂಡಿದೀಯ, ಕಂಡವರ ಮನೆಗೆಲ್ಲಾ ಹಾವು ಬಿಡ್ತೀಯಂತೆ, ಇನ್ನೊಂದು ಸಲ ಕಂಪ್ಲೇಂಟ್ ಬರ್ಲಿ, ಐತೆ ಮಗ್ನೆ ನಿಂಗೆ, ರೌಡಿ ಶೀಟರ್ ಕೇಸ್ ಹಾಕ್ಸಿ ಖಾಯಮ್ಮಾಗಿ ಮುದ್ದೆ ಮುರಿಬೇಕು ಜೈಲಲ್ಲಿ" ಎಂದು ಗುಡುಗಿದ. "ಉಗಾಂಡದಿಂದ ತಪ್ಪಿಸಿಕೊಂಡವನಂತೆ ಇದೀಯಲ್ಲೋ, ಮೊದ್ಲು ಕಟಿಂಗ್ ಮಾಡಿಸ್ಕಂಡು ಬಂದು ಮಕ ತೋರಿಸ್ಬೇಕು, ಅರ್ಥ ಆಯ್ತಾ" ಎಂದು ಎಚ್ಚರಿಕೆ ಕೊಟ್ಟ. ಜೀವದಾನಿ ಎಲ್ಲದಕ್ಕೂ ತಲೆ ಅಲ್ಲಾಡಿಸುತ್ತಾ ಸುಮ್ಮನೆ ಕೂತಿದ್ದ. ಅವಕಾಶಕ್ಕಾಗಿ ಕಾದವನಂತೆ ಪೋಲಿಸ್ ಪೇದೆ "ಸಾರ್ ಗಿರಿಧರ್ ಸಾಹೇಬ್ರಿಗೆ ಆತ್ಮೀಯ ಇವ್ನು, ಶಾಸಕರಿಂದ ಶಹಬ್ಬಾಸ್‌ಗಿರಿ ತಗಂಡವ್ನೆ, ಗಣರಾಜ್ಯೋತ್ಸವದ ದಿಸ ಸನ್ಮಾನ ಮಾಡಿಸ್ಕಂಡವ್ನೆ" ಎಂದು ವೇಗವಾಗಿ ಹೇಳಿದ. ಅಧಿಕಾರಿಯು ಆಶ್ಚರ್ಯವಾಗಿ ನೋಡುತ್ತಾ "ಬಹಳ ವಿಷಯ ಇದಿಯಲ್ರಿ ಇವನತ್ರ" ಎಂದು ಇನ್ನಷ್ಟು ಕುಮ್ಮಕ್ಕು ಕೊಟ್ಟು, ಹಾಗೇ ಯೋಚಿಸುತ್ತಾ "ಓಹ್ಹೋಹ್ಹೋ ಗಿರಿಧರ್, ಆಚೆ ತಿಂಗಳು ಅವನ ಮನೆ ರೇಡ್ ಆಗಿತ್ತಲ, ಅವ್ನೆ ತಾನೆ" ಎನ್ನುತ್ತಾ ಮೂಗಿನ ಸಂದಿಗೆ ಬೆರಳು ಹಾಕಿ ಜೀವದಾನಿಯನ್ನು ನೋಡಿದ. ಪೇದೆ ಜೀವದಾನಿಯ ಹಳೆ ವೃತ್ತಾಂತವನ್ನು ಹೇಳಲು ಶುರು ಮಾಡಿದ.

■

"ಸಾರ್, ಒಂದು ವರ್ಷದ ಹಿಂದೆ ಒಂದು ಸುದ್ದಿ ಆಗಿತ್ತು ಗೊತ್ತಾ, ಬಾಳೆಹೊನ್ನೂರು ಪಂಚಾಯಿತಿ ಆಫೀಸಿಗೆ ಭರ್ತಿ ಇಪ್ಪತ್ತೈದು ನಾಗರ ಹಾವು ಬಿಟ್ಟು ಹೆದರಿಸಿದ್ದು ಯಾರು ಅಂತ, ಇವ್ನು ಗಿರಿಧರ್ ಸಾಹೇಬ್ರು ಸೇರಿ ಮಾಡಿದ್ದ ಪ್ಲಾನು ಸಾರ್ ಅದು." ಅಧಿಕಾರಿ ಬೆಚ್ಚಿಬಿದ್ದವನಂತೆ ಕಣ್ಣು ದೊಡ್ಡದು ಮಾಡಿ ಕೇಳುತ್ತಲೆ ಹೋದ. "ಗಿರಿಧರ್ ಸಾಹೇಬ್ರು ನಲವತ್ತು ಎಕರೆ ರೆವಿನ್ಯೂ ಲ್ಯಾಂಡನ್ನು ಒತ್ತುವರಿ ಮಾಡಿ, ತಮ್ಮ ತಂದೆ ಹೆಸರಲ್ಲಿ

ಖಾತಾ ಪತ್ರ ಮಾಡಿಸಲು ಬಹಳ ಪ್ರಯತ್ನ ಮಾಡಿದ್ರು, ಗ್ರಾಮ ಪಂಚಾಯಿತಿ ಅಧ್ಯಕ್ಷ ದಕ್ಷ, ಸ್ಟ್ರಿಕ್ಟ್ ಇದ್ದ ಬೇರೆ, ಮಾತು ಕೇಳಲಿಲ್ಲ ಸರ್. ನಖರಾ ಮಾಡ್ತಿದ್ದಾನಂತ ಸಾಹೇಬ್ರಿಗೆ ಗೊತ್ತಾಗಿ ಒಂದೆರಡು ಆವಾಜು ಹಾಕಿದ್ರು. ಆತ ಬಗ್ಗಲಿಲ್ಲ. ಚಿಕ್ಕಮಗಳೂರಿನ ಮಾಜಿ ಶಾಸಕನ ಸಂಬಂಧಿಕನಾಗಿದ್ದ ಅಧ್ಯಕ್ಷನಿಗೂ ಸಾಹೇಬ್ರಿಗೂ ದೊಡ್ಡ ಜಟಾಪಟಿ. ಕೊನೆಗೆ ಆಗಿದ್ದಾಗಲಿ ಅಂತ ಈ ಸಾಯಿಬಾಬಾನ ಕರೆಸಿ ಪಂಚಾಯಿತಿಯೊಳಗೆ ಹಾವು ಬಿಟ್ಟು ಅವನ ಕೊಬ್ಬು ಇಳ್ಸು ಅಂತ ಹೇಳಿದ್ರು. ಇವನೆಂತ ನವರಂಗಿ ಅಂದ್ರೆ ಸಾರ್ 'ನಂಗೆ ಗಣರಾಜ್ಯೋತ್ಸವ ದಿನ ಸನ್ಮಾನ ಮಾಡ್ಬೇಕು, ನನ್ನ ಹೆಸರು ಯಾವುದೇ ಕಾರಣಕ್ಕೂ ಹೊರಗೆ ಬರಬಾರದು' ಅಂತ ಕೇಳಿದ್ದ ಸಾರ್." ಹೊಸ ಅಧಿಕಾರಿ ಜೀವದಾನಿಯನ್ನು ಗಮನಿಸಿ 'ಎಲಾ ಇವನ' ಎಂಬಂತ ನೋಟದಿಂದ ಕೆಕ್ಕರಿಸಿ ನೋಡಿದ.

"ಅಲ್ರಿ ಮಹಾದೇವ್, ಕೇಸೇನೂ ಆಗಲಿಲ್ವಾ?" ಎಂದ ಅಧಿಕಾರಿ. ಪೇದೆ ಈಗ ಸ್ವಲ್ಪ ನಾಜೂಕಿನಿಂದ "ನಾವು ಇದ್ವಲ್ವ ಸಾರ್, ಪ್ರೊಟೆಕ್ಶನ್ನಿಗೆ, ನಿಂತ ಕಾಲಲ್ಲಿ ಉಚ್ಚೆ, ಉಚ್ಚೆ ಹೊಯಿಸಿದ್ವಿ ಅಧ್ಯಕ್ಷನ್ನ" ಎಂದ. ಜೀವದಾನಿ ಕತ್ತು ಕೆಳಗೆ ಬಗ್ಗಿಸಿಕೊಂಡು ಕೂತಿದ್ದ.

ಗಿರಿಧರ ತನಗಾದ ಅವಮಾನದಿಂದ ಕಂಗೆಟ್ಟು ಜೀವದಾನಿಯನ್ನು ತಡರಾತ್ರಿಯ ಪಾರ್ಟಿಗೆಂದು ಮನೆಗೆ ಕರೆಸಿ ಬರೀ 'ಹೆದರಿಸು' ಅಂತ ಮಾತುಮಾತಿನ ನಡುವೆ ಹೇಳುತ್ತಿದ್ದ. ಜೀವದಾನಿ ಒಂದರ್ಧ ಬಾಟಲಿ ಮದ್ಯ ಕುಡಿದ ನಂತರ "ಹೆದರಿಸೋದಲ್ಲ ಸಾರ್ ಸೈನ್ ಸೈತ ಮಾಡಿಸ್ತೀನಿ ನೋಡ್ತಿರ," ಎಂದ. "ಏನ್ ಸೈನ್ ಮಾಡಿಸ್ತೀಯ ಕಪಿ" ಎಂದು ಗಿರಿಧರ ನಕ್ಕಿದ್ದ. "ಸಮಾಚಾರ ನಂಗೂ ಗೊತ್ತಿದೆ ಸಾರ್, ನಿಮಗೇನು, ನಾ ಏನೋ ಮಾಡ್ತೀನಿ ಬಿಡಿ" ಎಂದಿದ್ದ. 'ಹೆಂಗಯ್ಯ, ಏನ್ ಮಾಡ್ತೀಯ ಅಂತದ್ದು' ಎಂದೆಲ್ಲಾ ಕೇಳದೆ ಪೇದೆ ಮಹಾದೇವನಿಗೆ ಸಹಾಯ ಮಾಡಲು ಹೇಳಿ ಕಳಿಸಿದ್ದ.

ಎಲ್ಲವೂ ಜೀವದಾನಿ ರೂಪಿಸಿದ ಪ್ಲಾನಿನ ಪ್ರಕಾರವೇ ನಡೆಯಿತು. ಮಧ್ಯಾಹ್ನದ ಬಾಡೂಟಕ್ಕೆಂದು ನೂರು ಕಾರ್ಡು ಪ್ರಿಂಟು ಮಾಡಿಸಿ ಅಧ್ಯಕ್ಷನಿಗೆ ಮಾತ್ರ ಕೊಡದೆ ಪಂಚಾಯಿತಿ ಕಛೇರಿಯ ಎಲ್ಲಾ ಸಿಬ್ಬಂದಿಗಳಿಗೆ ಹಂಚಿದರು. ಸರಿಯಾದ ಸಮಯಕ್ಕೆ ಹೊರಡಲೆಂದೆ ಎರಡು ಮಿನಿ ಬಸ್ಸು ತಯಾರಾಗಿತ್ತು. ಹನ್ನೆರಡು ಗಂಟೆಗೆ ಊಟಕ್ಕೆಂದು ಎಲ್ಲರೂ ಹೊರಟರು. ನಡುನಡುವೆ ಗುಮಾಸ್ತನನ್ನೂ ಸೇರಿಸಿ ಎಲ್ಲರೂ "ಅಧ್ಯಕ್ಷರು ನಮ್ಜೊತೆಗೆ ಬರಲ್ವ" ಎಂದು ಕೇಳುತ್ತಿದ್ದರು. "ಅವರಿಗೆಂದೆ ಎಸಿ ಕಾರು ಬುಕ್ ಆಗೈತೆ, ಡಿಸಿ ಸಾಹೇಬ್ರು ಬೇರೆ ಬರತಾವ್ರೆ, ಅವರೆಲ್ಲ ಜೊತೆ ಕೂತು ಉಣ್ತಾರೆ, ನೀವು ಹತ್ರಿ ಹತ್ರಿ" ಎಂದು ಪುಸಲಾಯಿಸಿ ಬಸು ಹತ್ತಿಸಿದ್ದರು. ಬಾಡೂಟದ ಉತ್ಸವ ಕೊಪ್ಪದ ಹತ್ತಿರವಿದ್ದ ಆಟದ ಮೈದಾನದಲ್ಲಿ ಏರ್ಪಾಡಾಗಿತ್ತು. ನಾಲ್ಕು ಕುರಿ ಹೊಡೆದು ವಿವಿಧ ರೀತಿ ಬೇಯಿಸಿ, ಬೃಹತ್ತಾದ ಶಾಮಿಯಾನದಡಿ ಮುನ್ನೂರು ಕೆಂಪು ಬಣ್ಣದ ಪ್ಲಾಸ್ಟಿಕು ಚೇರುಗಳನ್ನು ನೀಟಾಗಿ ಇರಿಸಿದ್ದರು. ಸ್ವಾಗತಕ್ಕೆಂದು ವಿಶಾಲವಾದ ಮೈದಾನದ ತುಂಬಾ ಫ್ಲೆಕ್ಸು, ಬ್ಯಾನರುಗಳ ಹಾವಳಿ. ಇಂತದ್ದೊಂದು ಪ್ಲಾನು ಯೋಚಿಸಬೇಕಾದರೆ ಪೇದೆ ಮಹಾದೇವ "ಗಮ್ಮತ್ತಾದ ಪ್ಲಾನು ರೆಡಿ ಮಾಡಿದೀಯ ಕಣಲೆ, ನಮ್ ಜನಕ್ಕೆ

ಬಾಡೂಟ ಅಂದ್ರೆ ಬಾಳ ಪ್ರೀತಿ ಬಿಡು, ನೂರು ಮೈಲಿ ಆಗಿರ್ಲಿ ಲಗೇಜು ಆಟೋ ಮಾಡ್ಕಂಡಾದರೂ ಉಣ್ಣಕ್ಕೆ ಬಂದೇ ಬರ್ತಾರೆ" ಎಂದಿದ್ದ.

■

ಜೀವದಾನಿ ಮುಖಕ್ಕೊಂದು ಕಪ್ಪು ಬಟ್ಟೆ ಸುತ್ತಿಕೊಂಡು ತಯಾರಾಗಿದ್ದ. ಮೆಲ್ಲಗೆ ಅಧ್ಯಕ್ಷನ ಕೋಣೆಯನ್ನು ಇಣುಕಿ ಕಿಟಕಿ ಬಾಗಿಲನ್ನು ಮುಚ್ಚಿದ. ಗರಿಗರಿ ಇಸ್ತ್ರಿ ಹಾಕಿದ್ದ ಬಿಳಿ ಕುರ್ತಾ ಹಾಕಿಕೊಂಡು ಅಧ್ಯಕ್ಷ ಯಾವುದೋ ಕಡತಗಳನ್ನು ತೆಗೆದುಕೊಂಡು ಓದುತ್ತಿದ್ದ. ಕಛೇರಿಯ ಹೊರಗೆ ಸಲೀಸಾದ ಮೌನ. ಗಾಳಿ ಬೆಳಕಿನ ವ್ಯತ್ಯಾಸ ಗಾಢವಾಗಿ ಗೊತ್ತಾಗಲು ಬಾಗಿಲನ್ನು ಮುಚ್ಚಬೇಕಿತ್ತು. ಅತ್ತ ಇತ್ತ ನೋಡಿ ಬಾಗಿಲನ್ನು ಧಡಕ್ಕೆಂದು ಜೀವದಾನಿ ಮುಚ್ಚಿಕೊಂಡ. ಇಲ್ಲಿ ಏನಾಗುತ್ತಿದೆ ಎಂಬುದು ಅಧ್ಯಕ್ಷನಿಗೆ ಮಾತ್ರ ಗೊತ್ತಿತ್ತು. ಕೋಣೆ ಅಷ್ಟೇನು ದೊಡ್ಡದಾಗಿರಲಿಲ್ಲ. ಒಂದು ದೊಡ್ಡ ಸೈಜಿನ ಮೇಜು, ಅದರ ಮೇಲೆ ಕೆಟ್ಟು ನಿಂತ ಮೂರು ರೆಕ್ಕೆಯ ಸೀಲಿಂಗ್ ಫ್ಯಾನು, ಅಧ್ಯಕ್ಷನಿಗೆಂದೆ ಮೀಸಲಿದ್ದ ಗಿರಗಿರ ತಿರುಗುವ ಐಶಾರಾಮಿ ಕುರ್ಚಿ, ನಾಲ್ಕೈದು ತಿರುಗದೆ ಬಿಮ್ಮನೆ ಕೂತಿರುವ ಕುರ್ಚಿಗಳು, ಸಮೀಪದಲ್ಲಿ ಕಡತಗಳನ್ನು ಪೇರಿಸಿಟ್ಟ ಕಬ್ಬಿಣದ ಗ್ಯಾಲರಿಯೊಂದಿತ್ತು.

ಎಲ್ಲಿ ಬೇಕೆಂದಲ್ಲಿ ಸರಸರ ದಿಕ್ಕಾಪಾಲಾಗುತ್ತಿರುವ ಹಾವುಗಳು, ಕೆಲವು ಉದ್ದಗೆ, ಕಪ್ಪಗೆ. ಕೆಲವೊಂದು ಕೆರಳಿ ಬುಸುಗುಡುತ್ತಿರುವ ಇನ್ನೊಂದಷ್ಟು ಹಾವುಗಳು. ಸುಮಾರು ಐವತ್ತಕ್ಕೂ ಹೆಚ್ಚು ಹಾವುಗಳು. ಅಧ್ಯಕ್ಷನಿಗೆ "ಕಾಪಾಡಿ ಕಾಪಾಡಿ" ಎಂದು ಕಿರುಚಿ, ಬೊಬ್ಬೆ ಹೊಡೆದುಕೊಂಡು, ಗುಮಾಸ್ತನನ್ನು ಕೂಗಿ ಕೂಗಿ ಸಾಕಾಗಿ ಹೋಗಿತ್ತು. ಎಲ್ಲಿ ಕಾಲಿಟ್ಟರೂ ಅಲ್ಲೆಲ್ಲಾ ಹಾವುಗಳು ಗಾಬರಿಯಿಂದ ಬುಸುಗುಡುತ್ತಾ ಕಚ್ಚಲು ಸಿದ್ಧವಾಗಿದ್ದವು. ಮೇಲೆ ಕೆಳಗೆ ಜಿಗಿದಾಡುತ್ತಾ ತತ್ತರಿಸಿ ಹೋದ ಅಧ್ಯಕ್ಷನಿಗೆ "ಬೇಗ ನಮ್ ಸಾರ್ ಫೈಲು ತಗೊಂಡು ಸೈನು ಮಾಡಿ ಕೊಡು" ಎಂದು ಜೀವದಾನಿ ಹೆಣ್ಣಿನ ಧ್ವನಿಯಲ್ಲಿ ಹೇಳಿದ.

ಅಧ್ಯಕ್ಷನಿಗೆ ಇಷ್ಟೊಂದು ಹಾವುಗಳು ಧುಮ್ಮಿಕ್ಕಿದಾಗಲೇ ಇದು ಯಾರದೋ ಕುತಂತ್ರ ಎಂದು ಗೊತ್ತಾಗಿತ್ತು. ತನ್ನ ಜೀವ ಉಳಿಸಿಕೊಳ್ಳುವುದು ಉತ್ತಮ ಎಂದು ತಕ್ಷಣಕ್ಕೆ ಹೊಳೆದಾಗ "ದಯವಿಟ್ಟು ಬಾಗಿಲು ತೆಗೆಯಮ್ಮ, ಎಲ್ಲಿ ಬೇಕಾದ್ರೂ ಸೈನ್ ಮಾಡ್ತೀನಿ, ಬೇಗ ತೆಗೆಯಮ್ಮ, ಹಾವು ಕಚ್ಚಿಬಿಡುತ್ತೆ ನಂಗೆ" ಜಿಗಿದಾಡುತ್ತಾ ಹೇಳಿದ. "ನಿನ್ನ ಕಿಟಕಿಯಿಂದ ನೋಡ್ತಿದೀನಿ, ಬೇಗ ನಮ್ ಗಿರಿಧರ್ ಸಾರ್‌ನ ಫೈಲು ತಗೊಂಡು ಸೈನ್ ಮಾಡಿ ಓಡೋಗು, ಇಲ್ಲಾಂದ್ರೆ ಹದಿನಾರಡಿ ಕಾಳಿಂಗ ಐತೆ, ಅದನ್ನೇನಾದ್ರೂ ನೋಡಿದ್ರೆ ಸತ್ತೆ ಹೋಗ್ತಿಯ."

ಎಂದು ಮತ್ತೆ ಹೆಣ್ಣಿನ ಧ್ವನಿಯನ್ನೆ ಸಂಭಾಳಿಸುತ್ತಾ ಹೇಳಿದ. ಮೇಜಿನ ಮೇಲೆ ಇತರೆ ಕಾರಣಗಳಿಂದ ವಿಲೇವಾರಿ ಆಗದ ದೊಡ್ಡ ಫೈಲನ್ನು ತೆಗೆದು ಅವಸರದಿಂದಲೇ ಎಲ್ಲಿ

ಬೇಕಲ್ಲಿ ಸೈನು ಮಾಡಿ ಅಧ್ಯಕ್ಷ ಕೆಲವೇ ಸೆಕೆಂಡುಗಳಲ್ಲಿ ಮಾಯವಾದ. ಅಧ್ಯಕ್ಷ ತಿರುಗಿ ನೋಡದೆ ಓಡಿ ಹೋದ ವೇಗಕ್ಕೆ ಆತನ ಎರಡು ಕಾಲಿನ ಶೂಗಳು ಎಲ್ಲೆಲ್ಲೋ ಉಲ್ಟಾ ಬಿದ್ದಿದ್ದವು. ಮರು ದಿನ ಸ್ಥಳೀಯ ಪತ್ರಿಕೆಯಲ್ಲಿ ಇದು ಚಿಕ್ಕದಾಗಿ ಸುದ್ದಿಯಾಗಿ ಎರಡು ದಿನದ ಬಳಿಕ ಗಿರಿಧರ್ ಹಾವೇರಿಗೆ ಎತ್ತಂಗಡಿಯಾಗಿದ್ದು ಚರ್ಚೆಗೆ ಗ್ರಾಸವಾಗಿತ್ತು.

"ಗಿರಿಧರ್ ನಿಮಗೇನು ಮಾಡಿಕೊಡ್ತೀನಿ ಅಂತ ಹೇಳಿದ್ದ ಮಹಾದೇವ್" ಎಂದು ಅಧಿಕಾರಿ ಕೇಳಿದ. ಬೇಸರದಿಂದ "ಏನಿಲ್ಲ ಸಾರ್, ನಮ್ಮೂರ್ ಹಾಸನಕ್ಕೆ ತಕರಾರಿಲ್ಲದೆ ವರ್ಗಾ ಮಾಡಿಕೊಡ್ತೀನಿ ಅಂತ ಹೇಳಿದ್ರು ಅಷ್ಟೇಯಾ" ಎಂದು ಪೇದೆ ಹೇಳಿದ. "ಮತ್ತೆ ಇಲ್ಲೆ ಇದೀರಲ್ರಿ ಗೂಟ ಬಡ್ಕೊಂಡು" ಎಂದು ಅಧಿಕಾರಿ ನಕ್ಕು ಜೀವದಾನಿಯನ್ನು ಕೆಂಗಣ್ಣಿಂದ ನೋಡುತ್ತಾ "ಇನ್ನೊಂದು ಸಲ ನಿನ್ಮೇಲೆ ಮೂಗರ್ಜಿ ಬಂತು ಅಂತ ಇಟ್ಕೋ, ನಾಲಿಗೆ ಕಿತ್ತುಬಿಡ್ತಿನಿ ನಿಂದು, ಗೊತ್ತಾಯ್ತಾ ಬೋಸುಡಿಕೆ" ಎಂದು ಹೇಳುತ್ತಾ "ರೀ ಮಹಾದೇವ್, ರೈಟರ್ ಹತ್ರ ಚೆಕ್ ಮಾಡ್ಸಿ, ಇವನ ಹಳೆ ಕೇಸು ಇದ್ರೆ ಮತ್ತೆ ಓಪನ್ ಮಾಡ್ಸಿ, ಮತ್ತೊಂದು ರೌಂಡು ರುಬ್ಬಣಂತೆ ಇವ್ನಿಗೆ" ಎಂದು ಹೇಳಿ ಜೀವದಾನಿಯನ್ನು ನಾಯಿಗೆ 'ಹಚಾ' ಎಂದು ಓಡಿಸಿದಂತೆ ಆಚೆ ಕಳಿಸಿದ. ಮರು ಕ್ಷಣ ಏನೋ ನೆನಪಾದಂತೆ ಪೇದೆಯನ್ನು ಕರೆದು "ರೀ ಮಹಾದೇವ್, ಇನ್ನೊಂದು ಕೇಸ್ ಬಂದಿತ್ತಲ ನೆನ್ನೆ, ಅದೇ ರೀ, ಹಾವು ತಪ್ಪಿಸಿಕೊಂಡಿದೆ ಅಂತ, ಹಾವು ಹಿಡಿದುಕೊಟ್ಟಿಲ್ಲ ಅಂದ್ರೆ ವಿಷ ಕುಡಿತೀನಿ ಅಂತಾನಲ್ರಿ ಅವ್ನು, ಕರೀರಿ ಅವ್ನ ಒಳಗೆ ದೆವ್ವ ಬಿಡಿಸ್ತಿನಿ ನನ್ಮಗನಿಗೆ, ಪೋಲಿಸ್ ಸ್ಟೇಷನ್ ಅನ್ಕೊಂಡವ್ರೋ, ದಂಧೆ ಮಾಡೋ ಮನೆ ಅನ್ಕೊಂಡವ್ರೋ" ಎಂದು ಹೇಳಿದ. ಪೇದೆ ಚಾಣಾಕ್ಷನಂತೆ "ಸಾರ್, ರಿಸ್ಕ್ ತಗೋಬೇಡ್ರಿ ಸರ್ ನೀವು, ಹಾವಾಡಿಗನ ಕಾಂದಾನು ದೊಡ್ಡದೈತೆ, ಬುಡಕಟ್ಟು ಜನಾಂಗ ಬೇರೆ, ಸುಮ್ನೆ ಸ್ಟ್ರೈಕು ಪೈಕು ಅಂತ ಜನ ತುಂಬ್ಕೋತಾರೆ, ಆ ಗುಂಗುರು ತಲೆ ಸಾಯಿಬಾಬಾನಿಗೆ ನೀವ್ ಹೇಳಿ ಸರ್, ಒಳ್ಳೆ ಕಟ್ಟುಮಸ್ತಾದ ಹಾವೇ ಹಿಡ್ಕೊಂಡು ಬಂದು ಹಾವಾಡಿಗನಿಗೆ ಕೊಡ್ತಾನೆ" ಎಂದು ಹೇಳಿದ. ಅಧಿಕಾರಿ ತಲೆ ಚಚ್ಚಿಕೊಳ್ಳುತ್ತಾ "ಇದೆಲ್ಲಿಂದ ಬಂತು ಫಜೀತಿ" ಎಂದು "ಸರಿ ಕರೀರಿ ಅವ್ನ" ಎಂದ.

ಕುಂಟುತ್ತಲೆ ಒಳಗೆ ಬಂದ ಜೀವದಾನಿ ಮತ್ತೆ ಕುರ್ಚಿಯಲ್ಲಿ ಕೂರದೆ ಹಾಗೇ ನಿಂತಿದ್ದ. "ನೋಡಯ್ಯ, ನೀನು ನಾಳೆಯೊಳಗೆ ಒಂದು ಹಾವು ಹಿಡ್ಕೊಂಡು ಬಂದು ನಂಗೆ ಕೊಡ್ಬೇಕು, ಥೋ ಸ್ಟೇಷನ್ನಿಗೆ ತಂದು ರಿಪೋರ್ಟ್ ಮಾಡ್ಬೇಕು, ಹಿಡಿಯದು ಹಿಡೀತೀಯ ಮಸ್ತಾಗಿರಬೇಕು ಹಾವು, ಆ ನನ್ಮಗ ನೋಡಿದ ಕೂಡ್ಲೆ ಖುಷಿಯಾಗಬೇಕು" ಎಂದು ಅಧಿಕಾರಿ ಹೇಳಿದ. ಬರೀ ತಲೆ ಅಲ್ಲಾಡಿಸುತ್ತಲೆ ಇದ್ದ ಜೀವದಾನಿ 'ಸರಿ ಸರ್' ಎಂದು ಎರಡನೆ ದರ್ಜೆ ನಮೂನೆಯ ವಿನಯದಿಂದ ಕೈ ಮುಗಿಯುತ್ತಾ ಆಚೆ ಬಂದ. ಬೇಕಂತಲೆ ಸಪ್ಪೆ ಮುಖ ಮಾಡುತ್ತಾ ಜೀವದಾನಿ ಆಚೆ ಬರುವಾಗ ಪೇದೆಯ ಬಳಿ "ಏನ್ ಸಾರ್ ನೀವು, ಹಿಂಗೆ ಹಳೆದೆಲ್ಲಾ ಕೆದಕಿ ಹಾಕೊಟ್ಟುಬಿಟ್ರೆ ನನ್ನ, ಯಾರ್ ಸರ್ ಅವ್ರು ನನ್ನ ಬಗ್ಗೆ ಅರ್ಜಿ ಕೊಟ್ಟೋರು" ಅಂತ ಅಂಜುತ್ತಾ ಪೀಡಿಸಲು ಶುರು ಮಾಡಿದ.

"ಯಾಕೆ? ನಾಕು ಒದ್ದು ಮತ್ತೆ ಒಳಗೆ ಹಾಕ್ಬೇಕ, ಮುಚ್ಕೊಂಡು ನಡಿಯೋ ಆಚೆ" ಎಂದು ಪೇದೆ ಜಬರಿಸಿದರೂ ಜೀವದಾನಿ ಮತ್ತೆ ಮತ್ತೆ ಪೀಡಿಸಿದ. ಪೋಲಿಸ್ ಪೇದೆ ಮಹಾದೇವ ಸೋತು ಹೋಗಿ "ದೂರು ಕೊಟ್ಟಾಗ ನಾ ಊಟಕ್ಕೆ ಹೋಗಿದ್ದೆ ಕಣೋ, ನೋಡು ಅವರದ್ದೆ ಇರ್ಬೇಕು ಈ ಔಷಧಿ ಸಾಮಾನು, ಇಲ್ಲೇ ಮರೆತು ಬಿಟ್ಟಿಟ್ಟು ಹೋಗವ್ರೆ, ಸಿಕ್ರೆ ಕೊಟ್ಬಿಡು, ನೀ ಏನಾರ ಅವರಿಗೆ ಮತ್ತೆ ಹೆದರಿಸಿದ್ಯೋ ನಿನ್ನ ಗಡಿಪಾರು ಮಾಡಿಬಿಡ್ತಾರೆ ಸಾರು ಗೊತ್ತಲ" ಎಂದು ಕಪ್ಪು ಬಣ್ಣದ ಕವರಿನಲ್ಲಿದ್ದ ಔಷಧಿಯನ್ನು ಕೊಟ್ಟು ಕಳಿಸಿದ.

ಜೀವದಾನಿಯ ಆಕ್ರೋಶ ನೆತ್ತಿಗೇರಿತ್ತು. ಠಾಣೆಯಿಂದ ಹೊರಬಿದ್ದ ಕೂಡಲೇ ಕವರನ್ನು ತೆಗೆದು ಅದಾಗಲೇ ನೋಡಿದ್ದ. ಮಲಬದ್ಧತೆಗೆ ಕುಡಿಯುವ ಔಷಧಿಯ ಬಾಟಲಿ, ಕೆಂಪು ಶೀಟಿನ ಬಿಪಿ ಗುಳಿಗೆಗಳು, ಆಸ್ಪತ್ರೆಯ ವಿಳಾಸ ಎಲ್ಲವೂ ಅದರೊಳಗೆ ತುಂಬಿತ್ತು. ಚೀಟಿಯೊಳಗೆ ಮಲ್ಲಿಗೆ ಆಸ್ಪತ್ರೆಯ ಹೆಸರು ದೊಡ್ಡದಾಗಿಯು ರೋಗಿಯ ಹೆಸರನ್ನು ಚಿಕ್ಕದಾಗಿಯು ಕೈ ಬರಹದಿಂದ 'ಜೋಗುಳಾ ಕಡಮೆ, ವಯಸ್ಸು ಎಪ್ಪತ್ತೆರಡು, ಲಿಂಗ ಹೆಣ್ಣು' ಎಂದು ಬರೆದಿತ್ತು. "ಹಳೆ ಸೇಡು ಮಡಿಕ್ಕಂಡು ಟೇಷನ್ನಿಗೆ ಹೋಗಂಗೆ ಮಾಡಿಬಿಟ್ನಲ್ಲ ಸೂಳೆಮಗ" ಎಂದು ಹಲ್ಲು ಕಟಕಟ ಮಸೆಯುತ್ತಾ ಬಾರಿನೊಳಗೆ ಹೋದ. ಜೀವದಾನಿಯ ಕೈಯಲ್ಲಿ ಹಾವಿಲ್ಲದನ್ನು ಗಮನಿಸಿ ಬಾರಿನಲ್ಲಿದ್ದ ಕ್ಯಾಶಿಯರ್ ಸ್ವಲ್ಪ ನಿರಾತಂಕಗೊಂಡ. ಮೂಲೆಯಲ್ಲಿ ಕೂತು ಬಾಯಿಗೆ ಬಂದಂಗೆ ಬೈಯುತ್ತಲೆ ಅರ್ಧರ್ಧ ಬಾಟಲಿಯನ್ನು ಒಂದೆ ಸಮನೆ ನೀರು ಬೆರೆಸದೆ ಕುಡಿದ.

■

ಜೋಗುಳ ಕಡಮೆಗೆ ಮಕ್ಕಳಿರಲಿಲ್ಲ, ಗಂಡ ತುಕಾರಾಮ. ಕಾಫಿ ಎಸ್ಟೇಟಿನಲ್ಲಿ ರೈಟರ್ ಕೆಲಸ ಮಾಡಿಕೊಂಡಿದ್ದ. ಎಸ್ಟೇಟಿನ ಜನರಿಗೆಂದೇ ಮೀಸಲಿದ್ದ ಕಾಲೋನಿಯಲ್ಲಿ ಮನೆ ಸಹ ದೊರಕಿತ್ತು. ಕಾಫಿ ತೋಟದಲ್ಲಿ ತುಕಾರಾಮನಿಗೆ ನವಿಲುಗರಿ, ಕಾಲು ಮುರಿದುಕೊಂಡು ಒದ್ದಾಡುತ್ತಿದ್ದ ಜಿಂಕೆ ಮರಿ, ಕಾಲ್ಗೆಜ್ಜೆ, ಮಾಲೀಕ ಬಳಸದೇ ಉಳಿದ ಕಾಂಡೊಮ್ಮಿನ ಪ್ಯಾಕೆಟ್ಟು, ಕಾಡಂದಿ– ಹೀಗೆ ಬಗೆಬಗೆಯ ವಸ್ತುಗಳು ಸಿಕ್ಕುತ್ತಿದ್ದವು. ಹೀಗೆ ಯಾರೋ ಬಿಟ್ಟು ಹೋದ ಎರಡು ಮಕ್ಕಳು ಸಹ ಸಿಕ್ಕವು. ಒಂದು ಮಗು ಆಗಿನ್ನೂ ಎಂಟು ತಿಂಗಳ ಹಸುಗೂಸು. ಇನ್ನೊಂದು ಎರಡು ವರೆ ವರ್ಷದ ಚಡ್ಡಿ ಹಾಕದಿದ್ದ ಅಸಹಜ ಎತ್ತರವಿದ್ದ ಮಗು. ಗಂಡ ಹೆಂಡತಿ ಇಬ್ಬರೂ ಅತ್ಯಂತ ಸಂತೋಷವಾದರು. ಒಬ್ಬನಿಗೆ 'ಜೀವದಾನಿ' ಅಂತಲೂ ಇನ್ನೊಬ್ಬನಿಗೆ 'ಅನ್ನದಾನಿ' ಎಂತಲೂ ಹೆಸರಿಟ್ಟರು. ಒಂದು ದಿನ ತುಕಾರಾಮನಿಗೆ ಹಾವು ಕಚ್ಚಿ ಇನ್ನೊಬ್ಬ ಗಂಡಾಳಿಗೆ ಬದುವಿನಲ್ಲಿ ಸಿಕ್ಕ. ರೈಟರು ಕೆಲಸಕ್ಕೆ ಜೋಗುಳ ಕಡಮೆ ಹೊರಟಳು. ಜೋಗುಳ ಕಡಮೆಯ ಹಿಂದಿಂದೆ ಜೀವದಾನಿಯು ಹೋಗುತ್ತಿದ್ದ. ನಾಲ್ಕು ಅಂಗುಲ ಎತ್ತರ, ಗೋಧಿ ಬಣ್ಣವಿದ್ದ ಜೋಗುಳ ಜೀವದಾನಿಯ ಅಕ್ಕ

ಎನಿಸುತ್ತಿದ್ದಳು. ಜೀವದಾನಿ ಎಂಟು ವರ್ಷಕ್ಕೆ ಅದಾಗಲೇ ಐದು ಅಡಿ ಮೂರಿಂಚು ಬೆಳೆದು ಬಿಟ್ಟಿದ್ದ.

ಬೇರೆ ಯಾವ ಮಾರ್ಗವೂ ಜೋಗುಳಳಿಗೆ ಇರಲಿಲ್ಲ. ರೈಟರು ಕೆಲಸ ಬರದಿದ್ದರೂ ಕಲಿತುಕೊಂಡು ಮಾಡಬೇಕಿತ್ತು. ಇಲ್ಲವಾದಲ್ಲಿ ಕಾಲೋನಿಯ ಮನೆಯಿಂದ ಆಚೆ ಬಂದು ಸ್ವಂತವಾಗಿ ಬದುಕು ಕಟ್ಟಿಕೊಳ್ಳಬೇಕಿತ್ತು. ಜೀವದಾನಿ ಹೆಚ್ಚು ಶಾಲೆ ಕಲಿಯದೇ ಎಸ್ಟೇಟಿಗೆ ಬರುವ ಆಳುಗಳೊಂದಿಗೆ ಒಂದೊಂದೆ ಚಟಗಳನ್ನು ಕಲಿಯುತ್ತಾ ಹೋದ. ಅನ್ನದಾನಿ ಪಿಯು ತನಕ ಕಲಿತು ಜೋಗುಳಳಿಗೆ ವಿಶ್ರಾಂತಿ ಕೊಟ್ಟು ತಾನು ರೈಟರ್ ಕೆಲಸ ಸೇರಿಕೊಂಡಿದ್ದ. ಅಣ್ಣ ತಮ್ಮ ಚಿಕ್ಕಂದಿನಲ್ಲಿ ಒಟ್ಟಿಗೆ ಕಲೆತು ಆಡಿದ್ದು ಬಿಟ್ಟರೆ ಎಂದಿಗೂ ಪರಸ್ಪರ ಮಾತಾಡುತ್ತಿರಲಿಲ್ಲ. ಅದು ಹೇಗೋ ಸುಲಭವಾಗಿ ಅನ್ನದಾನಿಗೆ ಹೆಣ್ಣು ಸಿಕ್ಕಿ ಮದುವೆಯು ಆಯಿತು. ಜೀವದಾನಿಯ ಬದುಕಿನಲ್ಲಿ ಹಾಗೇನೂ ನಡೆಯಲಿಲ್ಲ. ಯಾರೂ ಮುಂದೆ ಬಂದು ಹೆಣ್ಣು ಕೊಡಲಿಲ್ಲ. ಎಲ್ಲ ಹೆಣ್ಣಿನ ತಂದೆ ತಾಯಿ "ವರ ಎಲ್ಲಿ, ವರ ಎಲ್ಲಿ ಕರಕೊಂಡು ಬಂದಿಲ್ವ" ಎಂದು ಎದುರು ಕೂತಿದ್ದ ಜೀವದಾನಿಯನ್ನು ಹಣ್ಣು ಮಾಡಿಬಿಟ್ಟಿದ್ದರು. ಕುದುರೆಮುಖದ ಒಂದು ವಿಚ್ಛೇದಿತ ಹೆಣ್ಣು ಒಪ್ಪಿದ್ದರೂ "ಗಂಡು ಹಾವು ಹಿಡಿತಾನೆ" ಎಂಬ ಕಾರಣಕ್ಕೆ "ಭಯ ಆಗುತ್ತೆ" ಎಂದು ಹೇಳಿ ಅದು ನಿಂತು ಹೋಗಿತ್ತು. ಮೈಯಲ್ಲಿ ಕಸುವು ಇದ್ದಷ್ಟು ದಿನ ಜೋಗುಳ ಹುಡುಕಿದಳು. ನಂತರ ಅವಳ ದೇಹ ಮೆತ್ತಗಾಯಿತು.

"ಹಾವು ಹಿಡಿಯದು ಬಿಟ್ಬಿಡು ಮಗಾ, ನಿಮ್ಮಪ್ಪ ಹಾವು ಕಚ್ಚಿ ಸತ್ತುಹೋಗಿದ್ದು, ನೀ ಹೀಂಗೆ ಹಾವು ಹುಳ ಹಿಡಿಯೋದ ಕಂಡೇ ನಿಂಗೆ ಯಾರೂ ಕನ್ಯಾ ಕೊಡ್ತಿಲ್ಲ, ಏನಾರ ಬ್ಯಾರೆ ಫಾಯ್ದೆ ಇರೋ ಕೆಲ್ಸ ಮಾಡು ಮಗಾ" ಎಂದು ಜೋಗುಳ ಜೀವದಾನಿಗೆ ಸದಾ ಹೇಳುತ್ತಿದ್ದಳು. ತಮ್ಮನ ಮದುವೆಯಾದ ಮಾರನೆ ದಿನದಿಂದ ಜೀವದಾನಿ ಮನೆಗೆ ಬರುವುದನ್ನು ನಿಲ್ಲಿಸಿದ್ದ. ಸ್ವಲ್ಪ ದಿನ ಸ್ನೇಹಿತರ ಮನೆಯಲ್ಲಿದ್ದು ನಂತರ ಒಂದು ಬಚ್ಚಲಿನಷ್ಟು ವಿಸ್ತಾರವಿದ್ದ ಕೋಣೆಯನ್ನು ಬಾಡಿಗೆಗೆ ಪಡೆದು ತನ್ನ ಮನೆಯೆಂದುಕೊಂಡು ಅಲ್ಲೆ ಮಲಗುತ್ತಿದ್ದ. ಅಲ್ಲಿ ಮಲಗಲು, ನಡುರಾತ್ರಿ ಎದ್ದು ಉಚ್ಚೆ ಹೊಯ್ಯಲು ಮಾತ್ರವೇ ಜಾಗವಿತ್ತು. ಜೀವದಾನಿ ಮಲಗುತ್ತಿದ್ದ ಜಾಗ ಶೃಂಗೇರಿಗೆ ಹೋಗುವ ಮುಖ್ಯ ದಾರಿಯಲ್ಲಿತ್ತು.

ಮೊದಲು ಅಲ್ಲಿ ಮೊಬೈಲ್ ರಿಪೇರಿ ಮಾಡಿಕೊಡುವ ಬೋರ್ಡಿದ್ದರಿಂದ ಹಳೆಯ ಬಾಡಿಗೆದಾರ ಅಲ್ಲೊಂದಷ್ಟು ತನ್ನ ಪಳೆಯುಳಿಕೆಗಳನ್ನು ಉಳಿಸಿದ್ದ. ಚೀನಾ ಕಂಪೆನಿಯ ಬ್ಯಾಟರಿಗಳು, ಚಾರ್ಜರು, ಇಯರ್ ಫೋನುಗಳು, ಕೆಂಪು ಬಿಳಿ ಹಳದಿಯ ತೆಳು ವೈರುಗಳು, ತರಹೇವಾರಿ ಸಿಮ್ ಕಾರ್ಡು, ಮೊಬೈಲಿನ ಅಂಗಿಗಳು ಹೀಗೆ ಸಾಕಷ್ಟು ವಸ್ತುಗಳು ಎಲ್ಲೆಂದರಲ್ಲಿ ಬಿದ್ದಿದ್ದವು. "ರಾತ್ರೋರಾತ್ರಿ ಹಳೆಯ ಬಾಡಿಗೆದಾರ ಓಡಿ ಹೋದ, ಹಾಗಾಗಿ ನಿಂಗೆ ಈ ಜಾಗ ಸಿಕ್ಕಿದೆ, ತಿಂಗಳಿಗೆ ಹಜಾರ್ ರೂಪಾಯಿ ಕೊಡು" ಎಂದು ವಾರಸ್ದಾರ ಹೇಳಿದ್ದ.

ಎಂದಾದರೊಂದು ದಿನ ಜೀವದಾನಿ ಜೋಗುಳಳನ್ನು ಹುಡುಕಿಕೊಂಡು "ಆಯಿ, ಆಯಿ" ಎಂದು ಬರುತ್ತಿದ್ದ. "ನಿನ್ನ ತಮ್ಮ ಬದಲಾಗಿ ಬಿಟ್ಟ, ಖರ್ಚಿಗೆ ಕಾಸೇ ಕೊಡುದಿಲ್ಲ, ಜ್ವರ ಬಂದ್ರೂ ನೋಡುದಿಲ್ಲ" ಎಂದು ಜೋಗುಳ ಹೇಳುತ್ತಿದ್ದಳು. ಜೀವದಾನಿ ಸುಮ್ಮನೆ 'ಹೂಂ' ಎನ್ನುತ್ತಾ "ಆಯಿ, ಮೊನ್ನೆ ಗಂಜಿಕೆರೆ ಹತ್ರ ನಿನ್ ಸೈಜಿಂದೆ ಹಾವಿಡ್ಡೆ, ಬಾಳ ಘಾಟಿ ಇತ್ತು, ನೋಡಿಲ್ಲಿ ಹೆಂಗ್ ಕಚ್ಚೈತೆ" ಎಂದು ಮುಂಗೈ ತೋರಿದ. "ಎಷ್ಟು ಸಲ ಹೇಳೀನಿ, ಏನಾದ್ರೂ ಆತು ಅಂದ್ರೆ" ಎಂದು ತಲೆಗೆ ಮೊಟಕುತ್ತಿದ್ದಳು. ಜೋಗುಳಳ ಪೂರಾ ಕಸುವು ಇಳಿದು ಹೋಗಿತ್ತು. ಯಾವುದೇ ಮಗನನ್ನು ಪ್ರತಿಭಟಿಸಲಾಗದ ಸ್ಥಿತಿಗೆ ತನ್ನನ್ನು ತಾನು ದೂಡಿಕೊಂಡಿದ್ದಳು. ಏನೇ ಆದರೂ ಅವಳು ಬರೀ ಕೇಳಿಸಿಕೊಳ್ಳಬೇಕಿತ್ತು, ಅದೂ ಮರು ಮಾತಾಡದೆ. ಇನ್ನುಳಿದ ವೇದಾಂತಕ್ಕೆ ನಾಲಿಗೆ ಹೊರಳುತ್ತಿರಲಿಲ್ಲ.

ಕಣ್ಣು ಕ್ಷೀಣಿಸಿದ್ದರಿಂದ ಹಾವು ಕಚ್ಚಿದ ಯಾವುದೇ ನಿಶಾನೆ ಜೋಗುಳಳಿಗೆ ಕಾಣುತ್ತಿರಲಿಲ್ಲ. ಹೀಗೇ ನಗುತ್ತಾ 'ಕಾಣ್ತೆಂದು' ಸಂಭಾಳಿಸುತ್ತಿದ್ದಳು. ಅದು ಜೀವದಾನಿಗೆ ಗೊತ್ತಾಗಿ ಮುಸಿಮುಸಿ ನಗುತ್ತಿದ್ದ. ಜೀವದಾನಿಯ ಮೊಣಕಾಲಿನ ಕೆಳಗೆ, ಎರಡು ಮುಂಗೈ ತುಂಬಾ ಹಾವು ಕುಟುಕಿದ ಚಿಹ್ನೆಗಳೇ ಬಹಳ ಇದ್ದವು. ಸಾಕಷ್ಟು ಬಾರಿ ಅವನ ಪುಂಡಾಟಕ್ಕೆ, ತೋರಿಕೆಗೆ, ಮುಂಜಾಗ್ರತೆ ಇಲ್ಲದೆ ಹಾವು ಹಿಡಿಯಲು ಹೋದಾಗಲೆಲ್ಲಾ ಅವನ ಜೀವ ಕಂಟಕಕ್ಕೆ ಬಂದಿತ್ತು. ಯಾವ ಹಾವು ಕಚ್ಚಿದರೂ ತಕ್ಷಣ ಸರಕಾರಿ ಆಸ್ಪತ್ರೆಗೆ ಜೀವದಾನಿ ದೌಡುತ್ತಿದ್ದ. ಹೇಗೋ ಸರಿಯಾದ ಸಮಯಕ್ಕೆ ಆಂಟಿ ವೆನಮಾಸ್ ಸಿಗುತ್ತಿದ್ದರಿಂದ ಬಚಾವಾಗುತ್ತಿದ್ದ. ಕೆಲವು ಸಲ ಅವನನ್ನು ಚಿಕ್ಕಮಗಳೂರಿಗೆ ಅಂಬುಲೆನ್ಸಿನಲ್ಲಿ ಕರೆದೊಯ್ದಿದ್ದು ಇದೆ. ಅದರ ಖರ್ಚು ವೆಚ್ಚವನ್ನೆಲ್ಲಾ ಅನ್ನದಾನಿ ಭರಿಸುತ್ತಿದ್ದ.

"ದರಿದ್ರದೋನು, ನನ್ನ ವರಮಾನವೆಲ್ಲಾ ಆಸ್ಪತ್ರೆಗೆ ಇಡಂಗಾಯ್ತು, ಜನ ಚಪ್ಪಾಳೆ ತಟ್ತಾರೆ ಅಂತ ಹಾವಿಗೆ ಮುತ್ತು ಕೊಡೋಕೆ ಹೋಗಿದ್ನಂತೆ ಅವಿವೇಕಿ, ಅಲ್ವೇ ಆಯಿ, ಹಾವಿಗೆ ಮುತ್ತು ಕೊಡೋಕ್ಕೋದ್ರೆ ಸುಮ್ನೆ ಬಿಟ್ಟೀತಾ, ಸರಿಯಾಗಿ ಮೂಗಿಗೆ ಕುಕ್ಕೈತೆ, ಡಾಕ್ಟರ್ ಹೇಳ್ತಿದ್ರು, ಇನ್ನೊಂದು ಹಾವು ಕಚ್ಚಿದ್ರು ಉಳಿಯಂಗಿಲ್ಲ ನೋಡು ನಿನ್ಮಗ" ಎಂದು ಅನ್ನದಾನಿ ಜೋಗುಳಳ ಎದುರು ಬೈಯುತ್ತಿದ್ದ. "ಇದೇ ಲಾಸ್ಟು, ಇನ್ಮೇಲೆ ಹಾವಿನ ಸಹವಾಸಕ್ಕೆ ಹೋಗಲ್ಲ" ಎಂದು ಆಸ್ಪತ್ರೆಯಲ್ಲಿ ಕಡ್ಡಿ ತುಂಡಾದಂತೆ ಮಾತಾಡುತ್ತಿದ್ದ ಜೀವದಾನಿಯ ವಚನ ಕೇವಲ ಆ ಕ್ಷಣಕ್ಕೆ ಮೂಡುತ್ತಿದ್ದವೇ ಹೊರತು ಶಾಶ್ವತವಾಗಿ ಉಳಿಯುತ್ತಿರಲಿಲ್ಲ.

ಮತ್ತೆ ಹುಶಾರಾದ ನಂತರ ಯಥಾ ರೀತಿ ಎಲ್ಲೇ ಹಾವು ಕಾಣಿಸಿಕೊಂಡರೂ ಭಯವಿಲ್ಲದೇ 'ಹಾವೊಂದು ಆಟದ ಸಾಮಾನಿನಂತೆ' ಎಂದು ಅದರ ಜೊತೆ ಆಟಕ್ಕೆ ಇಳಿಯುತ್ತಿದ್ದ. 'ಚುಶ್ ಚುಶ್' ಎಂದು ಸದ್ದು ಮಾಡುತ್ತಾ ಪರಾಕ್ರಮಿಯಂತೆ ಮುನ್ನುಗ್ಗುತ್ತಿದ್ದ ಜೀವದಾನಿಗೆ ಸುತ್ತಲಿದ್ದ ಜನ ಹುರಿದುಂಬಿಸಿದರೆ ಸಾಕು, ಹಾವಿನೊಟ್ಟಿಗೆ ಸರಸವಾಡುತ್ತಾ, ಹಾವನ್ನು ತೆರಳಲು ಬಿಟ್ಟು ಅದರ ಬಾಲ

ಹಿಡಿದುಕೊಂಡು ಮತ್ತೆ ಹಿಂದಕ್ಕೆ ಎಳೆಯುತ್ತಾ ಹಾವಿನ ಮೂತಿ ಹಿಡಿದು ಹೆಗಲ ಮಾಲೆಯಂತೆ ಹಾಕಿಕೊಂಡು ಉಡಾಳ ಹುಡುಗರನ್ನು ಕರೆದು ಫೋಟೋ ತೆಗೆಸಿ ಆಮೇಲೆ ದೊಡ್ಡ ಚಾಕ್ಲೇಟಿನ ಡಬ್ಬದೊಳಗೆ ಬಿಟ್ಟ ಕೂಡಲೇ ಜನರು ಹ್ಹೋ ಎಂದು ಚಪ್ಪಾಳೆ ತಟ್ಟುತ್ತಿದ್ದರು. ಸುತ್ತ ನಿಂತ ಜನರ ಹತ್ತಿರ ಹೋಗಿ ಹಾವು ಹಿಡಿದ ಡಬ್ಬಿ ತೋರಿಸುತ್ತಾ ಹತ್ತು, ಇಪ್ಪತ್ತು ರೂಪಾಯಿಯಂತೆ ಎಲ್ಲರಿಂದ ವಸೂಲಿ ಮಾಡುತ್ತಿದ್ದ. ಹಾವು ಸೇರಿಕೊಂಡ ಮನೆಯವರು ಚೌಕಾಶಿ ಮಾಡದೆ ಐನೂರು ರೂಪಾಯಿ ಕೊಡಲೇಬೇಕಿತ್ತು.

■

ಜೋಗುಳ ಎಷ್ಟೋ ಸಲ 'ನಮ್ ವಂಶಕ್ಕೆ ಹಾವು ಆಗಿಬರಲ್ಲ ಕಂದಾ' ಎಂದು ದೇವರ ಮೇಲೆ, ತನ್ನ ಮೇಲೂ ಆಣೆ ಪ್ರಮಾಣ ಮಾಡಿಸಿದರೂ ಎರಡು ದಿನ ಯಾರಿಗೂ ಕಾಣಿಸಿಕೊಳ್ಳದೇ ಮತ್ತೆ "ಜೀವದಾನಿ ಹತ್ತು ನಿಮಿಷದಲ್ಲೆ ಕಾಳಿಂಗ ಸರ್ಪ ಹಿಡಿದ" ಎಂಬ ಸುದ್ದಿಯಿಂದಲೇ ತಿರುಗಿ ಹಾವು ಹಿಡಿಯುವ ಕಸುಬು ಮುಂದುವರೆಸಿದ್ದಾನೆ ಎಂಬ ಸುಳಿವು ಗೊತ್ತಾಗುತ್ತಿತ್ತು.

ಬಿಡುವಿದ್ದಾಗ ಎಲ್ಲಾ ಕಷ್ಟ ಸುಖಗಳ ಲಹರಿಗಳನ್ನು ತಾಯಿ ಮಗ ಹಂಚಿಕೊಂಡ ನಂತರ ನಾಚಿಕೊಳ್ಳುತ್ತಾ "ಮಗಾ ಸರಕು ತಂದಿದೀಯ, ಭಾಳ ದಿಸ ಆಗೋತು ಕಣಾ" ಎಂದು ಕೇಳುತ್ತಿದ್ದಳು. ಪ್ಯಾಂಟಿನ ಕಿಸೆಯಲ್ಲಿದ್ದ ಶರಾಬನ್ನು ಆಚೆ ತೆಗೆದು "ಟಣ್ ಟಂಡಾಣ್" ಎಂದು ಜೀವದಾನಿ ತೋರಿಸಿ ನಗುತ್ತಿದ್ದ. ಒಂದು ಗ್ಲಾಸಿಗೆ ನಾಕು ಚಮಚೆ ಶರಾಬು ಹುಯ್ದು "ಸಾಕಾ" ಆಯಿ ಎಂದರೆ, ಇನ್ನೊಂದ್ ನಾಕಾಣೆ ಭಾಗ ಹಾಕು" ಎಂದು ಜೋಗುಳ ಕೇಳುತ್ತಿದ್ದಳು. ಪಾನಗೋಷ್ಠಿ ಮುಗಿದ ನಂತರ ಜೀವದಾನಿ ಮತ್ತೆ ಇನ್ಯಾವಾಗಲೋ ಬರುತ್ತಿದ್ದ. ಜೀವದಾನಿ ಪ್ರತಿ ಬಾರಿ ಬಂದಾಗಲೆಲ್ಲಾ ಗೋಷ್ಠಿ ತಪ್ಪುತ್ತಿರಲಿಲ್ಲ. ಅಂಗಿಯನ್ನೊಮ್ಮೆ, ಪ್ಯಾಂಟಿನ ಕಿಸೆಗಳನ್ನೊಮ್ಮೆ ಹುಡುಕಾಡಿ ನಾಲ್ಕೈದು ಮುದುಡಿದ ನೂರರ ನೋಟುಗಳನ್ನು ಅವಳ ಕೈಗಿಟ್ಟು "ಖರ್ಚಿಗೆ ಅಂತ ಇರ್ಲಿ ಇಟ್ಕೋ" ಎಂದು ಹೇಳಿ ಹೊರಟುಬಿಡುತ್ತಿದ್ದ. ಜೋಗುಳ ಒಂದು ಸಲ "ಬ್ಯಾಡ ಕಂದಾ" ಎಂದು ಹೇಳಿ ಮರು ಮಾತಾಡದೆ ಮರದ ದಿಮ್ಮಿಯ ಕೆಳಗೆ ನೋಟುಗಳನ್ನು ಹಾಗೆಯೇ ಬಚ್ಚಿಡುತ್ತಿದ್ದಳು.

ಒಮ್ಮೆ ಜೋಗುಳ "ಮಗಾ ಆಯಿ ಕೇಳ್ತಿದ್ದಾಳೆ ಅಂತ ಬೇಜಾರ್ ಮಾಡ್ಕಬೇಡ, ನನ್ಮೇಲೆ ಬೇಜಾರಾ ಕಂದ ನಿನಗೆ, ಹೆಣ್ಣು ಹುಡುಕಿ ಮದುವೆ ಮಾಡ್ಲಿಲ್ಲ ಅಂತ" ಎಂದಳು. ಜೀವದಾನಿ "ಚೇ, ಚೇ ಇಲ್ಲ ಕಣ್ ಆಯಿ, ಹಾಗೆಂತ ಇಲ್ಲೆ, ರಾತ್ರಿಗೆ ಒಂದೇ ಸಮಾ ನಂಗೂ ಹೆಂಡ್ತಿ ಇರ್ಬೇಕಿತ್ತು, ಮಗನೋ, ಮಗಳೋ ಎದೆ ಮೇಲೆ ಮಕ್ಕೊಂಡು ನಂಜೀವಾ ತಂಪಗೆ ಮಾಡ್ಬೇಕಿತ್ತು ಅಂತಾ ಅನಸ್ತದೆ ಅಷ್ಟೇ" ಎಂದು ಕೊಂಚ ಭಾವುಕನಾಗಿ ಹೇಳಿದ. ಜೀವದಾನಿಯ ಕಣ್ಣು ನೀರಾಡುತ್ತಿರುವುದನ್ನು

ಗಮನಿಸಿ "ಅಳ್ಬೇಡ ಕೂಸೆ" ಎಂದಳು. "ಇಲ್ ಕಣ್ ಆಯಿ ಅಳ್ತಿಲ್ಲೆ ನಾನು, ನೀನ್ಯಾಕೆ ನನ್ನ ಅಳುಸ್ತಿಯೇ, ಸುಮ್ಮಗ ಇರು" ಎಂದ.

ಅಳು ಇನ್ನೂ ಕಣ್ಣಲ್ಲಿಯೇ ಉಳಿದಿರುವಾಗ 'ಪೀಂ' ಎಂದು ಸದ್ದು ಮಾಡುತ್ತಾ ಅನ್ನದಾನಿಯ ಮಗ ಜೋಕುಮಾರ ಬಂದ. "ಏಯ್ ಬಾ, ಬಾರೋ ಇಲ್ಲಿ" ಎಂದು ಜೀವದಾನಿ ಅವನನ್ನು ತೊಡೆ ಮೇಲೆ ಕೂರಿಸಿಕೊಂಡು ಮುದ್ದಾಡಿದ. "ನಿಮ್ಮಪ್ಪಂಗೆ, ಅಜ್ಜಿನೂ, ದೊಡ್ಡಪ್ಪನೂ ಶೆರೆ ಕುಡೀತಿದ್ರೂ ಅಂತಾ ಹೇಳ್ತಿಯೇನೋ" ಎಂದು ಜೀವದಾನಿ ಕೇಳಿದ. "ಇಲ್ಲ ದೊಡ್ಡಪ್ಪ, ಕಡ್ಮೆಜ್ಜಿ ಇಲಿ ಹಿಡಿದು ತಿಂತಾಳೆ ಅಂತ ಮಾತ್ರ ಹೇಳ್ತೀನಿ" ಎಂದ. ಜೋಗುಳ ಮೊಮ್ಮಗನನ್ನು "ಎಲಾ ಸುಳ್ಳಾ, ಮುಚ್ಚು ಬಾಯಿ" ಎಂದು ಗದರಿಸಿದಳು. "ಹೌದಾ, ಕಡ್ಮೆಜ್ಜಿ ಇಲಿ ತಿಂತಾಳೇನು, ನೀನು ಯಾವಾಗ ನೋಡ್ದೆ" "ಹುಂ ದೊಡ್ಡಪ್ಪ, ಆವತ್ತು ರಾತ್ರಿ, ಒಂದು ಇಲಿ ಹೀಂಗ್ ಡಾನ್ಸ್ ಮಾಡ್ಕೆಂಡು ಬರ್ತಿತ್ತಾ, ಕಡ್ಮೆಜ್ಜಿ ಅದನ್ನು ಒಂದೆ ಸಲ ಕೈನಾಗೆ ಹಿಡ್ಕಂಡು, ಹಿಂಗ್ ಹಿಡಿದು ಬಾಯಲ್ಲಿ ಹಾಕೊಂಡ್ಲು, ಇಲಿ ಬಾಲ ಬಾಯೊಳಗೆ ಹೋಗ್ತಿರಲಿಲ್ವ, ಅದಕ್ಕೆ ಬೆರಳನ್ನು ಬಾಯಲ್ಲಿಟ್ಟು ತುರುಕಿಕೊಂಡ್ಲು, ಇಲಿ ಸೀದಾ ಇವ್ಳ ಹೊಟ್ಟೆಲಿ ಹೋತು" ಎಂದು ಅನುಕರಣೆ ಮಾಡುತ್ತಾ ಹೇಳಿದ. ಜೀವದಾನಿ ಜೋಕುಮಾರನ ಮಾತು ಕೇಳುತ್ತಾ ಕಣ್ಣರಳಿಸಿಕೊಂಡು ನಗುತ್ತಲಿದ್ದ. ಜೋಗುಳ "ನಡೀ ಹೈವಾನ್" ಎಂದು ಬೈದು ಜೋಕುಮಾರನನ್ನು ಓಡಿಸಿದಳು. "ಕಾಲೋನಿ ತುಂಬಾ ಹಬ್ಬಿಸಿದ್ದಾನೆ ಮನೆಹಾಳ, ಕಡ್ಮೆಜ್ಜಿ ಇಲಿ ತಿಂತಾಳೆ, ಕಡ್ಮೆಜ್ಜಿ ಇಲಿ ತಿಂತಾಳೆ ಅಂತ" ಎಂದು ಜೋಗುಳ ಬೈಯುತ್ತಿದ್ದಳು. ಜೀವದಾನಿ ಅವಳ ಮಡಿಲಲ್ಲಿ ಮಲಗಿಕೊಂಡು ಬಿದ್ದು ಬಿದ್ದು ನಗುತ್ತಿದ್ದಾಗ ಜೀವದಾನಿಗೆ ನಲವತ್ತು ವರುಷ, ಆರು ತಿಂಗಳು, ಮೆಲ್ಲಗೆ ಗುಂಗುರಾದ ಗಡ್ಡ ಕೂದಲು ಬೆಳ್ಳಗಾಗುತ್ತಿತ್ತು. ಜೋಗುಳಾಳಿಗೆ ಎಪ್ಪತ್ತೆರಡು ವರ್ಷ ಎಂಟು ತಿಂಗಳು, ದೇಹ ಸುಕ್ಕಾಗಿ ನರಗಳು ಉಬ್ಬಿದ್ದವು, ಒಂದೆರಡು ದವಡೆ ಹಲ್ಲು ಬಿಟ್ಟರೆ ಎಲ್ಲ ಹಲ್ಲುಗಳು ಮಾಯವಾಗಿದ್ದವು.

■

ಠಾಣೆಯಿಂದ ಹೊರಬಿದ್ದ ಕೂಡಲೇ ಜೀವದಾನಿ ಕಂಠಪೂರ್ತಿ ಕುಡಿದು ಆ ರಾತ್ರಿ ರಸ್ತೆಯಲ್ಲಿಯೇ ಪ್ರಜ್ಞೆಯಿಲ್ಲದೆ ಮಲಗಿದ. ಪೋಲಿಸ್ ಸಿಬ್ಬಂದಿಗಳು ಮೊಣಕಾಲಿನ ಗಂಟು, ಬೆನ್ನಿನ ಹುರಿಗೆ ಸಮಾ ಥಳಿಸಿದ್ದರು. ಪೋಲಿಸರು ಕೊಟ್ಟ ಏಟಿಗಿಂತ ಅನ್ನದಾನಿ ಕೊಟ್ಟ ಮೂಗರ್ಜಿಯ ಬಿಸಿ ಏಟು ಕೆಂಪಗೆ ಮನಸಿನ ಮೇಲೆ ಮೂಡಿತ್ತು. "ನಿನ್ನ ದೊಡ್ಡ ಮಗನಿಂದ ನಾನು ನನ್ನ ಹೆಂಡ್ತಿ ಮಕ್ಳು ಕಾಲನಿಯಲ್ಲಿ ತಲೆ ಎತ್ತಿ ತಿರುಗಕ್ಕೆ ಆಯ್ತಿಲ್ಲ, ಜೋಕುಮಾರನ ಮೈಮೇಲೆಲ್ಲಾ ಸರ್ಪಸುತ್ತು ಬೇರೆ, ರಾತ್ರಿ ಎಲ್ಲಾ ಹಾವು ಹಾವು ಅಂತ ಬಡಬಡಿಸ್ತಾನೆ, ಜೋಯಿಸರನ ಕೇಳಿರೆ ನಿಮ್ಮ ಅಣ್ಣನಿಂದ ಸರ್ಪದೋಷ ಆಗೇತಿ ಅಂತ ಹೇಳ್ತಾರೆ, ಕಂಡಕಂಡವರ ಮನೆಗೆಲ್ಲಾ

ದುಡ್ಡಿನ ಆಸೆಗೆ ಹಾವು ಬಿಟ್ಟು ಲೂಟಿ ಮಾಡ್ತಿದ್ದಾನೆ, ಅವನಿಂದ ನಂಗೂ ನೆಮ್ಮದಿಯಿಲ್ಲ, ನಾನೇ ಅವನಿಗೊಂದು ಗತಿ ಕಾಣಿಸ್ತೀನಿ" ಎಂದು ಮನೆಯಲ್ಲಿ ಒಂದು ವಾರದ ಹಿಂದೆ ಜೋಗುಳಳ ಬಳಿ ಅನ್ನದಾನಿ ಕೂಗಾಡಿದ್ದ. ಅದೇ ರೀತಿ ತಾಯಿಗೆ ತಿಂಗಳಿಗೆ ಆಗುವಷ್ಟು ಔಷಧಿ ತರುವಾಗ ಪೋಲಿಸ್ ಠಾಣೆಗೆ ಹೋಗಿ ಪೇದೆಯ ಬಳಿ ಮೂಗರ್ಜಿಯ ಚೀಟಿ ಕೊಟ್ಟು ಬಂದಿದ್ದ. ಠಾಣೆಯಲ್ಲಿ ಬಿಟ್ಟು ಬಂದಿದ್ದ ಔಷಧಿಗಳನ್ನು ರಸ್ತೆಯಲ್ಲಿಯೇ ಎಲ್ಲಿಯೋ ಕಳೆದುಕೊಂಡಿರಬೇಕು ಎಂದು ಅನ್ನದಾನಿ ತನ್ನನ್ನು ತಾನು ನಂಬಿಸಿಕೊಂಡಿದ್ದ. ಮೂಗರ್ಜಿಯೊಳಗೆ ಕಾಲೋನಿಯಲ್ಲಿ ವಾಸಿಸುವ ಹತ್ತಾರು ಜನರ ಸಹಿಗಳು ಮೂಡಿದ್ದವು.

ಜೀವದಾನಿಗೆ ಬೆಳಗ್ಗಿನ ಚಳಿಗೆ ಐದು ಗಂಟೆಗೆ ಎಚ್ಚರವಾಗಿತ್ತು. ಮೈಕೈ ಕೊಡವಿಕೊಂಡು ಹಾಗೇ ನಡೆದು ಬಂದು ಎಂದಿನಂತೆ ಸಾರ್ವಜನಿಕ ಶೌಚಾಲಯದಲ್ಲಿ ಐದು ರೂಪಾಯಿ ಕೊಟ್ಟು ನಿತ್ಯ ಕರ್ಮ ಸ್ನಾನ ಮುಗಿಸಿ ತುಸು ನೀಟಾಗಿ ಕಾಣುತ್ತಿದ್ದ. ತಣ್ಣಗಿನ ನೀರಿನಲ್ಲಿ ಸ್ನಾನ ಮಾಡಿದರೂ ಅವನೊಳಗೆ ಎದ್ದಿದ್ದ ಆಕ್ರೋಶದ ಕಿಡಿ ಆರಿರಲಿಲ್ಲ. ಅನ್ನದಾನಿ ಸಿಕ್ಕರೆ ಸರಿಯಾಗಿ ಕೆನ್ನೆಗೆ ಬಿಟ್ಟು "ನಾನು ನಿನ್ನ ಅಣ್ಣ ಕಣೋ" ಎಂದು ಚೀರಿ ಚೀರಿ ಹೇಳಬೇಕೆನಿಸಿತ್ತು. ತಿಂಡಿ ತಿಂದರೆ ಹೊಡೆಯುವ ಶಕ್ತಿ ಬರಬಹುದು ಎನ್ನಿಸಿ ಒಂದೆರಡು ಹೋಟೆಲುಗಳಿಗೆ ಹೋದ. ರಾತ್ರಿ ನೆನೆಸಿಟ್ಟ ಅಕ್ಕಿ ಉದ್ದಿನ ಬೇಳೆಯಿಂದ ನೀರು ತೆಗೆದು ಆಗಷ್ಟೇ ರುಬ್ಬಲು ಕೆಲಸಗಾರರು ತಯಾರಾಗಿದ್ದರು.

ಅಷ್ಟೊತ್ತಿಗೆ ಶೃಂಗೇರಿಯ ರಾಜನಗರದಿಂದ ಒಂದು ಕರೆ ಬಂದು "ಮೂರು ದಿನದಿಂದ ಹಾವು ದನದ ಕೊಟ್ಟಿಗೆ ಮನೆಯಲ್ಲಿದೆ, ಮನೆಯವರೆಲ್ಲರೂ ಆತಂಕದಿಂದ ಅಡಿಗೆ ಮನೆಗೆ ಹೋಗಿಲ್ಲ, ಗಾಡಿ ಮಾಡ್ಕೊಂಡು ಬೇಗ ಬನ್ನಿ" ಎಂದು ಹೇಳಿದರು. ತಕ್ಷಣಕ್ಕೆ ಅತ್ತ ಇತ್ತ ತಿರುಗಿ ನೋಡಿದ. ಆರು ಗಂಟೆಗೆ ಶೃಂಗೇರಿಗೆ ಹೊರಡುವ ಬಸ್ಸು ತಯಾರಾಗಿತ್ತು. ಜೀವದಾನಿ ಹತ್ತಿ ಕೂತ.

ಮನೆಯವರೆಲ್ಲರೂ ಜೀವದಾನಿಯ ಬರುವಿಕೆಗಾಗಿ ಕಾದು ನಿಂತಿದ್ದರು. "ನಿಮ್ಮ ಫೋನು ನಂಬರ್ ಇರ್ಲಿಲ್ಲ, ಫಾರೆಸ್ಟ್ ಆಫೀಸಿಗೆ ಹೋಗಿ ಹೇಳಿದರೂ ಕ್ಯಾರೆ ಎನ್ನಲಿಲ್ಲ, ನಮ್ಮ ತಾಲೂಕಿನ ಉರಗ ರಕ್ಷಕರು ಬೇರೆ ಕಡೆ ಹಾವು ಹಿಡಿಯಕ್ಕೆ ಹೋಗವ್ರೆ" ಎಂದು ಪಟಪಟನೆ 'ಸುಬ್ರಮಣ್ಯ ಆಚಾರ್' ಎಂಬುವ ಮನೆ ಮಾಲೀಕ ಮಾತಾಡುತ್ತಲಿದ್ದ. "ನಡೀರಿ ಹಾವು ಇರೋ ಜಾಗ ತೋರ್ಸಿ" ಎಂದು ಜೀವದಾನಿ ಹೇಳಿ ಸರಸರ ಕೊಟ್ಟಿಗೆ ಮನೆಯ ಸುತ್ತಲು ಕಣ್ಣು ಹಾಯಿಸಿದ. 'ಚುಶ್ ಚುಶ್' ಎಂದು ಸದ್ದು ಮಾಡುತ್ತಾ ಹುಲ್ಲಿನ ಮೇಲೆ ಅಲ್ಲೆ ಇದ್ದ ಕೋಲು ಹಿಡಿದು ಅಲುಗಾಡಿಸಿದ. ಏನೋ ಚಲಿಸಿದಂತಾಗಿ ಅಲ್ಲಿಯೇ ನಿಂತ. ಕೊಟ್ಟಿಗೆಯ ಅಕ್ಕ ಪಕ್ಕ ಹತ್ತಿಪ್ಪತ್ತು ಮಂದಿ ಕೌತುಕದಿಂದ ಜೀವದಾನಿಯನ್ನೆ ನೋಡುತ್ತಿದ್ದರು. ಕೋಲಿನಿಂದ ಹುಲ್ಲನ್ನು ಆಕಡೆ ಈಕಡೆ ಜರುಗಿಸಿದ. ಜನ ಬೌಂ! ಎಂದು ಜೋರಾಗಿ ಚೀರಿದರು.

ನಾಲ್ಕು ಮೀಟರ್ ಉದ್ದದ, ಕಂದು ಬಣ್ಣದ ಒಂದು ಪ್ರೌಢ ಕಾಳಿಂಗ ಸರ್ಪ ಸೀಳು ನಾಲಿಗೆ ಚಾಚಿಕೊಂಡು ಜೀವದಾನಿಯನ್ನು ಎದುರು ನೋಡುತ್ತಿತ್ತು. ಕೈ ಸನ್ನೆ ಮಾಡುತ್ತಾ ಹಾವನ್ನು ಮಂತ್ರಮುಗ್ಧಗೊಳಿಸಿ ಕಬಳಿಸಲು ನೋಡಿದ ಜೀವದಾನಿಗೆ ಬಲಿಷ್ಠ ಹಾವು ತನ್ನ ಗೋಣನ್ನು ಮೇಲೆತ್ತಿ ವಿಷದ ಹಲ್ಲುಗಳನ್ನು ತೋರಿಸಿ ಬುಸುಗುಟ್ಟಿತು. ಅನುಭವವಿದ್ದ ಜೀವದಾನಿ ಬಲಗಾಲನ್ನು ಹಿಂದಕ್ಕೆ ಸರಿಸಿ ಕೊಂಚ ಹಿಂದಕ್ಕೆ ಹೋಗಿ ಎಡಗಾಲನ್ನು ಮುಂದಿಟ್ಟ. ಎದುರಿಗಿದ್ದವನು ಅನಿರೀಕ್ಷಿತವಾಗಿ ತೀರಾ ಹತ್ತಿರಕ್ಕೆ ಬರುತ್ತಿದ್ದಾನೆ ಎನ್ನಿಸಿ ಹಠಾತ್ತನೆ ಕೆರಳಿದ ಕಾಳಿಂಗ ಸರ್ಪ ಸುಮಾರು ಏಳು ಅಡಿ ದೂರದಿಂದಲೇ ಅಪ್ಪಳಿಸಿ ಹೆದರಿಸಿತು. ಜೀವದಾನಿಯ ಮುಖ ಒಮ್ಮೇಲೆ ಬೆವೆತು ಹೋಗಿ ಸ್ತಬ್ಧನಾದ.

ಜನರ ಕೈಲಿದ್ದ ಮೊಬೈಲಿನ ಕ್ಯಾಮೆರಾಗಳು ಕಾಳಿಂಗ ಸರ್ಪದ ಪ್ರತಿ ಚಲನೆಗಳನ್ನು ಸೂಕ್ಷ್ಮವಾಗಿ ಚಿತ್ರೀಕರಿಸುತ್ತಿದ್ದವು. ಜೀವದಾನಿ ಕೊಂಚ ಸಾವರಿಸಿಕೊಂಡು ಕಾಳಿಂಗದ ಬಾಲವನ್ನು ಹಿಡಿಯಲು ನೋಡಿದ. ಸಿಟ್ಟಿನಲ್ಲಿದ್ದ ಸರ್ಪ ಅಟ್ಟಿಸಿಕೊಂಡು ಬಂದು ಹೊಡೆಯುವಂತೆ ಮೇಲೆರುತ್ತಿತ್ತೇ ವಿನಾ ಬಾಲ ಮುಟ್ಟುವ ಅವಕಾಶ ಕೊಡಲಿಲ್ಲ. ಇಷ್ಟೊಂದು ಕೋಪದಲ್ಲಿದ್ದ ಹಾವನ್ನು ಯಾವತ್ತೂ ಮುಟ್ಟಲು ಸಹ ಹೋಗದೆ ಅದರಷ್ಟಕ್ಕೆ ಸುಮ್ಮನಾಗುವುದನ್ನು ಕಾಯುತ್ತಿದ್ದ ಜೀವದಾನಿ ಈಗಲೂ ಹಾಗೆಯೇ ಮಾಡಿದ. ಹತ್ತು ನಿಮಿಷಕ್ಕೆ ಸರ್ಪ ಶಾಂತವಾಗಿ ತನ್ನ ಗೋಣನ್ನು ಸಡಿಲಗೊಳಿಸಿ ಇದ್ದ ಜಾಗದಲ್ಲಿ ಉಸಿರಾಟ ಹಗುರಗೊಳಿಸಿತ್ತು.

ಈಗ ಮೆಲ್ಲಗೆ ಕವಲಿನ ಹಾಗಿದ್ದ ಕೋಲನ್ನು ಬೆನ್ನ ಹಿಂದೆ ಅಡಗಿಸಿ ಸರ್ಪದ ಮುಂದೆ ಕೈ ಸನ್ನೆ ಮಾಡುತ್ತಾ ಬಾಲ ಹಿಡಿದುಕೊಂಡು ಎಳೆದ. ಆಕ್ರಮಣಕಾರಿಯಾಗಿದ್ದ ಸರ್ಪ ಬಿಡುವು ತೆಗೆದುಕೊಂಡು ಜೀವದಾನಿಗೆ ಸಹಕರಿಸಿತು. ಒಂದೆರಡು ನಿಮಿಷ ಅದರ ಜೊತೆ ಆಟವಾಡಿ ಮೆಲ್ಲಗೆ ಒಂದು ಗೋಣಿ ಚೀಲದೊಳಗೆ ಸರ್ಪವನ್ನು ಸೆರೆ ಹಿಡಿದ. ಜನರು ನಿಟ್ಟುಸಿರು ಬಿಟ್ಟರು. ಸುಬ್ರಮಣ್ಯ ಬಂದು "ತುಂಬಾ ತುಂಬಾ ಥ್ಯಾಂಕ್ಸ್, ಎಷ್ಟು ಕಾಟ ಕೊಟ್ಟಿತ್ತು ಸಾರ್ ಇದು" ಎಂದು ಜೀವದಾನಿಯನ್ನು ಶ್ಲಾಘಿಸಿ "ನಿಮ್ಮ ಹೆಸರು ಸ್ನೇಕ್ ಹರೀಶ್ ಅಲ್ವಾ" ಎಂದು ಕೇಳಿದ. "ನಾನು ಸ್ನೇಕ್ ಪೇಕು ಇಟ್ಕಳಲ್ಲ, ಕೊಪ್ಪದಲ್ಲಿ ಗುಂಗ್ರು ತಲೆ ಸಾಯಿಬಾಬಾ ಅಂತಾರೆ ನನ್ನ" ಎಂದು ನಗುತ್ತಾ ಹೇಳಿದ. ಜೀವದಾನಿಯ ಉತ್ತರದಿಂದ ಕಹಿ ಅನುಭವವಾದಂತೆ "ಅಯ್ಯೋ, ಹಾಗಲ್ಲ, ಈಗೆಲ್ಲ ಸ್ನೇಕ್ ರಾಮ್, ಸ್ನೇಕ್ ಸಂತೋಷ್, ಸ್ನೇಕ್ ಜ್ಯೋತಿ ಅಂತೆಲ್ಲಾ ಇಟ್ಕೋತಾರಲ್ಲ ಅದುಕ್ಕೆ ಕೇಳಿದೆ ಅಷ್ಟೆ" ಎಂದ. "ಸರ್, ಈಗ ಹಾವುಗಳು ಕಮ್ಮಿ ಆಗಿವೆ, ಹಾವು ಹಿಡಿಯುವವರು ಜಾಸ್ತಿ ಆಗಿದ್ದಾರೆ" ಎಂದು ಮಾರ್ಮಿಕವಾಗಿ ನಕ್ಕ. "ಯು ಆರ್ ರೈಟ್, ಗುಂಗ್ರು ತಲೆ ಸಾಯಿಬಾಬಾ" ಎಂದು ಸುಬ್ರಮಣ್ಯ ತಿರುಗಿ ನಕ್ಕ.

ಹೋಗುವಾಗ ಬರೊಬ್ಬರಿ ಒಂದು ಸಾವಿರ ರೂಪಾಯಿ ಪೀಕಿಕೊಂಡ ಜೀವದಾನಿಗೆ "ನೀವು ಸಮಾಜ ಸೇವೆ ಮಾಡ್ತಿದ್ದೀರ ಅನ್ಕೊಂಡ್ರೆ ದುಡ್ಡು ಇಸ್ಕೊಂಡು ಹಾವು ಹಿಡಿದ್ರಲ್ಲ, ಇದನ್ನು ನಿಮ್ಮ ಫಾರೆಸ್ಟಿಗೆ ಬಿಡ್ತೀರೋ, ನಮ್ ತಾಲೂಕ್ಕಿನ ಫಾರೆಸ್ಟಿಗೆ

ಬಿಡ್ತಿರೋ" ಎಂದು ಸುಬ್ರಮಣ್ಯ ಕೇಳಿದ. ಹುಬ್ಬು ಮೇಲಕ್ಕೆತ್ತಿ ನೋಡುವಂತೆ "ಸಾರ್, ಎರಡೂ ಕಡೆಗೂ ಬಿಡಲ್ಲ, ಗುಜರಿ ಅಂಗಡಿಗೆ ತೂಕಕ್ಕೆ ಹಾಕಿಬಿಡ್ತಿನಿ" ಎಂದ. ಸುಬ್ರಮಣ್ಯ ಮುಖ ಗಂಟಿಕ್ಕಿಕೊಂಡು ಮನೆ ಒಳಗೆ ಹೋದ. ಅಗ ಸಮಯ ಬೆಳಿಗ್ಗೆ ಎಂಟಕ್ಕೆ ಹತ್ತು ನಿಮಿಷ ಕಡಿಮೆ ಇತ್ತು.

■

ಯಶಸ್ವಿ ಕಾರ್ಯಾಚರಣೆ ಮುಗಿಸಿಕೊಂಡು ಕೊಪ್ಪಕ್ಕೆ ಬಂದಿದ್ದ ಜೀವದಾನಿ ಕಾಳಿಂಗನನ್ನು ಕಾಡಿಗೆ ಬಿಟ್ಟಿರಲಿಲ್ಲ. ಸ್ನೇಹಿತನ ಆಟೋದಲ್ಲಿ ಒಬ್ಬನೇ ಗೋಣಿ ಚೀಲದ ಸಮೇತ ಕಾಲೋನಿಯ ಹೆಬ್ಬಾಗಿಲಿನಲ್ಲಿ ಅನ್ನದಾನಿಯ ದಾರಿಯನ್ನೆ ಕಾಯುತ್ತಿದ್ದ. ಅನ್ನದಾನಿ ಕಾಫಿಮಂಡಳಿಗೆ ಬೆಳಿಗ್ಗೆ ಆರಕ್ಕೆ ಎದ್ದು ಹೋದನೆಂದು ದಾರಿಯಲ್ಲಿ ಸಿಕ್ಕವರು ಹೇಳಿದರು. ಜೀವದಾನಿ ಮತ್ತಷ್ಟು ಹಲ್ಲು ಮಸೆದು "ನಾನು ಏನೂಂತ ತೋರಿಸ್ತಿನಿ ಚೋದಿ ನನ್ಮಗನಿಗೆ, ಕಾಫಿ ಮಂಡಳಿಗೆ ಹೋಗಿದ್ದಾನ, ದೌಡ್ಕಂಡು ನನ್ನ ಹುಡುಕ್ಕೊಂಡು ಬರ್ಬೇಕು, ಹಾಂಗ್ ಮಾಡ್ತೀನಿ" ಎಂದು ಸೀದಾ ಆಟೋದಲ್ಲಿ ವೇಗವಾಗಿ ರುಯ್ಯೆಂದು ಬಂದಿಳಿದ. ಜೋಕುಮಾರ ಜಗುಲಿಯ ಮೇಲೆ ಕೂತು ಆಡುತ್ತಿದ್ದ. ಅವನು ಒಳಗೆ ಹೋಗುವುದನ್ನೆ ಕಾಯುತ್ತಿದ್ದ ಜೀವದಾನಿ ಗೋಣಿ ಚೀಲದ ಗಂಟನ್ನು ಬಿಚ್ಚಿ ಕಾಳಿಂಗನನ್ನು ಬಿಡುಗಡೆ ಮಾಡಿದ. ಸರ್ಪ ಗಟ್ಟಿಯಾಗಿ ಉಸಿರಾಡುತ್ತಾ ಆಚೆ ಬಂದಿತು. ಬಂದ ವೇಗದಲ್ಲೇ ಆಟೋ ಸ್ಟಾರ್ಟ್ ಮಾಡಿ ಅಲ್ಲಿಂದ ಜೀವದಾನಿ ಆದಷ್ಟು ವೇಗದಲ್ಲಿ ಕಳಚಿಕೊಂಡ.

ಆಗ ಅನ್ನದಾನಿಯ ಹೆಂಡತಿ "ಜೋಕುಮಾರ ತಿಂಡಿ ತಿನ್ನು ಬಾ" ಎಂದು ಕರೆದಿದ್ದಳು. ಹುಡುಗ ಒಳಗೆ ಬಂದು "ತಿಂಡಿ ಬೇಡ" ಎಂದು ಮತ್ತೆ ಆಚೆ ಬಂದಿದ್ದ. ಕಾಳಿಂಗ ಸರ್ಪ ಬೇಲಿಯಿಂದ ಒಳಗೆ ಹರಿಯುತ್ತಿರುವುದನ್ನು ಕಂಡು "ಹಾವು ಹಾವು" ಚೀರಿದ್ದ.

■

ಅನ್ನದಾನಿಯೂ ಸೇರಿ ಕಾಲೋನಿಯ ಸಮಸ್ತ ಜನ ಜೀವದಾನಿ ಬರುವುದನ್ನೆ ಕಾಯುತ್ತಿದ್ದರು. ಜೋಗುಳ ಕಡಮೆ ಹಾಯಾದ ನಿದ್ದೆಯಲ್ಲಿ ಮೈಮರೆತಿದ್ದಳು. ಸರ್ಪವನ್ನು ಬಿಡುಗಡೆಗೊಳಿಸಿ ಗಡಿಬಿಡಿಯಲ್ಲಿ ಹೊರಟ ಜೀವದಾನಿಯ ಬಳಿ ಹಣವಿದ್ದ ಕಾರಣ ಆಟೋ ದಯಪಾಲಿಸಿದ ಗೆಳೆಯನೊಟ್ಟಿಗೆ ಬಾರಿನೊಳಗೆ ಕಂಠಪೂರ್ತಿ ಕುಡಿದು ಆತನ ಮನೆಯಲ್ಲಿ 'ಕಸ್ತೂರಿ ನಿವಾಸ' ಸಿನಿಮಾವನ್ನು ಟಿವಿಯಿಂದ ಒಂದು ಅಡಿ ದೂರ ಕೂತು ಕಣ್ಣರಳಿಸಿ ಒಬ್ಬನೇ ನೋಡುತ್ತಿದ್ದ. ಗೆಳೆಯ ನೆಲದ ಮೇಲೆ ನಶೆಯಲ್ಲಿ ಉರುಳಿಕೊಂಡು ಸುಮಾರು ಹೊತ್ತಾಗಿತ್ತು. ಬೈಕಿನಲ್ಲಿ ಜೀವದಾನಿಯನ್ನು

ಕರೆತರಲು ಹೊರಟ ಹುಡುಗರು ಹುಡುಕಿ ತಡುಕಿ ಜೀವದಾನಿ ತಂಗಿದ್ದ ಮನೆಯ ಬಾಗಿಲು ಬಡಿದರು. ಹುಡುಗರು ಆತಂಕದಿಂದ ವಿಷಯ ಹೇಳಿದರೂ ಜೀವದಾನಿ "ಹಾವು ಹಿಡಿಯದು ಬಿಟ್ಟಿದೀನಿ, ಬೇರೆ ಯಾರನ್ನಾದ್ರೂ ನೋಡ್ಕೋ ಹೋಗ್ರೋ" ಎಂದು ಹೇಳಿದ. "ಕಾಲ್ವಣಿಯ ಜನ ಎಲ್ಲಾ ನಿಮ್ಮ ಮನೆ ಹತ್ರಾನೆ ಅವ್ರೆ, ವಿಷಯ ಕ್ರಿಟಿಕರ್ ಅಣಾ" ಎಂದು ಜುಲುಮೆ ಮಾಡಿದರು. "ಅನ್ನದಾನಿ ಬಂದಿದ್ದಾನ" ಎಂದು ಕುತೂಹಲವಾಗಿ ಕೇಳಿದ. "ಸಿಕ್ಕಾಪಟ್ಟೆ ಜನ ಸೇರ್ಕಂಡವ್ರೆ, ಕಡ್ಮೆಜ್ಜಿ ಬೇರೆ ಎದ್ದಿಲ್ಲ, ವಿಷಯ ಕ್ರಿಟಿಕರ್" ಎಂದರು ಹುಡುಗರು. ಎರಡು ಬೈಕಿನ ಜೊತೆ ಆಟೋ ಸ್ಟಾರ್ಟು ಮಾಡಿಕೊಂಡು ಜೀವದಾನಿ ಹೊರಟ.

ನೂರಾರು ಜನರ ಮಧ್ಯೆ ಅನ್ನದಾನಿ, ಅವನ ಹೆಂಡತಿ, ಜೋಕುಮಾರ ಚಿಂತಾಕ್ರಾಂತರಾಗಿದ್ದರು. ಆಟೋದಿಂದ ಕೆಳಗಿಳಿದು "ಹಾವು ಎಲ್ಲಿ" ಎಂದು ಬೇರೆಲ್ಲೋ ನೋಡುವಂತೆ ಜೀವದಾನಿ ಕೇಳಿದ. ಅನ್ನದಾನಿ ಕೆಕ್ಕರಿಸಿಕೊಂಡು ಅಣ್ಣನನ್ನೆ ನೋಡಿದ. ಜೋಕುಮಾರ "ದೊಡ್ಡಪ್ಪ ಇಷ್ಟು ದಪ್ಪ ಇತ್ತು" ಎಂದು ವರ್ಣಿಸಿ ಹಾವು ಹೋದ ಜಾಗ ತೋರಿಸಿದ. "ಭಾವ ಚನ್ನಾಗಿದ್ದೀರ" ಎಂದು ಅನ್ನದಾನಿಯ ಹೆಂಡತಿ ನಾಟಕೀಯವಾಗಿ ಅಳುತ್ತಾ ಕೇಳಿದಳು. "ಸೊರಗಿ ಹೋಗಿದ್ದಾನೆ, ಒಳಗೆ ಹೋಗಿ ಕೇಸರಿಬಾತು ಮಾಡ್ಕೊಡು ಅವ್ನಿಗೆ" ಎಂದು ಅನ್ನದಾನಿ ಕೋಪಿಸಿಕೊಂಡ. ಹಿರಿಯರು "ಜಗಳ ಎಲ್ಲ ಆಮೇಲೆ, ಹಾವು ಹಿಡೀಲಿ ಮೊದ್ಲು" ಎಂದು ಅನ್ನದಾನಿಯನ್ನೆ ಸಂಭಾಳಿಸಿದರು.

ಹಿತ್ತಲಿನಲ್ಲಿ "ಚುಶ್ ಚುಶ್" ಎಂದು ಸದ್ದು ಮಾಡುತ್ತಾ ನಡುಮನೆಯ ಮೂಲೆಯ ತನಕ ಹುಡುಕಾಡಿದ. ಸರ್ಪ ಕಾಣಿಸಲಿಲ್ಲ. ಜೀವದಾನಿ ಸೀದಾ ಜೋಗುಳ ಮಲಗಿದ್ದ ಕೊಠಡಿಯ ಒಳಗೆ ಹೋಗಿ "ಆಯಿ, ಆಯಿ" ಎಂದು ಕೂಗಿದ. ಹುಟ್ಟಿದ ಕೂಸೊಂದು ನಿಧಾನಕ್ಕೆ ಕಣ್ಣು ತೆರೆದಂತೆ ತನ್ನ ನೀಲಿ ಕಣ್ಣಿನ ಮೇಲಿದ್ದ ಪೊರೆಯನ್ನು ಮೆಲ್ಲಗೆ ಬಿಡಿಸುತ್ತಾ, "ಕಂದಾ... ಬಂದ್ಯಾ" ಎಂದಳು. "ಟಣ್ ಟಂಡಾಣ್" ಎಂದು ಕಿಸೆಯೊಳಗಿದ್ದ ಶರಾಬಿನ ಪ್ಯಾಕೆಟ್ಟನ್ನು ತೋರಿಸುತ್ತಾ "ಬೇಗ ಎದ್ದು ಕೂರು ಆಯಿ" ಎಂದ. "ಯಾಕಪ್ಪ ಮುಂಜಾಲಿಯೇ ಇದರ ಮಕ ತೋರಿಸ್ತಿಯೇ?" "ಆಯಿ ಮುಂಜಾಲಿ ಅಲ್ಲ, ಸಂಜಿ ಆತು ಏಳು" ಎಂದು ಜೋಗುಳಳ ಸೊಂಟಕ್ಕೆ ಬಲ ಕೊಟ್ಟು ಕೂರಿಸಿ ತಾನು ಅಲ್ಲೆ ಚಕ್ಕಂಬಕ್ಕಳ ಹಾಕಿ ಕೂತ. ಹೊರಗೆ ಕಾಲೋನಿಯ ಜನ ಜೀವದಾನಿ ಹಾವನ್ನು ಹೆಗಲ ಮಾಲೆ ಮಾಡಿಕೊಂಡು ವೀರಾವೇಶದಿಂದ ಕುಣಿದು ಬರುವ ಕನಸನ್ನು ಕಾಣುತ್ತಿದ್ದರು. ಕಾಳಿಂಗ ಸರ್ಪ ಸುಳಿವು ಕೊಡದೆ ಜೋಗುಳ ಕಡಮೆ ಮಲಗಿದ್ದ ಮರದ ದಿಮ್ಮಿಯ ಸಂದುಗಳ ನಡುವೆ ಅವಿತಿಟ್ಟುಕೊಂಡು ಪ್ಯಾಕೆಟ್ಟಿನಲ್ಲಿದ್ದ ಹೊಂಬಣ್ಣದ ಶರಾಬು ಗಾಜಿನ ಗ್ಲಾಸಿಗೆ ನೊರೆಯ ಸಮೇತ ಬೀಳುವುದನ್ನು ನೋಡುತ್ತಿತ್ತು.

■

ಅತ್ತ ಸಂತೆಯಲ್ಲಿ ಹಾವು ಕಳೆದುಕೊಂಡಿದ್ದ 'ತಿರಾಮಿಸು' ಎಂಬ ಹಾವಾಡಿಗ ವಿಷದ ಬಾಟಲಿ ತೋರಿಸಿ "ನಂಕ ನನ್ನ ಹಾವು ಬೇಕ್ರಿ, ಇಲ್ಲದಿದ್ರ ನಾ ಇದುನ್ನ ಕುಡಿದು ಪ್ರಾಣ ಬಿಡ್ತನಿ" ಎಂದು ವಿಷದ ಬಾಟಲನ್ನು ತೋರಿಸಿ ಹೆದರಿಸುತ್ತಾ ಪೋಲಿಸ್ ಠಾಣೆಯಲ್ಲಿಯೇ ಜಾಂಡಾ ಊರಿದ್ದ. ಪೋಲಿಸರು ಆತಂಕದಿಂದ "ಬಲೆ ಹಾಕಿ ಹಾವು ಹುಡುಕ್ತಿದೀವಿ, ತಡ್ಕಳಪ. ಹಾವು ಸಿಕ್ಕಿದ ತಕ್ಷಣ ತಂದು, ನಿನ್ ಎದೆ ಮೇಲೆ ಇಡ್ತೀವಿ ಸುಮ್ಕಿರು" ಎಂದು ಭರವಸೆ ಕೊಟ್ಟಿದ್ದರು. ತಿರಾಮಿಸು ತನ್ನ ಹಾವಿನ ದಾರಿಯನ್ನೇ ಕಾಯುತ್ತಿದ್ದ.

ಸಂತೆ ಮೈದಾನ

ಬೀದಿ ದೀಪದ ಮರ್ಕ್ಯೂರಿ ಬಲ್ಬು ಮೊದಲು ಬೆಳ್ಳಗೆ ಪುಕಪುಕನೆ ಹೊತ್ತಿಕೊಂಡು ನಂತರ ಬಕ್ಕನೆ ಹಳದಿ ಬಣ್ಣ ಹೊಮ್ಮಿಸಿಕೊಂಡು ಗಾಳಿಯೊಂದಿಗೆ ಗುದ್ದಾಡುತ್ತಿತ್ತು. ಆಗಷ್ಟೇ ಗಾಳಿಯನ್ನು ಛೇದಿಸುತ್ತಾ ತಲೆಯ ಮೇಲೆ ಕಂಬಳಿ ಹೊದ್ದುಕೊಂಡು ಸ್ಕೂಟಿಯಲ್ಲಿ ಮೂರು ಜನ ಬಂದಿಳಿದು ಗುಸುಗುಸು ಮಾತಾಡಿಕೊಂಡರು. ಇವತ್ತು ಮಧ್ಯಾಹ್ನವಷ್ಟೇ ಸಲೂನಿನಲ್ಲಿ ಪೈನಾಪಲ್ ಶೈಲಿಯ ಕಟಿಂಗ್ ಮಾಡಿಸಿ ತಲೆಕೂದಲಿಗೆ ನಸು ಹಳದಿ ಬಣ್ಣದ ಹೇರ್‌ಡೈ ಹೊಡಿಸಿಕೊಂಡು ಪೋಲಿಸು ಕ್ವಾಟ್ರಸಿಗೆ ನುಗ್ಗಿದ್ದ ಚಾಮರನಿಗೆ ಮನಸಲ್ಲೇನೋ ಅಳುಕಿತ್ತು.

"ನಾ ಬರೂದಿಲ್ಲ, ನೀವು ಹೋಗ್ಬರ್‍ರಿ, ಸೇಫ್ಟಿಗೆ ನಾನು ಸಂತೆ ಮೈದಾನದಲ್ಲೇ ಇರ್ತಿನಿ" ಎಂದು ಚಾಮರ ಎಷ್ಟು ಹೇಳಿದರೂ "ನಾ ಸೇಫ್ಟಿ ಮಾಡ್ಕೋತಿನಿ, ನಡೀಲಾ ಮಗಿ ನೀನು" ಎಂದು ತಾಮ್ರ ಅವನನ್ನು ಒತ್ತಾಯದಿಂದ ಒಪ್ಪಿಸಿ ಪೋಲಿಸ್ ಕ್ವಾಟ್ರಸಿಗೆ ಎಳೆದು ತಂದಿದ್ದ. ಕ್ವಾಟ್ರಸಿನಲ್ಲಿ ಒಟ್ಟು ನಲವತ್ತು ಮನೆಗಳಿದ್ದವು. ಒಂದು ಬೀದಿಯಲ್ಲಿ ಆರಾರು ಮನೆಗಳು. ಅಲ್ಲಿ ಬೆಳೆಸಿದ ಅಕೇಶಿಯ ಮರಗಳು ಸಹ ಕರ್ತವ್ಯ ನಿರತ ಮಫ್ತಿ ಪೋಲಿಸರಂತೆ ಸ್ಕೂಟಿಯಿಂದ ಇಳಿದ ಮೂವರನ್ನು ಎತ್ತರದಿಂದ ಗಮನಿಸುತ್ತಿದ್ದವು. ಚಾಮರನ ಕೈ ಐದು ಡಿಗ್ರಿಯ ಶೀತಲ ಬಟ್ಟಲಿನಲ್ಲಿ ಅದ್ದಿ ತೆಗೆದಂತೆ ನಡುಗುತ್ತಿತ್ತು. "ಯಾಕೋ ಏನೋ ಹುತ್ತಕ್ಕೆ ಕೈಯ್ಯಲ್ಲಾ, ನಾಲಿಗೆನೇ ಹಾಕ್ತೆದಿವಿ, ಕಾನೂನನ್ನು ಕೈಗೆ ತಗಾಂತಿದಿವಿ ಅನ್ಸುತ್ತೆ ನಂಗೆ, ಬೇಡ ಅಪ್ಪಾಜಿ, ಹೋಗ್ಬಿಡಣ" ಎಂದು ಭಯದಿಂದ ಹೇಳಿದ. ಆದರೆ ತಾಮ್ರನಿಗೆ ಸಂತೆ ಮೈದಾನಕ್ಕಾದ ಅವಮಾನಕ್ಕೆ ಸೇಡು ತೀರಿಸಿಕೊಳ್ಳಲು ಅವನ ರೋಮಗಳು ಸಹ ನಿಗುರಿ ನಿಂತಿದ್ದವು. "ಮೆಟ್ರೆ ಇಚುಕಿಬಿಡ್ತಿನಿ ಲೌಡಿ ಮಗ್ನೆ, ನಮ್ ಜನಿನ ಎಷ್ಟು ಅವಮಾನ ಮಾಡಿದ್ರೂ ನೆದರಿಲ್ಲ ನಿಂಗೆ, ಅವರ ಉಗುಳು ಬೇಕಾದರೆ ನುಂಗ್ತಿಯ ನೀನು" ಎಂದು ಚಾಮರನ ಕುತ್ತಿಗೆ ಹಿಸುಕುತ್ತಾ ಧಮಕಿ ಹಾಕಿದ. ಅಲೀಲಿ ಅಡ್ಡ ಬಂದು "ತಾತಾ, ತಾತಾ, ಗದ್ಲ ಮಾಡ್ಬೇಡ್ರಿ, ಮಂದಿ ಸೇರ್ಕೊಂಡು ಬಿಡ್ತಾರೆ" ಎಂದು ಇಬ್ಬರನ್ನೂ ಹಿಂದಕ್ಕೆಳೆದು ನಿಲ್ಲಿಸಿದ.

ಕ್ವಾಟ್ರಸಿನ ಯಾವುದೋ ಮೂಲೆಯಲ್ಲಿ ಯಾರೋ ಆಗಷ್ಟೇ ತುಳಸಿ ಕಟ್ಟೆಗೆ ಅಗರಬತ್ತಿ ಹಚ್ಚಿ ಹೋಗಿದ್ದರ ಪರಿಣಾಮ ಅದರ ದಟ್ಟ ಘಮ ಗಾಳಿಯಲ್ಲಿ ಮೆಲ್ಲಗೆ ವಿಲೀನವಾಗುತ್ತಿತ್ತು. ತಾಮ್ರನ ಕಣ್ಣುಗಳು ಧಗಧಗನೆ ಉರಿಯುತ್ತಿದ್ದವು. ಥುತ್ತನೆ ಎದುರಾದ ಅಪಾಯದಿಂದ ಬಚಾವಾದಂತೆ ನಿಟ್ಟುಸಿರು ಬಿಟ್ಟು ಚಾಮರ ತೇಕುತ್ತಿದ್ದ. ಏದುಸಿರು ಬಿಡುತ್ತಿದ್ದ ತಾಮ್ರ ತನ್ನ ಬೆಳ್ಳಗಾದ ತಲೆಗೂದಲನ್ನು ಒಪ್ಪ ಮಾಡಿಕೊಂಡು "ಕೈ ಬಿಡು ಮಗಿ ನೀನು, ನನ್ನ ತಳ್ಬೇಡ, ಈ ಜಗತ್ ಮಿಂಡ್ರಿ ನನ್ಮಗ್ನ ಮಟಾಶ್ ಮಾಡ್ತೀನಿ ಇವತ್, ಡಿಸ್ಕಿ ಡಿಸೈನ್ ಜೀವ್ನ ಬೇಕು ಇವ್ನಿಗೆ" ಎಂದು ತನ್ನ ಉದ್ದಕ್ಕೆ ಕಟ್ಟಿಕೊಂಡ ಪಂಚೆ ಮೇಲಕ್ಕೆತ್ತಿ ಅಲೀಲಿಯ ತಲೆ ಸವರುತ್ತಾ "ನಿಂದು ಮೊನ್ನಿ ಮದಿವಿ ಆಗಿರದು ಮಗಿ, ಹಿಶಿ ಮೈ, ನಾವೇ ಕೆಲಸ ಮುಗಿಸ್ಕೊಂಡು ಬರ್ತಿವಿ, ಯಾರಾದರೂ ಬಂದರೆ ಶಿಳ್ಳೆ ಹೊಡಿ" ಎಂದು ಬೀದಿ ದೀಪದ ಹಿಂದೆ ಬಿಟ್ಟ ತಾಮ್ರ ಸೌಮ್ಯವಾಗುತ್ತಾ ಮುಂದೆ ಮುಂದೆ ಬಂದ. ಅಪ್ಪನಿಗೆ ಹೆದರಿ ಚಾಮರ ನಿಂತಲ್ಲೆ ಪತರುಗುಟ್ಟುತ್ತಿದ್ದ. ಬೆನ್ನಿಗೆ ಒಂದು ಗುದ್ದು ಕೊಟ್ಟು "ಗೊಜಗ ನನ್ಮಗ್ನೆ, ತಿಕಾ ಮುಚ್ಕೊಂಡು ನನ್ ಜತಿಗೆ ಬಂದ್ರೆ ಸರಿ" ಎಂದು ಕಟ್ಟಾ ರೋಪು ಹಾಕುತ್ತಾ ತಾಮ್ರ ಇನ್ನಷ್ಟು ಭಯ ಹುಟ್ಟಿಸಿದ. ಅಲೀಲಿ ದೂರದಿಂದ ಇವರಿಬ್ಬರ ತಿಕ್ಕಾಟ ನೋಡುತ್ತಿದ್ದ.

ಅಪರಿಚಿತ ರಾಕ್ಷಸನೊಬ್ಬನನ್ನು ಸಂತೈಸುವಂತೆ ತಾಮ್ರನ ಕೈ ಹಿಡಿದುಕೊಂಡು "ಅಪ್ಪಾಜಿ ನಂಗೆ ಭಯ ಆಗತ್ತೈತೆ, ಜರಾ ಯೋಚ್ನಿ ಮಾಡು ನೀನು, ನಮ್ಮ ಮುಂದಿನ ಕಥೆ ಏನು" ಎಂದು ಹೇಳಿದ. ತಾಮ್ರ ಮಂದ ನಗೆಯೊಂದನ್ನು ಬೀರುತ್ತಾ "ಕಥಿ ನಂಗೂ ಗೊತ್ತಿಲ್ಲಾ ಮಗಿ, ನಾ ಇದಿನಿ ನಡಿಲಾ ನೀನು, ಆಗಿದ್ದಾಗಲಿ" ಎಂದು ಅವನನ್ನು ಮುಂದೆ ಮುಂದಕ್ಕೆ ತಳ್ಳುತ್ತಾ ಹೋದ.

■

ಆರನೇ ಬೀದಿಯಲ್ಲಿ ನಂ. ಮೂವತ್ತಾರನೆ ಮನೆಯಲ್ಲಿದ್ದ ಇನ್ನೂ ಮದುವೆಯಾಗಿರದ ಬುರುಡೆಕಟ್ಟೆಯ ಅಸಿಸ್ಟೆಂಟ್ ಸಬ್‌ಇನ್ಸ್‌ಪೆಕ್ಟರ್' ಮಾದುಸ್ವಾಮಿ ಜಿರ್ಜುಂಬೆ' ಪಾನಮತ್ತನಾಗಿ ಮಲಗಿದ್ದ. ಆತನ ಬೆಡ್‌ರೂಮಿನ ಹ್ಯಾಂಗರಿನಲ್ಲಿ ಒಂದೆರಡು ಮಾಸಲು ಟವೆಲ್ಲು, ಯೂನಿಫಾರಂ ನೇತು ಬಿದ್ದಿದ್ದವು. ಬಾತುರೂಮಿನಲ್ಲಿ ಗೀಸರಿನ ಸ್ವಿಚ್ಚು ಒಡೆದುಹೋಗಿತ್ತು. ಡುಪ್ಲಿಕೇಟು ಚಾವಿಗಳ ಗೊಂಚಲನ್ನು ಚಡ್ಡಿ ಜೇಬಲ್ಲಿ ಹಾಕಿಕೊಂಡಿದ್ದ ತಾಮ್ರ 'ಜಿಲ್ ಜಿಲ್' ಎಂದು ಸಣ್ಣಗೆ ಸದ್ದು ಮಾಡುತ್ತಾ ಹೊರತೆಗೆದ. ಆ ಚಾವಿಗಳ ಮಧ್ಯೆ ಯಾವುದೇ ಕಿಟಕಿಗಳ ಸ್ಕ್ರೂ ಬಿಚ್ಚುವ ಮಾಸ್ಟರ್ ಇಕ್ಕಳವಿತ್ತು. ಅರ್ಧ ನಾಲಿಗೆಯನ್ನು ಹಲ್ಲಿನಲ್ಲಿ ಕಚ್ಚಿ ಹಿಡಿದು, ಹುಬ್ಬನ್ನು ಗಂಟಿಕ್ಕಿಕೊಂಡು ಇಕ್ಕಳ ತಿರುಗಿಸುತ್ತಾ ಕಿಟಕಿಯನ್ನು ಬಿಚ್ಚಿದ. ಚಾಮರನ ಎದೆ ಡವಡವ ಹೊಡೆದುಕೊಳ್ಳುತ್ತಿತ್ತು. ಸದ್ದಾಗದಂತೆ ಕಿಟಕಿಯನ್ನು ಎತ್ತಿ ಕೆಳಗಿಳಿಸಿ ತಾಮ್ರನೇ ಮೊದಲು ಕೋಣೆಯೊಳಗೆ ಕಾಲಿಟ್ಟ. ಆ ಕೋಣೆ ಅಡುಗೆ

ಮನೆಯದ್ದಾಗಿತ್ತು. ಹಾಲು ಕುಡಿಯುತ್ತಿದ್ದ ಬೆಕ್ಕು ತಾಮ್ರನ ಕಳ್ಳ ನಡಿಗೆಗೆ ಬೆಚ್ಚಿ ಬಿದ್ದು 'ಮಿಯ್ಯಾಂವ್' ಎಂದು ಸದ್ದು ಮಾಡಿತು. "ಚುಶ್ ಚುಶ್" ಎಂದು ತನ್ನ ಬಾಯಿಗೆ ಬೆರಳಿಟ್ಟು ಬೆಕ್ಕಿಗೆ "ಸುಮ್ಮನಿರು" ಎಂದು ಗದರಿಸಿದ. ಚದುರಂಗದ ಬಣ್ಣವಿದ್ದ ಬೆಕ್ಕು ತಾಮ್ರನ ಹುಸಿ ಗೊಡ್ಡು ಬೆದರಿಕೆಗೆ ಮೈ ಕದಲಿಸದೆ ಧೈರ್ಯವಾಗಿ ಹಾಲು ಮೀಸೆಯ ನಿಲುವಿನಲ್ಲಿಯೇ ಮತ್ತೊಮ್ಮೆ 'ಮಿಯ್ಯಾಂವ್ ಎಂದಿತು'. ಬೆಕ್ಕಿನ ಕಣ್ಣು ಕತ್ತಲಾಗಿದ್ದ ಕೋಣೆಯಲ್ಲಿ ಪ್ರಜ್ವಲಿಸುತ್ತಿತ್ತು. ನಡು ಮನೆಯ ತುಂಬಾ ಟಿವಿಯ ಜಾಹೀರಾತಿನ ಕಲರವ ಗುಂಯ್‌ಗುಡುತ್ತಿತ್ತು.

ಹೆಜ್ಜೆಯ ಗತಿಯನ್ನು ನಿಧಾನಗೊಳಿಸಿದ ತಾಮ್ರ ಕೈ ಸನ್ನೆಯಿಂದ ಚಾಮರನನ್ನು ಒತ್ತರಿಸುವ ಮೌನದಿಂದ ಒಳ ಕರೆದ. ಯಾತನಾಮಯನಾಗಿ ಒಳಗೆ ಬಂದ ಚಾಮರ "ಅಪ್ಪಾಜಿ, ಇನ್ಸಪೆಕ್ಟರತ್ರ ಪಿಸ್ತೂಲ್ ಬ್ಯಾರೆ ಇರ್ತದೆ, ಶೂಟ್ ಮಾಡುದ್ರೆ ಏನ್ಮಾಡಣ" ಎಂದು ಪಿಸುಮಾತಿನಲ್ಲಿ ಕೇಳಿದ. "ಅವನತ್ರ ಒಂದೇ ತಾನೇ ಪಿಸ್ತೂಲ್ ಇರದು" "ನಾ ಸರೀಗೆ ವಿಚಾರಿಸಿಲ್ಲ" "ಒಂದೇ ಇರ್ತದೇ ಕಣೋ, ಅವನು ನಿಂಗೆ ಶೂಟ್ ಮಾಡಿರೇ, ನಾ ಅವನ ಕಿವಿನಾ ಕೊಯ್ತಿನಿ, ಅಕಸ್ಮಾತ್ ನನ್ನನ ಶೂಟ್ ಮಾಡಿರೇ, ನೀನು ಒಡೇ ಬಂದು ಅವನ ಕಿವಿ ಕೊಯ್ದು ಮಾರಮ್ಮನ ಗುಡಿ ಮುಂದೆ ಇಡ್ಬೇಕು, ತಿಳಿತಾ" "ಅಪ್ಪಾಜಿ, ಅವನ ಎರಡೂ ಕಿವಿ ಕೊಯ್ಯಬೇಕಾ" ಎಂದು ಕೇಳಿದ. "ಬ್ಯಾಡ, ಒಂದೇ ಕಿವಿ ಸಾಕು, ಒಂದು ಕಿವಿ ಇಟ್ಕೊಂಡು ಅವನು ಅದೆಂಗೆ ಟೋಪಿ ಹಾಕ್ಕತಾನೆ ನೋಡ್ಬೇಕು ಮಗಾ" ಎಂದು ಹುರಿದುಂಬಿಸಿದ. ಇಬ್ಬರ ತಲೆಯ ಮೇಲೆ ಕರಿ ಕಂಬಳಿ ಬಿಗಿದಿತ್ತು. ಬೀದಿ ದೀಪದ ಹಿಂದೆಯ ಮೆಳೆಯಲ್ಲಿ ಸ್ಕೂಟಿ ನಿಲ್ಲಿಸಿಕೊಂಡು ಶಿಳ್ಳೆ ಹೊಡೆಯಲು ಕಾತರನಾಗಿದ್ದ ಅಲೀಲಿ ಉಗುರು ಕಚ್ಚುತ್ತಿದ್ದ.

ನಡು ಮನೆಯಲ್ಲಿ ಹಾಲು ಬೆಳಕು ಚಿಮ್ಮಿಸುತ್ತಿದ್ದ ಟೂಬು ಲೈಟು ಬೆಳಗುತ್ತಿತ್ತು. ಮುವತ್ತೆರಡು ಇಂಚಿನ ಟಿವಿಯಲ್ಲಿ ಪೋಗೋ ಚಾನಲ್ಲು ಒತ್ತಿ ಟಿವಿಯ ರಿಮೋಟು ಮರೆತು ಫ್ರಿಡ್ಜಿನ ಒಳಗೆ ಇಟ್ಟು ಬಂದಿದ್ದ ಮಾದುಸ್ವಾಮಿ ನಾಲ್ಕು ಬಿಯರ್ ಬಾಟಲಿಗಳ ಮಧ್ಯೆ ಕಾಲು ಚಾಚಿಕೊಂಡು ಗೊರಕೆ ಹೊಡೆಯುತ್ತಿದ್ದ. ಬೆಳಕು ಆರಿಸುತ್ತಾ ಬಂದ ತಾಮ್ರ ಮತ್ತು ಚಾಮರ ಒಳಗೊಳಗೆ ನಕ್ಕರು. "ಕಿವಿ ಕೊಯ್ಯಿಸ್ಕಳಕೆ ರೆಡಿಯಾಗಿ ಮಲಗಿಬಿಟ್ಟವ್ನೆ, ನಾಯಿದ ಮಗಾ" ಎಂದು ಮೆಲ್ಲಗೆ ಬೈದ ತಾಮ್ರ ಚಕ್ಕನೆ ಲುಂಗಿ ಒಳಗಿನಿಂದ ಚಾಕು ತೆಗೆದು ಕಣ್ಸನ್ನೆ ಮಾಡಿದ. ಈ ಮೊದಲು ನಿಗದಿಯಾಗಿದ್ದ ಪ್ಲಾನಿನಂತೆ ಚಾಮರ ಅವನ ಕಾಲಿನ ಬಳಿಗೆ ಹೋಗಿ ಅಳುಕುತ್ತಲೆ "ಹ್ಮ" ಎಂದ. ತಾಮ್ರ ನಾಲಿಗೆ ಕಚ್ಚುತ್ತಾ "ಬಿಗಿ ಇಡಿ" ಎಂಬುದನ್ನೂ ಕಣ್ಣಲ್ಲೆ ಸೂಚಿಸಿದ. ಮಾದುಸ್ವಾಮಿಯ ಕಾಲನ್ನು ಬಿಗಿಯಾಗಿ ಒತ್ತಿದರೂ ಒಂದಿಂಚೂ ಕದಲದೆ ಮಲಗಿದ್ದನ್ನು ಕಂಡು ತಾಮ್ರ ಚರ್ರನೆ ಬಲ ಕಿವಿಯನ್ನು ಒಂದೇ ಏಟಿಗೆ ಕುಯ್ದ. ಮಾದುಸ್ವಾಮಿ ಮತ್ತಿನಲ್ಲಿ ಪಳ್ಳನೆ ಕಣ್ಣು ತೆರೆದು "ಹ್ಹಾಂ" ಎಂದು ಚೀರುತ್ತಾ ಮೇಲೇಳಲು ಪ್ರಯತ್ನಿಸಿದ. ಟಿವಿಯಲ್ಲಿ ಟಾಮ್ ಅಂಡ್ ಜೆರ್ರಿಯ ತುಂಟಾಟದ

ದೃಶ್ಯ ನೋಡುತ್ತಾ ಚಾಮರ ಅವನ ಕಾಲನ್ನು ಬಿಗಿಯಾಗಿ ಹಿಡಿದರೂ ಮೊಣಕಾಲು ಅಲುಗಾಡುತ್ತಿತ್ತು. ತತ್‌ಕ್ಷಣ ಅವನ ಚೀರುತ್ತಿದ್ದ ಬಾಯನ್ನು ಅದುಮುತ್ತಾ ಕಣ್ಣ ಸನ್ನೆಯಲ್ಲಿ ಚಾಮರನನ್ನು ಕರೆದುಕೊಂಡು ಕಿಟಕಿಯಿಂದ ಓಡಿದ.

ಪರಾಕ್ರಮಿಯಂತೆ ಮಾದುಸ್ವಾಮಿಯ ಬಲವಾದ ಕೈಗಳು ಚಾಮರನನ್ನು ಹಿಡಿಯಲು ಯತ್ನಿಸಿದರೂ ಆತ ತಪ್ಪಿಸಿಕೊಂಡಿದ್ದ. ಅವನ ಒರಟು ಕೈಗಳು ಸೋಲಲು ಕಾರಣ ಅವನ ಕಣ್ಣುಗಳು ಬಹುತೇಕ ಮಂಜಾಗಿದ್ದವು.

■

ದಡಬಡಾಯಿಸಿ ಹೊರಗೆ ಬರುತ್ತಲೇ ರಕ್ತಸಿಕ್ತವಾಗಿದ್ದ ಕಿವಿಯನ್ನು ತನ್ನ ಕೈಯಲ್ಲಿ ಗಾಳಿಗೆ ಹಿಡಿಯುತ್ತಾ "ಹುಹ್ಹಾಹ್ಹಾ" ಎಂದು ತಾಮ್ರ ನಗುತ್ತಿದ್ದ. "ಗಾಡಿ ಸ್ಟಾರ್ಟ್ ಮಾಡ್ಲ ಬೇಗ" ಎಂದು ಅಲೀಲಿಯನ್ನು ಕರೆದ ಕೂಡಲೇ ಅವನು ಅಕಸ್ಮಾತ್ತಾಗಿ ಶಿಳ್ಳೆ ಹೊಡೆದುಬಿಟ್ಟ. "ಥತ್" ಎಂದು ತಲೆಯ ಮೇಲೆ ಕೈಯಿಟ್ಟುಕೊಂಡು ಚಾಮರ ಗೊಣಗಿದ. ಮರು ಕ್ಷಣ ಎಚ್ಚೆತ್ತ ಅಲೀಲಿ "ಬುರುಬುರು" ಎಂದು ಸ್ಕೂಟಿಯನ್ನು ಚಾಲು ಮಾಡಿದ. "ಅಪ್ಪಾಜಿ, ನಡೀ ನಡೀ" ಎಂದು ಸ್ಕೂಟಿಯ ನಡು ಸೀಟಿನಲ್ಲಿ ಹತ್ತಿಸಿದ ಚಾಮರ ಹಿಂದಕ್ಕೆ ಕೂತು "ಯಾವ್ದಾರ ಬಾರಿಗೆ ಅರ್ಜೆಂಟ್ ಗಾಡಿ ತಿರಗಿಸ್ಲಾ" ಎಂದು ಅಪ್ಪಣೆ ಕೊಟ್ಟ.

ಟಿವಿಯಲ್ಲಿ ಜೆರ‍್ರಿಯನ್ನು ಹಿಡಿಯಲು ದಡೂತಿ ಬೆಕ್ಕು ಟಾಮ್ ದೊಣ್ಣೆ ಹಿಡಿದುಕೊಂಡು ಅಟ್ಟಾಡಿಸುತ್ತಿದ್ದ ದೃಶ್ಯ ನವಿರೇಳಿಸುವಂತೆ ಮೂಡಿ ಬರುತ್ತಿತ್ತು. ಮಾದು ಸ್ವಾಮಿ ತನ್ನ ಒಂದು ಕಿವಿಯನ್ನು ಕಳೆದುಕೊಂಡು ಬಾಯ್ತುಂಬಾ ಚೀರುತ್ತಿದ್ದ. ಅವನ ಹೀಚಲು ಆಕ್ರಂದನ ಅವನನ್ನೆ ಅಣಕಿಸುವಂತೆ ಕೇಳಿತು. ರಕ್ತ ಸೋರುತ್ತಿದ್ದ ಕಿವಿಯನ್ನು ಹಿಡಿದುಕೊಂಡು ಫ್ರಿಡ್ಜಿನತ್ತ ಓಡಿದ. ಫ್ರೀಜರ್ ಕಂಪಾರ್ಟುಮೆಂಟಿನಲ್ಲಿ ನಡುಗುತ್ತಿದ್ದ ರಿಮೋಟು ಮಾದುಸ್ವಾಮಿಯನ್ನು ಕಂಡ ಕೂಡಲೇ 'ನನ್ನ ಎತ್ತಿಕೋ' ಎಂದಂತಿತ್ತು. ರಿಮೋಟು ಎತ್ತಿಕೊಂಡು ಬಂದವನೆ ಟಿವಿ ಆಫ್ ಮಾಡಿದ. ಅವನು ಚೀರುವ ಸದ್ದು ಈಗ ಜೋರಾಗಿ ಕೇಳಿತು. ಚಂದದ ನಿದ್ರೆಯಲ್ಲಿದ್ದ ಪೋಲಿಸ್ ಕ್ವಾಟ್ರಸಿನ ಜನರು ಜಮಾಯಿಸಿದರು.

■

ಉಟ್ಟ ಪಂಚೆ ಹಾಸಿ ಇಸ್ಪೀಟಿನ ಕಟ್ಟನ್ನು ಬಿಚ್ಚಿದ್ದರು. ತೆಂಗಿನ ಮರ ಹತ್ತಿದ್ದ ಅಳಿಲು ಸರ‍್ರನೆ ಇಳಿದು ಪಂಚೆಯ ದಾಟಿ ಓಡಿತು. ನುಣುಪಾದ ಬಿಳುಪು ಕಲ್ಲೆತ್ತಿ ಗುರಿಯಿಟ್ಟು ಹೊಡೆದಿದ್ದು ಚಾಮರ. ಅಳಿಲು ವಿಲವಿಲನೆ ಒದ್ದಾಡಿದ್ದು ಕಾಣದೇ ತನ್ನ ಕತ್ತಿನಿಂದ ನೆತ್ತರು ಸೂಸಿಕೊಂಡು ಬಿದ್ದಿತ್ತು. "ಗುಡಿಸಲಿಗೆ ಹೋಗಿ ಉಪ್ಪು ಖಾರ

ಎತ್ಕಂಡು ಬಂದ್ಬಿಡು, ಎರಡು ರೌಂಡು ಕೂತ್ಕಂತೀನಿ" ಎಂದು ಚಾಮರ ಅಲೀಲಿಗೆ ಹೇಳಿದ. "ಸುಮ್ಕಿರು ಮಾಮ, ಉಪ್ಪು ಖಾರ ಅಂತ ಕೇಳಿದ್ರೆ, ಚಿಕ್ಕಿ ಯಾಕೆ ಏನುಂತ ಪ್ರಶ್ನೆ ಮಾಡ್ತಾಳೆ" ಎಂದ. "ಏನ್ಲಾ ಅಲೀಲಿ, ಮೊನ್ನೆ ನಿನ್ನ ಮದಿವಿ ಆತಂತಲೋ, ನಮ್ಮ ಬಜ್ಜಿ ಗೋಪಾಲನ ಮಗಳ ಜತೆ" ಎಂದು ಕೂತಿದ್ದವರೆಲ್ಲಾ ಕೇಳಿದರು. "ಫಸ್ಟ್ ನೈಟ್ ಆತೋ, ಇಲ್ವೋ" ಎಂದು ರೇಗಿಸಿದರು. "ನೀನೊಳ್ಳೆ ಈ ನನ್ಮಗ ಬಿಟ್ಬಿರ್ತಾನ, ರುಬ್ಬಿರ್ತಾನೆ" ಎಂದು ಇನ್ನಿಬ್ಬರು ಛೇಡಿಸಿದರು. ಅಲೀಲಿಯ ತಲೆ ವಿಪರೀತ ಚಿಕ್ಕದಿದ್ದರಿಂದಲೇನೋ ಯಾವಾಗಲೂ ಹೀಗೆ ಗುಂಪಿನಲ್ಲಿ ಮೊದಲ ಮಿಕ ಆಗಿಬಿಡುತ್ತಿದ್ದ. ಕಳೆದ ನಾಲ್ಕೈದು ವರ್ಷಗಳಿಂದ ಅಲೀಲಿ ಹೀಗೆ ಚಾಮರನ ಬೆನ್ನಿಗೆ ಅಂಟಿಕೊಂಡಿರುವುದು ನಯಾ ಇಸ್ಪೀಟಿನ ಕಟ್ಟು ಎಳೆದವರೊಬ್ಬರಿಗೂ ಸವಿಯಾಗಲಿಲ್ಲ. ಚಾಮರನಿಗೆ ಗುಂಗು ಹತ್ತಿದರೆ ತಾನು ಸೋತರೂ "ಬಾಹರ್ ಬಿದ್ದ ಎಲೆ ನನ್ನದೆ" ಎಂದು ಕೈಗೆ ಸಿಕ್ಕ ಸಿಕ್ಕ ಬಾಟಲು ಚಪ್ಪಲಿ ತಗೊಂಡು ಹೊಡೆದಾಡುತ್ತಿದ್ದವನು ಈಗ ಶಾಂತವಾಗಿದ್ದ. "ಇದ್ಯಾವುದೋ ಅನಾನಸ್ ಟೈಪ್, ಹೊಸ ಕಟಿಂಗ್ ಮಾಡಿಸ್ಕಂಡು ಬಂದೀದಿಯ ಚಾಮರ" ಎಂದು ತಾಳಿ ಸುರೇಶ ಕೇಳಿದ. ಎಲ್ಲರೂ ನಕ್ಕರು. "ಆತು ಬಿಡ್ರಪ್ಪ, ಎಷ್ಟು ಕಾಲೆಳೀತೀರಿ, ನುಣ್ಣಗೆ ತಲೆ ಬೋಳಿಸ್ಕೋತಿನಿ ಆತಾ" ಎಂದ. "ಶುರು ಮಾಡನೇನಪ್ಪಾ" ಎಂದು ಪಂಚೆ ಬಿಚ್ಚಿ ಪಟಾಪಟ್ಟಿ ಚಡ್ಡಿ ಸಮೇತ ಕುಕ್ಕರಗಾಲಿನಲ್ಲಿ ಕೂತು ಸಿಗರೇಟು ಸೇದುತ್ತಿದ್ದ 'ತಾಳಿ ಸುರೇಶ' ಎಂಬುವವನು ಎರಡು ತಿಂಗಳ ಹಿಂದೆ ಚಾಮರನಿಂದ ಬಾಳೆದಿಂಡಿನಲ್ಲಿ ಏಟು ತಿಂದಿದ್ದ.

■

ಎರಡು ತಿಂಗಳ ಹಿಂದೆ ..

ಗುಂಡು ಸೂಜಿಯಲ್ಲಿ ಮೊದಲೇ ಮಾರ್ಕು ಮಾಡಿಟ್ಟ ನಯಾ ಇಸ್ಪೀಟಿನ ಕಟ್ಟು ಪಂದ್ಯಕ್ಕಿರಿಸಿ ಬರೊಬ್ಬರಿ ದುಡ್ಡು ಬಾಚಿದ್ದು ಹೇಗೋ ಅಲೀಲಿಗೆ ಗೊತ್ತಾಯಿತು. ಆ ವಿಷಯ ಚಾಮರನಿಗೂ ಹೇಳಿಬಿಟ್ಟ. ಮರುದಿನ ಆಟಕ್ಕೆ ಕೂತಾಗ ಏನೂ ಗೊತ್ತಾಗದೇ ಮಳ್ಳನಂತಿದ್ದ ತಾಳಿ ಸುರೇಶನಿಗೆ "ನೋಡಿಲ್ಲಿ, ಗಾಂಧಿ ತಾತ ಬಲಗಡೆ ತಿರುಗಿ ನಗ್ತಿರೋ ಪಿಂಕು ಪಿಂಕು ಎರಡು ಸಾವ್ರ ಬಂಧಾ ನೋಟು, ಅಂದರ್‌ಗೆ, ಎಲೆ ಹಾಕ್ಸು" ಎಂದ ಚಾಮರ. ಉತ್ಸಾಹದಿಂದಲೇ ಎಲೆ ಹಾಕಿದ್ದು ಸುರೇಶ ಕರೆದುಕೊಂಡು ಬಂದಿದ್ದ ಬಿಳಿಗೂದಲಿನ ವ್ಯಕ್ತಿ. ಗುಂಪು ಕಟ್ಟಿದವರಲ್ಲಿ ಸುಮಾರು ಆರೇಳು ಮಂದಿ ಹುಕುಂ ಕೊಟ್ಟರು.

ಮೊದಲ ವರಸೆಗೆ ಗೆದ್ದು ಬೀಗಿದ್ದ ತಾಳಿ ಸುರೇಶ ಪ್ಲಾಸ್ಟಿಕ್ ಗ್ಲಾಸಿನಲ್ಲಿ ಅಲುಗುತ್ತಿದ್ದ ವಿಸ್ಕಿ ಕುಡಿದು ಗಂಟಲು ಸರಿಮಾಡಿಕೊಂಡ. ಎರಡನೇ ತರಗತಿ ಓದುತ್ತಿದ್ದ ಮಗಳ ಕಾಲ್ಗೆಜ್ಜೆಯನ್ನು ಶುಗರ್ ಡ್ಯಾಡಿಗೆ ಮಾರಿ ಕೂತಿದ್ದ ಮೂರ್ತಿ "ನಿಮ್ಮಮನ್ ನಿನ್ ಮುಖ ನೋಡಿದ್ರೆ ಎಲ್ಲಾ ಉಚ್ಚೆ ಕಣೋ" ಎಂದರೆ ಇನ್ನೂ ಕೆಲವರು ಅಲೀಲಿಗೆ

"ಬೆರಕೆ ನನ್ಮಗ್ನೆ" ಎಂದು ಅಸಹ್ಯವಾಗಿ ಬೈದರು. ಉಮೇದು ಬಂದವನಂತೆ ಅಲೀಲಿಗೆ ಇನ್ನೂ ಕೊಳಕಾಗಿ ಬೈಯಲು ಶುರು ಹಚ್ಚಿಕೊಂಡ ಮೂರ್ತಿಗೆ "ಲೇ ಮೂತ್ರಿ, ನಿಮ್ಮಮ್ಮಂದು ಪ್ಲಾಸ್ಟಿಕ್ಕಾ, ಯಾಕಂಗೆ ಅವನ ತಾಯಿಗೆ ಬೈತಿಯೋ" ಎಂದು ಸೋಲುತ್ತಿದ್ದರೂ ಸ್ಥಿತಪ್ರಜ್ಞನಾಗಿದ್ದ ಜಬ್ಬರ್ ಹೇಳಿದ. ಹೀಗೆ ಸೋತಾಗ ಕೊಳಕಾಗಿ ಬೈಸಿಕೊಳ್ಳುವುದು ರೂಢಿಯಾಗಿದ್ದರಿಂದ ಸ್ವತಃ ನಕಲಿಯಾಗುತ್ತಾ ಅಲೀಲಿ ನಕ್ಕ. ಮೂರ್ತಿಯನ್ನು ಮೂರ್ತಿ ಎಂದು ಕರೆಯಲು ಬಾರದೆ ಮೂತ್ರಿ ಎಂದು ಕರೆಯುತ್ತಿದ್ದ ಚಾಮರನನ್ನು ರೇಗಿಸಲು ಮೂತ್ರಿ ಎಂದು ಕರೆದಿದ್ದ ಜಬ್ಬರ್ ಕಿಸಕ್ಕನೆ ನಕ್ಕ. ಮತ್ತೆ "ಡಿಸೈನ್ ಡಿಸೈನ್ ಕಟಿಂಗ್ ಮಾಡಿಸ್ಕೊಂಡು ಬರ್ತೀಯ ಮಗಾ ನೀನು, ಏನ್ ಕಟಿಂಗ್ ಅಂಥಾರೋ ಇದುಕ್ಕೆ ಎಂದು ಕೇಳಿದ. ಚಾಮರ ಮುನಿಸಿಕೊಂಡೇ "ರೆಡ್ ರೋಸ್ ಕಟಿಂಗ್" ಎಂದ. ಎಲ್ಲರೂ ಗೊಳ್ಳೆಂದು ನಕ್ಕರು. "ನಾನು ನಿನ್ನ ಥರಾ ರೋಸ್ ಕಟಿಂಗ್ ಮಾಡಿಸ್ಕೋಬೇಕು, ಏನಂತಿಯಾ ಮೂತ್ರಿ" ಎಂದು ನಕ್ಕ. ಮೂರ್ತಿ ಮುಖ ಸಣ್ಣಗೆ ಮಾಡಿಕೊಂಡು ಕೂತಿದ್ದ ಮಾತಾಡಲಿಲ್ಲ. ಚಾಮರ ಅಲೀಲಿಯನ್ನು ಬಳಿ ಕರೆದು ಏನೋ ಕಿವಿಯಲ್ಲಿ ಪಿಸುಗುಟ್ಟಿ ಕಳಿಸಿದ. "ಫುಲ್ ಬಾಟಲ್ ಐತೆ ಕಣೋ, ಬೆರಕೆ ನನ್ಮಗ್ನ ಎಲ್ಲಿ ಕಳಿಸ್ತಿದಿಯ, ತಗೋ ಇದರಲ್ಲಿ ಸ್ವಲ್ಪ ಹಾಕ್ಕೋ" ಎಂದು ಪುಟಾಣಿ ಮಗುವಿನಂತಿದ್ದ ಗಾಜಿನ ಬಾಟಲನ್ನು ತೋರಿಸುತ್ತಾ ಹುಬ್ಬು ಹಾರಿಸಿದ ಸುರೇಶ. ಚಾಮರನ ಹೊರತಾಗಿ ಪುಟಾಣಿ ಮಗುವನ್ನು ಎಲ್ಲರೂ ತಮ್ಮ ಗ್ಲಾಸಿಗೆ ಬಗ್ಗಿಸಿಕೊಂಡು ಮತ್ತೊಬ್ಬರ ಕೈಗೆ ಕೊಟ್ಟರು. "ಇನ್ಮೇಗೆ ಐತೆ ಇರು ಪತಿವ್ರತೆಯ ಪೌರುಷ ಏನಂತ ತೋರುಸ್ತಿನಿ" ಎಂದು ಚಾಮರ ತಡೆದುಕೊಂಡಿದ್ದ ಸಿಟ್ಟನ್ನು ನಾಲಿಗೆಯನ್ನು ಕಚ್ಚಿಕೊಂಡು ತೋರಿಸಿದ.

ಚಾಮರನ ಕೈಯಿಂದ ಸುಮಾರು ಎಂಟು ಸಾವಿರ ನಾಲ್ಕೈದು ರೌಂಡಿಗೆ ಉಜ್ಜಿ ಹೋಯಿತು. ಬಿಳಿ ತಲೆಯ ವ್ಯಕ್ತಿಯನ್ನು "ಶುಗರ್ರು, ಶುಗರು, ಶುಗರ್ ಡ್ಯಾಡಿ" ಎಂದು ಕರೆಯುತ್ತ ಅವನ ತಲೆ ಸವರುತ್ತಿದ್ದ ಸುರೇಶ ಬಾಚಿಕೊಂಡ ದುಡ್ಡನ್ನೆಲ್ಲಾ ಕಾಲ ಕೆಳಗೆ ತೂರಿಸುತ್ತಿದ್ದ. ಅಲೀಲಿ ಸುತ್ತಲು ತೆಂಗಿನ ಮರಗಳನ್ನು ಮೀರಿಸಿ ಬರುತ್ತಿದ್ದ. ಅವನ ಕೈಯಲ್ಲಿ ಇನ್ನೊಂದು ಬೇರೆ ಹೆಸರಿನ ಪುಟ್ಟ ಗಾಜಿನ ಮಗುವಿತ್ತು. ಇನ್ನೊಂದು ಕೈಯಲ್ಲಿ ಅವನ ಕಾಲಿನಷ್ಟೇ ಉದ್ದವಿದ್ದ ಬಾಳೆದಿಂಡು ತೂಗುತ್ತಿತ್ತು.

ಜೇಬಿನಲ್ಲಿದ್ದ ದುಡ್ಡನ್ನೆಲ್ಲಾ ಕಳೆದುಕೊಂಡ ಮಂದಿ ಒಬ್ಬೊಬ್ಬರೆ ಕಾಲು ಕೀಳುತ್ತಿದ್ದರು. ಚಾಮರ ಗಾಜಿನ ಮಗುವನ್ನು ಗಟಗಟನೆ ಗಂಟಲಿಗೆ ಏರಿಸಿದ್ದನ್ನು ನೋಡಿದ ಶುಗರ್ ಡ್ಯಾಡಿ "ಸುಕ್ಕ ಕುಡಿತಿದಿಯಲ್ಲಪ್ಪ, ಯಾಕಪ್ಪ ಅಷ್ಟು ಅರ್ಜೆಂಟ್! ನಮಗಿಲ್ಲದ್ದು..." ಎಂದು ಗಹಗಹಿಸಿ ನಕ್ಕ. ತಾಳಿ ಸುರೇಶನು ಆ ಮೂರ್ಛೆ ಹೋದಂತಿದ್ದ ನಗುವಿನಲ್ಲಿ ಭಾಗಿಯಾದ. ಒಡಲು ಬಸಿದು ಕುಡಿದ ಬಾಟಲಿ ಬಲಗೈಯಿಂದ ದೂರಕ್ಕೆ ಎಸೆದ ಚಾಮರ 'ಉಘೋ ಉಘೋ' ಎಂದು ಕಿರುಚಿದ. ಗಾಳಿಯಲ್ಲಿ ಹಾಯಾಗಿ ತೇಲಿದ್ದ ಗಾಜಿನ ಮಗು ಒಮ್ಮೆಲೆ ಫಳಾರನೆ ಸದ್ದು ಚಿಮ್ಮಿಸಿ ಅಸುನೀಗಿತು.

ಏನಾಗುತ್ತಿದೆ? ಎಂದು ಅರ್ಥ ಆಗುವಷ್ಟರಲ್ಲಿ ಡ್ಯಾಡಿಗೆ ಝಾಡಿಸಿ ಒದ್ದ ಚಾಮರ 'ಉಧೋ ಉಧೋ' ಎಂದು ಸುರೇಶನ ಅಂಗಿ ಕಿತ್ತು ಹಾಕಿದ. ಜಟಾಪಟಿಯಲ್ಲಿ ಚಾಮರನ ಕಾಲಿಗೆ ಶುಗರ್‌ಡ್ಯಾಡಿ ಜೋರಾಗಿ ಕಚ್ಚಿದ. ಚಾಮರ ನೋವು ತಾಳಲಾರದೆ ಅವನ ಮೂತಿಗೂ ಗುದ್ದಿದ. ಗುಂಪಾಗಿದ್ದವರೆಲ್ಲಾ ಹಣಾಹಣಿಯನ್ನು ಶಾಂತ ಮಾಡಿಸಲು ಪ್ರಯತ್ನಿಸದೆ ನಿಂತು ನೋಡುತ್ತಿದ್ದರು. ಅಲೀಲಿಗೆ ಯಾರೊಬ್ಬರನ್ನು ಹೆದರಿಸಲು ಸಹ ಧೈರ್ಯವಿರದೆ "ಹ್ಮ್, ಹೊಡಿ, ನಾಲಿಗೆ ಸೀಳು, ಬೆರಳು ಮುರಿ ಉಚ್ಚೆ ಮಗಂದು" ಎಂದೆಲ್ಲಾ ಅರಚುತ್ತಿದ್ದ. ಪಂಚೆ ಮೇಲಿದ್ದ ಹೆಂಡ ತುಂಬಿಟ್ಟ ಗ್ಲಾಸುಗಳು, ಬೀಡಿ ಸಿಗರೇಟು ಪೊಟ್ಟಣಗಳು, ಬಾಯಿ ಹರಿದ ಗುಟ್ಕಾ ಸ್ಯಾಶೆ, ಅಡಿಕೆ ಸುಣ್ಣದ ಸಂಚಿ, ಇಸ್ಪೀಟಿನ ಎಲೆಗಳು ಬೆಚ್ಚಿ ಚೆಲ್ಲಾಪಿಲ್ಲಿಯಾಗಿದ್ದವು. ಮುದುಡಿದ ಹಲವು ನೋಟುಗಳಂತೂ ಗಾಳಿಗೆ ಸಿಕ್ಕು ಹಾರಲು ಬಯಸುತ್ತಿದ್ದವು.

ಗದ್ದಲ ಮಿತಿ ಮೀರಿದಾಗ ಅಲೀಲಿ ರಸ್ತೆಯಲ್ಲಿ ಬಿದ್ದಿದ್ದನ್ನು ಇರಲೆಂದು ತಂದಿದ್ದ ಬಾಳೆದಿಂಡನ್ನು ಆವೇಶ ಬಂದವನಂತೆ "ತಗೋ, ತಗೋ" ಎಂದು ಚಾಮರನ ಕೈಗೆ ಬಲವಂತವಾಗಿ ಕೊಟ್ಟ. ಅದಾಗಲೇ 'ಉಧೋ ಉಧೋ' ಎಂದು ಕಿವಿ, ಕೆನ್ನೆ ನೋಡದೆ ಮುಷ್ಟಿ ಮಾಡಿ ಗುದ್ದುತ್ತಿದ್ದ ಚಾಮರನಿಗೆ ಮಿಂಚು ಸಿಕ್ಕಂತಾಯಿತು. ಸರಿಯಾಗಿ ಕತ್ತಿನ ಭಾಗಕ್ಕೆ ಬಲವಾಗಿ ದಿಂಡಿನಲ್ಲಿ ಬಿಗಿದ ಚಾಮರ "ಇದು ನಾನಲ್ಲ" ಎಂಬಂತೆ ಡ್ಯಾಡಿಯ ಕಡೆ ನೋಡಿದ. ಸೆಕೆಯೆಂದು ಶರ್ಟು ಕಳಚಿ ಆಟ ಆಡಿಸುತ್ತಿದ್ದ ಅಂಕಲ್ ತೊಟ್ಟಿದ್ದ ಕಪ್ಪು ಪ್ಯಾಂಟಿನಲ್ಲಿ ದಿಕ್ಕೆಟ್ಟು ಓಡಿದ.

■

"ಜೂಜು ಎಂಬೋದು ಏನಿದೆ ಹರಾಮಿದು ಕಾಣಿ, ಪಾಂಡವ್ರ ಮೇಲೆ ಆಣೆ ಮಾಡಿ ಹೇಳ್ತೀನಿ, ನನ್ನ ತಲೆ ಬೆಳ್ಳಗೆ ಆಗುವಷ್ಟು ದುಡ್ಡು ಕಳ್ಕಂಡಿದೀನಿ, ಆದ್ರೆ ಮೋಸ ಮಾಡಿಲ್ಲ, ನನ್ನ ಮೇಲೆ ನಂಬಿಕೆ ಇಲ್ಲ ಅಂದ್ರೆ ನೀವೆ ಪ್ಯಾಕೆಟ್ಟು ಎಳಿಬೋದು" ಎಂದು ದೀಪ ಹಚ್ಚುವಂತೆ ಹೇಳಿದ್ದ ಶುಗರ್‌ಡ್ಯಾಡಿ ಗುಂಪಲ್ಲಿ ಯಾವುದೇ ಪ್ರತಿಕಿಯೆ ಬರದ ಕಾರಣ ಶರ್ಟು ಕಳಚುತ್ತಾ "ಮನುಷ್ಯಂಗೆ ನಿಯತ್ತು ತುಂಬ ಮುಖ್ಯ, ನೋಡಿ ನಮ್ಮ ತಾಳಿನ ಎಷ್ಟು ನಂಬಿಕೆಯಿಟ್ಟು ನನ್ನ ಕೈಲಿ ಆಡಿಸ್ತಿದಾನೆ" ಎಂದು ಹೇಳುತ್ತಲೆ ಸುರೇಶನ ಕಡೆ ನೋಡಿ ನಕ್ಕ. ಸುರೇಶ ನಾಚಿಕೊಂಡು "ನೋಡ್ರಪ್ಪ, ನಿಯತ್ತು ಬಾಯಲ್ಲಿನ ಹಲ್ಲಿನಂತೆ ತುಂಬ ಮುಖ್ಯ" ಎಂದು ಪ್ರಕಟಿಸಿದ. ಗುಂಪಾಗಿದ್ದವರಲ್ಲಿ ಚಾಮರನ ಹೊರತಾಗಿ ಎಲ್ಲರೂ ಬ್ಯಾಗಿನಲ್ಲಿ ಇಸ್ತ್ರಿ ಮಾಡಿದಂತಿದ್ದ ಹಣದ ಕಂತೆಗಳನ್ನೆ ಹೊತ್ತು ತಂದಿದ್ದವರು. ಇನ್ನೂ ಕೆಲವರು ಚಿನ್ನದ ಸರ, ಆಸ್ತಿ ಪತ್ರ ಇರಲಿ ಆಗಿದ್ದಾಗಲಿ ಕಾರು ಬೈಕು ಅಡವಿಟ್ಟು ಸೋತ್ರು ಚಿಂತೆಯಿಲ್ಲ ಎಂಬೆಲ್ಲಾ ಮುಖದವರು.

ತಾಳಿ ಸುರೇಶನನ್ನು ಪೇಲವವಾದ ಮರಕ್ಕೆ ಕಟ್ಟಿ ಹಾಕಿ ಚಾಮರ ಥಳಿಸುತ್ತಿದ್ದ. ತನ್ನ ಚಿಕ್ಕ ತಲೆ ವಜ್ರಾಯುಧದಂತೆ ಬಳಸಿಕೊಂಡು ಅಲೀಲಿ ಟಗರಿನಂತೆ ಸುರೇಶನ

ಹೊಟ್ಟೆಗೆ ಓಡೋಡಿ ಬಂದು ಗುದ್ದುತ್ತಿದ್ದರೆ ಮರದ ಬೇರಿಗೆ ಗಿರಕಿ ಹೊಡೆದಂತಾಗುತ್ತಿತ್ತು. ಅಷ್ಟೊತ್ತಿಗಾಗಲೇ ಚೆಂಡು ಹೂವಿನಂತೆ ಕೊಬ್ಬಿದ ಆಕಾಶ ತನ್ನ ಮಧ್ಯಾಹ್ನ ಕಳೆದು ಕೊಳ್ಳುತ್ತಿತ್ತು. ಕೊನೆಗೂ ಸುರೇಶ ತಪ್ಪೊಪ್ಪಿಕೊಂಡರೂ ಚಾಮರನ ಕಿವಿ ದೂರಕ್ಕೆ ಎಸೆಯಲ್ಪಟ್ಟಿದ್ದರಿಂದ ಅವನ ಕಣ್ಣಿನಂಚಲ್ಲಿ ಕಂದು ಬಣ್ಣದ ಶೀತಲ ರಕ್ತ ಹೆಪ್ಪುಗಟ್ಟಿತ್ತು.

"ಮಾತು ಮಾತಿಗೆ ನನ್ನ ಹೆಂಡ್ತಿ ತಾಳಿ ಅಡ ಇಕ್ಕಿ ಪಂದ್ಯಕ್ಕೆ ಕೂಕ್ಕಂಡಿದೀನಿ, ನನ್ನ ಹೆಂಡ್ತಿ ತಾಳಿ ಅಡ ಇಕ್ಕಿ ಪಂದ್ಯಕ್ಕೆ ಕೂಕ್ಕಂಡಿದೀನಿ ಅಂತ ಹೇಳ್ತಿಯ, ಮಾದರ್ ಛೋದ್, ನಮ್ಗೆ ಹಲ್ವ ತಿನ್ನಿಸ್ತಿಯ, ಇನ್ನೊಮ್ಮೆ ಗುಂಡು ಪಿನ್ನಾಗೆ ಚುಚ್ಚಕ್ಕೆ ಬೆರಳ್ನೆ ಇಲ್ಲ ಅನ್ನಿಸಿಬಿಡ್ತಿನಿ" ಎಂದೆಲ್ಲಾ ಅಲೀಲಿ ರೋಪು ಹಾಕುತ್ತಿದ್ದರೆ, "ಎಷ್ಟು ಮನೆ ಹಾಳು ಮಾಡಿದೀಯಲೇ ಬೋಸುಡಿಕೆ, ನಾನಿಲ್ಲಿ ನಮ್ಮಮ್ಮನ ವಾಲೆ ಇಕ್ಕಿ ಆಟಕ್ಕೆ ಕೂಕಂಡ್ರೆ, ಒಂದು ಬಾಹರ್‌ಗೆ ದುಡ್ಡೆಲ್ಲಾ ಡಿಕ್ಕರ್ ಮಾಡ್ತೀಯ" ಎಂದು ಚಾಮರ ಬಾಳೆದಿಂಡಿನಲ್ಲಿ ಸುರೇಶನ ನೆತ್ತಿಗೆ ನೇರವಾಗಿ ಹೊಡೆದ. ಹಂಡೆ ಒಲೆಗೆ ಲಕ್ಷ್ಮಿ ಪಟಾಕಿ ಇಟ್ಟು ಉಡಾಯಿಸಿದಂತೆ ಸುರೇಶನ ತಲೆ ಧಿಮ್ಮೆಂದಿತು. ನಂತರ ಮರು ಪ್ರತಿಕ್ರಿಯೆಯಿಲ್ಲದೆ ಅವನ ಕಣ್ಣು ನಿಧಾನವಾಗಿ ಮುಚ್ಚಿಕೊಂಡಿತು. ಮತ್ತೊಮ್ಮೆ ಜೋರಾಗಿ ಚಾಮರ 'ಉಧೋ ಉಧೋ' ಎಂದ. ಸನ್ನಿವೇಶ ಭೀಕರ ಎನ್ನಿಸಲು ಶುರುವಾಗಿ ಅಲೀಲಿಯನ್ನು ಕರೆದುಕೊಂಡು ಓಡಿದ. ಹೆಚ್ಚು ಕಡಿಮೆ ಇದೊಂದು ಮಸ್ಕಿರಿಯಂತೆ ನೋಡುತ್ತಿದ್ದ ಬೇರೆ ಊರಿನ ಮಂದಿ ಸುರೇಶನನ್ನು "ಅನಾನಸ್ ನನ್ಮಗ್ನೆ" ಎಂದು ಬೈದು, ಒಂದೆರಡು ಸಲ ಝಾಡಿಸಿ ಒದ್ದು ಸುತ್ತಮುತ್ತ ಹರಡಿದ್ದ ದುಡ್ಡು ಒಡವೆ ಬಾಚಿಕೊಂಡು ಹೊರಟರು.

ಶುಗರ್‌ಡ್ಯಾಡಿ ಬಲವಾಗಿ ಕಚ್ಚಿದ್ದರಿಂದ ಚಾಮರನ ಬಲಗಾಲಿನಲ್ಲಿ ಹಲ್ಲಿನಿಂದಾದ ಅಂಡಾಕಾರದ ಠಸ್ಸೆ ಮೂಡಿತ್ತು. ಅಲೀಲಿಯನ್ನು ಸಂತೆ ಮೈದಾನದಲ್ಲಿ ಬಿಡುತ್ತಾ "ಇನ್ನೆರಡು ದಿನ ತಾಳಿ ಕೈಯಲ್ಲಿ ಸಿಗ್ಬೇಡ, ನಂಗಿಂತ ನಿನ್ ಮ್ಯಾಗೆ ವೈರ ಜ್ಯಾಸ್ತಿ, ಗೊತ್ತಾಯ್ತೇನಲೇ" ಎಂದ. ಅಲೀಲಿ 'ನನಗಿಂದು ನ್ಯಾಯ ಸಿಕ್ಕಿದೆ' ಎಂಬ ಹುರುಪಿನಲ್ಲಿದ್ದ ಕಾರಣ ಮರು ಮಾತಾಡದೆ ಹೊರಟ.

■

ಶುಗರ್‌ಡ್ಯಾಡಿ ಎಂಬುವವನು ಇಸ್ಪೀಟಿನ ಅಡ್ಡೆಗೆ ಥಟ್ಟಂತೆ ಕಾಣಿಸಿಕೊಳ್ಳುವ ಆಪದ್ಬಾಂಧವನಂತೆ ಬಂದು ಹೆಚ್ಚಿನ ಬಡ್ಡಿಗೆ ಮಾಂತ್ರಿಕವಾಗಿ ಸಾಲ ಕೊಡುವವನು. ಸೋಲುವವನ ಪಕ್ಕ ಕೂತು ದುಡ್ಡು ಚಕಾಚಕ್ ಎಣಿಸಿ ಅವನ ನೊಂದ ಜೇಬಿಗೆ ಆಸರೆಯಾಗಿ ನಿಲ್ಲುತ್ತಿದ್ದ. ಬುಷ್ ಶರ್ಟಿನ ಜೊತೆ ಅದಕ್ಕೆ ಹೊಂದದ ಪ್ಯಾಂಟು ಹಾಕಿಕೊಂಡು ಬೈಕು ಏರಿ ಬರುತ್ತಿದ್ದ ಶುಗರ್‌ಡ್ಯಾಡಿಗೆ ಅರ್ಧ ತಲೆ ಕೂದಲು ಕಪ್ಪಾಗಿತ್ತು. ಇನ್ನರ್ಧ ತಲೆ ಬೆಳ್ಳಗಿತ್ತು. ಮೊದಲೆಲ್ಲಾ ತನ್ನ ಪೂರ್ತಿ ತಲೆಗೆ ಕಪ್ಪು ಡೈ ಹೊಡಿಸಿಕೊಳ್ಳುತ್ತಿದ್ದವನು ಹೇಗೂ ವಯಸ್ಸಾಯಿತು ಎಂದು ಪೂರಾ ಬಿಳಿ ಬಣ್ಣದ

ಡ್ರೈ ಹೊಡಿಸಿಕೊಂಡು ಬರುತ್ತಿದ್ದ. ಖಾಯಂ ಒಂದು ಸಲೂನಿನ ಶಾಪಿಗೆ ಹದಿನೈದು ದಿನಕ್ಕೊಮ್ಮೆ ಹಾಜರ್ ಆಗುತ್ತಿದ್ದ ಶುಗರ್‌ಡ್ಯಾಡಿಯನ್ನು ನೋಡುತ್ತಿದ್ದ ಸಲೂನಿನವ "ಈತನಿಗೆ ಇಷ್ಟು ವರ್ಷವಾದರೂ ಅದು ಹೇಗೆ ಅರ್ಧ ತಲೆ ಮಾತ್ರ ಕಪ್ಪಾಗಿ ಬಿಡುತ್ತದಲ್ಲ" ಎಂದು ಯೋಚಿಸುತ್ತಿದ್ದ.

ತನ್ನ ಊರಿನ ಯಾವ ಮೂಲೆಯಲ್ಲಿ ಎಷ್ಟು ಇಸ್ಪೀಟಿನ ಅಡ್ಡೆಗಳಿವೆ, ಎಂತೆಂಥ ಜನರು ಬರುತ್ತಾರೆ, ಪಾರ್ಟ್ ಟೈಮಿನವರು, ಫುಲ್ ಟೈಮಿನವರು, ದೀಪಾವಳಿಗೋ, ಯುಗಾದಿಗೋ ಅಡ್ಡೆಗೆ ಬರುವವರಾರು ಎಂದು ತನ್ನ ಅನುಭವದ ಕಣ್ಣಿನಲ್ಲೆ ಅಳೆದು ಬಿಡುತ್ತಿದ್ದ ಶುಗರ್‌ಡ್ಯಾಡಿಗೆ ತನ್ನದೆಯಾದ ಮೂರು ಖಾಲಿ ನಿವೇಶನಗಳಿದ್ದವು. ಗಳಗಂಡ ಖಾಯಿಲೆಯಿಂದ ಬಳಲುತ್ತಿದ್ದ ಹೆಂಡತಿ ಇದ್ದಳು. ವೆಟ್ರಿಫೈಡ್ ಟೈಲ್ಸುಗಳಿಂದ ಕಟ್ಟಿದ್ದ ನಾಲ್ಕು ಮಳಿಗೆಗಳಿದ್ದವು. ಮಗಳಿಗೆ ಇರಲಿ ಎಂದು ಮಾಡಿಕೊಟ್ಟಿದ್ದ ಬ್ಯೂಟಿಪಾರ್ಲರಿನಲ್ಲಿ ಕಾಶ್ಮೀರದ ಹುಡುಗಿಯರು ಕೆಲಸಕ್ಕಿದ್ದರು. ಅಳಿಯನ ಕೈಯಲ್ಲಿನ ಹತ್ತು ಬೆರಳಲ್ಲೂ ಚಿನ್ನದ ಉಂಗುರಗಳು ಸೇರಿದಂತೆ ಅಳಿಯನ ದವಡೆ ಹಲ್ಲನ್ನು ರೂಟ್‌ಕೆನಾಲ್ ಮಾಡಿಸಿ ಚಿನ್ನದ ಪುಡಿ ತುಂಬಿಸಿ ಚಿನ್ನದ ಪ್ಲೇಟನ್ನೆ ಹಾಕಿಸಿದ್ದ. ಇದರ ಜೊತೆಗೆ ಅಡಿಕೆ ಬೆಳೆಗಾರರ ಸಂಘದ ಕಾರ್ಯದರ್ಶಿಯಾಗಿದ್ದ. ಹೊಸ ಶಾಸಕನ ಜೊತೆಗೆ ಹಲ್ಲು ಕಿರಿಯುತ್ತಿದ್ದ. ತನ್ನ ಬೆನ್ನಿಗೆ ಕೈ ಹಾಕಿಸಿಕೊಂಡು 'ದೊಡ್ಡವರಿಗೆಲ್ಲಾ ನಾನು ಆತ್ಮೀಯ' ಎಂದು ತೋರಿಸಿಕೊಳ್ಳುವಂತೆ ತೆಗೆಸಿದ ಫೋಟೋವನ್ನು ತನ್ನ ಐಶಾರಾಮಿ ಮನೆಯ ಮುಂದೆ ಫ್ಲೆಕ್ಸು ಹಾಕಿಸಿಕೊಂಡಿದ್ದ.

ಯಾರು ಎಲ್ಲೇ ಇಸ್ಪೀಟಿನ ಕಟ್ಟು ಎಳೆದರೂ ಅದನ್ನು ಮೂಸಿಕೊಂಡು ಜಾಡು ಹುಡುಕಿಕೊಂಡು ಬರುತ್ತಿದ್ದ ಶುಗರ್‌ಡ್ಯಾಡಿಗೆ ತನ್ನ ಮೂವತ್ತನೇ ವಯಸ್ಸಿಗೆ ಶುಗರ್ ಬಂದು ಬರೀ ಚಪಾತಿ ತಿನ್ನುವ ಸದವಕಾಶ ದೊರೆತಿತ್ತು. ಹೆಬ್ಬೆಟ್ಟು ಒತ್ತಿಸಿಕೊಂಡು ಮನೆ ಪತ್ರ, ಜಮೀನಿನ ದಾನ ಪತ್ರ, ಬೈಕು, ಕಾರು, ಆಟೋ, ವಾಚು, ಚಿನ್ನದ ಉಂಗುರಗಳೇನು ಉಟ್ಟ ಶರ್ಟು, ಪ್ಯಾಂಟು ಸಹ ಅಡ ಇಡುವವರೆಗೂ ಆಡುವ ಛಲದಂಕ ಮಲ್ಲರಿದ್ದರು. ಸದಾ ಇಂಕಿನ ಪ್ಯಾಡು ಜೇಬಲ್ಲಿಟ್ಟುಕೊಂಡು ಬರುತ್ತಿದ್ದ ಮೊದಲು ಬೆರಳಚ್ಚು ಹಾಕಿಸಿಕೊಂಡೆಯೇ ದುಡ್ಡು ಕೊಡುತ್ತಿದ್ದ. ಚಾಮರನ ಅಪ್ಪನು ಸಹ ಇದಕ್ಕೆ ಹೊರತಾಗಿರಲಿಲ್ಲ.

■

ಸಂತೆ ಮೈದಾನದಲ್ಲಿ ತೆಂಗಿನ ಗರಿಯಿಂದ ಹೊದೆಸಿದ ಜೋಪಡಿಯ ಹೊರತಾಗಿ ನೀಲಿ, ಹಳದಿ ಟಾರ್ಪಲಿನಿಂದ ಕಟ್ಟಿದ ಅನೇಕ ಗುಡಾರಗಳಿದ್ದವು. ಒಂದೊಂದು ಗುಡಾರದಲ್ಲೂ ಚಿಮಣಿ ದೀಪ, ಸಿಲ್ವರಿನ ನಾಲ್ಕೈದು ಪಾತ್ರೆ, ಕೆಂಚಾದ ಕೂದಲಿನ ಮಕ್ಕಳು, ಮೀನ ಖಂಡ ಹೊಳೆಯುವ ಮೂವತ್ತೈದು ವಯೋಮಾನದ ಹೆಂಗಸು, ಶೋಕಿ ಮಾಡುವ ಹುಡುಗ ಇಲ್ಲವೇ ಹುಡುಗಿ

ಸಾಮಾನ್ಯವಾಗಿತ್ತು. ಮುಂಜಾನೆಯೇ ಎದ್ದು ಪಕ್ಕದೂರಿಗೆ ಹೋಗಿ ಬುಟ್ಟಿಗೆ, ಮೊರಕ್ಕೆ ಅಂಟು ಹಾಕುವವರು, ನಾಟಿ ಔಷಧಿ, ಹೆಂಗಸರ ಕೂದಲಿಗೆ ಬಾಚಣಿಕೆ, ಪಿನ್ನು, ಪಾತ್ರೆ ಸಾಮಾನು ಬದಲಾಯಿಸಿಕೊಳ್ಳುವವರು, ತಿಗಣೆ ಪುಡಿ, ಫಂಖ, ಕುಕ್ಕರ್, ಕೊಡೆ ರಿಪೇರಿ ಮಾಡುವವರೇ ಹೆಚ್ಚಿದ್ದರು. ಮಿಕ್ಸಿ ರಿಪೇರಿ ಮಾಡುವವನು ಒಬ್ಬನೇ ಇದ್ದ ಅವನೇ ಅಲೀಲಿ. ಪರಿಮಳ ಟಾಕೀಸಿನ ಪಕ್ಕ ದೊಡ್ಡದೊಂದು ಛತ್ರಿ ಕೆಳಗೆ ತನ್ನೆಲ್ಲಾ ಸೊಗಸನ್ನು ಹರಡಿ ಕೂತು ಬಿಡುತ್ತಿದ್ದ ಅಲೀಲಿ. ಭಾನುವಾರದ ದಿನ ಮಾತ್ರ ನಾಲ್ಕೈದು ಹಳ್ಳಿ ತಿರುಗುತ್ತಾ “ಮಿಕ್ಸಿ ರಿಪೇರಿಯ್ಯಾ, ಎಲೆಕ್ಟ್ರಿಕ್ ಮಿಕ್ಸಿ ರಿಪೇರಿಯ್ಯಾ” ಎನ್ನುತ್ತಾ ಹೋಗುತ್ತಿದ್ದರೆ ಮಿನಿ ಬಸ್ಸೊಂದು ಟಯರುಗಳಿಲ್ಲದೆ ಬೀದಿ ಸವೆಸುತ್ತಾ ಹಾರ್ನ್ ಮಾಡಿದಂತಾಗುತ್ತಿತ್ತು.

ಹಕ್ಕಿಗಳ ಹಾವಳಿಯಿಂದ ಬೇಸತ್ತ ರೈತರು ತಮ್ಮ ಹೊಲದಲ್ಲೆಲ್ಲಾ ಗಿರಿಗಿಟ್ಲೆ ಇಡುತ್ತಿದ್ದರು. ಬೀಸುವ ಗಾಳಿಯ ವೇಗದಿಂದ ಗಿರಗಿರನೆ ಟವಟವ ಸದ್ದು ಮಾಡುತ್ತಾ ತಿರುಗುತ್ತಿದ್ದ ಗಿರಿಗಿಟ್ಲೆಗಳು ಹಕ್ಕಿಗಳನ್ನು ಹೆದರಿಸಿ ಓಡಿಸುತ್ತಿದ್ದವು. ಎಣ್ಣೆ ಕ್ಯಾನುಗಳನ್ನು ಬಿಚ್ಚಿ ಸಪಾಟು ಮಾಡಿ ಗಿರಿಗಿಟ್ಲೆ ತಯಾರು ಮಾಡುವವರು, ಡುಪ್ಲಿಕೇಟು ಚಾವಿಗಳನ್ನು ಮಾಡಿಕೊಡುವವರು ಎಲ್ಲಿ ಇರುವರು ಎಂದು ಹೊಸಬರು ಕೇಳಿದರೆ “ಕೆರೆ ಏರಿ ದಾಟಿ, ಒಳದಾರಿ ಬಳಸಿ ಸಂತೆ ಮೈದಾನಕ್ಕೆ ಹೋಗಿ” ಎಂದು ಹೇಳುತ್ತಿದ್ದರು. ಬರೀ ಲುಂಗಿ ಸಿಗಿಸಿಕೊಂಡ ಎಲುಬು ಎದೆಗೂಡು ಕಾಣುವ ಮುದುಕರು, ಕಿವಿಯಲ್ಲಿ ಭಾರೀ ತೂಕದ ಗಿಲೀಟು ಮಾಟಿ, ಓಲೆಗಳನ್ನು ಪೋಣಿಸಿಕೊಂಡ ಒದ್ದೆ ಟಿಶ್ಯು ಪೇಪರಿನಂತ ಮುದುಕಿಯರು ತಲೆ ಮೇಲೆ ಕೈ ಹೊತ್ತುಕೊಂಡು ಕೂತಿರುತ್ತಿದ್ದರು. ಅವರ ಹಣೆ, ಕೈ ಮೇಲಿನ ಹಸಿರು ಹೂಬಳ್ಳಿಯ ಹಚ್ಚೆಗಳು ಸುಕ್ಕಾದ ನೆರಿಗೆಯಲ್ಲಿ ಅವಿತಿದ್ದವು. ಅಪಾರ ಅನುಭವವಿದ್ದ ಮುದುಕಿಯರು ಕೇವಲ ಒಂದು ಹುಲ್ಲಿನ ಎಸಳಿನಲ್ಲಿ ಪೇಟೆ ಮಂದಿಗಳ ಕಣ್ಣಿನಲ್ಲಿ ಅಡಗಿದ್ದ ಕಲ್ಲು ಮಣ್ಣನ್ನು ರೆಪ್ಪೆಯ ಅಂಚಿನಲ್ಲಿ ತೂರಿಸಿ ತೆಗೆಯುತ್ತಿದ್ದರು.

ಕಿವಿಯ ಗುಗ್ಗೆಯನ್ನು ಕೊಕ್ಕೆಯಂತಹ ತಗಡನ್ನು ಬಳಸಿ ನೋವೇ ಆಗದಂತೆ ಎಳೆದು “ಕಿವಿ ಕಿಲಿನ್ ಮಾಡ್ಕಬೇಕು ಅಂದ್ರೆ ನಮ್ತಾವನೇ ಬರಬೇಕು ನೀವು, ಸುಮ್ಕೆ ಹಂಗೆ ಕಡ್ಡಿ ಹಾಕ್ಕಂಡ್ರೆ ಕೆಪ್ಪರಾಗೋಗ್ತಿರಿ ಹುಸಾರು” ಎಂದು ಮೇಣದಂತ ಗುಗ್ಗೆ ತೆಗೆದು ತೋರಿಸುತ್ತಿದ್ದರು. ಚಹಾ ಪಾನಿಗೆ ಹತ್ತಿಪ್ಪತ್ತು ರೂಪಾಯಿಯನ್ನು ಸಹ ಹಲ್ಲುಗಿಂಜುತ್ತಾ ಕೇಳಿ ಪಡೆದುಕೊಳ್ಳುತ್ತಿದ್ದ ಮುದುಕಿಯರು ಕೊಬ್ಬರಿ ತುರಿದು ಖಾಲಿಯಾದ ಸಮವಾಗಿ ಸೀಳಿದ ಅರ್ಧ ಹೋಳಾದ ತೆಂಗಿನ ಚಿಪ್ಪಿನಂತೆ ಕಾಣುತ್ತಿದ್ದರು.

ಒಂದೆರಡು ತೆಂಗಿನ ಮರ, ಟೆಲಿಫೋನ್ ಬೂತುಗಳಂತಿದ್ದ ಬಚ್ಚಲು ಕೋಣೆಗಳು, ಆ ಕೋಣೆಗಳಲ್ಲಿ ಬಿಸಿಲು ಸೋಸಿಕೊಂಡು ಬರುವಂತ ಈಚಲು ಮರದ ಹೊದಿಕೆ. ಚೆಕ್‌ಪೋಸ್ಟಿನಲ್ಲಿ ಇರಬೇಕಾದ ಬ್ಯಾರಿಕೇಡು ಇಲ್ಲಿ ಮಕ್ಕಳ ಉಗಿಬಂಡಿಯಾಗಿ ಕಾರ್ಯ ನಿರ್ವಹಿಸುತ್ತಿತ್ತು. ಆಸ್ಪತ್ರೆಯ ದಾದಿಯರು ಎಸೆದ ನೀಲಿ, ಬಿಳಿ ಏಪ್ರಾನುಗಳನ್ನು ಉಟ್ಟುಕೊಂಡು ಮೈನೆರೆದ ಹುಡುಗಿಯರು ಮೂರು ತಂತಿ

ಬಟ್ಟೆ ಒಗೆಯುತ್ತಿದ್ದರು. ಅವರ ಬದುಕಿನ ಗ್ರಾಫಿನಂತೆ ಕಾಣುತ್ತಿದ್ದ ಅಲ್ಲಲ್ಲಿ ತುಂಡಾದ ಕಬ್ಬಿಣದ ತಂತಿ ಮತ್ತೆ ತಾತ್ಕಾಲಿಕವಾಗಿ ಬೆಸೆದು ಒಂದು ತುದಿ ತೆಂಗಿನ ಮರಕ್ಕೆ ಸುತ್ತಿಕೊಂಡು ಇನ್ನೊಂದು ತುದಿಯನ್ನು ಲೈಟು ಕಂಬಕ್ಕೆ ಭದ್ರವಾಗಿ ಕಟ್ಟಲಾಗಿತ್ತು. ತೆಂಗಿನ ಮರದ ಪಕ್ಕದಲ್ಲಿ ಹದಿನೈದು ವರುಷಗಳ ಹಿಂದೆ ಒಂದು ಘನವಾಗಿ ಬೆಳೆದ ಜಂಬು ನೇರಳೆ ಮರವಿತ್ತು. ಯಾವಾಗ ಅಮೆರಿಕಾ ಎಂಬುವವನು ಅದಕ್ಕೆ ನೇಣು ಹಾಕಿಕೊಂಡು ಸತ್ತನೋ ಅಂದೇ ಆ ಮರವನ್ನು ಕಡಿದು ಹಾಕಲಾಗಿತ್ತು. ನೇರಳೆ ಮರದ ಸವ್ಯಸಾಚಿ ರುಚಿ ಈಗಲೂ ತನ್ನ ಬೇರ್ಪಟ್ಟ ಬೇರಿನೊಂದಿಗೆ ನೆಲದಾಳದಲ್ಲಿ ಸೋರುತ್ತಿರಬಹುದು. ಗಟಾರಿನ ವ್ಯವಸ್ಥೆಯಿಲ್ಲದೆ ಕಂಗಲಾದ ಬಚ್ಚಲು ಕೋಣೆಯಿಂದ ಹರಿಯುತ್ತಿದ್ದ ತ್ವರಿತ ಗತಿಯ ನೀರು ಸೀದಾ ಬಳುಕಾಡಿಕೊಂಡು ಮಂದಿ ನಡೆಯುತ್ತಿದ್ದ ದಾರಿಗೆ ಅಡ್ಡವಾಗಿ ಹರಿದು ಹಂದಿಗಳು ಮಲಗಿದ್ದ ಹೊಂಡದೊಳಗೆ ವಿಲೀನವಾಗುತ್ತಿತ್ತು. ಆಕಾಶ ನೋಡಿಕೊಂಡು ನಡೆಯುತ್ತಿದ್ದ ಮಂದಿ ಅಡ್ಡವಾಗಿ ಹರಿದ ಅಮೃತವಾಹಿನಿಯನ್ನು ಅಸಡ್ಡೆಯಿಂದ 'ಪಿಚಕ್' ಎಂದು ತುಳಿದುಕೊಂಡೇ ನಡೆಯುತ್ತಿದ್ದರು. ಜಲಲ ಜಲಧಾರೆಯಂತೆ ಹರಿದು ಬರುತ್ತಿದ್ದ ಪ್ರತಿ ಬಚ್ಚಲ ನೀರು ಅಕ್ಕಪಕ್ಕ ಪರವಾನಗಿ ಇಲ್ಲದೆ ಸೃಷ್ಟಿಸಿಕೊಂಡಿದ್ದ ಕೆಂಪಿರುವೆ ಗೂಡಿನೊಳಗೆ ಸಿಹಿ ಹೊತ್ತೊಯ್ಯುತ್ತಿದ್ದ ಇರುವೆಗಳ ಪಾಲಿಗೆ ದೊಡ್ಡ ಸುನಾಮಿಯಂತೆ ಕಂಡು ಹೆಲ್ಮೆಟ್ಟು ಹಾಕಿಕೊಂಡ ಇರುವೆಗಳು ಸರಸರ ಓಡುತ್ತಿದ್ದವು.

■

ಜೋಪಡಿಯಲ್ಲಿ ವಾಸವಿದ್ದ ಹೆಂಗಸರು ಬಿದಿರಿನ ಚಾಪೆ ಹೆಣೆದು ಶಹರದಲ್ಲಿ ಮಾರುತ್ತಿದ್ದರು. ಅವರ ಬೆನ್ನಿಗೆ ಸೀರೆಯಲ್ಲಿ ಸುತ್ತಿಕೊಂಡ ಒಂದು ಅಳುವ ಕೂಸು, ಸೊಂಟದಲ್ಲೊಂದು ಹಣದ ಸಂಚಿ ಋತುಮಾನಗಳನ್ನು ಗೆದ್ದು ಬೀಗುತ್ತಿತ್ತು. ಇನ್ನೂ ಕೆಲವು ಹೆಂಗಸರು ಅದೇ ಶಹರದಲ್ಲಿ ಏಳೆಂಟು ವರ್ಷದ ಹುಡುಗಿಯನ್ನು ಜೊತೆಯಲ್ಲಿಟ್ಟುಕೊಂಡು ಸರ್ಕಾರದ ಪ್ರಮಾಣ ಪತ್ರವನ್ನು ತೋರಿಸಿ ಹಣ ಕೇಳುತ್ತಿದ್ದರು.

ಲ್ಯಾಮಿನೇಶನ್ನು ಮಾಡಿಸಿದ್ದ ಪ್ರಮಾಣ ಪತ್ರದ ಖರೆ ನೀಲಿ ಸೀಲನ್ನು ಪರಿಶೀಲಿಸಿಯೇ ಜನರು ಹಣ ಕೊಡುತ್ತಿದ್ದರು. "ಪಾಪ ಈ ಹುಡುಗಿಗೆ ಕಿಡ್ನಿ ಫೇಲ್ಯೂರಂತೆ" ಎಂದು ಕನಿಕರಿಸುತ್ತಿದ್ದರು. ಸಂಜೆಹೊತ್ತಿಗೆ ಶಹರಕ್ಕೆ ಬಂದ ಎಲ್ಲಾ ಹೆಂಗಸರು ಒಂದೇ ಆಟೋದಲ್ಲಿ ಮತ್ತೆ ತಮ್ಮ ಗೂಡು ಸೇರಿಕೊಳ್ಳುತ್ತಿದ್ದರು.

ಆರಾಧನೆ, ಸತ್ಯನಾರಾಯಣ ಪೂಜೆಯಲ್ಲಿ ಮಿಕ್ಕಿದ ಪ್ರಸಾದ, ಪಿತೃಪಕ್ಷದಲ್ಲಿ ಉಳಿದ ಬಕೆಟ್ಟುಗಟ್ಟಲೇ ಊಟ, ತಮ್ಮ ಗಟ್ಟಿ ಪಾಪಗಳನ್ನು ತೊಳೆದುಕೊಳ್ಳಲು ದಾನದ ಹೆಸರಿನಲ್ಲಿ ಕೊಡುತ್ತಿದ್ದ ಜಾಕೆಟು ಪೀಸು, ಒಂದೇ ನಂಬರಿನ ಚಪ್ಪಲಿಗಳು ಸಂತೆ ಮೈದಾನಕ್ಕೂ ನಗರಕ್ಕೂ ನಾಜೂಕು ನೇಯ್ಗೆ ಸ್ಫುರಿಸುವ ಸೂಜಿ ದಾರದಂತೆ

ಭಾಸವಾಗುತ್ತಿದ್ದವು. ಇಂತಹದೇ ಸುಕೋಮಲ ನೇಯ್ಗೆಗಳು ಇಬ್ಬರ ನಡುವಿನ ಸಂಬಂಧ ಹೊಲೆಯುವಲ್ಲಿ ಸೋಲುತ್ತಿದ್ದವು. ಸಂತೆ ಮೈದಾನದ ಮಂದಿಗೆ ವರಮಹಾಲಕ್ಷ್ಮಿಯಾಗಲಿ, ಬುದ್ಧನಾಗಲಿ, ಗಣಪತಿಯಾಗಲಿ, ಸುಬ್ರಮಣ್ಯನಾಗಲಿ ಯಾರನ್ನೂ ಪೂಜಿಸುವುದಿರಲಿ ಕೊನೆ ಪಕ್ಷ ಅವರನ್ನು ನಂಬುತ್ತಿರಲಿಲ್ಲ. ಅವರಿಗೆ ಶಕ್ತಿ ದೇವತೆಗಳಾದ ಮಾರಿಯಮ್ಮ, ಮುಳ್ಕಟ್ಟಮ್ಮ, ಮುನೇಶ್ವರ, ದಂಡಿನ ಮಾರಮ್ಮ, ಸಫಲಮ್ಮ, ಜಲಗೇರಮ್ಮನನ್ನು ತಮ್ಮ ಜೀವದ ತುಣುಕಾಗಿ ಆರಾಧಿಸುತ್ತಿದ್ದರು. ದೀಪಾವಳಿಯಲ್ಲಿ ಜೋಪಾನವಾಗಿ ಎತ್ತಿಟ್ಟ ಪಟಾಕಿ ಬಾಕ್ಸು ಮತ್ತೆ ತುಳಸಿ ಹಬ್ಬದ ಸಂಜೆ ಹೊಡೆಯಲು ತೆಗೆದುಕೊಂಡಂತೆ ನಗರದ ಹಲ್ಲು ಹುಳುಕಿನ ಜನರು ತಮ್ಮ ಜನುಮ ದಿನದ ಪ್ರಯುಕ್ತ ಪೊಟ್ಟಣದಲ್ಲಿ ತಿಂಡಿ, ಕೇಕು ಕಟ್ಟಿಸಿಕೊಂಡು ಮತ್ತೆ ಸಂತೆ ಮೈದಾನದಲ್ಲಿ ಕಾಣಿಸಿಕೊಳ್ಳುತ್ತಿದ್ದರು.

ಸಮಾವೇಶ ಎಂದರೆ ಬಿರಿಯಾನಿ ಕೊಟ್ಟು ಕೈಗೆ ಇನ್ನೂರು ರೂಪಾಯಿಗೆ ಮೋಸವಿಲ್ಲ ಎಂದು ಮದುವೆಯ ದಿನ ಉಟ್ಟ ಸೀರೆಯ ನೆರಿಗೆ ಸರಿ ಮಾಡಿಕೊಂಡು ತಮ್ಮ ಮಕ್ಕಳನ್ನು ಜೊತೆಯಲ್ಲಿ ಕರೆದುಕೊಂಡು ಬಿಸಿಲಲ್ಲಿ ಕೂತು ಚಪ್ಪಾಳೆ ತಟ್ಟಿ ಬರುತ್ತಿದ್ದರು. ಮರು ದಿನ ಆ ಹಣದಲ್ಲಿ ಚೌಕಾಶಿ ಮಾಡಿ ಮಿರಮಿರ ಮಿಂಚುವ ಫ್ಯಾನ್ಸಿ ಚಪ್ಪಲಿ ತೆಗೆದುಕೊಳ್ಳುವ ಹೆಂಗಸಿನ ಉತ್ಸಾಹ "ತಾನು ದೇಶವನ್ನು ಖರೀದಿ ಮಾಡಿದೆ" ಎಂಬುವಷ್ಟಿರುತ್ತಿತ್ತು. ಹೈ ಹೀಲ್ಡಿನ ಚಪ್ಪಲಿ ಜೋಪಡಿಯ ಎಲ್ಲರ ಕಾಲಿನಲ್ಲಿ ಹೊಳೆದು "ಚನಾಗೈತೆ, ಬೂಟಿಪುಲ್, ಹೈಟಿನ ಚಪ್ಪಲಿ ಹಾಕ್ಕೊಂಡ್ರೆ ನಡಿವಾಗ ಕಾಲು ಉಳ್ಕಕಿಲ್ವ" ಎಂದೆಲ್ಲಾ ಸಂದೇಶ ತರುತ್ತಿತ್ತು.

ಎಂಟಾಣೆಯ ಶಾಂಪೂ ಸ್ಯಾಶೆಗಳು, ಬಳಸಿ ಬಿಸಾಡಿದ ಬ್ಲೇಡುಗಳು, ಸಕಲ ರುಚಿ ಉಂಡ ಮುಸುರೆ, ಬೇವಿನ ಮರದ ಎಲೆಯ ರಾಶಿ, ಹೆಂಡದ ಬಾಟಲಿಗಳ ಮುಚ್ಚಳ ಬಿಚ್ಚಿ ಎಸೆದ ರಾಡಿಯಲ್ಲಿ ಸುಖದಿಂದ ವಿರಮಿಸುತ್ತಿದ್ದ ಹಂದಿಗಳು ಮಲಗಿ ಒದ್ದಾಡುತ್ತಿದ್ದವು. ಯಾರಾದರೂ ಅಪರಿಚಿತರು ಬಂದರೆ ವಿಪರೀತ ಬೊಗಳುತ್ತಿದ್ದ ನಾಯಿಗಳ ದೊಡ್ಡ ದಂಡು ಮಲಗಿದ್ದ ಹಂದಿಗಳ ಜೊತೆ ದೋಸ್ತಿ ಮಾಡಿಕೊಂಡು ಬದುಕುತ್ತಿದ್ದವು.

ಹೆಗಲಿಗೊಂದು ಪ್ಲಾಸ್ಟಿಕ್ಕಿನ ಚೀಲ ಹಾಕಿಕೊಂಡು ಬೀದಿ ಬೀದಿ ತಿರುಗುತ್ತಿದ್ದ ಮಕ್ಕಳು ಹಾಲಿನ ಪ್ಯಾಕೆಟ್ಟು, ಹೆಂಡದ ಬಾಟಲಿ, ತಗಡು, ಒಡೆದ ಪ್ಲಾಸ್ಟಿಕ್ಕಿನ ಕೊಡಪಾನಗಳನ್ನು ಆಯುತ್ತಿದ್ದರು. ತಮಗಿಂತ ಮೂರು ಪಟ್ಟು ಉದ್ದವಿದ್ದ ಪ್ಲಾಸ್ಟಿಕ್ ಚೀಲ ಹೊತ್ತು ತಿರುಗುವ ಮಕ್ಕಳ ಕೊರಳಲ್ಲಿ ಕರಿ ಮಣಿಯ ಸರದಲ್ಲಿ ನಜ್ಜುಗುಜ್ಜಾದ ಹಿತ್ತಾಳೆಯ ತಾಯತ ತೇಲುತ್ತಿತ್ತು. ಯಾರದೋ ಮೆರುಗು ಮಾಸಿದ ಲೇಸಿನ ಶೂ ಸಿಕ್ಕರೆ ತಮ್ಮ ಕಾಲಿಗೆ ದೊಡ್ಡದಾದರೂ ಸರಿಯೇ ಬಟ್ಟೆ ತುರುಕಿ ಲೇಸಿನಲ್ಲಿ ಟೈಟಾಗಿ ಬಿಗಿದು ಜಿಗಿಯುತ್ತಾ ಜಿಗಣೆಯಂತೆ ಉದ್ದಕ್ಕೆ ಅಲ್ಲೊಂದು ಹೆಜ್ಜೆ ಇಲ್ಲೊಂದು ಹೆಜ್ಜೆ ಇಡುತ್ತಾ ನಡೆಯುತ್ತಿದ್ದರು. ಪ್ರತಿ ಹಾಲಿನ ಪ್ಯಾಕೆಟ್ಟು ಸಿಕ್ಕಾಗಲೂ ಅದರಲ್ಲಿ ಉಳಿದಿದ್ದ ಒಂದೆರಡು ಹಾಲಿನ ಹನಿ ನಾಲಿಗೆಗೆ ಬೀಳುವವರೆಗೂ ಕಾಯುತ್ತಿದ್ದ

ಒಡೆದ ತುಟಿಯ ಎಂಟರ ಎಳವೆಯ ಹುಡುಗರು ಪೆನ್ಸಿಲು, ಅರೆಬರೆ ತುಂಬಿದ್ದ ಬಣ್ಣದ ಪ್ಯಾಲೆಟ್ಟು, ಶಾಲೆಯ ಬ್ಯಾಗು ಸಿಕ್ಕರೆ ಕಸದಂತೆ ಎಸೆದು ಬಿಡುತ್ತಿದ್ದರು. ಒಂದೆರಡು ಅರ್ಧ ಚೂರಾದ ಅಂಗಿ ಗುಂಡಿಯನ್ನು ಉಡದಾರದಿಂದ ಚಡ್ಡಿಯ ಸಮೇತ ಸಂಭಾಳಿಸುತ್ತಿದ್ದ ಹುಡುಗರು ಒಂದು ಬೀದಿಯ ಪಾಲಾದರೆ ಇನ್ನೊಂದು ಬೀದಿಯಲ್ಲಿ ಕಸದ ರಾಶಿಯಲ್ಲಿ ಹೆಕ್ಕಿಕೊಂಡ ಹಳದಿ ಕೆಂಪು ರಿಬ್ಬನ್ನಿನಲ್ಲೆ ತಮ್ಮ ಕೇಶ ರಾಶಿಯನ್ನು ಎತ್ತಿ ಕಟ್ಟಿಕೊಂಡ ಪುನರ್ವಸು ಮಳೆಯ ಹುಡುಗಿಯರು ದುಬಾರಿ ಬೆಲೆಯ ಗೊಂಬೆಯೊಂದರ ಅವಶೇಷ ಸಿಕ್ಕರೆ "ಇದು ನಮಗಿರಲಿ" ಎಂದು ಉದಾರ ಭಾವ ತೋರಿಸಿ ತಮ್ಮೊಂದಿಗೆ ಕರೆದೊಯ್ಯುತ್ತಿದ್ದರು.

ನಕ್ಲೇಸು ಬಚ್ಚಿಡುವ ಬಾಕ್ಸು, ಉಂಗುಟ ಚಿಮ್ಮಿದ ಚಪ್ಪಲಿ, ಕಂಡಿಶನರಿನ ಬಾಟಲಿ ಸಿಕ್ಕರಂತೂ ತಮ್ಮೊಳಗೆ ಶೀತಲ ಸಮರ ಹುದುಗಿಟ್ಟಂತೆ ಸಕ್ಕರೆ ಕಬ್ಬಿನ ರಂಗಿನ ಹುಡುಗಿಯರು ವಾಕ್ಸಮರ ಮಾಡಿ ಗೆಲ್ಲುತ್ತಿದ್ದರು. ಸಂಜೆಗೆ ಗುಜರಿಯ ತಕ್ಕಡಿಯ ತೂಕವನ್ನೆ ಪಿಳಪಿಳನೆ ಕಣ್ಣು ಬಿಟ್ಟು "ಯಾರ ಚೀಲ ಇವತ್ತು ಹೆಚ್ಚು ವಜನ್ನಿತ್ತು" ಎಂದು ಕೌತುಕದಿಂದ ನೋಡುತ್ತಿದ್ದರು.

■

ಸಂತೆ ಮೈದಾನಕ್ಕೆ ಯಾವುದೇ ಕಾರಣವಿಲ್ಲದೇ ಅಲೀಲಿಯ ಮನೆಗೆ ನುಗ್ಗುತ್ತಿದ್ದ ಪೋಲಿಸು ಜೀಪು ಗಂಧದ ತುಂಡಿನ ಜಾಡನ್ನು ಹುಡುಕಿ ಬಂದಿದ್ದೆಂದು ಎಲ್ಲರಿಗೂ ತಿಳಿಯುತ್ತಿತ್ತು. ಎರಡು ತಾರೆಯ ಹೊಸ ಅಸಿಸ್ಟೆಂಟ್ ಸಬ್‌ಇನ್ಸ್‌ಪೆಕ್ಟರು 'ಮಾದು ಸ್ವಾಮಿ ಜಿರ್ಜುಂಬೆ' ಜೀಪಿನಲ್ಲಿಯೇ ಮಾರು ದೂರದಲ್ಲಿ ಉಳಿದಿದ್ದ. "ನಾವು ಏನಕ್ಕೆ ಬಂದಿದೀವಿ ಅಂತ ನಿಂಗೆ ಗೊತ್ತಿಲ್ವೇನೋ, ರಾತ್ರಿ ಎಷ್ಟು ತುಂಡು ಒಡೆದ್ರಿ, ನಡಿ ನಡಿ ಸಾಹೇಬ್ರ ಹತ್ರ" ಎಂದು ಬಂದಿದ್ದ ಹೆಡ್ ಕಾನ್ಸಟೆಬಲ್ ಮುತ್ತುರಾಯ ಕೇಳಿದ. ಅವನ ಜೊತೆಗೆ ಪ್ರೊಬೆಷನರಿ ಪಿರಿಯಡಿನಲ್ಲಿದ್ದ ಇಬ್ಬರು ಪೇದೆಗಳು ಚಾಮರನನ್ನೆ ದುರುಗುಟ್ಟಿ ನೋಡುತ್ತಿದ್ದರು. "ಯಾವ ತುಂಡು ಸಾರ್, ಅವೆಲ್ಲಾ ಬಿಟ್ಟು ಬೇಜಾನು ದಿನ ಆಯ್ತು ಸಾರ್" ಎಂದ ಚಾಮರ. "ಎಷ್ಟು ದಿನ ಅದೇ ಪುಂಗಣಿ ಬಿಡ್ತಿಯೋ, ನಾವು ಏನಕ್ಕೆ ಬರ್ತಿವಿ, ಯಾವ ಸ್ಮೆಲ್ಲು ಹಿಡ್ಕೊಂಡು ಬರ್ತಿವಿ ಅಂತ ನಿಂಗೆ ಗೊತ್ತಿರಬೇಕು, ಮಾಹಿತಿ ಇಲ್ದೆ ಬರಲ್ಲ ನಾವು, ನಡಿ ನಡಿ ಸಾಹೇಬ್ರ ಹತ್ರ" ಎಂದು ಪೇದೆ ಚಾಮರನ ಕೊರಳು ಪಟ್ಟಿ ಹಿಡಿಯಬೇಕು ಅನ್ನುವಷ್ಟರಲ್ಲಿ ಚಾಮರ ತಾನೇ ಹೊರಗೆ ಬಂದ.

ಚಾಮರನ ಬಾಯಿ ತುಂಬಾ ಹೆಂಡದ ವಾಸನೆ ಚಿಮ್ಮುತ್ತಿತ್ತು. "ಬೆಳಗ್ಗೆ ಬೆಳಗ್ಗೆ ಕುಡಿದಿದಿಯಲ್ಲೋ, ಥೂ" ಎಂದು ಚಾಮರನನ್ನು ಲಗುಬಗನೆ ಕರೆದೊಯ್ದು ತನ್ನ ಕ್ರಾಂತಿ ಹೆಚ್ಚಿಸಿಕೊಳ್ಳುವ ತರಾತುರಿಯಲ್ಲಿದ್ದ ಮುತ್ತುರಾಯನ ಜೊತೆ ಇಬ್ಬರು ಪೇದೆಗಳು ಸಮಾನಾಂತರವಾಗಿ ಪಕ್ಕಪಕ್ಕವೇ ನಡೆದು ಬರುತ್ತಿದ್ದರು. "ನೀರು ಹಾಕ್ಕೊಳ್ದಂಗೆ

ಕುಡಿದಿದ್ದಾನೆ ಹೈವಾನ್" ಎಂದು ಸಾಹೇಬನಿಗೆ ಕೇಳುವಂಗೆ ಬಯ್ದು "ನೋಡಿ ಸಾರ್ ಇವ್ನೆ" ಎಂದ. ಮೊಬೈಲು ನೋಡಿಕೊಂಡು ಸ್ವಯಂಚಾಲಿತವಾಗಿ ನಗುತ್ತಿದ್ದ ಸಾಹೇಬ ಒಂದು ಹುಳು ನೋಡುವಂತೆ ನೋಡಿ ಸುಮ್ಮನಾದ. "ಡಕಾಯಿತಿ ಕೇಸಲ್ಲಿ ಎರಡು ವರ್ಷ ಸಜೆ ಆಗಿದೆ ಸಾರ್, ಡಬ್ಬಲ್ ಎಂಜಿನ್ ಕಾಲಂನಲ್ಲಿ ಹದಿನೇಳು ಸಲ ಜಾಮೀನು ತಗೊಂಡು ಹೊರಗೆ ಬಂದಿದ್ದಾನೆ" ಎಂದು ವರದಿ ಒಪ್ಪಿಸಿ ಸುಮ್ಮನಾಗದ ಪೇದೆ "ಇಲ್ಲಿ ಎಲ್ರೂ ಡಿಸಿಪ್ಲಿನ್ ಜನ, ಇವ್ನ್ ಮಾತ್ರ ಡಿಸಿಪ್ಲಿನ್ ಹಾಳ್‌ಮಾಡ್ಕೊಂಡವ್ನೆ" ಎಂಬುದನ್ನು ಸೇರಿಸಿ ಹೇಳಿ ಚಾಮರನನ್ನೆ ದುರುಗುಟ್ಟುತ್ತಾ ನೋಡಿದ.

ಮುತ್ತುರಾಯನ ಕಡೆ ನೋಡಿ ಕಣ್ಣು ಮಿಟುಕಿಸುತ್ತಾ ಹಲ್ಲು ಪಕ್ಕಕ್ಕೆ ಕರೆದು ಪ್ಯಾಂಟಿನ ಕಿಸೆಯೊಳಗಿದ್ದ ಒಟ್ರಾಶಿ ಮುದುಡಿದ್ದ ನೋಟುಗಳನ್ನು ತೆಗೆದು ಅವನ ಕೈಗೆ ಕೊಟ್ಟು "ಆರುವರೆ ಕೆಜಿ ಅಷ್ಟೇ ಸಾರ್" ಎಂದು ಹೇಳಿದ. ಚಾಮರ ಕೊಟ್ಟ ನೋಟುಗಳನ್ನು ಎಣಿಸಿಕೊಳ್ಳದೇ ಸೀದಾ ಜೇಬಿನೊಳಗೆ ತುರುಕಿಕೊಂಡು "ಸರ್, ಒಂದುವರೆ ಕೆಜಿ ಅಂತ ಸುಳ್ಳು ಹೇಳ್ತಿದ್ದಾನೆ ಸರ್, ಜೀಪ್ ಹತ್ತುಸ್ಲ, ಟೇಷನ್ನಿಗೆ ಕರ್ಕೊಂಡೋಗಿ ಬೆಂಡೆತ್ತಿರೆ ಎಷ್ಟು ಕೆಜಿ ಅಂತ ಬೊಗಳ್ತಾನೆ ಸರ್, ಬಿಡಿಗಾಸು ಸಿಗಿಸಿ ಜಾರ್ಕೋತ್ತಿದ್ದಾನೆ ನೋಡಿ ಸರ್" ಎಂದ. ತನ್ನ ಮೊಬೈಲು ನೋಡಿಕೊಂಡು ನಗುತ್ತಿದ್ದ ಸಾಹೇಬ ಯಾವುದನ್ನೂ ಕೇಳಿಸಿಕೊಳ್ಳದೇ "ಯಾವ ಬಿಡಿಗಾಸು ರೀ ನಿಮ್ದು, ಸಿಕ್ತೇನ್ರಿ ಆ ಹುಡುಗಿ, ನಡೀರಿ ಹೋಗಣ" ಎಂದು ಹುಕುಂ ಕೊಟ್ಟ. ಮುತ್ತುರಾಯನಿಗೆ ಹೃದಯ ಬಾಯಿಗೆ ಬಂದಾಗಾಗಿತ್ತು. ತಕ್ಷಣ ಅವನ ಮುಖ ಬೆವರಲು ಶುರುವಾಯಿತು. ಚಾಮರ ಕೊಟ್ಟ ದುಡ್ಡನ್ನು ಅವನಿಗೇ ವಾಪಾಸ್ಸು ಕೊಟ್ಟು ಕಂಗೆಟ್ಟವನಂತೆ ನಿಂತ. "ಹು ಹು.. ಹು... ಹುಡುಗಿನಾ ಸರ್!" ಎಂದು ಅಚ್ಚರಿ ಕಣ್ಣುಗಳಿಂದ ಕೇಳಿದ.

"ರಜೆಯಿಂದ ಬಂದ ಮೇಲೆ ಸ್ಟೇಷನ್ನಿನಲ್ಲಿ ಏನೇನಾಗಿದೆ, ಎಲ್ಲಿಗೆ ಬಂದಿದಿವಿ ಅಂತ, ಒಂದು ಅಪ್ಡೇಟು ಇಲ್ಲವೇನ್ರಿ ನಿಮಗೆ, ಯಾಕ್ರಿ ನಿಮ್ಗೆ ಈ ಕೆಲಸ, ರೆಸಿಗ್ನೇಷನ್ನು ಕೊಟ್ಟು ಮನೆಗೆ ಹೋಗ್ರಿ" ಎಂದು ಮಾದುಸ್ವಾಮಿ ಕಂಡಾಪಟ್ಟೆ ಬೈದ. ಮುತ್ತುರಾಯ ಗಿಲೀಟು ನಗುವೊಂದನ್ನು ಬೀರುತ್ತಾ "ಮಡಿಕೇರಿಗೆ ಹೋಗಿಬಿಟ್ಟಿದ್ದೆ ಸರ್, ಅಲ್ಲಿಂದ ಸೀದಾ ಬಂದು ರಿಪೋರ್ಟು ಮಾಡ್ಕಂಬಿಟ್ಟೆ ಸರ್ ಸ್ಸಾರಿ" ಎಂದು ಗೋಗರೆದ. ಏನೋ ಗುಟ್ಟಿನಲ್ಲಿ ಮಾತಾಡುವಂತೆ ಜೀಪಿನಲ್ಲಿಯೇ ಕೂತಿದ್ದ ಮಾದುಸ್ವಾಮಿ ಬಳಿ ನಿಂತು ಆಗಾಗ ಹುಬ್ಬು ಏರಿಸುತ್ತಾ, ತಲೆ ಕುಣಿಸುತ್ತಾ ಮಾಹಿತಿ ತೆಗೆದುಕೊಂಡ ಮುತ್ತುರಾಯ ಒಂದು ಚಮಚೆ ಚಾವನ್‌ಪ್ರಶ್ ನೆಕ್ಕಿದವನಂತೆ ಕಂಡ. ಪೋಲಿಸರ ರಹಸ್ಯ ಮಾತುಕತೆಯಲ್ಲಿ ಮೂಗು ತೂರಿಸದೇ ಪಿಳಿಪಿಳಿ ನೋಡುತ್ತಾ ನಿಂತಿದ್ದ ಚಾಮರ ಹಠಾತ್ತನೆ ಗಾಬರಿಗೊಂಡ ಸ್ಥಿತಿಗೆ ವರ್ಗವಾಗಲು ಸಿದ್ಧವಾಗಬೇಕಿತ್ತು.

"ವಿಷ್ಯಾ ಅಂಗಿತ್ತಾ ಸಾರ್, ಎಲ್ಲರನ್ನೂ ನೀವಾಳಿಸಿ ಬಿಸಾಕ್ತಿನಿ ನೋಡ್ತಿರಿ ಸರ್" ಎಂದು ತಲೆಯ ಮೇಲೆ ಮುಳುಗಿ ಹೋದ ಸಾಮ್ರಾಜ್ಯದಂತೆ ಒಂದು ಕಡೆ ಚಪ್ಪಟೆಯಾಗಿದ್ದ ಖಾಕಿ ಟೋಪಿಯನ್ನು ನೆಟ್ಟಗೆ ಕೂರಿಸಿಕೊಂಡ ಮುತ್ತುರಾಯ

ಲಗುಬಗನೆ ಬಂದು ಚಾಮರ ಹಾಕಿಕೊಂಡಿದ್ದ ಉದ್ದ ತೋಳಿನ ಮಡಚಿದ ಚೆಕ್ಸ್ ಶರ್ಟನ್ನು ಎಳೆದು "ಮಿಕ್ಸಿ ರಿಪೇರಿ ಮಾಡೋನು ಎಲ್ಲಿದ್ದಾನೋ, ಅಲೀಲಿ ಅಂತೆ, ಎಲ್ಲಿದ್ದಾನೋ ಅವನು, ಎಲ್ಲೋ ಹುಡುಗಿನ ಬಚ್ಚಿಟ್ಟಿದ್ದೀರ" ಎಂದು ಒಂದೇ ಸಮನೆ ವಿಚಾರಣೆಯ ರೂಪದಲ್ಲಿ ಬಯ್ಯುತ್ತಾ ಹೋದ. "ಯಾವ ಹುಡುಗಿ ಸರ್" ಎಂದು ಭ್ರಮ ನಿರಸನಗೊಂಡವನಂತೆ ತಲೆ ಕೆರೆದುಕೊಂಡ. "ಬಜ್ಜಿ ನಾಟಕ ಬಿಡೋ ಬದ್ಮಾಶ್, ನಡೀ ನಡೀ ಹುಡುಗಿನ ತೋರಿಸು ನಡೀ" ಎಂದು ಮುತ್ತುರಾಯ ರೊಚ್ಚಿಗೆದ್ದು ಚಾಮರನನ್ನು ತಳ್ಳುತ್ತಾ ಎಳೆದುಕೊಂಡು ಹೋದ. ಪೇದೆಗಳು ಸಹ ಹಿಂಬಾಲಿಸಿದರು. ಎರಡು ಬದಿಯೂ ಗಾಜಿಲ್ಲದೆ ಸುಮ್ಮನೆ ಸಮಾಧಾನಕ್ಕೆ ಚಷ್ಮಾ ಹಾಕಿಕೊಂಡು ಕೂತ ಮುದುಕರ ಕಣ್ಣಿಗೆ ಸಂ ಯೈದಾನದ ಈ ಪ್ರಹಸನ ಮೊಂಬತ್ತಿ ಜಿನುಗಿದಂತೆ ಕಂಡಿತು.

■

ಒಂದು ವಾರ ರಜೆ ಹಾಕಿ ಹೆಂಡತಿಯೊಡನೆ ಮಡಿಕೇರಿ ಟ್ರಿಪ್ಪಿಗೆ ಹೋಗಿದ್ದ ಪೇದೆ ಆಗಷ್ಟೇ ಬಂದು ತನ್ನ ಜಾಯಿನಿಂಗ್ ರಿಪೋರ್ಟು ಸಲ್ಲಿಸಿ ಕರ್ತವ್ಯಕ್ಕೆ ಹಾಜರಾಗಿದ್ದ ಕಾರಣ ಪೋಲಿಸ್ ಠಾಣೆಯಲ್ಲಿ ನಡೆದಿದ್ದ ಹಂಗಾಮ ತಿಳಿದಿರಲಿಲ್ಲ. ಸಿಕ್ಸ್ಟಿ ಫೀಟಿನ ರೋಡಿನಲ್ಲಿದ್ದ ಮನೆಯಲ್ಲಿ ಹಪ್ಪಳ, ಉಪ್ಪಿನಕಾಯಿ ಪ್ಯಾಕು ಮಾಡಿ ಸೀಮಿತ ವರ್ಗದವರಿಂದ ಆರ್ಡರು ತೆಗೆದುಕೊಂಡ ಗೋಪಾಲ ಸಂಜೆ ತಟ್ಟೆ ಇಡ್ಲಿ, ಕೆಂಪು ಚಟ್ನಿ, ಗೋಳಿ ಬಜೆ, ಮಸಾಲ ವಡೆಗಳನ್ನು ಅಗಲವಾಗಿದ್ದ ಬಾಣಲೆಯಲ್ಲಿ ಕರಿದು ಮಾರುತ್ತಿದ್ದ. ಎರಡು ಮಿಕ್ಸಿಗಳಿದ್ದರೂ ದಿನಕ್ಕೆ ಅನೇಕ ಬಾರಿ ಮಿಕ್ಸಿ ಆನ್ ಆಫು ಮಾಡುತ್ತಿದ್ದರಿಂದ ಪದೇ ಪದೇ ಮಿಕ್ಸಿಯ ಬುಶ್ಶು, ಬ್ಲೇಡು, ಕಾರ್ಬನ್ ಬ್ರಷ್ಷು ಹಾಳಾಗಿ ಹೋಗುತ್ತಿದ್ದವು. ಮಿಕ್ಸಿ ರಿಪೇರಿಗೆ ಬರುತ್ತಿದ್ದ ಅಲೀಲಿ ಗೋಪಾಲನ ಏಕೈಕ ಮಗಳಾದ ಚಿಕಿತ್ಸೆಯನ್ನು ಕಂಡ ಕೂಡಲೇ ಹೌಹಾರುತ್ತಿದ್ದ. ಚಿಕಿತ್ಸೆಯ ಮೇಲೆ ಏನೋ ಒಂದು ತರನಾದ ಸಲಿಗೆಯಿಂದ "ಹಶಿರು ಮೆಂಚಿಕಾಯಿ ವಡೆಗೆ ಏನೇನು ಹಾಕ್ತಿರಿ" ಎಂದು ಕೇಳುತ್ತಾ ಅವಳ ಕೈ ಮುಟ್ಟಿ ಮಳ್ಳನಂತೆ ನಗುತ್ತಿದ್ದ. ಚಿಕಿತ್ಸೆ ಮೊದಮೊದಲು ಅಲೀಲಿಯ ಮುಖ ಕಂಡರೆ ಸಿಡಿದು ಒಳಗೆ ಹೋಗುತ್ತಿದ್ದವಳು ನಂತರ ಮೆಲ್ಲಗೆ ಅವನ ಮಾತಿಗೆ ನಗುತ್ತಾ "ಮೆಂಚಿಕಾಯಲ್ಲಿ ವಡೆ ಮಾಡುದಿಲ್ಲ, ಬಜ್ಜಿ ಮಾಡ್ತಾರೆ" ಎಂದು ಗಹಗಹಿಸಿ ನಗುತ್ತಿದ್ದಳು. "ಹ್ಹ ಹ್ಹ ಹ್ಹ" ಎಂದು ಮರುಳನಂತೆ ನಕ್ಕು "ನಂಗೂ ಕಲಿಸಿಕೊಡು ವಡೆ ಮಾಡೋದು ಹೆಂಗಂತ" ಎಂದು ಅವಳನ್ನು ತಬ್ಬಿಕೊಳ್ಳಲು ಮುಂದಾಗುತ್ತಿದ್ದ. ಹಲ್ಲಿ ಮೈಮೇಲೆ ಬಿದ್ದವಳಂತೆ "ಅಪ್ಪಾ" ಎಂದು ಕೂಗಿ ಹುಬ್ಬೇರಿಸಿ ಮತ್ತೆ ಕಿಲಕಿಲನೆ ನಗುತ್ತಿದ್ದಳು. ಅಲೀಲಿ ತನ್ನ ತೋಳು ಚಾಚಿ ಹಾಗೇ ನಿಂತುಕೊಂಡು ಮಹಾ ಪ್ರೇಮಿಯ ಶಿಲ್ಪದಂತೆ ನಿಲ್ಲುತ್ತಿದ್ದ.

ಚಿಕಿತ್ಸೆ ಮತ್ತು ಅಲೀಲಿಯ ನಡುವೆ ಪ್ರೀತಿ ಪಕ್ಷಿ ಉಲಿದಿತ್ತು. ಬೇಕಂತಲೇ ಕುಕ್ಕರಿನ ಗ್ಯಾಸ್ಕೆಟ್ಟು ಹರಿದು ಅಲೀಲಿಯನ್ನು ಮನೆಗೆ ಕರೆಸಿಕೊಳ್ಳುವ ಹುನ್ನಾರದಿಂದ ಚಿಕಿತ್ಸೆ

ಅವಸರವಾಗಿ ತುಟಿಗೆ ಬಣ್ಣ ಬಳಿದುಕೊಂಡು ಅಡಿಗೆ ಮನೆಯಲ್ಲಿ ಕಾಯುತ್ತಿದ್ದಳು. ಎಷ್ಟು ಕಾದರೂ ಆ ದಿನ ಅಲೀಲಿ ಬರುತ್ತಿರಲಿಲ್ಲ. "ಅಪ್ಪಾ ಕುಕ್ಕರಿನ ರಬ್ಬರು ಚೇಂಜ್ ಮಾಡಿಸ್ತೀನಿ ಅಂತ ಹೇಳಿದ್ದಿ ಎಲ್ಲಿ ಅವನು ಬರಲೇ ಇಲ್ವಲ್ಲ, ಅಡಿಗಿ ಹೆಂಗ್ ಮಾಡ್ಲಿ" ಎಂದು ಬೇಸರದಿಂದ ಕೇಳುತ್ತಿದ್ದಳು. ಕನ್ನಡಿಯ ಮುಂದೆ ನಿಂತು ತುಟಿಯನ್ನು ಒರೆಸುವಾಗ ತನ್ನ ಹಲ್ಲಿಗೂ ಮೆತ್ತಿಕೊಂಡಿದ್ದ ಕೆಂಪು ಬಣ್ಣ ಕಂಡು ತುಟಿ ಕಚ್ಚಿ "ಅಯ್ಯ್" ಎಂದು ಮರುಗುತ್ತಿದ್ದ ಚಿಕಿತ್ಸೆ ಅಲೀಲಿಯ ಕಾಣದೆ ತಹತಹಿಸುತ್ತಿದ್ದಳು.

"ಸ್ಟೋವ್ ಬರ್ನರ್, ಮಿಕ್ಸಿ, ಗ್ಯಾಸ್, ಕುಕ್ಕರ್ ರಿಪೇರಿ ಮಾಡ್ತೇವ್ರಿ" ಎಂದು ಬೇರೊಂದು ಬೀದಿಯಲ್ಲಿ ಕೂಗುತ್ತಾ ಬರುತ್ತಿದ್ದ ಅಲೀಲಿಯ ದನಿಯನ್ನು ಕೇಳಿದ ಕೂಡಲೇ ಗೋಪಾಲ "ಹೋಯ್ ಎಲ್ಲಿ ಹೋಗಿದ್ದಿ ಮಾರಾಯ" ಎಂದು ತಡೆದು ನಿಲ್ಲಿಸಿ ಮನೆಗೆ ಕರೆದೊಯ್ಯುತ್ತಿದ್ದ. ಕರಬೂಜ ಹಣ್ಣಿಗೆ ಚೂಡಿದಾರ ಹಾಕಿದಂತೆ ಕಾಣುತ್ತಿದ್ದ ಚಿಕಿತ್ಸೆ ಅಲೀಲಿಯನ್ನು ಕಂಡೊಡನೆ ಪುಟಿಯುತ್ತಿದ್ದಳು. "ನೀನು ನೆನ್ನೆ ಬರಬೇಕಿತ್ತು, ನಾನು ಲಿಪ್‌ಸ್ಟಿಕ್ಕು ಹಾಕಿಕೊಂಡಿದ್ದೆ ಗೊತ್ತಾ" ಎಂದು ಲಲ್ಲೆಗರೆದು ಅವನನ್ನು ತಬ್ಬಿಕೊಳ್ಳುತ್ತಿದ್ದವಳು ಮತ್ತೆ ಇದ್ದಕ್ಕಿದಂತೆ ದೂರವಾಗುತ್ತಿದ್ದಳು. ಅಲೀಲಿಯ ಸಂತೆ ಮೈದಾನದ ವಾಸನೆ ಅವಳಿಗೆ ಮುಗ್ಗರಿಸಿ ಬೀಳುವಂತೆ ಮಾಡುತ್ತಿತ್ತು. ಅಲೀಲಿ ಎಷ್ಟೇ ಚಂದದ ಶರ್ಟು ತೊಟ್ಟರೂ ಸಂತೆ ಮೈದಾನದ ವಾಸನೆ ಅವನನ್ನು ಬಿಟ್ಟು ಹೋಗುತ್ತಿರಲಿಲ್ಲ. ಅವನು ತನ್ನ ಮೈ ವಾಸನೆಯನ್ನು ತಾನೆ ಮೂಸಿಕೊಂಡು ಸುಮ್ಮನಾಗಿ ಕುಕ್ಕರಿನ ಗ್ಯಾಸ್ಕೆಟ್ಟು ಬದಲಾಯಿಸಿ ಹೊರಟುಬಿಡುತ್ತಿದ್ದ.

ಮತ್ತೆ ಇಬ್ಬರೂ ಸೇರುತ್ತಿದ್ದುದು ಪರಿಮಳ ಟಾಕೀಸಿನಲ್ಲಿ. ಗಟ್ಟಿಯಾಗಿ ತುಟಿ ಅಂಟಿಸಿಕೊಂಡು ಮೂಲೆಯಲ್ಲಿ ಚಿಕಿತ್ಸೆಯ ಅಂಗಗಳನ್ನು ಕತ್ತಲೆಯಲ್ಲಿ ಹುಡುಕುತ್ತಿದ್ದ ಅಲೀಲಿ "ನಂಗೆ ನಿನ್ನ ರಾಜಧಾನಿ ನೋಡ್ಬೇಕು ಅನ್ನಿಸ್ತಿದೆ" ಎಂದು ಅವಳ ಜೀನ್ಸ್ ಪ್ಯಾಂಟನ್ನು ಗಡಿಬಿಡಿಯಲ್ಲಿ ಕೆದಕುತ್ತಿದ್ದ. "ರಾಜಧಾನಿ ಅಂದ್ರೆ" "ನೀನು ವಂದ ಮಾಡೋ ಜಗಾ" ಎಂದು ಪಿಸುಮಾತಿನಲ್ಲಿ ಹೇಳುತ್ತಿದ್ದ. ಅಲೀಲಿಯ ಕೆನ್ನೆಗೆ ಬಾರಿಸಿ ಎದ್ದು ಕೋಪ ಮಾಡಿಕೊಂಡು ಕೂದಲನ್ನು ಒಪ್ಪ ಮಾಡಿಕೊಂಡು ಟಾಕೀಸಿನಿಂದ ಚಿಕಿತ್ಸೆ ನಡೆಯುತ್ತಿದ್ದಳು. "ಚಿಕ್ಕಿ ಚಿಕ್ಕಿ" ಎಂದು ಅವಳ ಬೆನ್ನ ಹಿಂದೆ ದುಂಬಾಲು ಬಿದ್ದು "ಏನೂ ನೋಡೋಕಿಲ್ಲ ನಂಗೆ ತಪ್ಪಾಯ್ತು" ಎಂದು ಎಷ್ಟೇ ಹೇಳಿದರೂ ಒಪ್ಪದ ಚಿಕಿತ್ಸೆ ಅಳುತ್ತಾ "ನಮ್ದು ಪವಿತ್ರ ಪ್ರೀತಿ ಅನ್ಕೊಂಡಿದ್ದೆ, ನೀನು ಇಂಥವನು ಅಂತ ಗೊತ್ತಿರಲಿಲ್ಲ, ನನ್ನ ದೇಹಾನ ಬಯಸಿದ್ದೆ ನೀನು" ಗೊಳೋ ಎಂದು ನಟ್ಟ ನಡು ಬೀದಿಯಲ್ಲಿ ಅಲೀಲಿಯ ಶರ್ಟಿನ ಕಾಲರ್ ಹಿಡಿದು ಎಳೆದು ಅಳುತ್ತಿದ್ದಳು. 'ಪವಿತ್ರ' ಎಂಬ ನೂತನ ಪದ ಮೊದಲ ಬಾರಿಗೆ ಕೇಳಿಸಿಕೊಂಡಿದ್ದ ಅಲೀಲಿ "ಪವಿತ್ರ ಯಾರು ಅಂತಾನೇ ಗೊತ್ತಿಲ್ಲ ನಂಗೆ" ಎಂದು ಬೆಪ್ಪನಂತೆ ತಲೆ ಕೆರೆದುಕೊಂಡು ಪವಿತ್ರ ಅಂದರೆ ಯಾರೆಂದು ಯೋಚಿಸುತ್ತಿದ್ದ. ಮತ್ತೆ ಆತನ ಕೆನ್ನೆಗೆ ಜೋರಾಗಿ ಪೆಟ್ಟುಕೊಟ್ಟು "ಇದೇ ಕೊನೆ, ನಿನ್ನ ಮುಖ ತೋರಿಸ್ಬೇಡ, ನನ್ನ ಮಾತಾಡಿಸ್ಬೇಡ ನೀನು" ಎಂದು ನಡೆಯುತ್ತಿದ್ದಳು. "ಪವಿತ್ರ, ಪವಿತ್ರ" ಎಂದು ಯೋಚನೆ ಮಾಡುತ್ತಾ ನಿಲ್ಲುತ್ತಿದ್ದ.

ರಾತ್ರಿಯ ಪಾನ ಗೋಷ್ಠಿಯಲ್ಲಿ ಅಲೀಲಿ ನಾಚುತ್ತಾ ಪ್ಲಾಸ್ಟಿಕ್ಕು ಗ್ಲಾಸಿಗೆ ಗ್ಲಾಸನ್ನು ತಾಗಿಸಿ ಒಂದು ಗುಟುಕು ಕುಡಿಯುತ್ತಾ "ಮಾಮ, ಪವಿತ್ರ ಅಂದ್ರೆ ಯಾರು" ಎಂದು ಕೇಳಿದ. "ಜೈ ಜಲಗೇರಮ್ಮ" ಎಂದು ಆಗಷ್ಟೇ ಗಟಗಟನೆ ಕುಡಿದು ತೇಗುತ್ತಿದ್ದ ಚಾಮರನಿಗೆ ಸಿಡಿಲು ಹೊಡಿದಂತಾಗಿತ್ತು. "ಥತ್, ಗುಡಿಸಲಿನ ತಾವ ಬಂದಿದ್ಲಾ ಅವಳು, ಹುಡುಕ್ಕೊಂಡು ಬಂದು ಬೂಟುಗಾಲ್ಲಿ ಹೊಡಿತ್ತಿನಿ ಅಂತ ಬೇರೆ ಹೇಳಿದ್ಲು. ನನ್ನ ಗ್ರಾಚಾರ ಸರಿಯಿಲ್ಲ, ಯಾರೋ ಮಾಟ ಮಾಡುಸುಬುಟ್ಟವ್ರೆ, ಏನ್ ಅಂದ್ಲು ಹೇಳ್ಲಾ ಅವಳು" ಎಂದು ಗಾಬರಿಯಿಂದ ಕೇಳಿದ. "ಥೋ, ಅಂಥೋರು ಯಾರೂ ಬಂದಿಲ್ಲ ಮಾಮ, ಪವಿತ್ರ ಅಂದ್ರೆ ಯಾರೇಳು" "ಮತ್ತಾ ಯಾವಳ ಅವ್ಳು ಪವಿತ್ರ" "ನಂಗೂ ಗೊತ್ತಿಲ್ಲೆ ಮಾಮ, ಚಿಕ್ಕಿ ಹೇಳ್ತಾ ಇದ್ಲು" "ಚಿಕ್ಕಿ ಅಂದ್ರೆ ಯಾರೇಳು" "ಅದೇ ನಾ ಲವ್ ಮಾಡ್ತಿದಿನಲ್ಲ" "ಓಹ್, ಅದೇ ಬಜ್ಜಿ ಗೋಪಾಲನ ಮಗಳು" "ಹ್ಮ" "ತಡೀ ತಡೀ, ಆ ಪವಿತ್ರ ಇವಳ ಹತ್ರ ಏನುಕ್ಕೆ ಹೋದ್ಲು, ನಂಗಿವತ್ತು ಗೊತ್ತಾಗಬೇಕು, ಇವರಿಬ್ರು ಸೇರಕೊಂಡು ಏನೋ ಗೇಮ್ ಮಾಡ್ತಾವ್ರಲೆ ಅಲೀಲಿ" ಎಂದು ಹೇಳುತ್ತಿದ್ದ. ಅಲೀಲಿ ಕುತೂಹಲದಿಂದ ಕಣ್ಣು ಬಿಟ್ಟು "ಇರ್ಬೋದು ಮಾಮ" ಎಂದು ಹೇಳಿ ಇನ್ನೊಂದು ಪೆಗ್ಗಿಗೆ ಹಾತೊರೆಯುತ್ತಿದ್ದ. "ಪೂಂಕುಡಿಗೆ ಗೊತ್ತಾಯ್ತು ಅಂದ್ರೆ ನನ್ನ ನೇತು ಹಾಕ್ತಾಳೆ ಕಣ್ಲಾ, ಸಾಕು ನಡಿ ನೀನು" "ಮಾಮ ಅದೇ ಪವಿತ್ರ" "ಥತ್ತೇರಿಕೆ, ನಾ ಡಿಟೈಲಾಗಿ ಮೂರ್ತಿ ಹತ್ರ ಡಿಸ್ಕಸ್ ಮಾಡ್ತೀನಿ, ನೀ ಹೋಗ್ಲಾ" ಎಂದು ಕಳಿಸುತ್ತಿದ್ದ. ಮಂದ ಬೆಳಕಿನಲ್ಲಿ ಕಂಗೊಳಿಸುತ್ತಿದ್ದ ಬಾರಿನಲ್ಲಿ ಮೂರ್ತಿ ಗಡ್ಡ ಕೆರೆದುಕೊಳ್ಳುತ್ತಾ ಬರುತ್ತಿದ್ದ. ಅಲೀಲಿ ಅವನ ಗಡ್ಡ ಕೆರೆದುಕೊಳ್ಳುವ ಶೈಲಿಯನ್ನು ಗಮನಿಸಿ ಸಲಾಂ ಹೊಡೆದು ಚಾಮರ ಕೂತಿದ್ದ ಪರದೆ ಇಳಿಬಿಟ್ಟ ದಿಕ್ಕನ್ನು ತೋರಿಸಿ ಪೂರ್ವಾಭಿಮುಖಕ್ಕೆ ನಡೆಯುತ್ತಿದ್ದ.

ಅಲೀಲಿ ಏನಾದರೂ ಆಗಲಿ ಎಂದು ಮರುದಿನ ಗೋಪಾಲನ ಮನೆಗೆ ಹೋಗಿ "ಮೊನ್ನೆ ಹಾಕಿದ್ದ ಕುಕ್ಕರಿನ ಗ್ಯಾಸ್ಕೆಟ್ಟು ಐದು ಲೀಟರದ್ದು, ಅದ್ಕೆ ಬದ್ಲು ಮಾಡಕ್ಕೆ ಬಂದೀನಿ" ಎಂದು ಹೇಳಿ ಒಳ ಹೋಗುತ್ತಿದ್ದ. ಚಿಕಿತ್ಸೆ ಮಾತ್ರ ಇವನ ಮುಖ ನೋಡದೇ ಕೋಪಿಸಿಕೊಂಡು ಬುಸುಗುಟ್ಟುತ್ತಿದ್ದಳು. ಅಲೀಲಿ ಕಾಯುವಷ್ಟು ಕಾದು ಬೇಸರದಿಂದ ಪೂಂಕುಡಿ ಬಳಸುತ್ತಿದ್ದ ಸೇಮು ಪರ್ಫ್ಯೂಮಿನ ಬಾಟಲಿ ಇಟ್ಟು ಹೋಗುತ್ತಿದ್ದ. ಚಿಕಿತ್ಸೆ ತಕ್ಷಣ ಬಂದು ಪರ್ಫ್ಯೂಮು ತನ್ನ ಕೈಗೆ ಪೂಸಿಕೊಂಡು ಸಂತಸಗೊಳ್ಳುತ್ತಿದ್ದಳು.

ಕೋಪ ಕರಗಿದ ಮೇಲೆ ಚಿಕಿತ್ಸೆ ಮತ್ತೆ ಅಲೀಲಿಯನ್ನು ಭೇಟಿ ಮಾಡಲು ಪಾರ್ಕಿನಲ್ಲಿ ಕಾಯುತ್ತಾ ನಿಲ್ಲುತ್ತಿದ್ದಳು. ಅವಳು ತಂದ ಮೆಣಸಿನಕಾಯಿ ಬಜ್ಜಿ ತಿಂದು ಸಂತೃಪ್ತನಾದ ಅಲೀಲಿ ಏನು ಮಾತಾಡಲಿ ಎಂದು ಅವಳ ಎದೆಯ ಸೀಳನ್ನು ನಾಲಿಗೆ ಚಪ್ಪರಿಸಿಕೊಂಡು ಎವೆ ಮುಚ್ಚದೇ ನೋಡುತ್ತಿದ್ದ. ಜೊಲ್ಲು ಹೀರಿಕೊಳ್ಳುತ್ತಾ ಸುಮ್ಮನೆ ಕೂತಿದ್ದನ್ನು ಗಮನಿಸಿದ ಚಿಕಿತ್ಸೆ ಅಲೀಲಿಯ ಕೆನ್ನೆಗೆ ಬಾರಿಸಿ "ಕೆಟ್ಟ ಚಾಳಿ ಬಿಟ್ಟಿಲ್ಲ ಅಲ್ವಾ ನೀನು" ಎಂದು ಊದಿಕೊಂಡಂತೆ ಕಾಣುತ್ತಿದ್ದ ಎದೆಯನ್ನು ಮುಚ್ಚಿಕೊಳ್ಳುತ್ತಾ ಸೆಟೆದುಕೊಂಡು ಹೋಗುತ್ತಿದ್ದಳು. "ಚಿಕ್ಕಿ, ಚಿಕ್ಕಿ ನಾ ಏನ್ ಮಾಡ್ದೆ

ಅಂತ ಹೋಗ್ತಿದೀಯ" "ನೀ ಏನ್ ನೋಡ್ದೆ ಈಗ" "ಏನ್ ನೋಡ್ದೆ" "ನನ್ನ ಎದೆನಾ ಹೆಂಗ್ ತಿನ್ನುವಂಗೆ ನೋಡ್ತಿದ್ದೆ ನೀನು" "ಅಯ್ಯೋ ನಾ ನಿನ್ನ ಮನಸನ್ನೆ ನೋಡ್ತಿದ್ದೆ" "ಥೂ, ಸುಳ್ಳು" "ಇಲ್ಲಾ ಚಿಕ್ಕಿ, ನಿನ್ನ ಮನಸ್ಸು ಎಷ್ಟು ಒಳ್ಳೇದು ಅಂತ ಯೋಚಿಸ್ತಿದ್ದೆ" "ನೀ ಸರಿಯಿಲ್ಲ" ಎಂದು ಕ್ಯಾಕರಿಸಿ ಉಗಿದು ತಿರುಗಿ ನೋಡದೇ ಹೋಗುತ್ತಿದ್ದಳು.

■

ಆ ದಿನ ತಾಳಿ ಸುರೇಶ ಮತ್ತು ಶುಗರ್‌ಡ್ಯಾಡಿಯನ್ನು ಥಳಿಸಿದ ನಂತರ ಏನೋ ತನ್ನಲ್ಲಿ ಬಲವಾದ ಶಕ್ತಿಯಿದೆ ಎಂದು ಅಂದುಕೊಂಡ ಅಲೀಲಿ ಸೀದಾ ಬಂದಿದ್ದು ಬಜ್ಜಿ ಗೋಪಾಲನ ಮನೆಗೆ. ಗೋಪಾಲ ಆಗಷ್ಟೇ ತನ್ನ ಬಾಣಲೆಯಲ್ಲಿ ಎಣ್ಣೆ ಕುದಿಯಲು ಬಿಟ್ಟು ಕಡ್ಲೆ ಹಿಟ್ಟು ಕಲೆಸುತ್ತಿದ್ದ. ದೊಡ್ಡ ಉರಿಯಲ್ಲಿ ಅಂಟಿಕೊಂಡ ಎರಡು ಚಿಮಣಿ ಒಲೆಯ ಸ್ಟವ್ವು ಧಗಧಗ ಉರಿಯುತ್ತಿತ್ತು. ಗುಂಡೇಟು ಬಿದ್ದವರಂತೆ ಆಲೂಗೆಡ್ಡೆಗಳ ತೆಳು ಪದರಗಳು ಒಂದು ಪಾತ್ರೆಯಲ್ಲಿ ಗಿಜಿಗುಡುತ್ತಿದ್ದವು. ತುಂಬು ಮಳೆಗಾಲದಲ್ಲಿ ತಿರುಗಾಡಿದ ಕೊಡೆ ಮತ್ತೆ ಮಡಚಿದಂತೆ ಕಾಣುತ್ತಿದ್ದ ಹಸಿರು ಮೆಣಸಿನ ಕಾಯಿಗಳ ರಾಶಿ ಎದುರಿದ್ದವು. ತನ್ನ ಮುಂಗುರುಳ ಸ್ಪ್ರಿಂಗನ್ನು ಎಳೆಯುತ್ತಾ ಕನ್ನಡಿ ನೋಡಿಕೊಳ್ಳುತ್ತಿದ್ದ ಚಿಕಿತ್ಸೆ ಅಲೀಲಿಯ ಬಿಂಬ ನೋಡಿ ಕಣ್ಣರಳಿಸಿ ನಾಚಿದಳು. "ನಾನು ಮೊನ್ನೆ ದಿಸ ನಿನ್ನ ಎದಿನಾ ನೋಡ್ದೆ, ಏನಿವಾಗ, ನಿಮ್ಮಪ್ಪನ್ನ ಎಗರಿಸಿ ಒದ್ದಿ ಬಂದೀನಿ ಏನಿವಾಗ, ನೀ ಬರ್ತಿಯ ನಂಜೊತಿ, ಮದಿವಿ ಆಗುಮ" ಎಂದು ಒಂದೇ ಸಮನೆ ಮಾತಾಡುತ್ತಾ ಹೋದ. ಚಿಕಿತ್ಸೆ "ಇದು ಕನಸೇ" ಎಂದು ತನ್ನ ಬೆರಳನ್ನೆ ಕಚ್ಚಿದಳು. ಗೋಪಾಲ ತನ್ನ ಬಲಗೈಯ ಐದು ಬೆರಳನ್ನು ಡಬರಿಯೊಳಗೆ ಹಾಕಿ ನವಿರಾದ ಹದಕ್ಕಾಗಿ ಕಾಯುತ್ತಿದ್ದ ಕ್ಷಣಕ್ಕೆ "ನಿನ್ನ ಮಗಳೆಲ್ಲಿ ಲೇ ಗೋಪಾಲ" ಎಂದು ಅಲೀಲಿ ಝಾಡಿಸಿ ಒದ್ದು ಬಂದಿದ್ದರಿಂದ ಗೋಪಾಲ ಹಾರಿ ಬಿದ್ದಿದ್ದ. ಮತ್ತವನು ವಾಪಾಸ್ಸು ಎದ್ದು ಬರುವ ಹೊತ್ತಿಗೆ ಇಂತಿಪ್ಪ ಅಲೀಲಿ ಮತ್ತು ಚಿಕಿತ್ಸೆ ಮನೆಯಿಂದ ಓಡಿ ಹೋಗಿದ್ದರು.

ಪರಿಚಯದವರನ್ನು ಕರೆದು "ನನ್ನ ಮಗಳನ್ನು ಮಿಕ್ಸಿ ರಿಪೇರಿಯವನು ಕರ್ಕೊಂಡು ಓಡೋದ" ಎಂದು ಹೇಳುವಷ್ಟರಲ್ಲಿ ಸಂಜೆ ಆರು ಗಂಟೆ ನಲವತ್ತು ನಿಮಿಷವಾಗಿತ್ತು. ಗೋಪಾಲ ರೊಚ್ಚಿಗೆದ್ದು ಪೋಲಿಸ್ ಠಾಣೆಗೆ ಹೋದ. ಕಡ್ಲೆ ಹಿಟ್ಟು ಕಲೆಸಿದ ಗೋಪಾಲನ ಕೈ ಒಣಗಿ ಹೋಗಿತ್ತು.

■

ಪ್ರತಿ ಜೋಪಡಿಯೊಳಗೆ ನುಗ್ಗಿ ಪಾತ್ರೆ ಪಗಡಗಳನ್ನೆಲ್ಲಾ ಎಸೆಯುತ್ತಾ ತನ್ನ ರೋಷ ತೋರಿಸುತ್ತಿದ್ದ ಇಬ್ಬರು ಪೇದೆಗಳ ಕಾಲು ಹಿಡಿದು ಮುದುಕಿಯರಿಂದ

ಹೆಂಗಸರು ಬೇಡಿಕೊಳ್ಳುತ್ತಿದ್ದರು. ಚಾಮರನನ್ನು ಹೇಗೆ ಬೇಕೆಂದರೆ ಹಾಗೆ ತಳ್ಳುತ್ತಾ "ಕುತ್ತಿಗೆಗೆ ತಂದು ಬಿಡ್ತಿರಾ ಸೂಳೆ ಮಕ್ಳಾ ನೀವು, ಎಲ್ಲಿ ಬಚ್ಚಿಟ್ಟಿದೀರಾ ಹುಡುಗಿನಾ ಹೇಳುದ್ರೆ ಸರಿ, ನಿಮ್ಮನೆಲ್ಲಾ ನಮ್ ಸಾಹೇಬ್ರು ಶೂಟ್ ಮಾಡಿಬಿಡ್ತಾರೆ ಹೇಳ್ತೀನಿ ಕೇಳು, ನಿಮಗೆಲ್ಲಾ ನಮ್ಮ ಜಾತಿ ಹುಡುಗಿ ಬೇಕೆನ್ರಲೇ, ನನ್ನ ಕೆಲ್ಸ ಕೆಡಿಸ್ತಿರಿ ನೀವು, ಸರೀರಿ ಸರೀರಿ ಅತ್ತತ್ತ" ಎಂದು ಮಧ್ಯೆ ಬಂದ ಮಂದಿಯನ್ನೆಲ್ಲಾ ದೂರ ಸರಿಸುತ್ತಾ ಮುತ್ತುರಾಯ ವಿಕೃತಿ ಮೆರೆಯುತ್ತಿದ್ದ.

ಎಷ್ಟು ಹುಡುಕಿದರೂ ಅಲೀಲಿಯಾಗಲಿ ಹುಡುಗಿಯಾಗಲಿ ಸಿಗಲಿಲ್ಲ. ಇಬ್ಬರು ಪೇದೆಗಳು ಸಂತೆ ಮೈದಾನದ ಗುಡಿಸಲಿನ ಮೇಲೆ ತಮ್ಮ ಪೌರುಷ ಮೆರೆದಿದ್ದರು. ಬಿದಿರನ್ನು ತರಲು ಕಾಡಿಗೆ ಹೋಗಿದ್ದ ತಾಮ್ರ ಸೈಕಲ್ಲು ನೂಕಿಕೊಂಡು ಬರುತ್ತಿದ್ದ. ಸಂತೆ ಮೈದಾನದಲ್ಲಿ ಭುಗಿಲೆದ್ದ ಮಂದಿಯನ್ನು ನೋಡಿ ಬಿದಿರು ತುಂಬಿದ್ದ ಸೈಕಲ್ಲನ್ನು ಬಿಟ್ಟು ಹ್ಯಾಂಡಲ್ಲಿಗೆ ಸಿಗಿಸಿದ ಮಚ್ಚು ಎತ್ತಿಕೊಂಡು ದುಡುದುಡು ಓಡಿ ಬಂದ. ಸಂತೆ ಮೈದಾನದ ಮಂದಿ ತಾಮ್ರನನ್ನು ಕಂಡೊಡನೆ ಅವನ ಬಳಿ ಓಡಿದರು. ಚಾಮರನನ್ನು ಲಾಠಿಯಿಂದ ಸರಿಯಾಗಿ ಅನನುಭವಿ ಪೇದೆಗಳು ಥಳಿಸಿದ್ದರು. ಅವನ ಹೆಂಡದ ನಶೆ ಇಳಿದು ಹೋಗಿ ಕಣ್ಣುಗಳು ನಿಶ್ಚಲವಾಗಿದ್ದವು. ತನ್ನ ಸುತ್ತುವರೆದ ಜನರ ಕಂಬನಿ ಕಂಡು ಮರುಗಿದ ತಾಮ್ರ "ಏನಾತು ಏನಾತು" ಎಂದು ಚಾಮರನನ್ನು ಕೇಳಿದ. "ನಾವು ಯಾವ್ದೋ ಅಪ್ನೋರು ಜಾತಿ ಹುಡುಗಿನ ಬಚ್ಚಿಕ್ಕಿದೀವಿ ಅಂತ ಪೊಲೀಸರು ಹೊಡಿತಿದ್ದಾರೆ" ಎಂದ. "ಅಪ್ನೋರು ಜಾತಿ ಹುಡುಗಿನ ನಾವು ಬಚ್ಚಿಕ್ಕಬಾರದಂತ" ಎಂದು ತಾಮ್ರ ಸಿಡುಕಿ "ನಾವು ಹಿಂಗೇ ಸುಮ್ಕಿದ್ರೆ ನರ ಕಿತ್ತು ಬಿಡ್ತಾರೆ ಇವ್ರೆಲ್ಲಾ" ಎಂದು ಗುಡಾರದಲ್ಲಿದ್ದ ಜನರನ್ನು ಒಕ್ಕಲೆಬ್ಬಿಸಿದ. ತಾಮ್ರನ ಮಾತಿನಿಂದ ರೊಚ್ಚಿಗೆದ್ದ ಸಂತೆ ಮೈದಾನದ ಮಂದಿಗೆ ಏನೋ ಪ್ರವಾಹ ಉಂಟಾದ ರೀತಿಯಲ್ಲಿ ಜೋರಾಗಿ ಉಸಿರಾಡಿದರು. ದಪ್ಪ ಹೊಟ್ಟೆಯ ಕೆಳಗೆ ಬೆಲ್ಟು ಬಿಗಿದುಕೊಂಡಿದ್ದ ದಣಿದಿದ್ದ ಮುತ್ತುರಾಯ ಒಂದೇ ಸಮನೆ ಜೀಪಿನಲ್ಲಿಯೇ ಕೂತು ಮೊಬೈಲಿನಲ್ಲಿ ನಗುತ್ತಾ ಮಾತಾಡುತ್ತಿದ್ದ ಮಾದುಸ್ವಾಮಿ ಬಳಿ ಓಡಿ "ಸರ್, ಸರ್, ಇವ್ರೆಲ್ಲಾ ಬೇರೇನೋ ಹಕಿಕತ್ತು ನಡೆಸ್ತಾವ್ರೆ" ಎಂದು ಹೇಳಿದ.

ಮೊಬೈಲು ಜೇಬಿನಲ್ಲಿಟ್ಟುಕೊಂಡು ಕೆಳಗಿಳಿದ ಮಾದುಸ್ವಾಮಿ ಒಮ್ಮೆ ಸಂತೆ ಮೈದಾನದತ್ತ ಕಣ್ಣಾಡಿಸಿದ. ತಾಮ್ರನ ಹಿಂದೆ ನೂರಕ್ಕಿಂತ ಹೆಚ್ಚು ಜನರು ಅವನ ಹಿಂದೆ ಮಾದುಸ್ವಾಮಿಯತ್ತ ಬರುತ್ತಿದ್ದರು. ತಾಮ್ರನ ಕೈಯಲ್ಲಿದ್ದ ಮಚ್ಚು ಕಂಡು ಕೊಂಚ ದಿಗಿಲುಗೊಂಡ ಇಬ್ಬರು ಪೇದೆಗಳು ಜೀಪಿನ ಹಿಂದೆ ಸರಿದರು. ಮಾದುಸ್ವಾಮಿ "ಏಯ್, ಏಯ್ ಮಚ್ಚು ಇಳ್ಸೋ ಕೆಳಗೆ" ಎಂದು ಗುಟುರು ಹಾಕಿದ. ತಾಮ್ರನ ಕಣ್ಣು ಕುದಿಯುತ್ತಿದ್ದವು. "ಇಳ್ಸಲ್ಲ ಧಣಿ, ನಾನು ಮಚ್ಚು ಇಳ್ಸಲ್ಲ, ನಿಮ್ ಕಣ್ಣಿಗೆ ನಾವುಗಳು ಮನುಷ್ಯರ ಥರಾ ಕಾಣಕಿಲ್ವ, ಯಾಕಂಗೆ ದನಿಗೆ ಹೊಡ್ದಂಗೆ ಹೊಡ್ದಿದೀರಾ ನಮ್ ಜನಿಕ್ಕೆ, ಸ್ವಲ್ಪನಾದ್ರೂ ಕರುಣೆ ಬೇಡ್ವಾ" ಎಂದ. "ಏನ್ ಬಾರಿ ಸುಭಗರು ನೀವು, ಎಲ್ಲಿ ಬಚ್ಚಿಕ್ಕಿದೀರಾ ಹುಡುಗೀನ, ಆ ಮಿಕ್ಸಿ ರಿಪೇರಿ ಮಾಡೋನು ಸಿಕ್ಕುದ್ರೆ ಐತಲ್ಲ,

ಜೇಲಲ್ಲೇ ಕೊಳೀಬೇಕು ಹಂಗ್ ಮಾಡ್ತೀನಿ" ಎಂದ ಮಾದುಸ್ವಾಮಿ. "ಯಾಕ್ ಧಣಿ ನಮ್ಯಾಕೆ ಈಸೊಂದು ದಬ್ಬಾಳಿಕೆ ಮಾಡಕುಂತೀರಿ, ಪ್ಯಾಟೆಗೆ ಯಾರಾರ ಏನ್ ಕದ್ರು ನಮ್ ತಾವಾನೇ ಬಂದು ವಿಚಾರಣೆ ಮಾಡ್ತಿರಿ, ಬಸ್ಟಾಂಡಿನಾಗೆ ಮಕ್ಕೊಂಡ್ರು ಟೇಷನ್ನಿಗೆ ಕರ್ಕೊಂಡೋಗಿ ನಾಯಿಗೆ ಹೊಡ್ದಂಗೆ ಹೊಡಿತೀರಿ, ನಮ್ಗೆ ಅಂತ ಒಂದು ಹೆಣ ಸುಡಾಕ್ಕೂ ಜಗಾ ಇಲ್ದಂಗೆ ಮಾಡೀರಿ, ಆಸ್ಪತ್ರೆಯಾಗ ನಮ್ ವಾಸ್ನೆ ಮೂಸಿ ಡಾಕಟರು ಸಹ ನೋಡಂಗಿಲ್ಲ, ಹೆಂಗ ಧಣಿ ನಾವು ಬಾಳ್ವೆ ಮಾಡೋದು" ಎಂದ. ಮುತ್ತುರಾಯ "ಹಳೆ ಸುಳೆ ಥರಾ ಮಾತಾಡ್ಬೇಡ್ವೋ ಮುದಿಯ" ಎಂದ. "ಏಯ್" ಎಂದು ತಾಮ್ರ ಮುನ್ನುಗ್ಗಿದ. ಜನರು "ಹ್ಹೋ" ಎಂದು ಅವನ ಜೊತೆ ದನಿಗೂಡಿಸಿದರು.

"ಹುಶ್ ಹುಶ್" ಎಂದ ಮಾದುಸ್ವಾಮಿ "ನಿಮ್ ಕಥೆ ಕೇಳಕ್ಕೆ ಬಂದಿಲ್ಲ ನಾನು, ಮಿಕ್ಸಿ ರಿಪೇರಿ ಮಾಡೋ ಹತ್ತೊಂಬತ್ತು ವರ್ಷದ ನಸು ಕೆಂಪು ಬಣ್ಣದ ಅಲೀಲಿ ಎಂಬ ಹುಡುಗ ಅಪ್ನೋರು ಜಾತಿ ಹುಡುಗಿನ ಓಡಿಸ್ಕಂಡು ಹೋಗಿದ್ದಾನೆ, ಹುಡುಗಿ ತಂದೆ ಮೇಲೆ ಮಾರಣಾಂತಿಕ ಹಲ್ಲೆ ಆಗಿದೆ, ಆ ಹುಡುಗ ಎಲ್ಲಿ, ಆ ಹುಡುಗಿ ಎಲ್ಲಿ" ಎಂದ. "ನಮ್ ಜನ ಅಪ್ನೋರು ಜಾತಿ ಹುಡುಗೀನ ಓಡಿಸ್ಕೆಂಡು ಹೋಗ್ಬಾರ್ದ ಧಣಿ" ಎಂದ ತಾಮ್ರ. "ತಲೆ ಎಲ್ಲಾ ಮಾತಾಡಬೇಡ ಕಣಯ್ಯ ನೀನು, ಏನೇ ಮಾತಾಡೋದಿದ್ರು ನಡೀ ಸ್ಟೇಷನ್ನಿಗೆ" ಎಂದ. ಚಾಮರ ತನ್ನ ತಂದೆಯ ಕಣ್ಣನ್ನೆ ಪಿಳಿಪಿಳಿ ನೋಡುತ್ತಿದ್ದ. ಮಾತಿಗೆ ಮಾತು ಬೆಳೆಯುತ್ತಲೇ ಇತ್ತು.

ಅಷ್ಟೊತ್ತಿಗಾಗಲೇ ಮಕ್ಕಳು ಹಿಂದಿನಿಂದ ಪೋಲಿಸು ಜೀಪು ಹತ್ತಿ ಥಕಥಕ ಕುಣಿಯುತ್ತಿದ್ದರು. "ಏಯ್ ಸುಮ್ನಿರ್ರೋ ಹೊಸ ಇನ್ಸ್‌ಪೆಕ್ಟರು, ಶೂಟ್ ಮಾಡ್ತಾರೆ" ಎಂದು ಪೇದೆಗಳು ಹೇಳಿದರೂ ಕೇಳದ ಮಕ್ಕಳು ಡಿಸಿಪಿಯ ಹ್ಯಾಟು ಕದ್ದುಕೊಂಡು ಓಡಿದರು. "ಸಾರ್, ಸಾರ್, ನಿಮ್ ಹ್ಯಾಟು" ಎಂದು ಪೇದೆಗಳು ಕೂಗಿದರು. ಇಡೀ ಸಂತೆ ಮೈದಾನದ ಮಂದಿಯ ಕಣ್ಣು ಮಕ್ಕಳ ಮೇಲೆ ವರ್ಗವಾಯಿತು. ಪ್ರಜ್ಞೆ ಬಂದವನಂತೆ ಮಾದುಸ್ವಾಮಿ ಚಿಂತಾಕ್ರಾಂತನಾಗಿ ಗುಟುರು ಹಾಕಿದ. ಮುತ್ತುರಾಯ ಮಕ್ಕಳನ್ನು ಬೆನ್ನಟ್ಟಿದ್ದ. ಮೊದಲು ನಗುತ್ತಾ ಓಡಿದ ಮಕ್ಕಳು ಮುತ್ತುರಾಯನ ವೇಗ ಕಂಡು ಇನ್ನಷ್ಟು ಓಟ ಕಿತ್ತರು. ಭಯದಿಂದ ಮಾದುಸ್ವಾಮಿಯ ಹ್ಯಾಟನ್ನು ಹಂದಿಗಳು ಮಲಗಿದ್ದ ಕೊಚ್ಚೆಯಲ್ಲಿ ಬಿಸಾಕಿದರು. ಮುತ್ತುರಾಯ "ಅಯ್ಯೋ" ಎಂದು ತಲೆ ಮೇಲೆ ಕೈಯಿಟ್ಟುಕೊಂಡ. ಟುಪುಕ್ ಎಂದು ಸದ್ದು ಮಾಡಿಕೊಂಡು ಬಿದ್ದ ಹ್ಯಾಟು ಸಂಪೂರ್ಣ ಕೆಸರಾಗಿತ್ತು. ಮಕ್ಕಳು ಎದ್ದು ಬಿದ್ದು ಕಣ್ಣಿಗೆ ಕಾಣದಂತೆ ಮಾಯವಾದರು.

ಸಿಟ್ಟು ನೆತ್ತಿಗೇರಿ "ತಮಾಷೆ ಮಾಡ್ತಿದ್ದೀರ ಬೋಳಿಮಕ್ಳ" ಎಂದು ಮಾದುಸ್ವಾಮಿ ತಾಮ್ರನ ಕೆನ್ನೆಗೆ ಜೋರಾಗಿ ಬೀಸಿದ. ತಂದೆಗೆ ಏಟು ಬಿದ್ದ ಕೂಡಲೇ ಸಿಡಿದೆದ್ದ ಚಾಮರ "ಕಣಿಗೆ ಎತ್ಕೊಳ್ರೋ ನಮ್ ಹುಲಿಗೆ ಪೋಲಿಸರು ಹೊಡುದ್ರು" ಎಂದು ಎಲ್ಲರನ್ನೂ ಕೆರಳಿಸಿದ. ನಿಮಿಷದಲ್ಲೆ ಕೈಗೆ ಸಿಕ್ಕ ಕಲ್ಲು ಕೋಲಿನಿಂದ ಜೀಪಿನ ಗ್ಲಾಸನ್ನು

ಒಡೆದರು. ಪರಿಸ್ಥಿತಿ ನಿಯಂತ್ರಣಕ್ಕೆ ತರಲು ಮಾದುಸ್ವಾಮಿ ಸೊಂಟದಲ್ಲಿದ್ದ ಪಿಸ್ತೂಲ್ ತೆಗೆದು ಒಂದು ರೌಂಡು ಗುಂಡು ಹಾರಿಸಿದ. ಏನೋ ವಿಷಾದದ ಮೌನ ಆವರಿಸಿತು. ತಾಮ್ರ "ಹೆಂಗ್ ಬೇಕಾದ್ರೆ ಹಂಗೆ ಗುಂಡು ಹಾರುಸುದ್ರೆ ಮಕ್ಳಿಗೆ ಏನಾದ್ರೂ ಬಿದ್ರೆ ಯಾರು ಜವಾಬದಾರಿ" ಎಂದು ರೊಚ್ಚಿಗೆದ್ದ. "ನಿಮಗೇನೋ ನೂರು ಮಕ್ಳಾದ್ರೂ ಮಾಡ್ಕೊಂತೀರ, ನಮ್ಗೇನಾದರೂ ಆಯ್ತು ಅಂದ್ರೆ ನಮ್ ಹೆಂಡ್ತಿ ಮಕ್ಳಿಗೆ ನೀವು ಅನ್ನ ಹಾಕ್ತೀರ" ಎಂದ ಮಾದುಸ್ವಾಮಿ. ಚಾಮರ "ನಿಮಗಿನ್ನೂ ಮದ್ವೆ ಆಗಿಲ್ವಲ್ಲಾ ಸರ್" ಎಂದ. ಮತ್ತೆ ವಾಗ್ವಾದ ಬೆಳೆಯಿತು.

"ಹಾಕ್ಕೋಳ್ರಿ ಜೀಪಿಗೆ ಇವ್ರನ್ನೆಲ್ಲ ಐತೆ ಈ ನನ್ಮಕ್ಳಿಗೆ" ಎಂದ ಮಾದುಸ್ವಾಮಿಯ ಬಳಿ ಮುತ್ತುರಾಯ ಕೆಸರಾಗಿದ್ದ ಹ್ಯಾಟನ್ನು ಕೋಲಿನಲ್ಲಿ ತಂದುಕೊಟ್ಟ. ಅವನನ್ನೆ ದುರುಗುಟ್ಟಿ ನೋಡಿದ ಮಾದುಸ್ವಾಮಿ "ಚೀ" ಎಂದ. "ಸಾರ್ ಹ್ಯಾಟು ತೊಳಿಲಿಕ್ಕೆ ನೀರಿರಲಿಲ್ಲ ಸಾರ್, ಬೇಜಾರ್ ಮಾಡ್ಕೋಬೇಡಿ ಸಾರ್" ಎಂದು ಗೋಗರೆದ. "ನೀವು ಟೇಷನ್ನತ್ರ ಬಂದು ಧರಣಿ ಮಾಡ್ರಿ" ಎಂದು ತಾಮ್ರ ಮತ್ತು ಚಾಮರನ ಜೊತೆಗಿದ್ದ ಇಬ್ಬರು ಕೂಗುತ್ತಿದ್ದರು. ಪೊಲೀಸರ ಜೀಪು ಸಂತೆ ಮೈದಾನ ದಾಟಿ ನಗರದ ರಸ್ತೆ ಹಿಡಿದಿತ್ತು. ಕೋಲಿನಲ್ಲೆ ಹ್ಯಾಟು ಹಿಡಿದುಕೊಂಡು ಮುತ್ತುರಾಯ ಜೀಪಿನಲ್ಲಿ ಕೂತಿದ್ದ.

■

ಪೊಲೀಸ್ ಠಾಣೆ ಬುರುಡೆಕಟ್ಟೆಯ ಸರ್ಕಲ್ಲಿನಲ್ಲಿತ್ತು. ಬಜ್ಜಿ ಗೋಪಾಲ ತನ್ನ ಜಾತಿ ಮುಖಂಡರ ಪ್ರಭಾವ ಬಳಸಿ ತನ್ನ ಮೇಲೆ ಮಾರಣಾಂತಿಕ ಹಲ್ಲೆಯಾಗಿದೆ ಎಂಬುದನ್ನು ಗಟ್ಟಿಯಾಗಿ ಉಲ್ಲೇಖಿಸಿ ಕಂಪ್ಲೇಂಟು ಕೊಟ್ಟಿದ್ದ. ಮಾದುಸ್ವಾಮಿಗೆ ಸ್ಥಳೀಯ ಶಾಸಕನ ಕಾರಿನ ಡ್ರೈವರಿನಿಂದ ಕರೆ ಸಹ ಬಂದಿತ್ತು. ಪೊಲೀಸ್ ಠಾಣೆಯಲ್ಲಿ ಗೋಪಾಲನ ಜಾತಿ ಮುಖಂಡರು "ಹುಡುಗಿ ಇನ್ನ ಇಪ್ಪತ್ತು ನಾಲ್ಕು ಗಂಟೆ ಒಳಗೆ ಸಿಗಲಿಲ್ಲ ಅಂದ್ರೆ ಉಗ್ರ ಹೋರಾಟ ಮಾಡುವುದಾಗಿ" ಹೆದರಿಸಿದ್ದರು. ಮಾದುಸ್ವಾಮಿಯ ತಲೆ ಚಿಟ್ಟು ಹಿಡಿದಿತ್ತು.

ಜೀಪಿನಿಂದ ಇಳಿದ ತಕ್ಷಣ ಕತ್ತಿ ಹಿಡಿದು ಬಂದೀಖಾನೆಯೊಳಗೆ ನೂಕಿದ ಚಾಮರ, ತಾಮ್ರ ಮತ್ತು ಇನ್ನಿಬ್ಬರನ್ನು ಮಾದುಸ್ವಾಮಿ ಮತ್ತವನ ಇಬ್ಬರು ಹೊಸ ಪೇದೆಗಳು ಸಮಾ ಹೊಡೆದರು. ಅರ್ಧ ಗಂಟೆ ಬಿಡುವು ಮತ್ತೆ ಥಳಿತ, ಚಹಾ ಕುಡಿಸುವುದು ಮತ್ತೆ ಥಳಿಸುವುದು, ಹೊಡೆದು ಹೊಡೆದು ಹಣ್ಣುಗಾಯಿ ನೀರುಗಾಯಿ ಮಾಡಿದರು. ಠಾಣೆಯ ಎದುರು ಇಡೀ ಸಂತೆ ಮೈದಾನದ ಮಂದಿ ಬಂದು ಪೊಲೀಸರ ವಿರುದ್ಧ ಘೋಷಣೆ ಹಾಕಿದರು. ಪೂಂಕುಡಿ ನೇತೃತ್ವದ ಬಂಡಾಯದ ಪಡೆ ಬಿಸಿಯಾಗಿತ್ತು.

ನಾಲ್ಕು ಜನರನ್ನು ನೇರ ನಿಲ್ಲಿಸಿಕೊಂಡು "ಕೈ ಮೇಲೆ ಏನ್ ನೋಡ್ರಿ" ಎಂದು ಸಾಹೇಬ ಕೇಳಿದ. ಚಾಮರ ಧುತ್ತನೆ ತೋಳು ಹಿಂದಕ್ಕೆಳೆದುಕೊಂಡು ಮರೆಮಾಡಲು

ನೋಡಿದ. ಪೇದೆ ಚಾಮರನ ಕೈ ರಪ್ಪನೆ ಹಿಡಿದುಕೊಂಡು "ಶಿವಾಜಿ ಸಾರ್" ಎಂದು ಹೇಳಿದ. "ನೀನೆ ಒಬ್ಬ ಕ್ರಿಮಿನಲ್ಲು, ಶಿವಾಜಿ ಟ್ಯಾಟೂ ಹಾಕಿಸ್ಕೊಂಡು ಅವರ ಮರ್ಯಾದೆ ಯಾಕೆ ಕಳಿತಿಯೋ" ಎಂದು ಕೆಂಡಾಮಂಡಲವಾಗುತ್ತಾ "ಶರ್ಟಿನ ಬಟನ್ ಹಾಕ್ಕೋಳೊ, ಏನ್ ನೀನು ದೊಡ್ಡ ಕಿಲಾಡಿನ" ಎಂದ. "ಇಲ್ಲ ಸಾರ್ ನಾವು ಖೊರಚರು" ಎಂದು ಪ್ರತ್ಯುತ್ತರ ಕೊಟ್ಟ ಕ್ಷಣವೇ "ಸಾಹೇಬ್ರಿಗೆ ಜವಾಬು ಕೊಡ್ತಿಯೇನೋ" ಎಂದು ಪೇದೆ ಚಾಮರನ ಕಪಾಳಕ್ಕೆ ಬೀಸಿದ. ತಾಮ್ರ ಹಲ್ಲು ಕಚ್ಚಿದ.

ಏಳೆಂಟು ಜನರ ಗುಂಪು ಕಟ್ಟಿಕೊಂಡು ಬಜ್ಜಿ ಗೋಪಾಲ ಬಂದ. "ಏನ್ ನಡೀತಿದೆ ಸಾರ್ ಹೊರಗೆ, ನಾವು ಹಿಂಗೆ ಹೋರಾಟಕ್ಕೆ ಕುತ್ಕೋಬೇಕಾ, ನನ್ನ ಮಗಳೆಲ್ಲಿ ಸಾರ್" ಎಂದು ಕೇಳಿದ. ಮುತ್ತುರಾಯ "ಸಾಹೇಬ್ರು ವಿಚಾರಣೆ ಮಾಡ್ತಾವ್ರೆ ಒಳ್ಗೆ" ಎಂದ. "ನೀವು ಏನಾರ ಮಾಡಿ, ನಂಗೆ ನನ್ನ ಮಗಳು ಬೇಕು" ಎಂದು ಹಠ ಹಿಡಿದ ಗೋಪಾಲನಿಗೆ ಅವನ ಹಿಂದಿದ್ದ ಜನ ಸಾಥ್ ಕೊಟ್ಟರು. "ಶಾಸಕ ಸೈತ ನಮ್ದೆ ಜನ, ಅವನಿಗೆ ಫೋನ್ ಮಾಡ್ತೇವಿ ಈಗ" ಎಂದು ಅದರೊಳಗೊಬ್ಬ ಹೇಳಿದ. ಮುತ್ತುರಾಯ ಕಡುಗತ್ತಲೆಯಲ್ಲಿ ಬೆಳಗುತ್ತಿದ್ದ ಒಂಟಿ ದೀಪದ ಬಂದೀಖಾನೆಯತ್ತ ಓಡಿ "ಸರ್, ಹುಡುಗಿ ಕಡೆಯವ್ರು ಬಂದವ್ರೆ, ಹೋರಾಟ ಮಾಡ್ತೀನಿ ಅಂತಾವ್ರೆ ಸಾರ್, ಎಮ್ಮೆಲ್ಲೆಗೆ ಫೋನ್ ಮಾಡ್ತೀನಿ ಅಂತ ಹೇಳ್ತಾವ್ರೆ ಸಾರ್" ಎಂದ.

ನಾಲ್ಕು ಜನರನ್ನು ಎಗ್ಗಾಮಗ್ಗಾ ಥಳಿಸಿ ಸುಸ್ತಾಗಿದ್ದ ಮಾದುಸ್ವಾಮಿ ಹೊರಗೆ ಬಂದ ಕೂಡಲೇ ನಗುತ್ತಾ "ನೀವ್ಯಾಕೆ ಮತ್ತೆ ಬರೋಕೆ ಹೋದ್ರಿ, ವಿಚಾರಣೆ ಮಾಡ್ತಿದೀನಿ" ಎಂದು ಗೋಪಾಲನನ್ನು ಕೂರಿಸಿ, ಚಹಾ ತರಿಸಿ ಸಮಾಧಾನ ಮಾಡಿ ಕಳಿಸುವ ಮೊದಲು "ಎಮ್ಮೆಲ್ಲೆಗೆ ಫೋನೆಲ್ಲಾ ಮಾಡಬ್ಯಾಡ್ರಿ ಮಾರ್ರೆ" ಎಂದು ಹಲ್ಕಿರಿದು ಕಳಿಸಿದ್ದ.

"ಆ ಮುದುಕನನ್ನು ಕರೀರಿ" ಎಂದು ಮಾದುಸ್ವಾಮಿ ಹೇಳಿದ. ತಾಮ್ರನ ಮುಖ ಬಾತುಕೊಂಡಿತ್ತು. ಮೊಣಕಾಲಿಗೆ ಲಾಠಿಯ ಪೆಟ್ಟು ಬಿದ್ದು ಅವನು ಕುಂಟುತ್ತಾ ಬಂದ. "ರ್ರೀ, ಮುತ್ತುರಾಯರೇ, ನನ್ನ ಹ್ಯಾಟು ತಗೊಂಡು ಬನ್ರಿ" ಎಂದ. ಕೋಲಿನಿಂದ ಎತ್ತಿಕೊಂಡು ಬಂದ ಹ್ಯಾಟು ಕೊಡುತ್ತಲೆ ಮುತ್ತುರಾಯ "ಮರೆತೋಯ್ತು ಸಾರ್, ಈವಾಗ ತೊಳಿತೀನಿ ಸಾರ್" ಎಂದ. "ನೀವ್ಯಾಕ್ರಿ ತೊಳಿತೀರಾ, ಇಲ್ವಾ ಈ ಮುದಿಯಾ, ಇವನು ತೊಳಿತಾನೆ, ತಗೋಳೋ ಇದನ್ನ, ನೀಟಾಗಿ ತೊಳ್ಕೊಂಡು ಒಣಗಿಸ್ಕೊಂಡು ಬಾ" ಎಂದ. ತಾಮ್ರ ಹ್ಯಾಟು ಇಸಿದುಕೊಂಡು ಹೋಗುವಾಗ "ಬಡೀರಿ ಅವನ ಕಾಲಿಗೆ" ಎಂದ ಮಾದುಸ್ವಾಮಿ. ಲಾಠಿ ತಗೊಂಡು ಮುತ್ತುರಾಯ ಇನ್ನಷ್ಟು ಬಾರಿಸಿದ.

ಅಳಲು ಬಾರದ ತಾಮ್ರ ನೋವಿನಿಂದ ಚೀರಿದ. ಸೀದಾ ಪಾಯಖಾನೆಗೆ ಹೋಗಿ ನಲ್ಲಿಯ ನೀರಿನಲ್ಲಿ ಹ್ಯಾಟು ತೊಳೆಯುತ್ತಾ ನಿಂತ. ಒಣಗಿ ಹೋಗಿದ್ದ ಕೆಸರು ಕರಗುತ್ತಾ ಸಂತೆ ಮೈದಾನದ ವಾಸನೆ ಮೆಲ್ಲಗೆ ಪೊಲೀಸ್ ಠಾಣೆಯ ತುಂಬಾ

ಹಬ್ಬಿಕೊಳ್ಳುತ್ತಿತ್ತು. ಒಬ್ಬೊಬ್ಬ ಪೇದೆಗಳು ವಾಸನೆ ಗ್ರಹಿಸುತ್ತಾ ಮೂಗು ಮುಚ್ಚಿಕೊಳ್ಳಲು ಶುರುಮಾಡಿದರು. ಚೆನ್ನಾಗಿ ಹ್ಯಾಟು ತೊಳೆದ ನಂತರ ಮಾದುಸ್ವಾಮಿಯ ಬಳಿ ಬಂದ ತಾಮ್ರ. "ನಿಮ್ಮಪ್ಪ ಒಣಗಿಸ್ತಾನ ಇದನ್ನ, ಒಂಟಿ ಕಾಲಲ್ಲಿ ನಿಂತ್ಕೊಂಡು ಶರ್ಟ್ ಬಿಚ್ಚಿ ಒರೆಸೊ ಮಾದರ್‌ಚೋದ್" ಎಂದು ಗುಡುಗಿದ. ಥರಥರ ನಡುಗುತ್ತಿದ್ದ ತಾಮ್ರ ಮತ್ತೆಲ್ಲಿ ಪೆಟ್ಟು ಬೀಳುತ್ತವೋ ಎಂಬ ಭಯದಲ್ಲಿ ತನ್ನ ಶರ್ಟು ಬಿಚ್ಚಿ ಒರೆಸಲು ಒಂಟಿಕಾಲಲ್ಲಿ ನಿಂತ. ಮೂಳೆ ಕಾಣುತ್ತಿದ್ದ ಅವನ ಕಾಲುಗಳು ದೃಢವಾಗಿ ನಿಂತವು.

ನೈಟ್ ಶಿಫ್ಟಿನ ಪೇದೆಗಳು ನಾಲ್ಕು ಜನರನ್ನು ಮತ್ತೆ ಥಳಿಸಿದರು. ರಾತ್ರಿಯಾದರೂ ಠಾಣೆಯ ಹೊರಗೆ ಸಂತೆ ಮೈದಾನದ ಸಮಸ್ತ ಮಂದಿ ಹಾಜರಿದ್ದರು. ಪೂಂಕುಡಿ "ನಾವು ಹಿಂಗೆ ಇದ್ರೆ ಪೊಲೀಸರು ಕ್ಯಾರೆ ಅಂತಿಲ್ಲ, ಏನಾರ ಮಾಡಣ" ಎಂದು ತನ್ನ ಸ್ಕೂಟಿ ಚಾಲು ಮಾಡಿಕೊಂಡು ಹೊರಟಳು. ಅವಳು ಬಂದಿದ್ದು ಸಾರ್ವಜನಿಕ ಶೌಚಾಲಯವನ್ನು ಟೆಂಡರು ತಗೊಂಡಿದ್ದ ವೆಂಕಟೇಶನ ಮನೆಗೆ. ಇವರಿಬ್ಬರೂ ಸೇರಿಕೊಂಡು ವಕೀಲರ ಮನೆಗೆ ಹೊರಟರು.

ಈ ಮೊದಲು "ತನ್ನನ್ನು ಪೋಲಿಸರು ಹುಡುಕಿಕೊಂಡು ಬಂದರೆಂದು" ಒಂದು ವಾರ ಸಿಕ್ಕ ಸಿಕ್ಕವರಲ್ಲಿ ಹೇಳಿಕೊಂಡು ತಿರುಗುತ್ತಿದ್ದ ಚಾಮರ "ಐದು ಜನ ಪೋಲಿಸರು ಅಟ್ಟಿಸಿಕೊಂಡು ಬಂದು ಕಾಲಿಗೆ ಶೂಟ್ ಮಾಡಿದರೂ ಒಟ್ಟೆ ಓಡಿ ತಪ್ಪಿಸಿಕೊಂಡೆ" ಎಂದು ಸುಳ್ಳು ಸುಳ್ಳೇ ಹೇಳುತ್ತಿದ್ದ. ಆದರೆ ಸಂತೆ ಮೈದಾನದ ಮಂದಿಗೆ ಯಾರೂ ಜಾಮೀನು ಕೊಡುತ್ತಿರಲಿಲ್ಲ. ಆರಾರು ತಿಂಗಳು ಠಾಣೆಯಲ್ಲಿಯೇ ಉಳಿಯಬೇಕಿತ್ತು. ಶಾಸಕನ ಡ್ರೈವರ್ ಫೋನ್ ಮಾಡಿದರೆ ಬಿಟ್ಟು ಕಳಿಸುತ್ತಿದ್ದ ಪೊಲೀಸರು ಸಂತೆ ಮೈದಾನದ ಮಂದಿಯನ್ನು ಕಂಡು "ನಿಮಗ್ಯಾರು ಗತಿ ಇಲ್ವ" ಎಂದು ಆಡಿಕೊಂಡು ನಗುತ್ತಿದ್ದರು.

ಬೆಳಗ್ಗೆ ಒಂಬತ್ತು ಗಂಟೆಗೆ ಸ್ಟೇಷನ್ನಿಗೆ ವಕೀಲನ ಜೊತೆಗೆ ಬಂದ ಪೂಂಕುಡಿ "ನನ್ನ ಮಗ ಕಾಣೆಯಾಗಿದ್ದಾನೆ ಎರಡು ದಿನ ಆಯ್ತು" ಎಂದು ಟೈಪ್ ಮಾಡಿಸಿಕೊಂಡು ಬಂದಿದ್ದ ಅರ್ಜಿ ಕೊಟ್ಟಳು. ಇದೇನು ಉಲ್ಟಾ ಹೊಡಿತಿದಾರಲ್ಲ ಇವ್ರು ಕಣ್ಣುಜ್ಜಿಕೊಂಡ ಮಾದುಸ್ವಾಮಿಗೆ ವಕೀಲ ಸಂತೆ ಮೈದಾನದಲ್ಲಿ ನಡೆಸಿದ ದಾಂಧಲೆಗೆ "ಆರ್ ಯು ಹ್ಯುಮನ್, ಐ ಕಾಂಟ್ ಬೀಲೀವ್, ದಿಸ್ ಈಸ್ ದಿ ವೇ ಯು ಟ್ರೀಟ್ ದ ಪೀಪಲ್, ಲೆಟ್ ವೀ ಮೀಟ್ ಇನ್ ಕೋರ್ಟ್" ಎಂದು ಇಂಗ್ಲೀಷಿನಲ್ಲಿ ಬೈದ. "ನಿಮ್ಮ ಮೇಲೆ ಮಾನವ ಹಕ್ಕು ಉಲ್ಲಂಘನೆ ಆರೋಪದ ಮೇಲೆ ಕೇಸ್ ಹಾಕ್ತಿದ್ದೀನಿ, ನೋಟಿಸ್ ತಗೋಳಿ, ಈಗಿಂದೀಗಲೇ ಎಲ್ಲರನ್ನೂ ಬಿಟ್ಟು ಕಳಿಸಬೇಕು" ಎಂದು ಅಬ್ಬರಿಸಿದ. ಪೂಂಕುಡಿಯ ಕಣ್ಣಲ್ಲಿ ತೇಜಸ್ಸಿತ್ತು.

ಬಂದೀಖಾನೆಯಿಂದ ಹೊರಬಂದ ಚಾಮರನನ್ನು ನೋಡಿ ಮರುಗಿದ ಪೂಂಕುಡಿ ತಾಮ್ರನ ಕೈ ಹಿಡಿದುಕೊಂಡು ನಡೆಸಿದಳು. ಠಾಣೆಯಿಂದ ಹೊರಗೆ ಬರುವಾಗ ಮಾದುಸ್ವಾಮಿ ತಲೆಯ ಮೇಲೆ ಕೈ ಹೊತ್ತುಕೊಂಡು ಕೂತಿದ್ದ. ಅವನ ಹ್ಯಾಟು ಒಣಗಿತ್ತು.

■

ಚಾಮರ ತಾಮ್ರನ ಮಗ. ತಾಮ್ರನಿಗೆ ಎದೆಯ ಗುಂಗುರು ಕೂದಲು ಬೆಳ್ಳಗಾಗುವಷ್ಟು ವಯಸ್ಸಾಗಿತ್ತು. ಸಂತೆ ಮೈದಾನ ಎಂದರೆ ಶಹರದಿಂದ ಬಹು ದೂರವಿದ್ದ ವಿಶಾಲ ಜಾಗ. ಅಲ್ಲಿ ಮೊದಲು ಸರ್ಕಸ್ಸು ಕಂಪೆನಿಯವರು ತಮ್ಮ ಲಾರಿ ಇಳಿಸಿ ತಮ್ಮ ಬಿಡಾರ ಹೂಡಿ ಅಲ್ಲಿಯೇ ಸರ್ಕಸ್ಸು ಕಟ್ಟುತ್ತಿದ್ದರು. ಜಾಯಿಂಟು ವೀಲುಗಳು, ಗಿರಿಗಿಟ್ಲೆ, ಅನೇಕ ರಂಜನೀಯ ತೇರುಗಳನ್ನು ಜೋಡಿಸುವಾಗಲು, ಬಿಚ್ಚುವಾಗಲೂ ಬಹಳ ಸಮಯ ತೆಗೆದುಕೊಳ್ಳುತ್ತಿತ್ತು. ಶಹರದ ಸಂತೆಯೂ ಮೊದಲು ಅಲ್ಲೆ ನಡೆಯುತ್ತಿತ್ತು. ನಂತರ ಸಂತೆ ಶಹರದ ನಡು ಭಾಗಕ್ಕೆ ಶಿಫ್ಟ್ ಆಯಿತು.

ಬೇಟೆಗಾರರ ಜೊತೆ ತಾತ್ಕಾಲಿಕವಾಗಿ ಬೆರೆಯುತ್ತಿದ್ದ ತಾಮ್ರ ಕಾಡಿಗೆ ಹೋಗಿ ಫಾರೆಸ್ಟು ಗಾರ್ಡುಗಳಿಂದ ಕಣ್ತಪ್ಪಿಸಿ ಬಿದಿರು, ಸಾಗವಾನಿ, ಬೀಟೆ, ಗಂಧದ ಮರಗಳ ತುಂಡುಗಳನ್ನು ಸೈಕಲ್ಲಿನಲ್ಲಿ ತಂದು ಮಾರುತ್ತಿದ್ದ. ತನ್ನ ಗೆಳೆಯರ ಜೊತೆ ಕಾಡಿಗೆ ಹೋದರೆ ಬರೀ ಕೈಯಲ್ಲಿ ಬರದ ತಾಮ್ರ ಒಂದು ಕಾಡು ಕೋಣವನ್ನಾದರೂ ಕೊಂದು ತರುತ್ತಿದ್ದ. ಕಾಡಿನ ಕೋಣ ಸೈಕಲ್ಲಿನಲ್ಲಿ ಹೊತ್ತು ತಂದರೆ ಸಂತೆ ಮೈದಾನದಲ್ಲಿ ಹಬ್ಬ. ಮಾರಿಗುಡಿಯ ಮುಂದೆ ಕೋಣ ನೇತು ಹಾಕಿ ಅದರ ತಲೆ ಕತ್ತರಿಸಿ ದೇವಿಗೆ ಅರ್ಪಿಸಿಯೇ ಮುಂದಿನ ಕೆಲಸ. ಕೋಣದ ಚರ್ಮದಿಂದ ಹಿಡಿದು ಸಾರಿಗೆ ಬೇಕಾದ ಸೈಜು, ಚಾಕ್ನಾಕ್ಕೆ ಬೇಕಾದ ಸೈಜುಗಳನ್ನು ತಾಮ್ರನೇ ತುಂಡು ತುಂಡಾಗಿ ಕತ್ತರಿಸಿ ಹಂಚುತ್ತಿದ್ದ. ಕೋಣದ ಬದಲು ಕಾಡಿನ ಹಂದಿ ಸಿಕ್ಕರೂ ಇದೇ ಸಂಪ್ರದಾಯ. ಹತ್ಯಾರುಗಳ ದೊಡ್ಡ ಮೇಳವೆ ಅಲ್ಲಿತ್ತು. ಅಲ್ಲಿದ್ದ ಯಾವ ಹತ್ಯಾರುಗಳಲ್ಲಿ ದೋಷವಿರಲಿಲ್ಲ, ಕ್ರೋಧವಿರಲಿಲ್ಲ, ಮತ್ಸರವಿರಲಿಲ್ಲ. ಅದನ್ನು ಬಳಸುತ್ತಿದ್ದ ತಾಮ್ರನಲ್ಲಿ ಒಂದಕ್ಕೊಂದು ಬೆರೆತ ಸ್ಪರ್ಶ ಮಣಿಯಂತೆ ಸೇರಿಕೊಂಡಿತ್ತು.

ತಾಮ್ರನ ಹೆಂಡತಿ ಚಾಮರನಿಗೆ ಹತ್ತು ವರ್ಷವಿದ್ದಾಗ ತೀರಿಹೋಗಿದ್ದಳು. ತಾಮ್ರನಿಗೆ ಚೆನ್ನಾಗಿ ಈಜು ಬರುತ್ತಿತ್ತು. ಶರಾವತಿ ಹಿನ್ನೀರಿನ ಸೆಳೆತ, ಉಬ್ಬರ, ಅದರ ಪಾತ್ರ, ಅದು ಸೇರುವ ಎಲ್ಲಾ ದಿಕ್ಕುಗಳು ಅವನಿಗೆ ಪರಿಚಿತವಾಗಿದ್ದವು. ಯಾರಾದರೂ ಕಾಲುವೆಯಲ್ಲಿ ಬಿದ್ದರೆಂದು ಸುದ್ದಿ ಸಿಕ್ಕರೆ ಸಾಕು ತಾಮ್ರ ಕಾಲುವೆಗೆ ಧುಮುಕುತ್ತಿದ್ದ. ಬಲೂನಿನಂತೆ ಊದಿಕೊಂಡ ಹೆಣ ಹುಡುಕಿ ತೆಗೆದು ಅದರ ಮೇಲಿನ ಚಿನ್ನದ ಸರ, ಕಾಲುಂಗುರ, ಮೂಗುತಿ, ವಾಚು, ಕಿಸೆಯೊಳಗಿದ್ದ ಪರ್ಸು, ಒದ್ದೆಯಾಗಿದ್ದ ನೋಟುಗಳನ್ನು ಬಿಡದೆ ತೆಗೆದುಕೊಂಡು ಹೆಣವನ್ನು ಇನ್ನಷ್ಟು ದೂರ ಎಳೆದುಕೊಂಡು ಹೋಗಿ ಬಿಡುತ್ತಿದ್ದ. ಆ ಹೆಣ ಶರಾವತಿ ಪ್ರವಹಿಸುತ್ತಿದ್ದ ಬೇರೆಲ್ಲೋ ಸಂಗಮದಲ್ಲಿ ಕೂಡಿಕೊಳ್ಳುತ್ತಿತ್ತು.

“ಕೋಳಿಯ ಸಾರು ರುಚಿಯಾಗಿಲ್ಲ” ಎಂದು ಕ್ಯಾತೆ ತೆಗೆದು ಪಾತ್ರೆ ಪಗಡಗಳನ್ನೆಲ್ಲಾ ತೂರಾಡಿ, ಕೋಳಿಯ ಸಾರನ್ನು ಅವಳ ಮೈಮೇಲೆ ಚೆಲ್ಲಿ, ಅವಳ ಮುಖ ಬಾತುಕೊಳ್ಳುವಂತೆ ಥಳಿಸಿ, “ನೈಂಟಿ ಹಾಕ್ಕೊಂಡು ಬರ್ತಿನಿ, ಆಮೇಲೆ ಐತೆ

ನಿಂಗೆ" ಎಂದು ಶೆರೆ ಕುಡಿಯಲು ಹೋಗಿದ್ದ ತಾಮ್ರ ಎರಡು ದಿನ ಆದರೂ ಮನೆಗೆ ಬಂದಿರಲಿಲ್ಲ. ತುಂಬು ಮಳೆಗಾಲ. ಘಾಟಿ ರಸ್ತೆಗಳು. ಅಕ್ರಮವಾಗಿ ಮರಳು, ನಾಟಾ ತುಂಬಿಕೊಂಡು ಹೋಗುತ್ತಿದ್ದ ಲಾರಿಗಳು ಪ್ರಪಾತಕ್ಕೆ ಬಿದ್ದು ಕಾಣೆಯಾಗುವುದೇ ಹೆಚ್ಚು. ಜೋಪಡಿಯಿಂದ ಸಿಡಿದೆದ್ದು ಹೊರಬಿದ್ದ ತಾಮ್ರನನ್ನು ಚಾಮರ ಹಿಂಬಾಲಿಸಿದ.

ಸಾರಾಯಿ ಪಾಕಿಟು ಬಿಚ್ಚಿ ಗಂಟಲಿಗೆ ಗುಳುಗುಳು ಮಾಡಿ ಕುಡಿದ ತಾಮ್ರನಿಗೆ 'ಕಾರ್ಗಲ್ಲು ಸಮೀಪ ಲಾರಿಯೊಂದಕ್ಕೆ ಕಾರು ಗುದ್ದಿ ಆರು ಜನ ಸ್ಪಾಟು' ಎಂದು ಕುಡಿಯಲು ಬಂದವನೊಬ್ಬ ಹೇಳಿದ ಮಾತಿನಿಂದ ಜಾಗೃತನಾದ. ಚಾಮರನನ್ನು ಕರೆದುಕೊಂಡು ಪಟಪಟ ಹೆಜ್ಜೆ ಹಾಕಿಕೊಂಡು ನಡೆದ.

ಘಾಟಿ ರಸ್ತೆಯಲ್ಲಿ ವಾಹನ ಚಲಾಯಿಸುವುದು ಮರಣಬಾವಿಯಲ್ಲಿ ಮಾಂತ್ರಿಕನೊಬ್ಬ ತನ್ನ ಬೈಕನ್ನು ಓಡಿಸಿದಂತಲ್ಲ. ನಿಯಂತ್ರಣ ಕಳೆದುಕೊಂಡ ನಾಟಾ ತುಂಬಿದ್ದ ಲಾರಿಯೊಂದು ಕಾರಿಗೆ ಡಿಕ್ಕಿ ಹೊಡೆದು ಕಾರಿನಲ್ಲಿದ್ದವರು ಸಂಪೂರ್ಣ ಜಖಂಗೊಂಡಿದ್ದರು. ನಾಟಾಗಳಿಗೆ ಕಟ್ಟಿದ್ದ ಹಗ್ಗ ಸಡಿಲಾಗಿ ಕಾರಿನ ಮೇಲೆ ಬಿದ್ದಿದ್ದರಿಂದ ನಾಟಾ ತುಂಬಿಕೊಂಡು ಕಾರು ಓಡಿಸುತ್ತಿದ್ದರೇನೋ ಎಂದು ಅನಿಸುತ್ತಿತ್ತು. ಭೀಕರ ಅಪಘಾತ ಆದೊಡನೆ ಲಾರಿಯ ಡ್ರೈವರ್ ಕಾಣೆಯಾಗಿದ್ದ. ಕಿಲೋಮೀಟರುಗಟ್ಟಲೇ ರಸ್ತೆಯ ಎರಡೂ ಕಡೆ ಬರೀ ಹಾರ್ನು ಮಾಡುತ್ತಿದ್ದ ವಾಹನಗಳು ಏಕವಾಗಿ ನಿಂತಿದ್ದವು. ತಾಮ್ರ ಓಡೋಡಿ ಬಂದ. ಭಾರೀ ಗಾತ್ರದ ನಾಟಾಗಳನ್ನು ನೋಡಿ ಚಾಮರನಿಗೆ ದಿಗಿಲಾಯಿತು.

ಮಳೆ ಜಿನುಗುತ್ತಿತ್ತು. ಗುಡ್ಡ ಕುಸಿಯುವ ಆತಂಕ. ಅಪಘಾತವಾದ ಸ್ಥಳದ ಬಳಿ ಜನರಿರಲಿಲ್ಲ. ಬರೀ ಮೌನ. ಚಾಮರನನ್ನು ನಾಟಾಗಳ ಸಂದಿಯಿಂದ ತೂರಲು ಹೇಳಿದ ತಾಮ್ರ "ಜಲ್ದಿ ಜಲ್ದಿ ತೂರ್ಕ" ಎಂದು ಅವಸರವಾಗಿ ಹೇಳಿ ಅಕ್ಕಪಕ್ಕ ಯಾರಾದರೂ ಸುಳಿದಾರು ಎಂದು ಕಣ್ಣನ್ನು ಆತಂಕದಿಂದ ಹಾಯಿಸುತ್ತಿದ್ದ. ಚಾಮರ ಕಾಲಿಟ್ಟ ಕ್ಷಣವೇ ಒಂದು ಮರದ ದೊಡ್ಡ ಬೊಡ್ಡೆ ಕಾರಿನಿಂದ ಜಾರಿತು. ಆ ನಸು ಹಳದಿಯ ಬೊಡ್ಡೆ ಚಹಾದ ಕಪ್ಪಿಗೆ ಬಿಸ್ಕೇಟಿನ ಚೂರು ಬೀಳುವಂತೆ ಸೀದಾ ಪ್ರಪಾತಕ್ಕೆ ಬಿದ್ದು ರುದ್ರ ಸದ್ದನ್ನು ಮಾಡಿತು. ತನ್ನ ಪುಟ್ಟ ಕಾಲನ್ನು ಕಾರಿನೊಳಗೆ ತೂರಿಸಿ ಇಳಿದ ಚಾಮರನಿಗೆ ಒಮ್ಮೆಲೆ ತಲೆ ತಿರುಗಿತು.

ರಕ್ತಪಾತವಾಗಿದ್ದ ಇಡೀ ಕಾರಿನ ತುಂಬ ಬೀಭತ್ಸದ ಮಿಸುಕಾಟ. ಹೊಟ್ಟೆ ಭಾಗದಿಂದ ಛಿದ್ರಗೊಂಡ ಹೆಂಗಸಿನ ಮುಖದ ಮೇಲೆ ಕಾಲಿಟ್ಟ ಚಾಮರನಿಗೆ ಅಳು ಬಂದಿತು. "ಏನ್ ಕೇಳ್ತಿದಿಯ ಒಳಗೆ, ಜಲ್ದಿ ಜಲ್ದಿ" ಎಂದು ಕೆಟ್ಟ ದನಿಯಿಂದ ರೋಪು ಹಾಕಿದ ತಾಮ್ರನ ದನಿಗೆ ಚಾಮರ ಇನ್ನಷ್ಟು ಭಯಗೊಂಡ. ತನ್ನ ತಾಯಿಯ ತಲೆ ಮೇಲೆ ಕುದಿಯುವ ಸಾರು ಚೆಲ್ಲಿ ಹಿಗ್ಗಾಮುಗ್ಗಾ ಥಳಿಸಿದವನು ಈಗ ಅಳುತ್ತಾ ಕೂತರೆ ನನ್ನನ್ನು ಸುಮ್ಮನೆ ಬಿಡುತ್ತಾನೆಯೇ ಎಂದೆನಿಸಿ ಚಾಮರ ಕಾರಿನ ಒಳಗೆ ಒಮ್ಮೆ ಕಣ್ಣು ಎತ್ತಿದ. ಭಯದಲ್ಲಿ ಬಾಯಿ ತೆರೆದ ಮುದುಕಿಯ ಬೆನ್ನು ಮುರಿದಿತ್ತು, ಹದಿನೆಂಟರ ವಯೋಮಾನದ ಹುಡುಗನ ಕಣ್ಣು ಗುಡ್ಡೆ ಹೊರಗೆ ಬಂದು ತೇಲುತ್ತಿತ್ತು, ಕಾರಿನ

ಡ್ರೈವರು ಸ್ಟೇಯರಿಂಗ್ ಹಿಡಿದುಕೊಂಡೇ ಅಪ್ಪಚ್ಚಿಯಾಗಿದ್ದ, ಕಾರಿನ ಗ್ಲಾಸುಗಳು ಉಪ್ಪಿನ ಹರಳುಗಳಂತೆ ಎಲ್ಲರ ಮುಖದ ಮೇಲೆ ಹತ್ತಿದ್ದವು. ಚಾಮರ ತನ್ನ ಬಾಯಿಗೆ ಕೈ ಬಿಗಿಯಾಗಿ ಒತ್ತಿಕೊಂಡ. ಅವನೊಳಗಿನ ಬಿಗಿದ ಆಕ್ರಂದನದ ಗಂಟು ಸರತಿ ಸಾಲಿನಲ್ಲಿ ಹಾರ್ನು ಮಾಡಿಕೊಂಡು ನಿಂತಿರುವ ವಾಹನಗಳಿಗಿಂತ ಭೀಕರವಾಗಿತ್ತು.

"ಅಪ್ಪಾ, ನನ್ನ ಕೈಲಿ ಆಗ್ತಿಲ್ಲೆ" ಎಂದು ಕೂಗಿದ ಚಾಮರನನ್ನು "ಹೆದರಬೇಡ, ನಾನಿಲ್ಲೇಯೇ ನಿಂತೀನಿ" ಎಂದು ಹುಸಿ ಧೈರ್ಯ ತಾಮ್ರ ತುಂಬಿದ. ಎಷ್ಟೇ ಎಳೆದರೂ ಪಕ್ಕೆಲುಬು ಮುರಿದ ಹೆಂಗಸಿನ ಬಿಗಿಯಾದ ಕೈಯುಂಗುರ ಬರದೇ ಸತಾಯಿಸುತ್ತಿತ್ತು. "ಅಪ್ಪಾ ಉಂಗುರ ಬರ್ತಿಲ್ಲ" ಎಂದು ಚಾಮರ ಕೇಳಿದರೆ "ಬೆರಳ್ನೆ ಮುರ್ಕೋಂಡು ಬಾ ಆಮೇಲೆ ಉಂಗ್ರ ತೆಕ್ಕೊಂಡ್ರಾತು" ಎಂದು ತಾಮ್ರ ಹೇಳಿದ. ಅಪ್ಪನ ಆಜ್ಞೆಯಂತೆ ಬೆರಳು ಮುರಿಯದೇ ನಾಜೂಕಾಗಿ ಉಂಗುರ ಬಿಡಿಸಿಕೊಂಡಾಗ ಪ್ರತ್ಯಕ್ಷವಾದ ಉಂಗುರಕ್ಕೆ ಒಂಟಿ ಪಚ್ಚೆಯ ಹರಳಿತ್ತು. ತನ್ನ ಅದುರುತ್ತಿದ್ದ ಬೆರಳುಗಳಲ್ಲಿ ವಸಡು ಕಿತ್ತು ಬಂದು ವಿಕಾರವಾಗಿ ಕಾಣುತ್ತಿದ್ದ ಬೇರೆ ಹೆಂಗಸಿನ ಮಾಂಗಲ್ಯದ ಚೈನು ಬಿಚ್ಚಿಕೊಳ್ಳಲು ಹೆಣಗಾಡಿದ. ವಾಚು ಬಿಚ್ಚಲು ಬರದೆ ಎಳೆದ ರಭಸಕ್ಕೆ ಇಡೀ ಅರ್ಧ ತೋಳಿದ್ದ ಕೈಯೇ ಕಿತ್ತು ಬಂದಿತ್ತು. ರಣ ಭಯದಿಂದ ಚಾಮರ ಕಿತ್ತು ಬಂದ ಕೈಯನ್ನು ಕಾರಿನಿಂದ ಎಸೆದ. ಅದು ಹೋಗಿ ತಾಮ್ರನ ಕಾಲ ಬಳಿಯೇ ಬಿದ್ದಿತು. ಸರಸರನೆ ವಾಚಿನ ಹುಕ್ಕು ಬಿಚ್ಚಿ ಕಿಸೆಯಲ್ಲಿ ಹಾಕಿಕೊಂಡ ತಾಮ್ರ ಅನಾಥ ಕೈಯನ್ನು ದೂರ ಎಸೆದ. ಸಂಜೆ ಐದು ಹತ್ತರ ಸಮಯ ತೋರುತ್ತಿದ್ದ ವಾಚಿನ ಗಾಜು ಒಡೆದುಹೋಗಿ ಅದರೊಳಗೆ ವಾರಸ್ದಾರನ ಒಂದು ಹನಿ ಬಿಸಿ ರಕ್ತ ಸೇರಿಕೊಂಡಿತ್ತು. ರಕ್ತದಲ್ಲಿ ಮಿಂದ ಆಭರಣಗಳನ್ನೆಲ್ಲಾ ದೋಚಿಕೊಂಡು ತಾಮ್ರ ಮತ್ತು ಚಾಮರ ಓಡಿದರು.

ಗಾಬರಿಯಿಂದ ಶರಾವತಿ ದಂಡೆಯಲ್ಲಿ ರಕ್ತದ ಕಲೆಗಳಿದ್ದ ಬರೊಬ್ಬರಿ ಐನೂರು ಗ್ರಾಂ ಚಿನ್ನದ ಆಭರಣಗಳನ್ನು ತೊಳೆಯುವಾಗ ತಾಮ್ರ ಹೆಂಡತಿಯ ದೇಹ ನದಿಯಲ್ಲಿ ತೇಲುವುದನ್ನು ಕಂಡು "ಚಿನಾಲಿ ನೆಗೆದು ಬಿದ್ದಿದ್ದಾಳೆ" ಎಂದು ಬೈದುಕೊಂಡ. ಚಾಮರ "ಅಮ್ಮಾ ಅಮ್ಮಾ" ಎಂದು ಕೈ ತೋರಿಸಿ ಅಳುತ್ತಿದ್ದ. ಚಾಮರನ ಕೈಲಿದ್ದ ಆಭರಣಗಳನ್ನೆಲ್ಲಾ ಕಸಿದುಕೊಂಡು ಕೊಂಚವೂ ತನ್ನ ಭಾವ ಅಲುಗಿಸದ ತಾಮ್ರ "ಏನ್ ಮಕ ನೋಡ್ತೀಯ, ನಿನ್ನನ್ನ ಹಂಗೇ ತಳ್ಳಿಬಿಡ್ತೀನಿ" ಎಂದ. ಚಾಮರ ಭಯದಿಂದ ಓಡಿದ.

ಓಡುತ್ತಿದ್ದ ಚಾಮರನನ್ನು ಬೆನ್ನಟ್ಟಿ ಹಿಡಿದ ತಾಮ್ರ ಧರ್ಮಸ್ಥಳದ ಬಸ್ಸು ಹಿಡಿದ. ಹೀಗೆ ಮೃತರ ಮೈಮೇಲಿನ ಆಭರಣಗಳನ್ನು ದೋಚಿಕೊಂಡು ಧರ್ಮಸ್ಥಳದ ಬಸ್ಸು ಹತ್ತುತ್ತಿದ್ದ ತಾಮ್ರನ ಜೊತೆ ಈಗ ಚಾಮರ ಸೇರ್ಪಡೆಗೊಂಡಿದ್ದ. ತೆಂಗಿನ ಎಣ್ಣೆಯಿಂದ ಕಾವಲಿಯಲ್ಲಿ ಬೆಂದ ದೋಸೆಯನ್ನು ಕೆಂಪು ಚಟ್ನಿ ಹಾಕಿಸಿಕೊಂಡು ಸವಿದ ಇಬ್ಬರೂ ಮುಡಿ ಕೊಟ್ಟು ನೇತ್ರಾವತಿ ನದಿಯಲ್ಲಿ ಮುಳುಗೆದ್ದರು.

■

ಧರ್ಮಸ್ಥಳದಲ್ಲಿ ತನ್ನ ತಲೆ ಬೋಳಿಸಿಕೊಂಡು ಎರಡು ಮೂರು ದಿನದ ನಂತರ ತಾಮ್ರ ಬಂದನೆಂದರೆ ಹೊಳೆಗೆ ಬಿದ್ದೋ, ಆಕ್ಸಿಡೆಂಟಿನಲ್ಲೋ ಜೀವ ಕಳೆದುಕೊಂಡವರ ಮೇಲಿನ ಒಡವೆ, ಪಾಕೀಟು ದೋಚಿಕೊಂಡು ಹೋಗಿದ್ದ ಎಂದು ತಿಳಿಯುತ್ತಿತ್ತು. ಒಮ್ಮೊಮ್ಮೆ ತಾಮ್ರನ ತಲೆ ತಿಂಗಳಿಗೆ ಎರಡು ಬಾರಿ ನುಣ್ಣಗೆ ಕಂಡರೆ ಕೆಲವೊಮ್ಮೆ ಆರಾರು ತಿಂಗಳಾದರೂ ಕೂದಲು ಗುಂಗುರಾಗಿ, ಮೊಳಕೆ ಹೊಡೆದಲ್ಲೆ ತೈಲದ ಘಮ ಕಾಣದೆ ಗೀಜಗನ ಗೂಡಿನಂತೆ ಕಾಣುತ್ತಿತ್ತು. ತಾಮ್ರ ಬೀಡಿ ಎಳೆಯುತ್ತಾ ಹಾಗೆ ಕಟಿಂಗು ಮಾಡಿಸದೇ ತಿರುಗುತ್ತಿದ್ದ.

"ಯಾಕೆ ನೀನು ಪದೇ ಪದೇ ಮುಡಿ ಕೊಟ್ಟು ಬರ್ತಿಯ" ಎಂದು ಕೇಳಿದರೆ "ಇಸ್ಪೀಟು ಚೂಲು ಬಿಡಿಸಿದರೆ ಮಂಜುನಾಥನಿಗೆ ಮುಡಿ ಕೊಡ್ತೀನಿ ಎಂದು ಹರಕೆ ಹೊತ್ತನಿ ಕಣಪ್ಪೋ" ಎಂದು ಯಾಮಾರಿಸುತ್ತಿದ್ದ. "ಮೊನ್ನೆ ತಾನೇ ಕುಡಿಯದು ಬಿಡ್ತಿನಂತ ಮುಡಿಕೊಟ್ಟು ಬಂದಿದ್ದೆ, ಈಗ ಇಸ್ಪೀಟು ಬಿಡ್ತಿನಂತೀಯ, ಮತ್ತೆ ಆಡ್ತಿಯ, ಏನ್ ಹರಕೆನೋ ಏನೋ ನಿಂದು, ಇಸ್ಪೀಟು ನಿನ್ನ ಬಿಡ್ತಿಲ್ವೋ, ನೀನೇ ಇಸ್ಪೀಟು ಬಿಡ್ತಿಲ್ವೋ" ಎಂದು ಗೊಣಗಿಕೊಂಡು ಜನರು ಹೋಗುತ್ತಿದ್ದರು. ತಾಮ್ರ ಅವರ ಬೆನ್ನಿಗೆ ಕ್ಯಾಕರಿಸಿ ಉಗಿದು "ಹುಹ್ಹಾಹ" ಎಂದು ನಗುತ್ತಿದ್ದ. ತಾಮ್ರನ ಹುಚ್ಚು ನಗೆಗೆ ತಿರುಗಿ ನೋಡಿದವರು "ಇವನೊಂಥರ ಕ್ರಾಕ್ ನನ್ಮಗ" ಎಂದು ಬೈದುಕೊಂಡು ಹೋಗುತ್ತಿದ್ದರು.

ಸಂತೆ ಮೈದಾನಕ್ಕೆ ಹದಿನೈದು ದಿನಕ್ಕೊಮ್ಮೆ ಪೆಟ್ಟಿಗೆಯ ಕ್ಯಾರಿಯರನ್ನು ಹಿಡಿದುಕೊಂಡು ಬರುತ್ತಿದ್ದ ಕೇಶವ ರಿಯಾಯಿತಿ ದರದಲ್ಲಿ ಸಂತೆ ಮೈದಾನದ ಮಕ್ಕಳಿಗೆ ಮುದುಕರಿಗೆ ಕಟಿಂಗು ಮಾಡುತ್ತಿದ್ದ. ಕೇಶವನಿಗೆ ತಾಮ್ರನ ಗುಡಿಸಲೊಂದು ಬಿಟ್ಟು ಎಲ್ಲರ ತಲೆಗೂದಲಿನ ಬಣ್ಣ, ವಾಸನೆ, ಶಕ್ತಿ ಗೊತ್ತಿತ್ತು. ಉದಯೋನ್ಮುಖ ಬೆಳಕಿನಲ್ಲಿ ತಾಮ್ರನಿಗೆ ಲಚ್ಚಿ ಕಟಿಂಗು ಮಾಡಬೇಕಿತ್ತು. ಕುಕ್ಕರಗಾಲಿನಲ್ಲಿ ಕೂತ ತಾಮ್ರನ ತಲೆಯ ಮೇಲೆ ದುಂಡನೆಯ ಬಟ್ಟಲನ್ನು ಮಗುಚಿ ಜಂಗು ಹಿಡಿದ ಕತ್ತರಿಯನ್ನು ಬಟ್ಟಲಿನ ಆಕಾರದಲ್ಲಿ ಕತ್ತರಿಸುತ್ತಿದ್ದ ಲಚ್ಚಿಯ ಕೈ 'ಎಲ್ಲಿ ಕತ್ತರಿ ಏನಾದರೂ ಗಂಡನ ಕಿವಿಯನ್ನು ಕುಯ್ದರೆ ನನ್ನ ಗತಿ ಏನಪ್ಪಾ' ಎಂದು ತತ್ತರಿಸುತ್ತಿದ್ದವು. ತೆಲುಗು ಜಾನಪದ ಹಾಡನ್ನು ಗುನುಗುತ್ತಲೆ ಕನ್ನಡಿಯನ್ನು ನೋಡಿಕೊಳ್ಳುತ್ತಿದ್ದ ತಾಮ್ರ "ಏನೇ ಇಷ್ಟೊಂದು ಹತ್ನಾಗೆ ಕತ್ತರಿ ಹೊಡೆದಿದ್ದಿಯ ರಂಡಿ ಮಗಳೆ, ಬರೀ ಕಿವಿ ಕಾಣ್ತಿದಾವಲ್ಲೆ" ಎಂದು ಕಿವಿಯನ್ನು ಗಸಗಸ ತಿಕ್ಕಿಕೊಂಡು ಬೈದು ಬೇರೊಬ್ಬನ ಕೇಶ ಮುಂಡನ ಮಾಡುತ್ತಿದ್ದ ಕೇಶವನನ್ನು ನೋಡಿ "ಎಂಟಾಣೆ ಬ್ಲೇಡು ತಕ್ಕೊ ಬಂದು ಇಡೀ ಮಂದಿಗೆ ಅಲ್ಲಾಡಿಸಿ ಹೋಗ್ತಾನೆ ಲವಡಿ ಮಗ" ಎಂದು ಕೋಪದಿಂದ ನೋಡುತ್ತಿದ್ದ. ಅತ್ತ ಕಡೆಯಿಂದ ಕೇಶವ ಒತ್ತರಿಸಿ ಬರುವ ರೋಷದಿಂದ ನೋಡುತ್ತಿದ್ದ. ನಡುವೆ ಅಪ್ಪನ ಬಟ್ಟಲು ಕಟಿಂಗ್ ನೋಡಿ ಚಾಮರ ಕಿಲಕಿಲ ನಗುತ್ತಿದ್ದ. "ಬಾರೋ ಮಗ್ನೆ, ನಿಂಗೂ ಹಿಂಗೆ ಕಟಿಂಗ್ ಮಾಡ್ತೀನಿ" ಎಂದು ಚಾಮರನ ತಲೆ ಸೈಜಿನ ಬಟ್ಟಲು ಸಿಗದೆ ಅಂದಾಜಿಗೆ ಸಿಗುವಷ್ಟು ಅವನ ಕೂದಲನ್ನು ತಾಮ್ರ ಎಗರಿಸಿ ಬಿಡುತ್ತಿದ್ದ. ಬೀಟ್ರೂಟಿನ ಮೂಲದಂತಿದ್ದ

ಚಾಮರನ ಗಿಟುಕು ತಲೆಯ ಎರಡು ಸುಳಿಗಳಲ್ಲಿ ಅಮವಾಸ್ಯೆಯ ಚಂದಿರ ಶಿಳ್ಳೆ ಹೊಡೆಯುತ್ತಿದ್ದ.

■

ಐನೂರು ಗ್ರಾಂ ಚಿನ್ನವನ್ನು ತಕ್ಕಡಿಯಲ್ಲಿ ತೂಗಿ ಕೊಟ್ಟಷ್ಟು ತೆಗೆದುಕೊಂಡ ಹಣದಲ್ಲಿ ಇಪ್ಪತ್ತು ಪರ್ಸೆಂಟು ಧರ್ಮಸ್ಥಳದ ಮಂಜುನಾಥನ ಹುಂಡಿಗೆ ತಪ್ಪೊಪ್ಪಿಗೆ ಎಂದು ಹಾಕಿ 'ಹ್ಹುಹ್ಹಾಹಾ' ಎಂದು ನಕ್ಕು ತಾಮ್ರ ಮತ್ತೆ ಬಸ್ಸಿನಲ್ಲಿ ಕೂತ. ನಿದ್ದೆಗೆ ಜಾರಿದ್ದ ಚಾಮರನ ಕೈಯಲ್ಲಿ ಪ್ಲಾಸ್ಟಿಕ್ಕು ಗನ್ನು ನಿಶ್ಯಬ್ದವಾಗಿ ಹೊಳೆಯುತ್ತಿತ್ತು.

ಬಸ್ಸಿನಲ್ಲಿ ಮಲಗಿ ನೆರಿಗೆ ಬಿದ್ದ ಹೊಸದೊಂದು ಬಿಳುಪಾದ ಪಂಚೆಗೆ ಹಸಿರು ಶರ್ಟು ಹಾಕಿಕೊಂಡಿದ್ದ ತಾಮ್ರನ ತಲೆ ಬಿಳಿ ಗೋಲಿಯಂತೆ ಮಿಂಚುತ್ತಿತ್ತು. ಚಾಮರ ಎಲಾಸ್ಟಿಕ್ಕು ಪ್ಯಾಂಟಿನ ಜೊತೆ ಕಾಲು ಮುಚ್ಚುವಂತಹ ಟೀ ಶರ್ಟಿನಲ್ಲಿ ಚಾಟಿಯಿಲ್ಲದ ಬುಗುರಿಯಂತೆ ಪೇಲವವಾಗಿ ಕಾಣುತ್ತಿದ್ದ. ಚಾಮರ ಬರುತ್ತಿದ್ದಂತೆಯೇ ಜೋಪಡಿಯ ಅವನ ಗೆಳೆಯರು ಕೈಯಲ್ಲಿದ್ದ ಪ್ಲಾಸ್ಟಿಕ್ಕು ಗನ್ನು ಕಸಿದುಕೊಂಡು ಕಾಲು ಕಿತ್ತರು. ದುಂಡನೆಯ ತಲೆಯ ಮೇಲೆ ಆಗಾಗ್ಗೆ ಉದುರುತ್ತಿದ್ದ ಟೋಪಿಯನ್ನು ಸಂಭಾಳಿಸಿಕೊಂಡೇ ಚಾಮರ ಅವರ ಹಿಂದೆ ಓಡಿದ. ತಾಮ್ರನ ಬೋಳು ತಲೆ ನೋಡುತ್ತಾ ನಿಲ್ಲಿಸಿ ಕುಶಲೋಪರಿ ವಿಚಾರಿಸಿದ ಜನರು "ಎಲ್ಲಿ ಲಚ್ಚಿ ಎರಡು ದಿನದಿಂದ ಕಾಣ್ತಿಲ್ಲ" ಎಂದು ಕೇಳಿದ ತಕ್ಷಣವೇ ತಾಮ್ರ ಸಭಾ ತ್ಯಾಗ ಮಾಡಿದವನಂತೆ ನಾಟಕೀಯವಾಗಿ ಜೋಪಡಿಯೊಳಗೆ ಹೋದ.

ಜೋಪಡಿಯೊಳಗೆ ಅರ್ಧಕ್ಕೇ ಬಿಟ್ಟು ಎದ್ದ ಗಂಗಾಳದಲ್ಲಿ ಬೆಂದಿದ್ದ ಕೆಂಪು ಅಕ್ಕಿಯ ಅನ್ನ ಕಂದು ಮಂಜಿನ ಎಸಳಾಗಿದ್ದವು. ಮಗುಚಿಕೊಂಡಿದ್ದ ಸಾಂಬಾರಿನ ಸವಟು ಬಿಸಿಲುಮಚ್ಚಿನಲ್ಲಿ ರುಚಿ ಕರಗಿ ದುಂಡನೆಯ ಸವಟಿನ ತಲೆಯಲ್ಲಿ ಚಂದ್ರೋದಯ ಕಂಡಿತ್ತು. ಲಚ್ಚಿಯ ಅನರ್ಘ್ಯ ಕಂಬನಿ ಜೋಪಡಿಯ ಆಧಾರ ಸ್ತಂಭದಲ್ಲಿ ಜಿನುಗುತ್ತಿತ್ತು. ಲಚ್ಚಿ ಜಾಗರೂಕವಾಗಿ ಕೈ ಹಿಂದಕ್ಕಿಡಿದು ಪುಳ್ಳೆ ಕೊಟ್ಟು ಹಚ್ಚಿದ ಒಲೆಯಲ್ಲಿ ಬರೀ ಹಗುರ ಬೂದಿ. ಅಮರ ಬದುಕಿನ ದೋಣಿಯಲ್ಲಿ ಕ್ರೀಯಾಶೀಲ ಹುಟ್ಟು ಕಾಣೆಯಾಗಿತ್ತು. ಚಮಚೆಯಿಂದ ಅಲ್ಲಲ್ಲೆ ಎರಚಿದ ಕೋಳಿ ಮಾಂಸದ ಚೂರುಗಳು ಸೌದೆಯ ಎಸಳಿನಂತೆ ಒಣಗಿ ಹೋಗಿದ್ದವು.

ಸಂತೆ ಮೈದಾನದ ಮೂಲೆಯಲ್ಲಿ ತೆಂಗಿನ ಗರಿ ಹೊದೆಸಿದ್ದ ಗುಡಿಸಲಿಗೆ ಸೀದಾ ತನ್ನ ಜೋಪಡಿಯೊಳಗೆ ಹೋದ. ದೊಡ್ಡ ಹಂಗಾಮ ಎಬ್ಬಿಸಿದ. "ನನ್ನ ಹೆಂಡ್ತಿ ಓಡೋದ್ಲೋ, ಓಡೋದ್ಲೋ, ಏನ್ ಕಮ್ಮಿ ಮಾಡಿದ್ದೆ, ಕುರಿ ಮಟನ್ ತರ್ತಿದ್ದೆ, ಯಾಂಗೀಸು ಕೊಡಿಸಿದ್ದೆ, ಬಂಗಾರದಂತ ಕೂಸು ಬರಂಗೆ ಹಟ್ಟಿದ್ದೆ, ಯಾವ ಬೋಸಡಿ ಮಗನ ಜತಿಗೆ ಸಂಬಂಧ ಇತ್ತೋ ಏನೋ ಓಡೋದ್ಲು" ಎಂದು ನಾಟಕೀಯವಾಗಿ ಬುಳುಬುಳು ಅತ್ತ. ಚಾಮರ "ನನ್ನ ತಂದೆ ಎಂಥಾ ಪಾಖಡ"

ಎಂದು ಪ್ಲಾಸ್ಟಿಕ್ಕು ಗನ್ನು ಹಿಡಿದುಕೊಂಡು ನೋಡುತ್ತಿದ್ದ. ಒಮ್ಮಿಂದೊಮ್ಮೆಲೆ ಜನರು ಮುನ್ನುಗ್ಗಿ ತಾಮ್ರನನ್ನು ಎದೆಗಪ್ಪಿಕೊಂಡು ಸಂತೈಸಿದರು. ಅಮೆರಿಕಾ ಹೊಳೆಯಲ್ಲಿ ಈಜುವಾಗ ಲಚ್ಚಿಯ ಹೆಣ ತೇಲುತ್ತಿದೆ ಎಂದು ಸುದ್ದಿ ಮುಟ್ಟಿಸಿದಾಗಲೇ ಇಡೀ ಸಂತೆ ಮೈದಾನದ ಜನ ಶರಾವತಿಯ ಸೇತುವೆಯ ಮೇಲೆ ನಿಂತು ನೋಡಿದರು. ಲಚ್ಚಿಯ ದೇಹ ಸೇತುವೆಯಲ್ಲಿಯೇ ಗಾಳಿಗೆ ಸಿಕ್ಕು ಬಿದ್ದ ಪತಂಗದಂತೆ ಬಿದ್ದಿತ್ತು.

"ಅಯ್ಯೋ" ಎಂದು ಅಳುತ್ತಾ ಓಡಿದ ತಾಮ್ರ ಕಿಕ್ಕಿರಿದ ಜನರಿಗೆ ಅಮಾಯಕನಂತೆ ಸೇತುವೆಯಿಂದ ಜಿಗಿದು ಈಜುತ್ತಾ ಲಚ್ಚಿಯ ಹೆಣ ತಂದ. ಚಾಮರ ಅತೀವ ಅಳುತ್ತಿದ್ದ. ತಾಮ್ರನ ಕಣ್ಣಿನಲ್ಲಿ ಹುಸಿ ಕಂಬನಿ ಜಿನುಗುತ್ತಿತ್ತು. ಹಿರಿಯರು ಸಮಾಧಾನ ಮಾಡಿದರು. ನಂತರ ಕಾಡಂಚಿನ ಮೂಲೆಯಲ್ಲಿ ಲಚ್ಚಿಯನ್ನು ಮಣ್ಣು ಮಾಡಿದರು.

■

ತಾಮ್ರ ಪೇಟೆಯಲ್ಲಿ ಕಬ್ಬಡ್ಡಿ ಚಡ್ಡಿ ಮಾರುತ್ತಿದ್ದ. ಅವನ ಹಕ್ಕಿ ದನಿಗೆ ಪೇಟೆ ತನ್ನೊಳಗಿನ ಬೇಜಾರು ಮರೆಯುವಂತೆ "ಯಾರ್ರಿ ಅಲ್ಲಿ ಚಡ್ಡಿ ಬೇಕೆಂದೋರು, ಯಾರ್ರಿ, ಯಾರ್ರಿ, ಯಾರ್ರಿ, ಪೈಲ್ವಾನಿಗೆ ಬೇಕು ಲಾಡಿ ಚಡ್ಡಿ, ನಿಮ್ಗೆ ಬೇಕು ಎಲಾಸ್ಟಿಕ್ ಚಡ್ಡಿ, ಆಂಟಿಗೆ ಬೇಕು ಆನೆ ಚಡ್ಡಿ, ಅಂಕಲ್ಲಿಗೆ ಬೇಕು ಟೈಗರ್‌ಚಡ್ಡಿ, ಹಾಕ್ಕೊಂಡ ಚಡ್ಡಿ ಮರೀರಿ, ಹಾಕ್ಕೋರಿ ಕಬ್ಬಡ್ಡಿ ಚಡ್ಡಿ, ಕಬ್ಬಡ್ಡಿ ಚಡ್ಡಿ" ಎಂದು ಕೂಗುತ್ತಿದ್ದರೆ ಮುತ್ತಿಕ್ಕುತ್ತಿದ್ದ ಜನ ತಾಮ್ರನ ಡೈಲಾಗಿನ ಡೆಲೆವರಿಗೆ ಸೂರೆಗೊಳ್ಳುತ್ತಿದ್ದರೇ ವಿನಾ ಒಬ್ಬರೂ ಕಬ್ಬಡ್ಡಿ ಚಡ್ಡಿ ಕೊಳ್ಳಲು ಮುಂದಾಗುತ್ತಿರಲಿಲ್ಲ. ಹೆಗಲ ಮೇಲೆ ಸುರುವಿಕೊಂಡಿದ್ದ ಚಡ್ಡಿಗಳು ಜೋಪಡಿಯ ಮತ್ತೊಬ್ಬ ಸದಸ್ಯನ ಹೆಗಲೇರಿ ಮತ್ತೆ ಸಂತೆ ಮೈದಾನ ಸೇರಿಕೊಳ್ಳುತ್ತಿದ್ದವು. ಒಂದು ವಾರದ ಬಳಿಕ ತಾಮ್ರ "ಬಾಯಲ್ಲಿ ಹಿಂಡೋದು, ಬಾಯಲ್ಲಿ ಹಿಂಡೋದು, ಕಿಟ್ಲೆ, ಕಿಟ್ಲೆ" ಎಂದು ಕೂಗುತ್ತಿದ್ದ. ಚೈತ್ರ ಮಾಸ ಚದುರಿದಂತ ಪುಟ್ಟ ಪುಟ್ಟ ಕಿತ್ತಲೆ ಹಣ್ಣುಗಳನ್ನು ತಳ್ಳು ಗಾಡಿಯ ಮೇಲೆ ಹೊತ್ತು ಮಾರಿದರೆ ಲಸೂನು ರಾಶಿಯ ಬೆನ್ನಿಗೆ ಕಳವಳ ವ್ಯಕ್ತಪಡಿಸುತ್ತಿದ್ದ ವ್ಯಾಪಾರಿಯೊಬ್ಬ ನಿಂತ ಭಂಗಿಯಲ್ಲಿ ಹಾಗೆ ನಿಲ್ಲುತ್ತಿದ್ದ. ತಾಮ್ರನದು ಅವಸರವೋ ಕೌತುಕವೋ ನೆರೆದ ಸಂತೆಯಲ್ಲಿ ಹೇಳಲು ಆಗುತ್ತಿರಲಿಲ್ಲ.

ಸಂತೆ ಯಾರನ್ನೂ ನೆನಪಿಡುತ್ತಿರಲಿಲ್ಲ. ಅದೇ ಹಸಿರು ಕೇಸರಿ ತರಕಾರಿ ಕಾಯಿ ಪಲ್ಲೆಗಳು ಮಾರಾಟವಾಗುತ್ತಿದ್ದವು. ಕೊಳೆತ ತರಕಾರಿಗಳು ಯಾರ ಥೈಲಿಗಳಿಗೂ ಸೇರದೇ ಹೊತ್ತು ತಂದವನ ಬುಟ್ಟಿಗೂ ಮರಳಿ ಹೋಗದೇ ನರಳುತ್ತಿದ್ದವು. ಪ್ರತಿ ಮಂಗಳವಾರ ಪ್ಯಾಸೆಂಜರ್ ಟ್ರೈನಿನಂತೆ ಸಂತೆ ನಡೆಯುತ್ತಿತ್ತು. "ಯಾರ್ದೋ ತೋಪಿನ ಕಡಿಕೆ ಯಾಕ್ ಹೋಯ್ತಿರಿ. ಎಲ್ಲಾ ಯವಸ್ಥೆ ಮಾಡ್ತೀನಿ" ಎಂದು ಶುಗರ್‌ಡ್ಯಾಡಿ ಮೊದಲು ತನ್ನ ಸಿಮೆಂಟಿನ ಶೀಟು ಹೊದೆಸಿದ್ದ ಮನೆಯಲ್ಲಿ ಜೂಜು ನಡೆಸುತ್ತಿದ್ದ. ಅದಕ್ಕೂ ಸಹ ಸೆಪರೇಟು ಚಾರ್ಜು ತೆಗೆದುಕೊಳ್ಳುತ್ತಿದ್ದ. ಹೆಂಡದಿಂದ ಊಟದವರೆಗೂ ಎಲ್ಲವೂ ಅಲ್ಲಿಯೇ ದೊರಕುತ್ತಿತ್ತು. ಹಣ್ಣಾದ ಒಂಟಿ ಎಲೆಯಂತೆ

ತೇಲಿಕೊಂಡು ಬರುತ್ತಿದ್ದ ಅನಾಥ ಶವದಿಂದ ಆಭರಣ ದೋಚಿ ಬೇರೆ ಊರಿನಿಂದ ನಗದು ಮಾಡಿಕೊಂಡು ಬರುತ್ತಿದ್ದ ತಾಮ್ರ ಇಸ್ಪೀಟಿನಲ್ಲಿಯೇ ಸೋತು ಎಲ್ಲವನ್ನೂ ಕಳೆದುಕೊಳ್ಳುತ್ತಿದ್ದ. ಪ್ರತಿ ಬಾರಿ ಹೀನಾಯವಾಗಿ ಸೋತ ಮೇಲೆ ಪೋಲಿಸರಿಗೆ ಅನಾಮಧೇಯ ಹೆಸರಿನಿಂದ ಕರೆ ಮಾಡಿ ದಾಳಿ ಮಾಡುವಂತೆ ಪುಸಲಾಯಿಸುತ್ತಿದ್ದ. ಶುಗರ್‌ಡ್ಯಾಡಿಯ ಮೇಲಿನ ಕೋಪಕ್ಕೋ ತನ್ನ ದುಡ್ಡೆಲ್ಲಾ ಹೋಯಿತಲ್ಲ ಎಂಬ ಸಂಕಟಕ್ಕೋ ಸಂತೆ ಮೈದಾನದ ಮೇಲೆ ಪೋಲಿಸರಿಂದ ಮಿಂಚಿನ ದಾಳಿ ನಡೆದೇ ಬಿಡುತ್ತಿತ್ತು. "ಇಷ್ಟು ಗುಟ್ಟಾಗಿ ಜೂಜು ಆಡಿಸಿದರೂ ಪೋಲಿಸರಿಗೆ ಸುಳಿವು ಸಿಕ್ಕೇ ಬಿಡುತ್ತದಲ್ಲ" ಎಂದು ಶುಗರ್‌ಡ್ಯಾಡಿ ತಲೆ ಕೆರೆದುಕೊಳ್ಳುತ್ತಿದ್ದ.

■

ದೈತ್ಯ ಬಂಗಲೆಯ ತಾರಸಿಯ ಮೇಲೆ ಕಾಂಕ್ರೀಟಿನಿಂದ ಮಾವಿನ ಹಣ್ಣಿನ ಚಿತ್ರ ಹಾಕಿಕೊಂಡಿದ್ದ ಮಹಾಶಯ ಪೆಟ್ರೋಲು ಬಂಕು, ಮಾವಿನ ಚೇಣಿ, ಹಾಲಿನ ಡೈರಿ ನಡೆಸುತ್ತಿದ್ದ. ತಿರುಪತಿಗೆ ಹೊರಟ ಕಾರಿನಲ್ಲಿ ಮಹಾಶಯನ ಜೊತೆ ಡ್ರೈವರು ಸೇರಿದಂತೆ, ಇಬ್ಬರು ಹೆಂಗಸರು, ಒಂದು ಎಂಟು ವರ್ಷದ ಕೂಸು ಬಂಗಾರ ಪೇಟೆ ಆಗಷ್ಟೆ ದಾಟಿತ್ತು. ಧುತ್ತನೆ ಎದುರಾದ ಬೆಕ್ಕಿನಿಂದ ಗಕ್ಕನೆ ಬ್ರೇಕು ಹಾಕಿದ ಪರಿಣಾಮ ಕಾರು ತಟಸ್ಥ ನಿಂತಿತು. "ಅಪಶಕುನ ಇರಬೇಕು, ಕಾರು ನಿಂತಲ್ಲೆ ಒಂದೆರಡು ಸೆಕೆಂಡು ನಿಲ್ಲಲ್ಲಿ" ಎಂದು ಮಹಾಶಯ ಹೇಳಿದ. ಗ್ರಹಚಾರ. ವೇಗವಾಗಿ ನುಗ್ಗುತ್ತಿದ್ದ ಇನ್ನೊಂದು ಕ್ವಾಲಿಸ್ ಕಾರು ಹಿಂದೆಯಿಂದ ಬಂದು ಗುದ್ದಿದ ಹೊಡೆತಕ್ಕೆ ಮಹಾಶಯನ ಕಾರು ಹಾರಿ ಮರಕ್ಕೆ ಡಿಕ್ಕಿ ಹೊಡೆದ ಕಾರಣ ಕಾರಿನಲ್ಲಿದ್ದವರೆಲ್ಲಾ ಬುಕ್ನಿಯಾದರು.

ಕಾರು ಬುಕ್ನಿಯಾದ ಮಾರನೆಯ ದಿನದಿಂದ "ಆ ಬಂಗಲೆಯೊಳಗೆ ಆತ್ಮ ಓಡಾಡುತ್ತಿದೆ" ಎಂದು ಊರಿನ ಜನ ಮಾತಾಡಲು ಶುರು ಮಾಡಿದರು. "ಪ್ರತಿ ರಾತ್ರಿ ಪಾರಿಜಾತ ಸೈಜಿನ ಬೆಳಕು ಮನೆಯೊಳಗೆಲ್ಲಾ ಇಣುಕಿ ಕೊನೆಗೆ ದೇವರ ಕೋಣೆ ಸೇರುತ್ತಿದೆ" ಎಂದು ಬಂಗಲೆ ಕಾಯುವ ಕೆಮ್ಮುತ್ತಿದ್ದ ಮುದುಕ ಬೇರೆ ಹಬ್ಬಿಸಿದ. ಶಹರದ ಜನ ಈ ಸುದ್ದಿ ಕೇಳಿ ಥಂಡಾ ಹೊಡೆದರು. ಸಂಜೆ ಆಗುವಷ್ಟರಲ್ಲಿ ಮನೆಗೆ ಸೇರಿಕೊಳ್ಳಲು ಅವಸರ ಮಾಡುತ್ತಿದ್ದರು. "ಯಾವ ಭೂತ ಪೀತ ಇಲ್ರಿ" ಎಂದು ಕೆಲವರು ಮಧ್ಯರಾತ್ರಿಯ ತನಕ ಆ ರಸ್ತೆಯಲ್ಲಿ ನಡೆದರು.

ಜನ ಚಳಿ ಹೆಚ್ಚಿಸುವ ಸಂಜೆಗಾಗಿ ಕಾದರು. ಮಂತ್ರವಾದಿಗಳು ಬಂದರು. ಬಂಗಲೆಯ ಗೇಟಿನ ಹೊರಗೆ ಗುಸುಗುಸು ಎಂಬಂತ ಮಹಾಪೂರ. "ನಾನು ಮೊದಲು ಹೋಗ್ತೀನಿ, ನಾನು ಮೊದಲು ಹೋಗ್ತೀನಿ" ಎಂದು ಮಂತ್ರವಾದಿಗಳ ನಡುವೆ ವಾದ ವಾಗ್ವಾದ ನಡೆಯಿತು. ಹಿರಿಯರು ಮೊದಲು ಈ ಸಮಸ್ಯೆಯನ್ನು ಬಗೆಹರಿಸಿ ಆ ಸಮಸ್ಯೆ ಆಮೇಲೆ ನೋಡೋಣ ಎಂಬಂತೆ "ನೀವು ಯಾವ ದೇವರ

ಆರಾಧಕರ್ರಿ, ರೀ ಸ್ವಾಮಿ, ನೀವು, ನೀವು" ಎಂದು ಜಮಾಯಿಸಿದ್ದ ಮಂತ್ರವಾದಿಗಳ ಜಾಥಾದಲ್ಲಿ ಒಬ್ಬೊಬ್ಬರ ಆರಾಧ್ಯ ದೈವವನ್ನು ಕೇಳಿದರು.

ಕೊನೆಗೆ ಮುನೇಶ್ವರನನ್ನು ಆರಾಧ್ಯ ದೈವವಾಗಿ ಪೂಜಿಸುತ್ತಾ ಬಂದ ನಾಲ್ಕೈದು ಕೆಂಪು ಮಣಿಗಳ ಕಾಷಾಯ ಲುಂಗಿ ಉಟ್ಟಿದ್ದ ವ್ಯಕ್ತಿಯನ್ನು ಬೆಂಬಲಿಸಿದರು. ಗೇಟು ತೆಗೆದು ಮಂತ್ರವಾದಿ ಇನ್ನೇನು ಹೋಗಬೇಕೆನ್ನುವಷ್ಟರಲ್ಲಿ ಹಿರಿಯರು "ಹುಶಾರಪ್ಪ" ಎಂದು ಹುರಿದುಂಬಿಸಿದರು. "ಆಂಡವಾ ಕಾಪಾತ್ತಿಕಾರು" ಎಂದು ತಲೆಯ ಕ್ರಾಪು ಬಾಚಿಕೊಂಡ. "ಜೈ ಮುನೇಸ್ವರ" ಎಂದು ದಾಂಗುಡಿಯಿಟ್ಟು ಕೇಕೆ ಹಾಕಿ ಮಂತ್ರವಾದಿ ಹೊರಟ. ಕೆಮ್ಮುತ್ತಿದ್ದ ಬಂಗಲೆಯ ಮುದುಕ ಆಕಾಶ ನೋಡಿ ಕೈ ಮುಗಿದ. ಆಕಾಶದ ಕಪ್ಪು ಕೊಳದಲ್ಲಿ ಬಾಕು ರೂಪದ ಚಂದಿರ ನಕ್ಷತ್ರ ಖಚಿತವಾಗಿ ನಕ್ಕಿದ.

ಚಾಲಾಕಿ ಮಂತ್ರವಾದಿ ಬಂಗಲೆಯ ಮುಂಭಾಗದಿಂದ ಹೋಗದೆ ಹಿಂದಿನ ದಿಕ್ಕಿನತ್ತ ಕಾಲಿಟ್ಟ. ಎರಡೇ ನಿಮಿಷದಲ್ಲಿ ಪಾರಿಜಾತದ ಬೆಳಕು ಕಂಡಿತು. ಗೇಟಿನ ಮುಂದೆ ಜಮಾಯಿಸಿದ್ದ ಜನ ಹೌಹಾರಿದರು. ಹೌಹಾರಿದ ಸದ್ದು ಮಂತ್ರವಾದಿಗೆ ಕೇಳಿಸದೆ ಅವನು ಸಾಹಸಿಯಂತೆ ಕಳ್ಳ ಕಿಂಡಿಯೊಂದನ್ನು ನೋಡಿದ. ಸೀದಾ ಬಲಗಾಲಿಟ್ಟು ಸರಂಜಾಮು ಜೋಡಿಸಿದ್ದ ಬಂಗಲೆಯ ಕೋಣೆಯೊಳಗೆ ಕಾಲಿಟ್ಟ. ಅವನ ಕೈಯೊಳಗಿದ್ದ ಬೆತ್ತ ಕಿಂಡಿಯನ್ನು ಹತ್ತುವಾಗಲೇ ಅವನಿಂದ ಬೇರ್ಪಟ್ಟಿತ್ತು.

ಮಂತ್ರವಾದಿ ಗಂಭೀರ ಹೆಜ್ಜೆ ಇಡುತ್ತಾ ತನ್ನ ಕೊರಳಿನ ಸರವನ್ನು ಹಿಡಿದು ತನಗೆ ಗೊತ್ತಿದ್ದ ಶ್ಲೋಕ ಹೇಳಿಕೊಳ್ಳುತ್ತಾ ಮೆಟ್ಟಿಲು ಹಿಡಿದುಕೊಂಡು ಬಂದ. ಅಕಸ್ಮಾತ್ ಕರೆಂಟು ಹೋಯಿತು. ಮಂತ್ರವಾದಿಯ ಕೆನ್ನೆ ಚಸಕ್ಕೆಂದಿತು. ಕಣ್ಣಿಗೆ ಕಪ್ಪು ಕಾಣಿಸಿದಾಗಲೇ ಅಂತರಾತ್ಮ ಹೆಚ್ಚು ಜಾಗೃತವಾಗುವುದು. ಛಲ ಬಿಡದೆ ಮಂತ್ರವಾದಿ "ಆಂಡವ, ಎನ್ನ ವಿಡಾದಯ್ಯ" ಎಂದು ಕೂಗಿದ. ಪಾರಿಜಾತ ಬೆಳಕು ಬಂಗಲೆಯೊಳಗೆ ಅತ್ತಿಂದಿತ್ತ ವೇಗವಾಗಿ ಚಲಿಸುತ್ತ ಗೇಟಿನಲ್ಲಿ ಕಾಯುತ್ತಿದ್ದ ಮಂದಿಯ ಬೆವರು ಇಳಿಸಿತು. ಉಳಿದ ಮಂತ್ರವಾದಿಗಳು ನಿಂತ ಜಾಗದಲ್ಲಿ ಕೂತುಕೊಂಡು ಮಂತ್ರಪಠಣ ಶುರು ಮಾಡಿದರು.

"ಯಾವುದೋ ಕೋಣೆಯ ಟೂಬ್‌ಲೈಟು ಸರಿಯಾಗಿ ಹೊತ್ತಿಕೊಳ್ಳದೇ ಹಿಂಗೆ ನಿಮ್ಗೆ 'ಮಿಣಕ ಮಿಣಕ' ಬೆಳಕು ಕಾಣಿಸ್ತಿರ್ಬೋದು ಅಷ್ಟೇ, ದೆವ್ವ ಗಿವ್ವ ಏನಿಲ್ಲ" ಎಂದು ವಾದಿಸಿ ಮಧ್ಯರಾತ್ರಿ ಓಡಾಡಿದ ಪ್ರಜ್ಞಾವಂತರು ಈಗ ನೆಲ ಕಚ್ಚಿದ್ದರು. ಅವರು ಹೀಗೆ ವಾದಿಸಿ ಮನೆಯಿಂದ ಹೊರಗೆ ಹೋಗುವಾಗ "ಅಲ್ಲಾ, ನಿಮ್ಮ ದೆವ್ವ ಯಾಕೆ ಸರಿಯಾಗಿ ಸಂಜೆ ಹೊತ್ತಿಗೆ ಕಾಣಿಸುತ್ತೆ, ಯಾಕೆ ಅದಕ್ಕೆ ಬೆಳಗ್ಗೆ ಟೈಮಿಲ್ವ" ಎಂದು ಹೇಳಿದಾಗ ಉಳಿದವರು "ಹಗಲು ಹೊತ್ತು ಯಾರೂ ಟೂಬುಲೈಟು ಹಾಕಲ್ಲ" ಎಂದು ಮೌನವಾಗಿ ಪ್ರತಿವಾದ ಮಂಡಿಸುತ್ತಿದ್ದರು.

■

ಸುತ್ತಲೂ ಕತ್ತಲು. ಬಂಗಲೆಯ ಮುಂಬಾಗಿಲಿನಿಂದ "ದೆವ್ವ ದೆವ್ವ" ಎಂದು ಅಲೀಲಿ ಓಡಿ ಬರುತ್ತಿದ್ದ. ಗೇಟಿನ ಬಳಿ ಕುತೂಹಲವಾಗಿ ಕಾಯುತ್ತಿದ್ದ ಜನ "ದೆವ್ವ ದೆವ್ವ" ಎಂದು ಕೂಗಿಕೊಂಡು ಬರುತ್ತಿದ್ದ ಅತರ ಪತರ ನೆರಳನ್ನೇ ನೋಡಿ ಹೌಹಾರಿ ಓಡಿದರು. "ಬಂಗಲೆಯೊಳಗೆ ಹೋಗಿದ್ದು ಮಂತ್ರವಾದಿ ಒಬ್ಬನೇ, ಇದ್ಯಾವ ಹೊಸ ಕೂಗು ಮಾರಿ" ಎಂದು ಬೆಚ್ಚಿ ಮುಕ್ಕಾಲು ಕಿಲೋಮೀಟರು ಓಡಿದ ಜನರು ವಾಪಸು ಬಂದು ಗೇಟು ಹತ್ತಲು ಪ್ರಯತ್ನಿಸುತ್ತಿದ್ದ ಅಲೀಲಿಯನ್ನು ಹಿಡಿದರು.

ಅಲೀಲಿ, ಮಹಾಶಯನ ಕಾರು ಡಿಕ್ಕಿ ಹೊಡೆದುಕೊಂಡು ಸತ್ತ ದಿನದಿಂದ ಬಂಗಲೆಯ ಮೇಲೆ ಒಂದು ಕಣ್ಣಿಟ್ಟಿದ್ದ. ದಿನಾ ಸಂಜೆ ಅತ್ತ ಇತ್ತ ನೋಡಿ ಗೇಟು ಹತ್ತಿ ಮನೆಯೊಳಗಿನ ಪ್ರತಿ ವಸ್ತುಗಳನ್ನು ಕಂತಿನಂತೆ ಕಳ್ಳತನ ಮಾಡಿಕೊಂಡು ಬರುತ್ತಿದ್ದ. ಎರಡು ದಿನದಿಂದ ದೇವರ ಬೆಳ್ಳಿ ಮೂರ್ತಿ ಕದಿಯಲು ಹೊಂಚು ಹಾಕುತ್ತಿದ್ದವನಿಗೆ ಬಂಗಲೆಯ ಹೊರಗೆ ಶತಪಥ ಪಹರೆಯಿದ್ದ ಮುದುಕನಿಂದಾಗಿ ದೇವರ ಕೋಣೆಯಲ್ಲೆ ಅಲೀಲಿ ಉಳಿಯುವಂತಾಗಿತ್ತು. ಮೊಬೈಲು ಟಾರ್ಚು ಹಾಕಿಕೊಂಡು ಪ್ರತಿ ಸಂಜೆ ಸಂದಿ ಗೊಂದಿಗಳನ್ನೆಲ್ಲಾ ಕೆದಕುತ್ತಿದ್ದ. ಆ ಮೊಬೈಲಿನ ಟಾರ್ಚು ಪಾರಿಜಾತದ ಬೆಳಕಂತೆ ಕಂಡು ಜನ 'ಆತ್ಮ' ಎಂದು ಹೆದರಿದ್ದರು.

ಮಂತ್ರವಾದಿ ದೇವರ ಕಾಣಲು ಬಂದು ಅಲೀಲಿಯ ಮೈ ಮುಟ್ಟಿದಾಗ ಅಲೀಲಿ "ಅಯ್ಯೋ ದೆವ್ವ" ಎಂದು ಓಡಿದರೆ ಅಲೀಲಿಯ ಮೈ ಮುಟ್ಟಿದ್ದ ಮಂತ್ರವಾದಿ ಪ್ರಜ್ಞೆಯಿಲ್ಲದೆ ಅಲ್ಲೇ ಬಿದ್ದಿದ್ದ. ಅಲೀಲಿಯನ್ನು ಜನ ಕೈಗೆ ಸಿಕ್ಕಂತೆ ಹೊಡೆದರು.

ಅಲೀಲಿ ಚಾಮರನಂತೆ ಡಕಾಯಿತಿ ಮಾಡಿಯೇ ಹೆಸರು ಮಾಡಬೇಕು, ತನ್ನ ಹೆಸರು ಸಂತೆ ಮೈದಾನದಲ್ಲಿ ಜಗಜಗ ಹೊಳೆಯಬೇಕು ಎಂದು ಶಪಥ ತೊಟ್ಟವನಂತೆ ಮೊದಲ ಸಲ ಬಂಗಲೆಗೆ ಕನ್ನ ಹಾಕುವ ಮೂಲಕ ಶುರು ಹಚ್ಚಿಕೊಂಡಿದ್ದ.

ಹೊಡೆತ ತಿಂದು ಹಣ್ಣಾಗಿದ್ದ ಅಲೀಲಿಯನ್ನು ಪೋಲಿಸರಿಗೆ ಒಪ್ಪಿಸಬೇಕೆಂದು ಸ್ವಲ್ಪ ಜನ ಒಪ್ಪುವಷ್ಟರಲ್ಲಿ ಕಾಣೆಯಾಗಿದ್ದ ಕರೆಂಟು ಬಂತು. ಅಲೀಲಿಯ ಮೂಗು ಬಿಚ್ಚಿಕೊಂಡು ರಕ್ತ ಸುರಿಯುತ್ತಿತ್ತು. ಆತ ಹಾಕಿಕೊಂಡಿದ್ದ ಚಿರತೆಯಂತಹ ಶರ್ಟು ಪೂರಾ ಚಿಂದಿಯಾಗಿ ಕೊರಳಿನಲ್ಲಿ ಬರೀ ಕಾಲರ್ ಉಳಿದಿತ್ತು. "ರ್ರೀ, ಸಂತೆ ಮೈದಾನದ ಚಿಕ್ ಹುಡುಗನ್ನ ಇಂಗ್ ಹೊಡೆದಿದರಲ್ರಿ, ಹಕ್ಕಿಪಿಕ್ಕಿ, ಉಡ ಇಡ್ಕೊಂಡು ಇದ್ದಾರೆ ಪಾಪ, ಕರ್ಮ ಸುತ್ತಿಕೊಳುತ್ತೆ ನಮ್ಗೆ, ಪಾಪ ನಮ್ ಥರ ದೆವ್ವ ಹುಡುಕಿಕೊಂಡು ಬಂದಿದ್ನೇನೋ, ನೋಡ್ರಿ ಅವನ ತಲೆ ಒಳ್ಳೆ ಹಸುಗೂಸಿನಂತೆ ಐತಲ್ರಿ" ಎಂದು ತುಂಬಾ ಜನ ಅಲವತ್ತುಕೊಂಡರು. ಇನ್ನೂ ಸ್ವಲ್ಪ ಜನ ಆ ತೀರ್ಮಾನದ ಕುರಿತಾಗಿ ಘೇರಾವ್ ಹಾಕಿದರು. ಕೊನೆಗೆ ಅಲೀಲಿಯ ಹೆಸರು, ವಯಸ್ಸನ್ನು ಕೇಳಿದರು. ಅಲೀಲಿ "ಇವತ್ತು ನಂಗೆ ಇಪ್ಪತ್ತೊಂದು ತುಂಬಿದೆ" ಎಂದು ಹೇಳಿದ.

'ಪ್ರಳಯಾಂತಕ ಅಲೀಲಿ' ಎಂದು ಬರೆಸಿದ ಬರೊಬ್ಬರಿ ಒಂದು ಕೆಜಿ ಕೇಕು ತಂದು ಬಂಗಲೆಯ ಗೇಟಿನ ಬಳಿಯೇ ಚಪ್ಪಾಳೆ ತಟ್ಟುತ್ತಾ ಅಲೀಲಿಯ ಬರ್ತಡೇ ಮಾಡಿದರು. ಗಾಬರಿಯಿಂದ ಕೇಕು ಕತ್ತರಿಸಲು ಅಳುಕಿದ ಅಲೀಲಿಯ ಕೈಯನ್ನು

ಹಿಡಿದು ಕೇಕನ್ನು ತುಂಡರಿಸಿ ಬಾಯಿಗಿಟ್ಟರು. ಇನ್ನೊಮ್ಮೆ ಬಂಗಲೆಯ ಕಡೆ ತಲೆ ಹಾಕಿ ಮಲಗಬಾರದೆಂದು ವಚನ ತೆಗೆದುಕೊಂಡ ಜನರು ಅಲೀಲಿಯನ್ನು ಕಳಿಸಿಕೊಟ್ಟರು. ಮೊದಲ ಸಲ ಬರ್ತಡೇ ಹೀಗೆ ಆಚರಿಸಿಕೊಂಡ ವಿಷಾದದೊಂದಿಗೆ ಕುಂಟುತ್ತಾ ಅಲೀಲಿ ನಡೆದ.

■

ಪೂಂಕುಡಿ ಅಲೀಲಿಯ ತಾಯಿ. ಪೂಂಕುಡಿಗೆ ಅಮೆರಿಕಾ ಎಂಬುವವನ ಜೊತೆ ಮದುವೆಯಾಗಿತ್ತು. ರಥಬೀದಿಯಲ್ಲಿ ಬರೀ ಹಲ್ಲಿನಿಂದ ತುಂಬಿದ ನೀರಿನ ಬಿಂದಿಗೆಯನ್ನು ಎತ್ತಿಕೊಂಡು ಸೈಕಲ್ ಓಡಿಸಿ ಸಾಹಸ ಮೆರೆಯುತ್ತಿದ್ದ, ಹತ್ತಾರು ಹಳೆಯ ಟ್ಯೂಬುಲೈಟುಗಳನ್ನು "ಟುಬುಕ್ ಟುಬುಕ್" ಎಂದು ತನ್ನ ಮೈಮೇಲೆ ಒಡೆದುಕೊಳ್ಳುತ್ತಿದ್ದ. ಟೇಪ್ ರೆಕಾರ್ಡರ್ ಹಾಕಿಕೊಂಡು ತಮಿಳು ತೆಲುಗು ಹಾಡುಗಳಿಗೆ ಕುಣಿದು ರಂಜಿಸುತ್ತಿದ್ದ ಅಮೆರಿಕಾ ವಾರದಲ್ಲೊಮ್ಮೆ ಮ್ಯಾಜಿಕ್ ಶೋ ಕೂಡ ನಡೆಸುತ್ತಿದ್ದ. ಕುಣಿತದ ಹಾಡುಗಳಲ್ಲಿ ಮಾತ್ರ ಚಂದಗಾಣುವ ಲಂಗ ದಾವಣಿ ಹಾಕಿಕೊಂಡು ಅಮೆರಿಕಾನ ಜೊತೆ ಜುಗಲ್‌ಬಂದಿ ಡ್ಯಾನ್ಸ್ ಮಾಡುತ್ತಿದ್ದ ಪೂಂಕುಡಿ ಉಳಿದ ದಿನಗಳಲ್ಲಿ ಜೋಪಡಿಯಲ್ಲಿ ಉಳಿಯುತ್ತಿದ್ದಳು. ಪೂಂಕುಡಿಗೆ ಬೇಯಿಸಿದ ಮೊಟ್ಟೆಗಳೆಂದರೆ ಬಲು ಇಷ್ಟ. ಚೆಂಡಿನಂತೆ ಬೆಂದ ಇಡೀ ಮೊಟ್ಟೆಯನ್ನು ಒಮ್ಮೆಲೆ ಪ್ಯಾರಾಸಿಟಾಮಲ್ ಗುಳಿಗೆಗಳಂತೆ ನುಂಗುತ್ತಿದ್ದಳು. ಒಂದಲ್ಲ ಎರಡಲ್ಲ ಬರೊಬ್ಬರಿ ದಿನಕ್ಕೆ ಎಂಟು ಮೊಟ್ಟೆಗಳು.

ಮ್ಯಾಜಿಕ್ ಶೋ ಎಂದು ಮುಂಜಾನೆ ಟ್ರೈನು ಬಸ್ಸು ಹಿಡಿದು ಹೊರಡುತ್ತಿದ್ದ ಅಮೆರಿಕಾನ ಜೋಳಿಗೆಯಲ್ಲಿ ಪಂಚಲೋಹದ ಒಂದು ಪಾತ್ರೆ, ಎರಡು ಮಾರು ಮಾಂತ್ರಿಕ ಹಗ್ಗ, ಬಣ್ಣ ಬಣ್ಣದ ಚೆಂಡುಗಳು ಸೇರಿದಂತೆ ಇನ್ನೂ ಹಲವು ವಸ್ತುಗಳಿದ್ದವು. ಜನರು ಇಕ್ಕಟ್ಟಾಗಿ ಸೇರುತ್ತಿದ್ದ ರೈಲ್ವೇ ಸ್ಟೇಷನ್ನು, ಹನುಮಂತನ ಗುಡಿ, ಪ್ರೈವೇಟು ಬಸ್ಟಾಂಡು, ಅಥವಾ ಶಾಲೆಯ ಮಕ್ಕಳು ಆಡುತ್ತಿದ್ದ ಕ್ರೀಡಾಂಗಣದಲ್ಲಿ ಅಮೆರಿಕಾ ತನ್ನ ಜೋಳಿಗೆ ಬಿಚ್ಚಿ ಸಂಭ್ರಮ ತೆರೆದಿಡುತ್ತಿದ್ದ.

ಸುತ್ತಿಟ್ಟಿದ್ದ ಮಾಂತ್ರಿಕ ಬಿಳುಪು ಹಗ್ಗ ತೆಗೆದು "ಹಗ್ಗ ಹೀಗಿದೆ" ಎಂದು ತೋರಿಸುತ್ತಾ ಅಮೆರಿಕಾ 'ಛೂ' ಎಂದ ಕೂಡಲೇ ಬಳ್ಳಿಯಂತಿದ್ದ ಹಗ್ಗ ಸಲಾಕೆಯಂತೆ ನೇರವಾಗಿ ಉದ್ದಕ್ಕೆ ನಿಲ್ಲುತ್ತಿತ್ತು. ಅಷ್ಟಕ್ಕೆ ಸುಮ್ಮನಾಗದೆ ಹಗ್ಗದ ನಡುಭಾಗ ಹರಿದು ಮತ್ತೆ ಜೋಡಿಸುತ್ತಿದ್ದ. ಮಕ್ಕಳೇನು, ವಿನಮ್ರವಾಗಿ ಕೈಕಟ್ಟಿಕೊಂಡು ಅಮೆರಿಕಾನ ಜಾದೂ ನೋಡುತ್ತಿದ್ದ ಮೇಷ್ಟ್ರುಗಳು ಸಹ ಕಕ್ಕಾಬಿಕ್ಕಿಯಾಗುತ್ತಿದ್ದರು. "ಚರ್ರ್ ಬುಸ್" ಎಂದು ಶಬ್ದ ಮಾಡಿ ಜೋಳಿಗೆಯಲ್ಲಿದ್ದ ಒಂದೊಂದೆ ಐಟಮ್ಮುಗಳನ್ನು ತೆಗೆದು "ಇಲ್ಲಿ ನೋಡಿ" ಎಂದು ಕೈಯನ್ನು ತಿರುಗಿಸುತ್ತಲೇ ನಾಲ್ಕೈದು ಚೆಂಡುಗಳನ್ನು ಅತ್ತಿಂದಿತ್ತ ಗಲಗಲನೆ ಕ್ಯಾಚು ಹಿಡಿದು ಬಲಗೈಯಲ್ಲಿದ್ದ ಕೆಂಪು ಚೆಂಡು ಎಡಗೈಗೆ ಹಾರಿಸಿ,

ಬಾಯಲ್ಲಿ ಹಾಕಿಕೊಂಡ ಹಳದಿ ಚೆಂಡು ತನ್ನ ಕಿವಿಯನ್ನು ಅಲುಗಾಡಿಸುತ್ತಲೆ ನೀಲಿ ಚೆಂಡು ಹೊರ ತೆಗೆದು, ಅಂಗೈಯಲ್ಲಿದ್ದ ಚೆಂಡು ಮಾಯ ಮಾಡಿ ಮಕ್ಕಳನ್ನು ಅಮೆರಿಕಾ ನಗಿಸುತ್ತಿದ್ದ.

"ಅಲೀಲಿ" ಎಂದು ಅಮೆರಿಕ ಜೋರಾಗಿ ಕೂಗಿ "ಓ" ಎಂದ ಚಿಕ್ಕ ತಲೆಯ ಅಲೀಲಿಯನ್ನು ನೋಡಿ "ಎಲ್ಲಿದೀಯ" "ಇಲ್ಲೆ ಇದ್ದೀನಿ ಅಪ್ಪ" "ಮಕ್ಕಳಿಗೆ ಇವತ್ತು ತೂಫಾನಿ ಮ್ಯಾಜಿಕ್ ತೋರ್ಸಣ" "ಆಯ್ತು" "ಮಗ ಅಲೀಲಿ" "ಹ್ಞಾ" "ಹೋಗಿ ನಿನ್ ದೋಸ್ತನನ್ನು ಕರ್ಕಂಡು ಬಾ". ಅಮೆರಿಕಾನ ಕೈಯಲ್ಲಿದ್ದ ಪುಟಾಣಿ ಡಮರುಗ ಭರ್ಜರಿಯಾಗಿ ಸದ್ದು ಮಾಡುತ್ತಾ ಮಕ್ಕಳ ಕಿವಿಯನ್ನು ಹಿಡಿದಿಟ್ಟುಕೊಂಡಿತ್ತು. ಶೋ ನೋಡುತ್ತಿದ್ದ ಒಬ್ಬ ಹುಡುಗನನ್ನು ಅಲೀಲಿ ಕರೆದುಕೊಂಡು ಬರುತ್ತಿದ್ದ. ಮಂದ ನಗೆಯೊಂದನ್ನು ಬೀರುತ್ತಲೆ ಬಂದ ಹುಡುಗನನ್ನು ಪಕ್ಕದಲ್ಲಿ ಕೂರಿಸಿಕೊಂಡು ಜೋಳಿಗೆಯಲ್ಲಿದ್ದ ಖಾಲಿ ಕರ್ಚೀಫು ತೆಗೆದು ತೋರಿಸಿ "ಏನ್ ನಿನ್ ಹೆಸರು" ಎಂದು ಕೇಳಿದ. ಹುಡುಗ "ಅನಂತರಾಜು" "ಏನು" "ಅನಂತರಾಜು" "ನರಸಿಂಹರಾಜು ಥರ ಇದ್ದಾನೆ". ಮಕ್ಕಳು ಜೋರಾಗಿ ನಕ್ಕರು.

ಕೆಳಗಿಟ್ಟ ಡಮರುಗ ಎತ್ತಿ ಮತ್ತೆ ಡಿಮಡಿಮ ಸದ್ದು ಮಾಡಿ "ನರಸಿಂಹರಾಜು, ಗುರಿಯಿಟ್ಟು ಕರ್ಚೀಫಿಗೆ ಉಗಿ" ಉಗಿಯಲು ಮುಂದಾದ ಹುಡುಗನಿಂದ ಕರ್ಚೀಫು ಅಮೆರಿಕಾ ದೂರ ಸರಿಸಿದ. ಮಕ್ಕಳು ಇನ್ನಷ್ಟು ನಕ್ಕರು. ಅಮೆರಿಕಾ ನಗುತ್ತಲೆ ತಮಾಷೆಯಾಗಿ "ನರಸಿಂಹರಾಜು" "ನನ್ನ ಹೆಸರು ಅನಂತರಾಜು, ನರಸಿಂಹರಾಜು ಅಲ್ಲ". ಮಕ್ಕಳು ಮತ್ತೆ ನಕ್ಕರು. "ಯಾವ್ದೋ ಒಂದು ರಾಜು, ಕರ್ಚೀಫು ನೋಡ್ಕೊಂಡು ಅಂತರ್ ಮಂತರ್ ತಂತರ್ ಚರ್ ಬುಸ್ ಹೇಳು" ಎಂದ. ಹುಡುಗ "ಅಂತರ್ ತಂತರ್ ಚುಶ್ ಬುಶ್" ಎಂದ. ದಿಕ್ಕು ದಿಕ್ಕಿನಿಂದಲೂ ನಗು ಹರಿದು ಬಂತು. "ಮಗ ಅಲೀಲಿ ನಿನ್ನ ದೋಸ್ತಿಗೆ ಹೇಳಿಕೊಡು". ಚಿಕ್ಕ ತಲೆಯಿದ್ದ ಅಲೀಲಿ ಹುಡುಗನನ್ನು ನೋಡಿ "ಅಂತರ್ ಮಂತರ್ ತಂತರ್ ಚರ್ ಬುಸ್" ಎಂದ. ಹುಡುಗ ತಡವರಿಸಿ ಮತ್ತೆ "ಚುಶ್ ಬುಶ್" ಎಂದ. ಮತ್ತೆ ಮಕ್ಕಳಲ್ಲಿ ಕಲರವ. "ಮಗ ಅಲೀಲಿ" "ಹ್ಞಾಂ ಅಪ್ಪ" "ಹೋಗ್ಲಿ ಬಿಡು ನಿನ್ನ ದೋಸ್ತಿಗೆ ಬೇರೆ ಹೇಳಿಕೊಡು" ಅಲೀಲಿ ಹುಡುಗನನ್ನು ನೋಡಿ "ಚಲ್ ಗಪಾಕ್" "ಚಲ್ ಗಪಾಕ್". ಅಮೆರಿಕಾ ಒಂದೆರಡು ನಿಮಿಷ ಡಮರುಗ ತಿರುಗಿಸಿ ಕೆಳಗಿಟ್ಟ. ಹುಡುಗ ನೋಡುತ್ತಲೇ ಇದ್ದ. ಅಮೆರಿಕಾ ಕರ್ಚೀಫು ಜಾಡಿಸುತ್ತಲೆ ಒಂದು ಬಿಳಿ ಪಾರಿವಾಳ ಗರಿ ಬಿಚ್ಚಿ ಅಮೆರಿಕಾನ ಕೈಯಿಂದ ಹಾರಲು ಹವಣಿಸಿತು. ಮಕ್ಕಳು ಉತ್ಸಾಹದಿಂದ ಚಪ್ಪಾಳೆ ತಟ್ಟಿದರು.

ಶ್ರೀರಂಗಪಟ್ಟಣದಲ್ಲಿ ಹಿಡಿದಿದ್ದ ಕೋತಿಯನ್ನು ಪಳಗಿಸಿಕೊಂಡು ಅದರ ಜೊತೆಯಲ್ಲಿ ಊರೂರು ಅಲೆಯುತ್ತಿದ್ದ ಅಮೆರಿಕಾ ಕೋತಿಗೆ 'ಬಂಟ' ಎಂದು ಹೆಸರಿಟ್ಟಿದ್ದ. "ಬಂಟ ಬಾ ಇಲ್ಲಿ" ಎಂದು ಕರೆದರೆ ಛಂಗನೆ ಹಾರಿ ಬರುತ್ತಿತ್ತು. "ಬಂಟ ಲಗಾಟಿ ಹೊಡಿ" ಎಂದರೆ ಲಾಗ ಹಾಕಿ ಕುಣಿದು ನಾಲಿಗೆ ಚಾಚಿ 'ಕಿರ್ರ್' ಎಂದು ದನಿ ಹೊಮ್ಮಿಸುತ್ತಿತ್ತು. "ಏಯ್ ಬಂಟ, ಜನರ ಮುಂದೆ ಇಜ್ಜತ್ ಕಳಿಬೇಡ, ಶ್ರೀದೇವಿ

ಹೆಂಗ್ ಡಾನ್ಸ್ ಮಾಡ್ತಾಳೆ ತೋರಿಸು" ಎಂದರೆ ಬಂಟ ತನ್ನ ಕುಂಡೆ ಬಳುಕಿಸಿ ನೌಟಂಕಿ ಮಾಡಿ ತೋರಿಸುತ್ತಿದ್ದ. ಜನರು ಕೇಕೆ ಹಾಕಿ ನಗುತ್ತಿದ್ದರು. "ಬಂಟ ಎಲ್ಲಿ ಎಲೆಕ್ಷನ್ ಟೈಮಲ್ಲಿ ರಾಜಕಾರಣಿ ಹೆಂಗ್ ಮನೆಗೆ ಬರ್ತಾನೆ" ಎಂದರೆ ಕೋತಿ ಕೈ ಮುಗಿಯುತ್ತಾ ನಡೆದು ತೋರಿಸಿದರೆ ಜನರು ಶಿಳ್ಳೆ ಹೊಡೆದು ನಗುತ್ತಿದ್ದರು.

■

ವಿಪರೀತ ಕುಡಿತದ ಚಟ ಹತ್ತಿಸಿಕೊಂಡಿದ್ದ ಅಮೆರಿಕ ಹೆಗಲ ಮೇಲೆ ಭದ್ರವಾಗಿ ಹತ್ತಿ ಕೂತಿದ್ದ ಬಂಟನಿಗೂ ಎರಡು ಪೆಗ್ಗು ಕುಡಿಸುತ್ತಿದ್ದ. ತಾನು ನೀರು ಕಾಣದಿದ್ದರೂ ಶರಾವತಿಯ ದಂಡೆಯ ಮೇಲೆ ಬಂಟನಿಗೆ ದಿನಕ್ಕೊಮ್ಮೆ ಸ್ನಾನ ತಪ್ಪುತ್ತಿರಲಿಲ್ಲ. ಅತಿ ಮುತುವರ್ಜಿ ವಹಿಸಿ ಬಂಟನಿಗೆಂದು ಹೊಲೆಸಿದ ರಂಗು ರಂಗಿನ ಕೋಟು, ನಿಕ್ಕರುಗಳನ್ನು ದಂಡೆಯ ಮೇಲೆ ಉಜಾಲ ಬೆರೆಸಿ ಒಗೆದು ಅಲೀಲಿ ಒಣಗಿಸುತ್ತಿದ್ದ.

'ಕಿರ್' ಎಂದು ಮುಖ ಸಿಂಡರಿಸಿಕೊಂಡೇ ನೀರಿನಲ್ಲೆ ಮುಳುಗುತ್ತಿದ್ದ ಬಂಟ ಅಮೆರಿಕಾನಿಂದ ತಪ್ಪಿಸಿಕೊಳ್ಳಲು ಕಾಯುತ್ತಿದ್ದ. ಅವನಿಗೆ ಮರಗಳನ್ನು ಹಾರಬೇಕಿತ್ತು, ಹಣ್ಣು ಕಾಯಿಗಳನ್ನು ಕದ್ದು ತಿನ್ನಬೇಕಿತ್ತು. ಸ್ವತಂತ್ರವಾಗಿ ತನ್ನ ತಲೆ, ಬೆನ್ನನ್ನು ಆಸೆ ತೀರುವ ತನಕ ಕೆರೆದುಕೊಳ್ಳಬೇಕಿತ್ತು. ಗೆಳೆಯರ ಜೊತೆ ತುಂಟಾಟ ಮಾಡಿಕೊಂಡು ನಗಬೇಕಿತ್ತು.

ಲಂಗ ಸಡಿಲಾಗಿ ಹೊಕ್ಕಳು ಕಾಣುತ್ತಿದ್ದ ಪೂಂಕುಡಿಯ ಸೊಂಟದ ಮೇಲೆ ಕಾಲು ಚಾಚಿಕೊಂಡು ಅಮೆರಿಕಾ ಮಲಗಿದಾಗ ಕೊರಳಲ್ಲಿ ಗಂಟೆಯ ಸಮೇತ ಕಟ್ಟಿಹಾಕಿದ್ದ ಚೈನು ಬಿಚ್ಚಿಕೊಂಡು ಹಾರಿ ಹೋಗಬಹುದಾದ ಬಂಟ ಏಕಾಂತದ ಮಗ್ಗಿ ಎಣಿಸುತ್ತಾ ತೂಕಡಿಸುತ್ತಿದ್ದ. ಅವನ ಎದುರು ತಟ್ಟೆಯಲ್ಲಿದ್ದ ಕಲೆಸಿದ ಅನ್ನ ತಿಳಿ ಸಾರಿನ ಮೇಲೆ ಬೇಸತ್ತ ರಾತ್ರಿ ಪಹರೆ ಹೊಡೆಯುತ್ತಿತ್ತು. ಬಂಟನ ಕಿವಿಯೊಳಗೆ ಕೂರುತ್ತಿದ್ದ ನೊರಜು ರಹಸ್ಯ ಕೋಟೆಯಂತೆ ತಮ್ಮ ಗುಂಪಿನ ಜೊತೆ ನುಗ್ಗುತ್ತಿದ್ದವು. ಬಂಟ ತನ್ನ ಕೈಯನ್ನು ಕಿವಿಯೊಳಗೆ ಅವಿತಿದ್ದ ಬೇಟೆಗಾರರನ್ನು ಆಚೆ ಕಳಿಸಿ ಕಣ್ಣು ಪಿಳಿಪಿಳಿ ಬಿಟ್ಟು ತನ್ನ ಕೈಯನ್ನೊಮ್ಮೆ ನೋಡಿಕೊಂಡು ಮತ್ತೆ ಬಾರದ ನಿದ್ದೆಗಾಗಿ ಕಾಯುತ್ತಿದ್ದ. ನೊರಜುಗಳ ಗುಂಪು ಬಂಟನ ಬಾಲದ ತುದಿಗೆ ಕೂರುತ್ತಿದ್ದವು.

■

ಶರಾವತಿ ಹಿನ್ನೀರಿನಲ್ಲಿ ಬಂಟನನ್ನು ತನ್ನ ಎದೆಗೆ ಕವುಚಿಕೊಂಡು ಒಂದು ಮುಳುಗು ಹಾಕಿ ಮೇಲೇಳುತ್ತಿದ್ದ ಅಮೆರಿಕನಿಗೆ "ಬಂಟನನ್ನು ನಾನು ಸ್ನಾನ ಮಾಡಿಸುತ್ತೇನೆ" ಎಂದು ಬರೀ ಬತ್ತಲೆಯಾಗಿ ತಡೆದುಕೊಳ್ಳಲಾರದ ಹುಕಿಯಿಂದ ಬಂದ ಅಲೀಲಿಯ ಕೈಗೆ ಬಂಟನನ್ನು ಕೊಟ್ಟು ನೆಲದ ಅಂಚು ಮುಟ್ಟಿದ ಅಮೆರಿಕಾ

ನೋಡುತ್ತಲಿದ್ದ. ಬಂಟನ ಜೊತೆ ಯದ್ವಾ ತದ್ವಾ ನೀರಿನೊಳಗೆ ಮುಳುಗು ಹಾಕಿ ಮೇಲೇರುತ್ತಿದ್ದ ಅಲೀಲಿ ಹುಮ್ಮಸ್ಸು ಬಂದವನಂತೆ ಕಾಣುತ್ತಿದ್ದ. ತಲೆ ಕೆದರಿಕೊಂಡು ಚಡ್ಡಿ ಹಾಕಿಕೊಳ್ಳಲು ಮುಂದಾದ ಅಮೆರಿಕಾ ಗರ ಬಡಿದವನಂತೆ ತನ್ನೆದುರಿದ್ದ ದೃಶ್ಯ ನೋಡಿದ. ಅಲೀಲಿ ಮುಳುಗು ಹಾಕುವ ಭರದಲ್ಲಿ ನದಿಯ ಆಳಕ್ಕೆ ಹೋಗಿದ್ದ. ಬಂಟ, ಅಲೀಲಿ ಇಬ್ಬರೂ ಕಾಣುತ್ತಿಲ್ಲ. ಧುಮುಕಿದ. ಅಲೀಲಿ ಸಿಕ್ಕ. ಬಂಟ ನಾಲ್ಕು ಫರ್ಲಾಂಗು ಈಜಿದರೂ ಸಿಗಲಿಲ್ಲ.

ನಲವತ್ತು ಮೀಟರು ಚಾಚಿಕೊಂಡ ಸೇತುವೆಯನ್ನು ಗಾಬರಿಯಿಂದ ಜಿಗಿದ ತಾಮ್ರ ಓಡುವಂತೆ ಹರಿಯುತ್ತಿದ್ದ ಶರಾವತಿಯ ಅಗಾಧ ಎದೆಗೆ ಬಿದ್ದು ರಭಸದಿಂದ ಈಜಿ ತಂದ ಬಂಟನ ಕಳೇಬರವನ್ನು ನೋಡುತ್ತಲೇ ಗಳಗಳನೆ ಅತ್ತ ಅಮೆರಿಕಾನ ದುಃಖ ಜುಜುಬಿ ಪದಗಳಿಂದ ಹೇಳಲಾಗುವುದಿಲ್ಲ. ಆ ಕಡೆಯಿಂದ ನೋಡಿದರೆ ತಾಮ್ರನಿಗೆ ಅಮೆರಿಕಾ ಮಗನಾಗಬೇಕು. ಇತ್ತ ಕಡೆಯಿಂದ ನೋಡಿದರೆ ಅವನು ಅಳಿಯ ಆಗಬೇಕು. ಕಣ್ಣೀರು ತೆಗೆದು ತೆಗೆದು ಅಮೆರಿಕಾನ ಕಣ್ಣು ಊದಿಕೊಂಡಿದ್ದವು. ತನ್ನದೇ ಜೋಪಡಿಯೊಳಗೆ ಕುಣಿ ತೆಗೆದು ಬಂಟನನ್ನು ಹೂಳುವ ಮುನ್ನ ಅಮೆರಿಕಾ ಕುಣಿದ. ನೆಗೆದ. ಶ್ರೀದೇವಿಯ ಹಾಗೆ ನಡೆದು "ಏಳು ಬಂಟ, ಏಳು ಬಂಟ" ಎಂದು ಅಳುತ್ತಾ ಚೀರಿದ.

"ಹೋದನ್ನಪ್ಪೋ ಹೋದನೋ ಜೀವದ ಬಂಟ ಹೋದನೋ ಡಕ್ಕಣಕ್ಕ ಡಕ್ಕಣಕ್ಕ, ಹೋದನಪ್ಪೋ ಹೋದನೋ ಮಕ್ಕಳ ಬಂಟ ಹೋದನೋ ಡಕ್ಕಣಕ್ಕ ಡಕ್ಕಣಕ್ಕ" ಎಂದು ಅಂತ್ಯಪ್ರಾಸ ಖಚಿತ ಜೋಗುಳದಲ್ಲಿ ಹಜಾರವಾಲಾ ಸರ ಪಟಾಕಿ ಸದ್ದು ಮಾಡುತ್ತಾ ಇಡೀ ಸಂತೆ ಮೈದಾನದಲ್ಲಿ ಬಂಟನ ಶವಯಾತ್ರೆಯ ಮೆರವಣಿಗೆ ದೇವರ ತೇರಿನಂತೆ ಸಾಗಿತ್ತು.

ಅಮೆರಿಕಾ ಅಲೀಲಿಗಿಂತಲೂ ಹೆಚ್ಚಿನ ಕಾಳಜಿ ವಹಿಸಿ ಬಂಟನಿಗೆ ಮಿಂಚುವ ಶರ್ಟು ತೊಡಿಸಿ ಕಣ್ಣಿಗೆ ಕಾಡಿಗೆ ಹಚ್ಚುತ್ತಿದ್ದ. ಸುಲಿದು ಬಾಳೆ ಹಣ್ಣು ಬಾಯಿಗಿಟ್ಟು ತಿನ್ನಿಸುತ್ತಿದ್ದರೂ ಸಿಪ್ಪೆಗೂ ಬಾಯಿ ಹಾಕುತ್ತಿದ್ದ ಬಂಟನನ್ನು 'ಏಯ್' ಎಂದು ಗದರಿಸುತ್ತಿದ್ದ ಅಮೆರಿಕಾ ತನ್ನ ಹೃದಯದಿಂದ ಬಂಟ ತನ್ನ ಎರಡನೆಯ ಮಗ ಎಂದುಕೊಂಡಿದ್ದ. ಬಂಟನ ಹಠಾತ್ ಮರಣದಿಂದ ದುಃಖ ತಪ್ಪಿಸಿಕೊಳ್ಳದ ಅಮೆರಿಕಾ ಒದ್ದಾಡುತ್ತಿದ್ದ. ಒಬ್ಬನೇ ಶರಾವತಿ ದಂಡೆಯಲ್ಲಿ ಕೂತು ಅಳುತ್ತಿದ್ದ. ಮೋಹಕ ಸಂಜೆಗಳಲ್ಲಿ ಚೀರುತ್ತಿದ್ದ. ತೆಂಗಿನ ಮರದ ಪಕ್ಕದಲ್ಲಿ ಒಂದು ಜಂಬು ನೇರಳೆ ಮರವಿತ್ತು. ಕೊನೆಗೆ ಅದರ ಹೂಬಿಟ್ಟಿದ್ದ ಕೊಂಬೆಗೆ ಅಮೆರಿಕಾ ಮಾಂತ್ರಿಕ ಹಗ್ಗವನ್ನು ನೇಣು ಬಿಗಿದುಕೊಂಡಿದ್ದ. ಅಮೆರಿಕಾ ಮ್ಯಾಜಿಕ್ ಶೋಗಳಲ್ಲಿ ಕತ್ತರಿಸಿದರೂ ಮತ್ತೆ ಕೂಡಿಕೊಳ್ಳುತ್ತಿದ್ದ ಮಾಂತ್ರಿಕ ಹಗ್ಗ ಸ್ವತಃ ಅಮೆರಿಕಾನನ್ನೆ ಬಲಿ ತೆಗೆದುಕೊಂಡಿದ್ದು ನೋಡಿ ವೈಶಾಖ ಮಾಸ ಗಾಳಿ ರೋದಿಸಿತು.

ಸಂತೆ ಮೈದಾನದ ಯಾರ ಗುಡಿಸಲಿನಲ್ಲೂ ಕ್ಯಾಲೆಂಡರುಗಳು ಇರಲಿಲ್ಲ. ಪೇಟೆಯಲ್ಲಿ ಹೂವಿನ ರೇಟು ಜಾಸ್ತಿಯಾದರೆ, ಬೂದುಗುಂಬಳದ ರಾಶಿ ನಿಂತರೆ,

ಶಾಮಿಯಾನದ ಕೆಳಗೆ ಗಿಜಿಗಿಡುವ ಪಟಾಕಿ ಮೇಳ ತೆರೆದರೆ, ಸರ್ಕಲಿನಲ್ಲಿ ಶರಬತ್ತಿನ ದೊಡ್ಡ ಹಂಡೆ ಕಂಡರೆ ಇವತ್ತು ಮೊಹರಂ ಹಬ್ಬವಿರಬೇಕು ಎಂದು ತಿಳಿಯುತ್ತಿತ್ತು. ಅಲ್ಲಿ ಪ್ರತಿ ಹಬ್ಬವೂ ಒಂದು ಮಾಮೂಲಿ ದಿನದಂತೆ, ಪ್ರತಿಯೊಬ್ಬರ ಸಾವು ಒಂದು ಹಬ್ಬದಂತೆ ಮಾಡುತ್ತಿದ್ದರು. ತೀವ್ರ ಆಲಾಪದಲ್ಲಿ ವಯಸ್ಸಾದವರು ಶೋಕ ಗೀತೆ ಹಾಡುತ್ತಿದ್ದರೆ ತಂಬೂರಿ, ತಂತಿವಾದ್ಯ, ಡೋಲುಗಳನ್ನು ಬಡಿಯುತ್ತಾ ಹೆಣದ ಮುಂದೆ ಕಿನ್ನರ ವೇಷ, ಹುಲಿ ವೇಷ ತೊಟ್ಟು ಕುಣಿಯುತ್ತಾ ಮೆರವಣಿಗೆ ಮಾಡಿಕೊಂಡು ಸಮೀಪದ ತ್ಯಾಜ್ಯಗಳ ಗುಡ್ಡೆ ಸುರಿದಂತಹ ದಟ್ಟ ಅರಣ್ಯದ ಕಾವಲಿನಲ್ಲಿ ಮಣ್ಣು ಮಾಡುತ್ತಿದ್ದರು.

ಎಲ್ಲರಿಗೂ ಸೇರಿದ ಸ್ಮಶಾನದಲ್ಲಿ ಸಂತೆ ಮೈದಾನದವರಿಗೆ ಪ್ರವೇಶವಿರಲಿಲ್ಲ. ಅವರದೇ ಜಾತಿಯ ಹೆಸರುಗಳ ಬೋರ್ಡುಗಳನ್ನು ಬರೆಸಿ ಅಂಟಿಸಿದ್ದ ಜಾಗದಲ್ಲಿ ಗೋರಿ ಕಟ್ಟಿಕೊಂಡು ವಿಶ್ರಾಂತ ಸ್ಥಿತಿಯಲ್ಲಿದ್ದ ಹಲವು ಸಮಾಧಿಗಳಿದ್ದವು. ಅಲ್ಲಿ ಏನಾದರೂ ಮಣ್ಣು ಮಾಡಲು ಹೋದರೆ "ನಿಮ್ಗೆ ಅಂತ ಜಾಗ ಇಲ್ವಾ, ನಮ್ಮ ಜನರಿಗೆ ಜಾಗ ಇಲ್ಲ, ನೀವು ಬೇರೆ" ಎಂದು ಜಗಳ ಮಾಡಿ ಕಳಿಸುತ್ತಿದ್ದ ಜನರಿದ್ದರು. ಇಂತದ್ದೆ ಒಂದು ಅದ್ದೂರಿ ಸಮಾರಂಭದಲ್ಲಿ ಅಮೆರಿಕಾ ಆಷಾಢದ ಮಳೆಯಲ್ಲಿ ಮಣ್ಣಾದ. ಅಮೆರಿಕಾ ಮಣ್ಣಾಗುವ ಮುಂಚೆ ಚಹಾಕ್ಕೆ ಬಂದವರಂತೆ ಬಂದಿದ್ದ ಪೋಲಿಸರು "ಜೀವನದಲ್ಲಿ ಜಿಗುಪ್ಸೆಗೊಂಡು ವ್ಯಕ್ತಿಯೊಬ್ಬ ನೇಣು ಬಿಗಿದುಕೊಂಡು ಆತ್ಮಹತ್ಯೆ" ಎಂದು ಮಹಜರಿನ ವರದಿ ಬರೆದು ಪತ್ರಿಕೆಗೆ ಕಳಿಸಲು ನಿರ್ಧಾರ ಮಾಡಿದರೂ ಅಮೆರಿಕಾನ ಶವವನ್ನು ಸೀದಾ ಠಾಣೆಗೆ ತೆಗೆದುಕೊಂಡು ಹೋದರು.

ಸಂತೆ ಮೈದಾನದಿಂದ ಸುಮಾರು ನೂರಿಪ್ಪತ್ತು ಮಂದಿ ಪೋಲಿಸರ ಹಿಂದೆಯೇ ಹೋದರು. ಎಷ್ಟೇ ರೋದಿಸಿದರೂ ಅಮೆರಿಕಾನ ಶವವನ್ನು ಕೊಡಲು ಒಪ್ಪದ ಪೋಲಿಸರು "ಪೋಸ್ಟ್‌ಮಾರ್ಟಂ ಆಗ್ಬೇಕು, ಈಗ್ಲೇ ಹೆಣ ಕೊಡಲ್ಲ" ಎಂದು ಸತಾಯಿಸಿದರು. ತಾಮ್ರ ರೊಚ್ಚಿಗೆದ್ದು "ಆಗಿದ್ದಾಗಲಿ ಇಡೀ ಟೇಷನನ್ನೆ ಸುಟ್ಟು ಹಾಕ್ತಿನಿ, ಯಾವ ಮಗ ಬಂದು ಅದೇನು ಏನ್ ಕಿತ್ಕೋತಾನೋ ನೋಡ್ತಿನಿ" ಎಂದು ಸಂತೆ ಮೈದಾನದ ಮಂದಿಗೆಲ್ಲಾ ಭರವಸೆ ತುಂಬಿದ. "ಟೇಷನ್ನು ಸುಟ್ಟರೆ ನಮ್ಗೆ ಹೆಣ ಸಿಕ್ಕೋದಿಲ್ಲಾ, ಅವಸರ ಮಾಡ್ಬೇಡ" ಎಂದು ಹಿರಿಯರು ಪರಿಸ್ಥಿತಿ ಸಂಭಾಳಿಸಿದರು. ಅಷ್ಟಕ್ಕೂ ಸುಮ್ಮನಾಗದ ತಾಮ್ರ ಠಾಣೆಯ ಮುಂದೆ ಸಂತೆ ಮೈದಾನದ ಮಂದಿಯ ಮನವೊಲಿಸಿ ಭೀಕರ ಕೋಲಾಹಲ ನಡೆಸಿದ. ಕೊನೆಗೆ ಒಂದು ಸಾವಿರ ರೂಪಾಯಿ ಕೊಟ್ಟರೆ ಅಮೆರಿಕಾನ ಶವ ಕೊಡುವುದಾಗಿ ಮಾತಾಯಿತು.

ಠಾಣೆಯಿಂದ ಹುಷಾರು ತಪ್ಪಿದ ಮಗುವಿನಂತೆ ಪ್ಯಾಸೆಂಜರ್ ಆಟೋದಲ್ಲಿ ಬಂದ ಅಮೆರಿಕಾನ ಶವ ಕೆಳಗಿಸಲು ಬಿಡದ ಆಟೋ ಡ್ರೈವರು "ಹೆಣನ ನನ್ನ ಗಾಡೀಲಿ ತರೋದೇ ಇಲ್ಲ, ಅಯ್ಯೋ ಪಾಪ ಅಂತ ಹಾಕ್ಕೊಂಡು ಬಂದೆ, ಎಲ್ಡು ಸಾವ್ರ ಕೊಟ್ರೇ ಇಳ್ಸೋದು" ಎಂದು ತಗಾದೆ ತೆಗೆದ. ಪೋಲಿಸರಿಗಿಂತ ಅಪಾಯಕಾರಿಯಾಗಿದ್ದ ಆಟೋ ಡ್ರೈವರಿಗೆ ನೆನ್ನೆ ತಾನೇ ಯಾವುದೋ ಹೆಂಗಸಿನ

ಶವವೊಂದರ ಆಭರಣ ಕಳಚಿ ನಗದು ಮಾಡಿಕೊಂಡಿದ್ದ ತಾಮ್ರ ಬರೊಬ್ಬರಿ ಹತ್ತರ ಇನ್ನೂರು ನೋಟುಗಳನ್ನು ಎಣಿಸಿ ಡ್ರೈವರಿನ ಕೈಗಿಟ್ಟು ಶವವನ್ನು ಕೆಳಗಿಸಿಕೊಂಡ. ಇಸ್ಪೀಟಿನಲ್ಲಿ ಸೋತು ಕಳೆದುಕೊಳ್ಳಬೇಕಾದ ಹಣ ಅಮೆರಿಕಾನ ಹೆಸರಿನಲ್ಲಿ ಪುಣ್ಯದ ಹುಂಡಿಯಲ್ಲಿ ಸೇರಿಕೊಂಡಿತ್ತು.

■

ಪ್ರತಿಯೊಬ್ಬರ ಸಾವಿನಲ್ಲೂ ಶೋಕ ಗೀತೆಯನ್ನು ಗಂಟಲು ಒತ್ತರಿಸಿಕೊಂಡು ಹಾಡುತ್ತಿದ್ದ 'ವರ್ಕಿ' ಎಂಬುವ ನಡು ವಯಸ್ಸಿನ, ತನ್ನೆರಡು ಕಿವಿಗಳನ್ನು ಕಾಣದಂತೆ ಮಕ್ಮಲ್ ಟೋಪಿಯನ್ನು ಹಾಕುತ್ತಿದ್ದವನು ಶವಯಾತ್ರೆಯಲ್ಲಿ ಅತೀವ ದುಃಖದಿಂದ ಕಣ್ಣೀರು ಸುರಿಸುತ್ತಿದ್ದ. ವರ್ಕಿ ಇದ್ದರೆ ಪ್ರತಿ ಶವಯಾತ್ರೆಯು ಕಳೆಗಟ್ಟುತ್ತಿತ್ತು. ಜಗತ್ತಿನ ಯಾರ ಕಣ್ಣೀರಿಗೂ ಬಣ್ಣವಿರುವುದಿಲ್ಲ. ಅವನ ಕಣ್ಣೀರಿಗೆ ಬಣ್ಣವೇನು, ಸರಿಯಾದ ನಿರ್ಲ್ದಾಣವೂ ಇರಲಿಲ್ಲ. 'ಯಾಕವನು ಹೀಗೆ ಸಮುದ್ರೆಯ ಮಗನಂತೆ ಅಳುವನು' ಎಂದು ಯಾರೂ ಅನುಮಾನಿಸುತ್ತಿರಲಿಲ್ಲ. ಅವನು ಹಾಡಬೇಕಾದರೆ ಕಪ್ಪು ಶೂ, ಕೊರಳನ್ನು ಬಿಗಿಯುವ ಟೈ, ಅದಕ್ಕೆ ಹೊಂದುವ ಅದೇ ಬಣ್ಣದ ಪ್ಯಾಂಟು ಶರ್ಟು ಹಾಕಿಕೊಂಡು ಕಪ್ಪು ಕೋಗಿಲೆಯೊಂದು ರಿಲೇ ಓಟದಲ್ಲಿ ನಿಂತಂತೆ ಹಾಡುತ್ತಿದ್ದ. ವರ್ಕಿ ಸಂತೆ ಮೈದಾನದಲ್ಲಿ ಇರುತ್ತಿರಲಿಲ್ಲ. ಮಿಲ್ಟ್ರಿ ಹೋಟೆಲು ಅವನ ಬೀಡಾಗಿತ್ತು. ಕತ್ತಲ ಕೋಣೆಯಲ್ಲಿ ಪಾತ್ರೆ ತೊಳೆಯುವುದು, ಕ್ವಿಂಟಾಲು ಗಟ್ಟಲೆ ಈರುಳ್ಳಿ ಬಳ್ಳುಳ್ಳಿ ಬಿಡಿಸುವುದು ಅವನ ಕಾಯಕವಾಗಿತ್ತು. ದೂರದಿಂದ ಮಾಸಿದ ಹಳದಿ ರಂಗಿನ ಮಕ್ಮಲ್ ಟೋಪಿಯನ್ನು ಕಂಡ ಕೂಡಲೇ ಇವನು ವರ್ಕಿ ಎಂದು ಗುರುತಿಸಬಹುದಾಗಿತ್ತು.

ಯಾರಾದರೂ ಬಂದು "ಮಾರಿ ಹಬ್ಬ, ಕಾಡಿಂದ ಕೋಣ ತಂದವ್ರೆ, ಇಂಥವರು ಸತ್ತರು" ಎಂದು ಹೇಳಿದ ಕೂಡಲೇ ವೈನು ಶಾಪಿನಿಂದಲೇ ವರ್ಕಿಯ ಶೋಕ ಗೀತೆಯ ಆಲಾಪ ಶುರುವಾಗುತ್ತಿತ್ತು. ಒಂದು ಸುಗಂಧರಾಜ ಹೂವಿನ ಹಾರ ತಗೊಂಡು, ಸಿಕ್ಕ ಆಟೋ ಹತ್ತಿ "ನನಗೆ ಹೇಳದೇ ಹೆಂಗೆ ಸತ್ತ ಅವನು, ಥೋ ಮೊದಲೇ ಹೇಳಿದಿದ್ರೆ ಸೇಬಿನ ಹಾರ ಮಾಡಿಸ್ತಿದ್ದೆ" ಎಂದು ಆಟೋದಲ್ಲೆ ಅಳಲು ಶುರು ಮಾಡುತ್ತಿದ್ದ. ಆಟೋ ಡ್ರೈವರು "ಏನ್ ತಮಾಷೆ ಮಾಡ್ತಿದ್ದಿಯೇನೋ, ಯಾರಾದ್ರೂ ಸತ್ರೆ ನಾನು ಸಾಯ್ತಿದಿನಿ, ಸೇಬಿನ ಹಾರ ಮಾಡುಸ್ರಿ, ಚೆಂಡು ಹೂವಿನ ಹಾರ ಮಾಡುಸ್ರಿ ಅಂತ ಹೇಳ್ಬುಟ್ಟು ಸಾಯ್ತರೇನೋ, ಥತ್ ಅಬ್ಬೇಪಾರಿಗಳ ಸವಾಸ" ಎಂದು ಗೊಣಗುತ್ತಿದ್ದ. "ಏನ್ ಹಿಂಗ್ ಅಂದುಬಿಟ್ಟೆ ಸಾಹುಕಾರ, ಬೇರೆ ಯಾರೋ ಸತ್ರೆ ಹೇಳದು ಬೇಡ, ನಮ್ಮ ದೊಡ್ಡಪ್ಪ ಸತ್ತಿರದು, ಒಂದೇ ರಕ್ತ ಕಣಯ್ಯ ಸಾಹುಕಾರ, ನಮ್ಮ ದೊಡ್ಡಪ್ಪಂಗೆ ಗೊತ್ತಿರಲ್ಲ ಸಾಯೋ ವಿಸ್ಯ, ನೀನೊಳ್ಳೆ" ಎಂದು ಗಳಗಳನೆ ಅಳುತ್ತಾ ಜೇಬಲ್ಲಿದ್ದ ಕೂಲಿಂಗ್‌ಗ್ಲಾಸು ಹಾಕಿಕೊಂಡು "ಇಲ್ಲೆ ನಿಲ್ಸು, ದುಃಖ ತಡ್ಕಳಕೆ ಆಗ್ತಿಲ್ಲ, ಚೂರು ಬಾಯಿ ಒದ್ದೆ ಮಾಡ್ಕತಿನಿ" ಎಂದು ಆಟೋ ನಿಲ್ಲಿಸಿ ದಾರಿಯುದ್ದಕ್ಕೂ ಸೋವಿ

ಬೆಲೆಯ ಬ್ರಾಂಡಿ ಕುಡಿದು "ರೆರೆರೆರೆ... ರಾಮ ರಾಮ, ಗಿಣಿ ಹೋಯಿತೋ, ನಿನ್ನ ಗಿಣಿ ಹೋಯಿತೋ ರಾಮ" ಎಂದು ಅಲ್ಲೆ ಒಂದು ಶೋಕ ಗೀತೆ ಬರೀ ಬಾಯಲ್ಲಿ ಬರೆದು ಹಾಡಿಬಿಡುತ್ತಿದ್ದ. "ಇದೇನಯ್ಯಾ ನಿನ್ನ ಶೋಕಿ, ಕೂಲಿಂಗ್‌ಗ್ಲಾಸ್ ಹಾಕ್ಕೊಂಡು ಕುಡಿತಿಯಾ" ಎಂದು ಕೇಳಿದರೆ "ಇದೇನ್ ಸೌಕಾರ ಹಿಂಗ್ ಅಂದುಬಿಟ್ಟೆ, ಇದು ಕಪ್ಪು ಕನ್ನಡ್ಕ, ಇನ್ನೆಷ್ಟು ದುರಂತಗಳನ್ನು ನೋಡೋದು ಹೇಳು, ಇಂಥವನ್ನೆ ನೋಡಿ ನೋಡಿ ನನ್ನ ಕಣ್ಣೇ ಹೋಗ್ಬುಟ್ಟವೇ, ಅದಿಕ್ಕೆ ಕಪ್ಪು ಕನ್ನಡಕ ಹಾಕ್ಕೊಂಡು ಕುಡಿತಿನಿ" ಎಂದು ಅಳುತ್ತಾ ತಾನು ಕುಡಿಯುವುದಲ್ಲದೇ "ಇದೇ ದುಃಖಕ್ಕೆ ಬಾ ಚೂರು ನೀನು ಬಾಯಿ ಒದ್ದೆ ಮಾಡ್ಕ" ಎಂದು ಆಟೋ ಡ್ರೈವರಿಗೂ ಸಹ ಉಚಿತವಾಗಿ ಕುಡಿಸುತ್ತಿದ್ದ.

ಸಂತೆ ಮೈದಾನದಲ್ಲಿದ್ದ ಯಾರಿಗೂ ಪೇಟೆಯ ಜನರು ಇಟ್ಟುಕೊಳುತ್ತಿದ್ದ ಸುಹಾಸ್, ವಿದ್ಯಾಧರ, ಪ್ರಿಯಾಂಕ, ಮೇಘ, ಸುಕನ್ಯಾ, ಅಮಿತ, ಸುರಭಿ, ಪ್ರೇಮಲತಾ, ಚೇತನ, ಸಪ್ನಾ ಎಂಬ ಕಚಗುಳಿಯಂತಹ ಹೆಸರಿರಲಿಲ್ಲ. ಗಗ್ಗರಿ, ಅಮಾಸಿ, ಸಣ್ಣಿ, ಜಲಗೇರಿ, ಟಾಚಣಿ, ವರ್ಕಿ, ಚಾಮರ, ತಾಮರ, ದೊಡ್ಡುಷ, ಚಿಕ್ಕುಷ, ಕರಾಟಿ, ಲಟಾರಿ, ಪಂಗ್ಲಿ, ತಲೆಪೆಟ್ಟ್, ಮಗಾಯ್, ತಲೆಮುಳ್ಳು, ಕಾಕಡ, ಪುಶ್ಶಿ, ಜಿದ್ದಿ, ಪಚ್ಚೀಸು ಎಂಬಂಥ ಸುಡು ಬೇಸಿಗೆಯ ಮರದ ತುತ್ತ ತುದಿಯಲ್ಲಿ ಹಣ್ಣಾದ ಮಾವಿನ ಹೆಸರುಗಳು. ಉಚಿತವಾಗಿ ರಕ್ತ ಶಿಬಿರ ಮಾಡುತ್ತಿದ್ದ ವೈದ್ಯರು ಇವರು ಹೆಸರುಗಳನ್ನು ಎರಡೆರಡು ಸಲ ಕೇಳಿ ಹೊಟ್ಟೆ ತುಂಬಾ ನಗುತ್ತಿದ್ದರು. ಹೀಗೆ ನಗುವ ಮುಂಚೆ ರಕ್ತದ ಸ್ಯಾಂಪಲ್ಲು ಕೊಡಲು ಸಂತೆ ಮೈದಾನದ ಮುದಿ ಜೀವಗಳನ್ನು ಒಪ್ಪಿಸಲು ವೈದ್ಯರೆಲ್ಲರೂ ತಮ್ಮ ತಾಳ್ಮೆಯನ್ನು ಥರ್ಮಾ ಮೀಟರಿನಲ್ಲಿಟ್ಟು ಅವರೆದುರು ಕೂರಬೇಕಿತ್ತು.

ವರ್ಕಿ ಹತ್ತುತ್ತಿದ್ದ ಅಸದೃಶ್ಯ ಟ್ರೈನಿನ ಎಮರ್ಜೆನ್ಸಿ ಚೈನು ಎಷ್ಟೇ ಎಳೆದರೂ ಮಿಲ್ಟ್ರಿ ಹೋಟೆಲ್ಲು ಬಿಟ್ಟರೆ ಸಂತೆ ಮೈದಾನದಲ್ಲಿ ನಿಲ್ಲುತ್ತಿತ್ತು. ಶವಯಾತ್ರೆಯಲ್ಲಿ ಅಳಲು ಬಾರದವರನ್ನು ತನ್ನ ಹಾಡಿನಿಂದ ಅಳಿಸಿಬಿಡುತ್ತಿದ್ದ ವರ್ಕಿ ಮಣ್ಣು ಮಾಡುವವರೆಗೂ ಉಳಿದು ರಾತ್ರಿ ಊಟ ಮಾಡಿಕೊಂಡು ಮತ್ತೆ ತನ್ನ ಮಿಲ್ಟ್ರಿ ಹೋಟೆಲನ್ನು ಸೇರಿಕೊಳ್ಳುತ್ತಿದ್ದ. ಸಂತೆ ಮೈದಾನದಲ್ಲಿ ಪುನಃ ವರ್ಕಿ ಕಾಣಿಸಿಕೊಳ್ಳಬೇಕಾದರೆ ಯಾರಿಗಾದರೂ ಅಕಾಲ ಮೃತ್ಯು ಬಂದ ಸುದ್ದಿ ತಿಳಿದರೆ ಮಾತ್ರ ತನ್ನ ಕಪ್ಪು ಶೂ, ಹೊಟ್ಟೆಯನ್ನು ಎದ್ದು ತೋರಿಸುತ್ತಿದ್ದ ಟೈ, ಹಳದಿ ರಂಗಿನ ಮಕ್ಮಲ್ ಟೋಪಿಯ ಸಮೇತ ಪ್ರವೇಶ ಕೊಡುತ್ತಿದ್ದವನು ಬೇರೆ ಯಾವ ದಿನಗಳಲ್ಲೂ ಯಾರ ಕಣ್ಣಿಗೂ ಕಾಣಿಸುತ್ತಿರಲಿಲ್ಲ.

ಇಂಥಾ ಯಾವುದೇ ಕಾರಣವಿಲ್ಲದೇ ವರ್ಕಿ ಸಡನ್ನಾಗಿ ಆ ರಾತ್ರಿ ಸಂತೆ ಮೈದಾನದಲ್ಲೇ ಉಳಿದ. ಅವನಿಗೆ ಅಮೆರಿಕಾನ ಮಣ್ಣು ಮಾಡುವ ಸಮಯದಲ್ಲಿ ಹಾವು ಕಚ್ಚಿತ್ತು. ಗಂಡನಿಂದ ದೂರವಿದ್ದ ಗಗ್ಗರಿಗೆ ವಿಷಯ ತಿಳಿದು ಓಡೋಡಿ ಬಂದಿದ್ದಳು. ಶಿವಮೊಗ್ಗದ ಮೋತಿ ಹೋಟೆಲ್ಲಿನಲ್ಲಿ ಪಾತ್ರೆ ತಿಕ್ಕಿಕೊಂಡು ಹಾಯಾಗಿದ್ದ ಗಗ್ಗರಿ "ವರ್ಕಿಗೆ ಹಾವು ಕಚ್ಚಿದೆ" ಎಂದ ಕೂಡಲೇ ಅವಳ ಕರುಳು ಚುರ್ರೆಂದು ರಾತ್ರಿಯೇ ಬಂದಳು. ವರ್ಕಿಗೆ ಕಚ್ಚಿದ್ದ ನಾಗರಹಾವನ್ನು ಹಿಡಿದು ಬರ್ಬರವಾಗಿ

ಹೊಡೆದು ಸಾಯಿಸಿದ್ದ ತಾಮ್ರ ರಕ್ತ ಸೋರುತ್ತಿದ್ದ ಹಾವನ್ನು ವರ್ಕಿಯ ಪಕ್ಕದಲ್ಲಿ ಮಲಗಿಸಿದ್ದ. ವರ್ಕಿಗೆ ಹಾವು ಕಚ್ಚಿದ್ದ ಜಾಗವನ್ನು ಚಾಕುವಿನಿಂದ ಕೊಯ್ದು ಯಾವುದೋ ಸೊಪ್ಪನ್ನು ಅರೆದು ಅವನ ಕಾಲನ್ನು ಬಿಳಿಯ ವಸ್ತ್ರದಿಂದ ಕಟ್ಟಿದ್ದರು. ಮಾರಮ್ಮನ ಮೂರ್ತಿಯಿದ್ದ ಬೇವಿನ ಮರದ ಬುಡದಲ್ಲಿ ಆಗಷ್ಟೇ ಹೊತ್ತಿಸಿದ್ದ ಧೂಪ, ಅಗರಬತ್ತಿಯ ಹೊಗೆಯಲ್ಲಿ ಇಡೀ ರಾತ್ರಿಯ ಮಾಗಿ ಚಳಿ ಬೆಚ್ಚಗಿತ್ತು. ತುಂಬಾ ವರ್ಷದ ಬಳಿಕ ವರ್ಕಿಯನ್ನು ನೋಡುತ್ತಲೇ ಬಿಕ್ಕಿ ಬಿಕ್ಕಿ ಅಳುತ್ತಾ ಗಗ್ಗರಿ ಮೌನವಾದಳು. ದೊಪ್ಪನೆ ಬಿದ್ದಳು. ಮೇಲೇಳಲಿಲ್ಲ. ಗಗ್ಗರಿಗೆ ಹೃದಯಾಘಾತವಾಗಿತ್ತು. ಸಂತೆ ಮೈದಾನದಲ್ಲಿ ಮತ್ತೆ ಸೂತಕ. ವಿಚಾರಿಸಿಕೊಳ್ಳಲು ಬಂದವಳು ತನ್ನ ದೇಹವನ್ನೇ ವಿಸರ್ಜಿಸಿದ್ದಳು. ವರ್ಕಿಯು ಸಹ ಬದುಕಿರಲಿಲ್ಲ. ಇಬ್ಬರನ್ನೂ ಒಂದೇ ರಾತ್ರಿಗೆ ಮಣ್ಣು ಮಾಡಿದರು. ಆ ರಾತ್ರಿ ಯಾವ ಶೋಕ ಗೀತೆ ಕೇಳಲಿಲ್ಲ. ಬರೀ ಮೌನ. ರೆಫ್ರಿಜರೇಟರಿನಿಂದ ತೆಗೆದ ತರಕಾರಿಯ ಮೇಲಿದ್ದಂತಹ ಶೀತದ ಒದ್ದೆ ಮೌನ.

■

ಪೂಂಕುಡಿ ಅಮೆರಿಕಾ ಸತ್ತಾಗಲಿಂದ ಒಂದಷ್ಟು ವರ್ಷ ಶನಿ ಮಹಾತ್ಮನ ಫೋಟೋಗೆ ಕಟ್ಟು ಹಾಕಿಸಿಕೊಂಡು ಭಿಕ್ಷೆ ಬೇಡಿದಳು. ಯಾರಿಗೆ ಹೆದರದಿದ್ದರೂ ಶನಿ ಮಹಾತ್ಮನ ಫೋಟೋ ನೋಡಿದ ತಕ್ಷಣ ಜನರು ಹೆದರಿ ಪೂಂಕುಡಿಯನ್ನು ವಾಪಾಸು ಕಳಿಸದೆ ದುಡ್ಡು ಕೊಡುತ್ತಿದ್ದರು. ಅದು ಯಾತಕ್ಕೋ ಪೂಂಕುಡಿ ಶನಿ ಮಹಾತ್ಮನ ಫೋಟೊವಿಗೆ ಕೈ ಮುಗಿದು ಸಾರ್ವಜನಿಕ ಶೌಚಾಲಯ ಸ್ವಚ್ಛಗೊಳಿಸಲು ಹೋದಳು.

ಗುಂಗುರು ಕೂದಲನ್ನು ಮೂರು ತಿಂಗಳಿಗೊಮ್ಮೆ ತಪ್ಪದೇ ಪಾರ್ಲರಿಗೆ ಹೋಗಿ ಸ್ಟ್ರೈಟನಿಂಗ್ ಮಾಡಿಸಿಕೊಳ್ಳುತ್ತಿದ್ದ ಪೂಂಕುಡಿ ಅಗ್ಗದ ಬೆಲೆಯ ಪರ್ಫ್ಯೂಮ್ ಪೂಸಿಕೊಂಡು ದಾರಿಯಲ್ಲಿ ತನ್ನ ಕುಂಡಿ ಕುಣಿಸಿಕೊಂಡು, ಉಬ್ಬಿದ ಎದೆಯನ್ನು ನಿಗುರಿಸಿಕೊಂಡು ನಡೆದು ಹೋದರೆ ಪಡ್ಡೆ ಹೈಕಳು ಬೆನ್ನತ್ತಿ ಆಕೆ ಹೋಗುತ್ತಿದ್ದ ಪ್ರತಿ ಬೀದಿಗಳನ್ನು ಹಿಂಬಾಲಿಸಿ ಪೂಂಕುಡಿಯ ಮುಖ ನೋಡುವವರೆಗೆ "ಏನ್ ಗುರು ಇಂಗೈತೆ ಫಿಗರ್ರು" ಎಂದು ಹೊಗಳುತ್ತಿದ್ದರು. ತಾನು ಬೇಕಂತಲೆ ಹಿಂದೆ ತಿರುಗಿ ನಗುತ್ತಲೇ ತನ್ನ ದಾರಿ ಹಗುರ ಮಾಡಿಕೊಂಡ ಪೂಂಕುಡಿ ಸಾರ್ವಜನಿಕ ಶೌಚಾಲಯ ಸೇರಿಕೊಳ್ಳುತ್ತಿದ್ದಳು.

ಅಲೀಲಿ ಏನಾದರೂ ತನ್ನ ಪರ್ಫ್ಯೂಮಿನ ಮುಚ್ಚಳ ತೆಗೆದರೆ "ನೀನು ದುಡಿದ ದುಡ್ಡೆಲ್ಲಾ ತೊಡೆ ಸಂದಿಯಲ್ಲಿ ಇಟ್ಕೊಂತಿಯೇನು ಎಣಗ" ಎಂದು ಕಂಡಾಪಟ್ಟೆ ಬೈಯ್ಯುತ್ತಿದ್ದಳು. ಅಲೀಲಿ ಪೂಂಕುಡಿಯನ್ನು ಕೆಣಕಲೆಂದೆ ಅವಳ ಎದುರು ಬಾಚಣಿಕೆ, ಸ್ನಾನದ ಸೋಪು, ಫೇರ್ನೆಸ್ ಕ್ರೀಮು ಬಳಸುತ್ತಿದ್ದ. ಬೆಳಿಗ್ಗೆ ಎಂಟು ಗಂಟೆಗೆ ಹೋದರೆ ಹೆಂಗಸರ ಆರು ಬಾತು ರೂಮುಗಳನ್ನು ತೊಳೆದು ಎರಡು

ಸ್ನಾನದ ಕೋಣೆ ಶುದ್ಧಗೊಳಿಸುವಷ್ಟೊತ್ತಿಗೆ ಹತ್ತು ಗಂಟೆಯಾದರೂ ಪೂಂಕುಡಿ ವೆಂಕಟೇಶನ ಜೊತೆ ಹರಟುತ್ತಾ ಅಲ್ಲಿಯೇ ಸ್ನಾನ ಮುಗಿಸಿ ಮಧ್ಯಾಹ್ನ ಬರುತ್ತಿದ್ದಳು.

ಸಂತೆ ಮೈದಾನದ ಮಂದಿ ನಾಲ್ಕರ ಜಾವದಲ್ಲಿ ಪೇಟೆಯ ಮಂದಿ ತಮ್ಮ ಅಂತಸ್ತಿಗೆ ತಕ್ಕಂತೆ ಸಾಕಿಕೊಂಡಿದ್ದ ನಾಯಿಯನ್ನು ಕರೆದುಕೊಂಡು ವಾಕಿಂಗಿಗೆ ಬರುವಷ್ಟೊತ್ತರಲ್ಲಿ ಎಲ್ಲೆಂದರಲ್ಲಿ ಕೂತು ಬಹಿರ್ದೆಸೆ ಚಾಕರಿ ಮುಗಿಸಿಕೊಳ್ಳುತ್ತಿದ್ದರು. ಯಾರಿಗೂ ಕಾಣದೆ ಸಂದಿಯಲ್ಲಿ ಸಂಭ್ರಮ ಮುಗಿಸಿದವರಿಗಿಂತ ಯಾರಾದರೂ ನೋಡಿಬಿಡುತ್ತಾರೆಂಬ ಭಯದಲ್ಲಿ ಅರೆಬರೆ ಸಂಡಾಸಿಗೆ ಕೂತು ಧಡಕ್ಕನೆ ಮತ್ತೆ ಎದ್ದು ಪೈಜಾಮ ಮೇಲೇರಿಸುತ್ತಿದ್ದ ಹೆಂಗಸರು ನಿರರ್ಗಳ ಸುಖದಿಂದ ತಪ್ಪಿಸಿಕೊಂಡಂತೆ ಕನವರಿಸುತ್ತಿದ್ದರು.

ಅಮೆರಿಕಾನನ್ನು ಮದುವೆಯಾಗಿ ಬಂದಾಗಿನಿಂದಲೂ "ಎಲ್ಲರ ಹಾಗೆ ಪೊದೆಯ ಸಂದಿಯಲ್ಲಿ ಕೂತ್ಕೊಂಡು ಲಂಡನ್ನಿಗೆ ಹೋಗೋಕೆ ಆಗಲ್ಲ, ನನಗೆ ಟಾಯ್ಲೆಟು ರೂಮು ಕಟ್ಟಿಸಿಕೊಡು" ಎಂದು ಜಗಳ ಮಾಡುತ್ತಿದ್ದ ಪೂಂಕುಡಿ ಆರು ಕಿಲೋ ಮೀಟರು ತನ್ನ ಮಲ ಮೂತ್ರದ ಒತ್ತಡವನ್ನು ತಡೆದುಕೊಂಡು ಪೇಟೆಗೆ ಹೋಗಿಯೇ ತನ್ನ ಭಾರವನ್ನು ಇಳಿಸಿಕೊಂಡು ಬರುತ್ತಿದ್ದಳು. ಅಮೆರಿಕಾ ಒಲುಮೆಯಿಂದಲೇ ಪೂಂಕುಡಿಯ ಜೊತೆಗೆ ಬಂಟನನ್ನು ಪೇಟೆಯ ದಾರಿಯತ್ತ ಜಾನಪದ ಹಾಡನ್ನು ಗುನುಗುತ್ತಾ ನಡೆಸಿಕೊಂಡು ಪೇಟೆಯ ಬಸ್ಟಾಂಡಿನ ಎದುರಿದ್ದ ಸುಲಭ ಶೌಚಾಲಯಕ್ಕೆ ಕರೆದುಕೊಂಡು ಹೋಗುತ್ತಿದ್ದ. ನಿತ್ಯ ಕರ್ಮ ಮುಗಿಸುವ ಸಲುವಾಗಿ ಪೇಟೆಗೆ ಹೋಗಿ ಬರುವ ಹೆಗ್ಗಳಿಕೆ ಪೂಂಕುಡಿಗೆ ಒಲಿದಿತ್ತು. "ಏಯ್ ಪೂಂಕುಡಿ, ಕ್ವಾಪ ಮಾಡ್ಕಬೇಡ, ಬಂಟ ಬಂದ ಮೇಲೆ ನಮ್ಮ ಜೋಪಡಿಯಲ್ಲಿ ಕೋಳಿ ಮಟ್ಟೆಗಳು ಬೇಯ್ತಿವೆ ಕಣೇ, ನೋಡ್ತಿರು ನಮ್ಮ ಬಂಟನನ್ನು ಮುಂದಿಟ್ಟುಕೊಂಡೇ ದೊಡ್ಡದೊಂದು ಸರ್ಕಸ್ ಕಂಪೆನಿ ಮಾಡ್ತೀನಿ, ಆಮೇಲೆ ಹುಲಿ, ಆನೆ, ಹೆಬ್ಬಾವು ಮೆಲ್ಲಗೆ ಬರ್ತಾವೆ, ಆಮೇಲೆ ನಿನಗೊಂದು ಮನೆ ಕಟ್ಟಿಸಿಕೊಡ್ತೀನಿ" ಎಂದು ತನ್ನ ಕನಸನ್ನು ವಿಸ್ತೃತ ರೂಪದಲ್ಲಿ ಹೇಳುತ್ತಿದ್ದರೆ ಅಮೆರಿಕಾನ ಹೆಗಲಿನ ಮೇಲೆ ಹಗುರ ಪರ್ವತದಂತೆ ಕೂತ ಬಂಟ ಆತನ ಕನಸಿಗೊಂದು ಆಕಾಶಕ್ಕೆ ಹೆಣೆದ ನೂಲಿನ ಏಣಿಯಂತೆ ಕಾಣುತ್ತಿದ್ದ.

"ನಂಗೆ ಮನೆಯೇನು ಬೇಡ, ಟಾಯ್ಲೆಟ್ಟು ಬೇಕು, ಅಷ್ಟೇ ಸಾಕು" ಎಂದು ತನ್ನ ಸಂಕಟದಲ್ಲಿ ಸಂತಸ ಹುಡುಕುತ್ತಿದ್ದ ಪೂಂಕುಡಿಯ ದಿಟ್ಟ ಮಾತು 'ಕಣ್ಣುಗಳು ಇಲ್ಲದ ಊರಿನಲ್ಲಿ ಸಲೀಸಾಗಿ ನಡೆಯವಂತೆ ಸಂತೆ ಮೈದಾನದಲ್ಲೊಂದು ಕನ್ನಡಿಯನ್ನು ಮಾರಲು ಪ್ರಯತ್ನಿಸುವ ಬೆಳಕಿನಂತೆ ಹೊಳೆಯುತ್ತಿದ್ದವು'.

ಅಂಬೇಡ್ಕರ್ ನಗರದ ವೆಂಕಟೇಶನಿಗೆ ಐದು ವರ್ಷಕ್ಕೆ ಸಾರ್ವಜನಿಕ ಶೌಚಾಲಯ ಸೇರಿದಂತೆ ಗಣೇಶನ ಗುಡಿಯ ಚಪ್ಪಲಿ ಸ್ಟಾಂಡು, ತಾಲ್ಲೂಕು ಕಛೇರಿಯ ಸುಣ್ಣ ಬಣ್ಣದ ಜೊತೆ ಎಲೆಕ್ಟ್ರಿಕ್ ರಿಪೇರಿಯ ಟೆಂಡರನ್ನು ತೆಗೆದುಕೊಂಡಿದ್ದ.

ಹತ್ತು ಪೈಸೆಯ ಫರಕ್ಕು ಬಿದ್ದರೂ ಪಂಚವಾರ್ಷಿಕ ಟೆಂಡರು ಕೈತಪ್ಪಿ ಹೋಗುವ ಭಯದಲ್ಲಿ ಅನೇಕ ಗಲಾಟೆಗಳು ಪುರಸಭೆಯ ಎದುರು ನಡೆದು ಬಿಡುತ್ತಿದ್ದವು.

ಮೆಲ್ಲಗೆ ವೆಂಕಟೇಶನನ್ನು ಒಲಿಸಿಕೊಂಡು ಗಂಡಸರ ಬಾತು ರೂಮು ತೊಳೆಯುತ್ತಿದ್ದ ಕಕ್ಕಿಲಾಯ ಎಂಬ ಮುದುಕನ ಬಗ್ಗೆ ತಕರಾರು ತೆಗೆದು ಅವನನ್ನು ಬಿಡಿಸಿ ನಾನೇ ಅದನ್ನು ನೋಡ್ಕೋತೀನಿ ಎಂದು ಹೇಳಿದಳು. ಇದೇ ಹಿಡಿತದಿಂದ ವೆಂಕಟೇಶನಿಂದ ಕ್ಯಾಶಿಯರ್ ಚೇರನ್ನು ಕಸಿದುಕೊಂಡ ಪೂಂಕುಡಿ ಇಡೀ ಶೌಚಾಲಯವನ್ನೆ ಆಕ್ರಮಿಸಿಕೊಂಡಳು.

ಶೌಚಾಲಯದ ಕೆಲಸ ಮುಗಿಸಿಕೊಂಡು ದ್ರೌಪದಿ ಲಾಡ್ಜಿಗೆ ಹೋಗಲು ಶುರು ಮಾಡಿದ ಪೂಂಕುಡಿ ಮನಸಲ್ಲಿ "ಈ ಗಂಡಸರು ಎಷ್ಟು ಕೊಳಕಪ್ಪಾ, ವಂದ ಮಾಡಕ್ಕೂ ಸರಿಯಾಗಿ ಬರಲ್ಲ, ಲೈಟು ಕಂಬದಂತೆ ನೇರ ನಿಂತು ಮಾಡಿದರೂ ನೆಟ್ಟಗೆ ಮಾಡದೇ ಹೆಂಡ ಕುಡಿದ ಮತ್ತಿನಲ್ಲಿ ಇಡೀ ಬಚ್ಚಲಲ್ಲೇ ಕ್ರಾಂತಿ ಎಬ್ಬಿಸಿದರಲ್ಲ" ಎಂದು ಬಯ್ಯುತ್ತಲೆ ಬರೀ ಸಿಗರೇಟು, ಹೆಂಡದ ಬಾಟಲಿಗಳೇ ವಕ್ರ ಕೋನವಾಗಿ ಬಿದ್ದಿರುತ್ತಿದ್ದ ಕೋಣೆಗಳಲ್ಲಿ ಆಯ್ದು, ಸುಶ್ರಾವ್ಯವಾಗಿದ್ದ ಬಿಳಿಯ ತಲೆ ದಿಂಬನ್ನು ಅಸ್ತವ್ಯಸ್ತಗೊಳಿಸಿದ ಕಂಬಳಿಯನ್ನು ಮಡಚಿ ಹೊಸದೊಂದು ಇಸ್ತ್ರಿ ಮಾಡಿದ ಕವರುಗಳನ್ನು ತೊಡಿಸುತ್ತಿದ್ದಳು.

"ಸೌಕಾರ್ತಿ ಆಪಲ್ ದಿನ ರಾತ್ರಿ ತಿಂತಾಳೆ, ಪಾರ್ಲರಿಗೆ ಹೋಗಿ ಬಾಬ್ ಕಟ್ ಮಾಡಿಸ್ಕೋತಾಳೆ" ಎಂದು ಪೂಂಕುಡಿಯ ಬೆನ್ನ ಹಿಂದೆ ಮಾತಾಡುತ್ತಿದ್ದ ಸಂತೆ ಮೈದಾನದ ಅವಳದೇ ಸಂಬಂಧಿಕರು ಪೂಂಕುಡಿಯನ್ನು ಮಾತಾಡಿಸುತ್ತಿರಲಿಲ್ಲ. ಪೂಂಕುಡಿಯು ಡೌಲು ಮಾಡಿಕೊಂಡು ಯಾರಾದರೂ ಬೆಂಕಿಪೊಟ್ಟಣ ಕೇಳಿದರೆ "ಗ್ಯಾಸ್ ಐತೆ ನಮ್ಮತ್ರ, ಬೆಂಕಿಪೊಟ್ಟಣ ಇಲ್ಲ" ಎಂದು ಕಳಿಸುತ್ತಿದ್ದಳು. ಸಾಲ ಮಾಡಿಕೊಂಡು ಪೂಂಕುಡಿ ತೆಗೆದುಕೊಂಡ ಸ್ಕೂಟಿಯನ್ನು ಅವಳಿಗಿಂತ ಚಾಮರನೇ ಓಡಿಸುತ್ತಿದ್ದ. ಸ್ಕೂಟಿಯ ಮೇಲೆ "ಪ್ರೀತಿ ಮಾಡಿದರೆ ಕುರಿಮರಿ, ಕೆಣಕಿದ್ರೆ ಹುಲಿಮರಿ" ಎಂದು ಬರೆಸಿದ್ದ.

■

ಬೆಳಗಾವಿ ಕುಂದಾ ಮೈಕಟ್ಟು, ಬೇಯಿಸಿದ ಮೊಟ್ಟೆಯ ಬಣ್ಣವಿದ್ದ ಚಾಮರನಿಗೆ ಇಸ್ಪೀಟು ಎಲೆಗಳು ಎದೆಯ ಪಕ್ಕವಿದ್ದ ಜೇಬಿನಂತೆ. ಪಂದ್ಯಕ್ಕೆ ಕೂತಾಗ "ಇಸ್ಪೀಟಿನ ಎಲೆ ನಮ್ಮನೆ ದೇವ್ರು" ಎಂದು ಪ್ರೊಫೆಷನಲ್ ಜೂಜುಕೋರನಂತೆ ಹೇಳುವುದು ಅವನಿಗೆ ಮಜಾ ಕೊಡುತ್ತಿತ್ತು. "ಮೊನ್ನೆ ಅಷ್ಟು ಸೋತೆ, ಇವತ್ತು ಎಲ್ಲಾ ಕಿತ್ತುಕೊಂಡು ಬರ್ತಿದೆ ನೋಡ್ದಾ, ಇದು ಅಂದರ್ ಬಾಹರ್ ಅಂದ್ರೆ" ಎಂದೆಲ್ಲಾ ಹುರುಪಿನಲ್ಲಿ ಗೆದ್ದಾಗ ಹೇಳಿದರೆ "ಯಾರೋ ಮಾಟ ಮಾಡಿಸುಬಿಟ್ಟವರೇ ನಂಗೆ, ಇಲ್ಲ ಅಂದಿದ್ರೆ ಈ ಗೇಮು ನನ್ನ ಕಡಿಗೆ ಆಗಬೇಕಿತ್ತು, ತಿರುಬೋಕಿ ಎಲೆ ಇದು" ಎಂದು ಗೋಳಾಡಿಕೊಂಡು "ನಡಿಲಾ ಮೂತ್ರಿ, ಗುಡಿಗೆ ಹೋಗಿ ಕೋಳಿ ಕುಯ್ದು ಬರೋನಂತೆ" ಎಂದು ತತ್‌ಕ್ಷಣ ತಯಾರಾಗಿ ಹೊರಟುಬಿಡುತ್ತಿದ್ದ.

ತನ್ನ ಅನುಭವವನ್ನೆಲ್ಲಾ ತೂಕಕ್ಕಿಟ್ಟರೂ ದಿವಾಳಿಯಾಗಿ ಕಟ್ಟ ಕಡೆಗೆ ಮೊಬೈಲು ಅಡವಿಟ್ಟು ಆಡುತ್ತಿದ್ದ ಚಾಮರ ತನ್ನ ಮೊಬೈಲಿನ ನಂಬರನ್ನು ಕಿರು ಪುಸ್ತಕದಲ್ಲಿ ಬರೆದಿಟ್ಟುಕೊಂಡಿದ್ದ. ಮಿನಿ ಲೈಬ್ರರಿಯಂತಿದ್ದ ಆ ಕಿರು ಪುಸ್ತಕದಲ್ಲಿ "ರೇಖಾ, ಕುಸುಮಾ, ಪೂಂಕುಡಿ, ಗೌಳಿ ಬೀದಿಯ ಜಲಜಾ ಆಂಟಿ" ಎಂದು ತಿದ್ದಿದ ಗುಬ್ಬಿ ಕಾಲಿನಂತೆ ಕಾಣುತ್ತಿದ್ದ ಅಕ್ಷರಗಳು ಅನೇಕ ಅಲ್ಪವಿರಾಮ, ಪೂರ್ಣವಿರಾಮ, ಪ್ರಶ್ನಾರ್ಥಕ, ಆಶ್ಚರ್ಯಕರ ಚಿಹ್ನೆಗಳಿಂದ ಕೂಡಿದ್ದರೂ ಅಲ್ಲಲ್ಲಿ ಚಿತ್ತು ಕಾಟುಗಳ ಸಮೇತ ಸಂಬಂಧಪಟ್ಟ ನಂಬರುಗಳಿದ್ದವು.

ಅಡವಿಟ್ಟ ಮೊಬೈಲು ವಾಪಾಸ್ಸು ಪಡೆಯಲೆಂದು ಎದುರು ಸಿಕ್ಕವರ ಬಳಿ ನಿಂತು ಹುಸಿ ಬಿಂಬ ತೋರಿಸುತ್ತಾ ತನ್ನ ಫೋನು ನಂಬರನ್ನು ತಾನೇ ಹೇಳುತ್ತಾ "ಈ ಕಡೆಯಿಂದ ನಾನು ಚಾಮ್ರ ಮಾತಾಡ್ತಿರೋದು, ಫೋನಿನ ಓನರ್ರು, ಆ ಕಡೆಯಿಂದ ಶುಗರ್‌ಡ್ಯಾಡಿನ, ನಾನು ನಾಕನೇ ಕ್ರಾಸ್‌ನಲ್ಲಿದೀನಿ, ಅದೇ ಕಣಪ್ಪೋ ಸಂತೆ ಮೈದಾನದವನು, ನೆನ್ನೆ ಅಡ ಇಕ್ಕಿದ್ನಲ್ಲ" ಎಂದು ಹೇಳುವವರೆಗೆ ತಡಾಬಡಾಯಿಸಿ ಮಾತಾಡುತ್ತಿದ್ದ ಚಾಮರ "ಟ್ಯಾಂಕ್ಸು, ಐ ಲಬ್ ಯು" ಎಂದು ಸುಲಲಿತವಾಗಿ ಹೇಳಿ ಫೋನು ಮರಳಿ ಕೊಡುತ್ತಿದ್ದ. ಅಪರಿಚಿತನ ಎದುರು ತನ್ನ ಫೋನು ನಂಬರನ್ನು ಹೇಳುವಾಗ ಕೊನೆಗೆ "ಐದು, ಜೀರೋ, ಜೀರೋ" ಎಂದು ರಾಗವಾಗಿ ಹೇಳುತ್ತಿದ್ದ ಚಾಮರನ ಧ್ವನಿ ಪಿಕಳಾರ ಹಕ್ಕಿಯಂತೆ ಗುನುಗುತ್ತಿತ್ತು.

"ಬುದ್ಧಿ ಹೇಳೋರು ಜತಿಗೆ ಇರ್ಬೇಕಂತೆ, ಹಾಗಂತ ನಿನ್ನ ಇಟ್ಕಂಡಿದೀನಿ ಕಣ್ಲಾ ಮೂತ್ರಿ" ಎಂದು ಮೂರ್ತಿಗೆ ಹೇಳುತ್ತಿದ್ದ ಚಾಮರ ಅವನೊಡನೆ ತನ್ನ ರಹಸ್ಯವನ್ನೆಲ್ಲಾ ಹೇಳಿಕೊಳ್ಳುತ್ತಿದ್ದ. ಕೊನೆಯ ಗಳಿಗೆಯಲ್ಲಿ ಮೈಥುನದ ಸುಖದಿಂದ ತಪ್ಪಿಸಿಕೊಂಡ ಹಾಗೆ ಮುಖ ಮಾಡಿಕೊಂಡು "ನಾ ಕಳ್ಕಂಡಿದ್ದೆಲ್ಲಾ ಒಂದು ಸತಿ ಸಿಕ್ಕು ಬಿಟ್ರೆ ಐತಲ್ಲ, ನಾ ಇನ್ನೊಮ್ಮೆ ಎಲೆ ಮುಟ್ಟಿದ್ರೆ ಕೇಳು" ಎಂದು ಹೆಂಡ ತುಂಬಿದ ಗ್ಲಾಸನ್ನು ಮುಟ್ಟಿ ಒಂದೆರಡು ಹನಿಯಲ್ಲಿಯೇ ನೆಲಕ್ಕೆ ಪ್ರೋಕ್ಷಣೆ ಮಾಡಿ ನಿರ್ಧಾರ ತೆಗೆದುಕೊಳುತ್ತಿದ್ದ ಮೂರ್ತಿ ತನ್ನ ಒರಟು ಮುಖದಲ್ಲಿ ಗಡ್ಡ ಕೆರೆದುಕೊಂಡು ಅನಿಶ್ಚಿತತೆಯ ಪಳೆಯುಳಿಕೆಗಳನ್ನು ಹುಡುಕುತ್ತಿದ್ದ.

"ಮೂತ್ರಿ ನೀನು ಡವ್ವಾ ಕಣೋ ಡವ್ವಾ, ನೀನು, ಮೂವತ್ತಾದ್ರೂ ಮದಿವಿ ಆಗಿಲ್ಲ ನಿಂಗೆ, ನಾ ನೋಡ್ಲಾ ಹೆಂಗಿವ್ನಿ ಅಂತ" ಎಂದು ರೇಗಿಸುತ್ತಿದ್ದ ಚಾಮರನಿಗೆ "ನಿಂದು ಸೊಗಸಿನ ಜೀವ್ನ ಬಿಡಪ್ಪಾ, ನಿನ್ನ ಹೆಂಡ್ತಿನಾ ಊರಲ್ಲಿ ಬಿಟ್ಟು ಬೇರೆಯವ್ರ ಹೆಂಡ್ತಿರನೆಲ್ಲಾ ಮಜಾ ಮಾಡ್ತಿದಿಯಲ್ಲ, ಗಾಡಿ ಮೇಲೆ ಇದನ್ನು ಕಿತ್ತಾಕಿ 'ನೊಂದ ಜೀವ ನೋಯಿಸಬೇಡಿ' ಅಂತ ಬರಸ್ಕೋಳ್ಳಾ ಪಾಪಡಿಕೆ" ಎಂದು ಬಯ್ಯುತ್ತಿದ್ದ. ಚಾಮರ ಕೆಂಗಣ್ಣು ಮಾಡಿಕೊಂಡು "ನೀನು ಎಂಥವನು ಅಂದ್ರೆ, ಬಗ್ಗಿದ್ರೆ ತಿಕ ಹೊಡಿಯಕ್ಕೆ ಬಂದಿದ್ದೆ, ಎದುರಿಗೆ ಸಿಕ್ರೆ ತಬ್ಕೊಳಕ್ಕೆ ಬಂದಿದ್ದೆ ಅನ್ನೋ ನನ್ಮಗ ನೀನು, ನನ್ನ ಫ್ಯಾಮಿಲಿ ಸುದ್ದಿಗೆ ಬರ್ತಿಯೇನ್ಲಾ ಚೋದಿಕೆ" ಎಂದು ಒಬ್ಬರಿಗೊಬ್ಬರು ಕೈಮಿಲಾಯಿಸಿ ಜಗಳ ಮಾಡಿಕೊಳ್ಳುತ್ತಿದ್ದರು.

ಜಾಮಿಟ್ರಿ ಬಾಕ್ಸಿನಂತಿದ್ದ ಮೊಬೈಲಿನಲ್ಲಿ ಪ್ಯಾಥೋ ಹಾಡುಗಳನ್ನು ಹಚ್ಚಿಕೊಂಡು ಮಲಗುತ್ತಿದ್ದ ಚಾಮರನಿಗೆ ಪ್ರತಿ ಹಾಡುಗಳು ತನ್ನ ಜೊತೆ ಮಾತಾಡಿದಂತೆ, ನಿದ್ದೆ ಹತ್ತುವ ತನಕ ಎಚ್ಚರವಿರುವ ಸಂಗಾತಿಯಂತೆ, ತನ್ನ ಅತೀವ ದುಃಖಗಳಲ್ಲಿ ಹಸ್ತಕ್ಷೇಪ ಮಾಡುವ ಏಕೈಕ ಹಕ್ಕನ್ನು ಪ್ಯಾಥೋ ಗೀತೆಗಳಿಗೆ ಕೊಟ್ಟವನಂತೆ ಅಮಲಿನಲ್ಲಿ ಪ್ರತಿ ಹಾಡುಗಳೊಂದಿಗೆ ಸಂಭಾಷಿಸುತ್ತಿದ್ದ ಚಾಮರ "ನನ್ನ ಕೇಳುವರಾರು, ಊರು ತೊರೆದವರಾರು, ಟಿಡಿಂವ್ ಟಿಡಿಂವ್ ಟಿವ್ ಟಿವ್" ಎಂದು ತನ್ನದೇ ಸಾಹಿತ್ಯದಲ್ಲಿ ದೊಡ್ಡ ದನಿ ತೆಗೆದು ಕೂಗುತ್ತಿದ್ದ. ಹಿನ್ನೆಲೆಯಲ್ಲಿ "ಯಾರಿಗೆ ಯಾರುಂಟು ಎರವಿನ ಸಂಸಾರ" ಎಂಬ ಹಾಡು ಇಡೀ ಸಂತೆ ಮೈದಾನದ ಒಂದು ನೀಲಿ ಟಾರ್ಪಾಲಿನ ಗುಡಾರದಲ್ಲಿ ಕಿಕ್ಕಿರಿಯುತ್ತಿತ್ತು.

ಹೆಂಡದ ಬಾಟಲಿಯ ತಳಕ್ಕೆ ಪೆಟ್ಟು ಕೊಟ್ಟು, ಚಕ್ಕನೆ ಡಕ್ಕನ್ ತೆರೆದು, ಕೊಳಾಯಿಯ ಮೂಗು ತಿರುಗಿಸಿ, ನಾಲ್ಕು ಔನ್ಸ್ ನೀರು ಬೆರೆಸಿ ಗಟಗಟನೆ ಕುಡಿದು ಮುಕ್ಕರಿಸುತ್ತಿದ್ದ ಜನರ ನಡುವೆ ಚಾಮರ ತಾನು ಒಬ್ಬನಂತೆ ಹೆಂಡ ಮುಕ್ಕರಿಸಿ ಉಪ್ಪಿನಕಾಯಿಯನ್ನು ನೆಕ್ಕುತ್ತಿದ್ದ. ಅಪ್ಪನಿಗೆ ಅವನದೇ ಆದ ಬ್ರಾಂಡು ಒಂದು ಹೆಂಡದ ಬಾಟಲಿಯ ಜೊತೆ ಶೇರ್ವಾ, ಚಪಾತಿ ಪಾರ್ಸೆಲ್ ತೆಗೆದುಕೊಂಡು ಮಧ್ಯರಾತ್ರಿ ಸಂತೆ ಮೈದಾನಕ್ಕೆ ತೂರಾಡಿಕೊಂಡು ಬರುತ್ತಿದ್ದ ಚಾಮರನ ಪ್ಯಾಂಟಿನ ಜಿಪ್ಪು ತೆರೆದೆ ಇರುತ್ತಿತ್ತು. ಮಗನ ದಾರಿಯನ್ನೆ ಕಾಯುತ್ತಾ ಮಲಗಿದ್ದ ತಾಮ್ರ ಏನೋ ಹುಡುಕುವಂತೆ ಬಂದು ಚಾಮರನ ಕೈಲಿದ್ದ ಹೆಂಡವನ್ನು ಕಸಿದುಕೊಂಡು"ಹುಹ್ಹಾಹ" ಎಂದು ನಕ್ಕು ಮತ್ತೆ ಜೋಪಡಿಯೊಳಗೆ ಓಡುತ್ತಿದ್ದ.

"ಹೆಂಗಿದಿಯ ಮಗ ಅಂತ ಕೇಳಲಿಲ್ಲ, ನಮ್ಮಪ್ಪನ ಕೊಲೆ ಮಾಡಿ ಜೈಲಿಗೆ ಹೋಗ್ತೀನಿ, ತಾಕತ್ತಿದ್ರೆ ಬಿಡಿಸ್ಕೊಂಡು ಬರ್ತಿಯ" ಎಂದು ಮಲಗಿದ್ದ ಪೂಂಕುಡಿಯನ್ನು ಝಾಡಿಸಿ ಒದ್ದು ಕ್ಯಾತೆ ತೆಗೆದು ಜಗಳ ಮಾಡುತ್ತಿದ್ದ ಚಾಮರ "ನಿನ್ನ ಕೈಲಿ ಎಲ್ಲಾಗುತ್ತೆ ಹೇಳು ನಿಂಗೆ, ದೌಲತ್ತು ಮಾಡಕ್ಕೆ ಟೇಮಿರಲ್ಲ, ನನ್ನ ಜೈಲಿಂದ ಬಿಡಿಸ್ಕಂಡು ಬರ್ತಿಯ ನೀನು, ಸೂಳೆ ಕಣೇ, ನೀನು ಸೂಳೇ" ಎಂದು ರಂಪ ಎಬ್ಬಿಸಿ ಆಕೆಯನ್ನು ಹೊಡೆಯುತ್ತಿದ್ದ.

ವಿಕೋ ಟರ್ಮರಿಕ್ ಕ್ರೀಮನ್ನು ಬಳಿದುಕೊಂಡು ಕಾಯಿಸಿದ ಹಾಲಿನ ಕೆನೆಯಂತೆ ಕಾಣುತ್ತಿದ್ದ ಪೂಂಕುಡಿಯ ಮುಖದಲ್ಲಿ ಆಕ್ರೋಶದ ಮಂಜಿನ ಹನಿ ಹೆಪ್ಪುಗಟ್ಟಿ "ನೀನ್ಯಾವನೋ ನನ್ನ ಹೊಡೆಯೋಕೆ, ನೀನು ನಿಮ್ಮಪ್ಪನ ಸಾಯ್ಸಿರೆ ನಾನ್ಯಾಕೆ ಬಿಡಿಸ್ಕೊಂಡು ಬರ್ಬೇಕು, ನಿನ್ನಂಥ ಮೆಂಟ್ಲು ಜತಿಗೆ ಬಾಳ್ವೆ ಮಾಡಕ್ಕೆ ಆಗದೆ ನಿನ್ನ ಹೆಂಡ್ತಿ ಬಿಟ್ಟು ಹೋಗಿರದು" ಎಂದು ಪೂಂಕುಡಿಯು ಬೆಣಚು ಕಲ್ಲಿನಂತೆ ಎದುರು ನಿಲ್ಲುತ್ತಿದ್ದಳು. ಅವಳ ಮರು ಮಾತಿನಿಂದ ಬೆಚ್ಚಗಾದ ಚಾಮರನ ಕಣ್ಣು ಮೆಲ್ಲಗೆ ಕಂಪಿಸುತ್ತಾ ತಣ್ಣಗೆ ಅವನ ಆತ್ಮ ರೋದಿಸುತ್ತಿತ್ತು. ನಂತರ ಪೆನ್ಸಿಲು ಕಳೆದುಕೊಂಡ ಮಕ್ಕಳ ಹಾಗೆ ಚಾಮರ ಅಳುತ್ತಿದ್ದ. ಕೊರಳಪಟ್ಟಿ ಹಿಡಿದು ತನ್ನ ಜೋಪಡಿಯಿಂದ ಆಚೆ ಎಳೆದು ತಂದು ಅವನ ಕೆನ್ನೆಗೆ ನಾಲ್ಕು ಬಿಗಿದು ಅಟ್ಟುತ್ತಿದ್ದಳು.

ಏನೇನೋ ಬಯ್ಯುತ್ತಾ ಪೂಂಕುಡಿಯ ಜೋಪಡಿಯ ಗುಡಿಸಲಿನ ಹೊಸ್ತಿಲಿನಲ್ಲೇ ಮಲಗುತ್ತಿದ್ದ. ಸ್ವಲ್ಪ ಹೊತ್ತಿನ ತರುವಾಯ "ಅಪ್ಪಾಜಿ ಅಪ್ಪಾಜಿ" ಎಂದು ಜೋರಾಗಿ ಕೂಗಿ, ಅಳುತ್ತಾ ಶರಾವತಿಯ ನದಿಯ ದಿಕ್ಕಿನತ್ತ ಚಾಮರ ಓಡುತ್ತಿದ್ದರೆ ಪೂಂಕುಡಿ "ಮೊದಲೇ ತಲೆಕೆಟ್ಟ ಮನುಷ್ಯ ಎಲ್ಲಿ ಕೆರೆಗೆ ಹಾರಿಬಿಡ್ತಾನೆ" ಎಂಬ ಭಯದಲ್ಲಿ ಅವನ ಹಿಂದೆ ಓಡುತ್ತಿದ್ದಳು. "ಅಪ್ಪಾಜೀಈಈಈಈ" ಎಂದು ಕೂಗುತ್ತಲೆ ಓಡುತ್ತಿದ್ದವನನ್ನು ಹಿಡಿದು ರಮಿಸಿ, ಮುದ್ದಿಸಿ ಪೂಂಕುಡಿ ಮತ್ತೆ ತನ್ನ ಜೋಪಡಿಯೊಳಗೆ ಕರೆದುಕೊಳ್ಳುತ್ತಿದ್ದಳು.

■

ತಾಮ್ರನ ನೋಡಿದರೆ ಚಾಮರನಿಗೆ ಆಗದು. ಚಾಮರನ ಕಂಡರೆ ತಾಮ್ರನಿಗೆ ಆಗದು. ಇಂತಹ ವೈರತ್ವದಲ್ಲಿ ಚಾಮರ ಅಲೀಲಿಯ ಜೋಪಡಿಯಲ್ಲಿಯೇ ಮಲಗುವುದು, ಉಣ್ಣುವುದು ಎಲ್ಲವೂ. ಚಾಮರ ತನ್ನ ತಾಯಿ ಜೊತೆ ಲೈಂಗಿಕ ಸಂಪರ್ಕ ಹೊಂದುವುದು, ಹೊಡೆಯುವುದು, ಕೆಟ್ಟಾ ಕೊಳಕ ಬಯ್ಯುವುದು, ತಬ್ಬಿಕೊಂಡು ಮಲಗುವುದು ಅಲೀಲಿಗೆ ಗೊತ್ತಿತ್ತು. ಆದರೂ ಅಲೀಲಿ "ಇದು ನನಗೆ ಸಂಬಂಧ ಪಡದ ವಿಷಯ" ಎಂದು ಸುಮ್ಮನೆ ಮೊಬೈಲು ನೋಡುತ್ತಲೋ ಆಕಡೆ ತಿರುಗಿ ಮಲಗುತ್ತಲೋ ಕಾಲ ಕಳೆದು ಬಿಡುತ್ತಿದ್ದ. ಇಲ್ಲವೇ ನಿದ್ದೆಯಲ್ಲಿ ಕಳೆದು ಹೋದವನಂತೆ ನಟಿಸುತ್ತಿದ್ದ.

ಮರುದಿನ "ನಿನ್ನ ಮಗನಿಗೆ ಬೇಗ ಮದಿವಿ ಮಾಡಿಬಿಡಬೇಕು ಕಣೇ, ಎಷ್ಟು ಸೊರಗಿದ್ದಾನೆ ನೋಡು" ಎಂದು ಹಲ್ಲು ಕಿರಿಯುತ್ತಾ ಮಾತು ಶುರುಮಾಡುತ್ತಿದ್ದ ಚಾಮರ ನೆನ್ನೆಯ ಸರಿ ರಾತ್ರಿ ಭುಗಿಲೆದ್ದ ಮನುಷ್ಯನನ್ನು ಮರೆ ಮಾಚಿಸಿಕೊಂಡವನಂತೆ ಕಾಣುತ್ತಿದ್ದ. ಕುಕ್ಕರಿನ ಸೀಟಿ, ಗ್ಯಾಸ್ಕೆಟ್ಟು, ಕಪ್ಪು ಬಿಳಿ ಮಿಕ್ಸರಿನ ಬುಷ್ಷುಗಳನ್ನು ಎಣಿಸಿಕೊಂಡು ರಿಪೇರಿಗೆ ಒಯ್ಯುತ್ತಿದ್ದ ತನ್ನ ಬ್ಯಾಗನ್ನು ಸಿದ್ಧಪಡಿಸುವಾಗ "ಮದಿವಿ" ಎಂಬ ಶಬ್ದ ಕೇಳಿಸಿಕೊಂಡ ಕೂಡಲೇ ತನ್ನ ಎದೆಯಲ್ಲಿ ಸಿಹಿ ತುರುಕಿದಂತೆ ಭಾಸಗೊಂಡ ಅಲೀಲಿ ಚಿವಚಿವ ನಾಚುತ್ತಿದ್ದ.

"ಮದಿವಿ ಅಂತೆ ಮದಿವಿ, ಹಾಲು ಕುಡಿದ ತುಟಿ ಒಣಗಿಲ್ಲ, ಮೊದ್ಲು ತಾಯಿನ ಚಂದಗೆ ನೋಡ್ಕೊಳ್ಳಿ ಆಮೇಲೆ ನೋಡಣ" ಎಂದು ಪೂಂಕುಡಿ ಮಗನಿಗೆ ಉಚಿತವಾಗಿ ಒಲಿದ ನಾಚಿಕೆಗೆ ತಣ್ಣೀರು ಎರಚಿ ತಲೆ ಬಾಚಿಕೊಳ್ಳುತ್ತಿದ್ದಳು. "ಏಯ್, ಅವನು ಒಳಪೂಜೆಗೆ ನಿಂತ್ಕಂಡ್ಲಿ, ಆಮೇಕೆ ಎಲ್ಲಾ ಕಲಿತಾನೆ ಬುಡು" ಎಂದು ಅಲೀಲಿಯನ್ನು ನೋಡುತ್ತಲೆ ಕಣ್ಣು ಮಿಟುಕಿಸುತ್ತಿದ್ದ ಚಾಮರ "ಖರ್ಚಿಗೆ ಬೇಕು ಒಂದೈವತ್ತ್ ಕೊಡ್ಲಾ" ಎಂದು ಅವನಿಂದ ಗಬಕ್ಕನೆ ಇಸಿದುಕೊಂಡು "ಮತ್ತೆ ಏನ್ ಅಂತಿಯಾ ಪೂಂಕುಡಿ ಈ ಮಾತಿಗೆ" ಎಂದು ಕೇಳುತ್ತಿದ್ದ. "ಯಾವ ಮಾತಿಗೆ" "ಏಯ್ ಅದೇ ಒಳಪೂಜೆಗೆ" "ಏನ್ ಒಳಪೂಜೆ" "ನೀನೊಳ್ಳೆ ಆ ಆ ಆ ಒಳಪೂಜೆ"

ಎಂದು ಕಿಚಾಯಿಸಿ ನಗುತ್ತಿದ್ದ. "ಚಿನಾಲಿಗುಟ್ಟಿದವ್ನೆ, ನನ್ನ ಮಗನಿಗೆ ಇಂಥವೆಲ್ಲಾ ಕಲಿಸಬೇಡ್ಲಾ ನೀನು" ಎಂದು ಬೈದು ವ್ಯಾನಿಟಿ ಬ್ಯಾಗನ್ನು ನೇತು ಹಾಕಿಕೊಂಡು "ಬಾ, ಟೇಮಾಗ್ತಿದೆ ಬಿಡ್ಬಾ" ಎಂದು ಜೋಪಡಿಯ ಹೊರಗೆ ನಿಂತು ಕಾಯುತ್ತಿದ್ದಳು. "ಅಯ್ಯಾ ಅಲೀಲಿ ಸಂಜಿಕ ಬೇಗ ಬಂದ್ಬಿಡು, ಮಟನ್ ತರ್ತಿನಿ, ಶುಂಟಿ ಐತಾ ಮನ್ಯಾಗ, ಬೇಡ ನಾನೇ ಪಾವು ಕಿಲೋ ತತ್ತಿನಿ ಬಿಡು" ಎಂದು ಸ್ಕೂಟಿಯ ಮೇಲೆ ಕೂತು ಒಂದೇ ಲಹರಿಯಲ್ಲಿ ಹೇಳುತ್ತಿದ್ದ.

ರಸ್ತೆಯಲ್ಲಿ ಪದೇಪದೇ ಹಾರ್ನು ಬಾರಿಸಿಕೊಂಡು ವೇಗದಿಂದ ಸ್ಕೂಟಿಯನ್ನು ಓಡಿಸುತ್ತಿದ್ದ ಚಾಮರ "ಮಧ್ಯಾಹಕ್ಕೆ ಎಲ್ಲು ಟಿಕೇಟು ತಕ್ಕಂಡಿರ್ತಿನಿ ಪೂಂಕುಡಿ, ಹಿಂಗೆ ಹೋಗ್ಬಿಡನ ಕೇಳುಸ್ತಾ" ಎಂದು ಅವಳನ್ನು ಬಸ್ಟಾಂಡಿನಲ್ಲಿ ಬಿಟ್ಟು "ನೀನು ಆ ಪಿಚ್ಚರ್ ನೋಡ್ಬೇಕು, ಮೆಗಾ ಸ್ಟಾರು ಹೆಂಗ್ ಡಾನ್ಸು ಮಾಡವ್ನೆ ಗೊತ್ತಾ" ಎಂದು ಸ್ಕೂಟಿಯಿಂದ ಕೆಳಗಿಳಿದು ಕೈಕಾಲು ಅತ್ತ ಇತ್ತ ಕುಣಿಸಿ, ತನ್ನ ತಲೆಯ ಕೂದಲನ್ನು ಸಹ ಶೇಕ್ ಡಾನ್ಸ್ ಮಾಡಿಸಿ, ಕೆದರಿದ್ದ ಕೇಶ ರಾಶಿ ಸರಿಮಾಡಿಕೊಂಡು "ತಪ್ಪಿಸಬೇಡ" ಎಂದು ಹೊರಡುತ್ತಿದ್ದ. ಜನರು ನೆರೆದ ಸಂದಣಿಯಲ್ಲಿ ರೆಕ್ಕೆ ಬಿಚ್ಚಿಕೊಂಡು ಚಾಮರ ಹೀಗೆ ಕುಣಿಯುವಾಗ ಅಮೆರಿಕಾನ ನೆರಳು ಕಾಣಿಸಿ ಅವಳ ಆತ್ಮ ಪುಳಕಗೊಳ್ಳುತ್ತಿತ್ತು.

"ಮಟನ್ ತರ್ತಿನಿ ಅಂತ ಬೆಳಿಗ್ಗೆ ಹೇಳ್ದವನು ನಾಪತ್ತೆ" ಎಂದು ರಾತ್ರಿಯ ತನಕ ಕಾದು ಕಾದು ತರಕಾರಿ ಬೇಯಿಸಿ ಗೊಣಗುತ್ತಲೆ ಮಲಗುತ್ತಿದ್ದ ಪೂಂಕುಡಿ ಹಲ್ಲು ಮಸೆಯುತ್ತಿದ್ದಳು. ಗಂಡು ಹೆಣ್ಣು ಸುಖದಿಂದ ಮರ್ದಿಸುವ ಆಲಾಪಗಳು, ಮಧ್ಯೆ ಮಧ್ಯೆ "ಓಹ್ ಬೇಬಿ, ಓಹ್ ಬೇಬಿ" ಎಂಬಂತಹ ನುಡಿಗಟ್ಟುಗಳು ಕೇಳತೊಡಗಿದವು. ಅಸಹ್ಯದ ಭಾವದಿಂದ 'ಎಲ್ಲಿಂದ ಬರುತ್ತಿವೆ' ಇಂಥಾ ದನಿ ಎಂದು ಆಶ್ಚರ್ಯದಿಂದ ಮಗನ ಕಡೆ ನೋಡಿದಳು. ಅಲೀಲಿ ಕಣ್ಣು ಹತ್ತಿಸಿಕೊಂಡು ಪರಿವೆಯಿಲ್ಲದೆ ತನ್ನ ಮೊಬೈಲಿನಲ್ಲಿ ಸೆಕ್ಸ್ ವಿಡಿಯೋ ನೋಡುತ್ತಿದ್ದ. ಕಿವಿಗೆ ಹಾಕಿಕೊಂಡಿದ್ದ ಇಯರ್‌ಫೋನಿನ ಇನ್ನೊಂದು ತುದಿ ಕಾಲು ಅಲ್ಲಾಡಿಸಿದ ಪ್ರಭಾವಕ್ಕೋ ಏನೋ ಮೊಬೈಲಿನಿಂದ ಕಿತ್ತು ಬಂದಿತ್ತು. "ಹಲ್ಕಾ ಇಡಿಯೋ ನೋಡ್ತಿಯೇನ್ಲಾ, ಭಾಡ್ಕೋ" ಎಂದು ಕೈಗೆ ಸಿಕ್ಕ ಪೊರಕೆ, ಚೊಂಬಿನಿಂದ ಎಗ್ಗಾಮಗ್ಗ ಬಾರಿಸಿದ ಪೂಂಕುಡಿ ಅಳುತ್ತಾ ಕೂತು ಹಣೆಹಣೆ ಚಚ್ಚಿಕೊಂಡಳು. ಅಲೀಲಿ ಒಂದೆರಡು ಏಟು ಬಿದ್ದ ಕೂಡಲೇ ಓಡಿ ಹೋಗಿದ್ದ.

■

ಪೇಟೆ ಕಡೆ ಬಂದರೆ ಚಾಮರನನ್ನು ಕಂಡೊಡನೆ ಮಾತಾಡಿಸುವ ಜನ, ಕಾಫಿ ಕುಡಿಸುವ ಜನ ಅನೇಕರಿದ್ದರು. ಚಾಮರನನ್ನು ಅಲೀಲಿ 'ಮಾಮ ಮಾಮ' ಎಂದು ಕರೆಯುತ್ತಿದ್ದ. ಚಾಮರನ ಹಿಂದಿಂದೆ ಸುತ್ತುತ್ತಾ "ಮಾವನಿಗೆ ಅದೆಷ್ಟು ಜನ ಗೊತ್ತಿದ್ದಾರೆ" ಎಂದು ಅಚ್ಚರಿಗೊಳ್ಳುತ್ತಿದ್ದ. ದರ್ಶಿನಿ ಹೋಟೆಲ್ಲಿನ ರವಾ ಇಡ್ಲಿ, ಪೈನಾಪಲ್

ಹೋಳುಗಳನ್ನು ಕಲೆಸಿದ ಕೇಸರಿಬಾತಿಗೆ, ಗಾಜಿನ ಗ್ಲಾಸಿನ ಕಾಫಿಗೆ ಪೇಟೆಯ ಮಂದಿ ಕ್ಯೂ ಹಚ್ಚಿ ನಿಲ್ಲುತ್ತಿದ್ದರು. ಅಂದು ದರ್ಶಿನಿ ಹೋಟೆಲ್ಲು 'ಅಂಜಲಿ ಉಪಹಾರ' ಎಂದು ಹೆಸರು ಬದಲಿಸಿಕೊಂಡು, ತನ್ನ ಹಳೆಯ ಒಡೆತನವನ್ನು ಮುಗಿಸಿಕೊಂಡು ಚೆಂಡು ಹೂವು, ಲೈಟಿಂಗುಗಳ ಸಮ್ಮೇಳನದಲ್ಲಿ ಗಿಜಿಗಿಜಿ ಎನ್ನುತ್ತಿತ್ತು.

ಹಳೆ ಹೆಸರಿನ ಬ್ಯಾನರನ್ನು ಕೀಳುವ ಮೂಲಕ ಹೊಸ ಮಾಲೀಕ ಸೂಟು ಬೂಟಿನಲ್ಲಿ ನಗುತ್ತಾ ಹೋಟೆಲ್ಲಿನ ಕ್ಯಾಶಿಯರಿಗೆ, "ಇವತ್ತು ಎಲ್ರಿಗೂ ಫ್ರೀ ಕಾಫಿ ಕೊಡು" ಎಂದು ಘೋಷಿಸಿದ. ಹೆಸರು ಮಾತ್ರ ಬದಲಾಯಿಸಿದ್ದ ಹೋಟೆಲ್ಲಿನಲ್ಲಿ ನೆನೆಸಿಟ್ಟ ಅಕ್ಕಿ ಉದ್ದಿನಬೇಳೆ ರುಬ್ಬಿ ಇಡ್ಲಿ ಬೇಯಿಸುವವನಿಂದ ಹಿಡಿದು ಅದೇ ಹಳೆಯ ಕಮಟು ಸೀರೆ ತೊಟ್ಟು ದೊಡ್ಡ ದೊಡ್ಡ ಹರಿವಾಣ ಪೀತಾಂಬರ ಕಲೆಸಿ ತಿಕ್ಕುತ್ತಿದ್ದ ಹೆಂಗಸಿನವರೆಗೂ ಎಲ್ಲರೂ ಹಳಬರಿದ್ದರು.

'ಉಚಿತ ಕಾಫಿ' ಎಂದು ಅಲೀಲಿ ಜನಸಂದಣಿಯಲ್ಲಿ ನುಗ್ಗಿ ಎರಡು ಗಾಜಿನ ಲೋಟದಲ್ಲಿ ಕಾಫಿ ಹಿಡಿದುಕೊಂಡು ಬಂದಿದ್ದ. ಚಾಮರ ಅದಾಗಲೇ ಅಡಿಯಿಂದ ಮುಡಿಯವರೆಗೆ ಬರೀ ಬಿಳಿಯ ಪೋಷಾಕು ತೊಟ್ಟಿದ್ದ ಒಬ್ಬನ ಬಳಿ ನಿಂತು ಮಾತಾಡುತ್ತಿದ್ದ. ಒಂದು ಗುಟುಕು ಕಾಫಿ ಕುಡಿದು "ಈ ಹೋಟ್ಲಿಗೆ ತುಂಬಾ ವರ್ಷದಿಂದ ಬರ್ತಿದಿನಿ, ಕಾಪಿ ಸ್ವಲ್ಪನೂ ಟೇಸ್ಟಿಲ್ಲ, ಸರ್ಕಲ್ ದಾಟಿದರೆ ಅಲ್ಲೊಂದು ಉಡುಪಿ ಹೋಟ್ಲೈತಲ್ಲ, ಅದು ಹೋಟ್ಲಂದ್ರೆ, ಬರೀ ಕಾಪಿ ಟಿ ಅಂತ ಮಾಡ್ಕಂಡು ಈಗ ಪೇಟೆ ತುಂಬಾ ಅವರದೇ ಬ್ರಾಂಚು, ನೋಡ್ದ ಈ ಕಾಪಿಲಿ ಏನಿಲ್ಲ" ಎಂದು ಚಾಮರ ಹೇಳಿದ. ಎದುರಿಗಿದ್ದ ವ್ಯಕ್ತಿ ಏನೂ ಮಾತಾಡದೆ "ಹ್ಮ್ ಹ್ಮ್" ಎಂದಷ್ಟೇ ಹೇಳುತ್ತಲಿದ್ದ. ಅಲೀಲಿ ಒಂದು ಗ್ಲಾಸು ಮುಗಿಸಿ ಇನ್ನೊಂದು ಗಾಜಿನ ಕಾಫಿಗಾಗಿ ಮತ್ತೆ ಸರತಿ ಸಾಲಿನಲ್ಲಿ ನಿಂತುಕೊಂಡ.

"ಟೇಸ್ಟು ಚನಾಗಿ ಕೊಡ್ಬೇಕು, ಆಗ್ಲೇ ಜನ ಹುಡುಕ್ಕೊಂಡು ಬರೋದು, ಹೊಸ ಹೆಸರಿಡ್ಕೊಂಡು ಹೋಟ್ಲು ಚಾಲು ಮಾಡಿದ್ರೆ ಸುಖವಿಲ್ಲ" ಎಂದು ಚಾಮರ ಒತ್ತಾಯದಿಂದ ಬಿಳಿ ವಸ್ತ್ರಧಾರಿಗೆ ಹೇಳುತ್ತಲಿದ್ದ. ಹೋಟೆಲ್ಲಿನ ನಡು ಭಾಗದಲ್ಲಿ ಹಾಕಿದ ಹೋಮದಿಂದ ಎದ್ದ ಹೆಂಗಸರ, ಮಕ್ಕಳ ಮುಖದಲ್ಲಿ ವಿಶ್ರಮ ಬೆವರು ಸುರಿಯುತ್ತಿತ್ತು. ಅವರೆಲ್ಲಾ ಗಾಳಿಗಾಗಿ ಹೋಟೆಲ್ಲಿನಿಂದ ದುಡುದುಡು ಓಡಿ ಬಂದು ಮಾಲೀಕನ ಸನಿಹ ಸೇರಿದರು.

"ಸಿಕ್ಕಾಪಟ್ಟೆ ದುಡ್ಡು ಮಾಡಿದ್ದಾನೆ ಪಾಲ್ಟಿ ಅನ್ಸತ್ತೆ ಅಲಾ" ಎಂದು ಚಾಮರ ಕೇಳಿದ. "ಹ್ಮ್" ಎಂದು ಎದುರಿಗಿದ್ದ ವ್ಯಕ್ತಿ ಚಹಾದ ಗ್ಲಾಸು ಟೇಬಲ್ಲಿನ ಮೇಲಿಟ್ಟು, ತನ್ನ ದೇಹ ಸಡಿಲಿಸಿ ಜೇಬಿನಿಂದ ತಡಕಾಡಿ ಒಂದು ಕೀ ಗೊಂಚಲನ್ನು ತೆಗೆದ. ಆ ಗೊಂಚಲಿನಲ್ಲಿ ಅನೇಕ ಚಾವೀಗಳು ಒಂದಕ್ಕೊಂದು ಆತುಕೊಂಡು ಸಹಬಾಳ್ವೆಯ ಉದಾಹರಣೆಯಂತೆ ಕಾಣುತ್ತಿದ್ದವು. ಅದರ ಒಂದು ಚಾವಿ ಹಿಡಿದುಕೊಂಡು ಕಾರಿಗೆ ತೋರಿಸುತ್ತಾ ಒತ್ತಿದರೆ ಬಿಳಿ ಕಾರು ಜುಮ್ಮೆಂದಿತು. ನಂತರ ಅದರೊಳಗಿಂದ ಕಿನ್ನರಲೋಕದಿಂದ ರವಾನೆಯಾದ ಮೇಳದಂತೆ 'ರಿವರಿವ' ಎಂಬ ಸಂಗೀತ ಮೇಳೈಸಿತು.

"ಏಯ್ ನೀನು ಈ ಹೋಟ್ಲಲ್ಲಿ ಕೆಲ್ಸ ಮಾಡೋವ್ನಲ್ವ, ಥತ್ ನೀನಾದ್ರು ಹೇಳಬಾರ್ದ, ನಾನು ನಿಂಜೊತೆ ಏನೇನೋ ಮಾತಾಡಿಬಿಟ್ನಲ್ಲ" ಎಂದು ಚಾಮರ ಅಲವತ್ತುಕೊಂಡ. "ನಂದು ಗುಲ್ಬರ್ಗರೀ, ಸೌಕಾರ ಕಾರ್ ಡ್ರೈವರ್ ಅದೇನ್ರಿ, ನೀವಾ ಏನೇನ ತಡತಡ ಮಾತಾಡ್ಕೊಂಡು ಹೊಂಟ್ರಿ" ಎಂದು ಡ್ರೈವರು ಕೊಂಚ ಭಯದಿಂದಲೇ ತಡವರಿಸಿ ಹೇಳಿದ. ಅವನ ಭಯದಲ್ಲಿ ಗುಟ್ಕಾ ಜರ್ದಾ ಜಗಿದ ಬಾಯಿಯೊಳಗಿಂದ ಕಲುಷಿತಗೊಂಡ ಹಲ್ಲುಗಳು ನೀರಿನೊಳಗಿದ್ದ ಕಲ್ಲುಗಳಂತೆ ಹೊಳೆದವು.

ಮಾಲೀಕನಿಗೆ ಶುಭ ಕೋರಲು ಕಾರು, ಮೋಟಾರು ಬೈಕು ಎಂಬಂತ ವಾಹನಗಳಲ್ಲಿ ಜನ ಧುಮ್ಮಿಕ್ಕಿದ್ದರು. ಬೈಕಿನಲ್ಲಿ ಇಳಿದ ಯುವಕರ ಬಲಿಷ್ಠ ತೋಳುಗಳು, ಅವರ ಗೆರೆ ಕೊರೆದಂತ ಮೈಕಟ್ಟು ನೋಡುತ್ತಾ ಕಣ್ಣರಳಿಸಿ ನಿಂತ ಡ್ರೈವರಿಗೆ ಚಾಮರ "ಜಿಮ್ ಬಾಡಿಗಳು, ನಿಮ್ ಸೌಕಾರಿನ ಗೆಳೆಯರಿರಬೇಕು, ನಿಂಗೊಂದ್ ವಿಷ್ಯಾ ಗೊತ್ತಾ, ಅವರು ನೋಡಕ್ಕೆ ಮಾತ್ರ ಟಿ ಶರ್ಟು ಎತ್ತಿ ಜಿಮ್ ಬಾಡಿ ತೋರುಸ್ತಾರೆ, ಅವರ ಕೈಲಿ ಮಿಷಿನ್ ಬಿಡಕ್ಕೆ ಆಗಲ್ಲ" ಎಂದ. ಅಲೀಲಿ ಗೊಳ್ಳನೆ ನಕ್ಕ. ಡ್ರೈವರು ಅಚಲಿತ ಭೂಕಂಪನದಿಂದ ಅವಾಕ್ಕಾದ. "ಹೌದು, ಹೆಂಗಸರಿಗೆ ಸುಖ ಅವರಿಂದ ಕೊಡಕ್ಕೆ ಆಗಲ್ಲ, ನೀ ಹೇಳು, ನಮ್ಗಿಂತ ಅವರು ಸುಖ ಕೊಡಕಾಗ್ತದ" ಎಂದ. ಡ್ರೈವರು ಪಿಳಪಿಳನೆ ಕಣ್ಣು ಬಿಟ್ಟು ಕೇಳಿಸಿಕೊಳ್ಳುತ್ತಿದ್ದ. "ಒಳ್ಳೆ ಮಟನ್ ರೌಡಿಗಳ ಥರ ಇದ್ದಾರೆ, ಅವರದೆಲ್ಲಾ ನೀರ್ ಬಾಡಿ, ಸಾಫ್ಟು, ನಂದು ನಿಂದು ಐರನ್ ಬಾಡಿ, ಕರಗದೇ ಇಲ್ಲಾ" ಎಂದು ತೋಳು ತೊಡೆ ತೋರಿಸಿಕೊಂಡು ನಿಂತಿದ್ದ ಯುವಕರ ನೋಡುತ್ತಲೆ ಚಾಮರ ಹೋಟೆಲ್ಲಿನಿಂದ ದೂರವಾಗುತ್ತಾ ಬಸ್ಟಾಂಡಿಗೆ ಬಂದ. ಡ್ರೈವರು ಆತ್ಮವಿಶ್ವಾಸದ ಕಿಡಿ ಹೊತ್ತಿಸಿ ಹೋದ ಚಾಮರನನ್ನು ದೂರದಿಂದ ನೋಡುತ್ತಲಿದ್ದ.

■

ಚಾಮರನಿಗೆ ಯಾವುದಾದರೂ ಹೆಂಗಸಿನ ಫೋನು ನಂಬರ್ ಸಿಕ್ಕರೆ ಸಾಕು ಹಗಲು ರಾತ್ರಿಯೆನ್ನದೆ ಕರೆ ಮಾಡಿ ಅವರನ್ನು ಒಲಿಸಿಕೊಳ್ಳುವ ತನಕ ಅವನ ಪ್ರಯತ್ನ ಜಾರಿಯಲ್ಲಿರುತ್ತಿತ್ತು. ಅದೆಷ್ಟು ಹೆಂಗಸರು ಚಾಮರನ ಮೋಡಿ ಮಾತನ್ನು ನಂಬಿ ಕರೆದ ಕಡೆಗೆಲ್ಲಾ ಮಕ್ಕಳೇನು ಸ್ವಂತ ಗಂಡನನ್ನು ಬಿಟ್ಟು ಬರುತ್ತಿದ್ದರು. ಯಾರಾದರೂ ಇವನ ಬಲೆಗೆ ಬೀಳದಿದ್ದರೆ ಅವರ ಫೋನು ನಂಬರನ್ನು ಪ್ಯಾಸೆಂಜರ್ ಟ್ರೈನಿನ ಸಾರ್ವಜನಿಕ ಪಾಯಖಾನೆಯಲ್ಲಿ, ಗಂಡಸರ ಸುಲಭ ಶೌಚಾಲಯದಲ್ಲಿ "ಆಯಿಲ್ ಸರ್ವಿಸ್ ಆಂಟಿ, ಫ್ರೆಶ್ ಐಟಮ್ಮು, ಒಳಕಲ್ಲು" ಎಂದೆಲ್ಲಾ ಬರೆದು ಬಿಡುತ್ತಿದ್ದ.

ಕುತೂಹಲವಿದ್ದವರು ಚಾಮರ ಬರೆದ ನಂಬರಿಗೆ ಕರೆ ಮಾಡಿ ವಿಚಿತ್ರವಾದ ಹಿಂಸೆ ಕೊಡುತ್ತಿದ್ದರು. ಸಂತ್ರಸ್ತರು ಕೊನೆಗೆ ತಮ್ಮ ಫೋನು ನಂಬರು ಚೇಂಜ್

ಮಾಡದೇ ಬೇರೆ ದಾರಿ ಇರಲಿಲ್ಲ. ಚಾಮರನಿಗೆ ವೇಶ್ಯೆಯರ ಸಹವಾಸ ಇಲ್ಲವೆಂದಿಲ್ಲ. ಭಾನುವಾರದ ರಾತ್ರಿ ಚಾಮರ ಮತ್ತು ಅಲೀಲಿ ಇಬ್ಬರೂ ಪಾನಮತ್ತರಾಗಿ ವೇಶ್ಯೆಯರ ಮನೆಗೂ ಹೋಗುತ್ತಿದ್ದರು.

"ನಾನ್ ಒಲ್ಲೆ ನಾಚಗೆ ಆಗ್ತದೆ ಮಾಮ" ಎಂದು ಬರೀ ಮಾತಿನಲ್ಲಿ ಹೇಳುತ್ತಾ "ನೀ ಬೇಕಾದರೆ ಹೋಗ್ಬಾ, ನಾನು ಕೆಳಿಕ್ಕೆ ನಿಂತ್ಕಂಡಿರ್ತೀನಿ" ಎಂದು ಹುಸಿಯಾದ ನಿರ್ಧಾರ ಮಂಡಿಸಿದ ಅಲೀಲಿಯ ಒಳ ಮನಸು "ಚಾಮರ ಹೇಗಾದರೂ ತನ್ನ ಕೈಹಿಡಿದು ಒಳಗೆ ಕರೆದುಕೊಂಡು ಹೋಗಲಿ" ಎಂದು ಕಾಯುತ್ತಿತ್ತು. "ಒಬ್ಬಬ್ಬನೆ ಚೆಕ್ಸ್ ಸಿನ್ಮಾ ನೋಡ್ತಿಯ, ಬಿಲಾಲ ನಾಟ್ಕ ಬಿಡೋ ಚೋದಿಕೆ" ಎಂದು ಗದರಿಸಿ ಒಳಗೆ ಕರೆದೊಯ್ಯುತ್ತಿದ್ದ ಚಾಮರನ ಹಿಂದೆ ತಲೆ ಬಗ್ಗಿಸಿಕೊಂಡು ಬರುತ್ತಿದ್ದ ಅಲೀಲಿ ಕದನ ಕುತೂಹಲಿಯ ಹುಮ್ಮಸ್ಸಿನಿಂದ ನಡೆಯುತ್ತಿದ್ದ. ಮೊದಲ ಸಲ ವೇಶ್ಯೆಯರ ಮನೆಗೆ ಮಾಡಿನ ಬೆಕ್ಕಿನಂತೆ ಅಲೀಲಿ ಹೋದಾಗ ಚಾಮರ "ನಮ್ಮುಡ್ಗ, ಅಜೆಸ್ಟ್ ಮಾಡ್ಕಬೇಕು" ಎಂದು ಒಂದು ಕೋಣೆ ಸೇರಿಕೊಂಡರೆ ಅಲೀಲಿ ಇನ್ನೊಂದು ಕೋಣೆ ಸೇರಿಕೊಂಡಿದ್ದ. ಮಂಚದ ಮೇಲೆ ಕೊಬ್ಬರಿ ಎಣ್ಣೆಯನ್ನು ತಲೆಗೆ ನೀವಿಕೊಳ್ಳುತ್ತಿದ್ದ ಹೆಂಗಸು ತನ್ನ ಕಾಲು ಅಗಲಿಸಿ 'ಬಾ' ಎಂದು ಕರೆದಾಗ ಅತೀವ ಹೊಟ್ಟೆನೋವು ಬಂದವನಂತೆ ಮಿಕಮಿಕ ನೋಡುತ್ತಾ ನಿಂತಿದ್ದ. "ಉಚ್ಚೆ ಉಯ್ಬೇಕು, ಜಗಾ ಎಲ್ಲೈತ್ರಿ" ಎಂದು ಕೇಳಿದ ಕೂಡಲೇ ಕೊಬ್ಬರಿ ಎಣ್ಣೆಯ ಡಬ್ಬಿಯನ್ನು ಎತ್ತಿ ಮೂಲೆಗೆ ತೋರಿಸಿದಳು. ಹೆಂಗಸಿನ ಕೋಣೆಯೊಳಗಿದ್ದ ಬೆತ್ತಲೆ ಚಿತ್ರಗಳನ್ನೇ ಬೆರಗಾಗಿ ನೋಡುತ್ತಿದ್ದ ಅಲೀಲಿಯನ್ನು "ಏಯ್, ಯಾವ ಪೋಲಿ ಸಿನ್ಮಾ ನೋಡಿಲ್ವ ಬೇವರ್ಸಿ, ಬಾ ಬೇಗ ಟೇಮಿಲ್ಲ ನಂಗೆ, ಗೋರಂಟಿ ಹಾಕ್ಕೋಬೇಕು ಎರಡು ಕೈಗೂ, ನಾಳೇ ನನ್ನ ಬರ್ತಡೇ" ಎಂದು ಗದರಿದ ಕೂಡಲೇ ಅವಳ ಕಾಲು ಮುಟ್ಟಿ ನಮಸ್ಕರಿಸಿ ಮಂಚ ಹತ್ತಿದ ಅಲೀಲಿ ದುರುದುರು ನೋಡುತ್ತಿದ್ದ. ಮೊದಲ ಸಲ ತನ್ನ ಕಾಲನ್ನು ಮುಟ್ಟಿ ನಮಸ್ಕಾರ ಮಾಡಿದ್ದು ನೋಡಿ ಅಚ್ಚರಿಯಾದವಳಂತೆ ಎದ್ದು ಕೂತವಳು "ದೇವಸ್ಥಾನದ ಪೂಜಾರಿ ಇರಬೇಕು ಗಿರಾಕಿ" ಎಂದು ನಕ್ಕಳು. ಕುಪ್ಪಸ ತೆಗೆದು ಅಂಗಾತ ಮಲಗಿದ್ದವಳ ಕೆನ್ನೆಯಲ್ಲಿ ಕೊನೆಯ ಗಿರಾಕಿ ಸಮಯೋಚಿತವಾಗಿ ತುಂಬು ಒತ್ತಾಸೆಯಿಂದ ಚುಂಬಿಸಿದಂತೆ ಕಾಣುವ ಕಾರ್ಬನ್ ಕಾಪಿ ಕಾಣುತ್ತಿತ್ತು.

ಬರೀ ಸವೆದ ಉಡದಾರ ಕಾಣುವಂತೆ ಬೆತ್ತಲೆಯಾಗಿದ್ದ ಅಲೀಲಿ ರಂಗ ಪ್ರವೇಶಕ್ಕೆ ಸಿದ್ಧನಾಗುವಂತೆ ಅವಳ ಕೆಳ ಹೊಟ್ಟೆಗೆ ಕೈ ಮುಗಿದ. ಒಳ ಚಡ್ಡಿ ಹಾಕದೆ ಇಲಾಖೆ ತೆರೆದು ಮಲಗಿದ್ದ ಹೆಂಗಸು ತಕ್ಷಣ ಎದ್ದು ಅಲೀಲಿಯನ್ನು ತಬ್ಬಿಕೊಂಡಳು. ಆ ಆಲಿಂಗನದಲ್ಲಿ ಅಲೀಲಿಯ ನಶೆ ಇಳಿದುಹೋಗಿತ್ತು. ತನ್ನ ದೇಹವನ್ನು ಜೇನ್ನೊಣದಂತೆ ಹೀರಿದವರಲ್ಲಿ ಎಷ್ಟೋ ಜನ ಸಿಗರೇಟು ಬೀಡಿಯಿಂದ ಸುಟ್ಟರೂ, ನಶೆಯ ವಾಸನೆಯಲ್ಲಿ ಮುಖದ ಮೇಲೆ ಎಂಜಲು ಬಿಟ್ಟರೂ, ಧಮನಿ ಭುಗಿಲೇಳುವಂತೆ ಕಚ್ಚಿದರೂ ಸಿಗದ ಸುಖದ ಅಂಚು ಕೇವಲ ಒಂದೇ ಒಂದು ಮುಗ್ಧ ನಮ್ರತೆಯಲ್ಲಿ ಆಕೆಗೆ ಸಿಕ್ಕಿತ್ತು.

ಚಾಮರ ಅರ್ಧ ತಾಸು ಕೆಳಗೆ ನಿಂತು ಕಾಯುವವರೆಗೂ ಇಬ್ಬರೂ ಸೆಣಸಾಡಿದರು. ಒಬ್ಬರನ್ನೊಬ್ಬರು ಖಾಲಿ ಜಾಗದಲ್ಲಿ ನಿಂತು ಉನ್ಮಾದ ತುಂಬಿಸಿಕೊಂಡರು. ಯಾವೊಬ್ಬ ಗಿರಾಕಿಯೂ ತನ್ನ ತೃಷೆ ತೀರಿದ ಮೇಲೆ ತನ್ನ ಟ್ರೈನು ತಪ್ಪಿಸಿಕೊಂಡವನಂತೆ ಓಡುವುದನ್ನು ಕಂಡ ಬೆಂಕಿಪೊಟ್ಟಣದಂತ ಕೋಣೆಗೆ ಅಲೀಲಿ ಏದುಸಿರು ಬಿಡುತ್ತಾ ಹೆಂಗಸಿನ ಮುಂಗುರುಳು ಸವರುತ್ತಾ ಚಲಿಸದೆ ನಿಂತ ಫ್ಯಾನನ್ನು ನೋಡುತ್ತಾ ಮಲಗಿದ್ದನ್ನು ಕಂಡು ಆಕೆಗೆ ಬೆರಗಾಯಿತು. ಹೆಂಗಸಿನ ಹಣೆಗೆ ಚುಂಬಿಸಿ ಅವಳನ್ನೊಮ್ಮೆ ತಬ್ಬಿಕೊಂಡು ಹುರಿದುಂಬಿಸಿ "ಅಡ್ವಾನ್ಸ್ ಯ್ಯಾಪಿ ಬರ್ತುಡೇ, ನಿಮ್ಮ ಮನ್ಯಾಗೆ ಮಿಕ್ಸಿ, ಪಂಖ ಕೆಟ್ಟೋದ್ರೆ ಕರೀರಿ, ಬತ್ತೀನಿ" ಎಂದು ಹೊರಟ. ಕೆಟ್ಟು ನಿಂತಿದ್ದ ಫ್ಯಾನಿನ ಎರಡು ವೈರುಗಳನ್ನು ಹಲ್ಲಿನಿಂದ ಕಿತ್ತು ಮತ್ತೆ ಸ್ವಿಚ್ಚಿಗೆ ಜೋಡಿಸಿದ್ದ ಅಲೀಲಿ ದೊಡ್ಡ ವಿಜ್ಞಾನಿಯಂತೆ ಕಾಣುತ್ತಿದ್ದ. ಇಷ್ಟು ದಿನ ತನ್ನಲ್ಲಿ ಹುದುಗಿಟ್ಟುಕೊಂಡಿದ್ದ ಗಾಳಿಯನ್ನು ಒಂದೆ ಸಮನೆ ಬೀಸುತ್ತಾ ಫ್ಯಾನು ತಿರುಗುತ್ತಿತ್ತು. ಉತ್ಕೃಷ್ಟ ಹವೆಯಿಂದ ಕೋಣೆಯ ಪರದೆಗಳು ಚಂದವಾಗಿ ಫಡಫಡನೆ ಹಾರುತ್ತಿದ್ದವು. ಹೆಂಗಸಿನ ಒದ್ದೆ ಕೂದಲಿನಲ್ಲಿ ಬೆವೆತ ಎದೆಯಾಳದ ಅಳುಕು ಒಣಗುತ್ತಿತ್ತು.

"ಹೇಗಿತ್ತಪ್ಪಾ ಪ್ರಾಕ್ಟೀಸು" ಎಂದು ಕೇಳಿದ ಚಾಮರ. ಅಲೀಲಿ ನೂರು ಕಿಲೋ ಮೀಟರು ಒಂದೇ ಕಾಲಿನಲ್ಲಿ ಓಡಿದವನಂತೆ ಬೆವತಿದ್ದ. "ಯಾರಿಗೋ ಗಾಂಜಾ ಹೊಡೆದರೆ ನಶೆ ಸಿಗುತ್ತೆ, ಇನ್ಯಾರಿಗೋ ಬಾಣನ ಗುರಿಗೆ ಬಿಟ್ಟರೆ ತೃಪ್ತಿ ಸಿಗುತ್ತೆ, ಮತ್ಯಾರಿಗೋ ಕಟ್ಟಿಕೊಂಡ ಉಚ್ಚೆ ಹೋಯ್ದರೆ ಮಜಾ ಸಿಗುತ್ತೆ, ನಂಥರ" ಎಂದು ನಡೆದು ಹೋಗುವಾಗ ಕತ್ತಲ ದಾರಿಯಲ್ಲಿ ನಿಂತು ಉಚ್ಚೆ ಹೊಯ್ಯುತ್ತಾ ಚಾಮರ ಏನೇನೋ ಮಾತಾಡುತ್ತಿದ್ದ. ಅಲೀಲಿ ಚಾಮರನ ಸೊಂಟದ ಮೇಲೆ ಕೈ ಹಾಕಿಕೊಂಡು "ಹುಶಾರು ಮಾಮ, ಇವತ್ತು ಯಾಕೋ ರಿಚ್ಚಾಗಿದ್ದೀಯಾ ನೀನು" ಎಂದು ಹೇಳುತ್ತಾ ಸಂಭಾಳಿಸುತ್ತಿದ್ದ.

■

ಸಂತೆ ಮೈದಾನದಲ್ಲಿ ಎದ್ದ ಬಿರುಗಾಳಿ ತಾಮ್ರನ ನಿದ್ದೆ ಕೆಡಿಸಿತ್ತು. ಮಾದುಸ್ವಾಮಿಯ ವಿರುದ್ಧ ಹಲ್ಲು ಮಸೆಯುತ್ತಾ ಓಡಾಡುತ್ತಿದ್ದ. ಅಲೀಲಿ ಚಿಕಿತ್ಸೆಯನ್ನು ಕರೆದುಕೊಂಡು ಶಿವಮೊಗ್ಗಕ್ಕೆ ಬಂದಿದ್ದ. ಒಂದೆರಡು ದಿನ ಅಲ್ಲೆ ಓಡಾಡಿ ಬೆಂಗಳೂರಿನ ಟ್ರೈನು ಹತ್ತಿದ. ಒಂದೆರಡು ವಾರದ ತರುವಾಯ ಸಂತೆ ಮೈದಾನಕ್ಕೆ ಬಂದ. "ನಿಮ್ಮಗ ಹನಿಮೂನು ಮುಗಿಸ್ಕೊಂಡು ಬಂದಂಗೆ ಕಾಣ್ತದೆ ನೋಡು ಪೂಂಕುಡಿ" ಎಂದು ಚಾಮರ ಪೂಂಕುಡಿಯನ್ನು ಕೆಣಕಿದ. ಪೂಂಕುಡಿ ಅಲೀಲಿಗೆ ಕಸಬರಿಗೆಯಲ್ಲಿ ಬಾರಿಸಿದಳು. ತಾಮ್ರ ಅಡ್ಡ ಬಂದು "ನೀ ಸರಿಯಾಗೆ ಮಾಡಿದ್ದೀಯ ಮಗಿ, ಈಗ ಟೇಮು ಬಂತು ನಂಗೆ" ಎಂದು ಇಬ್ಬರನ್ನು ತಬ್ಬಿಕೊಂಡು "ಲೋ ಚಾಮ್ರ ಪ್ಯಾಟಿಗೆ ಹೋಗಿ ಹಾರ ತಾಂಬರಲಾ, ಇಬ್ರಿಗೂ ಇವತ್ತೆ ಮದಿವಿ ಮಾಡಿಬಿಡಣಾ" ಎಂದ. ಅಲೀಲಿ ಮೆಲ್ಲಗೆ

"ತಾತ, ನಾವಿಬ್ರೂ ಬೆಂಗಳೂರ್ನಾಗೆ ಮದಿವಿ ಮಾಡ್ಕೊಂಡ್ವು" ಎಂದ. ಚಾಮರ ಗೊಳ್ಳೆಂದು ನಕ್ಕ. "ಎರಡನೇ ಸಲ ಮದಿವಿ ಮಾಡ್ಕೊಂಡ್ರೆ ಏನಾತು ಬಿಡು" ಎಂದ ತಾಮ್ರ "ಯವ್ವಾ ಪೊಂಕುಡಿ ಒಳಿಕ್ಕೆ ಕರ್ಕೋ ಇಬ್ರುನ್ನ" ಎಂದು ಕಳಿಸಿದ. ಆ ಸಂಜೆ ಮಾರಮ್ಮನ ಗುಡಿಯಲ್ಲಿ ಇಬ್ಬರೂ ಹಾರ ಬದಲಾಯಿಸಿಕೊಂಡರು.

ಮಾದುಸ್ವಾಮಿ ಹಲ್ಲು ಕಚ್ಚುತ್ತಾ ನವ ವಧು ವರರನ್ನು ತಿನ್ನುವಂತೆ ನೋಡುತ್ತಿದ್ದ. "ಇಬ್ಬರೂ ಮೇಜರ್, ಮ್ಯಾರೇಜ್ ಆಗಿದ್ದಾರೆ, ನೀವೇ ಆಗ್ಲಿ, ಸಮಾಜದ ಯಾವುದೇ ವ್ಯಕ್ತಿಯಾಗಲಿ ಅವ್ರಿಗೆ ತೊಂದರೆ ಕೊಡುವಂತಿಲ್ಲ" ಎಂದು ವಕೀಲ ಹೇಳಿದ. ಠಾಣೆಯಲ್ಲಿ ಬಜ್ಜಿ ಗೋಪಾಲನ ಬಳಗ ಸೇರಿತ್ತು. "ಯಾರಾದ್ರೂ ಅವ್ರಿಗೆ ತೊಂದರೆ ಕೊಟ್ಟರೆ ಅವರ ಜೀವಕ್ಕೆ ನೀವೇ ಹೊಣೆಗಾರರು, ಇದೋ ನೋಡಿ ನೋಟರಿ ಮಾಡಿಸ್ಕೊಂಡು ಬಂದಿದೀನಿ" ಎಂದು ಇಪ್ಪತ್ತು ರೂಪಾಯಿಯ ಛಾಪಾ ಕಾಗದ ಕೊಟ್ಟ. ಎಲ್ಲರೂ ಬೆಚ್ಚಗಿದ್ದರು. ಗೋಪಾಲ ವಾರೆಗಣ್ಣಿನಿಂದ ಅಲೀಲಿಯನ್ನು ನೋಡಿದ. ಅಲೀಲಿ ಬಿಳಿಯ ಪಂಚೆ, ಬಿಳಿ ಶರ್ಟು ತೊಟ್ಟುಕೊಂಡು ಕಣ್ಣು ಹೊಡೆದ. ಪೊಂಕುಡಿಯು ಚಿಕಿತ್ಸೆಯ ಕಿರುಬೆರಳು ಹಿಡಿದುಕೊಂಡು "ನಾವು ಇದೀವಿ ನೀ ಹೆದರಬೇಡ ಸುಮ್ಕಿರು" ಎಂದು ಧೈರ್ಯ ಕೊಡುತ್ತಿದ್ದಳು.

■

"ನಮ್ ಸಾಹೇಬ್ರುದ್ದು ಯಾರೋ ಕಿವಿ ಕಟ್ ಮಾಡವ್ರೆ, ಅವ್ರು ಈಗ ಆಸ್ಪತ್ರೆಯಲ್ಲಿ ಅವ್ರೆ" ಎಂದು ಮುತ್ತುರಾಯ ಠಾಣೆಗೆ ಬಂದವರಿಗೆ ಹೇಳಿ ವಾಪಾಸ್ಸು ಕಳಿಸುತ್ತಿದ್ದ. ಮಾರಮ್ಮನ ಗುಡಿಯ ಮುಂದೆ ಮಾದುಸ್ವಾಮಿಯ ಕಿವಿ ಬಿದ್ದಿತ್ತು. ತಾಮ್ರ ತಣ್ಣಗಿನ ಶರಾವತಿಯಲ್ಲಿ ಮಿಂದೆದ್ದು ಧರ್ಮಸ್ಥಳಕ್ಕೆ ಹೋದ.

ಅರ್ಧ ಹೆಂಡತಿ

ಅದೊಂದು ನಿರ್ಜನ ರಾತ್ರಿ. ಮರದ ಕೊರಡೊಂದು ದೊಪ್ಪನೆ ನೆಲಕ್ಕೆ ಬಿತ್ತು. ಯಾವುದಾದರೂ ಸದ್ದಿಗೆ ಬೆಚ್ಚಿ ಬೀಳುವ ಅಭ್ಯಾಸವಿದ್ದ ತರಗೆಲೆಗಳು ಗಾಳಿಯೊಡನೆ ಸೇರಿ ಒಮ್ಮೆಲೆ ಒಂದಷ್ಟು ದೂರ ನೆಲ ಹಾಸುತ್ತಾ ಹಾರಿದವು. ಕೊರಡು ಅಷ್ಟೇನು ಗಟ್ಟಿಯಾಗಿರಲಿಲ್ಲ. ಆದರೆ ಅದರ ಮೇಲೆ ಕೈಯಲ್ಲಿ ಕೊಡಲಿ, ಚಿಕ್ಕದೊಂದು ಚಾಕು, ಟಾರ್ಚು, ಪ್ರತಿಫಲಿಸುವ ಹಲ್ಲು ಮತ್ತು ಜೇಬಿನಲ್ಲಿ ಖಾರದ ಹುಡಿ ತುಂಬಿಕೊಂಡಿದ್ದ ನಲವತ್ತೈದರ ವಯಸ್ಸಿನ ಮನುಷ್ಯ ಸ್ವಲ್ಪವೂ ದಿಗಿಲುಗೊಳ್ಳದೆ ಬೇರೊಂದು ಟೊಂಗೆ ಹಿಡಿದುಕೊಂಡು ಸಲೀಸಾಗಿ ಹೊಂಚು ಹಾಕುತ್ತಾ ಕೂತ. ಮರದ ಶುಭ್ರ ಕೊನರಿನ ಮೇಲೆ ಒಂದು ಚಮಚೆಯಷ್ಟು ಬೆಳದಿಂಗಳು ಚೆಲ್ಲಿತು.

■

ಸರಿಯಾಗಿ ಒಂದು ತಿಂಗಳ ಅಂತರದಲ್ಲಿ ಊರಿನೊಳಗೆ ತೋಳವೊಂದು ರಾತ್ರಿ ಹೊತ್ತು ಪರ್ಯಟನೆ ಮಾಡುತ್ತಿದೆ ಎಂಬುದು ಊರಿನ ಕೆಲವೇ ಕೆಲವು ಮಂದಿಗೆ ತಿಳಿದಿತ್ತು. ಈ ಕೆಲವೇ ಕೆಲವು ಮಂದಿ ಪಾಖಡಗಳು ತೋಳ ಬಂದಿದ್ದಾಗಲಿ, ಕಂಡಿದ್ದಾಗಲಿ, ನಾಯಿ, ಕರುಗಳನ್ನು ಹೊತ್ತೊಯ್ದದ್ದಾಗಲಿ ಯಾರಿಗೂ ಹೇಳಲಿಲ್ಲ. ಮತ್ತದು ದೈವದ ಕಾಟ ಎಂಬ ಗುಟ್ಟನ್ನು ಚಾಲ್ತಿಯಲ್ಲಿರುವಂತೆ ನೋಡಿಕೊಂಡರು.

"ಬೇರೊಂದು ಊರಿನ ಗ್ರಾಮದೇವತೆ ಕರೆಸಿ ಪೂಜಾ ಪುನಸ್ಕಾರ ಮಾಡ್ಬೇಕು ಅದಕ್ಕೆ ಹನ್ನೆರಡೂವರೆ ಲಕ್ಷ ಬೇಕಾಗ್ತದೆ" ಎಂದು ಮೊದಲ ಮಾತು ಶುರು ಮಾಡಿ ಮನೆಮನೆಗೂ ದೇಣಿಗೆ ವಸೂಲಿಗೆ ನಾಲ್ಕೈದು ಜನ ಗಂಡಸರು ಮತ್ತು ಮೂವರು ಹೆಂಗಸರ ಜೊತೆ ಹೋಗಿದ್ದು ಚಾಕುಂಡ. ಶುರುವಾತಿನಲ್ಲಿ ಚಾಕುಂಡನ ಹೆಂಡತಿ "ನಮ್ಮೂರಿನ ದ್ಯಾವ್ತೆನ ಕರ್ಸೋಣು, ಭಾರೀ ಅಸಲಿ ಇದಾಳಾಕಿ, ಮತ್ತ ಸತ್ಯವಂತಳು

ಕೂಡ, ಖರ್ಚು ಕಮ್ಮಿ, ಹನ್ನೊಂದು ಹನ್ನೆರಡು ನೂರ್ನಾಗ ಸಂಭ್ರಮ ಮುಗಿತೈತಿ, ಇಚಾರ ಮಾಡ್ರಲ್ಲ" ಎಂದು ಊರಿನ ಜನದ ಮುಂದೆ ತನ್ನ ತವರು ಮನೆಯ ತಂತಿ ಹರಿಬಿಟ್ಟಳು.

ಅದು ಎಲ್ಲಿತ್ತೋ ಸಿಟ್ಟು ನೆತ್ತಿಗೇರಿತು. "ದುಡುಕಿದ್ರೆ ಕೆಲಸ ಕೈ ಬಿಟ್ಟು ಹೋಗುತ್ತದೆ, ಮಂದಿ ಮುಂದೆ ಚಿಕ್ಕವರಾಗುವ ಲಕ್ಷಣ ಕಾಣುತ್ತಿದೆ" ಎಂದು ಕಕೂನ "ಕರೆಸೋಣ ಬಿಡಕ್ಕ, ಎಲ್ಲುವರೆ ಲಕ್ಷದಲ್ಲಿ ಎಲ್ಡ್ ಸಾವ್ರ ಭಾರ ಆಗ್ತದೇನಕ್ಕ, ನಿಮ್ಮೂರಿನ ದ್ಯಾವ್ತೆ ದೊಡ್ಡೋಳು, ಪಕ್ಕದೂರಿನ ದ್ಯಾವ್ತೆ ಕಿರಿಯೋಳು, ಇಬ್ರೂ ಬಂದು ಅನ್ನ ಫಲಾರ ತಿಂದು ನಮ್ಮೂರಿನಾಗ ಒಳ್ಳೇದು ಹಬ್ಸಿರೆ, ನಾವು ಕುಡ್ಡು ಕೇಕೆ ಹೊಡ್ದ್ ಬಿಡದೇ" ಎಂದೆಲ್ಲಾ ಬೆಲ್ಲ ತಿನಿಸಿದ. ಚಾಕುಂಡನಿಗೆ ಹೆಂಡತಿನ ಇಲ್ಲಿಂದ ಕರೆದುಕೊಂಡು ಹೋಗು ಅಂತ ಯಾರೋ ಕಣ್ಸನ್ನೆ, ಕೈಸನ್ನೆ ಮಾಡಿರಬೇಕು. ಮಾಯಾವಿಯಂತೆ ಬಂದು ಚಾಕುಂಡ ತನ್ನ ಕೈಯಿಂದ ಬಾಯಿ ಮುಚ್ಚಿಸಿ ಕಿಶೋರಿಯನ್ನು ಕರೆದುಕೊಂಡು ಹೋದ. ಚಾಕುಂಡ ಮರೆಯಾಗುವವರೆಗೆ ಸುಮ್ಮನಿದ್ದು ತಡೆದುಕೊಂಡಿದ್ದ ಒಂದು ನಿರಾಕಾರ ಸೀನೊಂದಕ್ಕೆ 'ಅಕ್ಷೀ' ಎಂದು ಕಕೂನ ಮೋಕ್ಷ ಕೊಟ್ಟ ಕೂಡಲೇ ಅವನ ದೇಹ ಮೊರದಿಂದ ಹಸನು ಮಾಡುವಾಗ ಪುಟಿದ ಕಪ್ಪು ರಾಗಿಯಂತೆ ಪುಟಿಯಿತು.

ಚಾಕುಂಡ ಮರು ದಿನ ಎಳೆ ಕೆಂಪು ಸಂಜೆ ಕಿಶೋರಿಯನ್ನು ಹಲಸಿನ ಮರ ಹತ್ತಿಸಿ ಬೀಡಿ ಹಚ್ಚಿಕೊಂಡಿದ್ದ. ಕಿಶೋರಿ ಹಾವೇರಿಯವಳು. ಯಾವುದೇ ಮರ ಹತ್ತಲು ಬಾರದ ಗಂಡನನ್ನು ಅಸಹ್ಯ ಪಡದೇ ತಾನೇ ಚಕಾಚಕ್ ಮರ ಹತ್ತಿ ಹಲಸು, ತೆಂಗು ಕುಯ್ಯುತ್ತಿದ್ದಳು. ಹಲಸಿನ ಮರ ದೊಡ್ಡ ಪ್ರಮಾಣವಾಗಿ ಬೆಳೆದಿತ್ತು. ಕಡು ಹಸಿರ ಎಲೆಗಳ ಮಧ್ಯ ಇಪ್ಪತ್ತು ಮೂವತ್ತು ಕೆಜಿ ತೂಗುವ ಹಲಸಿನ ಹಣ್ಣುಗಳ ನೋಡಿ ಕಿಶೋರಿ ಇನ್ನೂ ಉತ್ಸುಕಳಾದಳು. ಬೀಡಿ ಹಚ್ಚಿ ಒಂದು ಜುರಕಿ ಎಳೆದಿದ್ದ ಚಾಕುಂಡನಿಗೆ ನಾಯಿಗಳ ಅರಚಾಟ, ಬೊಗಳುವಿಕೆ ಹೆಚ್ಚೆಚ್ಚು ಕೇಳಿದವು. ಸ್ವಲ್ಪ ದೂರಕ್ಕೆ ನಡೆದು ಯಾರೂ ಕಾಣದೆ ವಾಪಸು ಬಂದ. ಯಾರಾದರೂ ನೋಡಿ ಕಕೂನನಿಗೆ "ನಿಮ್ಮ ಹಲಸಿನ ಮರ ಹತ್ತುತ್ತಿದ್ರು, ಅದೆಷ್ಟು ವರ್ಷದಿಂದ ಈ ಅಕ್ರಮ ಮಾಡ್ತಿದಾರೋ ತಿಳಿಯದು, ಊರ ಜನರ ಮುಂದೆ ಮಾನ ಕಳಿ ಇವರಿಬ್ರುದು" ಅಂತ ಸಲಹೆ ಕೊಟ್ಟಾರೆಂಬ ಭಯದಲ್ಲಿ ಕಿಶೋರಿ ಅತ್ಯಂತ ಅವಸರದಿಂದಲೇ ಹಣ್ಣು ಕಿತ್ತು ಕೆಳಗೆ ಕೆಡವಿದ್ದಳು. ಅದರಲ್ಲಿ ಒಂದೆರಡು ಹಲಸಿನ ಹಣ್ಣುಗಳು ನೆಲಕ್ಕೆ ಬಿದ್ದು ಒಡೆದು ಹೋಗಿದ್ದವು. ಚಾಕುಂಡನಿಗೆ ಮತ್ತೆ ಸ್ವಲ್ಪ ವಿಚಿತ್ರವಾದ ಭಯಂಕರ ಕೂಗು ಆಸುಪಾಸಿನಲ್ಲಿ ಕೇಳಿತು. ನಾಯಿಗಳ ಕೂಗುವಿಕೆಗಿಂತ ಬೇರೆಯಿತ್ತು.

ತೋಟದ ಬಳಸು ದಾರಿಯಲ್ಲಿ ನಿಂತಿದ್ದ ಚಾಕುಂಡ ಒಂದೆರಡು ಬಾರಿ ಭಯಗೊಂಡ. ವಿಚಿತ್ರವಾದ ಕೂಗು ಅರಸುತ್ತಾ ಹಲಸಿನ ಮರ ಬಿಟ್ಟು ಸುಮಾರು ದೂರ ಬಂದು ಮರದ ಮರೆಯಲ್ಲಿ ನಿಂತುಕೊಂಡ. ದಪ್ಪ ಬಾಲದ, ನಾಯಿಯಂತೆ ಬಾಲ ಡೊಂಕಿಲ್ಲದ, ದೀರ್ಘಕಾಲ ಊಳಿಡುವ ಪ್ರಾಣಿಯೊಂದು ಕಟ್ಟುಮಸ್ತಾದ

ನಾಯಿಯನ್ನು ನಿಧಾನಕ್ಕೆ ಪೊದೆಗಳ ಅಂಚಿಗೆ ಎಳೆದೊಯ್ಯುತ್ತಿದ್ದುದನ್ನು ಕಂಡು ಪತುರುಗುಟ್ಟಿದ.

ಕೆಲ ಹೊತ್ತಿನ ಹಿಂದೆ ಸೂರ್ಯಾಸ್ತವಾದ ದಿಕ್ಕಿನಲ್ಲಿ ಅಳಿದುಳಿದ ಕೇಸರಿ ಕುರುಹು ಕಣ್ಣಿಗೆ ಎದ್ದು ಹೊಡೆಯುತ್ತಿತ್ತು. ಸುತ್ತಮುತ್ತಲೆಲ್ಲಾ ಹಗುರ ಕತ್ತಲೆ ಆವರಿಸಿ ಕಣ್ಣಿಗೇನೋ ಮಬ್ಬು ಮಬ್ಬು. ಒಂದು ನಾಯಿ ಇನ್ನೊಂದು ನಾಯಿ ಜೊತೆ ಕಿತ್ತಾಡಿದ್ದು, ಕಚ್ಚಾಡಿಕೊಂಡಿದ್ದು, ತೀರಾ ಮುದ್ದಿಸುತ್ತಿರುವ ದೃಶ್ಯ ನೋಡಿದ್ದ ಚಾಕುಂಡನಿಗೆ ಅದೇಕೋ ಕಸಿವಿಸಿಯಾಯಿತು. ಯಾವತ್ತೂ ನೋಡಿಲ್ಲದ ಇಂಥಾ ದುರ್ಗಮ ಬೆಳಕಿನಪಹರಣ, ಬೆವರು ಮಿಶ್ರಿತ ಆತಂಕ, ಸ್ವಂತ ಹೆಂಡತಿಯನ್ನು ಕೂಗಿ ಕರೆಯದಷ್ಟು ಅಂಜಿಕೆ. ಯಾಕೆಂದರೆ ಅವಳು ಬಂದು ನೋಡಿ, ಜೀರ್ಣಿಸಿಕೊಂಡು "ಅಯ್ಯೋ ನಿಮ್ಮೂರಿನಾಗೇ ಇಂಥವೆಲ್ಲಾ ನಡಿತೈತಿ, ನಮ್ ಡ್ಯಾಡಿ ಹುಲಿ ದೇಹನ ಹೊತ್ಕಂಡು ಊರ್ನಾಗ ಮೆರೆದಾಡಿದ್ ಮನಷ, ಇಲ್ಲ್ ನೋಡಿರೆ ನಾಯಿಗೆ ಹೆದ್ರಿ ಬೆವೆಯೋ ಗಂಡಾ ಸಿಕ್ಕಾನಲ್ಲ" ಎಂದೆಲ್ಲಾ ಸುಖಾಸುಮ್ಮನೆ ಸ್ವಾಭಿಮಾನದ ಚಡ್ಡಿ ಕಳಿತಾಳೆ ಅಂತ ಚಾಕುಂಡ ಪುರುಸೊತ್ತಿಲ್ಲದೆ ಅಲವತ್ತುಕೊಂಡ.

ಕಿಶೋರಿ ಅದಾಗಲೇ ಹಲಸು ಹೊತ್ತುಕೊಂಡು ಭಯದಲ್ಲಿ ಮನೆಯ ದಾರಿಯ ನಡುವೆ ಭಾರದಿಂದ ನಡೆಯುತ್ತಿದ್ದಳು. ಆಗ ಅವಳ ದೇಹದ ತೂಕ ಎರಡು ಎರಡುವರೆ ಪಟ್ಟು ಹೆಚ್ಚಾಗಿದ್ದರ ನೇರ ಕಾರಣ ಬಲಿಷ್ಠ ಹಲಸಿನ ಹಣ್ಣುಗಳಿರಬಹುದು. ಕಕೂನನ ತೋಟದಲ್ಲಿ ಯಾರದೋ ಮನುಷ್ಯ ಧ್ವನಿ ಕೇಳಿಸಿಕೊಂಡ ಚಾಕುಂಡ ಯಾವುದೋ ಮರದ ಮರೆಯಲ್ಲಿ ಮತ್ತೆ ಹೋಗಿ ನಿಂತುಕೊಂಡ. ಕ್ಷಣ ಕಾಲ ಯೋಚಿಸಿ "ಕಕೂನನ ಧ್ವನಿಯಲ್ಲವದು" ಎಂದು ತಾತ್ಸಾರ ಮಾಡಿದ. ಮತ್ಯಾರದು? ಆ ಧ್ವನಿ ಆಳುಗಳದೂ ಅಲ್ಲ. ಸದ್ದು ಮಾಡದೇ ಚೂಪಾದ ಕಲ್ಲೆತ್ತಿಕೊಂಡ. ಎಲ್ಲ ಕಡೆಯೂ ಕತ್ತಲು ಎತ್ತ ಬೀಸುವುದು ಅಂತ ಗೊತ್ತಾಗಲಿಲ್ಲ. ನಾಯಿ ಎಳೆದೊಯ್ದಿದ್ದ ಜಾಗದಲ್ಲಿ ಎದೆ ಸೆಟೆದು ನಿಂತು ಕಲ್ಲನ್ನು ತುಸು ಜೋರಾಗಿ ಬೀರಿದ. ಮತ್ತೆ ಮನುಷ್ಯ ಧ್ವನಿ "ಯಾರ್‍ರೋ ಅದು ತ್ವಾಟಕ್ಕೆ ನುಗ್ಗಿರದು, ಬೋಟಿ ಕುಯ್ತಿನಿ ಬೋಳಿ ಮಕ್ಳ" ಎಂದು ಬೈಯ ತೊಡಗಿತು. ಚಾಕುಂಡ ತಿರುಗಿ ನೋಡದೇ ಓಡಿ ಹೋದ. ಆ ಮನುಷ್ಯ ಧ್ವನಿ ಚಾಕುಂಡನನ್ನು ಸ್ವಲ್ಪ ದೂರ ಹಿಂಬಾಲಿಸಿ "ನಿಂತ್ಕಳಲೇ, ನಮ್ಮ ತ್ವಾಟ ಬೇಕಿತ್ತಾ" ಎಂದು ಕೂಗುತ್ತಾ ಬಂತು. ಸ್ವಲ್ಪ ಹೊತ್ತಿಗೆ ಆ ಧ್ವನಿ ಬೆವರಿನಿಂದ ಓಡುವ ಹಾಗೆ ಕೂಗುತ್ತಾ ಏದುಸಿರು ಬಿಡುತ್ತಾ ತೋಟದ ಸಂದಿ ಗುಂಡಿಗಳಲ್ಲಿ ಹಾರುತ್ತಾ ಓಡಿ ಮರೆಯಾಯಿತು.

■

ಕಿಶೋರಿ ಮತ್ತು ಚಾಕುಂಡನದು ನಾಲ್ಕು ಎಕರೆ ತೆಂಗು, ಹನ್ನೆರಡು ಗುಂಟೆ ಬಾಳೆ, ಅರ್ಧ ಎಕರೆಯಲ್ಲಿ ಅಲಸಂದೆ ಬೆಳೆದಿದ್ದರು. ಸ್ವಭಾವದಿಂದಲೇ ಇಬ್ಬರದೂ

ಪರರ ಆದಾಯದಲ್ಲಿ, ಗದ್ದೆ, ತೋಟದಲ್ಲಿ ಲೂಟಿ ಮಾಡುವ ಆಚಾರ. ಮೊದಲೆಲ್ಲಾ ಗದ್ದೆಯಲ್ಲಿ ಹಾಗೆ ಪಕ್ಕಕ್ಕಿಟ್ಟು ಬಂದ ನೇಗಿಲು, ಕುಂಟೆ, ಅಲುವೆ, ಎಡೆಕುಂಟೆ, ರೋಟವೇಟರು, ಕಲ್ಟಿವೇಟರು, ಮರದ ಸಡ್ಡೆ, ಕೂರಿಗೆ, ಗುದ್ದಲಿ, ಜೆಟ್ ಸ್ಪ್ರಿಂಕ್ಲರು, ನೊಗ, ಬಾರಿಕೋಲು, ಬಾಯಿಕುಕ್ಕೆ, ಒಪ್ಪಗ್ಗ ಹೀಗೆ ಕೈಗೆ ಸಿಕ್ಕ ವಸ್ತುಗಳನ್ನೆಲ್ಲಾ ತಂದು ಮನೆಯಲ್ಲಿ ಇಡುತ್ತಿದ್ದರು. ಕಳೆದುಕೊಂಡವರು ಅದನ್ನೆಲ್ಲಾ ಮರೆತ ಮೇಲೆ ಕಳಂಕಿತ ಸಾಮಾನುಗಳಿಗೆ ಬಣ್ಣ, ರೂಪ ಕೊಟ್ಟು ಬೆಳಕು ಕಾಣಿಸುತ್ತಿದ್ದರು. ಇಬ್ಬರೂ ಯಾವುದೇ ಪಾಪಪ್ರಜ್ಞೆಗೆ ಪ್ರಾಯಶ್ಚಿತ್ತಕ್ಕೆ ಒಳಗಾದವರಂತೆ ತೋರುತ್ತಿರಲಿಲ್ಲ. ಅಪರಾಧ ಮೀರಿದ ಸಭ್ಯತೆ ಇಬ್ಬರನ್ನೂ ನುಂಗಿತ್ತು. ಇಬ್ಬರಿಗೂ ಕ್ಲೆಪ್ಟೋಮೇನಿಯ ಖಾಯಿಲೆ ಇದ್ದೀತು ಎನಿಸಿತ್ತು.

ಇತ್ತ ಕಳೆದುಕೊಂಡವರದು ದುಃಖವೋ ದೊಡ್ಡತನವೋ ಹೇಳಲಾಗುತ್ತಿರಲಿಲ್ಲ. ತಮ್ಮ ತಮ್ಮ ಕಷ್ಟ ಮೊದಲು ಹೇಳಿಕೊಳ್ಳುವುದಕ್ಕೆ ಕಿಶೋರಿ ಚಾಕುಂಡನೇ ಬೇಕಾಗಿತ್ತು. ಇಬ್ಬರೂ ಕಲಬೆರಕೆ ಮಾಡದೇ ಸಾಂತ್ವನ ಹೇಳುತ್ತಿದ್ದರು, ಕಡ್ಲೇಬೇಳೆ ಪಾಯಸ ಉಣಿಸುತ್ತಿದ್ದರು. ಅವರ ಜೊತೆಗೂಡಿಯೇ ಕದ್ದವರಿಗೆ ಶಪಿಸುತ್ತಿದ್ದರು. ಈ ದುಃಖತಪ್ತರದು ಕಳೆದುಕೊಂಡ ವಸ್ತುವಿಗಿಂತ ಕದ್ದವರ ಮೂತಿ ನೋಡಬೇಕೆಂದು ಬಹಳ ಅನ್ನಿಸಿರಬಹುದು. ಚೋರ ದಂಪತಿಗಳ ಮುಂದೆಯೇ "ಕದ್ದವರ ಕೈ ಲಕ್ವಾ ಹೊಡೆಯ, ಅವರ ಅನ್ನ ಮುಸುರೆ ಆಗಾ, ಬಾಯಿ ಸೇದೋಗಾ, ಒಂದು ಕಿತ ನಮ್ಮ ಕೈಗೆ ಸಿಕ್ಕಾಕಲ್ಲಿ ದೇವ್ರು ತೋರಿಸ್ತೀವಿ" ಎಂದೆಲ್ಲಾ ರಾಗ ತೆಗೆಯುವಾಗ "ನಿಮ್ಮ ಅಪ್ಪನಾಣೆ ನಿಮ್ಮ ಕೈಗೆ ನಾವ್ ಸಿಗಾಕಿಲ್ಲ ಬಿಡ್ರೋ, ಯಾವುದ್ರಲೇ ಪಾಪ, ಯಾವುದ್ರಲೇ ಪುಣ್ಯ, ನಿಮ್ಮ ಬೆಳೆ ಹಾಳ್ ಮಾಡಿದೀವ, ನಿಮ್ಮ ದೇವಸ್ತಾನ ಬರೆಸ್ಕಂಡಿದಿವಾ, ನಿಮ್ಮ ಕತ್ತು ಕೋಳಿ ಕುಯ್ದಂಗೆ ಕುದಿದೀವಾ, ಇನ್ನೊಮ್ಮೆ ಇಂಗೆ ಮೈಮರೆತು ಹೋಗ್ಬಾರ್ದು ಅಂತ ಎಚ್ಚರಿಕೆ ಪಾಸ್ ಮಾಡಿದಿವಿ ಕಣ್ರೋ" ಎಂದು ಒಳಗೊಳಗೆ ನಕ್ಕು ಅವರ ಮುಂದೆ ಮುಖ ಸಣ್ಣಗೆ ಮಾಡುತ್ತಿದ್ದರು.

■

ಕಿಶೋರಿಯ ಬಲಗಾಲು ಊದಿಕೊಂಡಿತ್ತು. ಚಾಕುಂಡನು ಯಾಕೋ ಒಂದೆರಡು ದಿನಗಳಿದ ತೊದಲಲು ಶುರುಮಾಡಿದ್ದ. ನಂತರ "ಯಾರೋ ಮಾಟ ಮಾಡಿಸಿದ್ದಾರೆ" ಎಂದು ನಿಸ್ಸಂಶಯದಿಂದ ಇಬ್ಬರು ನಿರ್ಧರಿಸಿದರು. ಕಿಶೋರಿಗೆ ಚಂದ್ರಪ್ರಭಾಳ ಮೇಲೆಯೇ ಅನುಮಾನ ಮೂಡಿತ್ತು. ಆಕೆಯೇ ಇವಳ ಬಳಿ ಹೇಳಿದ್ದಳು. "ಮಾಟಗಾರ್ನ ತಾವ ಹೋಗ್ ಬಂದಿನಿ ಕಿಶೋರಿ, ನಮ್ ತೋಟದಾಗೆ ಬಾಳೆಗೊನೆ ಕೊಯ್ದು, ಅಲ್ಲೆ ಹೇತು ಹೋಗಿದ್ದಾರೆ, ನೋಡ್ತಿರು ಅವರಿಗೇನು ಆಗತ್ಯೆತೆ ಅಂತ" ಎಂದು ತಾಜಾ ಭೀತಿಯೊಂದನ್ನು ಉಕ್ಕಿಸಿದಳು. ಮರು ದಿನ ಕಿಶೋರಿ ಮೆತ್ತಗಾದಳು. ಚಾಕುಂಡ ಒಣ ಕೆಮ್ಮಿನಿಂದ ಪರಿತಪಿಸಿದ. ಕೊನೆಗೆ ಮುದುಕ

ಮಂತ್ರವಾದಿಯ ಬಳಿ ಹೋಗಿ ಕೇಳಿದಷ್ಟು ಹಣ ಕೊಟ್ಟು "ಯಾರೋ ಮಾಟ ಮಾಡ್ಸಿದಾರೆ, ಉಲ್ಟಾ ಮಾಟ ಹಾಕ್ಬೇಕು" ಅಂತ ಮಂತ್ರವಾದಿಯ ಮನೆಗೆ ಹೋದರೆ ಹೊರತು ಲೂಟಿ ಮಾಡುವ ಇರಾದೆಯಿಂದ ಅಲ್ಲ.

ಮೊದಲ ಬಾರಿ ಮಂತ್ರವಾದಿಯ ಮನೆಗೆ ಹೋಗಿದ್ದ ಇಬ್ಬರೂ ಬೆವೆತು ಹೋಗಿದ್ದರು. ಬೆಕ್ಕಿನ ತಲೆ, ಕೋಳಿಯ ಕಾಲುಗಳು, ಮನುಷ್ಯನೊಬ್ಬನ ತಲೆ ಒಣಗಿದ ಬುರುಡೆ, ಮಣಿ ಸರ, ಯಾವುದೋ ಹೊಸ ಪಂಚಾಂಗ, ಹಳೆಯ ಧೂಳಿಡಿದ ಸುಮಾರು ಪುಸ್ತಕಗಳು. ಪುಸ್ತಕದಲ್ಲಿ ಹೆಣ್ಣು ಶವವನ್ನು ಸಂಭೋಗಿಸುತ್ತಿರುವ ಆದಿವಾಸಿಯ ಚಿತ್ರ, ಏನೇನೋ ಮಂತ್ರಗಳು, ಕಪ್ಪು, ಕೆಂಪು, ಅರಿಶಿನ, ಕುಂಕುಮಗಳ ರಾಶಿಗಳ ಕಂಡು ಚಾಕುಂಡನಿಗೆ ಆಸಕ್ತಿ ಮತ್ತು ಭಯ ಒಟ್ಟೊಟ್ಟಿಗೆ ಬಂದವು.

ಬ್ಯಾಚುಲರ್ ರೂಮಿನ ಪಾಯಖಾನೆಗಿಂತ ಕೊಂಚ ಹೆಚ್ಚು ವಿಸ್ತೀರ್ಣವಿದ್ದ ಕೋಣೆಯಲ್ಲಿ ಮಂತ್ರವಾದಿಗಾಗಿ ಅವರಿಬ್ಬರು ಹುಡುಕಿದರು. ಪಶ್ಚಿಮ ಘಟ್ಟದಿಂದ ವಲಸೆ ಬಂದಿದ್ದ ಮಂತ್ರವಾದಿ ಕಾಣೆಯಾಗಿದ್ದ. ಯಾರೋ "ಮುದುಕ ಮಂತ್ರವಾದಿ ಕಾಯಿಲೆಯಿಂದ ಅದೇ ಮನೆಯಲ್ಲಿ ಸತ್ತುಹೋದ" ಎಂದು ಊರಿನಲ್ಲಿ ಪುಕಾರು ಎಬ್ಬಿಸಿದ್ದರು. ಮಂತ್ರವಾದಿ ಸತ್ತ ಸುದ್ದಿ ಚಾಕುಂಡ ನಂಬಲಿಲ್ಲ. ಕಿಶೋರಿ ಅರ್ಧ ನಂಬಿದ್ದಳು. ಗೊಂಬೆಯ ಹಾಗೆ ಯಾವುದೋ ರುಂಡವಿಲ್ಲದ ನಸು ಕಪ್ಪು ಮೂರ್ತಿಗೆ ಕೈ ಮುಗಿದರೇ ಹೊರತು ಅಪ್ಪಿತಪ್ಪಿ ತಮ್ಮ ಇದುವರೆಗಿನ ಕೈಂಕರ್ಯಗಳು ತಪ್ಪಾಯಿತೆಂದು ಬಿನ್ನವಿಸಿಕೊಳ್ಳಲಿಲ್ಲ. ಚಾಕುಂಡ ಹಳೆಯ ಪುಸ್ತಕದಲ್ಲಿ ಸಂಭೋಗದ ಚಿತ್ರವಿದ್ದ ಎಲ್ಲಾ ಹಾಳೆಗಳನ್ನು ಕಿತ್ತುಕೊಂಡು ಜೇಬಿನಲ್ಲಿ ತುರುಕಲು ಶುರುಮಾಡಿದ. ಕಿಶೋರಿ ಬೆರಗಿನಿಂದ ನೋಡಿದಳು. "ರಾತ್ರಿಗೆ ಬೇಕು" ಎಂದ ಚಾಕುಂಡ. ಮನೆಯಲ್ಲಿದ್ದ ಯಾವ ವಸ್ತುವನ್ನೂ ಸ್ಥಾನಪಲ್ಲಟ ಮಾಡದೇ ಇಬ್ಬರೂ ಹೊರಟರು. ರುಂಡವಿಲ್ಲದ ಮೂರ್ತಿಯ ಕೆಳಗೆ ಎಂದೋ ಹಚ್ಚಿ ಆರಿ ಹೋಗಿದ್ದ ಮಣ್ಣಿನ ದೀಪ ಒಂದು ಮುಟಿಗೆ ಎಣ್ಣೆ, ಒಂದು ಹನಿ ಜೀವಂತ ಕಿಡಿಗಾಗಿ ಹಪಹಪಿಸಿತು.

ದಾರಿಯಲ್ಲಿ ಚಾಕುಂಡ ಪದೇ ಪದೇ ಜೇಬು ಮುಟ್ಟಿ ಮುಟ್ಟಿ ನೋಡಿಕೊಳ್ಳುತ್ತಿದ್ದ. ಕಿಶೋರಿ "ಆ ಪಟಾನ ಕೂಡ್ಲೇ ಹರಿದು ಹಾಕೋ ಗಂಡಸೇ, ಜವಾನಿಗೆ ಬಂದ ಹೆಣ್ ಐತಿ ನಮಗ, ಆಕಿ ಏನಾರ ನೋಡುದ್ರ ಏನ್ ಕತಿ" ಎಂದು ಹಲುಬಿದಳು. ಚಾಕುಂಡ ಮಗಳನ್ನು ನೆನೆದು "ಚಕೋರಿ ಕೈಗೆ ಹೆಂಗ್ ಸಿಕ್ಕಾತು ಬಿಡು, ಏನೂ ಗೊತ್ತಿಲ್ಲದ ಜೀವಾ ಅದು" ಎಂದು ನಾಲಗೆಯಲ್ಲಿ 'ಚಸ್ ಚಸ್' ಎಂದು ತಲೆ ಕೊಡವಿದ.

ಪುಸ್ತಕದಿಂದ ಕಿತ್ತುಕೊಂಡು ಬಂದ ಹಾಳೆಗಳನ್ನು ವಿಕ್ರಾಂತಳಾಗಿ ಕುತೂಹಲದಿಂದ ನೋಡುತ್ತಲೇ ಕಿಶೋರಿ ಆ ದಿನ ರಾತ್ರಿ ಹಾಸಿಗೆಯಲ್ಲಿ ತುಂಬಾ ವರ್ಷಗಳ ತರುವಾಯ ಕೆರಳಿದ ಸಿಂಹಿಣಿಯಾದಳು. ಚಾಕುಂಡ ಪಟ್ಟು ಬಿಡದ ಬೆದೆಗೆ ಬಂದ ಪುರುಷ ಸಿಂಹನಾಗಿದ್ದ.

■

ತೋಟದಿಂದ ಗಾಬರಿಯಾಗುತ್ತಲೇ ಬಂದಿದ್ದ ಚಾಕುಂಡ ಬಚ್ಚಲಿಗೆ ಹೋಗಿ ರಪರಪನೆ ಮುಖಕ್ಕೆ ನೀರು ಸುರಿದುಕೊಂಡ. ಕಿಶೋರಿ ಹಲಸನ್ನು ಸಮಭಾಗದಲ್ಲಿ ಛೇದಿಸಿ, ಮೇಣ ಅಂಟಿಕೊಂಡಿದ್ದ ಕೈಗಳನ್ನು ಮಸಿ ಬಟ್ಟೆಗೆ ಒರೆಸುತ್ತಿದ್ದಳು. ಚಕೋರಿ ಉಗುರಿಗೆ ಬಣ್ಣ ತುಂಬುತ್ತಾ ಅಪ್ಪನನ್ನು ನೋಡಿದಳು. ಚಾಕುಂಡನಿಗೆ ತನ್ನನ್ನು "ಯಾರೋ ಹಿಂಬಾಲಿಸಿಕೊಂಡು ಬಂದಿರಬೇಕು" ಎಂದು ಅನ್ನಿಸಿ ಬಾಗಿಲ ಹೊರಗೆ ಇಣುಕಿದ. ರಾತ್ರಿ ಸ್ವಲ್ಪ ವಿಚಿತ್ರ ಅಳುಕಿನಿಂದಲೇ ಹಜಾರದಲ್ಲಿ ಮಲಗಿದ. ನಿದ್ರೆ ಮೈ ತುಂಬದೇ ಕಿಶೋರಿಯನ್ನು ನೀರು ಕೊಡೆಂದು ಕೇಳಿದ. ಯಾವುದೇ ಪ್ರತಿಕ್ರಿಯೆ ಬಾರದಿದ್ದ ಆ ರಾತ್ರಿ ಹಜಾರದ ತುಂಬಾ ಹಲಸಿನ ಘಮ ಆವರಿಸಿತ್ತು.

ಕಿಶೋರಿ ಬೆಳಗಾಗುತ್ತಲೇ "ಕಕೂನಾ ಬಂದಿದ್ದ, ನೀವ್ ಮಕ್ಕಂಡೀರಿ ಅಂತಾ ಹೇಳ್ ಕಳಿಸಿನಿ, ವಿಚಾರ ಗುರ್ತಾತ, ಕಕೂನಾ ಯಾಕೋ ಚೊಟ್ಟಾಗಲನ್ಯಾಗ ನಡೀತಿದ್ದ, ಭಾಳ್ ಕಷ್ಟ ಪಟ್ಗೆಂಡು ಬಂದಿದ್ದಾಂವ, ಸಂಡಾಸಿನ ಜಗೆದಾಗ ಸುರುಸುರು ರಕ್ತ ಸುರೀತಿತ್ತು" ಎಂದು ಚಾಕುಂಡನ ನಿದ್ದೆ ಮೈಯನ್ನು ಹಣ್ಣು ಮಾಡಿದಳು. ಚಾಕುಂಡ ತೀವ್ರ ಅಸ್ವಸ್ಥನಾದಂತೆ ಕಂಡ. ರಾತ್ರಿ ನನ್ನ ಹಿಂಬಾಲಿಸಿದ್ದು ಕಕೂನನೇ, ಹೇಗೆ ತಪ್ಪಿಸಿಕೊಳ್ಳೋದು ಅವನಿಂದ. ನಂಗೂ ಅವನು ಬೇಕು, ಅವನಿಗೂ ನಾನ್ ಬೇಕು, ಒಂದೇ ವಾರಿಗೆಯವರು ಬೇರೆ, ಮುಖ ಹೆಂಗೆ ತೋರಿಸ್ಲಿ ಅಂತ ನೂರು ಪ್ರಶ್ನೆಯ ಬಾಣಗಳು ಚಾಕುಂಡನ ತಲೆಗೆ ಹೊಕ್ಕವು.

ರಾಮನವಮಿಗೆ ಇನ್ನೆರಡು ವಾರ ಬಾಕಿಯಿತ್ತು. ಚಿಕ್ಕಂದಿನಿಂದ ಕಕೂನ, ಹವಲ್ದಾರಿ, ಮೆಂಚಿಕಾಯಿ, ಚಾಕುಂಡ ಇವರೆಲ್ಲಾ ತಮ್ಮ ಊರಾದ 'ಕೋಮಲಪುರ' ಎಂಬಲ್ಲಿ ರಾಮ, ಲಕ್ಷ್ಮಣ, ಹನುಮ, ಸೀತೆ, ಜಾಂಬವಂತ, ರಾಕ್ಷಸಿ, ವಾನರರ ವೇಷ ಹಾಕಿಕೊಂಡು ಗೀತೆ, ಕಥನ, ತಾಳ, ಹಾರ್ಮೋನಿಯಂ ಬಾರಿಸುತ್ತಾ ಶೂರ್ಪನಖಿ ಗರ್ವಭಂಗ, ಹನುಮಾಯಣ, ಸೀತಾಪಹರಣ, ಇತರೆ ನಾಟಕದ ಕಲಾಪ್ರದರ್ಶನ ಮಾಡುತ್ತಾ ಜನರನ್ನು ಮನರಂಜಿಸುತ್ತಲೂ, ನೇಪಥ್ಯಕ್ಕೆ ಸರಿಯುತ್ತಿದ್ದ ಹಗಲುವೇಷ ಎಂಬ ಕಲೆಯನ್ನು ಉಳಿಸುವ ಪ್ರಯತ್ನದಲ್ಲಿ ತನ್ಮಯರಾಗಿದ್ದರು.

ಕೋರೆ ಹಲ್ಲು, ಚೂರಿ ಹಿಡಿದುಕೊಂಡು ರಭಸವಾಗಿ ತಕತಕ ಕುಣಿಯುತ್ತಿದ್ದ ಮೆಂಚಿಕಾಯಿಯ ಪಾತ್ರ ಊರಿನ ಯುವಕರನ್ನು ನಗಿಸುತ್ತಿತ್ತು. ಮೆಂಚಿಕಾಯಿಯದು ಶೂರ್ಪನಖಿಯ ಪಾತ್ರ. ಮೇಕಪ್ಪು ಮಾಡಿಕೊಳ್ಳುವಾಗಲೇ ಅವನ ಮೈಯೊಳಗೆ ಆ ಪಾತ್ರ ಇಣುಕಿ ನೋಡಿ ಹೋಗುತ್ತಿತ್ತೇನೋ ಎಂಬುವಂತೆ "ರಾಜಾ, ಅವಳಿಗಿಂತ ನನ್ನ ಹೆಡಲೈಟು ಚನಾಗಿಲ್ವ, ಬಾ ಮುಟ್ಟಿ ನೋಡು" ಎಂದು ಗಹಗಹಿಸಿ ವ್ಯಂಗ್ಯ ಮಾಡುತ್ತಿದ್ದ. ಲಕ್ಷ್ಮಣ ವೇಷಧಾರಿ ಕಕೂನ ಶೂರ್ಪನಖಿಯ ನೋಡಿ ಹಿಂದೆ ಸರಿಯುತ್ತಿದ್ದ. "ಮೂಗು ಕೊಯ್ತೀಯ ಮೂಗು" ಎಂದು ಲಕ್ಷ್ಮಣನ ಹಿಂದೆ ಹೋಗಿ ಭರ್ಜರಿಯಾಗಿ ಪ್ಯಾಕಿಂಗು ಕೊಟ್ಟು ದಪ್ಪ ಮಾಡಿಕೊಂಡಿದ್ದ ತನ್ನ ಹಿಂಭಾಗ ತೋರಿಸಿ "ಇಲ್ಲಿ ಕೊಯ್ಯಿ" ಎಂದು ಅಣಕಿಸುತ್ತಿದ್ದ. ಹನುಮಂತನ ಬಳಿ ಹೋದ ಶೂರ್ಪನಖಿ ಅವನ ಗದೆ ನೋಡಿ "ನಿನ್ನ ಸಾವಾಸ ಬೇಡ ಮಾರಾಯ" ನಾಟಕೀಯವಾಗಿ ಭಯ

ಬೀಳುತ್ತಾ "ಪ್ರಿಯ ಲಕ್ಷ್ಮಣ, ಲಕ್ಷ್ಮಣ" ಎಂದು ಮೆಂಚಿಕಾಯಿ ಓಡುತ್ತಿದ್ದ.

ಆನಂದತುಂದಿಲರಾಗಿ ಬೀದಿಗಳನ್ನೆಲ್ಲಾ ತಿರುಗಿ ಹಗಲು ವೇಷದಿಂದ ಬರುತ್ತಿದ್ದ ಹಣವೆಲ್ಲಾ ಕೂಡಿಸಿ, ಪಾನಕ ಮಜ್ಜಿಗೆ ತಯಾರಿಸಿ ಪ್ಲಾಸ್ಟಿಕ್ಕು ಗ್ಲಾಸುಗಳಿಂದ ತುಂಬಿಸಿ, ರೈಲ್ವೇ ಸ್ಟೇಷನ್ನು, ಬಸ್ಟಾಂಡುಗಳಲ್ಲಿ ಹಂಚುತ್ತಿದ್ದರು. ವೇಷಭೂಷಣಕ್ಕೆ ಸಂಬಂಧಪಟ್ಟ ಎಲ್ಲಾ ಸರಕು, ಪ್ರಸಾದನದ ಕಿಟ್ಟುಗಳು, ವಿಗ್ಗುಗಳು, ಮರದ ಬಿಲ್ಲು, ಆಯುಧ, ಬಾಲಗಳು ಚಾಕುಂಡನ ಮನೆಯಲ್ಲಿದ್ದವು. ಒಬ್ಬನ ಮೇಕಪ್ಪು, ಅಲಂಕಾರ, ಕಿರೀಟಗಳನ್ನು ಮತ್ತೊಬ್ಬ ಮುತುವರ್ಜಿಯಿಂದ ಅಂಟಿಸಬೇಕಿತ್ತು. ಹಲಸಿನ ಹಣ್ಣಿಗೆ ಹೋಗುವ ಮಾನ, ಪ್ರಾಣ, ಸ್ನೇಹ ಉಳಿಸಿಕೊಳ್ಳಬೇಕಾದರೆ ಈಗ ಮತ್ತೆ ನಾನು ವೇಷ ಹಾಕಲೇಬೇಕು ಎಂದೆನಿಸಿ, ಉಕ್ಕಿ ಬರುತ್ತಿದ್ದ ಒಳತೋಟಿ ತಡೆದುಕೊಳ್ಳಲಾಗದೆ ಚಾಕುಂಡ ಸೀದಾ ಮಾಳಿಗೆಗೆ ಹೋದ.

■

ತಳಮಳಿಸುತ್ತಿದ್ದ ಹೊಸ ಬ್ಲೇಡನ್ನು ಕ್ಷೌರದ ಸೆಟ್ಟಿಗೆ ಸಿಗಿಸಿ, ಮೋಡದ ಚೂರಿನಂತೆ ಬುಸ್ಸನೆ ಹೊರಬಂದ ಕ್ರೀಮನ್ನು ಮುಖಕ್ಕೆ ನೀರಿಗದ್ದಿದ ಬ್ರಶ್ಶಿನಿಂದ ಬಳಿದುಕೊಂಡು, ಕನ್ನಡಿಯನ್ನು ನೋಡುತ್ತಾ ಗಡ್ಡ ಹೆರೆದುಕೊಂಡ ಚಾಕುಂಡ ರಪರಪನೆ ನೀರೆರಚಿ, ಮತ್ತೊಮ್ಮೆ ಕನ್ನಡಿಯ ನೋಡುತ್ತಾ ಟವೆಲ್ಲಿನಲ್ಲಿ ಮುಖ ಒರೆಸಿಕೊಂಡ. ಕತ್ತಿನ ಕೆಳಗೆ ಕಾಣದಂತೆ ಮೆತ್ತಿಕೊಂಡಿದ್ದ ಶೇವಿಂಗು ಕ್ರೀಮನ್ನು 'ಅರೆರೆರೆ' ಎಂದು ಅದನ್ನು ಟವೆಲ್ಲಿನಲ್ಲಿಯೇ ಮಾಯಗೊಳಿಸಿದ. ಚರಚರ ಗಡ್ಡ ಹೆರೆದುಕೊಂಡ ಬೋಳು ಕೆನ್ನೆಯಲ್ಲಿ ನೂಲಿನ ಆಕಾರದ ಒಂಡೆರಡು ಗಾಯಗಳು ಉಚಿತ ತ್ರಾಸಿನಿಂದ ಚಾಕುಂಡನಿಗೆ ಸಿಧ್ಧಿಸಿದ್ದವು.

ತಡಬಡಾಯಿಸುತ್ತಾ ಪ್ರಸಾದನದ ಕಿಟ್ಟು ತೆಗೆಯುತ್ತಲೆ ಹುಬ್ಬನ್ನು ಚೋಟು ಪೆನ್ಸಿಲಿನಿಂದ ನಯಗೊಳಿಸಿದ. ಮಸ್ಕರಾದ ಮುಚ್ಚಳ ತೆಗೆದು ಕಣ್ಣಿಗೆ ಒತ್ತಿಕೊಂಡ. ಮೊದಲು ಫೌಂಡೇಷನ್ ಕ್ರೀಮು ಸವರಿ, ಸಮಯೋಚಿತ ಪೌಡರನ್ನು ಅವಸರವಾಗಿ ಕೈಗೆ ಮೆತ್ತಿಸಿ ಗಸಗಸ ಉಜ್ಜಿದ. ಪ್ಯಾಲೆಟ್ಟಿನೊಳಗೆ ಅರ್ಧರ್ಧವಾಗಿದ್ದ ಬಣ್ಣವನ್ನು ಬ್ರೌನು ಬ್ರಶ್ಶಿನಿಂದ ಕೆನ್ನೆಯ ಬಳಿ ಸುತ್ತಿಸುತ್ತಾ, ಸುಗಂಧ ದ್ರವ್ಯದ ಶೀಶೆ ತೆಗೆದು ಮೈಗೆ ಪೂಸಿಕೊಂಡ. ಚಾಕುಂಡ ನಿಂತಿದ್ದ ನೆಲದ ಬಳಿ ಅವಕಾಶ ವಂಚಿತ ಕ್ರೀಮು, ಪೌಡರುಗಳು ಸಾರಾಸಗಟಾಗಿ ಸೌರವ್ಯೂಹದಂತೆ ಚೆಲ್ಲಿದ್ದವು.

ಹನುಮಂತನ ವೇಷ ಹಾಕಿಕೊಂಡು 'ಜಿಲ್ ಜಿಲ್' ಎಂದು ಮಾಳಿಗೆಯ ಮೆಟ್ಟಿಲಿನಿಂದ ಚಾಕುಂಡ ಇಳಿಯುವಾಗ ಮನೆಯಲ್ಲಿ ಕಾಡಿನಂತಹ ಮೌನ. ಚಕೋರಿ ಶಾಲೆಗೆ ಹೋಗಿದ್ದಳು. ಕಿಶೋರಿ ಗಂಡನ ಅವತಾರ ನೋಡಿ ಬೆರಗಾದಳು. "ಇನ್ನೆರಡು ವಾರ ಬಾಕಿ ಇರುವಾಗಲೇ ಈ ವೇಷ ಈಗ ಯಾಕೆ, ಸ್ನೇಹಿತರೆಲ್ಲಾ ಜೊತೆಗೆ ಕಲೆತು ಒಟ್ಟಿಗೆ ವೇಷ ಹಾಕಿಕೊಂಡು ಹೋಗುತ್ತಾರಲ್ಲ, ಇವತ್ತು

ಏನಾಯಿತು" ಎಂದು ಅವಿವೇಕ ನೋಟದಿಂದ ನೋಡಿದಳು. ಒತ್ತರಿಸಿ ಬಂದ ಒಳಗುದಿ ಯಾಕೋ ತಡೆಯಲಾಗದೇ "ಕಕೂನನ ಕೂಡ ಏನಾರ ಜಟಾಪಟಿ, ಗದ್ಲ ಆತೇನು, ನೀವ್ ಏನಾರ ಅವನ ಕುಂಡಿಗೆ" ಅಂತ ಮಾತು ಮುಂದುವರಿಸುತ್ತಲಿದ್ದ ಕಿಶೋರಿಗೆ ಚಾಕುಂಡ ಗಟ್ಟಿ ಕಣ್ಣು ಬಿಟ್ಟು "ಬಾಯಿ ಮುಚ್ಚು" ಎಂದು ಮೌನವಾಗಿ ಹೇಳಿದ. ಚಾಕುಂಡ ತನ್ನ ಬಾಯಿಗೆ ಅಂಟಿಸಿಕೊಂಡಿದ್ದ ಕೃತಕ ತುಟಿ ಮಾತಾಡಲು ಅವಕಾಶ ಕೊಡಲಿಲ್ಲ. ಕಿಶೋರಿ ಆರತಿ ಎತ್ತಿ ಹನುಮಂತನನ್ನು ಕಳಿಸಿಕೊಟ್ಟಳು. ಚಾಕುಂಡ "ರಾಮ ರಾಮ ಜಯಜಯ ರಾಮ" ಎಂದು ಗುನುಗುನಿಸುತ್ತಾ ದಿಟ್ಟ ಹೆಜ್ಜೆಯಿಡಲು ಪ್ರಯತ್ನಿಸಿದ. ಮನದಲ್ಲಿದ್ದ ಅಳುಕು ಧೀಮಂತ ಹೆಜ್ಜೆಗಳನ್ನು ಅಣಕಿಸುತ್ತಿತ್ತು.

ಕಕೂನ ಸ್ವಲ್ಪ ಶೀತದ ಮನುಷ್ಯ. ನಂಬಿಕೆಗಿಂತ ಅನುಮಾನ ಹೆಚ್ಚು. ದಿನಕ್ಕೆ ಐದಾರು ಬಾರಿಯಾದರು ತನ್ನ ಸಂಪತ್ತಿನ ಬಗ್ಗೆ, ತನ್ನ ಚಂದದ ಹೆಂಡತಿಯ ಬಗ್ಗೆ ಹೇಳಿಕೊಳ್ಳದೆ ಇರನು. ತನಗಿಂತ ಹದಿನೆಂಟು ಇಪ್ಪತ್ತು ವಯಸ್ಸಿನ ಚಿಕ್ಕ ಹುಡುಗಿಯನ್ನು ಮದುವೆಯಾಗಿದ್ದ. ಹೆಂಡತಿಯನ್ನು ಅತಿ ಸುಂದರಿ ಎಂದು ಹೊಗಳಿಕೊಳ್ಳುತ್ತಿದ್ದ. ಆದರೀಗ ತನ್ನ ಕುಂಡಿಯನ್ನು ಆ ಚಿಕ್ಕ ಚಂದದ ಹೆಂಡತಿಗೆ ತೋರಿಸಿಕೊಳ್ಳಲು ನಾಚಿಕೆಯೆನಿಸಿ ಮೆಂಚಿಕಾಯಿಯ ಮನೆಗೆ ಬಂದಿದ್ದ.

ಚಾಕುಂಡ ಮನೆಯಿಂದ ಉತ್ಸಾಹದ ಖರೆ ಖರೆ ನೋಟು ಜೇಬಲ್ಲಿಟ್ಟುಕೊಂಡು ಬಂದಿದ್ದನಾದರೂ ಕಾಲವಲ್ಲದ ಕಾಲಕ್ಕೆ ಹನುಮಂತನ ವೇಷ ಭಾರ ಎನಿಸುತ್ತಿತ್ತು. ಸ್ವಲ್ಪ ದೂರ ನಡೆದವನಿಗೆ ಊರಿನ ಜನ ಬಿಟ್ಟ ಕಣ್ಣು ಬಿಟ್ಟಂತೆ ನೋಡುತ್ತಿದ್ದರಿಂದ ರೇಜಿಗೆ ಎನಿಸಿತು. ಎಲ್ಲರೂ ಗುಂಪಾಗಿ ಕುಣಿಯುವಾಗ, ಹಾಡುವಾಗ, ಒಟ್ಟಿಗೆ ವೇಷ ಹಾಕಿ ಮೈ ಮರೆತು ನಡೆಯುವಾಗಿನ ಪುಳಕ ಈಗ ಕಾಣದು ಎಂದು ಸರಭರನೆ ಮನೆಗೆ ವಾಪಸ್ಸು ಬಂದ. ಮನೆಯೊಳಗೆ ಹೋದೊಡನೆ ಬೈಕಿನ ಕೀ ತಗೊಂಡು ಸೀದಾ ಬೈಕ್ ಇರುವಲ್ಲಿಗೆ ಹಾರಿದ. ಕಿಶೋರಿ "ಏನ್ ನಿಮ್ ಮೈಯಾಗೆ ಬಿರುಗಾಳಿ ತುಂಬಿತೇನು" ಎಂದು ಗೊಣಗಿದಳು. ತಿರುಗಿ ನೋಡದೇ ಬೈಕ್ ಸ್ಟಾರ್ಟ್ ಮಾಡಿ ಹೆಂಡತಿಗೆ 'ಬಾಯ್' ಮಾಡದೇ ಡಿಕಡಿಕ ಸದ್ದು ಮಾಡುತ್ತಾ ಸೀದಾ ಚಾಕುಂಡ ಕಕೂನನ ಮನೆಗೆ ಹೋದ.

■

ಕಕೂನನದು ದೊಡ್ಡ ಮನೆ. ಸದಾ ಬೆಚ್ಚಗಿರುವ ವಾತಾವರಣ. ಅಂಗಳದಲ್ಲಿ ಅಡಿಕೆ ಸುಲಿಯುವ ನೂರಾರು ಮಂದಿ ಒಂದು ಕಡೆ. ಅಡಿಕೆ ಬೇಯಿಸುವ ಹತ್ತಾರು ಮಂದಿ ಇನ್ನೊಂದು ಕಡೆ. ಟಾರ್ಪಾಲಿನ ಮೇಲೆ ಸುರಿವಿದ ಲಕ್ಷ ಲಕ್ಷ ಬಣ್ಣ ತುಂಬಿದ ಅಡಿಕೆಗಳು. ಎಲ್ಲವನ್ನೂ ಸುವ್ಯವಸ್ಥೆಯಿಂದ ಕಾಯುತ್ತಿರುವ ಮಂದಿ. ನಡುವೆ ನೀಟಾದ ಉಡುಗೆ ತೊಟ್ಟು ಠಾಕುಠೀಕಾಗಿ ಮಾರ್ಗದರ್ಶನ ಮಾಡುತ್ತಿರುವ

ಕಕೂನನ ಪುಟ್ಟ ಹೆಂಡತಿ ಜಿಯಾ. ಅವಳ ಹೆಸರು ಮಾತ್ರವಲ್ಲ ಅವಳು ಸಹ ಒಂಥರಾ ಜಿಯಾ ಜಿಯಾ.

ಮೋಟಾರು ಬೈಕಿನಲ್ಲಿ ಬಂದ ಹನುಮಂತನನ್ನು ಕಾರ್ಯನಿರತ ಜನ ನೋಡಿ ಮುಸಿಮುಸಿ ನಕ್ಕರು. ಚಾಕುಂಡ ಬೈಕಿನ ಸ್ಟಾಂಡು ಹಾಕಿ, ಗದೆ ಎತ್ತಿಕೊಂಡು ಗೇಟು ತೆರೆದು ಬಂದ. ಜಿಯಾ ಚಾಕುಂಡನನ್ನು ಕ್ಯಾರೆ ಎನ್ನದೇ 'ರಾತ್ರಿಯಿಂದ ಮನೆಗೆ ಕಕೂನ ಬಂದಿಲ್ಲ' ಎಂಬುದನ್ನು ಅರ್ಧ ಹೇಳಿ ಅರ್ಧ ನುಂಗಿದಳು. ಸಧ್ಯ, ನನ್ನ ಗುರುತಿಸಿದಳಲ್ಲ ಎಂಬ ಖುಷಿ ಚಾಕುಂಡನಿಗೆ ಕ್ಷಣಾರ್ಧದಲ್ಲಿ ಬಂದು ಹೋಯಿತು. ಜಿಯಾಳ ವಕ್ರ ಮಾತು ಎಂಥವನಿಗೂ ಅರ್ಥವಾಗುವ ಧಾಟಿಯಲ್ಲಿತ್ತು. ಆಕೆಗೆ ಅಂಗಳದಲ್ಲಿ ಕೂತ ಜನ ಕೆಲಸ ಬಿಟ್ಟು ಹನುಮಂತನ ಬಾಲ, ಗದೆ, ಅತಿ ಸಡಿಲಾದ ವೇಷ ನೋಡುತ್ತಾ ನಗುತ್ತಾ ನಿಂತರಲ್ಲ ಎನ್ನುವ ಬಾಧೆ ಕಸಿವಿಸಿಗೊಳಿಸಿತ್ತು. 'ಹಗಲುವೇಷ, ಬಾಯಿಗೆ ಬಣ್ಣ ಹಾಕಿದಾಗ ಮನುಷ್ಯರನ್ನು ಗುರುತಿಸೋದು ಕಷ್ಟ' ಎಂಬ ವೇದಾಂತ ಅರಿತಿದ್ದ ಭಾವದಿಂದ ಎದ್ದು ಬಂದ ಗಂಡಾಳು ನಾರಾಯಣಿ ಗುಟ್ಟು ಹೇಳುವಂತೆ "ಯಜಮಾನ್ರು ಮೆಂಚಿಕಾಯಿ ಸಾಹೇಬ್ರ ಮನೆಗೆ ಹೋಗವ್ರೆ ಹನುಮಪ್ಪ, ಈವಮ್ಮನ ಲಗ್ನ ಆದಾಗಿಂದ ಯಜಮಾನ್ರು ಒಂಥರಾ ಆಗ್ಬುಟ್ರು, ಚಿಕ್ ಹುಡ್ಗಿನ ಲಗ್ನ ಆದ್ರೆ ಇಂಗೇಯ" ಎಂಬುದನ್ನು ನಿಧಾನವಾಗಿ ಹೇಳಿ, ಉಳಿದ ಮಾತನ್ನು ಎಲ್ಲರಿಗೆ ಕೇಳುವಂತೆ "ನೀವ್ ವೇಷ ಹಾಕಿದ್ ತಕ್ಷಣ ಮನ್ಸು ಬೇರೆ ಕಾಣ್ತತ, ಯಜಮಾನ್ತಿ ಗುರ್ತು ಹಿಡಿದಿದ್ರೆ ಏನಂತೆ, ನೀವು ಅಡಿಕೆ ಮಂಡಿ ಸಾಬ್ರಲ್ವ, ಏಟ್ ಚಂದಗೆ ಕಾಣ್ತೀರಿ ವೇಷ್ದಾಗೆ, ನನ್ ದೃಷ್ಟಿಯೇ ಬೀಳತ್ತೈತಿ ನಿಮಕ" ಎಂದು ಇರೋ ಬರೋ ಮಿನಿ ಯಜಮಾನತಿಯ ಮೇಲಿದ್ದ ವಿಷವನ್ನೆಲ್ಲಾ ಕಾರಿಕೊಂಡ. ಚಾಕುಂಡನ ಮನಸು ಮುದುಡಿತು. ಗದೆಯನ್ನೊಮ್ಮೆ ನೆಲಕ್ಕೆ ಕುಕ್ಕಿ ಬೈಕು ಸ್ಟಾರ್ಟು ಮಾಡಿದ. ಜಿಯಾ ಕೂಲಿಯಾಳನ್ನು ಕರೆದು ಬೈಯಲು ಶುರು ಮಾಡಿದಳು.

ಕಿರೀಟವನ್ನು ಒಂದು ಕೈಯಲ್ಲಿ ಸಂಭಾಳಿಸುತ್ತಾ, ಗದೆಯ ಹೆಬ್ಬಾರವನ್ನು ಸೀಟಿನ ಹಿಂದೆ ಬಿಟ್ಟು ಗದೆಯ ಕೈಯಂಚಿನ ಮೇಲೆ ಕೂತು ಬೈಕು ಓಡಿಸುತ್ತಿದ್ದ ಚಾಕುಂಡ ಮೆಂಚಿಕಾಯಿಯ ಮನೆ ತಲುಪಿದ. ಮನೆಯಲ್ಲಿ ಮೆಂಚಿಕಾಯಿಯ ತಾಯಿ ಚಾಕುಂಡನನ್ನು ಆಶ್ಚರ್ಯದಿಂದ ನೋಡಿ ಬರ ಮಾಡುತ್ತಲೇ ಮಗನನ್ನು ಕೂಗಿ ಸೀದಾ ಕ್ಯಾಲೆಂಡರನ್ನೊಮ್ಮೆ ತಡಕಾಡಿದಳು. ರಾಮನವಮಿಯ ದಿನ ಕಂಡ ಕೂಡಲೇ ಚಾಕುಂಡನನ್ನು ಅನುಮಾನದಿಂದ ನೋಡಿದಳು. ಅಷ್ಟೊತ್ತಿಗಾಗಲೇ ಮೆಂಚಿಕಾಯಿ ಅಡಿಗೆಮನೆ ದಾಟಿ ಏನೋ ಅರಸುತ್ತಾ ಬಂದ. ಕ್ಷಣಕ್ಕೆ ಅವಾಕ್ಕಾದ.

'ಅರೆ ಏನಾಯ್ತೋ ನಿಂಗೆ' ಎಂದು ಕೇಳುವಷ್ಟರಲ್ಲಿ "ಕಕೂನ ಎಲ್ಲಿ, ಹೇಗಿದ್ದಾನೆ, ನನ್ನ ಬಗ್ಗೆ ಏನಾದ್ರೂ ಹೇಳಿದ್ನ, ನನ್ನ ಬಗ್ಗೆ ಅವ್ನಿಗೆ ಏನ್ ಅಭಿಪ್ರಾಯ ಬಂದಿದೆ" ಎಂದು ಗಾಬರಿ, ಆತಂಕದಿಂದಲೇ ಚಾಕುಂಡ ಕೇಳತೊಡಗಿದ. ಮೆಂಚಿಕಾಯಿ ಚಾಕುಂಡನ ಅತಿಯಾದ ಬಣ್ಣ ಮುಖದಿಂದ ನೀರಾಗಿ ಇಳಿಯುತ್ತಿದ್ದದನ್ನು ಕಂಡು "ಅರೆ ನಿಂಗ್ ಏನಾಯ್ತು ಹೇಳ್ ಮಾರಾಯ, ಯಾಕಿಷ್ಟು ಬೆವೆತಿದಿಯಾ, ಮಗ್ಳ

ಓಡೋದ್ಲೋ ಹೆಂಗೆ ಕಥೆ" ಎಂದ. ಚಾಕುಂಡನಿಗೆ ಈ ಕಡಿಮೆ ಬೆಲೆಯ ಹಾಸ್ಯ, ಕುಟಿಲತೆ, ವ್ಯಂಗ್ಯ ಇದೆಲ್ಲಾ ಕೇಳುವ ಪರಿಸ್ಥಿತಿ ಮನಸ್ಥಿತಿ ಎರಡೂ ಗೈರಿನಲ್ಲಿದ್ದವು. ಅವನೀಗ ಸ್ನೇಹ ಉಳಿಸಿಕೊಳ್ಳುವುದರಲಿದ್ದ. ಕಕೂನನ ಕಣ್ಣಿಗೆ "ನಾನೊಬ್ಬ ಕಳ್ಳ, ನನ್ನ ಹೆಂಡತಿ ಲೂಟಿಕೋರಿ, ನಾನೊಬ್ಬ ಸ್ನೇಹದ್ರೋಹಿ" ಎಂಬ ಕಳಂಕದಿಂದ ಮುಕ್ತನಾಗಲು ಅವನ ಮನಸು ವಿಲವಿಲ ಹಾತೊರೆಯುತ್ತಿತ್ತು.

ಮೆಂಚಿಕಾಯಿ ಪುಸಲಾಯಿಸುತ್ತಾ, ಕಿಚಾಯಿಸುತ್ತಾ ಚಾಕುಂಡನ ತಲೆ ಮೇಲಿದ್ದ ಕಿರೀಟ ತೆಗೆಯಲು ಕೈ ಮುಂದೆ ಮಾಡಿದ. ಚಾಕುಂಡ ನಕಾರ ವ್ಯಕ್ತ ಪಡಿಸಿದಾಗ ಸುಮ್ಮನೆ ಎದುರು ನಿಂತು ಅಟಾಟೋಪ ಎಣಿಸತೊಡಗಿದ. ಹವಲ್ದಾರಿಯ ಮಾತುಗಳು ದೂರದಿಂದ ಕೇಳತೊಡಗಿದವು. "ಇರಪ್ಪಾ, ಸಮಾಧಾನ, ಆಸ್ಪತ್ರೆಗೆ ನಡಿ ಹೋಗೋಣ" ಎಂಬಂಥ ತೀವ್ರ ಮಮಕಾರದ ಮಾತುಗಳವು. ಮೆಂಚಿಕಾಯಿ ಚಾಕುಂಡನ ಚಡಪಡಿಸುವ ಕಣ್ಣುಗಳನ್ನು ನೋಡಿ, "ಲೇ ಮಾರಾಯ, ಅವನ ಗೋಳು ನೋಡೋಕಾಯ್ತಿಲ್ಲ, ಅವನ ಮುಖ ನೋಡುದ್ರೆ ಅಷ್ಟಿಷ್ಟು ನಗು ಬರ್ತಾಯಿಲ್ಲ ನಂಗೆ, ಇನ್ನ ಅವನ ಕುಂಡಿ ನೋಡುದ್ರೆ ಹೊಟ್ಟೆ ಬಡ್ಕೊಂಡು ನಗು ಬರ್ತಾತೆ ಕಣೋ, ಅವನ ಹೆಂಡ್ತಿನೇ ಕುಂಡಿನ ಹೆಂಗ್ ಬೇಕೋ ಹಂಗೆ ಕುಯ್ದಿರಬೇಕು, ಯಪ್ಪಾ ನಾ ನಕ್ಕು ನಕ್ಕು ಸಾಕಾಗಿದೆ, ಅವ್ವಾನೂ, ಹವಲ್ದಾರಿನೂ ಕಾಳಜಿ ಮಾಡ್ತಿರಬೇಕು ನೋಡೋಗೋ"

ಅಂತ ವಿಪರೀತ ನಗು ಉಕ್ಕಿಸುತ್ತಲೇ ಹೇಳಿದ. ಮತ್ತೆ ಮರು ಕ್ಷಣವೇ "ನಿನ್ನ ಈ ವೇಷ್ದಲ್ಲಿ ಏನಾರ ಅವನು ನೋಡಿದ್ನೋ, ಭಯದಲ್ಲಿ ಎದೆ ಹೊಡ್ಕೊಂಡು ಸತ್ತೇ ಹೋಗ್ತಾನೆ, ಲತ್ತೆ ನನ್ಮಗ, ವೇಷ ಕಳಚಿ ಹೋಗೋ ಕಪಿರಾಯ, ಅವನು ಸತ್ರೆ ಅವನ ಹೆಂಡ್ತಿನೂ ನಾನೇ ನೋಡ್ಕೋ ಬೇಕಾಗ್ತದೆ ಕಣೋ" ಎಂದು ವಿಚಿತ್ರ ಹಾಸ್ಯ ಮಾಡುತ್ತಲೇ ಇದ್ದ. ಚಾಕುಂಡ ಇದೆಲ್ಲಾ ಕನಸಿರಬೇಕೆಂದು ಪದೇ ಪದೇ ಹೇಳಿಕೊಂಡ. ವಾಸ್ತವದಲ್ಲಿ ದೂರದಿಂದ ಕಕೂನನ ನರಳಾಟ ಕೇಳುತ್ತಿತ್ತು. ತಕ್ಷಣವೇ ಅವನನ್ನು ಕಂಡು ಮಾತಾಡಿಸುವ ಮನಸು ಒಂದಾದರೆ, ಈ ಕಳ್ಳನ ಮುಖ ಹೇಗೆ ತೋರಿಸಲಿ, ರಾತ್ರಿ ನನ್ನನ್ನು ತೋಟದಲ್ಲಿ ನೋಡೇ ನೋಡಿರುತ್ತಾನೆ ಎಂಬಂಥ ಗೊಂದಲ. ಇನ್ನೊಂದೆರಡು ನಿಮಿಷ ಹೀಗೇ ಕಳೆಯಲಿ ಒಂಚೂರು ಧೈರ್ಯ ಬಂದೀತು ಎಂದನ್ನಿಸಿ ಮೆಂಚಿಕಾಯಿಯನ್ನು ಕರೆದುಕೊಂಡು ಆಚೆ ಬಂದಿದ್ದ ಚಾಕುಂಡ ಕಕೂನನ ಬಗ್ಗೆ ವಿಚಾರಿಸುತ್ತಲೇ "ಹೇಗಾಯ್ತು" ಎಂದು ಮೆಲು ಶಬ್ದದಿಂದ ಕೇಳಿದ.

■

ಮೆಂಚಿಕಾಯಿಗೆ ಇನ್ನೊಬ್ಬರು ಎಂಥಾ ಪರಿಸ್ಥಿತಿಯಲ್ಲಿ ಒದ್ದಾಡುತ್ತಿದ್ದರೂ ಹಾಸ್ಯ ಮಾಡುವ ಗುಣ ಇರುವ ಕಾರಣ ಸಿಕ್ಕಿದ್ದ ಅವಕಾಶವನ್ನು ವ್ಯಾಪಕವಾಗಿ ಬಳಸಿಕೊಂಡ. "ನನ್ನ ಕೇಳುದ್ರೆ, ನಿನ್ನ ಅರ್ಧ ಹೆಂಡತಿ ತಾನೇ ಅವ್ಳು, ಹೋಗಿ

ಅವನ್ನ ಎಬ್ಬಿಸಿ ಕೇಳಪ್ಪ, ಪೇಷಂಟ್ ವಿಚಾರ್ಸು ಅಂದ್ರೆ ನಿಂತ್ಕಂಡು ನೋಡೋ ಸಂಬಂಧಿಕರನ್ನು ಕೇಳಿದ್ರಂತೆ" ಎಂದು ಚಾಟಿ ಬೀಸಿದ. ಚಾಕುಂಡನ ಮೈಯೆಲ್ಲಾ ಪೂರ್ತಿ ಬೆವೆತು ಹೋಗಿತ್ತು, ಅವನ ಹಿಂದಿನ ಬಾಲ ಕಳಾಹೀನವಾಗಿ ಸೊರಗಿದ್ದರೆ ಕೈಯಲ್ಲಿದ್ದ ಸ್ಟೀಲಿನಿಂದ ಮಾಡಿದ ಸಿಲ್ವರ್ ಮೆರುಗಿನ ಗದೆಯಿಂದ ಆಗಾಗ ಗೆಜ್ಜೆ ಸಪ್ಪಳ ನಿರಂಕುಶವಾಗಿ ಕೇಳಿಬರುತ್ತಿತ್ತು. ಬೇಕಂತಲೇ ಗದೆಯೊಳಗೆ ಚಿಕ್ಕ ಚಿಕ್ಕ ಕಬ್ಬಿಣದ ಹರಳನ್ನು ಸೇರಿಸಿದ್ದರಿಂದ ಆ ಸಪ್ಪಳ ಬಂದಿರಬೇಕು. ಮೆಂಚಿಕಾಯಿಗೆ ಚಾಕುಂಡನ ವಿಲಕ್ಷಣ ನಡವಳಿಕೆ ಅನುಮಾನ ತರಿಸಿತು. ಹೀಗೆ ಚಿಂತಾಕ್ರಾಂತನಾಗಿ ಕೂರುವ ಮನುಷ್ಯನಲ್ಲವಲ್ಲ ಚಾಕುಂಡ, ನಾ ಏನಾದ್ರೂ ಹೇಳುದ್ರೆ ಸಾಕು ಪಕಪಕ ಅಂತ ನಗ್ತಾ ಇರೋನು ಇವನು ಯಾಕಿಂಗೆ ಏನೋ ಚಿಂತೆ ಮಾಡ್ತಿದ್ದಾನೆ ಎಂದು ನೋಡಿ "ನಾ ಆಗ಼್್ಲೇ ಹೇಳಿಲ್ವ ಚಾಕುಂಡ, ಈ ನನ್ಮಗನಿಗೆ ನಾವು ಎಷ್ಟು ಹೇಳಿದ್ವಿ, ಎರಡನೇ ಮದ್ವೆಗೆ ಆ ಕೂಸು ಪರಫೆಕ್ಟ್ ಅಲ್ಲ, ಆ ಚಂಗ್ಲೂ ಹುಡುಗಿನ ಮದ್ವೆ ಮಾಡ್ಕಬೇಡ ಅಂತ, ರಾತ್ರಿ ಹೊತ್ತು ಏನೂ ಕಿಸಿದು ದಬ್ಬಾಕಿರಲ್ಲ, ಆ ಹುಡುಗಿ ಎಷ್ಟುಂತ ನೋಡೀತು, ಅದ್ಕೆ ನೋಡು ಆ ಹುಡುಗಿನೇ ಎರೆಮಣೆ ತಕ್ಕೊಂಡು ಕೊತ್ತಂಬರಿ ಹೆಚ್ಚಂಗೆ ಅಂಡು ಕುಯ್ದಾಕಿದ್ದಾಳೆ, ಬೆಳಿಗ್ಗೆಯಿಂದ ನಾವು ಎಷ್ಟು ಕೇಳುದ್ರು ಹೆಂಗಾತು ಅಂತ ಬಾಯಿ ಬಿಡ್ತಾ ಇಲ್ಲ ಪಾಪಡಿಕೆ ನನ್ಮಗ, ಇಲ್ದಿದ್ರೆ ಇವನ್ನ ಆ ಹುಡುಗಿ ಇಟೊತ್ತಿಗೆ ನೋಡುಕೆ ಬರಬೇಕಿತ್ತು" ಎಂದು ಮೆಂಚಿಕಾಯಿ ಹೇಳಿದ ಕೂಡಲೇ ಹವಲ್ದಾರಿ ದೇವಯ್ಯನು ಚಾಕುಂಡನನ್ನು ನೋಡಿ ತಬ್ಬಿಕೊಂಡ. ಚಾಕುಂಡನ ಹೊಟ್ಟೆಯಲ್ಲಿ ಏನೋ ಆಹ್ಲಾದ ಪುಟಿದಂತಾಯಿತು.

ಹವಲ್ದಾರಿ. ಬಾರ್ಡರ್ ಸೆಕ್ಯುರಿಟಿ ಫೋರ್ಸಿನ ಅಸ್ಸಾಂ ಘಟಕದ ಹವಲ್ದಾರ ಪೋಸ್ಟಿನಲ್ಲಿ ಸೇವೆ ಮಾಡುತ್ತಿದ್ದ ಕಾರುಣ್ಯದ ಮನುಷ್ಯ. ಅವನ ಪೂರ್ತಿ ಹೆಸರು ದೇವಯ್ಯ. ಹವಲ್ದಾರ್ ದೇವಯ್ಯ ಅಂತಲೇ ಊರಲ್ಲಿ ಹೆಸರುವಾಸಿ. ಕಾಲಿಗೆ ಗುಂಡೇಟು ಬಿದ್ದು ಬಲಗಾಲನ್ನು ತೊಡೆಯ ತನಕ ಕತ್ತರಿಸಿದ್ದರು. ಮದುವೆಯಾಗಿರಲಿಲ್ಲ. ಪರವಾನಗಿ ಇದ್ದ ಒಂದು ಕಂಟ್ರಿ ಪಿಸ್ತೂಲ್ ಸದಾ ಇಟ್ಟುಕೊಂಡು ಊರೆಲ್ಲಾ ತಿರುಗುತ್ತಿದ್ದ. ತಾಯಿ ತೀರಿ ಹೋಗಿದ್ದಳು ಅಣ್ಣನ ಜೊತೆ ವಾಸವಿದ್ದ. 'ಕೃತಕ ಕಾಲು ದೇವರ ಮೂರ್ತಿಯ ಅಲಂಕಾರ' ಎಂದು ಮೊದಲು ಬೇಡ ಎಂದನಾದರೂ ಆಮೇಲೆ ತಾನೇ ಜೋಡಿಸಿಕೊಳ್ಳತೊಡಗಿದ. ಹವಲ್ದಾರ್ ದೇವಯ್ಯ ಇವರೆಲ್ಲರಿಗಿಂತಲೂ ಸ್ವಸ್ಥ ಹೃದಯಿ. ಊರಿನಲ್ಲಿ ಏನಾದರೂ ಲಫಡಾ ಆದರೆ ಅವನೇ ಮಾರ್ಗಸೂಚಕ. ಬೆಳಿಗ್ಗೆಯಿಂದ ಕಕೂನನ ಬಿಳಿ ಲುಂಗಿ, ರಕ್ತ ಒಸರುತ್ತಿದ್ದ ಚಡ್ಡಿಯನ್ನು ಹೇಸಿಗೆಯಿಲ್ಲದೇ ಬಿಚ್ಚಿ, ಹತ್ತಿಯಿಂದ ಒರೆಸಿ, ಗಾಯವನ್ನು ಸ್ವಚ್ಛಗೊಳಿಸಿದವ. ರಾತ್ರಿಯಿಂದ ಕಟ್ಟಿಕೊಂಡಿದ್ದ ಮೂತ್ರವನ್ನು ಕೈಯಿಟ್ಟು ಚಿಕ್ಕ ಟಬ್ಬಿನಲ್ಲಿ ಹುಯ್ಯಿಸಿ ಸಾಂತ್ವಾನ ಕೊಟ್ಟವನು. ಮೆಂಚಿಕಾಯಿ ಕಕೂನನ ನೋಡಿ ಹೌಹಾರಿ ನಕ್ಕು, "ನಿನ್ನ ಅಂಡು ಯಾರು ಅರ್ಧಂಬರ್ಧ ತಿಂದ್ರೋ" ಎಂದು ಛೇಡಿಸಿದಾಗ ಮೆಂಚಿಕಾಯಿಯ ತಾಯಿ ಬೈದು ದೇವಯ್ಯನನ್ನು ಹಠಾತ್ತನೆ ಕರೆಸಿಕೊಂಡಿದ್ದಳು.

"ನೋಡು ಚಾಕುಂಡ, ಮಾರ್ನಿಂಗ್ ಇಂದ ಕೇಳ್ತಾ ಇದೀನಿ, ಏನೂ ಉತ್ತರ ಕೊಡ್ತಾ ಇಲ್ಲ, ಹಾಸ್ಪಿಟಲ್ಗೂ ಒಲ್ಲೆ ಅಂತಿದ್ದಾನೆ, ಹೆಂಡತಿನ ಕರೆಸಬೇಡ ಅಂತಾನೆ, ಯಾರಿಗೂ ಸಮಾಚಾರ ಗೊತ್ತಾಗಬಾರದು ಎಂದು ಜೋರಾಗಿ ಕಿರುಚ್ತಾನೆ, ಒಂದೇ ಸಮನೆ ನಿನ್ನ ಹೆಸರೇ ಜಪಿಸ್ತಿದ್ದಾನೆ, ಬಾ ಒಮ್ಮೆ ಮಾತಾಡಿಸು, ಬಾ, ಎಂದು" ಹವಲ್ದಾರಿ ಹೇಳಿದ. ಚಾಕುಂಡನ ಎದೆ ಒಮ್ಮೆಲೇ ಧಸಕ್ಕೆಂದಿತು. "ನನ್ನ ಹೆಸರೇ ಜಪಿಸ್ತಿದ್ದಾನೆಯೇ! ಅಯ್ಯೋ" ಎಂದು ಮುಖ ಕಪ್ಪಿಟ್ಟು ನೆಲದ ಮೇಲೆ ಕ್ಷಿಪಣಿ ಬಿದ್ದ ಹಾಗೆ ಕೂತ. ಮೆಂಚಿಕಾಯಿ "ಅವನ ಅಂಡುರಿ ಕಮ್ಮಿ ಆಯ್ತಾ ಹವಲ್ದಾರಿ" ಎಂದು ಕಿಸಕ್ಕನೆ ನಕ್ಕ. "ನಿಂದು ಬೆಳಿಗ್ಗೆಯಿಂದ ಇದೇ ಆಯ್ತು, ಅವನ ಕಷ್ಟ ಅವ್ನಿಗೆ, ನೀನಾದ್ರೂ ಸ್ವಲ್ಪ ಗಂಭೀರವಾಗಿ ಇರೋಕೆ ಹೇಳು ಚಾಕುಂಡ" ಎಂದು ಹವಲ್ದಾರಿ ಗದರಿಸಿದ ಭಾವದಲ್ಲಿ ಹೇಳಿ ಒಳಗೆ ಹೋದ.

ಕೋಣೆಯ ಒಳಗಿನಿಂದ ಅಳುವ ಭಾವದಲ್ಲಿ "ಚಾಕುಂಡ, ಚಾಕುಂಡ, ಬೇಗ ಬಾರೋ, ಸತ್ತೇ ಹೋಗ್ತೀನಿ ಕಣೋ ಚಾಕುಂಡ" ಎಂಬ ದೀರ್ಘ ಆಲಾಪದ ನುಡಿ ಕೇಳಿತು. ಮೆಂಚಿಕಾಯಿ "ಹೋಗೋ ಚಾಕುಂಡ, ಅವ್ನು ಕರೀತಿರೋದು ಕೇಳ್ತಿಲ್ವೇನೋ" ಎಂದು ಗದರಿಸಿ ಹಜಾರದಿಂದ ಕೈ ಹಿಡಿದು ಕೋಣೆಯ ಬಾಗಿಲ ತನಕ ಎಳೆದೊಯ್ದ. ಚಾಕುಂಡ ಗದೆಯನ್ನು ಹಿಡಿದುಕೊಂಡು ಎದ್ದಿದ್ದರಿಂದ ಮನೆಯಲೆಲ್ಲಾ ಝಲ್ ಝಲ್ ಎಂಬ ಪುಳಕ. ತೊಡೆಯ ತನಕ ಸುತ್ತಿಕೊಂಡಿದ್ದ ಕೆಂಪು ವಸ್ತ್ರದ ವೀರ ದೋತಿ, ಎದೆಯ ಮೇಲಿನ ಮಣಿಸರಗಳು ಬೆಳಕಿನ ವಕ್ರೀಭವನದಿಂದಾಗಿ ಜಗಮಗ ಹೊಳೆಯುತ್ತಿದ್ದವು.

ಚಾಕುಂಡ ನಿರುಪಾಯನಾಗಿದ್ದ. ಆಗಿದ್ದಾಗಲಿ ಎಂದು ಗದೆ ಎತ್ತಿ ಭುಜದ ಮೇಲೆ ಇರಿಸಿದ. ಕಣ್ಣು ಮುಚ್ಚಿ ಉತ್ಸಾಹಕ್ಕಾಗಿ ಭೋರ್ಗರೆದ. ಎದೆಯ ಮೇಲಿದ್ದ ಕೊತ್ತಂಬರಿ ಸರ ತುಳುಕಿತು. ಮುಖದ ಮೇಲೆ ತೇಜಸ್ಸು ಒತ್ತಾಯದಿಂದ ಬರಿಸಲು ತಿಣುಕಿದ. ಗಂಭೀರಕಾಯದ ನಿಲುವಿಗಾಗಿ ತೋಳು ಚಾಚಿದ. ಬಂದಿ ಪದಕ ಜುಮ್ಮೆಂದಿತು. ಎರಡು ಕೈ ಮುಗಿದು "ಜೈ ಶ್ರೀರಾಮ್" ಎಂದು ಕೂಗಿದ. ಆ ಭಕ್ತಿಯ ಕೂಗು ಮನೆಯ ಇಕ್ಕೆಲಗಳಿಗೆಲ್ಲಾ ವ್ಯಾಪಿಸಿತು. ಮೆಂಚಿಕಾಯಿ ತದೇಕ ಚಿತ್ತದಿಂದ ಚಾಕುಂಡನನ್ನು ನೋಡತೊಡಗಿದ. ಗಾಂಭೀರ್ಯದಿಂದ ಕೋಣೆಯೊಳಗೆ ಹೆಜ್ಜೆಯಿಟ್ಟು ರಂಗ ಗೀತೆ ಹಾಡುತ್ತಾ, ಕುಣಿಯುತ್ತಾ ಚಾಕುಂಡ ಕಣ್ಮುಚ್ಚಿ "ಹೇ ಗುರುದೇವ, ಭಕ್ತ ಹನುಮನ ಪ್ರಣಾಮಗಳು" ಎಂದು ಮಂಡಿಯೂರಿದ.

ಕಕೂನನ ಸ್ಥಿತಿ ಊಹಿಸದಷ್ಟು ಫಜೀತಿಯಾಗಿತ್ತು. ಎಲ್ಲಾ ಕಿಟಕಿಗಳನ್ನು ಗಾಳಿ ಬೆಳಕಿಗಾಗಿ ತೆರೆದಿಟ್ಟು ಹೆಚ್ಚಿನ ಅನುಕೂಲಕ್ಕೆ ಸೀಲಿಂಗ್‌ಫ್ಯಾನು ಜೊತೆಗೆ ಟೇಬಲ್ ಫ್ಯಾನನ್ನು ಸಹ ತಿರುಗಲು ಬಿಟ್ಟಿದ್ದರು. ಕಕೂನ ಬಿಳಿಯ ವಸ್ತ್ರದ ಮೇಲೆ ಬೆತ್ತಲೆಯಾಗಿ ಮಕಾಡೆ ಮಲಗಿದ್ದ. ಮೊಣಕೈ ಹತ್ತಿರ ತರಚಿದ ಗಾಯ, ಸೊಂಟದ ಮೇಲೆ ರಕ್ತ ಚಿಮ್ಮಿದ ಹೆಗ್ಗುರುತು, ಎರಡೂ ಕಾಲು ಬಾತುಕೊಂಡು ಮುಖ ಹಪ್ಪಳವಾಗಿತ್ತು. ಒಟ್ಟಿನಲ್ಲಿ ಕಕೂನನ ಆಕೃತಿಯೇ ಬದಲಾಗಿತ್ತು.

ಹಸಿರು ಪಟಗ ತಲೆಗೆ ಸುತ್ತಿಕೊಂಡು ಕುರಿಗಳನ್ನು ಮೇಯಿಸಲು ಹೊರಟ ಜನರು ಕಿಟಕಿಯಿಂದ ಕಾಣುತ್ತಿದ್ದರು. ಹಿಂಡು ಹಿಂಡು ಕುರಿಗಳು ಏಕವಾಗಿ ನಡೆಯುತ್ತಲೇ ಬಾಯಾಡಿಸುತ್ತಾ ತಮ್ಮ ವಿಶೇಷ ಅಸ್ತಿತ್ವ ಪ್ರದರ್ಶಿಸುವ ಸದ್ದು ರೋಚಕವಾಗಿ ಕೇಳುತ್ತಿತ್ತು. ಚಾಕುಂಡನಿಗೆ ಹೇಗೆ ಮಾತು ಶುರು ಮಾಡುವುದು ಎಂದು ತಿಳಿಯದೇ ಕೈ ಮುಗಿಯುವ ಭಂಗಿಯಲ್ಲಿ ಹಾಗೇ ಮಂಡಿಯೂರಿ ಕೂತಿದ್ದ. ಎದೆಗೆ ಆತುಕೊಂಡಿದ್ದ ಗುಂಡಡ್ಡಿಗೆ ಭಾರವಾಗಿ ಸುತ್ತಲೂ ಬೆವರು ಕಾಣಿಸಿತು. ಮನಸಲ್ಲಿ ಭಯವಿದ್ದರೂ ಕಣ್ಮುಚ್ಚಿಕೊಂಡೇ ನಿರರ್ಗಳವಾಗಿ ರಂಗ ಗೀತೆಯೊಂದನ್ನು ಗುನುಗುತ್ತಿದ್ದ. 'ಕಣ್ಣು ಬಿಡಲಾಗದ ಸಂಕಟದಲ್ಲಿ ಹೀಗೆ ಕಣ್ಮುಚ್ಚಿ ಏನಾದರೊಂದು ಹಚ್ಚಿಕೊಂಡು ಕೂರಬೇಕು ಮನುಷ್ಯ' ಎಂದು ಒಳದನಿ ಹಾಡಿತು.

"ಎಲ್ಲಿ ಹೋಗಿದ್ದೋ ಬೇವರ್ಸಿ" ಎಂದು ಗಟ್ಟಿಯಾಗಿ ಮಕಾಡೆ ಮಲಗಿದ ದಿಕ್ಕಿನಿಂದ ಕಕೂನ ಆರ್ಭಟಿಸಿದ. ಮರಿ ಹಕ್ಕಿಗೆ ಹೊಸ ಗರಿ ಹುಟ್ಟುವಾಗಿನ ಪುಳಕದಲ್ಲಿ ಚಾಕುಂಡ ಮೆಲ್ಲಗೆ ಕಣ್ಣು ಬಿಟ್ಟ. ದುರದೃಷ್ಟಕ್ಕೆ ಅವನ ಕಣ್ಣು ಮೊದಲು ಸೀದಾ ತಾನು ಬಯಸಿದೆಡೆಗೆ ಹಾಯಿತು. ಕಕೂನನ ಹಿಂಭಾಗದ ಒಂದು ಕಡೆ ಪೂರಾ ಖಾಲಿಯಾಗಿ ಮಿಜ್ಜಿ ಮಿಜ್ಜಿ ಅನ್ನ ಸಾರು ಕಲಸಿಟ್ಟಂತೆ, ರಕ್ತ ಪದರ ಪದರವಾಗಿ ಸೋರಿ ಇಂಜಿನಿಯರ್ ಮಾರ್ಕು ಮಾಡಿಟ್ಟ ನಕಾಶೆಯಂತೆ, ಹತ್ತಿಯ ಹಗುರ ಎಳೆ ಆ ಖಾಲಿ ಪ್ರಪಾತದಲ್ಲಿ ಮಿಂದು ಒದ್ದಾಡಿದ ದೃಶ್ಯ ಕಂಡಿತು. ಹಠಾತ್ತನೆ ಯಾರೋ ಮಾಂಸ ಕಿತ್ತುಕೊಂಡು ತಿಂದ ಪುರಾವೆ ರಾಚುತ್ತಿತ್ತು.

ಕಕೂನ "ಮಾತಾಡೋ ಹೈವಾನ್, ಯಾಕೆ ನನ್ನ ಸ್ಥಿತಿ ನೋಡಿ ಹಾಡ್ಬೇಕು, ಕುಣಿಬೇಕು ಅನ್ನಸ್ತಾ? ಹಿತ್ತೈಶಿಯಂಥಾ ನೀನು ಇಷ್ಟು ಬೇಗ ಬರೋದಾ ಬಡ್ಡಿ ಮಗನೇ" ಎಂದು ನೋವಿನಿಂದಲೇ ಚಾಕುಂಡನಿಗೆ ಬಯ್ದು "ನೋವು ನೋವು, ನನ್ನ ಕೈಲಿ ಆಗ್ತಾ ಇಲ್ಲಾ" ಎಂದು ರೋದಿಸಿದ. ಚಾಕುಂಡನಿಗೆ ಏನೋ ಹರುಷ, ಗಲ್ಲು ಶಿಕ್ಷೆಯಲ್ಲಿ ಕೊನೆಯ ನಿಮಿಷ ಹಗ್ಗ ಹರಿದು ಹೋದಂತೆ ಅವನ ಆತ್ಮ ಪಟಪಟ ಹಾರುತ್ತಿತ್ತು. "ಕಕೂನ ನನ್ನನು ಮಾತಾಡಿಸಿದನಲ್ಲ, ರಾತ್ರಿ ನಿನ್ನ ತೋಟದಲ್ಲಿ ನೋಡಿದ್ದೆನೆಂದು ಕೇಳಲಿಲ್ಲವಲ್ಲ, ಕಳ್ಳ ಎಂಬ ಜೀವಾವಧಿ ಜುಲ್ಮಾನೆ ನನ್ನ ಮೇಲೆ ಹೊರಿಸಲಿಲ್ಲವಲ್ಲ" ಎಂದು ಒಳಗೊಳಗೆ ಜಿಗಿಯುತ್ತಿದ್ದ. ಚಾಕುಂಡನಿಗೆ ಈಗ ಒಬ್ಬನೇ ಕೂಗುವ ಹಂಬಲ, ಬೈಕನ್ನು ಅಂಕೆ ಇಲ್ಲದೆ ಓಡಿಸುವ ಜರೂರು, ಇದೆ ನಿನ್ನ ಗಾಯವ ತಗೋ ಔಷಧ ಹಚ್ಚು ಎಂಬಂತಹ ವಿಶ್ವಾಸದ ಪರಮಾವಧಿ, ಗದೆ ಎತ್ತಿಕೊಂಡು ಮೈಮರೆತು ನಟಿಸಬೇಕು ಎಂಬಂತಹ ತುರ್ತು ದರ್ದು ಬಂದಿತು. ಚಾಕುಂಡ ಆ ಭೀಕರ ಹುಕಿಯಿಂದ ತಪ್ಪಿಸಿಕೊಳ್ಳಲಾಗದೆ ಒದ್ದಾಡಿದ. ಅಷ್ಟೇ. ತಡೆದುಕೊಳ್ಳಲಾಗಲಿಲ್ಲ.

ಮೆಂಚಿಕಾಯಿ ಗೊಳ್ಳೆಂದು ನಗುತ್ತಿದ್ದ. ಹವಲ್ದಾರಿ ಗಾಬರಿಯಿಂದ ನೋಡುತ್ತಿದ್ದ. ಮೆಂಚಿಕಾಯಿಯ ತಾಯಿ ನಿಂತು ಚಪ್ಪಾಳೆ ತಟ್ಟುತ್ತಾ ಪ್ರೋತ್ಸಾಹ ನೀಡುತ್ತಿದ್ದಳು. ಚಾಕುಂಡ ಭಾವಾವೇಶದಲ್ಲಿ ಮೇಲಿಂದ ಕೆಳಕ್ಕೆ ಹಾರಿ ಕುಣಿಯುತ್ತಿದ್ದ. ಕಾಲಿಗೆ

ಕಟ್ಟಿದ್ದ ಗೆಜ್ಜೆ, ಎದೆಯ ಕಂಠೀಹಾರ ರಭಸಕ್ಕೆ ತೂಗುತ್ತಿದ್ದವು. ಗುಂಡಡ್ಡಿಗೆ, ಚಕ್ರಸರ, ಕಟ್ಟಾಣಿಸರ, ಗಂಟು ಹಾಕಿಕೊಂಡು ಕಟ್ಟಿಕೊಂಡಿದ್ದ ಭುಜ ಪದಕ, ಎದೆಹಾರಗಳು ನರ್ತಿಸುತ್ತಿದ್ದವು. ಹಿಂದೆ ಸುತ್ತಿಕೊಂಡಿದ್ದ ಕೃತಕ ಬಾಲ ಕೆಳಗೆ ಬಿದ್ದು ಹಾಯಾಗಿತ್ತು. ಗದೆ ಎತ್ತಿಕೊಂಡು ಕ್ಷಣಕಾಲ ಮೆರೆದಾಡುತ್ತಾ ಲಂಕಾದಹನದಲ್ಲಿ ಸುಟ್ಟುಕೊಳ್ಳುವ ಬಾಲದ ಅಣಕು ಮಾಡುತ್ತಾ ಚಾಕುಂಡ ನಗಿಸಿದ. ಏನೋ ನೆನಪಾಗಿ ಮನೆಯಿಂದ ಹೊರ ಬೀಳುತ್ತಲೇ ಬೈಕು ಹತ್ತಿ ಆವೇಗದಿಂದ ಡಿಕಡಿಕ ಸದ್ದು ಮಾಡುತ್ತಾ ಹೊರಟ.

ರಸ್ತೆಯಲ್ಲಿ ಪೇಟೆ ಹುಡುಗರು ಬೈಕಿನ ಮುಂದಿನ ಚಕ್ರ ಎತ್ತಿ ಓಡಿಸುವಂತೆ, ಬೈಕು ಓಡಿಸುತ್ತಲೇ ಎರಡೂ ಕೈ ಬಿಟ್ಟು ಮಶ್ಕಿರಿ ಮಾಡುವಂತೆ, ಜೀರೋ ಕಟ್ ಹೊಡೆಯುವಂತೆ, ಎಲ್ಲಾ ರೀತಿಯ ಸಾಹಸ ಮಾಡಿ ಮರಳಿ ಚಾಕುಂಡ ಮೆಂಚಿಕಾಯಿಯ ಮನೆಗೆ ಬಂದ. ಚಾಕುಂಡನ ಅವಾಂತರಕ್ಕೆ ರಸ್ತೆಯಲ್ಲಿ ಜನ ಹೌಹಾರಿದ್ದು, ಹ್ಹೋ ಎಂದು ಕಿರುಚಿದ್ದು, ಆತಂಕ ವ್ಯಕ್ತಪಡಿಸಿದ್ದು, ಸಾಕ್ಷಾತ್ ಹನುಮಂತನೇ ಬಂದನೆಂದು ಭಕ್ತಿ ರಸದಿಂದ ನಮಸ್ಕಾರ ಮಾಡಿದ್ದು, ಕಿರಾಣಿ ಅಂಗಡಿಯ ಮುಂದೆ ಥೈಲಿ ಹಿಡಿದು ನಿಂತ ಹೆಂಗಸರು ನಾಚಿಕೊಂಡು ಓಡಿ ಹೋಗಿದ್ದೆಲ್ಲವನ್ನು ಕೆನ್ನೀಲಿ ಆಕಾಶ ತನ್ನಲ್ಲಿಯೇ ಬಚ್ಚಿಟ್ಟುಕೊಂಡಿತು.

■

ಚಾಕುಂಡ ಸೃಷ್ಟಿಸಿದ ಅವಾಂತರಕ್ಕೆ ಮೆಂಚಿಕಾಯಿಯ ಮನೆ ಸುಧಾರಿಸಿಕೊಳ್ಳುತ್ತಿತ್ತು. "ಹುಡುಗಾಟ ಆಗ್ಯೆತೆ ನನ್ಮಗನಿಗೆ" ಎಂದು ನರಳುತ್ತಲೇ ಕಕೂನ ಬೈದು ಮಲಗಿದ್ದ. ವಿಸ್ತೃತ ಜುಲುಮೆಯಿಂದ "ತಿಂಡಿ ತಿನ್ನು, ಆಸ್ಪತ್ರೆ ಹೋಗೋಣ, ಚಾಕುಂಡ ಬರಲಿ" ಎಂದ ಹವಲ್ದಾರಿಗೆ 'ತಿಂಡಿ ಬೇಡ ವಿಷ ತಂದು ಕೊಡು' ಎಂದು ನಾಟಕೀಯವಾಗಿ ಬೇರೆ ಹೇಳಿದ್ದ.

ಮೆಂಚಿಕಾಯಿ "ಎರಡು ಹೂವಿನ ಹಾರ, ಒಂದು ಚೀಲ ಮಂಡಕ್ಕಿ, ಇಪ್ಪತ್ತ್ ಮಣ ಸೌದೆ ಸಾಕಲ್ವ, ಮಡಕೆ ಕುಡಿಕೆ ಬೇಗ ತಂದು ಬಿಡ್ತಿನಿ ಆಯ್ತಾ" ಎಂದು ಬೈಕಿನಿಂದ ಉತ್ಸಾಹಿಯಂತೆ ಇಳಿದು ಬಂದ ಚಾಕುಂಡನಿಗೆ ನಗುತ್ತಲೇ ಹೇಳಿದ. ಚಾಕುಂಡ ಕಣ್ಣರಳಿಸಿ "ಅಯ್ಯೋ ಕಕೂನ ಹೋಗಿಬಿಟ್ನ, ಎಂಥಾ ದುರ್ವಿಧಿ ಬಂತು ನನಗೆ, ಒಳ್ಳೆಯವರಿಗೆ ಕಾಲ ಇಲ್ಲ ಕಣ್ರಯ್ಯ" ಎಂದು ಅವಸರದಿಂದ ಮನೆಯೊಳಗೆ ನುಗ್ಗಿದ. ನುಗ್ಗಿ ಓಡುತ್ತಿದ್ದ ಚಾಕುಂಡನ ಹಿಡಿದು "ನಿ ಹಿಂಗ್ ಮಾಡುದ್ರೆ ಅವೆಲ್ಲಾ ಇಮ್ಮಿಡಿಯಟ್ಟಾಗಿ ತರಿಸಬೇಕಾಗ್ತದೆ ಕಣಲೇ ಬೋಸುಡಿಕೆ, ಹೆದರಿ ಸತ್ತೋಗ್ತಾನೆ ನಿನ್ನ ಆಟ ನೋಡಿ, ರಕ್ತಸ್ರಾವ ಆಗಿ ಪ್ರಜ್ಞೆ ಇಲ್ಲ ಮನುಷ್ಯಂದು, ಅವನ ಹೆಣ ಎತ್ಕಂಡು ನಡಿ ದವಖಾನಿಗೆ ಮದ್ಲು" ಎಂದು ಸಿಟ್ಟಿನಿಂದ ಹೇಳಿದ. "ಹೃದಯ ನಿಲ್ಸಿದ್ಯಲ್ಲೋ ಉಡಾಳ ಎಲ್ಡ್ ಸೆಕೆಂಡು" ಎಂದು ಚಾಕುಂಡ ಮೆಂಚಿಕಾಯಿಯ ಬೆನ್ನಿಗೆ ಗುಪ್ಪನೆ ಗುದ್ದಿ ವಿಶ್ರಾಂತ ನಗೆಯೊಂದನ್ನು ತುಳುಕಿಸಿದ.

ಮೆಂಚಿಕಾಯಿ ಮರು ನಕ್ಕು 'ಮನುಷ್ಯ ಸುಮ್ಮನಿರಲಾರದೆ ತನ್ನ ಎದೆ ಮೇಲೆ ತಾನೇ ಎಳೆದುಕೊಂಡ ಪಶ್ಚಾತ್ತಾಪದ ಕಲ್ಲು ಅತ್ತ ಇತ್ತ ಸ್ವಲ್ಪ ಜರುಗಿದ ಕೂಡಲೇ ಎಷ್ಟು ನಿರಾಳ ಆಗಿಬಿಡುತ್ತಾನೆ, ಅಕಸ್ಮಾತ್ ಆ ಕಲ್ಲು ಎದೆಯಲ್ಲಿ ಕರಗಿದರೆ ಮನುಷ್ಯ ಪ್ರಕೃತಿ ಥರ ಸುಮ್ಮನಾಗಿಬಿಡುತ್ತಾನೆ' ಎಂದು ಯೋಚಿಸಿದ. ಮತ್ತೆ ಛೇಡಿಸಲೆಂದೆ "ಬೆಳಿಗ್ಗೆ ನಿನ್ ಹೆಂಡ್ತಿ ಸತ್ತೋಗಿದ್ಲಾ, ಯಾಕಂಗೆ ಮಕ ಮಾಡ್ಕಂಡಿದ್ದೆ ಒಳ್ಳೆ ಗೊಣ್ಣೆ ನುಂಗ್ದೋನ್ ಥರ" ಎಂದು ಕೇಳಿದ. "ಏನಿಲ್ಲ ಬಿಡೋ ನನ್ನ ಗ್ರಹಚಾರ" ಎಂದು ಚಾಕುಂಡ ಕಕೂನನ ಕೋಣೆಗೆ ಹೋಗಬೇಕೆನ್ನುವಷ್ಟರಲ್ಲಿ ಮೆಂಚಿಕಾಯಿ ಚಾಕುಂಡನನ್ನು ಕೂಗಿ "ಬೈಕಿನ ಚಾವಿ ಕೊಡು" ಎಂದ. ಯಾಕೆ ಎಂದು ಕೇಳದೆ ಚಾವಿ ಕೊಟ್ಟ ಚಾಕುಂಡ "ಬೇಗ ಬಾ ಆಸ್ಪತ್ರೆಗೆ ಹೋಗ್ಬೇಕು" ಎಂದ. "ಏನಿಲ್ಲ, ಕಕೂನ ಉಳಿಯಂಗೆ ಕಾಣ್ತಿಲ್ಲ, ಅದ್ಕೆ ಹೂವಿನ ಹಾರ, ಮಂಡಕ್ಕಿ ಚೀಲ ತಂದು ಮನೆಯಲ್ಲಿ ಇಟ್ಟುಬಿಡ್ತಿನಿ, ಆಮೇಲೆ ಟೆಂಗ್ಯನ್, ಅರಚೋದು ಅಳೋದೆಲ್ಲಾ ಇರುತ್ತೆ ಬೇರೆ, ಆಮೇಲೆ ಯಾರು ಹೋಗ್ತಾರೆ" ಎಂದು ನಗುತ್ತಾ ಹೇಳಿದ. "ಅಯ್ಯೋ ದರಿದ್ರ ನನ್ಮಗನೆ" ಎಂದು ಕೈ ಬೀಸಿ ಹೊಡೆಯಲು ಚಾಕುಂಡ ಮುಂದಾದ. ಹೊಡೆತ ತಪ್ಪಿಸಿಕೊಂಡ ಮೆಂಚಿಕಾಯಿ "ನೋಡಿದಿಯಾ ಕಕೂನ ಹೆಂಗಾಗವ್ನೆ ಅಂತ, ಹೆಂಡ್ತಿ ನೋಡಕ್ಕೆ ಬರ್ಲಿಲ್ಲ ಅಂದ್ರೆ ಯೋಚ್ನೆ ಮಾಡೋ ಚಾಕುಂಡ, ಈ ನನ್ಮಗ ಉಳಿಯಲ್ಲ ಅಂತಾನೇ ನಾರಾಯಣಿನ ಮಡಿಕ್ಕೊಂಡಿರೋದು ಅವ್ಳು" ಎಂದು ಹುಸಿಯೊಂದನ್ನು ನುಡಿದ.

"ಚೇ ಚೇ, ಸಾವಲ್ಲಿ ಹುಡುಗಾಟ ಬೇಡ ಕಣೋ, ಅವನ ಸಂಸಾರ ತಗೊಂಡು ಏನಾಗದ್ಯೆತೆ ಈಗ" ಎಂದ ಚಾಕುಂಡ. ಮೆಂಚಿಕಾಯಿ ಹೋಗ್ಲಿ ಬಿಡು ಎನ್ನುವ ಒಂದೇ ಮಾತಿನ ಅರ್ಥದಲ್ಲಿ "ಗ್ರಹಚಾರ್ ಗಾಂಡ್ ಮಾರೆತೋ ಖುದಾ ಕ್ಯಾ ಕರೇಗಾ" ಎಂದು ಬಿಟ್ಟ, ಇಬ್ಬರು ಕಿಲಕಿಲ ನಕ್ಕರು. ಕಕೂನನ ದೇಹ ನಿಧಾನವಾಗಿ ನಿರ್ಜಲೀಕರಣವಾಗುತ್ತಾ ಕಪ್ಪು ಛಾಯೆಯೊಂದು ಅವನ ಸಮೀಪ ಸುತ್ತಿಕೊಳ್ಳುತ್ತಿತ್ತು.

■

ಮೆಂಚಿಕಾಯಿ ಹೇಳಿದ ಮಾತಿನ ಪ್ರಕಾರ ನಿಜಕ್ಕೂ ಖುದಾ ಅಸಹಾಯಕನಾಗಿದ್ದ. ಕಕೂನನ ಕುಂಡಿಯು ಹೊತ್ತು ಕಳೆದಂತೆಲ್ಲಾ ಕಳಾಹೀನವಾಗಿ ಕಾಣುತ್ತಾ, ಒಂದು ಕಡೆ ಬಾತುಕೊಂಡು, ಇನ್ನೊಂದು ಕಡೆ ಅರ್ಧ ಗಿಂಡಿಯ ಮಜ್ಜಿಗೆಯಂತೆ ಕಾಣುತ್ತಾ ಸೊರಗಿ ಹೋಗಿತ್ತು. ಕಕೂನ ನಿತ್ರಾಣನಾಗಿದ್ದ. ಅವನಿಗೊಂದು ಬಾಟಲಿ ಗ್ಲುಕೋಸು, ವೈದ್ಯನೊಬ್ಬನ ಆರೈಕೆ, ಸಲಹೆ, ಮಾಂತ್ರಿಕ ಸ್ಪರ್ಶ ಬೇಕಿತ್ತು.

"ಆಸ್ಪತ್ರೆಗೆ ಬಂದ್ರೆ ಊರೆಲ್ಲಾ ಮುಕಾರಾಗ್ತದೆ ಚಾಕುಂಡ, ನಾ ಬರೋದಿಲ್ಲ ಅಂದ್ರೆ ಬರೋದಿಲ್ಲ ಅಷ್ಟೇ" ಎಂದು ಅಗಾಧ ನೋವಿನಿಂದ ಹೇಳಿದ ಕಕೂನ. ಹನುಮಂತನ ವೇಷ ಕಳೆದರೂ ಕಣ್ಣಿಗೆ ಹಚ್ಚಿಕೊಂಡಿದ್ದ ಕಾಡಿಗೆ, ಕೇಸರಿ ರಂಗು ಬೆವರಿನೊಂದಿಗೆ ಸೇರಿ ಬೇರೊಂದು ಬಣ್ಣವನ್ನು ಹೆರುತ್ತಿತ್ತು. ಚಾಕುಂಡ ಕಕೂನನ ತಲೆ

ಸವರಿ "ನಿಂಗೆ ಏನಾಯ್ತು ಅಂತ ಹೇಳೋ, ನಾನಿದೀನಿ ಕಣಯ್ಯ, ನಿನ್ನ ಚಾಕುಂಡ ಇದ್ದಾನೆ ಕಣಯ್ಯ, ನಿನ್ನ ಮೈ ನೀರು ಬಿಡ್ತಿದೆ ಕಣೋ, ಹೇಳಪ್ಪ" ಎಂದರೂ ಕಕೂನ ಮೌನವಾಗಿ ಆಕ್ರಂದಿಸುತ್ತಿದ್ದ. "ಹೆಂಡ್ತಿ ಜತೆ ಜಗ್ಳಾ ಮಾಡ್ಕೊಂಡೇನೋ, ನೆನ್ನೆ ಬೆಳಿಗ್ಗೆ ತಾನೆ ಜಿಗಿದಾಡ್ತಿದ್ದಲ್ಲ ಮಾರಾಯ, ಹೇಳೋ, ನಾ ಯಾರಿಗೂ ಹೇಳಲ್ಲ ಕಣಯ್ಯ, ಹೇಳಪ್ಪ" ಎಂದು ಚಾಕುಂಡ ಬಿಟ್ಟು ಬಿಡದೇ ಪೀಡಿಸಿದ. ಕೋಣೆಯೊಳಗಿದ್ದ ಎರಡು ಕಾರ್ಯನಿರತ ಫ್ಯಾನುಗಳು ಚಾಕುಂಡನ ಹಿತಾಸಕ್ತಿಗೆ 'ಭಲೇ ಭಲೇ' ಎನ್ನುವಂತೆ ತಮ್ಮ ವೇಗ ಹೆಚ್ಚಿಸಿಕೊಂಡವು.

ಕಕೂನನ ಕಣ್ಣುಗುಡ್ಡೆಯ ಬಳಿ ಆತಂಕ ಮೂಡಿಸುವ ನಿಸ್ತೇಜ ಹಸಿರು ಬಣ್ಣದ ಅರ್ಧ ಬಳೆಯೊಂದು ಗಾಢವಾಗುತ್ತಾ ಹೋಯಿತು. ಕಕೂನ ಮೆಲ್ಲಗೆ ಮಾತು ಶುರು ಮಾಡಿದ.

"ನೆನ್ನೆ ಸಂಜೆ ನಮ್ ತೋಟದ ತಾವ ಹೋಗಿದ್ದೆ, ಯಾರೋ ನನ್ನ ಹೆಜ್ಜೆ ಸಪ್ಪಳ ಕೇಳಿ ಬುರುಬುರು ಓಡಿದರು, ನಾನು ಯಾವನಲೇ ಅವ್ನು ನಮ್ ತ್ವಾಟಕ್ಕೆ ನುಗ್ಗಿರದು ಅಂತೇಳಿ ಆ ಚೋದಿಕೆ ನನ್ಮಗ್ನ ಓಡಿಸ್ಕೆಂಡು ಹೋದೆ" ಎಂದು ಮಾತು ನಿಲ್ಲಿಸಿದ. ಚಾಕುಂಡ "ಕಕೂನ ಏನಾಯ್ತೋ, ನಡಿ, ಆಸ್ಪತ್ರೆಗೆ ಹೋಗನ" ಎಂದು ಮತ್ತೊಮ್ಮೆ ಜುಲುಮೆ ಮಾಡಿದ. ಕಕೂನ "ನೀರು, ನೀರು ಕೊಡು" ಎಂದು ನರಳುತ್ತಾ ಕೇಳಿದ. ಚೊಂಬಿನ ಮೇಲೆ ಶೀರ್ಷಾಸನ ಮಾಡಿಕೊಂಡು ನಿಂತಿದ್ದ ಲೋಟ ಎತ್ತಿಕೊಂಡು ಗುಟುಕು ಗುಟುಕಾಗಿ ಚಾಕುಂಡ ನೀರು ಕುಡಿಸಿದ.

ಕಕೂನ ಎಂದಿನಂತೆ ತ್ರೀ ಫೇಸು ಕರೆಂಟಿನ ಸಪ್ಲೈ ಬಂದ ಕೂಡಲೇ ಮೋಟಾರು ಚಲಾಯಿಸಿ ನೀರು ಹಾಯಿಸಲು ತೋಟಕ್ಕೆ ಹೋಗಿದ್ದ. ಅಡಿಕೆ, ತೆಂಗಿನ ನಡುನಡುವೆ ಹಲಸು ತೋಟದಲ್ಲಿದ್ದವು. ಮೇನ್ ಲೇನಿನಿಂದ ಎರಡು ಇಂಚಿನ ದೃಢ ಪಿವಿಸಿ ಪೈಪಿನಿಂದ ಹರಿದು ಬಂದ ಚಿಲುಮೆಯ ನೀರು ವಾಲ್ವುಗಳ ಬಳಸಿ ಫ್ಲೆಕ್ಸಿಬಲ್ ಬಳ್ಳಿಯ ಮೂಲಕ ಡ್ರಿಪ್ ಇರಿಗೇಷನ್ ವ್ಯವಸ್ಥೆಯಾಗಿತ್ತು. ಅಜನಬಿಯೊಬ್ಬ ನಡೆಯುವ ಸಪ್ಪಳ ಕೇಳಿ ಹಾಗೇ ನಿಂತ ಕಕೂನ ಒಂದು ದಿಕ್ಕಿನತ್ತ ಬಂದ. ತೋಟದಲ್ಲಿ ಮೊಲ, ಕಾಡಂದಿ, ನವಿಲುಗಳು ಆಗಾಗ್ಗೆ ಬಂದು ಹೋಗುತ್ತಿದ್ದರಿಂದ ನಾಯಿಗಳು ಅವನ ತೋಟಕ್ಕೆ ಬರುತ್ತಿದ್ದವು. ಮೇವು ಅರಸುತ್ತಾ, ಬಾಯಾರಿ ಬಂದ ನವಿಲುಗಳಂತೂ ಡ್ರಿಪ್ ಇರಿಗೇಷನ್ನಿನ ಟ್ಯೂಬಿನ ಬಳ್ಳಿಯನ್ನು ತಮ್ಮ ಕೊಕ್ಕಿನಿಂದ ಕುಕ್ಕಿ ತೂತು ಮಾಡಿದ್ದವು. ತೂತು ಮಾಡಿದ ಜಾಗಕ್ಕೆ ನಾಲ್ಕೈದು ಬಣ್ಣದ ಇನ್ಸುಲೇಶನ್ ಟೇಪುಗಳನ್ನು ಅಂಟಿಸಿದ ಕಾರಣಕ್ಕಾಗಿಯೇನೋ, ಇಡೀ ಹನಿ ನೀರಾವರಿ ಬಳ್ಳಿ ವ್ಯವಸ್ಥೆ ಕಕೂನನ ಕಣ್ಣಿಗೆ ಬ್ಯಾಂಡೇಜು ಸುತ್ತಿಕೊಂಡ ಗಾಯಾಳುವಿನಂತೆ ಕಾಣುತ್ತಿತ್ತು. ಇನ್ನೇನು ಕರೆಂಟು ಬರುವ ಹೊತ್ತು. ಕಕೂನ ಸ್ವಲ್ಪ ಮುಂದೆ ಬಂದು ಸುತ್ತಲೂ ಕಣ್ಣು ಹಾಯಿಸಿದ. ಸಾಂದ್ರವಾಗುತ್ತಿದ್ದ ಬೆಳಕಿನಲ್ಲಿ ನಾಯಿಯನ್ನು ಎಳೆದೊಯ್ಯುತ್ತಿದ್ದ ಇನ್ನೊಂದು ನಾಯಿಯಂತಹದೇ ಪ್ರಾಣಿಯ ಬಾಲ ನೋಡಿದ ಕಕೂನ "ಅಲೆಲೆಲೆ, ಈ ನಾಯಿ ಬಾಲ ನೆಟ್ಟಗಿದೆ" ಎಂದು ಹತ್ತಿರಕ್ಕೆ ಹೋದ. ಪೊದೆಯ ಬಳಿ ನಿಂತು

ಅದರ ಕಂದು ಬಾಲವನ್ನು ಒಮ್ಮೆ ಮುಟ್ಟಿ 'ಗಟ್ಟಿ ಇದೆಯೋ' ಎಂಬಂತೆ ಹಿಡಿದೆಳೆದ. ಅಷ್ಟೇ.

ಬೂದು ಮಿಶ್ರಿತ ಕಂದು ಬಣ್ಣ, ದಪ್ಪ ಬಾಲ, ವಿಶಾಲ ಹಣೆ, ತ್ರಿಕೋನಾಕಾರದ ದಿಟ್ಟ ಕಿವಿ, ಉದ್ದವಿದ್ದ ತಲೆ, ಬೃಹತ್ ಮೂತಿ, ಎತ್ತರದ ತಲೆ ಬುರುಡೆ, ಅಂದಾಜು ಮೂವತ್ತೈದು ಕೆಜಿ ತೂಕವಿದ್ದ ಪ್ರಬುದ್ಧ ತೋಳ ವ್ಯಘ್ರವಾಗಿ ಕಕೂನನನ್ನು ನೋಡಿತು. ಆರು ಬಾಚಿ ಹಲ್ಲುಗಳ, ಒಂದು ಜೋಡಿ ಕೋರೆ ಹಲ್ಲುಗಳು ಸಹಾಯದಿಂದ ಬೇಟೆಯನ್ನು ಅಷ್ಟು ದೂರದಿಂದ ಎಳೆದು ತಂದಿದ್ದ ತೋಳ ಅನಗತ್ಯ ಶಬ್ದ ಮಾಡದೇ ಬೇಟೆಯ ಹೊಟ್ಟೆಗೆ ಆಗಷ್ಟೇ ಬಾಯಿ ಹಾಕಿತ್ತು.

ನೀಳವಾದ ಬಾಲವನ್ನು ಸುಖಾಸುಮ್ಮನೆ ಎತ್ತಿ ಎಳೆದಾಡಿದ ಕಕೂನನ "ಗರ್ರ್‌ರ್" ಎಂದು ತೋಳ ಮೂತಿ ಗಂಟಿಕ್ಕಿಕೊಂಡು, ಸದಾ ಸೆಟೆದುಕೊಂಡಿರುವ ಕಿವಿಯನ್ನೊಮ್ಮೆ ಅಲುಗಾಡಿಸಿ ಭಯಂಕರವಾಗಿ ದನಿ ಹೊರಡಿಸಿತು. ರಕ್ತಸಿಕ್ತವಾದ ಅದರ ಹಲ್ಲು, ಹಳದಿ ಕಣ್ಣಿನಲ್ಲಾಗುತ್ತಿದ್ದ ಬೆಳಕಿನ ಪಥ ಸಂಚಲನದಿಂದ ಕಕೂನನಿಗೆ ಗಾಬರಿಯಿಂದ ಒಮ್ಮೆಲೆ ಶಿಫ್ಟ್ ಆದ ವಿಚಿತ್ರವಾದ ಭಯದೊಂದಿಗೆ ಕಂಪಿಸಿದ. ಕಕೂನ 'ಎದ್ದೆನೋ ಬಿದ್ದೆನೋ' ಎಂದು ಅನಾಮತ್ತಾಗಿ ಓಡಿದ. ಪೊದೆ, ಮುಳ್ಳುಗಂಟಿ ನೋಡದೆ ಓಡಿದ ಭರದಲ್ಲಿ ಅವನ ಕಾಲಿನ ಚಪ್ಪಲಿ ಎರಡು ಮೂರು ಸೆಕೆಂಡಿನಲ್ಲಿ ಕಳಚಿಕೊಂಡಿತು. ಉಟ್ಟುಕೊಂಡಿದ್ದ ಪಂಚೆ ಸಡಿಲಾಗಿದ್ದರಿಂದ ಓಡಲು ನೆರವಾದೀತು ಎಂದು ಅವನೇ ಅದನ್ನು ಗಾಳಿಗೆ ಕೊಟ್ಟ. ಕೆಂಪು ಬಾರ್ಡರಿನ ಬಿಳುಪಿನ ಪಂಚೆ ಬೇಲಿಯಂಚಿಗೆ ಸಿಕ್ಕಿ ವಿಶ್ರಾಂತಿ ತೆಗೆದುಕೊಂಡಿತು. ಕಕೂನ ಅರವತ್ತು ಕಿಲೋ ಮೀಟರು ವೇಗದಲ್ಲಿ ಓಡಿದರೆ ತೋಳ ಎಪ್ಪತ್ತೆಂಟು ಕಿಲೋ ಮೀಟರು ವೇಗದಲ್ಲಿ ಬೆನ್ನಟ್ಟಿತು.

'ನಾನಿವತ್ತು ಬದುಕಿ ಉಳಿಯುತ್ತೇನೆಯೇ' ಎಂಬ ಗುಮಾನಿಯಲ್ಲಿ ಓಡಿದ ಕಕೂನ ಹಲಸಿನ ಮರಕ್ಕೆ ಡಿಕ್ಕಿ ಹೊಡೆದುಕೊಂಡ.

ತನ್ನ ಇಡೀ ದೇಹದ ಭಾರವನ್ನು ತನ್ನ ಕಾಲಿನ ಬೆರಳುಗಳಿಂದ ನಿಭಾಯಿಸಿ ಅಟ್ಟಿಸಿಕೊಂಡು ಬಂದ ತೋಳ ಒಮ್ಮೆಲೆ ಅವನ ಬೆನ್ನ ಮೇಲೆ ಎರಗಿತು. ಐದು ಸೆಂಟಿಮೀಟರಿದ್ದ ಕೋರೆ ಹಲ್ಲಿನಿಂದ ಕಕೂನನ ಕುಂಡಿಗೆ ಬಾಯಿ ಹಾಕಿದ ತಕ್ಷಣ ಅವನು ಈವರೆಗೂ ಮಾಡಿದ ಸಕಲ ಸರ್ಕಸ್ಸು ವ್ಯರ್ಥವಾದಂತನ್ನಿಸಿ ಒಳಗೊಳಗೆ ಉಡುಗಿಹೋದ. ಅಭಿವೃದ್ಧಿಗೊಂಡ ತನ್ನ ಸ್ನಾಯು ಬಳಸಿ ಕಕೂನನೊಂದಿಗೆ ಜಿದ್ದಿಗೆ ಬಿದ್ದಿದ್ದ ತೋಳ ಬಲವಾದ ದವಡೆಯಿಂದ ಅವನ ಕುಂಡಿಯಿಂದ ಪಾವು ಕಿಲೋ ಮಾಂಸ ಕಿತ್ತುಕೊಂಡಿತು. ರೌರವ ನರಕದಿಂದ ಚೀರುತ್ತಾ ಕಾಲು ಒದೆಯುತ್ತಿದ್ದ ಕಕೂನ ಅದ್ಭುತ ಬೇಟೆಗಾರನ ಕೈಯಲ್ಲಿ ಮಿಕವಾಗಿದ್ದ.

ತೆಂಗಿನ ಗರಿಗಳ ಮೇಲೆ ಪ್ರಚಂಡ ಚಳಿ ತನ್ನ ಕಾಲೂರಿ ಬೆಚ್ಚಗಿದ್ದ ಬುಡವನ್ನೊಮ್ಮೆ ಅದುರಿಸಿತು.

ಆಹಾರ ಹುಡುಕುತ್ತಾ ಮೂರು ಕಿಲೋ ಮೀಟರಿನಿಂದ ಅಲೆದು ಬಂದಿದ್ದ ತೋಳ ಹೊಟ್ಟೆ ಭಾಗಕ್ಕೆ ಬಾಯಿ ಹಾಕಲು ಬಂದಾಗಲೆಲ್ಲ ಮಲಗಿದ್ದಲ್ಲೆ ಕೈ ಕಾಲು

ಝಾಡಿಸುತ್ತಾ ತನ್ನ ಗೋಲ ಹೊಟ್ಟೆ ಕಾಪಾಡಿಕೊಂಡ ಕಕೂನ ತನ್ನದಲ್ಲದ ಕನಸಿನಲ್ಲಿ ಅಪಾತ್ರವಾಗಿದ್ದ. ಈ ಭೀಭತ್ಸ ಅನುಭವದಿಂದ ಹೊರ ಬರುವುದು ಹೇಗೆಂದು ಯೋಚಿಸಲು ಸಮಯ ಸಿಗದೆ ಅವನ ಉಸಿರು ಕಟ್ಟಿತು. ಯಾವ ದಿಕ್ಕಿನಲ್ಲಿದ್ದೀನಿ ಎಂದು ಕಾಣಿಸದೆ ಬೆಳದಿಂಗಳ ಮರದ ನೆರಳು ಉದ್ದವಾಗುತ್ತಾ ರಾತ್ರಿ ಹಬ್ಬಿಕೊಳ್ಳುತ್ತಿತ್ತು. ಕಕೂನ ಉಲ್ಟಾ ಮಲಗಿದ. ತೋಳ ತನ್ನ ಪಂಜದಿಂದ ಬೆನ್ನ ಮೇಲೆ ಪ್ರಹಾರ ಶುರುಮಾಡಿತು. ಕೈಗೆ ಸಿಕ್ಕ ಮಣ್ಣು ಕಲ್ಲು ಗಿಡಗಳ ಎಲೆಗಳನ್ನೆಲ್ಲಾ ತೋಳದ ಮೇಲೆ ತೂರಿದ. ಎರಡು ಕೈಗಳನ್ನು ಎಷ್ಟೇ ಮರೆಸಿದರೂ ಹಸಿದ ತೋಳ ಪಾವು ಕಿಲೋ ಮಾಂಸ ಕಿತ್ತುಕೊಂಡ ಜಾಗಕ್ಕೆ ಮತ್ತೆ ಕೋರೆ ಹಲ್ಲು ಹಾಕಿ ಮತ್ತಷ್ಟು ಬಗೆಯಿತು. ಕಕೂನನ ತೊಡೆ ಭಾಗ ಬಿಗಿಯುತ್ತಾ ರಕ್ತ ಚಿಲ್ಲನೆ ಸೋರಿತು.

ಲೇಟಾಗಿ ಬಂದರೂ ಲೇಟೆಸ್ಟಾಗಿ ವೈಭವದಿಂದ ಬಂದ ತ್ರೀಫೇಸು ಕರೆಂಟು ಎದೆಗೆ ಹಾಯಿಸಿಕೊಂಡ ತೋಟದ ಮೋಟರು ಡಗಡಗ ಸೌಂಡಿನಿಂದ ತನ್ನ ಪ್ರಭಾತಫೇರಿ ಶುರು ಹಚ್ಚಿಕೊಂಡಿತು. ಅಚಾನಕ್ಕಾಗಿ ಪರಿಸರದಲ್ಲಿ ಉಂಟಾದ ತಳಮಳಕ್ಕೆ ತೋಳಕ್ಕೆ ಏನನ್ನಿಸಿತೋ ಎತ್ತಲೋ ಓಡಿ ಹೋಯಿತು. ಕಕೂನನ ಬಾಯಿಗೆ ಬಂದ ಹೃದಯ ಮತ್ತೆ ಬಡಿದುಕೊಂಡಿತು. ಕೂಗಲು ಧ್ವನಿಯಿಲ್ಲದೆ ಕಗ್ಗತ್ತಲೆಯಲ್ಲಿ ಪ್ರಯಾಸಗೊಂಡ ಕಕೂನನ ತಲೆ ಮೋಟಾರಿನಿಂದ ಅನತಿ ದೂರದಲ್ಲಿತ್ತು. ಭೀಕರವಾಗಿ ಮೊಳಗಿದ ಮೋಟಾರಿನ ಸೌಂಡು ಕಕೂನನ ಪಾಲಿಗೆ ಜೀವ ಉಳಿಸುವ ದಿವ್ಯ ಅಸ್ತ್ರದಂತೆ ಕಂಡಿತು. ಕಕೂನ ಗಿರಗಿರ ತಿರುಗುತ್ತಿದ್ದ ಮೋಟಾರಿಗೆ ಕೈ ಮುಗಿದ. ಟೂಬಿನ ಬಳ್ಳಿಯಿಂದ ಹನಿಹನಿಯಾಗಿ ಬರುತ್ತಿದ್ದ ಪ್ರಫುಲ್ಲ ನೀರು ಮರದ ಬುಡಗಳಿಗೆ ದೀಪಾವಳಿ ಡಿಸ್ಕೌಂಟಿನಂತೆ ನೆಲದ ಆಳಕ್ಕಿಳಿದ ಬೇರನ್ನು ನೆನೆಸುತ್ತಿತ್ತು.

■

ಮೆಂಚಿಕಾಯಿ ಬಳಿ "ಅರ್ಜೆಂಟಾಗಿ ಡಾಕ್ಟರನ್ನು ಮನೆಗೆ ಕರ್ಕೊಂಡು ಬರಬೇಕು ಕಣೋ, ಆಸ್ಪತ್ರೆಗೆ ಬರಲ್ಲ ಅಂತ ಹಠ ಮಾಡ್ತಿದ್ದಾನೆ" ಎಂದ ಚಾಕುಂಡ. "ಚಾಕುಂಡ, ಅಂಡು ನೋಡೋ ಡಾಕ್ಟರ್ ಇರಲ್ಲ ಕಣಯ್ಯ" ಎಂದು ನಕ್ಕ. "ಥತ್, ಲೇ ತಮಾಶೆ ಮಾಡಬೇಡ ಕಣೋ" "ಆಯ್ತು ಬಿಡಪ್ಪ, ಇವಾಗ ಹೇಳು, ಮನುಷ್ಯರನ್ನ ನೋಡೋ ಡಾಕ್ಟರನ್ನು ಕರ್ಕೊಂಡು ಬರ್ಬೇಕೋ, ವೆಟರ್ನರಿ ಡಾಕ್ಟರ್ ಕರ್ಕೊಂಡು ಬರ್ಬೇಕೋ" ಎಂದು ಹಾಸ್ಯ ಮಾಡಿದ. "ಮೆಂಚಿಕಾಯಿ, ಅತಿಯಾಯ್ತು" ಎಂದು ಚಾಕುಂಡ ಮೆಂಚಿಕಾಯಿಯನ್ನು ಗದರಿಸಿದ. "ಯಾರ್ ಸಿಕ್ತಾರೋ ಅವರನ್ನೆ ಕರ್ಕೊಂಡು ಬರ್ತಿನಿ" "ಮಾರಾಯಾ, ಹಲ್ಲು ರಿಪೇರಿ ಮಾಡೋವ್ನ ಕರ್ಕೊಂಡು ಬಂದೀಯಾ ಮತ್ತೆ" ಎಂದು ಚಾಕುಂಡ ನಕ್ಕ. ಮೆಂಚಿಕಾಯಿ ಮರು ನಕ್ಕು ಚಾಕುಂಡನ ಬೈಕು ಸ್ಟಾರ್ಟು ಮಾಡಿಕೊಂಡು ಹೊರಟ.

ಮೆಂಚಿಕಾಯಿ ಬೈಕನ್ನು ಸರ್ಕಾರಿ ಆಸ್ಪತ್ರೆಯ ಬಳಿ ಹೂ ಬಿಟ್ಟಿದ್ದ ಗುಲ್ಮೊಹರ್ ಮರದ ಬಳಿ ಒಂಟಿ ಸ್ಟಾಂಡು ಹಾಕಿ ಒಳ ಹೋದ. ಎಲ್ಲ ಕೋಣೆಗಳು ಥಂಡಾ ಹೊಡೆಯುತ್ತಿದ್ದವು. ಎಮರ್ಜೆನ್ಸಿ ಕೋಣೆಯಲ್ಲಿ ಮಾತ್ರ ಒಂದಿಬ್ಬರು ಬಿಳಿ ಏಪ್ರಾನ್ ಹಾಕಿಕೊಂಡು ಹರಟೆ ಹೊಡೆಯುತ್ತಿದ್ದರು. ಓಟಿಯಲ್ಲಿ ಎಲ್ಲ ಪ್ರಖರ ದೀಪಗಳು ಕಣ್ಮುಚ್ಚಿದ್ದವು. ಮೆಂಚಿಕಾಯಿ ತುರ್ತು ಸಭೆ ನಡೆಸುತ್ತಿದ್ದ ಇಬ್ಬರನ್ನು ಉದ್ದೇಶಿಸಿ "ಯಾರೂ ಇಲ್ವಾ ಡಾಕ್ಟ್ರು" ಎಂದು ಕೇಳಿದ. "ಡಾಕ್ಟ್ರೆಲ್ಲಾ ಸಮ್ಮೇಳನಕ್ಕೆ ಹೋಗವ್ರೆ, ಪಿಜಿಶಿಯನ್ ಮಾತ್ರ ಅವ್ರೆ" ಎಂದು ಒಬ್ಬಳು ಹೇಳಿದಳು. ಅವಳ ಮಾತನ್ನು ಕಡೆಗಣಿಸುತ್ತಾ ಇನ್ನೊಬ್ಬ "ಪಿಜಿಶಿಯನ್ ಡಾಕ್ಟ್ರು ಅರ್ಜೆಂಟಾಗಿ ಮನೆಗೋದ್ರು, ಅರ್ಧ ದಿನ ರಜೆ ಹಾಕಿ" ಎಂದು ಹೇಳಿದ. "ಎಮರ್ಜೆನ್ಸಿನ ಸಾರ್, ನೈಟ್ ಶಿಫ್ಟಿನ ಡಾಕ್ಟ್ರು ಸಿಗತಾರೆ ಕರೆಸ್ಲಾ" ಎಂದು ಉತ್ಸಾಹದಿಂದ ಹೇಳಿದಳು. ಮೆಂಚಿಕಾಯಿ ನಗುತ್ತಾ "ಬೇಡ, ಬೇಡ, ಹಗಲು ಹೊತ್ತು ನಿದ್ದೆ ಮಾಡ್ತಿರ್ತಾರೆ ಪಾಪ, ಯಾಕೆ ಡಿಸ್ಟಬೆನ್ಸ್" ಎಂದು ಹೊರಟ. ಆಸ್ಪತ್ರೆಯ ಮುಂದಿದ್ದ ಎರಡು ಅಂಬುಲೆನ್ಸಿನಲ್ಲಿ ತಮ್ಮ ಕಾಲುಗಳನ್ನು ಈಶಾನ್ಯದ ಕಡೆ ಉದ್ದಕ್ಕೆ ಚಾಚಿ ಡ್ರೈವರುಗಳು ಶೂನ್ಯ ನಿದ್ದೆ ಹೋಗುತ್ತಿದ್ದರು.

ಮೆಂಚಿಕಾಯಿ ಸೀದಾ ಗರಡಿ ಮನೆಯ ಮುಂದೆ ಬೈಕು ನಿಲ್ಲಿಸಿ ಮಾಯಕಾರ್ತಿಯನ್ನು ಕಾಯುತ್ತಾ ನಿಂತ. ಮಾಯಕಾರ್ತಿ ಗರಡಿ ಮನೆಯ ಮುಂದಿದ್ದ ಆಸ್ಪತ್ರೆಯ ವೆಟರ್ನರಿ ಡಾಕ್ಟರು. ಎದುರಿದ್ದ ಡಬ್ಬಿ ಅಂಗಡಿಯಲ್ಲಿ ಚಹಾ ಕುಡಿಯಲು ಹೋಗಿದ್ದ. "ನಾನು ಪಶು ವೈದ್ಯ ಕಂಡ್ರಿ, ನಾನು ಮನುಷ್ಯರನ್ನ ನೋಡಲ್ಲ" ಎಂದ ಮಾಯಕಾರ್ತಿ ನಡೆಯುತ್ತಾ ಆಸ್ಪತ್ರೆಯ ಹಿಂದಿದ್ದ ಮೈದಾನದೊಳಗೆ ನಡೆದ.

ಮೆಂಚಿಕಾಯಿ ಮಾಯಕಾರ್ತಿಯನ್ನೇ ಹಿಂಬಾಲಿಸಿದ. "ನಮ್ ಫ್ರೆಂಡು ಒಂಥರ ಪ್ರಾಣಿಯಿದ್ದಂಗೆ. ತಲೆ ತಿರುಗಿ ಬಿದ್ದವ್ನೆ ಸಾರ್, ಅರ್ಜೆಂಟು, ಇಲ್ಲ ಅನ್ಬೇಡಿ, ಡಾಕ್ಟ್ರು ಕರ್ಕೊಂಡು ಬರ್ತಿನಿ ಅಂತ ಪ್ರತಿಜ್ಞೆ ಮಾಡಿ ಬೇರೆ ಬಂದಿದೀನಿ" "ನಾನು ಬಂದು ಮಾಡೋದು ಏನಿದೆ, ನನ್ನ ಕೆಲ್ಸ ಕೆಡಿಸಬೇಡ್ರಿ, ಕೈ ಮುಗಿದು ಕೇಳ್ತಿನಿ" ಎಂದರೂ ಜುಲುಮೆಯಿಂದ ಮಾಯಕಾರ್ತಿಯನ್ನು ಬೈಕಿನಲ್ಲಿ ಕೂರಿಸಿಕೊಂಡು ಬಂದ ಮೆಂಚಿಕಾಯಿ "ನೀವೊಮ್ಮೆ ನಮ್ಮ ಪ್ರಾಣಿನ ಕಣ್ಣಾರೆ ನೋಡಿ ಹೊರಟು ಬಿಡ್ರಿ ಡಾಕ್ಟ್ರೆ, ಹೊರಟು ಬಿಡ್ರಿ" ಎಂದು ಹೇಳಿದ್ದ. 'ಒಂದು ಸಲ ಪ್ರಾಣಿ ಅಂತಾನೆ, ಒಂದು ಸಲ ಮನುಷ್ಯ ಅಂತಾನೆ, ಕದ್ದು ಮುಚ್ಚಿ ಮುಕಿಮುಕಿ ನಗ್ತಿದ್ದಾನಲ್ಲ ಈ ವ್ಯಕ್ತಿ' ಎಂಬ ಸಂಶಯದಿಂದ ಮಾಯಕಾರ್ತಿ ನೋಡುತ್ತಿದ್ದ.

ಮಾಯಕಾರ್ತಿಯ ಎದೆಯೊಳಗೆ "ನಮ್ಗೆ ಮರ್ಯಾದೆ ಇಲ್ಲ, ಎಲ್ಲಾ ಹಸು ನಾಯಿ ನೋಡೋ ಡಾಕ್ಟ್ರು ಎಂದು ಮೂದಲಿಸುತ್ತಾರೆ, ಎದುರಿಗೆ ನಿಂತು ಸಿಂಗುಲರಲ್ಲಿ 'ಬಾರಯ್ಯ ನಮ್ಮ ಹೋರಿ ಯಾಕೋ ಮೇವು ತಿಂತಿಲ್ಲ, ಬೀಜಾನೂ ಹೊಡಿತಿಲ್ಲ, ನಮ್ಮ ನಾಯಿ ವಿಪರೀತ ಜೊಲ್ಲು ಸುರಿಸುತ್ತೆ' ಎಂದು ಹೇಳುವ ಜನರಿಗೆ ನಾವು ಸಹ ಪ್ರೈವೇಟ್ಟಾಗಿ ಕ್ಲಿನಿಕ್ಕಲ್ಲಿ ಡ್ಯುಟಿ ಮಾಡ್ಬೇಕು, ಆಗ ಈ ಜನಗಳಿಗೆ ನಮ್ಮ ಅಸ್ತಿತ್ವ ಗೊತ್ತಾಗುತ್ತೇನೋ" ಎಂದೆಲ್ಲಾ ಯೋಚಿಸುತ್ತಿದ್ದ.

"ಚಾಕುಂಡ, ಚಾಕುಂಡ" ಎಂದು ಬೈಕು ನಿಲ್ಲಿಸಿದ ಕೂಡಲೇ ಕೂಗಿದ ಮೆಂಚಿಕಾಯಿ "ನೀವು ನಡೀರಿ ಡಾಕ್ಟ್ರೆ, ಬರ್ತಿನಿ" ಎಂದ. ಬೀಸಣಿಕೆ ಅತ್ತಿಂದಿತ್ತ ಬೀಸುತ್ತಾ ಕೂತಿದ್ದ ಚಾಕುಂಡ ಮೆಂಚಿಕಾಯಿಯ ಒಡೆದ ದನಿ ಕೇಳಿ "ಡಾಕ್ಟ್ರು ಬಂದಿದ್ದಾರೆ ಅನ್ಸುತ್ತೆ ಕಣೋ, ಕರ್ಕೊಂಡು ಬರ್ತಿನಿ ಕಕೂನ" ಎಂದು ಅಂಗಳಕ್ಕೆ ಧೂಮಕೇತು ನುಗ್ಗಿದಂತೆ ಬಂದು ಹಾಗೆ ನಿಂತ. ಮಾಯಕಾರ್ತಿ ಚಾಕುಂಡನನ್ನು ನೋಡಿದ. ಹಿಂಬದಿಯಲ್ಲಿ ಮೆಂಚಿಕಾಯಿ ಬಾಯಿ ಬಿಗಿ ಹಿಡಿದು ನಗುತ್ತಿದ್ದ. "ಇಂಥಾ ಟೈಮಲ್ಲಿ ಎಷ್ಟು ವಿಕೃತಿ ತೋರಿಸುತ್ತಿದ್ದಾನೆ ಬಾಡ್ಕೋ" ಎಂದು ಚಾಕುಂಡ ಕೆಂಗಣ್ಣು ಬಿಟ್ಟು ಹೊಸ್ತಿಲ ಬಳಿ ಬಿಟ್ಟಿದ್ದ ಚಪ್ಪಲಿ ತೆಗೆದುಕೊಂಡು ಮೆಂಚಿಕಾಯಿಯತ್ತ ಎಸೆದ. ಹೊಸ್ತಿಲ ಬಳಿ ಬಂದು ಚಾಕುಂಡ ಚಪ್ಪಲಿ ತೆಗೆದುಕೊಳ್ಳುವ ಹೊತ್ತಿಗೆ ನಾಲ್ಕು ಮಾರು ಓಡಿ ಹೋಗಿದ್ದ ಮೆಂಚಿಕಾಯಿ ಒಂಟಿ ಚಪ್ಪಲಿಯನ್ನು ಕ್ಯಾಚು ಹಿಡಿದಿದ್ದ. ಮಾಯಕಾರ್ತಿ ಏನಾಯಿತೆಂದು ಕೇಳಿದರೆ "ಏನಿಲ್ಲ ಹುಚ್ಚು ನಾಯಿ, ಓಡಿಸಿದೆ ಡಾಕ್ಟರೆ" ಎಂದು "ನೀವ್ಯಾಕೆ ಬರೋಕೆ ಹೋದ್ರಿ" ಎಂದ. ಮಾಯಕಾರ್ತಿ ರೊಚ್ಚಿಗೆದ್ದು "ನಾನು ಬರಲ್ಲ ಅಂದ್ರು ಕಾಲು ಮುಗಿದು, ಬನ್ನಿ ಬನ್ನಿ ಎಂದು ಗೋಗರೆದ ಕಂಡ್ರಿ" ಎಂದ. "ನಾನು ಮನುಷ್ಯರನ್ನ ನೋಡೋ ಡಾಕ್ಟರ್ ಕರ್ಕೊಂಡು ಬಾರೋ ಅಂದ್ರೆ, ದನಿನ ಡಾಕ್ಟ್ರನ್ನು ತಂದಿದ್ದಾನೆ, ನಾಲಾಯಕ್" ಎಂದು ಬೈದ. ಮೊದಲೇ ಅಸಮಾಧಾನಗೊಂಡಿದ್ದ ಮಾಯಕಾರ್ತಿಗೆ ಕೇವಲವಾಗಿ 'ದನಿನ ಡಾಕ್ಟ್ರು' ಎಂದಿದ್ದು ಅಜೀರ್ಣವಾಗಿ ಅವನ ಮುಖ ಸಿಡಿಯುವ ಸಾಸಿವೆಯಂತೆ ಕಂಡಿತು.

■

ವಾಪಾಸ್ಸು ಹೊರಟಿದ್ದ ಮಾಯಕಾರ್ತಿಯ ಕೈಯಲ್ಲಿ ಪ್ರಥಮ ಚಿಕಿತ್ಸೆಯ ಬುಟ್ಟಿಯನ್ನು ಕಂಡ ಚಾಕುಂಡ ಸೀದಾ ಕಕೂನನ ಬಳಿ ಕರೆತಂದ. ಮಕಾಡೆ ಮಲಗಿ ಏದುಸಿರು ತೆಗೆದುಕೊಳ್ಳುತ್ತಿದ್ದ ಕಕೂನನ ನೋಡಿ "ಏನ್ರಿ ಪ್ರಾಣದ ಹುಡುಗಾಟ ಆಗೀತೇನ್ರಿ ನಿಮ್ಗೆ, ಸ್ವಲ್ಪನಾದ್ರೂ ಮಾನವೀಯತೆ ಬೇಡವಾ ಥೂ" ಎಂದು ಎಂಜಲಿನ ಸಮೇತ ಉಗಿದ. ತಾನು ಬರುವ ದಾರಿಯಲ್ಲಿ ಯಾರಾದರೂ ಅಪಘಾತಗೊಂಡು ಬಿದ್ದಿದ್ದರೆ ಪ್ರಥಮ ಚಿಕಿತ್ಸೆ ಮಾಡಿ ಕಳಿಸುತ್ತಿದ್ದ, ಬಾಲ ಸುಟ್ಟುಕೊಂಡ ಬೆಕ್ಕಿಗೂ ತನ್ಮಯತೆಯಿಂದ ಮುಲಾಮು ಹಚ್ಚುತ್ತಿದ್ದ, ಕೇಕು ತಿಂದು ಮೈ ನಂಜಾಗಿದ್ದ ಪಮೋರಿಯನ್ ನಾಯಿ ಎದೆಗವುಚಿಕೊಂಡು ಸಂತೈಸುತ್ತಾ ಚುಚ್ಚುಮದ್ದು ಕೊಡುತ್ತಿದ್ದ ಮಾಯಕಾರ್ತಿಗೆ ಕಕೂನನ ದಾರುಣ ಸ್ಥಿತಿ ನೋಡಲಾಗಲಿಲ್ಲ.

"ಮೊದಲು ಆಸ್ಪತ್ರೆಗೆ ಕರ್ಕೊಂಡು ನಡೀರಿ" ಎಂದು ಸಿಡಿದೆದ್ದ ಮಾಯಕಾರ್ತಿಯ ನುಡಿ ಕೇಳಿ "ನಾ ಆಸ್ಪತ್ರೆಗೆ ಮಾತ್ರ ಬರೊಲ್ಲ, ಬರೊಲ್ಲ" ಎಂದು ಕಕೂನ ರೋದಿಸಿದ. "ನೋಡಿದ್ರಾ ಡಾಕ್ಟರೆ, ಎಷ್ಟು ಕರೆದ್ರೂ ಬರ್ತಿಲ್ಲ" ಎಂದು ಚಾಕುಂಡ ಅಸಹಾಯಕತೆ ತೋಡಿಕೊಂಡ. "ಏನ್ರಿ ನೀವು ಮಕ್ಕಳ ಹಾಗೆ ಆಡ್ತಿರಲ್ಲ, ನಾ ಫೋನ್ ಮಾಡಿ

ಅಂಬುಲೆನ್ಸ್ ಕರೆಸ್ತಿನಿ" ಎಂದು ತನ್ನ ಫೋನ್ ಎತ್ತಿಕೊಂಡ. ಕಕೂನ ಭಯಂಕರವಾದ ಗರ್ಜನೆ ಮಾಡಿ "ನಾ ಬರೊಲ್ಲ, ಅಂದ್ರೆ ಬರಲ್ಲ" ಎಂದು ತನ್ನ ನಾಲಿಗೆ ಕಚ್ಚಿಕೊಳ್ಳಲು ಪ್ರಯತ್ನಿಸಿದ. ಚಾಕುಂಡ ಕಕೂನನ ಬೆನ್ನು ಒರೆಸುತ್ತಾ "ಆಯ್ತು ಬಿಡೋ, ಆಯ್ತು ಬಿಡೋ ಕಕೂನಾ" ಎಂದು ಚಿಕ್ಕ ಮಗುವೊಂದು ಚಾಕಲೇಟಿನ ಆಸೆಗೆ ಕೆಸರಿಗೆ ಬಿದ್ದಾಗ ಸಮಾಧಾನಿಸುವಂತೆ ಓಲೈಸಿದ.

ಸಮಯ ಹಾಳು ಮಾಡದೇ ತನ್ನ ಬುಟ್ಟಿ ತೆಗೆದ ಮಾಯಕಾರ್ತಿ ಕಕೂನನ ಬಳಿ ಕೂತು ಶ್ರೀಲಂಕಾ ಮ್ಯಾಪಿನಂತೆ ಆಳವಾಗಿ ಕಿತ್ತು ಹೋದ ಹಿಂಭಾಗ ನೋಡಿದ. ಬೆನ್ನ ಮೇಲಿನ ತರಚು ಗೆರೆ ಗಮನಿಸಿದ. ಕುಂಡಿಯ ಅಕ್ಕಪಕ್ಕ ಮೂಡಿದ್ದ ಪ್ರಾಣಿಯೊಂದರ ಹಲ್ಲಿನ ಗುರುತುಗಳನ್ನು, ಪಂಜದಿಂದ ಕೆದರಿದ ಕುರುಹುಗಳನ್ನು ಸೂಕ್ಷ್ಮವಾಗಿ ನೋಡಿದ. ಮಾಯಕಾರ್ತಿಗೆ ಶಕ್ಯವಾಗಿತ್ತು. ಇದು ತೋಳದ ದಾಳಿ. "ಚಾಕುಂಡ ಅವ್ರೆ, ತೋಳ ಕಚ್ಚಿದೆ ಕಣ್ರಿ, ಆದಷ್ಟು ಬೇಗ ಆಸ್ಪತ್ರೆಗೆ ಸೇರಿಸಿ" ಎಂದ. ಚಾಕುಂಡ ಏನೂ ಗೊತ್ತಿಲ್ಲದನಂತೆ ತಲೆಯಾಡಿಸಿದ. "ಆಂಟಿ ರೇಬಿಸಿನ ವ್ಯಾಕ್ಸಿನು, ಇಮ್ಯುನೋಗ್ಲೋಬುಲಿನ್ಸ್" ಎಂದು ಚೀಟಿಯಲ್ಲಿ ಬರೆದುಕೊಟ್ಟು ತುರ್ತಾಗಿ ತರಲು ಹೇಳಿದ. ಚಾಕುಂಡ ಮಿಂಚು ಬೆನ್ನತ್ತಿ ಹೋಗುವಂತೆ ಓಡಿದ.

ಚಾಕುಂಡ ಮೆಡಿಕಲ್ಲಿಗೆ ಹೋಗಿ ಬರುವಷ್ಟರಲ್ಲಿ ಕೈಗವಸು ಹಾಕಿಕೊಂಡ ಮಾಯಕಾರ್ತಿ ಚಿಮುಟ ಹಿಡಿದು ಗಾಯಕ್ಕೆ ಅಂಟಿಕೊಂಡ ಬಾಹ್ಯ ವಸ್ತುಗಳನ್ನು ತೆಗೆದ. ಕ್ಷಾರ ಜಲ ಬಳಸಿ ಸೂಕ್ಷ್ಮತೆಯಿಂದ ಗಾಯ ತೊಳೆದು, ಡೆಟಾಲಿನಿಂದ ತರಚು ಗಾಯಗಳನ್ನು ಒರೆಸಿ, ನಂಜು ನಿವಾರಕ ಕ್ರೀಮುಗಳನ್ನು ಲೇಪಿಸಿ, ತಕ್ಕಮಟ್ಟಿಗೆ ಧೈರ್ಯ ಕೊಟ್ಟಿದ್ದ ಮಾಯಕಾರ್ತಿ ಚಾಕುಂಡ ಬಂದಕೂಡಲೇ ಸರ್ಜಿಕಲ್ ಕತ್ತರಿಯಿಂದ ಕವರನ್ನು ಒಡೆದು ಸಿರಿಂಜಿನಿಂದ ಬಗ್ಗಿಸಿ ಹೀರಿಕೊಂಡ ಔಷಧವನ್ನು ಮೂವತ್ತು ಡಿಗ್ರಿಯ ಕೋನದಿಂದ ಕಕೂನನ ಮೈಗೆ ಚುಚ್ಚಿದ.

■

"ವ್ಯಂ ವ್ಯಂ" ಎಂದು ಸುಣ್ಣದ ಕೇರಿಯ ಜನರ ಗಮನ ಸೆಳೆಯುತ್ತಾ, ಗಾಳಿಗೆ ತುಯ್ಯುತ್ತಿದ್ದ ಮರಗಳನ್ನು ಎಚ್ಚರಿಸುತ್ತಾ ಒಂದು ಬೆಳ್ಳನೆಯ ಅಂಬುಲೆನ್ಸ್ ಸುಮಾರು ವೇಗದಲ್ಲಿ ಬರುತ್ತಿತ್ತು. ನಿರುಪದ್ರವಿ ಧೂಳು ಎಬ್ಬಿಸಿ ಹೋಗುತ್ತಿದ್ದ ನುಣುಪು ಟೈರುಗಳು ಎಲ್ಲಿಗೆ ಹೋಗುತ್ತಿದೆ ಎಂದು ಜನರು ಕುತೂಹಲದಿಂದ ನೋಡಿದರು. ಅಂಬುಲೆನ್ಸ್ ಒಳಗಿಂದ ಹವಲ್ದಾರಿ ಒಮ್ಮೆಲೆ ಜಿಗಿದು ಬಂದ. ಹವಲ್ದಾರಿ ಏಕಾಏಕಿ ಆಸ್ಪತ್ರೆಗೆ ನುಗ್ಗಿ "ಯಾರನ್ನು ಕೇಳಿ ಡಾಕ್ಟರುಗಳ ಕಾಂದಾನಿಗೆ ಕಾಂದಾನೇ ಸಮ್ಮೇಳನಕ್ಕೆ ಹೋದ್ರು, ಸರ್ಕಾರಿ ಆಸ್ಪತ್ರೆನಾ ಬ್ಯೂಟಿ ಪಾರ್ಲರ್ ಅಂದುಕೊಂಡಿದ್ದಾರ ಅವ್ರು" ಎಂದು ರಂಪ ಮಾಡಿ, ಮಲಗಿದ್ದ ಡ್ರೈವರುಗಳನ್ನು ಎಬ್ಬಿಸಿ, ಅವರೊಡನೆ ತಕರಾರು ಮಾಡಿಕೊಂಡು, ಕೈಕೈ ಮಿಲಾಯಿಸಿ ಸೊಂಟದಲ್ಲಿದ್ದ ಕಂಟ್ರಿ ಪಿಸ್ತೂಲ್ ತೆಗೆದು

ಹೆದರಿಸಿ 'ತೇರಿ ಮಾಕಿ' ಎಂದು ಬೈದು ಮಾಯಾ ಚಾಪೆಯಂತಿದ್ದ ಅಂಬುಲೆನ್ಸನ್ನು ಹಾರಿಸಿಕೊಂಡು ಬಂದಿದ್ದ.

ಹವಲ್ದಾರಿ ಅಂಬುಲೆನ್ಸಿನಿಂದ ಕೆಳಗೆ ಇಳಿದರೂ ಅದರ ಮೇಲೆ ಮುಕುಟ ಮಣಿಯಂತೆ ಹೊಳೆಯುತ್ತಿದ್ದ ನೀಲಿ ಕೆಂಪು ಬಣ್ಣ ಹೊಮ್ಮಿಸುತ್ತಿದ್ದ ಬಲ್ಬುಗಳು ಏಕಾಂತದಿಂದ ಅತ್ತಿಂದಿತ್ತ ಚಲಿಸುತ್ತಾ ಬಿಕ್ಕಳಿಸುತ್ತಿದ್ದವು. ಮನುಷ್ಯನಿಗೆ ತುಂಬಾ ಆಪ್ತವಾದ ಮತ್ತು ಆಪ್ಯಾಯಮಾನವಾದ ಒಂದು ಸೌಂಡು ಇದ್ದರೆ ಅದು ಅಂಬುಲೆನ್ಸಿನದೇ ಇರಬೇಕು. ಆ ಸೌಂಡು ಈಗ ಮೆಂಚಿಕಾಯಿಯ ಮನೆಯ ತುಂಬಾ ರಿಂಗಣಿಸುತ್ತಿತ್ತು. ಅಂಬುಲೆನ್ಸಿನೊಳಗೆ ಕಕೂನ ಹೋಗುವವರೆಗೂ ಚಾಕುಂಡನ ಕೈಯನ್ನು ಗಟ್ಟಿಯಾಗಿ ಹಿಡಿದುಕೊಂಡ ಕಕೂನ "ಆ ತೋಳನ ಬಿಡಬಾರ್ದು ಚಾಕುಂಡ, ಅದಕ್ಕೊಂದು ಗತಿ ಕಾಣಿಸ್ಬೇಕು ಕಣೋ" ಎಂದು ಹೇಳಿದ. "ಚಾಕುಂಡ ಇದ್ದಾನೆ ಕಣೋ, ನಾನ್ ಹೊಡಿತೀನಿ ತೋಳನ" ಎಂದು ಹರಿತವಾಗಿ ಚಾಕುಂಡ ಗುಸುಗುಸು ಮಾತಾಡಿದ.

"ನಾ ಸತ್ರೂ, ನೀನ್ ಮಾತ್ರ ಆ ಮಿಂಡ್ರಿ ತೋಳನ ಬಿಡಬಾರ್ದು ಕಣೋ" ಎಂದು ಕಕೂನ ಆತಂಕ ಭರಿತವಾಗಿ ಹೇಳಿದರೆ "ಸುಮ್ಕಿರಪ್ಪ, ನೀನೊಳ್ಳೆ" ಎಂದ ಚಾಕುಂಡ. "ಭಾಷೆ ಕೊಡು" ಎಂದ ಕಕೂನ. ಥತ್ತೇರಿ ಎಂದು ಕಕೂನನ ಬಲಗೈ ಹಿಡಿದುಕೊಂಡು "ಅದು ಯಾವುದೇ ಮೂಲೆಲಿ ಬಚ್ಚಿಕೊಂಡಿದ್ರು ಚಾಕುಂಡ ಬಿಡಕಿಲ್ಲ, ರಕ್ತ ಕುಡಿತಾನೆ" ಎಂದು ಮಾತು ಮುಂದುವರೆಸಿ "ಅದರ ತಲೆ ತಗೊಂಡು ಬಂದು ನಿಂಗೆ ಕೊಡ್ತಿನೋ ಕಕೂನಾ, ಇದು ನಿನ್ಮೇಲಾಣೆ" ಎಂದ. ವಾಗ್ದಾನ ಕೊಟ್ಟ ಕ್ಷಣಕ್ಕೆ ಹೊರಗೆ ಅಕಾಲ ಮಳೆ ಶುರುವಾಯಿತು. ಹವಲ್ದಾರಿ ರೊಯ್ಯನೆ ಡ್ರೈವರಿನ ಸೀಟಿನಲ್ಲಿ ಕೂತು ಅಂಬುಲೆನ್ಸನ್ನು ತಿರುಗಿಸಿದ. ಮಾಯಕಾರ್ತಿ "ಬೇಗ ನಡಿರಿ, ಬೇಗ" ಎಂದು ಕಕೂನನ ಪಕ್ಕದಲ್ಲಿ ಕೂತು ಉತ್ತೇಜಿಸಿದ. ಚಾಕುಂಡ ಮತ್ತು ಅವನ ಬಲಗೈ ಕಕೂನನ ಬಲಗೈಯನ್ನು ಬಲವಾಗಿ ಆತುಕೊಂಡಿದ್ದವು. ಮೆಂಚಿಕಾಯಿ ಚಾಕುಂಡನ ಬೈಕ್ ಸ್ಟಾರ್ಟು ಮಾಡಿಕೊಂಡು ಅಂಬುಲೆನ್ಸನ್ನೆ ಹಿಂಬಾಲಿಸಿದ. ಮೆಂಚಿಕಾಯಿಯ ತಾಯಿ 'ಮನೆಯೊಳಗಿದ್ದ ಭೀಕರ ಮೌನ ಸುರಕ್ಷಿತವಾಗಿ ಹೋಗಿ ಸುರಕ್ಷಿತವಾಗಿ ನೆಗೆದು ಬೀಳಲಿ' ಎಂದು ಟಾಟಾ ಮಾಡಿದಳು.

ಸುಸಜ್ಜಿತವಾದ ನರ್ಸಿಂಗ್ ಹೋಮಿಗೆ ಕಕೂನ ವರ್ಗಾಯಿಸಲ್ಪಟ್ಟಿದ್ದ. ಅಲ್ಲಿಗೆ ತಲುಪುವ ಹೊತ್ತಿಗೆ ಅಂಬುಲೆನ್ಸಿನ ವೈಪರುಗಳು ಮಳೆ ಹನಿಗಳ ಗೀಚುತ್ತಾ ತನ್ನ ಮೈ ನೆನೆಸಿಕೊಂಡಿತ್ತು. "ಚಾಕುಂಡ, ಚಾಕುಂಡ" ಎಂದು ಗೋಗರೆದ ಕಕೂನ ತನ್ನ ಪ್ಲಾನು ಬದಲಾಯಿಸಿಕೊಂಡು ಮಕಾಡೆ ಮಲಗಿಕೊಂಡೆ ಚಾಕುಂಡನನ್ನು ಹತ್ತಿರಕ್ಕೆ ಕರೆದ. ಮಾಯಕಾರ್ತಿ ಗಾಜಿನ ಕಿಂಡಿಯಿಂದ ಬಗ್ಗಿ ನೋಡುತ್ತಾ ಚಾಕುಂಡ ಕಕೂನನ ಬಳಿ ತನ್ನ ಕಿವಿ ತೆಗೆದುಕೊಂಡು ಹೋಗುತ್ತಿರುವುದನ್ನು ನೋಡಿದ. "ತೋಳನಾ ಸಾಯ್ಸಿ, ನಿನ್ನ ಬೈಕಿನಾಗೆ ಎಳ್ಕೊಂಡು ಊರ ತುಂಬಾ ನೀನೇ ಮೆರವಣಿಗೆ ಮಾಡ್ಬೇಕು ಚಾಕುಂಡ" ಎಂದ. ಕಕೂನನ ದಿಗಿಲು ಹುಟ್ಟಿಸುವ ಪ್ಲಾನು ಕೇಳಿ ಚಾಕುಂಡ ನಕ್ಕ.

"ವಿಷ್ಯ ಯಾರಿಗೂ ಗೊತ್ತಾಗಬಾರದು ಕಣೋ, ಮೆಂಚಿಕಾಯಿ ಬಾಯಿ ಸರಿ ಇಲ್ಲ ಅವನಿಗೆ ಸ್ವಲ್ಪನೂ ಸಮಾಚಾರ ಗೊತ್ತಾಗಬಾರದು ಕಣೋ" ಎಂದು ಕಕೂನ ಹೇಳುತ್ತಲಿದ್ದ. ನರ್ಸಿಂಗ್ ಹೋಮಿನ ಗೇಟು ಬಾಚಿಕೊಂಡು ಅಂಬುಲೆನ್ಸ್ ನಿಂತಿತು.

■

ಕಕೂನನಿಗೆ ಕೊಟ್ಟ ಮಾತಿನಂತೆ ತೋಳವನ್ನು ಕೊಂದು ಬೈಕಿನಲ್ಲಿ ಊರ ತುಂಬಾ ಮೆರವಣಿಗೆ ಮಾಡುತ್ತೇನೆಂಬ ತಯಾರಿಯಲ್ಲಿ ಚಾಕುಂಡ ಮುಳುಗಿದ. ಅವನ ತಲೆಯಲ್ಲಿ ತೋಳ ಬಿಟ್ಟರೆ ಬೇರೆ ಏನೂ ಇರಲಿಲ್ಲ. ಕೂತರು ಎದ್ದರೂ ಬರೀ 'ತೋಳವನ್ನು ಹೇಗೆ ಹಣಿಯುವುದು' ಎಂದು ಬಿಗಿಯಾದ ಉಪಾಯಕ್ಕಾಗಿ ಯೋಚಿಸುತ್ತಿದ್ದ.

ಶೋಲೆ ಸಿನಿಮಾದ ಅಮ್ಜದ್ ಖಾನಿನಂತೆ ದಿರಿಸು ತೊಟ್ಟು ಹೊರಟ ಚಾಕುಂಡ ಮನೆಯಲ್ಲಿದ್ದ ಕೊಡಲಿ ಹೆಗಲಿಗೆ ಏರಿಸಿಕೊಂಡು ಸಂಜೆಯಿಂದ ರಾತ್ರಿಯವರೆಗೆ ಕಕೂನನ ತೋಟದಲ್ಲಿ ಕಾದಿದ್ದವನಿಗೆ ಕಾಳ ರಾತ್ರಿಯ ಮಂಜಿನಲ್ಲೂ ಮೈ ಬೆವೆಯಿತು. 'ಚಿಂವ್ ಚಿಂವ್' ಎಂದು ಹಾರ್ನು ಬಾರಿಸಿಕೊಂಡು ಅಡಿಕೆ ಮರ ಏರುತಿದ್ದ ಅಳಿಲನ್ನು ನೋಡಿ ಕೊಡಲಿ ಎತ್ತಿ ಹಿಡಿದು ವೀರಾವೇಶದಿಂದ ಬೀಸಿದ ಚಾಕುಂಡನ ಬಾಯಿಯಿಂದ ಆಕಳಿಕೆ ಗಿರಕಿ ಹೊಡೆಯುತ್ತಿತ್ತು. ತೋಳದ ವಾಸನೆ ಕಾಣದೆ ಮತ್ತೆ ಹ್ಯಾಪು ಮೋರೆ ಹಾಕಿಕೊಂಡ ಚಾಕುಂಡ ಮನೆಗೆ ಹೋದ.

ಗೂಡ್ಸ್ ರೈಲಿನ ಇಂಜಿನ್ನಿನಂತೆ ಮಹಾ ನಿದ್ದೆ ತೆಗೆದು ಸಂಜೆ ಸ್ಟೀಲು ಲೋಟದ ಚಹಾಕ್ಕೆ ಎದ್ದ ಚಾಕುಂಡನ ತಲೆಯೊಳಗೆ ಎರಡು ದಿನವಿದ್ದ ವಾಗ್ದಾನದ ಬಿಸಿ ಆರಿತ್ತು. ಚಹಾದಲ್ಲಿ ಸಕ್ಕರೆಯ ಪ್ರಮಾಣ ಹೆಚ್ಚಾಯಿತೋ, ಚಹಾ ಪುಡಿ ಕಡಿಮೆಯಾಯಿತೋ ಎಂಬ ಜಿಜ್ಞಾಸೆಯಲ್ಲಿದ್ದ. ಹವಲ್ದಾರಿ ನರ್ಸಿಂಗ್ ಹೋಮಿನಲ್ಲಿಯೇ ಉಳಿದು ತ್ಯಾಬೇದಾರಿ ಮಾಡುತ್ತಿದ್ದ. ಆ ರಾತ್ರಿ ಚಾಕುಂಡ ಬೈಕು ಹತ್ತಿಕೊಂಡು ಕಕೂನನ ನೋಡಲು ಹೋಗುವವರೆಗೂ ತೋಳದ ನೆನಪೇ ಇರಲಿಲ್ಲ.

ಕಕೂನನಿಗೆ ಎಮರ್ಜೆನ್ಸಿ ವಾರ್ಡಿನಿಂದ ಬಿಡುಗಡೆಯಾಗಿರಲಿಲ್ಲ. ಬರೀ ಹವಲ್ದಾರಿಯನ್ನು ಕಂಡು "ಕ್ಯಾ ಬಾ ಕಿಸ್ಸಾ" ಎಂದಷ್ಟೆ ಕೇಳಿದ. "ಚಾಕುಂಡ, ನಿಂದೆ ಜಪ ಆಗಿದೆ ಅವ್ನಿಗೆ, ಮೀನು ಸಾರು ಬೇಕಂತೆ ಕಣೋ, ಡಾಕ್ಟರು ಗ್ಲುಕೋಸ್ ಮೇಲೆ ಗ್ಲುಕೋಸ್ ಏರಿಸ್ತಿದ್ದಾರೆ" ಎಂದು ಹೇಳಿದ. ಮೆಂಚಿಕಾಯಿಯ ತಾಯಿ ತಾನೇ ಹೆಣೆದ ವೈರಿನ ಬುಟ್ಟಿಯಲ್ಲಿ ರುಮಾಲು ಮುಚ್ಚಿಕೊಂಡು ಮೀನಿನ ಸಾರಿನ ಜೊತೆ ಬಂದಳು. ಮೀನು ಸಾರು ಎಂಬುದು ಪುಳಿಯೋಗರೆಯ ನಡುವೆ ಎದ್ದು ಕಾಣುವ ಕರಿ ಬೇವಿನ ಎಲೆಯಂತೆ ಹೊಳೆಯುತ್ತಿತ್ತು. ಮೀನಿನ ಪರಿಮಳ ಮೂಸುತ್ತಾ ಅವಳ ಹಿಂದೆ ಬಂದ ನಾಯಿಗಳ ಗುಂಪು ನೋಡಿದ ಚಾಕುಂಡನಿಗೆ ಖತರನಾಕ್ ಉಪಾಯ ಹೊಳೆಯಿತು. ನೈಟು ಶಿಫ್ಟಿಗೆ ಮೋಹಕವಾಗಿ ತುರುಬು ಕಟ್ಟಿಕೊಂಡು ಬಂದಿದ್ದ ನರ್ಸುಗಳ ಮೂಗಿಗೆ

ಹೊಕ್ಕಿದ ಮೀನು ಸಾರಿನ ಘಮ ಅಲ್ಲೇ ಉಳಿಯಿತು.

"ತೋಳ ಕಂಡೀರಾ" ಎಂದು ಸಿಕ್ಕಿದವರನ್ನು ಕೇಳುತ್ತಿದ್ದ ಚಾಕುಂಡನಿಗೆ "ನಮ್ಮ ಕುರಿ ಕಾಣುಸ್ತಿಲ್ಲ, ಊರಿನಾಗೆ ಕುನ್ನಿಗಳು ಕಾಣುತ್ತಿಲ್ಲ" ಎಂಬ ಸುದ್ದಿ ಒಂದಿಬ್ಬರು ಹೇಳಿದರು. ನರ್ಸಿಂಗ್ ಹೋಮಿನ ಬಳಿ ಉಪಾಯವೊಂದು ಹೊಳೆದ ಕೂಡಲೇ ತೋಳವನ್ನು ಶಿಕಾರಿ ಮಾಡುವುದು ಸುಲಭವಿರಲಿಲ್ಲ. ಅದಕ್ಕಿಂತ ಮೊದಲು ಚಾಕುಂಡ ಮರ ಹತ್ತಲು ಕಲಿಯಬೇಕಿತ್ತು. ಕಿಶೋರಿ ಬಳಿ "ಮರ ಹತ್ತಿಸಲು ಕಲಿಸು" ಎಂದು ಚಾಕುಂಡ ದುಂಬಾಲು ಬಿದ್ದಿದ್ದ.

ಕಿಶೋರಿ ಅತ್ಯುತ್ಸಾಹ ತೋರಿಸಿ ಕಕೂನನ ತೋಟದ ಹೆಬ್ಬಲಸಿನ ಮರವನ್ನು ಸೀರೆ ಎತ್ತಿ ಕಟ್ಟಿಕೊಂಡು ಸರಸರನೆ ಏರಿದಳು. ಮರ ಹತ್ತಿದ್ದು ವ್ಯರ್ಥವಾಗಬಾರದೆಂದು ನಾಲ್ಕೈದು ಹಲಸನ್ನೂ ಕೆಡವಿದಳು. ಇದೇ ಮೊದಲ ಬಾರಿಗೆ ಮರವನ್ನು ಹತ್ತುವುದನ್ನು ನೋಡುವಂತೆ ಒಂದೇ ಕಣ್ಣಿನಿಂದ ನೋಡಿದ ಚಾಕುಂಡ. "ಎಲ್ಲಿ ಇನ್ನೊಮ್ಮೆ ಹತ್ತು" ಎಂದು ಕಿಶೋರಿಯನ್ನು ಕೇಳಿದ. ಕಿಶೋರಿ "ಇದ್ರಾಗೆ ಏನೈತಿ, ಪಟಾಕ್ಸಿ ಹಾರಿಸ್ದಂಗ. ಅಷ್ಟೇಯಾ!" ಎಂದು ಮತ್ತೆ ಸರಸರ ಮರ ಹತ್ತಿದ್ದಳು. ಮೊದಲು ಕಾಲು ಕೊಟ್ಟು ಕೈ ಮೇಲೆ ಸರಿಸುತ್ತಾ, ಕಾಲು ಏಣಿಯಂತೆ ಮೇಲೆ ಮೇಲೆ ಏರಿಕೊಂಡು ಹತ್ತುವುದನ್ನು ಸೊನ್ನೆ ಸುತ್ತುವಂತೆ ಚಾಕುಂಡ ನೋಡಿದ.

ಚಾಕುಂಡ ಒಂದು ನಮೂನೆ ಕಿಶೋರಿಯಂತೆ ಮರಕ್ಕೆ ಕಾಲು ಕೊಟ್ಟ. ತೊಡೆ ಸಂದುವಿನಲ್ಲಿ ಮಹಾ ಪ್ರಳಯ ಒತ್ತರಿಸಿತು. ಸವೆದ ಕಿಲುಬು 'ಕಿರ್ರ್' ಎಂದಿತು. ಸೊಂಟದಲ್ಲಿ ಅಡಗಿದ್ದ ಚಳಿ ಹೊರ ಬಂದು ಕೇಕೆ ಹಾಕಿತು. ಚಾಕುಂಡ ಹಿಂದೆ ಬಂದು ಸುಧಾರಿಸಿಕೊಂಡ. ಕಿಶೋರಿ ನಗುತ್ತಿದ್ದಳು. "ಹಿಂಗ್ ಮಾಡ್ರಿ, ಕಾಲು ಹಂಗ ಚಾಚ್ರಿ" ಎಂದು ಸಲಹೆ ಸೂಚನೆ ಕೇಳಿದ ಚಾಕುಂಡ ಮತ್ತೆ ಮರ ಹತ್ತಲಾರದೆ ಮರವನ್ನೇ ತಬ್ಬಿಕೊಳ್ಳುತ್ತಿದ್ದ. ಕಿಶೋರಿ ವಿಪರೀತ ನಗುತ್ತಿದ್ದಳು. ದೂರದಿಂದ ನೋಡಿದ ಕ್ಷಣ "ಈ ಚಿಕ್ಕ ಮರವನ್ನು ಹತ್ತೇ ಬಿಡುವೆ" ಎಂದು ಮೊಳಕೆ ಹೊಡೆಯುತ್ತಿದ್ದ ಬೆನ್ನಿನ ಗರಿ ಮರದ ಹತ್ತಿರ ಬಂದ ಕೂಡಲೇ ಮರವನ್ನು ತಬ್ಬಿಕೊಂಡು ಚಾಕುಂಡ ತಪಿಸಿದ.

'ಬದುಕಿನ ಬಯಲಿನಲ್ಲಿ ಒಂದು ಕಡೆ ನಿಂತರೆ ಜಾರುಬಂಡಿ, ಇನ್ನೊಂದು ಕಡೆ ನಿಂತು ನೋಡಿದರೆ ದಿಬ್ಬ' ಎಂದು ಆ ದಿನ ಮೈ ನೋವಿನಿಂದ ಮಲಗಿದಲ್ಲೆ ಯೋಚಿಸಿದ ಚಾಕುಂಡನಿಗೆ ಕಿಶೋರಿ ಸಂತೈಸುವ ಜೋಕಾಲಿಯಾಗಿದ್ದಳು. ಚಕೋರಿ ಜಂಡು ಬಾಮಿನಿಂದ ಸುಖದ ತಿರುಳು ತೆಗೆದು ಊತಗೊಂಡ ಮೊಣಕಾಲು ನೀವುತ್ತಿದ್ದಳು. ಚಕೋರಿಯ ಹೆಸರಿನಲ್ಲಿ ಒಂದು ವಿಶೇಷ ಮೀಮಾಂಸೆ ಅಡಗಿತ್ತು. ಚಾಕುಂಡ ಅದನ್ನು ನಾಜೂಕಾಗಿ ಹೆಣೆದಿದ್ದ. ಚಾಕುಂಡ ಎಂಬ ಹೆಸರಿನಿಂದ 'ಚ' ತಗೊಂಡು, ಕಿಶೋರಿಯಿಂದ 'ರಿ' ಎಂಬುದನ್ನು ಕಳಚಿಕೊಂಡು, ಕೋಮಲಪುರದಿಂದ 'ಕೋ' ಬಿಚ್ಚಿಕೊಂಡು 'ಚಕೋರಿ' ಎಂದು ಕಿವಿಯಲ್ಲಿ ಉಸುರಿದ್ದ. ಚಕೋರಿ ಒಂಬತ್ತನೆ ತರಗತಿಯ ಬಿ ವಿಭಾಗದ ಮೂರನೇ ಬೆಂಚಿನಲ್ಲಿ ಕೂರುತ್ತಿದ್ದಳು. ಪದೇ ಪದೇ ಪೆನ್ಸಿಲ್ ನಿಬ್ಬು ಕಳಚಿಕೊಂಡು ಪರಿತಪಿಸುತ್ತಿದ್ದ ಚಕೋರಿಯ ಬಲಗಡೆಯ ಹುಬ್ಬು

ಹೆಚ್ಚು ಬೆಳೆದು ಕಣ್ಣಿಗೊಂದು ಕವಚದಂತೆ ಕಾಣುತ್ತಿತ್ತು.

ಒಂದು ವಾರದಲ್ಲಿ ಬೆಳಿಗ್ಗೆ ಎದ್ದ ಕೂಡಲೇ ಮರದ ಎದುರು ನಿಲ್ಲಿಸಿ, ಬೆನ್ನು ಸವರಿ, ಧೈರ್ಯ ಕೊಟ್ಟು ಮರ ಹತ್ತಲು ಕಿಶೋರಿ ಕಲಿಸಿದಳು. ಮರದ ಮೇಲೆ ಒಂದೊಂದು ಹೆಜ್ಜೆ ಇಡುವಾಗ ತೊಡೆ ನಡುಗುತ್ತಿದ್ದ ಚಾಕುಂಡನಿಗೆ ಪ್ರಕೃತಿಯ ರಹಸ್ಯ ಇಂಚಿಂಚೆ ತಿಳಿಯಿತು. ಎಲ್ಲಿ ಮರ ಸಿಕ್ಕರೂ ಅದರ ಎತ್ತರ, ಆಳ, ಟಿಸಿಲು ಹೊಡೆದ ರೆಂಬೆಗಳನ್ನು ಪರಿಸರದ ವಿಜ್ಞಾನಿಯಂತೆ ನೋಡುತ್ತಿದ್ದ. ಕೋಲು ಜೇನು ಪಿತಪಿತ ಒಂದರ ಮೇಲೊಂದು ಕೂಡುವುದನ್ನು ಕಂಡವನು ಕೊಂಬೆಯ ಮೇಲೆ ಗೂಡು ಕಟ್ಟಿದ್ದ ಹಕ್ಕಿಯ ಎದೆಗಾರಿಕೆ ನೋಡಿ ಬೆರಗಾದ. ಮರ ಏರಿ ಬಗ್ಗಿ ನೋಡಿದ ಕೂಡಲೇ ಗೂಡಿನಲ್ಲಿ ಕವಚ ಸೀಳಿ ಹೊರ ಬಂದ ಮಂಜಿನ ಹನಿಯಂತ ಹಕ್ಕಿಯ ಮರಿಗಳನ್ನು ಕಣ್ತುಂಬಿಕೊಂಡು, ಬಿಸಿಲಿನ ತಳಕು ತಡೆದುಕೊಳ್ಳದ ಗರಿ ಮೂಡದ ಚಹಾ ದೇಹದ ಮರಿಗಳು ನುಡಿಸುತ್ತಿದ್ದ ವಿಸ್ಮಯದ ಝೇಂಕಾರ ಕೇಳಿ ಚಾಕುಂಡನ ತೋಳಿನ ರೋಮ ನಿಲ್ಲುತ್ತಿದ್ದವು.

■

ಜಿಯಾ ಒಮ್ಮೆಯೂ ಕಕೂನನ ನೋಡಲು ಬಂದಿಲ್ಲವೆಂಬುವುದನ್ನು ಮೆಂಚಿಕಾಯಿಯ ತಾಯಿ ಹೇಳುತ್ತಿದ್ದಳು. ಮೆಂಚಿಕಾಯಿ ಶುಂಠಿಯ ಲೋಡು ತಗೊಂಡು ಮೈಸೂರಿಗೆ ಹೋಗಿದ್ದ. ಮಕಾಡೆ ಮಲಗಿದ್ದ ಕಕೂನನ ಕುಂಡಿ ಒಣಗುತ್ತಾ ಒಣಗುತ್ತಾ ಕೆಮ್ಮಣ್ಣಿನ ಬಣ್ಣಕ್ಕೆ ಬಂದಿತ್ತು.

ಕೌಮಾರ್ಯ ತುಳುಕುತ್ತಿದ್ದ ಎಲೆಗಳ ನಡುವೆ ಮರವೇರಿ ಕೂತಿದ್ದ ಚಾಕುಂಡನ ಕೈಯೊಳಗಿನ ಟಾರ್ಚು ಈಗ ದೂರದಲ್ಲಿ ಕಟ್ಟಿ ಹಾಕಿದ್ದ ಬಡಕಲು ನಾಯಿಯ ಕಡೆ ಹೊರಳಿತು. ಒಂದು ಬೀಡಿ ಕಚ್ಚಿಕೊಂಡು ಬೆಂಕಿಪೊಟ್ಟಣ ಗೀಚಿದ. ಹಾಗೆ ಬೆಂಕಿ ಗೀಚಿಕೊಂಡ ಬೆಳಕಿನಲ್ಲಿ ಕಕೂನನ ಕನಸು ಒಮ್ಮೆ ಇಣುಕಿ ನೋಡಿತು. ಶೀಘ್ರ ಪತನದ ಇಬ್ಬನಿಯಲ್ಲಿ ಇರುಳು ಮೆಲ್ಲಗೆ ಛಿದ್ರವಾಗುತ್ತಿತ್ತು.

ಸುನಯನ

ಹೀಗೆ ಎಲ್ಲವೂ ಒಂದು ರಾತ್ರಿಯ ಅಂತರದಲ್ಲಿ ಮುಗಿಯುತ್ತದೆ ಎಂದು ಬೋರ್ಡ್ ನೋಡದೆ ಬಸ್ಸು ಹತ್ತಿದೆ. ಕೊಂಚ ಕತ್ತಲೆ ಕೊಂಚ ಗದ್ದಲದ ಬಸ್ಟಾಂಡಿನಲ್ಲಿ ಕಾಲು ಮುರಿದುಕೊಂಡು ಕೂತು ಕಣ್ಣಿಗೆ ಕುಕ್ಕುತ್ತಿದ್ದ ಬಸ್ಸಿನ ಹೊರ ಬಣ್ಣ ನನಗೆ ಕಾಣಲೇ ಇಲ್ಲ. ಡಿಲಕ್ಸ್ ಬಸ್ಸುಗಳ ಮಹಾ ಸಂತತಿಯೇ ಅಲ್ಲಿ ನೆರೆದದ್ದರಿಂದ ಇದುವೇ ಪ್ರಯಾಣಿಕರ ಪಿಕಪ್ ಪಾಯಿಂಟು ಅಂದುಕೊಂಡೆ. ಅಲ್ಲಲ್ಲಿ ಸೀಟುಗಳು ಖಾಲಿ ಇದ್ದ ಬಸ್ಸಿನ ಎಡಗಡೆ ಪುಟ್ಟ ಜೀರೋವ್ಯಾಟಿನ ಬಲ್ಬಿನಂತಹ ಕಿಡಿ ಬೆಳಕಿನ ಹೂವುಗಳು ಆಗಷ್ಟೇ ಅರಳಿದ್ದವು.

ಸುಮ್ಮನೆ ರಸ್ತೆ ಬದಿ ಅಡ್ಡಾಡುವವರನ್ನು ಬಿಡದೆ "ಎಲ್ಲಿಗೆ ಹೊರಟಿರಿ" ಎಂದು ಕೇಳಿ ಹತ್ತುವವರನ್ನು ಬೆನ್ನು ಸವರಿ, ಇಲ್ಲ ಎಂದವರನ್ನು ಬೆನ್ನ ಹಿಂದೆ "ವೇಸ್ಟ್ ಬಾಡಿಗಳು" ಎಂದು ಹಳಿಯುತ್ತಾ ತಮ್ಮ ಮುಂದಿನ ಪ್ರಯಾಣಿಕರ ಕಡೆಗೆ ಡ್ರೈವರುಗಳು ಕ್ಲೀನರುಗಳು ಕಣ್ಣು ಸೋಲಿಸದೆ ನೋಡ ಹತ್ತಿದರು. ನಾನು ಹೀಗೆಯೇ ಅಲ್ಲವೆ ಅನಾಮತ್ತಾಗಿ ಒಳಗೆ ಬಂದದ್ದು ಎಂದುಕೊಂಡು ಮೂಲೆಗೆ ಕಾಲು ಚಾಚಿ ಕೂತೆ. ಬಸ್ಸಿನೊಳಗಿನ ಅಪಾತ್ರ ಮೌನ ನನ್ನ ಮೌನವನ್ನು ಒಮ್ಮೆಲೆ ಕಳಚಿತು.

ಹೀಗೆ ಯಾವುದೋ ಊರಿನ ಗಾಳಿ, ಮಳೆ, ಬರಗಾಲ ಕಂಡು ಸವಿದವರನ್ನೆಲ್ಲಾ ಒಳಗೆ ಕರೆದು ಬರೀ ಕಿಟಕಿಗಳಿರುವ ಪಂಜರದ ಬಿಗಿ ಬಂದೋಬಸ್ತಿನಲ್ಲಿ ಕೂಡಿ ಹಾಕುವುದು ಲೋಕದ ಸೋಜಿಗವೆನಿಸಿತು. ಊಟಕ್ಕೆ ಎಂದು ನಿಲ್ಲಿಸಿದಾಗ ಹಲವು ಭಾಷೆ ಮಿಳಿತವಾಗಿ ಹಸಿವು ಎನ್ನುವ ಹರಿತ ಭಾಷೆ ಎಲ್ಲರ ಕಣ್ಣುಗಳಲ್ಲಿ ಹೊಳೆಯುವಾಗ 'ಹಸಿವು ಜಗತ್ತಿನ ಮೂಲ ಲಿಪಿ' ಎಂದುಕೊಂಡೆ. ಬಸ್ಸು ಹತ್ತಿದವರೆಲ್ಲಾ ತಮ್ಮವರು ಒಡಹುಟ್ಟಿದವರು ಎಂದು ಟಿಕೇಟು ಕೊಟ್ಟು, "ಮುಂದೆ ಎಲ್ಲೂ ನಿಲ್ಲಿಸುವುದಿಲ್ಲ ಇಲ್ಲೆ ಎಲ್ಲರೂ ಊಟ ಮಾಡಿಕೊಂಡು ಬಿಡಿ" ಎಂದು ಆಜ್ಞೆ ಮಾಡುತ್ತಾ ಒಂದರ್ಧ ತಾಸು ಕರಗಿದ ಮೇಲೆ ಕಿರ್ರನೆ ಹಾರ್ನ್ ಬಾರಿಸಿ ಬಸ್ಸು ಹೊರಟಿತು.

ಕಲಸು ಮೇಲೋಗರವಾಗಿದ್ದ ಬಣ್ಣದ ಅಂಗಿಯ ತೋಳನ್ನು ಮಣಿಕಟ್ಟಿನವರೆಗೂ ಮಡಿಸಿದ ಕೋಲು ಮುಖದ ಕಂಡಕ್ಟರು ಬಂದು ನನ್ನೆದುರು ಗಟ್ಟಿಯಾಗಿ ಯಾರಿಗೋ ಅರಚುವವರೆಗೂ ನಾನು ಕನಸಿನ ಅಪರಿಚಿತ ಬೀದಿಯಲ್ಲಿ ಗಸ್ತು ತಿರುಗುತ್ತಿದ್ದೆ. ಅದು ಯಾವ ಬಗೆಯ ಕನಸು ಅಲ್ಲ. ಎಲ್ಲ ಸುನಯನಳ ಕುರಿತಾಗಿ ನಿನ್ನೆ, ಮೊನ್ನೆ, ಆರು ತಿಂಗಳು, ವರ್ಷದ ಆಸುಪಾಸಿನಲ್ಲಿ ನಾನು ಕಂಡ, ಅಲ್ಲಲ್ಲ ಆಡಿದ ಮಾತುಗಳ ಬಿಡಿಬಿಡಿ ಸಂಚಿಕೆಗಳ ಮೌನ ಧಾರಾವಾಹಿ ಪ್ರಾಯೋಜಕರನ್ನೂ ಕಡೆಗಣಿಸಿ ನನ್ನೆದುರು ಬರುತ್ತಲೇ ಇತ್ತು.

ಕಂಡಕ್ಟರು ಎಲ್ಲಿಗೆ ಎಂದು ಕೇಳುವ ಮುನ್ನವೆ ಆತ ಫೋನಿನಲ್ಲಿ ಹರಟುವಾಗ ಕೇಳಿಸಿಕೊಂಡ "ನಾಳೆ ಬೆಳಿಗ್ಗೆ ಹೈದರಾಬಾದಿನಲ್ಲಿ ಏಳು ಗಂಟೆಗೆ ಇರ್ತೆನೆ" ಎಂದ ಮಾತು ನೆನೆಸಿಕೊಂಡು "ಒಂದು ಹೈದರಾಬಾದು" ಎಂದು ನಾನು ಕೇಳುವ ಮುನ್ನವೆ ಟಿಕೇಟು ಕೊಟ್ಟು, ಬಸ್ಸಿನೊಳಗಿದ್ದ ಅನಾಮಿಕತೆಯನ್ನು ಜಾಡಿಸುವಂತೆ ಕಂಡಕ್ಟರು ಅರಚುತ್ತಲೆ ಕತ್ತಲ ಸಂದಣಿಯಲ್ಲಿ ಜಮೆಯಾಗಿ ಹೋದ. ನಾನು ಆತ ಟಿಕೇಟು ಎಲ್ಲಿಯವರೆಗೆ ಕೊಟ್ಟಿದ್ದಾನೆಂದೂ ನೋಡದೆ ಕಿಸೆಯಲ್ಲಿ ಬಚ್ಚಿಟ್ಟುಕೊಂಡೆ.

■

ಕಂಡಕ್ಟರಿನ ವಯಸ್ಸು ನನಗಿಂತ ತುಂಬಾ ಎಳೆಯದಿತ್ತು. ಬಾಯಿ ತುಂಬಾ ಪಾನ್ ಮಸಾಲಾದ ಹರವಾದ ಗಂಟು ತುಂಬಿಕೊಂಡಿದ್ದ. ಆ ಗಂಟು ಕೆಲವೊಮ್ಮೆ ನುಣ್ಣಗೆ ಚಟ್ನಿಯಾಗಿ ಬಾಯಿಯ ಹೊರಗೆ ಬರಲು ಯತ್ನಿಸುತ್ತಿತ್ತು. ಆದರೀತ ಅವಾಚ್ಯ ಶಬ್ದಗಳಿಂದ ಯಾರಿಗೋ ಬಯ್ಯಲು ಶುರುಮಾಡಿದಾಗ ತಿಳಿಗೇಡಿ ಪಾನ್ ಮಸಾಲ ತನ್ನ ತಾಳ್ಮೆಯ ಗಡಿ ದಾಟಿ ಕೆಂಪು ಓಕುಳಿಯಾಗಿ ಎದುರು ಕೂತವರ ವಿರುದ್ಧ ಪ್ರತೀಕಾರ ತೀರಿಸಿಕೊಳ್ಳುತ್ತಿತ್ತು. ಆತ ಮಾತ್ರ ಇದ್ಯಾವುದರ ಪರಿವೆ ಇಲ್ಲದೆಯೆ ಮಸೆದ ಹಲ್ಲುಗಳಿಂದ ಇನ್ನೊಂದು ಕೆಂಪು ಬಣ್ಣದ ಗುಟ್ಕಾ ಸ್ಯಾಚೆ ಹರಿದು ಗಚಗಚನೆ ಅಗಿಯುತ್ತಿದ್ದ. ನನಗವನ ಚಹರೆ, ಹಾವಭಾವ ಯಾವುದು ಹಿಡಿಸಲಿಲ್ಲ. ಆದರೆ ಅವನ ಚೂಪಾದ ಕಣ್ಣು ಸುನಯನಳ ರೆಪ್ಲಿಕಾದಂತೆ ಕಂಡಿತು.

ಹೌದು ಸುನಯನಳ ಕಣ್ಣು ಅದೆಷ್ಟು ಮನೋಹರವಾಗಿತ್ತು. ಆಕೆ ಹುಟ್ಟುವ ಮೊದಲೇ ರೇವತಿಗೆ 'ನನ್ನ ಮಗಳ ಕಣ್ಣು ನೋಡಿ ಇಡೀ ಲೋಕ ಅಸೂಯೆಗೊಳ್ಳಬೇಕೆಂದು' ಹೇಳಿದ್ದೆ. ರೇವತಿ ನನ್ನ ಹುಂಬ ಇಶಾರೆ ಕಂಡು ನಗುತ್ತಿದ್ದಳೆ ಹೊರತು ಮರು ಮಾತಾಡುತ್ತಿರಲಿಲ್ಲ. ಯಾಕೆಂದರೆ ನನ್ನ ತಾಯಿಯ ಕಣ್ಣನ್ನು ಎಷ್ಟು ಹೊಗಳುತ್ತಿದ್ದೆನೆಂದು ಆಕೆಗೆ ಗೊತ್ತಿತ್ತು.

ನನ್ನ ತಾಯಿಯ ಕಣ್ಣುಗಳು ಥೇಟು ಉರಿವ ಬೆಂಕಿಕಡ್ಡಿಯಲ್ಲಿ ಸರಕ್ಕನೆ ತಿದ್ದಿದಂತಿದ್ದವು. ಒಮ್ಮೆಲೆ ಹುಬ್ಬುಗಳನ್ನು ಗಂಟಿಕ್ಕಿದರೆ ಕಪ್ಪು ಜಲಪಾತವೊಂದು ಧುಮ್ಮಿಕ್ಕುವಂತೆ ಭಾಸವಾಗುತ್ತಿತ್ತು. ನನ್ನ ತಾಯಿ ಎಂದು ಕೂಡ ಕಣ್ಣಿಗೆಂದು ನಾನಾ

ರೀತಿ ಭಂಗಿಗಳನ್ನು ಮಾಡುತ್ತಾ ಕನ್ನಡಿಯ ಎದುರು ನಿಂತಿದ್ದನ್ನು, ವಿಶೇಷ ಕಾಳಜಿ ಮಾಡಿದ್ದನ್ನು ನಾನೇನು, ಅಪ್ಪನೂ ಕಂಡಿಲ್ಲ. ಅದರಷ್ಟಕ್ಕೆ ಅದನ್ನು ಬಿಟ್ಟು ಬಿಡುತ್ತಿದ್ದಳು. ಎಂದಾದರೂ ಒಮ್ಮೆ ಅಮ್ಮ ತಲೆ ನೋವೆಂದು ಮಲಗಿದಾಗ ಮಾತ್ರ ಅಪ್ಪ ಸದ್ದಿಲ್ಲದೆ ಅಮೃತಾಂಜನದ ಮುಚ್ಚಳ ತೆಗೆದು ಹಣೆಗೆ ನೀಯುವ ನೆಪದಲ್ಲಿ ಅಮ್ಮನ ಹುಬ್ಬು, ಕಣ್ಣುಗಳನ್ನು ನಯವಾಗಿ ಸ್ಪರ್ಶಿಸುವುದನ್ನು ಕಂಡು ನನಗೆ ಅಚ್ಚರಿ ಎನಿಸುತ್ತಿತ್ತು. ಅಪ್ಪನಿಗೂ ಅಮ್ಮನ ಕಣ್ಣೆಂದರೆ ಎಷ್ಟು ಇಷ್ಟವೆಂದು ಗುಟ್ಟಾಗಿ ತಿಳಿದುಕೊಂಡಿದ್ದೆ.

ಮರು ಕ್ಷಣವೇ ಒಮ್ಮೆಲೆ ಆವೇಶ ಬಂದವರಂತೆ ಅಮ್ಮ ಏರಿದ ದನಿಯಲ್ಲಿ "ಕಣ್ಣುರಿ, ಕಣ್ಣುರಿ" ಎಂದು ಅಪ್ಪನನ್ನು ದೂಡಿ ಕಣ್ಣು ತೊಳೆದುಕೊಳ್ಳಲು ಬಚ್ಚಲಿಗೆ ಓಡುತ್ತಿದಳು. ಅಪ್ಪನು ಸಹ "ಗೊತ್ತಾಗಿಲ್ಲ ಸುಲು ಮೈಮರೆತೆ" ಎಂದು ಅಡಿಗಡಿಗೆ "ಕ್ಷಮಿಸು, ಕ್ಷಮಿಸು" ಎನ್ನುತ್ತಾ ಮಗುವಿನಂತೆ ಓಡುತ್ತಿದ್ದ. ಅಪ್ಪ ದೊಪ್ಪನೆ ಬಿದ್ದ ಬದಿಯಲ್ಲಿ ಮಗ್ಗಿ ಬಾಯಿಪಾಠ ಮಾಡಲು ಕೂತ ನಾನು ಹೊಟ್ಟೆ ಹಿಡಿದುಕೊಂಡು ಉರುಳಾಡಿ ನಗುತ್ತಿದ್ದೆ. ಅಪ್ಪ ಅಮ್ಮನನ್ನು ರಮಿಸಲು ಬಚ್ಚಲಿನ ಹೊರಗೆ ನಿಂತು ಶಾಪಗ್ರಸ್ತ ವಿಗ್ರಹದಂತೆ ಕಾಯುತ್ತಿದ್ದ. ಅಮ್ಮ ತಣ್ಣೀರನ್ನು ಕಣ್ಣಿಗೆ ಎರಚಿಕೊಳ್ಳುತ್ತಲೇ ಅಪ್ಪನನ್ನು ಬಡಬಡಿಸುತ್ತಿದ್ದಳು. ನೇರಳೆ ಹಣ್ಣಿನಷ್ಟು ಗಾತ್ರದ ಕಣ್ಣು ಅಷ್ಟು ಚಂದವಿರುವುರಿಂದಲೇನೋ ಅಮ್ಮನ ಹೆಸರು ಸುಲೋಚನ ಎಂದು ಅವಳ ತಾಯಿ ಕರೆದಿರಬಹುದೆಂದು ಆ ದಿನ ಅನ್ನಿಸಿತು.

ರೇವತಿಯ ಕಣ್ಣುಗಳು ತಕ್ಕಮಟ್ಟಿಗೆ ನನ್ನನ್ನು ಆಕರ್ಷಿಸಿದವು. ಪೂರ್ತಿಯಾಗಿ ಅದರೊಳಗೆ ಮುಳುಗಿಸಲಿಲ್ಲ. ಆದರೆ ಸುನಯನಳ ಕಣ್ಣಿಗೆ ಆ ಮಾಂತ್ರಿಕತೆ ನಿಗದಿಯಾಗಿತ್ತು. ಪಟ್ಟುಬಿಡದೆ ಹೊಸೆದ ಅವಳ ಭ್ರೂಲತೆಗಳಿಗೇನೋ ಮಿಂಚಿನಂತಹ ತಿರುವು. ಮೊಗ್ಗಿನಂತಹ ಮೂಗು. ಅದರ ಕೆಳಗೆ ಸಡನ್ನಾಗಿ ಅರಳುವ ಕೆಂಪು ಹೂವಿನ ತುಟಿ. ಸುನಯನಳ ರೇಶಿಮೆಯ ರೆಪ್ಪೆಗೆ ಅಮ್ಮ ನಿತ್ಯವೂ ಕಂದೀಲಿಗೆ ಬಾದಾಮಿಯ ತುದಿ ಹಿಡಿದು ಕಾಡಿಗೆಯಂತಹ ಮೆರುಗು ಕೊಡುತ್ತಿದ್ದಳು. ಆಗ ಆಕೆಯ ಜಾಗರೂಕತೆ ಪುಟ್ಟ ಗಾಜಿನ ಉಪ್ಪಿನಕಾಯಿ ಭರಣಿ ತರುವಾಗ ಇರುವ ಸಹಜ ಭಯಕ್ಕಿಂತ ಹೆಚ್ಚಿತ್ತು. ಎಲ್ಲಿ ಮಗುವಿನ ಕಣ್ಣಿಗೆ ಬಿಸಿ ತಾಗುವುದೋ ಎಂದು ನೀರಿನ ಗುಳ್ಳೆಯ ಕಡ್ಡಿಯಂತೆ ಉಸಿರೂದಿ ನಾಜೂಕಾಗಿ ರೆಪ್ಪೆ ತೀಡುತ್ತಿದ್ದಳು. ಮೆಲ್ಲಗೆ ಅಮ್ಮನಿಗೆ ಕೇಳಿಸುವಂತೆ "ತಾಯಿ ನಿಂಗೆ ಕಾಂಪಿಟೇಷನ್ನು ಕೊಡೋಕೆ ನನ್ನ ಮಗಳು ಬರ್ತಾ ಇದ್ದಾಳೆ ಹುಷಾರು" ಎಂದು ಛೇಡಿಸಿದಾಗ "ಸಾಕು ಹೋಗೋ ಹೋಗು, ಕೆಲಸ ನೋಡ್ಕೋ ಹೋಗು" ಎಂದು ಗದರುತ್ತಿದ್ದಳು.

■

ಅಂದುಕೊಂಡದ್ದಕ್ಕಿಂತ ಅರ್ಧ ತಾಸು ಮುನ್ನ ಬಸ್ಸು ಹೈದರಾಬಾದಿನಲ್ಲಿ ತಂದು ನನ್ನ ಅನಾಮಿಕವಾಗಿ ಎಸೆದಿತ್ತು. ರಾತ್ರಿಯ ಕನಸಿಗೆ ಬೆದರಿದ ಪ್ರಯಾಣಿಕರು

ನಾಜೂಕಾಗಿ ಕಣ್ಣುಜ್ಜಿಕೊಳ್ಳುತ್ತಾ ಇಳಿಯುತ್ತಿದ್ದರು. ಕೆಲವರು ಮಂತ್ರಾಲಯ, ಕಡಪಾ, ವಿಜಯವಾಡ ಎಂದು ಕೂಗುತ್ತಿದ್ದರೆ, "ಜನತಾ ದರ್ಶನ್ ಆವೋ..ಆವೋ.. ಪೂರಾ ಹೈದರಾಬಾದ್ ದಿಖಾಯೇಂಗೆ ಸೌ ರೂಪಾಯಿ ಮೇ" ಎಂದು ಡಂಗುರ ಸಾರುತ್ತಿದ್ದರು. ಇವರ ತಾರಕ ಸ್ವರಕ್ಕೆ ಆಗಷ್ಟೇ ನಿದ್ದೆಯಿಂದ ಎದ್ದ ಪ್ರಯಾಣಿಕರು ಒಂದು ಕ್ಷಣ ಅಲ್ಲಿಯೇ ಕಸಿವಿಸಿಯಿಂದ ನಿಲ್ಲುತ್ತಿದ್ದರು. ಕೆಲವರು ಆಕರ್ಷಿತರಾಗಿ ಅವರನ್ನೆ ನೋಡುತ್ತಿದ್ದರು. ಕೋಲು ಮುಖದ ಕಂಡಕ್ಟರು ತನ್ನ ಭಾಷೆ ಬದಲಿಸಿಕೊಂಡು ಬೇರೆ ರಾಜ್ಯದ ಡ್ರೈವರುಗಳ ಜೊತೆ ಪಾಪ್‌ಕಾರ್ನ್ ಬಾಣಲೆಯಲ್ಲಿ ಹುರಿಯುವಾಗ ಜರುಗುವ ಚಿಟಪಟ ಸದ್ದಿನಂತೆ ಅವರೊಡನೆ ನಗುತ್ತಿದ್ದ.

ಯಾವುದೇ ಲಗೇಜುಗಳಿಲ್ಲದ ನಾನು ಇಳಿದು ಸೀದಾ ಎಲ್ಲಿಗೆ ಹೋಗುವುದೆಂದು ಅರ್ಥವಾಗದೇ ಅಲ್ಲೆ ಕುಂಟುಲಿಪಿಯಂತೆ ಬಸ್ಟಾಂಡಿನಲ್ಲಿಯೇ ತಿರುಗಾಡಿದೆ. ಕಣ್ಣು ಹಾಯಿಸಿದಲ್ಲೆಲ್ಲಾ ಬರೀ ಬಸ್ಸುಗಳು ತುಂಬಿದ್ದವು. ಸುನಯನ ಜೊತೆಗಿದ್ದಿದ್ದರೆ "ಪಪ್ಪಾ ನಂಗೊಂದು ಬಸ್ಸು ಬೇಕು" ಎಂದು ರಚ್ಚೆ ಹಿಡಿಯುತ್ತಿದ್ದಳು. ಎಲ್ಲಾ ಡಿಲಕ್ಸ್, ಐಷಾರಾಮಿ, ಸಾದಾ ಬಸ್ಸುಗಳು ತೇರು ಮುಗಿದ ಸಂಜೆಯಂತೆ ಭಣಗುಡುತ್ತಿದ್ದವು. ಕೆಲವು ಗಾಡಿಗಳಲ್ಲಿ ಪುರುಸೊತ್ತಿಲ್ಲದೆ ಊರುಗಳನ್ನು ತೊರೆಯಲು ಶ್ರಮಿಸಿದ ಡ್ರೈವರುಗಳು ರಿವ್ವನೆ ರಿವ್ವ ತಿರುಗುವ ಸ್ಟೆರಿಂಗಿನ ಮೇಲೆ ಮಗುವಿನಂತೆ ನಿದ್ದೆ ಹೋಗಿದ್ದರು. ನಾನೇಕೆ ಇಷ್ಟು ಬೇಗ ಎದ್ದೆ ಇನ್ನೊಂದೆರಡು ತಾಸು ಮಲಗಿದ್ದರೆ ಹಿತವೆನಿಸುತ್ತಿತ್ತು ಎಂದುಕೊಂಡೆ.

ಸ್ವಲ್ಪ ಹೊತ್ತಿಗೆ ಕ್ಲೀನರುಗಳು ಟೊಪ್ಪಿ ತೊಟ್ಟ ಕಿನ್ನರರಂತೆ ಬಂದು ನಿಂತ ಎಲ್ಲಾ ಬಸ್ಸುಗಳನ್ನು ಹೊರಗಿನಿಂದ ನೀರನ್ನು ಬಿಂದಿಗೆಯಿಂದ ಸುಯ್ಯನೆ ಹಾರಿಸಿ ತೊಳೆಯತೊಡಗಿದರು. ಮತ್ತೆ ನನಗೆ ಎಲ್ಲಾ ನೆನಪಾಗತೊಡಗಿತು.

■

ನಾಮಕರಣದ ವೇಳೆಗೆ ಮನೆಯಲ್ಲಿ ಒಂದು ತೆರನಾದ ಬಿಸಿಬಿಸಿ ಚರ್ಚೆ ಶುರುವಾಗಿತ್ತು. ಮಗಳಿಗೆ 'ಸುನಯನ' ಎಂದೇ ಹೆಸರಿಡುವುದು ಎಂದು ನಾನು ಶಪಥಗೈದಿದ್ದೆ. ಅಮ್ಮ ಜೋಯಿಸರನ್ನು ಕಂಡು ಸ, ಸು ಅಕ್ಷರಗಳಲ್ಲಿ ಇಟ್ಟರೆ ಒಳ್ಳೆಯದೆಂದು ಸಂಚಲನ, ಸುಮನಾ ಎಂಬೆಲ್ಲಾ ಹೆಸರಿನ ಪಟ್ಟಿಯನ್ನು ತಿದ್ದುತ್ತಿದ್ದಳು. ರೇವತಿಯು ಸುಮ್ಮನಿರಲಿಲ್ಲ, ಗೊತ್ತಿದ್ದಷ್ಟು ಹೆಸರನ್ನು ಪೋಣಿಸಿಕೊಂಡು ಸರಿಯಾದ ಸಮಯಕ್ಕೆ ಕಾದಳು. ಅಪ್ಪ 'ಸುನಯನ' ಎಂಬ ಮೋಹಕ ಹೆಸರಿಗೆ ಮನಸೋತು ಜಯದ ನಗೆ ಬೀರಿದ್ದ. ಎಲ್ಲಾ ಬೆಳಕು ನೆರಳಿನ ಮೇಳ ಮುಗಿದ ನಂತರ ತೊಟ್ಟು ಕೇಸರಿಬಾತು ನಾಲಿಗೆಯಲ್ಲಿ ಚಪ್ಪರಿಸಿ 'ಸುನಯನ' ಎಂಬ ಹೆಸರಿಗೆ ಮಗಳು ಅಂಟಿಕೊಂಡಳು. ಅಮ್ಮ "ನಂಗೂ ಸುನಯನ ತುಂಬಾ ಇಷ್ಟದ ಹೆಸರು" ಎಂದು ಕರಾರುವಾಕ್ಕಾಗಿ ಪಕ್ಷ ಬದಲಿದಳು. ಗೋಡೆಗೆ ಒರಗಿ ನಿಂತ ಅಪ್ಪ ಅಮ್ಮನನ್ನು ರೇಗಿಸುತ್ತಲೆ ಮೆಚ್ಚಿಕೊಂಡ.

ಕಾರ್ಯಕ್ರಮ ಮುಗಿಯುವವರೆಗೂ ಸುನಯನ ಬಂದವರೆಲ್ಲರ ಕಣ್ಣಿಗೆ ಮುದ್ದಾಗಿ ಕಂಡು ರಾತ್ರಿ ತುಂಬಾ ಹಠ ಮಾಡಿದಳು. ಎಷ್ಟೇ ಸಲುಹಿದರೂ ಅಳು ನಿಲ್ಲಿಸಲಿಲ್ಲ. ಅಮ್ಮ ಅಜವಾನ ತೇಯ್ದು ಒಳಲೆಯಲ್ಲಿ ಕುಡಿಸಿದರೂ ಫಲಿಸಲಿಲ್ಲ. ಮೆಲ್ಲ ಮೆಲ್ಲ ದೇಹ ಬಿಸಿಯಾಯಿತು. ನಾನು ಪೂರ್ಣ ಆತಂಕಿತನಾದೆ. ರೇವತಿ ಅಳಲು ಬಾರದೆ ಒಳಗೊಳಗೆ ಧುಮ್ಮಿಕ್ಕಿದಳು. ಅಮ್ಮ "ಸುರೇಶ ನಡಿ ಆಸ್ಪತ್ರೆಗೆ ಹೋಗೋಣ" ಎಂದಳು. ಗಡಿಯಾರದ ಸದ್ದಿಗಿಂತ ನನ್ನ ಎದೆ ಬಡಿತ ಜೋರಾಗಿತ್ತು. ಅಪ್ಪ "ಗಂಟೆ ಎರಡಾಗಿದೆ ಸುಲು, ಯಾವ ಡಾಕ್ಟರೂ ಇರೋದಿಲ್ಲ, ಮಗುವಿನ ಬಟ್ಟೆ ಬದಲಿಸು, ಸೀದಾ ಶಹರಕ್ಕೆ ಹೋಗೋಣ" ಎಂದ.

ಸುನಯನ ಅತ್ತು ಅತ್ತು ಕೆನ್ನೆಯೆಲ್ಲಾ ಕೆಂಪಗಾಗಿ ಕಣ್ಣು ಬಾತುಕೊಂಡಿತ್ತು. ಕೈಯಲ್ಲಿದ್ದ ಕರಿಮಣಿಗೆ ಆಕೆ ತೊಟ್ಟಿದ್ದ ಹತ್ತಿ ಬಟ್ಟೆಯ ತಿಳಿ ಗುಲಾಬಿ ಫ್ರಾಕಿನ ನೂಲು ಸಿಕ್ಕಿಕೊಂಡು ಫ್ಯಾನಿನ ಗಾಳಿಗೆ ಅತ್ತಿಂದಿತ್ತ ತೇಲುತ್ತಿತ್ತು. ನಾನು ಮೆಲ್ಲ ನಿದ್ದೆಹೋದ ಮಗುವನ್ನು ಹೆಗಲಿಗೆ ಎತ್ತಿಕೊಂಡೆ. ಅಮ್ಮ ಮಗುವನ್ನು ನನ್ನ ಕೈಯಿಂದ ತನ್ನ ಕೈಯಿಗೆ ವರ್ಗ ಮಾಡಿಕೊಂಡಳು. ಸುನಯನಳ ಹಿಂಭಾಗ ಪೂರ್ತಿ ಒದ್ದೆಯಾಗಿತ್ತು. ಅಮ್ಮ ಮಂಚದ ಮೇಲೆ ಮಲಗಿಸಿ ಸುನಯನ ಹಿಂಭಾಗವನ್ನು ಬಿಸಿ ನೀರಿಗದ್ದಿದ್ದ ಬಟ್ಟೆಯಿಂದ ಒರೆಸಿದಳು. ಹೂವಿನ ಕಸೂತಿಯಿದ್ದ ಕೆಂಪನೆಯ ಸಡಿಲ ಬಟ್ಟೆ ತರಲು ರೇವತಿ ಕೋಣೆಗೆ ಹೋದಾಗ "ಎಷ್ಟು ಹೇಳಿದ್ರೂ ನಿಮ್ಮ ಆಫೀಸಿನ ಜನರನ್ನ ಕರೀಬೇಡ್ರಿ ಎಂದ್ರೂ ಕೇಳಲಿಲ್ಲ, ಬೇಡ ಬೇಡ ಗುಲಾಬಿ ಬಣ್ಣ ಈಕೆಗೆ ಆಗೋದಿಲ್ಲ ಜ್ವರ ಬರ್ತದೆ ಎಂದ್ರೂ ಕೇಳಲಿಲ್ಲ, ನೋಡ್ರಿ ಎಲ್ರ ದೃಷ್ಟಿ ತಾಗಿದೆ" ಎಂದು ನನ್ನನ್ನು ಬೈಯ್ಯುತ್ತಲೆ ಬಂದಳು.

ಆಸ್ಪತ್ರೆಗೆ ಹೋಗುವ ದಾರಿಯಲ್ಲಿ ಸುನಯನ ತುಂಬಾ ಸುಸ್ತಾಗಿ ಮುಖವನ್ನು ಒಂದು ಕಡೆ ವಾಲಿಸಿ ಅಮ್ಮನ ಮಡಿಲಿನಲ್ಲಿ ನಿದ್ರಿಸುತ್ತಿದ್ದಳು. ತಲೆಯ ತುಂಬಾ ರೇಶಿಮೆಯ ನಯವಿದ್ದ ಸೊಂಪು ಕೂದಲು, ಕ್ಯಾರೆಟಿನಂತೆ ಬಲವಾಗಿದ್ದ ಪುಟ್ಟ ಪಾದಗಳು, ಬೆಳಕಿನಲ್ಲಿ ಅದ್ದಿದ ಅಂಗೈಗೆ ಹಾಕಿದ್ದ ಗೋಲ ಕಪ್ಪು ದೃಷ್ಟಿ ಬೊಟ್ಟು, ಎದೆ ಹಾಲಿಗೆ ಹಾತೊರೆಯುವ ತೇವದ ತುಟಿಗಳ ಕಂಡು ಅಳುವೇ ಬಂದಿತು ನನಗೆ. ಅಮ್ಮ "ಏಯ್ ದಡ್ಡ, ಅಳ್ತಾರೇನೋ, ಇಳಿ ಇಳಿ ಆಸ್ಪತ್ರೆ ಬಂತು" ಎಂದಳು.

ಶಹರಕ್ಕೆ ಬಂದಿಳಿದಾಗ ನಾಲ್ಕರ ಜಾವ. ಅಮ್ಮನ ಬೆಚ್ಚಗಿನ ತೋಳಲ್ಲಿ ಸುನಯನ ನಿದ್ರಿಸುತ್ತಿದ್ದಳು. ಅಪ್ಪ ನೈಟ್ ಶಿಫ್ಟಿನ ಡಾಕ್ಟರನ್ನು ಭೇಟಿಯಾಗಲು ಎಮರ್ಜೆನ್ಸಿ ವಾರ್ಡಿಗೆ ಹೋದ. ರೇವತಿಯಿಂದ ಒಂದೇ ಸಮನೆ ಕರೆ ಬರುತ್ತಲಿತ್ತು. ಅಮ್ಮ ನನ್ನ ನೋಡಿದಳು. ನನ್ನ ಕಣ್ಣಲಿ ದುಃಖದ ನದಿಯೊಂದು ಕೆನ್ನೆಯ ದಾರಿ ದಾಟಿತ್ತು.

■

ಮುಂದೆ ಏನಾಯ್ತು ಅಂತ ನೆನೆಸಿಕೊಂಡರೆ ಬರೀ ಬಹುಮಹಡಿ ಕಟ್ಟಡ, ಸಾಂಕ್ರಾಮಿಕ ರೋಗಗಳು, ಆರಂಕಿಯ ಸಂಬಳ, ದೊಗಳೆ ಜನರ ನಿಶ್ಶಕ್ತ ದೇಹಗಳನ್ನು ಮರೆಸುತ್ತಿರುವ ಈ ಪುಟಗೋಸಿ ಪ್ರಪಂಚಕ್ಕೆ ಪಾರ್ಶ್ವವಾಯು ಹೊಡೆಯಬಹುದು. "ದಿನವೂ ಅನಿಶ್ಚಿತವಾದದ್ದು ಏನಾದರು ಒಂದು ಘಟಿಸುತ್ತಿರಬೇಕು, ಘಟಿಸಿದಾಗಲೇ ನಾವು ಇನ್ನಷ್ಟು ಚಂದವಾಗಿ ಬದುಕಲು ಸಾಧ್ಯ" ಎಂದು ಸದಾ ಹೇಳುವ ಅಪ್ಪನ ಮಾತು ನೆನಪಾಗುತ್ತಿದೆ.

ನನಗಿನ್ನೂ ನೆನಪಿದೆ. ಚುರುಗುಡುವ ಬೆಳಕಿನಲ್ಲಿ ಸುನಯನಳ ಕಣ್ಣು ಅರೆ ತೆರೆದಿತ್ತು. ಕೇರಳದ ನರ್ಸುಗಳಿಬ್ಬರು ಅಮ್ಮನನ್ನು ಒಳಗೆ ಕರೆದರು. ನಾನು ಅಲ್ಲೇ ನಿಂತಿದ್ದೆ. ಅಪ್ಪ ಡಾಕ್ಟರಿನ ತೋಳುಗಳನ್ನು ಹಿಂದೆ ಹಾಕುತ್ತಾ ನನ್ನತ್ತ ಧಾವಿಸಿ ಬಂದು "ಮಗು ಎಲ್ಲಿ" ಎಂಬಂತೆ ಕೈ ಸನ್ನೆ ಮಾಡಿದ. ಗುಡುಗಿನಂತೆ ಅಮ್ಮ ಒಮ್ಮೆಲೆ ಅಳುತ್ತಾ ಬಂದು "ಸುರೇಶ" ಎಂದು ಗಟ್ಟಿಯಾಗಿ ತಬ್ಬಿಕೊಂಡಳು. ನಂತರ ಎಲ್ಲವೂ ಗಾಳಿಗೆ ಸಿಕ್ಕ ತರಗೆಲೆಯ ರಾಶಿಯಂತೆ ಎದೆಗೆ ಅಪ್ಪಳಿಸಿತು. ಆಸ್ಪತ್ರೆಯ ಮೂಲೆ ಮೂಲೆಯಿಂದ ಸಕಲವನ್ನು ಧಿಕ್ಕರಿಸುವ ಮೂಕ ಮೌನ ನನ್ನನು ಸಹ ಕೆಣಕಿತು.

ಡಾಕ್ಟರ್ "ವೆರಿ ಬ್ಯಾಡ್, ವೆರಿ ಬ್ಯಾಡ್" ಎಂದು ಹೇಳುವಾಗ ಅವನ ಕತ್ತು ಹಿಸುಕಿ ಕೊಂದುಬಿಡುವಷ್ಟು ಕೋಪ ನನ್ನ ಅಸಹಾಯಕತೆಯನ್ನು ಮೀರಿ ಚಿಮ್ಮಿತು. ಅದಾಗಲೇ ಅಮ್ಮ ದಿಕ್ಕೆಟ್ಟು ಕುಸಿದುಬಿಟ್ಟಿದ್ದಳು. ಅಪ್ಪ ಕಂಗೆಟ್ಟು ಅಳಲು ಶುರು ಮಾಡಿದ್ದ. ಸುನಯನಳ ಹಣೆ ತಣ್ಣಗಾಗಿತ್ತು, ಸುನಯನಳ ಕೈಬೆರಳುಗಳು ಟ್ರಾಫಿಕ್ಕು ಜಾಮಿನಲ್ಲಿ ಸುರಿಯುವ ಮಳೆಗೆ ನಿಶ್ಚಲವಾಗಿ ನಿಂತ ಸಿಗ್ನಲ್ಲಿನ ಬೆಳಕಿನಂತಿತ್ತು. ಮಗಳು ಮುಖವನ್ನು ಓರೆ ಮಾಡಿ ಚಿರನಿದ್ರೆಯಲ್ಲಿದ್ದಳು. ನನ್ನ ಕೈ ಕಾಲುಗಳು ನಿಂತಲ್ಲೆ ಹೂತು ಹೋಗಿದ್ದವು. ರೇವತಿ ಬಿಡದೆ ಕರೆ ಮಾಡುತ್ತಲೆ ಇದ್ದಳು.

ಮರುದಿನ ಸುನಯನಳ ಫಲವತ್ತಾದ ದೇಹವನ್ನು ಮಣ್ಣಿಗೆ ನೆಡುವಾಗ ರೇವತಿ ನನ್ನತ್ತ ನೋಡಿ ಮಣ್ಣಿನಲ್ಲಿ ಅಳುತ್ತಾ ಉರುಳಾಡಿದಳು. ಅಮ್ಮ ಎಲ್ಲರನ್ನು ಸಲುಹುತ್ತಾ "ಕಾರ್ಯ ಮುಗಿಸು ಸುರೇಶ, ಮೊದ್ಲು ಕಾರ್ಯ ಮುಗಿಸು" ಎಂದು ಹೇಳುತ್ತಾ ರೇವತಿಯನ್ನು ಬಾಚಿ ತಬ್ಬಿಕೊಂಡಳು. ದೂರದಲ್ಲಿ ಮರವನ್ನು ಹೊತ್ತೊಯ್ಯುವಂತೆ ಗಾಳಿ ಬೀಸುತ್ತಿತ್ತು. ಕಿರು ಮೊಗ್ಗನ್ನು ಮರ ಕಳೆದುಕೊಂಡು ನೆಲಕ್ಕೆ ಧೋ ಎಂದು ಪ್ರಾರ್ಥಿಸುವಂತೆ ಮಳೆ ಶುರುವಾಯಿತು. ಎಳೆಯ ಮೋಡವೊಂದು ಮರುಭೂಮಿಯಲ್ಲಿ ಹೂಳುವಂತೆ ಹೂವಿನ ಬಟ್ಟೆಯಲ್ಲಿದ್ದ ಸುನಯನಳನ್ನು ಮಣ್ಣಿಗೆ ಬಿತ್ತಿದೆ. ಮಳೆ ಜೋರಾಯಿತು. ನಾವೆಲ್ಲರೂ ಮಳೆಯೊಳಗೆ ನಮ್ಮ ಕಣ್ಣೀರನ್ನು ಬಚ್ಚಿಟ್ಟೆವು.

ರೇವತಿ ಮತ್ತು ಅಮ್ಮ ಎಷ್ಟೋ ದಿನ ನೀರು ಸಹ ಕುಡಿಯದೆ ಕಳೆದರು. ಸುನಯನಳ ಹುಣ್ಣಿಮೆಯಂತಹ ನಗು ಮನೆಯ ಕಿಟಕಿ ಬಾಗಿಲುಗಳಲ್ಲಿ ದಿನೇ ದಿನೇ ಕರಗುತ್ತಾ ಹೋಯಿತು. ನನ್ನ ಮನಸ್ಸಿನಾಳದಲ್ಲಿ ಆ ಹುಣ್ಣಿಮೆ ಚಿರಾಯುವಾಗುತ್ತಾ, ಪ್ರತಿ ಅಪರಿಚಿತನ ಮೋರೆಯಲ್ಲೂ ಕಾಣಿಸುತ್ತಾ, ಮಾರ್ಕೆಟ್ಟಿನ ಉಗ್ರ ಕಲರವದಲ್ಲಿ ತನ್ನನ್ನು ಹುಡುಕುವಂತೆ ಮಾಡುತ್ತಿದೆ ಆ ಬೆಳಕು.

ಸುನಯನಳ ಹೊಳೆವ ಕಣ್ಣಿನಂತಿದ್ದ ಆ ಬಸ್ಸಿನ ಕಂಡಕ್ಟರಿನ ಕಣ್ಣನ್ನೆ ನಂಬುತ್ತಾ ಅದೇ ಕೋರೈಸುವ ಬೆಳಕು ನನ್ನನು ಹೈದರಾಬಾದಿಗೆ ತಂದು ಎಸೆದಿದೆ. ಇಲ್ಲಿನ ಜನರೆಲ್ಲಾ ಚಾವಿ ಕೊಟ್ಟ ಮಕ್ಕಳ ರೈಲಿನಂತೆ ಸಿಕ್ಕ ಸಿಕ್ಕಲ್ಲಿ ಕಳೆದು ಹೋಗುತ್ತಿದ್ದಾರೆ. ಆಫೀಸಿನಿಂದ ಸೀದಾ ಮನೆಗೆ ಹೊರಟಿದ್ದ ನಾನೇಕೆ ರಸ್ತೆಗಳೇ ಗೊತ್ತಿಲ್ಲದ, ಸುತ್ತಲೂ ಅನಾಮಿಕತೆಯನ್ನು ರಾಚುತ್ತಿರುವ ಈ ಊರಿಗೇಕೆ ಬಂದೆ.

"ಅನಿಶ್ಚಿತತೆಯೊಂದು ದಿನವೂ ಘಟಿಸುತ್ತಿರಬೇಕು" ಅಪ್ಪ ಹೇಳಿದ್ದು ನಿಜಕ್ಕೂ ಸರಿಯೇ!

ಫೋನು ಚಾರ್ಜಿಲ್ಲದೆ ಸತ್ತುಹೋಗಿದೆ. ಇಲ್ಲದಿದ್ದರೆ ರೇವತಿ "ಎಲ್ಲಿದಿರಾ, ನೀವು ಬರೋತನಕ ನಾನು ಅಮ್ಮ ಊಟ ಮಾಡಲ್ಲ, ಬೇಗ ಬನ್ನಿ" ಎಂದು ಬಾಯಿಗೆ ಬಂದಂತೆ ಬೈದು ಈ ಅನಿಶ್ಚಿತತೆ ಘಟಿಸಲು ಬಿಡುತ್ತಿರಲಿಲ್ಲ. ಬದುಕಿನ ದಿಕ್ಕು ತಪ್ಪುವುದೇ ಒಂದು ಬಗೆಯ ಅನಿಶ್ಚಿತತೆಯೇ?

ದೇವದಾಸನ ಮಿಸ್ಟೇಕು

ಉಷ್ಣ ಕಾಣೆಯಾಗಿ ಮೂರು ದಿನವಾಯಿತು.

ಜಾಮಿನಿ ಮೆಡಿಕಲ್ ಶಾಪಿನಿಂದ ಒಬ್ಬ ಗುಂಗುರು ಕೂದಲಿನ, ಎಡಗೈ ಇಲ್ಲದ ಎಪ್ಪತ್ತು ಎಪ್ಪತ್ತೈದು ವಜನ್ನಿನ ಒಂದು ದೇಹ ರಸ್ತೆಗೆ ತ್ರಿಕೋನಾಕಾರದ ಬೋರ್ಡನ್ನು ನಿಲ್ಲಿಸಿ ಹೋಯಿತು. ಆ ಬೋರ್ಡಿನಲ್ಲಿ ಕೇಸರಿ ಬಣ್ಣದ ಚಿಕ್ಕ ಗಣೇಶ ಧೂಳಿನಿಂದಾಗಿಯೂ, ಕಳಾಹೀನನಾಗಿಯೂ ಕಾಣುತ್ತಿದ್ದ.

ಹೊರ ವರ್ತುಲದ ರಸ್ತೆಗಳೇ ಹಾಗೇನೋ! ಒಂಬತ್ತು ಗಂಟೆಯ ಮೇಲೆ ಚಿಗುರುತ್ತವೆ. ಅಲ್ಲೊಂದು ಇಲ್ಲೊಂದು ಚಿಕ್ಕಪುಟ್ಟ ವಾಹನಗಳು ನಿಧಾನ ಚಲಿಸಲು ಶುರು ಮಾಡುತ್ತವೆ. ತರಕಾರಿ ಕೊಳ್ಳುವವರು, ಶೇವಿಂಗ್, ಕಟಿಂಗು ಹೇರ್ ಡೈ ಮಾಡಿಸಿಕೊಳ್ಳುವವರು ಕಣ್ಣಿನ ಪಿಸುರು ತೆಗೆಯದೆ ರಸ್ತೆಗೆ ಡಾಮರು ಹಾಕುವ ಕೈಗಳಂತೆ ನಡೆಯುವಾಗ 'ಕಳಕಳಿ' ಸುಮ್ಮನೆ ನಿಂತು ನಗುತ್ತಿರುತ್ತಾನೆ.

ಇಂತಹ ಸ್ವಪ್ನವಂಚಿತ ಮಲ್ಲರಲ್ಲಿ ಕೆಲವರು ಉಷ್ಣನ ಮುಚ್ಚಿದ ಅಂಗಡಿಯನ್ನು ದಾಟಿಕೊಂಡೆ ಹೊರಟರು. ಅಂಗಡಿಯ ಅಂಗಳದಲ್ಲಿ ಬಿದ್ದಿದ್ದ ಮೂರ್ನಾಲ್ಕು ತರಹದ ಕನ್ನಡ ಹಾಗೂ ಒಂದು ಇಂಗ್ಲೀಷಿನ ದಿನಪತ್ರಿಕೆಗಳ ಮೇಲೆ ಬೀದಿನಾಯಿಯೊಂದು ಮಲಗಿತ್ತು. ಡೆಕ್ಕನ್ ಎಂಬ ಹೆಸರು ಮಾತ್ರ ಕಾಣುವಂತೆ ನಾಯಿ ತನ್ನ ಬಾಲವನ್ನು ಚಾಚಿಕೊಂಡಿತ್ತು. ಸೈಕಲ್ ಬೆಲ್ಲು ಬಾರಿಸಿಕೊಂಡು ಬಂದ ಸ್ವೆಟ್ಟರ್ ತೊಟ್ಟ ಹುಡುಗ ಇಂದಿನ ಪೇಪರುಗಳನ್ನು ಒಂದು ಎಳೆಯ ನೂಲಿನಲ್ಲಿ ಸುತ್ತಿ ರೊಯ್ಯನೆ ನಾಯಿಯ ಮೇಲೆ ಎಸೆದು ಹೋದ; ನಾಯಿ ದಿಗ್ಗನೆ ಎದ್ದು ಬೊಗಳಿ ನಿತ್ಯದ ಪರೇಡ್ ಹೊರಟವರ ಜೊತೆ ಸೇರಿಕೊಂಡಿತು. ಹುಡುಗ ಎಸೆದ ದಿನಪತ್ರಿಕೆಗಳ ಗೊಂಚಲು ನೂಲಿನಿಂದ ಬಿಡಿಸಿಕೊಂಡು ಮುದ್ದೆಯಾಗಿದ್ದ ಅಕ್ಷರಗಳನ್ನು, ಎಲೆಕ್ಷನ್ನಿನಲ್ಲಿ ಸೋತ ಅಭ್ಯರ್ಥಿಗಳನ್ನು, ಕಾಯಿಲೆ ಕಸಾಲೆ ಬಂದವರು, ಪೆಟಿಕೋಟ್ ಚೋರರನ್ನು ಮತ್ತು ಕಾಣೆಯಾದವರ ನಿಶ್ಶಬ್ದ ಫೋಟೋಗಳನ್ನು ಸೂರ್ಯನ ಬೆಳಕಿಗೆ ಬಿಟ್ಟುಕೊಟ್ಟಿತು. ಕಾಣೆಯಾದವರ ಪಟ್ಟಿಯಲ್ಲಿ ಉಷ್ಣನ ಹೆಸರಿತ್ತು. ಶುಕ್ರವಾರವಾದದ್ದರಿಂದೇನೊ

ಸಿನಿಮಾ ಕುರಿತ ಹೆಚ್ಚುವರಿ ಪುಟಗಳಿದ್ದವು. ಚಿತ್ರತಾರೆಗಳೆಲ್ಲಾ ಗಾಳಿಯಲ್ಲಿ ತೇಲುತ್ತಾ ನೆಲಕ್ಕಿಳಿದರು.

ಪ್ರತಿ ಶುಕ್ರವಾರ ಕಳಕಳಿ ಮೆಡಿಕಲ್ ಶಾಪಿಗೆ ಹೋಗುವ ದೇಡ್ ತಾಸಿನ ಮುಂಚೆ ಉಷ್ಣನ ಅಂಗಡಿಯ ಎದುರು ನಿಂತು ಆ ಸ್ವೆಟ್ಟರ್ ಹುಡುಗ ಪೇಪರ್ ತಂದುಕೊಡುವುದನ್ನೆ ಕಾಯುತ್ತಿದ್ದ. ಸೈಕಲ್ ಗಾಲಿಯ ಶಬ್ದ, ಪೆಡಲಿನ ಜೊತೆ ಸೇರಿಹೋಗುವ ಬೆಲ್ಲಿನ ಕಿಣಿಕಿಣಿ ಪಕ್ಕದ ರಸ್ತೆಯಲ್ಲಿ ಕೇಳಿದ ಕೂಡಲೆ ಇನ್ನೇನು ಕೆಲವೇ ಸೆಕೆಂಡಿನಲ್ಲಿ ಹುಡುಗ ಬರುವವನೆಂದು, ಅವನ ಕೈಯಿಂದ ಪೇಪರು ರವಾನೆಯಾದ ತಕ್ಷಣ ಸಿನಿಮಾ ಸುದ್ದಿಗಳನ್ನು ಓದಿಬಿಡಬೇಕು ಮತ್ತದು ಉಷ್ಣನಿಗೆ ಗೊತ್ತಾಗದ ಹಾಗೆ ಎಂದೆಲ್ಲಾ ಕಳಕಳಿ ಯೋಚಿಸುವಾಗಲೇ ಅವನ ಹೊಟ್ಟೆಯೊಳಗೆ ಒಂದಿಷ್ಟು ಅಸ್ಪಷ್ಟ ಗಾತ್ರದ ಲಡ್ಡುಗಳು ಸ್ಫೋಟಗೊಳ್ಳುತ್ತಿದ್ದವು. ಸ್ಫೋಟಗೊಂಡ ಮಾರ್ದನಿ ಬೇರೆಯವರಿಗೆ ಕೇಳಿತೇನೋ ಎಂದು ಕಳಕಳಿ ಗುಮಾನಿ ಪಡುತ್ತಿದ್ದ.

ರಸ್ತೆಗೆ ಬೋರ್ಡು ಇಟ್ಟು ಬಂದು ಕಳಕಳಿ ಬಿಳಿಯ ಮೇಜಿನ ಪಕ್ಕವಿದ್ದ ವ್ಹೀಲ್ ಚೇರ್ ಸರ್ರನೆ ಎಳೆದು ಕೂತ. ಉಷ್ಣ ಕಾಣೆಯಾಗಿದ್ದು ಅವನ ಎದೆ ನಡುಗಿಸಿತ್ತು. ಅದಲ್ಲದೆ ತನ್ನ ಅಂಗಡಿಯ ಅಂಗಳದಲ್ಲಿ ಬಿದ್ದಂತ ಕಟಿಂಗ್ ಮಾಡಿದಂತ ಕೂದಲುಗಳ ರಾಶಿ, ಉಷ್ಣನಿಗೆ ಸಂಬಂಧಪಟ್ಟ ವಸ್ತುಗಳು ಕಂಡಿದ್ದರಿಂದ ಕಳವಳಗೊಂಡಿದ್ದ. ಪೋಲಿಸಿಗೆ ಏನಾದರೂ ನನ್ನ ಮೇಲೆ ಅನುಮಾನ ಬಂದರೆ ನನ್ನ ಇಲ್ಲಸಲ್ಲದ ವಿಚಾರಣೆಗೆ ಒಳಪಡಿಸುತ್ತಾರೆಂದು ಯಾರಿಗೂ ಗೊತ್ತಾಗದ ಹಾಗೆ ಎಲ್ಲ ಸಾಕ್ಷ್ಯಗಳನ್ನು ನೀಟಾಗಿ ಗುಡಿಸಿ ಕೂತಿದ್ದ. ದಿಕ್ಕುಗಳೆಲ್ಲಾ ಅವನ ತಲೆಗೆ ಬಡಿದವು.

■

ರಾತ್ರಿ ಯಾವುದೋ ಊರಿನಿಂದ ಬರುತ್ತಿದ್ದ ಉಷ್ಣ ಮೆಡಿಕಲ್ ಶಾಪಿನ ಮುಂದೆ ಹುಚ್ಚ ಚೂಡಿದಾರದ ಪ್ಯಾಂಟನ್ನು ಉಲ್ಟಾ ಹಾಕಿಕೊಳ್ಳಲು ಸೋತು ಕಿರಿಚುತ್ತಿದ್ದಾಗ ಅವನ ಬಳಿ ಹೋದ. "ಏನ್ ನಡಿಸ್ತಿಯಪ್ಪಾ" ಎಂದು ಕೇಳಿ ಪ್ಯಾಂಟ್ಯಾಕೊ ಉಲ್ಟಾ ಹಾಕೊತ್ತಿದ್ಯಾ" ಎಂದ. ಸುತ್ತಲೂ ಯಾವ ವಾಹನದ ಸದ್ದು ಕೇಳದೆ ಬೀದಿ ದೀಪದ ಕೆಳಗೆ ಹಾಯಾಗಿ ಗಸ್ತು ಹೊಡೆಯುತ್ತಿದ್ದ ಹುಳುಗಳ ಹಾರಾಟ ಕೇಳಿತು. ಪ್ರತಿ ರಾತ್ರಿ ಹನ್ನೆರಡುವರೆಗೆ ಆ ರಸ್ತೆಯಿಂದ ಹೊರಡುವ ಪೋಸ್ಟ್ ಆಫೀಸಿನ ಮೆಟಡೋರೊಂದು ಸರ್ರನೆ ಹಾದು ಹೋಯಿತು. ಅಚ್ಚ ಕೆಂಪು ಬಣ್ಣವಿದ್ದ ಮೆಟಡೋರು ಇಡೀ ಟಾರಿನ ರಸ್ತೆಗೆ ಅಧಿಕ ರಕ್ತದೊತ್ತಡ ಒಮ್ಮೆಲೆ ತಂದಂತೆ ಭಾಸವಾಯಿತು.

ಹುಚ್ಚ ಏನು ಉಷ್ಣನಿಗೆ ಅಪರಿಚಿತನಲ್ಲ. ದಿನಕ್ಕೆ ಮೂರು ಬಾರಿಯಾದರೂ ಕಣ್ಣಿಗೆ ತಾಕುವ ಸರ್ಕಾರ ನೇಮಿಸಿದ ಕಸ ಒಯ್ಯುವ ಗಾಡಿಯಂತವನು. ಯಾರದೋ ಮನೆಯ ಹಿತ್ತಿಲಿನಲ್ಲಿ ಬಿದ್ದ ಪೈಜಾಮದಲ್ಲಿ ತನ್ನ ಕಾಲು ತೂರಿಸಿಕೊಳ್ಳಲು ಹೆಣಗಾಡುತ್ತಿದ್ದ. ಮೊದಲ ನೋಟಕ್ಕೆ ಅದು ಹೆಂಗಸಿನದು ಅನ್ನಿಸಿದರೆ ಆಮೇಲೆ

ತೊಡೆ, ಹಿಂಭಾಗದ ಕಡೆಗಳಲ್ಲಿ ರಕ್ತಸ್ರಾವದ ಕೃತಿಗಳಿದ್ದವು. ಉಪ್ಪಣ್ಣ ಹುಚ್ಚನನ್ನು ಒಮ್ಮೆ ಸಂದೇಹದಿಂದ ನೋಡಿದ. ಕೋಲು ಮುಖದಲ್ಲಿ ಹಸಿರು ಮಿಶ್ರ ಕಪ್ಪು ಪದರ ಕಣ್ಣಿನಿಂದ ಕಂಠದವರೆಗೂ ಹಬ್ಬಿತ್ತು.

"ಲೇ ದೇವದಾಸ ಇರೋ ಇರೋ" ಎಂದು ಉಪ್ಪಣ್ಣ ಒಂದೇ ಸಮನೆ ಹೌಹಾರುತ್ತಿದ್ದವನನ್ನು ಸುಮ್ಮನಾಗಿಸಿ ಬಲಗಾಲಿನ ಹಿಮ್ಮಡಿಗೆ ಸಿಕ್ಕಿಬಿದ್ದ ಪೈಜಾಮದ ಒಂದು ಕಾಲನ್ನು ಬಿಡಿಸಿ ಮೊದಲು ಆತನ ಎಡಗಾಲನ್ನು ತೂರಿಸಲು ಗದರಿಸಿದ. ದೇವದಾಸ "ವಾರ್ ಅಂಡ್ ಪೀಸ್, ಪೀಸ್‌ಫುಲ್ ವಾರ್" ಎಂದು ಬಡಬಡಿಸುತ್ತಿದ್ದ. ಉಪ್ಪಣ್ಣನಿಗೆ ತಾನು ತೊಡಿಸುತ್ತಿದ್ದ ಪೈಜಾಮ ತೀರಾ ಹತ್ತಿರವೆನಿಸಿತು. ಹಿಂದೊಮ್ಮೆ ಅಥವಾ ಇತ್ತೀಚೆಗೆ ಹತ್ತಿರದಿಂದ ಅದನ್ನು ಮುಟ್ಟಿದ ನೋಡಿದ ಅನುಭವವಿದೆ ಎಂದು ಅನ್ನಿಸತೊಡಗಿತು ಆದರೆ ರಕ್ತದ ಕಲೆ! ಉಪ್ಪಣ್ಣನ ತಲೆ ಗಾಳಿ ಚರಕದಂತೆ ತಿರುಗಿತು.

ದೇವದಾಸನ ಎರಡು ಕಾಲ ಹಿಮ್ಮಡಿಗಳು ಬಹುತೇಕ ಅರಳಿದ್ದವು; ಬಿರುಕುಗಳಲ್ಲಿ ಕಪ್ಪು ನೆಲ ಕಾಣುತ್ತಿತ್ತು. ಮೆಡಿಕಲ್ ಶಾಪಿನ ಒಂದು ಬದಿಗೆ ಅವನ ಎರಡು ಪರಸ್ಪರ ವಿರುದ್ಧ ದಿಕ್ಕಿನ ಜೊತೆಯಲ್ಲದ ಚಪ್ಪಲಿಗಳಿದ್ದವು. ಮೂರ್ನಾಲ್ಕು ಬಗೆಯ ಅಂಗಿತೊಟ್ಟಿದ್ದ ಅವನ ಎದೆ ತೋಳುಗಳು ಭೀಕರ ಚಳಿಯನ್ನು ಬೇರೆ ಯಾರಿಗೋ ಮಾರಿಕೊಂಡಿದ್ದವು. ಹೆಚ್ಚಿನ ಜನ ಉಡದಾರ, ಬನಿಯನ್ನು ಚಡ್ಡಿ ಇನ್ನಿತರೆ ವಗೈರೆಗಳನ್ನು ಸಂಪ್ರದಾಯ ಅಥವಾ ಲಡ್ಡಾಯಿತೆಂದು ನದಿಗೋ ಚರಂಡಿಗೋ ಎಸೆದ ಕೆಂಪು ಉಡದಾರದ ತಾಯತ ಕೊರಳಿನಲ್ಲಿತ್ತು. ತನ್ನ ಸೊಂಟಕ್ಕಿಂತ ಹೆಚ್ಚು ಅಗಲವಿದ್ದ ಎಲಾಸ್ಟಿಕ್ಕು ಬಗ್ಗಡವಾದ ಚಡ್ಡಿ ಸುಸೂತ್ರವಾಗಿ ಕೆಳಗೆ ಜಾರುತ್ತಿದ್ದುದನ್ನು ಉಪ್ಪಣ್ಣ ತಡೆದಿಟ್ಟಿದ. ದೇವದಾಸ ತನಗಿದಕ್ಕೆ ಸಂಬಂಧವಿಲ್ಲವೆಂದು ಉಪ್ಪಣ್ಣ ತನ್ನ ಹೆಗಲಿನಿಂದ ಕಿತ್ತು ಪಕ್ಕಕ್ಕಿರಿಸಿದ ಕಪ್ಪು ಬ್ಯಾಗಿನತ್ತ ಆಸೆಯಿಂದ ನೋಡ ಹತ್ತಿದ.

ಒಂದು ಹೆಗಲಿಗೆ ಜೋತು ಬೀಳುವ ಕಪ್ಪು ಬ್ಯಾಗು ಉಪ್ಪಣ್ಣನ ಜೊತೆ ಹಲವಾರು ಊರುಕೇರಿ, ತರಹೇವಾರಿ ಮಂದಿಗಳ ಮನೆಗೆ ಹೋಗಿತ್ತು. ಎರಡು ಸಮಾನಾಂತರ ದೊಡ್ಡ ಬಾಯಿಯ ಜಿಪ್ಪು, ಇನ್ನೊಂದು ಚಿಕ್ಕ ಯಾವುದೇ ಅಡೆತಡೆಗಳಿಲ್ಲದ ಒಂದು ಸಂದಿಯಿತ್ತು. ಅದರೊಳಗೆ ಉಪ್ಪಣ್ಣನ ವಿಸಿಟಿಂಗ್ ಕಾರ್ಡು, ತಮಿಳು ನಟ ವಿಜಯಕಾಂತನ ಫೋಟೋವಿತ್ತು. ಇನ್ನುಳಿದಂತೆ ಅಂಗೈಯಷ್ಟು ಅಗಲದ ಚೌಕಾಕಾರ ಸರಳ ಕನ್ನಡಿ, ವಿವಿಧ ಗಾತ್ರದ ಸಣ್ಣ ಹಲ್ಲಿನ ಬಾಚಣಿಕೆಗಳ ಗುಂಪು, ಗೋರಂಟಿ ಬಣ್ಣದ ದೊಡ್ಡ ಹಲ್ಲಿನ ಫಸ್ಟ್ ಕ್ಲಾಸ್ ಎರಡು ಬಾಚಣಿಕೆ; ಅದು ಬಿಳಿಯ ಮುಚ್ಚಳವಿದ್ದ ಉದ್ದದ ಬಾಕ್ಸಿನಲ್ಲಿತ್ತು. ಟಫ್ ಮೌತಿನ ಕತ್ತರಿ, ಇಲಿ ಬಾಯಿಯಂತಹ ಕತ್ತರಿ, ಅದನ್ನು ನಾಚಿಸುವಂತೆ ಮೂಗು ಚೂಪಾದ ಇನ್ನೊಂದು ಕತ್ತರಿ. ಪ್ರಸಿದ್ಧರಿಗಷ್ಟೆ ಮುಖ ತೋರಿಸುವೆ ಎಂದು ನೌಟಂಕಿ ಮಾಡುವ ಹೂಬಳ್ಳಿ ಕೆತ್ತನೆಯ ಬೆಳ್ಳಿ ಅಂಚಿನ ಕೈಗನ್ನಡಿ ಬಿಗಿ ಬಂದುಬಸ್ತಿನಲ್ಲಿ ಭದ್ರವಾಗಿತ್ತು.

ಅಮಿತಾಬ್ ಬಚ್ಚನ್ ನಗುತ್ತಾ ಕೈ ಮುಂದೆ ಚಾಚುತ್ತಿರುವ ಆಯುರ್ವೇದ ಎಣ್ಣೆ ಬಾಟಲಿ, ಕತ್ತು ರಟ್ಟೆಗಳ ಮಾಲೀಶಿಗಷ್ಟೇ ಬಳಸುವ ತೈಲಗಳು; ತೈಲದೊಂದಿಗೆ

ಗೋಚರವಿದ್ದ ಜಾಯಿಕಾಯಿ ಬೇರುಗಳು, ಅಂಟುವಾಳದ ಬೀಜ, ಯಾವುದೋ ಮರದ ತೊಗಲುಗಳಿದ್ದವು. ಶೇವಿಂಗ್ ಸೋಪು, ಕ್ರೀಮು, ಪ್ಯಾಕೆಟ್ಟು ಒಡೆಯದ ಟಿಶ್ಯು ಪೇಪರು, ಇಂಪೋರ್ಟೆಡ್ ಕ್ವಾಲಿಟಿ ಖಚಿತ ಬ್ಲೇಡುಗಳು ಸುವಾಸನೆಯಿಂದ ಕೂಡಿದ್ದವು. ಬೆಂಕಿಪೊಟ್ಟಣದಂತಹ ಕಿರಿದಾದ ಶೀಶೆಗಳಲ್ಲಿ ಆಫ್ಟರ್ ಶೇವ್ ಲೋಶನ್, ಚರ್ಮಕ್ಕೆ ತಂಪೆನಿಸುವ ದ್ರವ್ಯಗಳು ಇನ್ನೂ ಅನೇಕ ಲೋಕಗಳು ಒಟ್ಟಾಗಿ ಕಪ್ಪು ಬ್ಯಾಗಿನಲ್ಲಿ ಏಕತೆಯಿಂದ ಮೇಳೈಸಿದ್ದವು.

ಉಷ್ಣನ ಕಿಸೆಯೊಳಗಿದ್ದ ಮೊಬೈಲು ಆಗಿನಿಂದ ಭಜನೆ ಮಾಡುತ್ತಿತ್ತು. ದೇವದಾಸನ ಕಣ್ಣಿಗೆ ಕಪ್ಪು ಬ್ಯಾಗು ದಾಹ ತೀರಿಸುವ ಬೆಳದಿಂಗಳಂತೆ ಕಾಣುವಾಗ ಸರಕ್ಕನೆ ಚಲಿಸಿ ಬ್ಯಾಗನ್ನು ಅತ್ತಿಂದತ್ತ ಎಳೆದಾಡಿದ. ಕೇವಲ ಹುಚ್ಚನಿಗೆ ಆ ಬ್ಯಾಗಿನಲ್ಲಿ ಅಂಥದ್ದೇನು ಸಿಗುವುದು ಎಂದು ಉಷ್ಣ ಕಿಸೆಯೊಳಗಿದ್ದ ಮೊಬೈಲು ತೆಗೆದು ಸಮಯ ನೋಡಿದ. ಬುಧವಾರದ ಮಧ್ಯರಾತ್ರಿ ಒಂದು ಗಂಟೆಯ ಹನ್ನೆರಡು ನಿಮಿಷ ಕಂಡಿತು. ತನ್ನ ಕೈಲಿದ್ದಾಗಲೆ ಮತ್ತೆ ಮೊಬೈಲು ಭಜನೆ ಮಾಡಿದ್ದು ನೋಡಿ, ಇಟ್ಟ ಅಲಾರಮ್ಮನ್ನು ತೆಗೆದ. ದೇವದಾಸ ಬ್ಯಾಗನ್ನು ಕರಾವಳಿ ಜನರು ಮೀನು ಪರೀಕ್ಷಿಸುವಂತೆ ಮುಟ್ಟಿ ನೋಡುತ್ತಾ ಅದನ್ನು ಮಗುವಂತೆ ಎತ್ತಿಕೊಳ್ಳಲು ಪ್ರಯತ್ನಿಸುತ್ತಿದ್ದ.

ಇನ್ನೇನು ಒಳಗಿದ್ದ ಮೂಕ ಲೋಕ ಎಲ್ಲಿ ಹೊರಗೆಳೆಯುತ್ತಾನೋ ಎಂದು "ಏಯ್ ಇರೋ ಇರು, ಏನ್ ಬೇಕೋ ನಿಂಗೆ" ಕೇಳಿದ. ದೇವದಾಸನ ಕುತೂಹಲ ಏದುಸಿರಾಗಿ ಮಾರ್ಪಟ್ಟಿತ್ತು. ಏನೇನೋ ಗುನುಗಿದ. ಕೈ ಸನ್ನೆ ಮಾಡಿದ. ಧಾವಂತದಲ್ಲಿ ಉಷ್ಣನ ಕೈ ಎಳೆದಾಡಿದ. ಪೈಜಾಮದಲ್ಲಿ ಮೂಡಿದ್ದ ರಕ್ತದ ಕಲೆ ಕಂಡು ಹೀಗೇನಾದರೂ ಮಾಡುತ್ತಿದ್ದಾನ ಎಂದು ಉಷ್ಣನಿಗೆ ಎನ್ನಿಸಿತು. "ಚೇ ಚೇ ಇಲ್ಲ, ಅನುಮಾನ ಮೂಡಿದ್ದು ನನಗೆ ಅವನಿಗಾದರೂ ಪ್ರಜ್ಞೆ ಎಲ್ಲಿದೆ" ನೆನಪಿಸಿಕೊಂಡು ನಕ್ಕು ಬ್ಯಾಗನೆತ್ತಿಕೊಂಡು ಹೊರಡಲು ಅಣಿಯಾದ. ದೇವದಾಸ ಗಾಬರಿಯಿಂದ ಜೋರಾಗಿ "ಏಯ್..." ಎಂದು ಕಿರುಚಿದ.

ತಿರುಗಿ ನಗುತ್ತಾ "ತಕೋ ಕೈ ಇಕೋ ಕೈ ಮುಕ್ಕೋ ಕೈ" ಎಂದು ತಮಾಷೆಯಿಂದ ಅವನಿಂದ ತನಗೊಂದು ನಮಸ್ಕಾರ ಕೃತಕವಾಗಿ ಮಾಡಿಸಿಕೊಂಡು "ಬರ್ತಿನೋ" ಎಂದು ಹೇಳಿ ಹೊರಟ. ದೇವದಾಸನ ರಂಪಾಟ ಮಿತಿ ಮೀರಿತು. ಹಾದಿ ಬದಿಯಲ್ಲಿದ್ದ ಕಲ್ಲೆತ್ತಿಕೊಂಡು ಉಷ್ಣನ ಕಡೆ ಬೀಸಿದ. ಕಲ್ಲು ಗುರಿ ತಪ್ಪಿ ಚರಂಡಿಯಲ್ಲಿ ಬಿದ್ದಂತೆ ಬುಳಕ್ ಎಂಬ ಸದ್ದು ಮೊಳಗಿತು. ಉಷ್ಣ ಈಗ ಹೌಹಾರಿದ. "ಇದೆಲ್ಲಿಂದ ಬಂತು ಫಜೀತಿ ನಂಗೆ, ಗುರಿ ತಪ್ತು ಸರಿ, ಇಲ್ಲ ಅಂದಿದ್ರೆ ಬುರುಡೆ ಒಡೆದಿರೋನು ಬೋಳಿಮಗ" ಎಂದು ತುಸು ಹೆಚ್ಚೇ ಕಸಿವಿಸಿಗೊಂಡ.

"ದೊಡ್ಡೋರು ಅಪ್ಪಿಲ್ಲದೇ ಹೇಳ್ತಾರ, ಹುಚ್ಚರ ಸಹವಾಸ ಊರ ಗಣಪತಿ ಉಪವಾಸ ಅಂತ, ಲೌಡಿ ಮಗ್ನೆ ನಂಗೇ ಕಲ್ಲ್ ಬೀರ್ತೀಯ" ಎಂದು ಅಪರಾತ್ರಿ ಉಷ್ಣ ರೊಚ್ಚಿಗೆದ್ದ. ದೇವದಾಸ ಕಸದ ತೊಟ್ಟಿಯಿಂದ ತೆಗೆದ ಅವಶೇಷಗಳಲ್ಲಿ ಮಣ್ಣು ಕಲ್ಲು ನೋಡದೆ ಕೈಗೆ ಸಿಕ್ಕಿದ್ದನ್ನೆಲ್ಲಾ ತೂರುತ್ತಿದ್ದ. ಬೀದಿ ದೀಪದಲ್ಲಿ ಬೆಳಗುತ್ತಿದ್ದ ರಸ್ತೆ

ಇವರಿಬ್ಬರ ಗಲಭೆ ಕಂಡು ನಾಳೆ ಬೆಳಿಗ್ಗೆ ತನ್ನಲ್ಲಿ ಉಳಿಯಬಹುದಾದ ಕುರುಹುಗಳನ್ನು ಎಣಿಸುತ್ತಿತ್ತು. ಅಂತಹ ಕುರುಹುಗಳಲ್ಲಿ ಬಾಳೆದಿಂಡು, ಚಪ್ಪಟೆಯಾದ ಟೂತ್ ಪೇಸ್ಟು, ಹಳೆಯ ಚಪ್ಪಲಿ, ಅಡಿಕೆ ಹಾಳೆಯ ಊಟದ ತಟ್ಟೆಗಳು, ಹೆಂಡದ ಬಾಟಲಿಗಳು, ಹಳಸಿದ ತರಕಾರಿ ಪಲ್ಲೆಗಳು ಸೇರಿ ಇನ್ನು ಅನೇಕ ವ್ಯಾಜ್ಯಗಳು ಬೆಳಕಿಗೆ ಬಂದಿದ್ದವು.

■

ಉಷ್ಣ ಈ ಹಿಂದೆ ಎಂದೂ ದೇವದಾಸ ಹೀಗೆಲ್ಲಾ ವರ್ತಿಸಿದ್ದನ್ನು ಕಂಡಿಲ್ಲ. ಹುಡುಗಿಯರು ಕಾಲೇಜಿನಿಂದ ಬರುವ ವೇಳೆಗೆ ಪಡ್ಡೆ ಹುಡುಗರು ದೇವದಾಸನ ಬೆನ್ನಿಗೆ ಸಾವಿರ ಪಟಾಕಿಯ ಸರಮಾಲೆ ಹಚ್ಚಿ ಓಡಿಸುತ್ತಿದ್ದರು. ಪಟಾಕಿಯ ಸದ್ದಿಗೆ ಕಕ್ಕಾಬಿಕ್ಕಿಯಾಗಿ ಈತ ಎಲ್ಲೆಂದರಲ್ಲಿ ಅರಚುತ್ತಾ ಓಡುವಾಗ ಹುಡುಗಿಯರು ಸಹ ಬೆಚ್ಚಿ ಕೂಗುತ್ತಿದ್ದರು. ಕಿಡಿ ತಾಗಿಸಿದ ಕಿಡಿಗೇಡಿಗಳಲ್ಲಿ ನೀಚ ನಗೆ ತುಳುಕುತ್ತಿತ್ತು. ಬೆನ್ನಿಗೆ ಬೆಂಕಿ ಕಿಡಿಗಳು ಹತ್ತಿ ದೇವದಾಸನ ಬೆನ್ನು ಅಲ್ಲಲ್ಲಿ ಹರಿದು ಬೆಂದುಹೋಗಿತ್ತು. ಬೋರಲಾಗಿ ಮಲಗಿ ಅಳುತ್ತಿದ್ದವನನ್ನು ಕಂಡು ಸಾರ್ವಜನಿಕರು ಸರ್ಕಾರಿ ಆಸ್ಪತ್ರೆಗೆ ಸೇರಿಸಿದರು.

ರಕ್ತ ಒಸರುತ್ತಿದ್ದ ಬೆನ್ನಿಗೆ ಟಿಂಕ್ಚರ್, ಬರ್ನಾಲ್ ಕ್ರೀಮು ಹಚ್ಚಲು ನರ್ಸು, ಎಮರ್ಜೆನ್ಸಿಗೆಂದು ಬಂದಿದ್ದ ಡಾಕ್ಟರು ಅಲ್ಲದೇ ಆಸ್ಪತ್ರೆಯ ಸಿಬ್ಬಂದಿಗಳೆಲ್ಲಾ ರುದ್ರಸಾಹಸ ಮಾಡಿದರು. ತಾಳ್ಮೆ ಕಳಕೊಂಡ ಡಾಕ್ಟರು "ಐ ಕಾಂಟ್ ಹ್ಯಾಂಡಲ್ ದಿಸ್ ಮದರ್ ಫಕ್ಕರ್" ಎಂದರು. ದೇವದಾಸನ ಜೊಲ್ಲು, ಕೊಳಕು ಕೈಕಾಲು ನೋಡಿ ನರ್ಸುಗಳು ಅಸಹ್ಯ ಎಂಬಂತೆ ಮುಖ ಸಿಂಡರಿಸಿದರು. ಸಾರ್ವಜನಿಕರಲ್ಲೊಬ್ಬ "ಇಂಥ ಜೀವಗಳನ್ನು ಹಿಂಸೆ ಮಾಡ್ತಾರಲ್ಲ ಅವ್ರು ನಿಜವಾಗ್ಲೂ ತಾಯ್ಗಂಡರು, ನನ್ನ ಕೈಲಿ ಇವ್ನ ರೋದ್ನೆ ನೋಡಕಾಗ್ತಿಲ್ಲ" ಎಂದು ಕಳ್ಳನಂತೆ ಸರಪಳಿಯಿಂದ ಕಳಚಿಕೊಂಡ.

ವಿಚಿತ್ರವಾಗಿ ಕೂಗುತ್ತಾ ಸಂಕಟ ಪಡುತ್ತಿದ್ದ ದೇವದಾಸನ ಮೇಲೆ ಐದಾರು ಮಂದಿ ಸವಾರಿ ಮಾಡಿದ್ದವರೆಲ್ಲಾ ಎದ್ದರು. ಬೈದುಕೊಳ್ಳುತ್ತಲೆ ಡಾಕ್ಟರು ಹೊರಟರು. ಒಂದೇ ಸೆಕೆಂಡಿನಲ್ಲಿ ತನ್ನ ಮೇಲೆ ಇದ್ದ ಭಾರ ರಪ್ಪನೆ ಮಾಯವಾದಂತೆ ಅನ್ನಿಸಿ ದಿಕ್ಕೆಟ್ಟು ನೆರೆದಿದ್ದವರಲ್ಲಿ ಒಬ್ಬನ ತೋಳನ್ನು ದೇವದಾಸ ಕಚ್ಚಿದ. ನರ್ಸುಗಳು ಚಿಲ್ಲನೆ ಚೀರಿದರು. ಅವರ ಕೈಯಲ್ಲಿದ್ದ ತಟ್ಟೆಯಲ್ಲಿ ಕತ್ತರಿ, ಟಿಂಕ್ಚರಿನ ಬಾಟಲಿ, ಅನಸ್ತೇಶಿಯದ ಶೀಶೆ, ಹತ್ತಿ, ಸಿರಿಂಜುಗಳು ಮೇಲಕ್ಕೆ ಹಾರಿದವು. ಹಲ್ಲಿನಿಂದ ಕಚ್ಚಿಸಿಕೊಂಡವನು ದಿಕ್ಕಾಪಾಲಾಗಿ ಕಾಲು ಕಿತ್ತಿದ್ದ. ಕೆಲವರು ದೇವದಾಸನನ್ನು ಹೊಡೆಯಲು ಮುಂದಾದರು. ಶರ್ಟಿಲ್ಲದೆ ಹಸಿಗಾಯಗಳಿಂದ ದೇವದಾಸ ಎಲ್ಲರನ್ನು ನೂಕಿಕೊಂಡು ಮೂಕನಂತೆ ಕೂಗುತ್ತಾ ಆಸ್ಪತ್ರೆಯಿಂದ ದೌಡಾಯಿಸಿದ. ಆತಂಕದಲ್ಲಿ ದೌಡುತ್ತಿದ್ದ ದೇವದಾಸನ ರಕ್ತ ಸ್ರವಿಸುತ್ತಿದ್ದ ಬೆನ್ನು ಡೆನ್ಮಾರ್ಕ್ ದೇಶದ ಬಾವುಟದಂತೆ ಕಾಣುತ್ತಿತ್ತು.

ಅದ್ಯಾವ ಊರಿನಲ್ಲಿ ತನ್ನೆಲ್ಲಾ ಗಾಯ ಒಣಗಿಸಿಕೊಂಡನೋ ಗೊತ್ತಿಲ್ಲ; ಸ್ವಲ್ಪ ದಿನದ ನಂತರ ಮತ್ತದೇ ಬೀದಿ, ಪಾನ್ ಶಾಪು, ಹಣ್ಣಿನಂಗಡಿ, ಮದುವೆ ಛತ್ರ, ಕಾಮಗಾರಿಗೊಳ್ಳದ ಸರ್ಕಾರಿ ಕಚೇರಿಗಳ ಬಳಿ ದೇವದಾಸ ಕಿಂಪುರುಷನಂತೆ ಕಾಣಿಸಿಕೊಂಡ. ಐದಾರು ಬಗೆಬಗೆಯ ಅಂಗಿಗಳನ್ನು ಒಂದರ ಮೇಲೊಂದು ತೊಟ್ಟು, ಕೈಗೆ ಪ್ಲಾಸ್ಟಿಕ್ ಚೀಲದ ಹೊರೆ ಹೊತ್ತು ಇಡೀ ಊರನ್ನು ಅಲೆಯುತ್ತಿದ್ದವನ ಕುರಿತು ಈ ಮೊದಲು "ನಿನ್ನದು ಯಾವ ಊರು, ಮದುವೆ ಆಗಿದೆಯೇ, ರಾತ್ರಿಯ ಚಳಿಗೆ ಏನು ಉತ್ತರಿಸುತ್ತೀಯ, ನಿನ್ನ ಪ್ರಕಾರ ದೇವರೆಂದರೆ ಯಾರು, ನೀನು ಮಾಂಸಾಹಾರಿಯೋ ಅಥವಾ ಮನುಷ್ಯಾಹಾರಿಯೋ, ನಿನ್ನ ಕಾಯಿಲೆಗೆ ಆಯಸ್ಸು ಇನ್ನೆಷ್ಟು ದಿನ" ಎಂಬೆಲ್ಲ ಮುಲಾಜಿನ ಪ್ರಶ್ನೆಗಳು ಇವನನ್ನು ಕೇಳಲಾರದೆ ಅಂಚೆವಾಲ ಸಹ ನಿರ್ಲಕ್ಷಿಸಿದ ಕೆಂಪು ಡಬ್ಬಿಯ ಹಾಗೆ ಉಳಿದುಬಿಟ್ಟವನನ್ನು ದಿನ ಕಳೆದಂತೆ ಹೆಂಗಸರು ರಾತ್ರಿ ಮನೆಯಲ್ಲುಳಿದ ತಂಗಳು, ವೃದ್ಧರು ತಮ್ಮ ಪಿಂಚಣಿ ಬಂದ ದಿನ ಅವನಿಗೊಂದು ಎಳನೀರು, ಬೇಕರಿ ಮಾಲೀಕರು ಪುಡಿಪುಡಿಯಾದ ಕೇಕು ಪಪ್ಸು ಕೊಡಲು ಶುರುಮಾಡಿದರು. 'ತಿರುಗುಬಾಣ' ಎಂಬ ಸಮಾಜಸೇವೆಯ ಕಾರ್ಯಕರ್ತರು ದೇವದಾಸನಿಗೆ ಮಲಗಲು ಚಾಪೆ–ದಿಂಬು–ರಗ್ಗು ಕೊಟ್ಟು ಫೋಟೋಗಾಗಿ ಹಲ್ಕಿರಿದರು.

ಪಟಾಕಿಯ ಪ್ರಸಂಗ ಮುಗಿದ ಮೇಲೆ ಸಮಾಜ ಸಂಘ ನಡೆಸುತ್ತಿದ್ದವರು, ಮಾಜಿ ಪುಡಾರಿಗಳು, ರಾಜಕೀಯ ವ್ಯಕ್ತಿಗಳೊಂದಿಗೆ ಗುರುತಿಸಿಕೊಂಡವರು ಮತ್ತು ಕೆಲ ವಿಚಿತ್ರ ಸೂಕ್ಷ್ಮದ ಜನರು ಪೆಂಡಾಲು ಹಾಕಿ ಜನರನ್ನು ಕರೆಸಿ ಕಳಕಳಿಯ ಕೈಗೆ ಮೈಕು ಕೊಟ್ಟರು. "ಹುಚ್ಚನನ್ನು ಹುಚ್ಚ ಎನ್ನದಿರಿ, ಅವನಿಗೂ ನಮ್ಮ ನಡುವೆ ಬಾಳಲು ಬಿಡಿ, ನಾವೆಲ್ಲರೂ ನಾಳೆಯೇ ಅವನಿಗೆ ಇಲಾಜು ಮಾಡಿಸೋಣ, ಈಗಿನಿಂದಲೇ ಅವನನ್ನು ಸಮಾಜದೊಳಗೊಬ್ಬ ಎಂದು ಪರಿಗಣಿಸಬೇಕು ಇದು ನಿಮ್ಮೆಲ್ಲರ ಪರವಾಗಿ ಜಾಮಿನಿ ಮೆಡಿಕಲ್ ಶಾಪಿನ ಮಾಲೀಕನಾದ ನನ್ನ ಪರವಾಗಿ" ಎಂದು ಪೆಂಡಾಲು ನಿಲ್ಲಿಸಲು ನೆರವಾಗಿದ್ದ ಗೂಟಗಳು ಅಲ್ಲಾಡುವಂತೆ ಕಳಕಳಿ ಕೂಗಿದ. ವೇದಿಕೆಯ ಮೇಲೆ ಕೆಂಪು ಕುರ್ಚಿಯಲ್ಲಿ ಮುದಿ ಅಳಿಲಿನಂತೆ ಕೂತಿದ್ದ ದೇವದಾಸ ಚಪ್ಪಾಳೆಯ ಗುಡುಗಿಗೆ ಹೆದರಿದ. ತಕ್ಷಣ ಕಳಕಳಿ ಎಲ್ಲರ ಸಮ್ಮುಖದಲ್ಲಿ ಕೆಲ ಮಕ್ಕಳು, ವೃದ್ಧರಿಗೆ ವಿಟಮಿನ್ ಹಾಗೂ ಜಿಂಕ್ ಗುಳಿಗೆಗಳನ್ನು ವಿತರಿಸಿದ.

"ದುಡ್ಡು ಕೊಟ್ಟು ಪೇಪರ್ ಓದೋ ಯೋಗ್ಯತೆಯಿಲ್ಲ ಇವ್ನಿಗೆ, ಅದ್ಹೇಗೆ ತನ್ನ ಶಾಪಿನ ಮಾತ್ರೆಗಳನ್ನ ಕೊಡ್ತಿದ್ದಾನೆ ಜುಗ್ಗ, ಮಾತ್ರೆ ತಗೊಂಡೋರನ್ನ ದೇವ್ರೆ ಕಾಪಾಡ್ಬೇಕು" ಎಂದು ಉಪ್ಪಣ್ಣ ಒಳಗೊಳಗೆ ನಕ್ಕ.

ಇದೇ ಸರಿಯಾದ ಸಮಯ ಎಂದೆನಿಸಿ ಕಳಕಳಿ ಕೈಯ್ಯಾರೆ ಒಂದು ಜಂತುಹುಳುವಿನ ಮಾತ್ರೆಯನ್ನು ದೇವದಾಸನಿಗೆ ನುಂಗಿಸಿದ. ಜನ ಮತ್ತೆ ಚಪ್ಪಾಳೆ ತಟ್ಟಿದರು. ಕ್ಯಾಮೆರದ ಲೆನ್ಸುಗಳು ಚಕ್ ಚಕ್ಕೆಂದು ಬೆಳಕನ್ನು ಹಿಡಿದವು.

ಹೆಸರಿರಲಿ ಜಗತ್ತಿನ ಪರಿವೆಯಿಲ್ಲದ ಉಸಿರಾಡುತ್ತಿದ್ದ ಅಜಮಾಸು ನಲವತ್ತೈದು ವರ್ಷದ ಕಾಯಕ್ಕೆ 'ದೇವದಾಸ' ಎಂಬ ಹೆಸರನ್ನು ಕಳಕಳಿ ಸೂಚಿಸಿದ. ಜನ ರೋಷ

ಬಂದಂತೆ "ದೇವದಾಸ ದೇವದಾಸ" ಎಂದು ಕರೆಯಲು ಶುರುಮಾಡಿದರು. ಕಳಕಳಿ ರೋಮಾಂಚಿತನಾಗಿ ಬಲಗೈ ಮೇಲೆತ್ತಿ "ಜೈ ದೇವದಾಸ" "ಬೋಲೋ ಜೈ ದೇವದಾಸ" ಎಂದು ಕೂತಿದ್ದವನನ್ನು ಎಬ್ಬಿಸಿ ಎದೆಗಪ್ಪಿಕೊಂಡ. ಬಿಟ್ಟರೇ ಓಡಿಹೋಗುವೇ ಎಂಬ ಮುಖದಲ್ಲಿ ದೇವದಾಸ ಮಂದಸ್ಮಿತನಾದ.

ಉಷ್ಣ ತನ್ನ ಹುಡುಗರ ಸಹಾಯದಿಂದ ನರ್ಸರಿ ಮಗುವನ್ನು ಗದರಿಸಿ ಅಥವಾ ಮುದ್ದಿಸುವಂತೆ ದೇವದಾಸನ ಕಟಿಂಗು ಶೇವಿಂಗು ಮಾಡಿದ. ವ್ಯತ್ಯಾಸ ಏನೆಂದರೆ ಈ ಮಗು ಸುಮ್ಮನೆ ಕೂತಿತ್ತು; ನಗದೇ, ಅಳದೇ, ತನಗೆ ಹೀಗೆಯೇ ಕಟಿಂಗು ಮಾಡಿಸಿರೆಂದು ಯಾರಿಗೂ ದುಂಬಾಲು ಬೀಳದೆ ಬುಡಸತ್ತ ಮರ ಬಡಗಿಯೆದುರು ಕೂತಂತೆ ಸುಮ್ಮನಿತ್ತು. ಉಷ್ಣ ತನ್ನ ಪಳಗಿದ ಕೈಗಳಿಂದ ನಾಜೂಕುತನ ತೋರಿಸಿದ. ನೆರೆದಿದ್ದ ಪತ್ರಕರ್ತರು ಫೋಟೋ ಕ್ಲಿಕ್ಕಿಸಿಕೊಂಡರು. ಮರುದಿನ ಪೇಪರಿನಲ್ಲಿ ಕಳಕಳಿಯ ಮತ್ತು ಉಷ್ಣನ ಫೋಟೋ "ಹುಚ್ಚನಿಗೂ ಮರುಜೀವನ ಕಲ್ಪಿಸಿದ ಮಾಂತ್ರಿಕರು" ಎಂದು ಶೀರ್ಷಿಕೆಯಡಿ ಅಚ್ಚಾದರೆ "ಸ್ನೇಹಕ್ಕೆ ಮಾದರಿ ಉಷ್ಣ ಮತ್ತು ಕಳಕಳಿ" ಎಂದು ಇನ್ನೊಂದು ಕ್ರೈಂ ಪತ್ರಿಕೆ ಬರೆದಿತ್ತು.

ಜನರಿಗೆ ಅಕ್ಕರೆಯ ತುಣುಕೊಂದು ಹುಚ್ಚನ ಮೇಲೆ ಬಂದಂತಾಯಿತು. ದೇವದಾಸ ಎಲ್ಲೇ ಬಿದ್ದಿರಲಿ ಕಾಲನಿಯ ಜನರಿಂದ, ಟ್ಯೂಷನ್ನಿಂದ ತಪ್ಪಿಸಿಕೊಂಡು ಕದ್ದುಮುಚ್ಚಿ ಸಿಗರೇಟು ಸೇದುತ್ತಿದ್ದ ಎಳೆ ಹುಡುಗರಿಂದ ಹಾಯ್, ಗುಡ್ ಮಾರ್ನಿಂಗ್ ಎಂಬ ಖಾಲಿಪೀಲಿ ಸನ್ನೆಗಳು ಬರತೊಡಗಿದವು. ಯಾವಾಗಲಾದರೊಮ್ಮೆ ಅವನ ಮೂಡ್ ಚೆನ್ನಾಗಿದ್ದರೆ ಒಂದಾದರೂ ಕಿರುನಗೆ ತಿರುಗಿ ಅವರಿಗೂ ಸಿಗುತ್ತಿತ್ತು. ದೈವ ಬಗೆದಿದ್ದರೆ ಫ್ಲೆಕ್ಸು ಬ್ಯಾನರಿನ ಮೇಲೂ ಸಹ ದೇವದಾಸ ಮೂಡುತ್ತಿದ್ದ. ವಿಧಿ ಅವಕಾಶ ಕೊಡಲಿಲ್ಲ. ಅವನ ಇಲಾಜಿಗೆ ಯಾರೂ ಮುಂದಾಗಲಿಲ್ಲ.

■

ಉಷ್ಣ ತನ್ನ ಸಲೂನಿನ ಅಂಗಡಿಗೆ ಆಧುನಿಕತೆಯ ಸ್ಪರ್ಶ ಮಾಡಿಸಿದ್ದ. ಸುಮಾರು ಹುಡುಗರು ವೇತನವಿಲ್ಲದೇ ಕೆಲಸಕ್ಕಿದ್ದರು. ಇನ್ನಿಬ್ಬರು ತಿಂಗಳಿಗೆ ಹದಿನೈದು ಸಾವಿರ, ಊಟ ವಸತಿ ಎಂಬ ಒಡಂಬಡಿಕೆಯಡಿ ಉಷ್ಣನ ಮನೆಯ ಮೇಲೆ ವಾಸಕ್ಕಿದ್ದರು. ತನ್ನ ಹೆಂಡತಿಯ ಹೆಸರಿನ ಮೇಲೆ ಸೈಟು, ಮನೆಗಳನ್ನು ಖರೀದಿಸಿದರೆ ಅಸೂಯೆ ತಾಕದೆಂದು ಉಷ್ಣ ಯೋಚಿಸುತ್ತಿದ್ದ. ಸಾಕಷ್ಟು ಆಸ್ತಿ ಮಾಡಿಕೊಂಡಿದ್ದರೂ ಬೈಕು, ಕಾರು ತನ್ನ ಮನೆಯಲ್ಲಿಟ್ಟುಕೊಳ್ಳದೇ ಯಾವುದೇ ಓಡಾಟವಿದ್ದರೂ ರೈಲು ಬಸ್ಸಿನಲೇ ತಿರುಗಿ ಜನರ ಕಣ್ಣಿಗೆ ಸರಳ ಸಜ್ಜನನಂತೆ ಕಾಣುತ್ತಿದ್ದ. ಸ್ಥಳೀಯ ಕೆಲಸಗಾರರಾದರೆ ರೋಪು ಹೆಚ್ಚು, ಹೇಳದೆ ಕೇಳದೆ ರಜೆ ಕೇಳುತ್ತಾರೆ, ಇನ್ನಿತರೆ ತಕರಾರು ಮಾಡುತ್ತಾರೆಂದು ಅಸ್ಸಾಂನಿಂದ ಹುಡುಗರನ್ನು ಕರೆಸಿಕೊಂಡಿದ್ದ. ಸಾವಿರ ಚದರಡಿಯಿದ್ದ ಅಂಗಡಿಯಲ್ಲಿ ನಾಲ್ಕು ಐಶಾರಾಮಿ ಕುರ್ಚಿಗಳಿದ್ದವು. ಯಾವಾಗಲೂ ತುಂಬಿ ತುಳುಕುವ ಜನ. ಪ್ರತಿ

ಮಂಗಳವಾರ ಮಾತ್ರ ಅಂಗಡಿಗೆ ರಜೆ ಇರುತ್ತಿತ್ತು. ಹುಡುಗರು ಉಷ್ಣನ ಒತ್ತಾಯದ ಮೇರೆಗೆ ಅವನ ಮನೆಯ ಹೆಚ್ಚುವರಿ ಕೆಲಸಗಳನ್ನು ನೋಡಬೇಕಿತ್ತು.

ಕಾಲನಿಯ ಜನಕ್ಕೆ ಮಾತ್ರವಲ್ಲದೇ ಉಷ್ಣ ಅನೇಕರೊಡನೆ ಸಂಪರ್ಕ ಸಾಧಿಸಿದ್ದ. ಬುಲಾವ್ ಬಂದೊಡನೆ ಮದ್ರಾಸಿಗೆ ರಾತ್ರೋರಾತ್ರಿ ಹೊರಟುಬಿಡುತ್ತಿದ್ದ; ನಟ ವಿಜಯಕಾಂತನಿಗೆ ಕಟಿಂಗ್, ಹೇರ್ ಡೈ ಮಾಡುವವನು ಈತನೇ ಎಂಬುದು ದೊಡ್ಡ ಸುದ್ದಿ. ಗುತ್ತಿಗೆಯ ಮೇರೆಗೆ ವೃದ್ಧಾಶ್ರಮಗಳಿಗೆ, ರಿಮ್ಯಾಂಡು ಹೋಮಿನ ಮಕ್ಕಳಿಗೆ, ಎಲ್ಲಾ ವಯೋಮಾನದ ಅಂಗವಿಕಲರಿಗೆ ತನ್ನೆಲ್ಲಾ ಸೇವೆಗಳನ್ನು ನಿಗದಿಪಡಿಸಿದ್ದ. ಕೆಲ ವರ್ಷಗಳ ಹಿಂದೆ ನಗರದ ಜೈಲಿನಲ್ಲಿರುವ ಕೈದಿಗಳಿಗೂ ಕಟಿಂಗು ಮಾಡುವ ಗುತ್ತಿಗೆ ಇದ್ದಿತ್ತಾದರೂ "ಸರ್ಕಾರದ ಟೆಂಡರುಗಳು ಮಳೆಯ ಹಾಗೆ, ಇತ್ಲಕಡೆ ಲಾಭನೂ ಇಲ್ಲ, ಅತ್ಲಕಡೆ ಲುಕ್ಸಾನು ಇಲ್ಲ, ಗಡುವು ಮುಗಿದಿದ್ರೂ ಪುಕ್ಸಟ್ಟೆ ಚಾಕರಿ ಮಾಡ್ಬೇಕು" ಅಂತೇಳಿ ಅವುಗಳ ಸಹವಾಸಕ್ಕೆ ಹೋಗದಾದ. ಜೈಲಿನಲ್ಲಿ ಕಸುಬು ಗೊತ್ತಿದ್ದವರೇ ಕೈದಿಗಳಾದಾಗ ಜೈಲರುಗಳಿಗೆ ಉಷ್ಣನನ್ನು ಪದೇಪದೇ ಸಂಪರ್ಕಿಸುವ ತಲೆನೋವು ತಪ್ಪಿತ್ತು. "ಕೈದಿಗಳು ಹೇಗಿದ್ದರೇನು" ಎಂಬ ಉಡಾಫೆಯಲ್ಲಿ ಪರಸ್ಪರ ಒಬ್ಬರನೊಬ್ಬರು ಕತ್ತರಿ, ಬ್ಲೇಡು ತಗೊಂಡು ಈ ಸೇವೆ ತೀರಿಸಿಕೊಳ್ಳಲಾರರೇನು ಎಂಬ ನಿರ್ಲಕ್ಷ್ಯವೂ ಇರಬಹುದು.

ತುಸು ಹೆಚ್ಚೇ ನಂಬಿಕೆಯಿಟ್ಟು ನಾನಾ ಭಾಗಗಳಿಂದ ಕೆಲವು ಮಂದಿ ಉಷ್ಣನನ್ನು ತಮ್ಮ ಮನೆಗೆ ಕರೆಸಿಕೊಂಡು ಅಷ್ಟೇನು ಬೆಳಕಿಲ್ಲದ ಕೋಣೆಯೊಳಗೆ ಕೂಡಿಹಾಕಿದ ವಿಧವೆಯರನ್ನು, ಮಾನಸಿಕ ಅಸ್ವಸ್ಥರನ್ನು ತೋರಿಸಿ ಬಾಗಿಲನ್ನು ಹಿಂದಿನಿಂದ ಹಾಕಿಕೊಳ್ಳುತ್ತಿದರು; ಮಾನಸಿಕ ಅಸ್ವಸ್ಥರೊಡನೆ ಮಾತಾಡುವಾಗ ಉಷ್ಣನ ನಡಾವಳಿ ಬೇರೆಯದೆ ಆಗುತ್ತಿತ್ತು. ಎಂದಿಗಿಂತ ಮುದ್ದುಗರೆದು ಅವರನ್ನು ಒಲಿಸಿಕೊಳ್ಳಲು ಪ್ರಯತ್ನಿಸುತ್ತಿದ್ದ. ನಿಯಂತ್ರಣಕ್ಕೆ ಬಾರದ ಅವರ ಬಾಹ್ಯ ವರ್ತನೆಗೆ ಉಷ್ಣನಿಗೆ ಸಾಕಷ್ಟು ಹೊಡೆತಗಳು ಬೀಳುತ್ತಿದ್ದವು. ಮನೆಯ ಮಂದಿಯೆಲ್ಲಾ ಹಿಡಿದುಕೊಂಡರೂ ಕೆಲವರು ಇವನ ಮೂತಿಗೆ ಕೈಗೆ ಸಿಕ್ಕ ವಸ್ತುವಿನಿಂದ ಚಚ್ಚುತ್ತಿದ್ದರು. ಒಮ್ಮೊಮ್ಮೆ ಚೀತ್ಕಾರ, ಆರ್ತನಾದಗಳು ಅಂಧಕಾರದಲ್ಲಿ ಮೊಳಗುತ್ತಿದ್ದ ಕೋಣೆಯನ್ನು ಬೆಚ್ಚಗಿಡುತ್ತಿತ್ತು. ಇಷ್ಟೆಲ್ಲಾ ಆದರೂ ಕೊಂಚ ಹೆಚ್ಚಿಗೆ ಹಣ ಸಿಗುತ್ತೆ ಎಂಬ ಆಸೆಯಿಂದ ಉಷ್ಣ ಸಹಿಸಿಕೊಳ್ಳುತ್ತಿದ್ದ. ಇಂತದ್ದೊಂದು ಜೀವ ಇಲ್ಲಿತ್ತು ಎಂಬ ಕುರುಹನ್ನು ಅಳಿಸಿ ಹಾಕುವವರ ಮಧ್ಯೆ ತಮ್ಮ ಪ್ರತಿಷ್ಠೆ, ಸೋಗಲಾಡಿತನಕ್ಕಾಗಿ ಒಲ್ಲದ ದೇಹಗಳನ್ನು ಲೋಕದ ಕಣ್ಣಿಗೆ ಮುಚ್ಚಿಡುವ ಇವರ ತಣ್ಣನೆಯ ಕ್ರೌರ್ಯಕ್ಕೆ ಉಷ್ಣ ಉಗ್ರರೂಪದ ಸಾಕ್ಷಿಯಾಗಿದ್ದ.

"ನಮ್ಮಿಂದ ನಿಮಗೆ ಸುಮ್ನೆ ತೊಂದ್ರೆ, ನಿಮ್ಮ ಕೈ ಕಚ್ಚಿ, ಹೇಗೆ ಪರಚಿದ್ದಾಳೆ ನೋಡಿ ನಿಮ್ಮ ಎದೆನಾ, ದಯವಿಟ್ಟು ಏನೂ ತಪ್ಪಾಗಿ ತಿಳ್ಕೋಬೇಡಿ, ನಿಮ್ಮ ಅಕ್ಕನೋ ತಂಗಿನೋ ಅನ್ಕೊಂಡು ಕ್ಷಮಿಸಿಬಿಡಿ" ಎಂದು ಮನೆಯ ಮಂದಿಯಲ್ಲೊಬ್ಬರು ಉಪಾಂತ್ಯದಲ್ಲಿ ಹೇಳುವಾಗ ಉಷ್ಣನಿಗೆ ಇದು ಮಾಮೂಲಿ ಡೈಲಾಗು ಅಂತ

ಅನಿಸುತ್ತಿತ್ತು. "ಇರಲಿಬಿಡಿ ಪರವಾಗಿಲ್ಲ, ನನಗಿದು ಹೊಸದಲ್ಲ, ಸ್ವಲ್ಪ ನೆತ್ತಿಗೆ, ಕಿವಿಗಳ ಹತ್ರ ಗಾಯವಾಗಿದೆ ಅಡಿಗೆ ಅರಿಷ್ಣ ಹಚ್ಬಿಡಿ ಸರಿಹೋಗುತ್ತೆ" ಎಂದು ಉಷ್ಣ ಉತ್ತರಿಸುವಾಗ ಬಾಚಣಿಕೆಯಲ್ಲಿ ಸಿಕ್ಕ ತಲೆಯ ಹೊಟ್ಟು, ರೇಜರಿನಲ್ಲಿ ಸೋರಿದ ರಕ್ತ, ಆ ಜೀವಕ್ಕಾದ ನೋವು, ಬಂದಂತ ಪ್ರತಿಕ್ರಿಯೆ ನೆನೆಸಿ ಮರುಗುತ್ತಿದ್ದನಾದರೂ ಮುಂದಿನ ಟ್ರೈನಿಗೆ ತನ್ನ ಸೀಟು ಕಾಯುತ್ತಿದ್ದುದನ್ನು ಹೇಳಿ ಹೊರಡುತ್ತಿದ್ದ. "ನಮ್ಮ ಕರ್ಮ, ಟ್ರಿಟ್ಮೆಂಟು ನಡೀತಿದೆ, ನೋಡಿದ್ರಲ್ಲ ಇವಳ ಅವತಾರನ, ಸಾಕಾಗಿಹೋಗಿದೆ ನಮ್ಗೆ, ಆಸ್ಪತ್ರೆಗೆ ಸೇರಿಸಿದ್ರೆ ಒಂದು ಮಾತು, ಜನಕ್ಕೆ ಗೊತ್ತಾಗಬಾರ್ದು ಅಂತ ಮನೇಲಿ ಇಟ್ಕೊಂಡ್ರೆ ರಂಪಾಟ, ನೆಂಟರಿಷ್ಟರು ಮನೆಗೆ ಬರೋಕೆ ಮುಖಮುಖ ನೋಡ್ತಾರೆ, ನಮ್ಮಂತ ಮನೆಗೆ ಹೆಣ್ಣು ಕೊಡಲ್ಲ, ಗಂಡು ಬರಲ್ಲ, ಒಂದು ಶುಭಕಾರ್ಯ ಇಲ್ಲ ವರ್ಷದಿಂದ" ಎಂದೆಲ್ಲಾ ಒಬ್ಬರೆ ಮಾತಾಡಿಕೊಂಡಂತೆ ಕಾಣುತ್ತಿದ್ದರು. ಉಷ್ಣ ಆ ಮನೆಯ ಕಪ್ಪು ಕೋಣೆಯನ್ನೊಮ್ಮೆ ತಿರುಗಿ ನೋಡಿ ಬೇರೊಂದು ಮನೆಯ ಬಾಗಿಲನ್ನು ತಟ್ಟಲು ಕಪ್ಪು ಬ್ಯಾಗು ಹೆಗಲಿಗೆ ಹಾಕಿಕೊಂಡು ಹೊರಡುತ್ತಿದ್ದ.

ವೃದ್ಧರು ಮನೆಯ ಮಂದಿ ತಮಗೆ ನೀಡುತ್ತಿದ್ದ ಹಿಂಸೆ, ಕಿರುಕುಳ ನೋವುಗಳನ್ನು ಉಷ್ಣನ ಬಳಿ ಹೇಳಿಕೊಂಡು ಅಳುತ್ತಿದ್ದರು. ಇನ್ನೂ ಕೆಲವರು "ಪೋಲಿಸಿಗೆ ಫೋನ್ ಮಾಡಿಕೊಡಪ್ಪ" ಎಂದು ಒತ್ತಾಯ ಮಾಡುತ್ತಿದ್ದರು. ಏನೂ ಮಾತಾಡದೇ ಅವರನ್ನು ಕೊಂಚ ನಗಿಸಿ ಕನ್ನಡಿ ಕೊಟ್ಟು "ನೋಡಿ ಹೇಗ್ ಕಾಣ್ತಿದೀರ, ಹೇರ್ ಡೈ ಮಾಡಿಬಿಟ್ರೆ ಜೂನಿಯರ್ ರಾಜ್ ಕಪೂರ್" ಎಂದು ಹೊಗಳಿ ಹೂ ಮಾಡಿಬಿಡುತ್ತಿದ್ದ.

"ವಾರಗಟ್ಟಲೆ ನನಗೆ ಅನ್ನ, ನೀರು ಹಾಕಲ್ಲ, ವಂದ ಸಹ ಹಾಸಿಗೇಲೆ ಆಗೋಗುತ್ತೆ" ಎಂದು ಒದ್ದೆಯಾದ ತನ್ನ ಚಾಪೆ, ರಗ್ಗು ಮುಟ್ಟಿ ತೋರಿಸುತ್ತಾ ಕೋಲಾರದ ಮುದುಕಿ ಪಿಸುಮಾತಿನಲ್ಲಿ "ಹೇಗಾದರೂ ಮಾಡಿ ನನ್ನ ಹೊರಗೆ ಕರೆದೊಯ್ದು, ರೈಲಿನ ಕೆಳಗೆ ಮಲಗಿಸಿಬಿಡಪ್ಪ, ಕೈ ಮುಗಿತೀನಿ, ನನ್ನ ತಲೆ ಬೋಳಿಸಬೇಡ" ಎಂದು ಅಂಗಲಾಚಿದ್ದಳು. ನೆಲ ಒರೆಸುವ ಮಸಿಯ ಬಟ್ಟೆಯಾಗಿದ್ದಳು ಮುದುಕಿ. ವರ್ಷದ ಹಿಂದೆ ಗಂಡ ತೀರಿಕೊಂಡಿದ್ದ. ಗಂಡ ಇದ್ದಾಗಲೇ ಹಾಸಿಗೆ ಹಿಡಿದಿದ್ದ ಮುದುಕಿಯ ತಲೆಯಲ್ಲಿ ಯಾವುದೋ ಬಿಳಿಯ ಹುಳಗಳು, ಕಮಟು ಕೊಬ್ಬರಿಯ ವಾಸನೆ, ಪೂರ್ತಿ ನೆರೆತ ಕೂದಲಿನ ಬುಡದಿಂದ ಕೀವು ಸ್ರಾವವಾಗಿ ರಾತ್ರಿಯೆಲ್ಲಾ ರೋದಿಸುತ್ತಿದ್ದ ಮುದುಕಿಗೆ ಮಲಗಿದಲ್ಲೆ ಹಣ್ಣಾದ ಕೂದಲಿಗೆ ಗುಲಾಬಿ ದ್ರವ್ಯ ಚಿಮುಕಿಸಿ ತಲೆ ಬೋಳಿಸಿದ ಉಷ್ಣ ಹಣ ತೆಗೆದುಕೊಳ್ಳದೆ ಬೇರೆಲ್ಲೂ ಹೋಗದೆ ವಾಪಾಸು ಬಂದಿದ್ದ.

ತನ್ನ ಕಣ್ಣಿನೊಳಗೆ ಮುದುಕಿ ಮಲಗಿದ್ದ ರೀತಿ ನೆನಪಿಸಿಕೊಂಡ ಉಷ್ಣನಿಗೆ ದೇವದಾಸನ ಸ್ವಭಾವ ಸ್ವಲ್ಪ ಹಗುರವೆನಿಸಿತು. ದೂರದಲ್ಲಿ ನಿಂತು ಏನೇನೋ ಬಡಬಡಿಸುತ್ತಿದ್ದ ದೇವದಾಸನನ್ನು ಹತ್ತಿರ ಕರೆದ. ಕೊಂಚ ಸಮಾಧಾನವಾದಂತೆಯೂ ತೋರಿದವನು ತನಗೆ ಕಟಿಂಗು ಮಾಡೆಂದು ಕೈ ಬಾಯಿ ಸನ್ನೆಯಲ್ಲಿ ವಿವರಿಸಿದ. ಉಷ್ಣನ ಮನಸ್ಸು ಮೊದಲೇ ಭಾರವಾದಂತೆ, ಅದೀಗ ಮೆಲ್ಲ ಇಳಿದಂತೆ ಅನ್ನಿಸಿ

ಚಕ್ಕಳಬಕ್ಕಳ ಕೂರಿಸಿ ನಡುರಾತ್ರಿ ಕಟಿಂಗ್ ಮಾಡಿದ, ಹೊಸ ಬ್ಲೇಡು ಹಚ್ಚಿ ಅಗ್ಗದ ಕ್ರೀಮು ಬಳಿದು ನೀಟಾಗಿ ಶೇವಿಂಗ್ ಮಾಡಿ ಶೀಶೆಯಲ್ಲುಳಿದ ಸುಗಂಧ ದ್ರವ್ಯವನ್ನು ಮುಖಕ್ಕೆ ಕತ್ತಿಗೆ ಸವರಿದ. ಪ್ರಸಿದ್ಧರಿಗಷ್ಟೇ ಮುಖ ತೋರಿಸುತ್ತಿದ್ದ ಕೈಗನ್ನಡಿ ಕೊಟ್ಟು "ಹೇಗೆ ಕಾಣ್ತಿದ್ದಿ ನೋಡು" ಎಂದು ಕಣ್ಣು ಮಿಸುಕಿದ. ಕನ್ನಡಿ ನೋಡಿಯೂ ದಿವ್ಯಮೂರ್ತಿಯಂತೆ ಕೂತ ದೇವದಾಸನನ್ನು ನೋಡಿ ಕಣ್ಣಲಿ ಹನಿ ಜಿನುಗಿತು. ಆದರೆ ಆತ ತೊಟ್ಟ ಪೈಜಾಮ ಮುದುಕಿಯದೇ ಅನ್ನಿಸತೊಡಗಿತು. ರಕ್ತದ ಕಲೆಗಳು ಯಾರದು? ಮುದುಕಿಯದೇ!

ದೇವದಾಸನ ಅಂಟು ಕೂದಲುಗಳು ಮೆಡಿಕಲ್ ಶಾಪಿನ ಅಂಗಳದಲ್ಲೆ ಪಾರಿಜಾತ ಹೂವಿನಂತೆ ಬಿದ್ದಿದವು. ಬ್ಯಾಗು ಜೋಡಿಸಿಕೊಂಡು ಹೊರಡಲು ಅಣಿಯಾದ ಉಪ್ಪಣನನ್ನು ಯಾರೋ ಎಳೆದಾಡಿದಂತೆ ತೋರಿತು. ತಿರುಗಿದರೆ ದೇವದಾಸ ಮತ್ತೆ ಕಪ್ಪು ಬ್ಯಾಗನ್ನು ಕಿತ್ತುಕೊಂಡು ಅಮಲು ಹತ್ತಿದವನಂತೆ ಓಡಲು ಶುರುಮಾಡಿದ. ಉಪ್ಪಣ "ನಿಲ್ಲೋ ನಿಲ್ಲೋ ದೇವದಾಸ" ಅಂತ ಎಷ್ಟೇ ಕೂಗುತ್ತಾ ಹಿಂಬಾಲಿಸಿದರೂ ಸಿಗಲಿಲ್ಲ. ಓಡುತ್ತಾ ಇಬ್ಬರೂ ಹೈವೆ ರಸ್ತೆ ದಾಟಿದರು.

ಬೆಳಿಗ್ಗೆಯಾದರೂ ಮನೆಗೆ ಮರಳದ ಗಂಡನ ಕುರಿತಾಗಿ ಹೆಂಡತಿ ಪೋಲಿಸ್ ಕಂಪ್ಲೆಂಟ್ ಕೊಟ್ಟಳು. ಒಂದು ದಿನವೂ ರಜೆಯಿಲ್ಲದೆ ಕಂಗಾಲಾಗಿದ್ದ ಕೆಲಸದ ಹುಡುಗರು ಸಲೂನಿನ ತಂಟೆಗೆ ಹೋಗಲಿಲ್ಲ. ಮೂರು ದಿನವಾದರೂ ಕಾಣದ ಉಪ್ಪಣನ ಕುರಿತಾಗಿ ಕಳಕಳಿ ಅಸ್ಸಾಂ ಹುಡುಗರ ಕೈವಾಡ ಇರಬಹುದೇ ಎಂದು ಯೋಚಿಸತೊಡಗಿದ.

ಛಂದ ಪುಸ್ತಕ ಬಹುಮಾನ

ಪುಟ್ಟ ಪಾದದ ಗುರುತು – ಸುನಂದಾ ಪ್ರಕಾಶ ಕಡಮೆ – ₹ 120
ಈ ಕತೆಗಳ ಸಹವಾಸವೇ ಸಾಕು – ಅಲಕ ತೀರ್ಥಹಳ್ಳಿ – ₹ 60
ಹಟ್ಟಿಯೆಂಬ ಭೂಮಿಯ ತುಣುಕು – ಲೋಕೇಶ ಅಗಸನಕಟ್ಟೆ – ₹ 180
ಗೋಡೆಗೆ ಬರೆದ ನವಿಲು – ಸಂದೀಪ ನಾಯಕ – ₹ 60
ಮೊದಲ ಮಳೆಯ ಮಣ್ಣು – ಕಣಾದ ರಾಘವ – ₹ 140
ಆಟಿಕೆ – ಬಸವಣ್ಣೆಪ್ಪಾ ಕಂಬಾರ – ₹ 100
ಮಾಯಾಕೋಲಾಹಲ – ಮೌನೇಶ ಬಡಿಗೇರ – ₹ 140
ಕೇಪಿನ ಡಬ್ಬಿ – ಪದ್ಮನಾಭ ಭಟ್, ಶೇವ್ಕಾರ – ₹ 150
ಮನಸು ಅಭಿಸಾರಿಕೆ – ಶಾಂತಿ ಕೆ ಅಪ್ಪಣ್ಣ – ₹ 230
ದೇವರು ಕಚ್ಚಿದ ಸೇಬು – ದಯಾನಂದ – ₹ 120
ಧೂಪದ ಮಕ್ಕಳು – ಸ್ವಾಮಿ ಪೊನ್ನಾಚಿ – ₹ 120
ಡುಮಿಂಗ – ಶಶಿ ತರೀಕೆರೆ – ₹ 90
ಬಯಲರಸಿ ಹೊರಟವಳು – ಛಾಯಾ ಭಟ್ – ₹ 120
ಮಾಕೋನ ಏಕಾಂತ – ಕಾವ್ಯಾ ಕಡಮೆ – ₹ 130

ಕಥಾಸಂಕಲನ

ಶಕುಂತಳಾ – ಗುರುಪ್ರಸಾದ್ ಕಾಗಿನೆಲೆ – ₹ 80
ಜುಮುರು ಮಳೆ – ಸುಮಂಗಲಾ – ₹ 160
ಶಾಲಭಂಜಿಕೆ – ಡಾ. ಕೆ. ಎನ್. ಗಣೇಶಯ್ಯ – ₹ 130 (6ನೆಯ ಮುದ್ರಣ)
ಕಾರಂತಜ್ಜನಿಗೊಂದು ಪತ್ರ – ಸಚ್ಚಿದಾನಂದ ಹೆಗಡೆ – ₹ 150
ಹಕೂನ ಮಟಾಟ – ನಾಗರಾಜ ವಸ್ತಾರೆ – ₹ 80
ಕಾಲಿಟ್ಟಲ್ಲಿ ಕಾಲುದಾರಿ – ಸುಮಂಗಲಾ – ₹ 80
ಹುಲಿರಾಯ – ಕೀರ್ತಿರಾಜ್ – ₹ 80
ನಿರವಯವ – ನಾಗರಾಜ ವಸ್ತಾರೆ – ₹ 125
ಹನ್ನೊಂದನೇ ಅಡ್ಡರಸ್ತೆ – ಸುಮಂಗಲಾ – ₹ 170
ಗಾಳಿಗೆ ಮೆತ್ತಿದ ಬಣ್ಣ – ಕರ್ಕಿ ಕೃಷ್ಣಮೂರ್ತಿ – ₹ 120
ಕನ್ನಡಿ ಹರಳು – ಪದ್ಮನಾಭ ಭಟ್, ಶೇವ್ಕಾರ – ₹ 130
ಒಂದು ಚಿಟಿಕೆ ಮಣ್ಣು – ಲಕ್ಷ್ಮಣ ಬಾದಾಮಿ – ₹ 130
ಬಂಡಲ್ ಕತೆಗಳು – ಎಸ್ ಸುರೇಂದ್ರನಾಥ್ – ₹ 160
ದೇವರ ರಜಾ – ಗುರುಪ್ರಸಾದ್ ಕಾಗಿನೆಲೆ – ₹ 150
ಕಟ್ಟು ಕತೆಗಳು – ಎಸ್ ಸುರೇಂದ್ರನಾಥ್ – ₹ 210
ಮಡಿಲು (ನೀಳ್ಗತೆ) – ನಾಗರಾಜ ವಸ್ತಾರೆ – ₹ 15
ತಿರಾಮಿಸು – ಶಶಿ ತರೀಕೆರೆ – ₹ 210

ಪ್ರಬಂಧ

ಅನುವಾದ

ವಸುಧೇಂದ್ರ

ಮನೀಷೆ – ಕತೆಗಳು – ₹ 120 (8ನೆಯ ಮುದ್ರಣ)

ಯುಗಾದಿ – ಕತೆಗಳು – ₹ 190 (9ನೆಯ ಮುದ್ರಣ)

ಚೇಳು – ಕತೆಗಳು – ₹ 120 (8ನೆಯ ಮುದ್ರಣ)

ಹಂಪಿ ಎಕ್ಸ್‌ಪ್ರೆಸ್ – ಕತೆಗಳು – ₹ 195 (9ನೆಯ ಮುದ್ರಣ)

ಮೋಹನಸ್ವಾಮಿ – ಕತೆಗಳು – ₹ 200 (6ನೆಯ ಮುದ್ರಣ)

ವಿಷಮ ಭಿನ್ನರಾಶಿ – ಕತೆಗಳು – ₹ 280 (4ನೆಯ ಮುದ್ರಣ)

ಕೋತಿಗಳು – ಪ್ರಬಂಧ – ₹ 120 (8ನೆಯ ಮುದ್ರಣ)

ನಮ್ಮಮ್ಮ ಅಂದ್ರೆ ನಂಗಿಷ್ಟ – ಪ್ರಬಂಧ – ₹ 75 (25ನೆಯ ಮುದ್ರಣ)

ರಕ್ಷಕ ಅನಾಥ – ಪ್ರಬಂಧ – ₹ 110 (5ನೆಯ ಮುದ್ರಣ)

ವರ್ಣಮಯ – ಪ್ರಬಂಧ – ₹ 200 (5ನೆಯ ಮುದ್ರಣ)

ಐದು ಪೈಸೆ ವರದಕ್ಷಿಣೆ – ಪ್ರಬಂಧ – ₹ 280 (5ನೆಯ ಮುದ್ರಣ)

ಹರಿಚಿತ್ತ ಸತ್ಯ – ಕಾದಂಬರಿ – ₹ 140 (5ನೆಯ ಮುದ್ರಣ)

ತೇಜೋ–ತುಂಗಭದ್ರಾ – ಕಾದಂಬರಿ – ₹ 450 (13ನೆಯ ಮುದ್ರಣ)

ಮಿಥುನ – ಶ್ರೀರಮಣರ ಕತೆಗಳು – ₹ 120 (8ನೆಯ ಮುದ್ರಣ)

ಎವರೆಸ್ಟ್ – ಜಾನ್ ಕ್ರಾಕೌರ್ – ₹ 360 (4ನೆಯ ಮುದ್ರಣ)

ಕಾದಂಬರಿ

ಎನ್ನ ಭವದ ಕೇಡು – ಎಸ್ ಸುರೇಂದ್ರನಾಥ್ – ₹ 75

ನ್ಯಾಸ – ಹರೀಶ ಹಾಗಲವಾಡಿ – ₹ 250

ಗುಣ – ಗುರುಪ್ರಸಾದ್ ಕಾಗಿನೆಲೆ – ₹ 150

ದ್ವೀಪವ ಬಯಸಿ – ಎಂ. ಆರ್. ದತ್ತಾತ್ರಿ – ₹ 250

ತಾರಾಬಾಯಿಯ ಪತ್ರ – ದತ್ತಾತ್ರಿ ಎಂ ಆರ್ – ₹ 160

ಅಗೆದಷ್ಟೂ ನಕ್ಷತ್ರ – ಸುಮಂಗಲಾ – ₹ 230

ಪ್ರಿಯೇ ಚಾರುಶೀಲೆ – ನಾಗರಾಜ ವಸ್ತಾರೆ – ₹ 295

ಋಷ್ಯಶೃಂಗ – ಹರೀಶ ಹಾಗಲವಾಡಿ – ₹ 125

ಅಂತು – ಪ್ರಕಾಶ ನಾಯಕ್ – ₹ 200

ಚುಕ್ಕಿ ಬೆಳಕಿನ ಜಾಡು – ಕರ್ಕಿ ಕೃಷ್ಣಮೂರ್ತಿ – ₹ 200

ಬರೀ ಎರಡು ರೆಕ್ಕೆ – ಸುನಂದಾ ಪ್ರಕಾಶ ಕಡಮೆ – ₹ 220

ದೀಪವಿರದ ದಾರಿಯಲ್ಲಿ – ಸುಶಾಂತ್ ಕೋಟ್ಯಾನ್ – ₹ 160

ದಾರಿ – ಕುಸುಮಾ ಆಯರಹಳ್ಳಿ – ₹ 395

ಕವಿತೆ

ಮದ್ಯಸಾರ – ಅಪಾರ – ₹ 60

ಪೂರ್ಣನ ಗರಿಗಳು – ಪೂರ್ಣಪ್ರಜ್ಞ – ₹ 30

ಹಲೋ ಹಲೋ ಚಂದಮಾಮ – ರಾಧೇಶ ತೋಳ್ಪಾಡಿ – ₹ 50

* ನಮ್ಮ ಪ್ರಕಟಣೆಯ ಎಲ್ಲ ಪುಸ್ತಕಗಳ ಪ್ರತಿಗಳೂ ಲಭ್ಯ

* ಪುಸ್ತಕದ ಪ್ರತಿಗಾಗಿ ವಾಟ್ಸಾಪ್ ಮಾಡಿ 98444 22782

ಓದಿ ಓದಿ ಮರುಳಾಗಿ!

ಛಂದ ಪುಸ್ತಕ ಬಹುಮಾನ

ಹೊಸ ಕತೆಗಾರರನ್ನು ಗುರುತಿಸುವ ಸಲುವಾಗಿ ನಮ್ಮ ಪ್ರಕಾಶನ ಸಂಸ್ಥೆಯು ಕಳೆದ ಹದಿಮೂರು ವರ್ಷಗಳಿಂದ ಕತೆಗಳ ಹಸ್ತಪ್ರತಿ ಸ್ಪರ್ಧೆಯನ್ನು ನಡೆಸುತ್ತಾ ಬಂದಿದೆ. ಈವರೆಗೆ ಒಂದೂ ಕಥಾಸಂಕಲನವನ್ನು ಪ್ರಕಟಿಸದವರು ಈ ಸ್ಪರ್ಧೆಯಲ್ಲಿ ಭಾಗವಹಿಸಬಹುದು. ಇತರ ಪ್ರಕಾರಗಳಲ್ಲಿ ಒಂದೆರಡು ಪುಸ್ತಕಗಳನ್ನು ಪ್ರಕಟ ಮಾಡಿದವರೂ ಇದರಲ್ಲಿ ಭಾಗವಹಿಸುವ ಅವಕಾಶವಿರುತ್ತದೆ. ಮೊದಲ ಸುತ್ತಿನ ಆಯ್ಕೆಯನ್ನು ಪ್ರಕಾಶನದ ಸದಸ್ಯರು ಮಾಡಿ, ಕೊನೆಯ ಆಯ್ಕೆಗಾಗಿ ಸುಮಾರು ಹತ್ತು ಹಸ್ತಪ್ರತಿಗಳನ್ನು ನಾಡಿನ ಹಿರಿಯ ಸಾಹಿತಿಗಳಿಗೆ ಒಪ್ಪಿಸುತ್ತಾರೆ. ಆಯ್ಕೆಯಾದ ಹಸ್ತಪ್ರತಿಯನ್ನು ಪುಸ್ತಕ ರೂಪದಲ್ಲಿ ಪ್ರಕಟಿಸಿ, ಪ್ರಶಸ್ತಿ ಪತ್ರ, ಫಲಕ ಹಾಗೂ ಮೂವತ್ತು ಸಾವಿರ ರೂಪಾಯಿ ಬಹುಮಾನವನ್ನು ನೀಡಲಾಗುತ್ತದೆ. ಈವರೆಗೂ ಈ ಪ್ರಶಸ್ತಿಯಲ್ಲಿ ಬಹುಮಾನ ಪಡೆದವರ ವಿವರಗಳ ಪಟ್ಟಿಯನ್ನು ಮುಂದಿನ ಪುಟದಲ್ಲಿ ನೀಡಿದ್ದೇವೆ.

ಇವರಲ್ಲಿ ಮೌನೇಶ ಬಡಿಗೇರ, ಶಾಂತಿ ಕೆ ಅಪ್ಪಣ್ಣ, ಪದ್ಮನಾಭ ಭಟ್ ಶೇವ್ಕಾರ ಮತ್ತು ಸ್ವಾಮಿ ಪೊನ್ನಾಚಿ ಅವರಿಗೆ ಕೇಂದ್ರ ಸಾಹಿತ್ಯ ಅಕಾಡೆಮಿಯ ಯುವ ಪುರಸ್ಕಾರ ದೊರೆತಿದೆ. ವಿನಯಾ, ಶಾಂತಿ ಕೆ ಅಪ್ಪಣ್ಣ ಮತ್ತು ಪದ್ಮನಾಭ ಭಟ್ ಶೇವ್ಕಾರರ ಪುಸ್ತಕಗಳಿಗೆ ಕರ್ನಾಟಕ ಸಾಹಿತ್ಯ ಅಕಾಡೆಮಿಯ ಪುಸ್ತಕ ಬಹುಮಾನ ಅಥವಾ ದತ್ತಿ ಬಹುಮಾನಗಳು ಸಂದಿವೆ. ಇನ್ನೂ ಹಲವಾರು ನಾಡಿನ ಪ್ರಮುಖ ಪ್ರಶಸ್ತಿ ಮತ್ತು ಬಹುಮಾನಗಳೂ ಈ ಕೃತಿಗಳಿಗೆ ಲಭ್ಯವಾಗಿವೆ.

ನೀವು ಈ ಸ್ಪರ್ಧೆಯಲ್ಲಿ ಭಾಗವಹಿಸಬೇಕೆ? ಹಾಗಿದ್ದರೆ ನಮ್ಮ ಮುಂದಿನ ವರ್ಷದ ಸ್ಪರ್ಧೆಯ ಆಹ್ವಾನವನ್ನು ಖ್ಯಾತ ಕನ್ನಡ ನಿಯತಕಾಲಿಕಗಳಲ್ಲಿ ಅಥವಾ ಸಾಮಾಜಿಕ ಜಾಲತಾಣಗಳಲ್ಲಿ ನಿರೀಕ್ಷಿಸಿರಿ. ಹೆಚ್ಚಿನ ವಿವರಗಳಿಗೆ 98444 22782 ಗೆ ಸಂದೇಶ ಕಳುಹಿಸಿರಿ.

ಛಂದ ಪುಸ್ತಕ ಬಹುಮಾನ ಪಡೆದ ಕೃತಿಗಳು

ಕತೆಗಾರರು	ಕಥಾಸಂಕಲನ	ತೀರ್ಪುಗಾರರು
ಸುನಂದಾ ಪ್ರಕಾಶ ಕಡಮೆ	ಪುಟ್ಟ ಪಾದದ ಗುರುತು	ಅಶೋಕ ಹೆಗಡೆ/ ಸುಮಂಗಲಾ
ಅಲಕ ತೀರ್ಥಹಳ್ಳಿ	ಈ ಕತೆಗಳ ಸಹವಾಸವೇ ಸಾಕು	ಕೇಶವ ಮಳಗಿ/ ಸುಮಂಗಲಾ
ಲೋಕೇಶ ಅಗಸನಕಟ್ಟೆ	ಹಟ್ಟಿಯೆಂಬ ಭೂಮಿಯ ತುಣುಕು	ಬೊಳುವಾರು ಮಹಮದ್ ಕುಂಞ
ವಿನಯಾ	ಊರ ಒಳಗಣ ಬಯಲು	ನೇಮಿಚಂದ್ರ
ಸಂದೀಪ ನಾಯಕ	ಗೋಡೆಗೆ ಬರೆದ ನವಿಲು	ಅಮರೇಶ ನುಗಡೋಣಿ
ಕಣಾದ ರಾಘವ	ಮೊದಲ ಮಳೆಯ ಮಣ್ಣು	ಕೆ. ಸತ್ಯನಾರಾಯಣ
ಬಸವಣ್ಣೆಪ್ಪಾ ಕಂಬಾರ	ಆಟಿಕೆ	ಕುಂ. ವೀರಭದ್ರಪ್ಪ
ಮೌನೇಶ ಬಡಿಗೇರ	ಮಾಯಾಕೋಲಾಹಲ	ಓ.ಎಲ್. ನಾಗಭೂಷಣಸ್ವಾಮಿ
ಪದ್ಮನಾಭ ಭಟ್ ಶೇವ್ಕಾರ	ಕೇಪಿನ ಡಬ್ಬಿ	ಎಂ. ಎಸ್. ಆಶಾದೇವಿ
ಶಾಂತಿ ಕೆ ಅಪ್ಪಣ್ಣ	ಮನಸು ಅಭಿಸಾರಿಕೆ	ಎಚ್.ಎಸ್. ರಾಘವೇಂದ್ರ ರಾವ್
ದಯಾನಂದ	ದೇವರು ಕಚ್ಚಿದ ಸೇಬು	ನಾ. ಡಿಸೋಜಾ
ಸ್ವಾಮಿ ಪೊನ್ನಾಚಿ	ಧೂಪದ ಮಕ್ಕಳು	ಎಂ. ಎಸ್. ಶ್ರೀರಾಮ್
ಶಶಿ ತರೀಕೆರೆ	ಡುಮಿಂಗ	ಲಲಿತಾ ಸಿದ್ಧಬಸವಯ್ಯ
ಛಾಯಾ ಭಟ್	ಬಯಲರಸಿ ಹೊರಟವಳು	ತಾರಿಣಿ ಶುಭದಾಯಿನಿ
ಕಾವ್ಯಾ ಕಡಮೆ	ಮಾಕೋನ ಏಕಾಂತ	ಟಿ.ಪಿ. ಅಶೋಕ

Printed in the USA
CPSIA information can be obtained
at www.ICGtesting.com
LVHW051231091123
763265LV00077B/2876

9 788195 790494